சிங்கப் பெண்களின் அணிவகுப்பு

பெண்மை திருடர்கள்

சுவாமிநாதன்

ISBN. 979-8-88555-953-9

உள்ளடக்கம்

1

இழுவை இயந்திர அரசி - மல்லிகா சீனிவாசன்

மார்பக வரி சட்டத்திற்கு எதிராக நங்கேளி என்ற பெண் தனியாளாய் குரல் கொடுத்தாள். அந்த பெண் விரும்பியது ஆடை சுதந்திரம். அன்றைய அரசாங்கம் மார்பக வரி சட்டத்தை முற்றிலும் நீக்கியது. பெண் கல்விக்காக போராடியவர் மலாலா. தேவதாசி ஒழிப்பு மற்றும் பெண்களுக்கு சொத்துரிமை வழங்கும் சட்டம் போன்றவற்றிக்காக போராடியவர் டாக்டர் முத்து லட்சுமி ரெட்டி. பெண்களுக்கு இன்று கிடைத்துள்ள கருத்து சுதந்திரம், பேச்சு சுதந்திரம், இட ஒதுக்கீடு என ஒவ்வொன்றிற்கும் பின்னால் இருப்பவர்கள் பெண் போராளிகள். இவை ஆக்கப்பூர்வமானவை. வளர்ச்சியை தருபவை.

அதே நேரத்தில் ஆண்களுக்கு நிகராக சில பெண்கள் புகை பிடிப்பது, மது அருந்துவது, கெட்ட வார்த்தை பேசுவது, தனி மனித ஒழுக்கமின்றி செயல்படுவது அழிவுப்பூர்வமானவை. வீழ்ச்சியை தருபவை. தவிர்க்க வேண்டியவை.

இயந்திர மற்றும் தானியங்கி மோட்டார் வாகனத் துறையில் பெண்கள் வெற்றிகரமாக செயல்பட முடியாது என்ற கருத்து நிலவிய காலத்தில் அதை தவறென நிரூபித்தவர் இழுவை இயந்திர ராணி மல்லிகா சீனிவாசன் என்கிற தமிழச்சி ஆவார்.

சாதாரண பொது மேலாளராக 1986-ல் சேர்ந்து தலைமை செயல் அதிகாரியாக உயர்ந்தவர் மல்லிகா சீனிவாசன். துவக்கத்தில் இவரது நிறுவனத்தின் விற்றுமுதல் (Turnover) ரூ.85 கோடியாக இருந்தது.

தற்போது ஆண்டிற்கு ரூ.9500 கோடியாக உயர்ந்துள்ளது. சுமார் 112 மடங்கு உயர்ந்து உள்ளது.

ஒவ்வொரு அடியிலும் தனது திறமையை அறிவாற்றலை நிரூபித்து இருக்கிறார். ஆண்டிற்கு ஒன்றரை லட்சத்திற்கும் மேற்பட்ட இழுவை இயந்திரங்களை (Tractors) விற்பனை செய்கிறது இவரது டாபே (TAFE-Tractors and Farm Equipment Limited) நிறுவனம். இந்நிறுவனத்தின் இழுவை இயந்திரங்கள் நூற்றுக்கும் மேற்பட்ட (அமெரிக்கா மற்றும் ஐரோப்பிய நாடுகள் உள்ளிட்ட) நாடுகளில் பயன்படுத்தப் படுகிறது.

மல்லிகா சீனிவாசன் தமிழகத்தைச் சேர்ந்த பெண் தொழிலதிபராவார். டாபே என்னும் இழுவை இயந்திர (Tractor) தயாரிப்பு நிறுவனத்தின் தலைவராக உள்ளார். இழுவை இயந்திர உற்பத்தியில் உலக அளவில் மூன்றாவது இடத்திலும், இந்திய அளவில் இரண்டாவது இடத்திலும் இந்நிறுவனம் உள்ளது. அமெரிக்க டாலர் (USD) மதிப்பில் 13.12 பில்லியன் (பில்லியன் = நூறு கோடி) அளவுக்கு வரவு செலவு உள்ள நிறுவனம் ஆகும்.

1960-ல் இவரது நிறுவனம் சென்னையில் துவங்கப்பட்டதாகும். மல்லிகா சீனிவாசன் அறுபது வயதைக் கடந்தாலும் துடிப்பாக செயல்படுகிறார். இவரது பூர்வீகம் திருநெல்வேலியைச் சேர்ந்த ஆழ்வார்குறிச்சியாகும். இவரது கணவர் வேணு சீனிவாசன் ஆவார். இவருக்கு இரண்டு பிள்ளைகள் உள்ளனர். இவரது பெண் லட்சுமி வேணு தொழிலதிபர் மற்றும் திருமணமானவர். இவரது மகன் சுதர்சன் டிவிஎஸ் நிறுவனத்தில் நிர்வாக மேலாளராக உள்ளார். இவரது பெற்றோர் சீனிவாசன் - இந்திரா சீனிவாசன் தம்பதியர். இவரது தற்போதய வசிப்பிடம் சிவகாசியாகும். இவரது குடும்பம் பெருநிறுவனங்களை (Corporate World) மையமாக கொண்டே சுழல்கிறது எனலாம்.

சுமார் 25 வருடங்களில் தனது நிறுவனத்தை தரமான பெருந்திரள் இழுவை இயந்திர தயாரிப்பாளராக கட்டமைத்து உள்ளார். தனது தயாரிப்புகளுக்கு சிறப்பு முக்கியத்துவம் தந்துள்ளார். இவரது அயராத முயற்சியால் சிறப்பான விரிவாக்கத்தை வளர்ச்சியை இவரது நிறுவனம் பெற்று உள்ளது.

சர்வதேச சந்தையில் சிறப்பான இடத்தை இவரது இந்திய தயாரிப்பு நிறுவனம் பெற்று உள்ளது. மேலும், அமெரிக்க நிறுவனத்துடன் பங்குதாரராகவும் உள்ளார்.

சர்வதேச சந்தையில் இந்திய தயாரிப்புகளுக்கு நல்ல வரவேற்பு உள்ளது. இவரது தயாரிப்புகளால் மட்டும் லட்சக்கணக்கான திறமிகு தொழிலாளர் மற்றும் திறன்பெறாத தொழிலாளர்கள் (Skilled and Un-Skilled) ஆண்டுதோறும் வேலை வாய்ப்புகளை பெறுகின்றனர்.

கல்வி:

கிறிஸ்துவ மகளிர் கல்லூரியில் கணிதவியலில் பட்டப்படிப்பு முடித்துள்ளார். பின்னர் சென்னைப் பல்கலைக் கழகத்தில் அளவைப் பொருளியல் (Econometrics) பிரிவில் முதுகலை பயின்று தங்கப்பதக்கம் பெற்றவர். அமெரிக்காவில் பென்சில்வேனியா பல்கலைக் கழகத்தில் மேற்படிப்பு முடித்தவர். மிகச்சிறந்த வெற்றிகரமான 125 முன்னாள் மாணவர்கள் (Top 125 Most Successful Alumni) பட்டியலில் மல்லிகா சீனிவாசன் இடம் பிடித்துள்ளார்.

கொடையாளி:

சமுதாய நலனுக்காக இணக்கமான உழைப்பை நல்குபவர். தேசத்தின் கல்வி மேம்பாட்டிலும், சுகாதார பராமரிப்பிலும் ஆர்வம் கொண்டவர். சங்கர நேத்ராலயா (ஒரு முன்னணி கண் பராமரிப்பு அமைப்பு) மற்றும் சென்னை புற்று நோய் மருத்துவனை உள்ளிட்டவைகளை ஆதரிக்கும் முக்கிய கருவியாக உள்ளார். அதுமட்டுமல்லாது திருநெல்வேலியில் உள்ள ஆழ்வார்குறிச்சியிலும் சுகாதார பராமரிப்பு வசதிகள் மேம்பட ஒத்துழைப்பு நல்கியவர். பாரம்பரியமிக்க இந்திரா சிவசைலம் கர்நாடகா இசை குழு அமைப்பினருக்கு ஆதரவாகவும், தாராள புரவலராகவும் உள்ளார். இரக்க குணமிக்க மல்லிகா சீனிவாசன் கல்வி, சுகாதாரம், இசை ஆகியவற்றிற்கு உதவிக்கரம் நீட்டுகிறார்.

சமுதாயத்தில் ஆதரவற்றவர்களுக்கு உதவும் வகையில் நிறைய தொண்டு பணிகள் செய்துள்ளார். புற்றுநோய் மருத்துவமனைகளுக்கு

நிதியுதவிகள் வழங்கி உள்ளார். நிர்வாகவியல் மாணவர்களுக்கு இவரது வாழ்க்கை வரலாறு ஒரு பாடமாக உள்ளது. ஆண்களுக்கு நிகராக பெண்களும் அறிவு ஆற்றலில் சளைத்தவர்கள் அல்ல. அவர்களாலும் வணிகத்தில் ஒரு பேரரசை கட்டமைக்க முடியும் என்பதை, சாதிக்க முடியும் என்பதை தன் வாழ்நாளில் நிரூபித்தவர்.

விருதுகளும் கௌரவிப்புகளும்:

சர்வதேச அளவில் பெண் தலைவர் மற்றும் வணிகத்தில் மிகவும் சக்தி வாய்ந்த பெண்கள் பட்டியலில் மிக முக்கிய இடத்தை வகிக்கிறார்.

மல்லிகா சீனிவாசன் அவர்களுக்கு வழங்கப்பட்ட சர்வதேச அளவிலான விருதுகளும் கௌரவங்களும், நன்மதிப்பு, மரியாதைகளும், அங்கீகாரமும் மிக நீண்டது. (BBC, Zee TV, IIM Lucknow, The Economic Times, University Of Pennsylvania, Business Today, India Today Women, Ernst & Young, Forbes Asia, Forbes India Fortune India, NDTV, Femina, XLRI, The New Indian Express and Tamil nadu Agricultural University) உள்ளிட்ட பல குழுக்கள், அமைப்புகள், சங்கங்கள், நிறுவனங்கள் வேளாண் துறையில் உலகளாவிய பங்களிப்பிற்க்காக மல்லிகா சீனிவாசனுக்கு விருதுகள் வழங்கி கௌரவித்து உள்ளன.

இவரது உணர்வுப்பூர்வமான பங்களிப்பை அங்கீகரிக்கும் வகையிலும் வேளாண் துறையில் இவரது உலகளாவிய பங்களிப்பிற்கும் தமிழ்நாடு விவசாய பல்கலைகழகம் இவருக்கு டாக்டர் பட்டம் வழங்கி கௌரவித்து உள்ளது.

2014-ல் மத்திய அரசு இவருக்கு "பத்மஸ்ரீ" பட்டம் வழங்கி கௌரவித்தது. விவசாயிகளுக்கு உண்மையிலேயே உதவுவதற்காக உபகரணங்களை உருவாக்குவதில் மல்லிகா சீனிவாசன் தனிக்கவனம் செலுத்தி உள்ளார்.

பல்வேறு அமைப்புகளில் இவரது இணைப்பும் பிணைப்பும் தொடர்புகளும்:

மல்லிகா சீனிவாசன் பல்வேறு அமைப்புகளில் நிர்வாக குழு உறுப்பினராக உள்ளார். திருச்சி பாரதிதாசன் மேலாண்மை நிறுவனத்தின் நிர்வாக குழு உறுப்பினராக உள்ளார். மேலும், ஸ்டெல்லா மேரிஸ் கல்லூரி சென்னை, ஹைதராபாத் இந்திய வணிகப் பள்ளி, ஐ,ஐ,டி சென்னை, டாடா ஸ்டீல், (USIBC, AGCO Corporation US) உள்ளிட்ட அமைப்புகளில் இவரது பங்களிப்பு இன்றியமையாதது.

குறிப்பாக, நம் நாட்டில் இயந்திரங்கள், உற்பத்தி மற்றும் உருவாக்கங்கள் பெரிய அளவில் ஆண்களின் கோட்டையாகவே உள்ளது. பெண்களாலும் முடியும் என்பதை நிரூபித்தவர் மல்லிகா சீனிவாசன் என்றால் அது மிகையாகாது.

இளைய சமுதாயத்திற்கு இவரது அறிவுரை:

இலக்கை நிர்ணயித்துக் கொள்ளுங்கள். தனித்துவம் வாய்ந்தவராக இருங்கள். உங்களை வலிமைப்படுத்திக் கொள்ளுங்கள். உறுதிபடுத்திக் கொள்ளுங்கள். வாழ்க்கை பாரபட்சம் நிறைந்தது. அதை ஏற்றுக் கொள்ளுங்கள். கற்றுக் கொள்ளுங்கள். சவால்கள் நிறைந்தது. நிலையற்றது. நம் மீதும் குத்துக்கள் விழும். தனிப்பட்டவருக்கும், நிறுவனத்திற்க்கும் ஒரு போட்டியாக இருங்கள். மற்றவர்களுக்கு உத்வேகத்தை அளிக்கும் தூண்டுகோலாக இருங்கள். நியாயமாக சம்பாதியுங்கள். வாழ்க்கை ஒரு சவால். அதை சந்தியுங்கள். வாழ்க்கை ஒரு விளையாட்டு. அதை விளையாடுங்கள். வாழ்க்கை ஒரு கனவு. அதை நனவாக்குங்கள். வாழ்க்கை அன்பு, பாசம், நேசம், காதல் நிறைந்தது. அதை அனுபவியுங்கள்.

பெரிய பொறுப்புகளை கடமைகளை, சுமக்கும் போது, பெரிய சக்தி கிடைக்கிறது என நம்பிக்கை கொண்டவர். எந்தவொரு கடினமாக சூழ்நிலைகளையும் எதிர்கொள்ளத்தக்க வலுவான திடமான, திறன்மிக்க தொழில்முனைவராகிய மல்லிகா சீனிவாசன் இன்றைய கொரானா நெருக்கடிகளையும், சிக்கலையும் எதிர்கொண்டு வெற்றி பெற வாழ்த்துவோமாக.

2

வர்த்தக உலகில் வலம் வரும் வல்லமைமிக்க தங்கமங்கை - கிரண் மஜீம்தார் ஷா

2016-ம் ஆண்டில் 100 பணக்காரர்கள் பட்டியலை போர்பஸ் ஆய்வு நிறுவனம் வெளியிட்டது. அந்தப் பட்டியலில் இந்திய பெண் தொழில் அதிபரும் பயோகான் நிறுவனத்தின் நிர்வாக இயக்குநருமான கிரண் மஜீம்தார் ஷா இடம் பெற்றுள்ளார் என்கிற செய்தி அசாதரணமானதல்ல. தனது சுய முயற்சியில், குடும்பப் பின்னனி இன்றி சொந்த உழைப்பில் பில்லியனர் ஆன ஒரே இந்தியப்பெண்மணி. இந்தியாவின் முதல் 100 கோடிஸ்வரர்கள் பட்டியலில் 65ஆவது இடத்தை தனதாக்கிய வெற்றி பெண்மணி. பயோகான் நிறுவனத்தை தனது 25வது வயதில் தொடங்கினார். தற்போது 65 வயதாகும் இவரது சொத்து மதிப்பு 1.2 பில்லியன் அமெரிக்க டாலர்கள் ஆகும். உயிரி தொழில்நுட்பவியலில் கொடி கட்டிப் பறக்கும் இவரது பயோகான் நிறுவனம்தான் சர்க்கரை நோயாளிகளுக்கு ஆசியாவிலேயே இன்சுலின் தயாரிக்கும் மிகப்பெரிய நிறுவனமாகத் திகழ்கிறது.

கிரண் மஜீம்தார் ஷா ஆசிய-பசிபிக் பகுதியில் மிகவும் சக்தி வாய்ந்த பெண்கள் பட்டியலில் 19வது இடத்தில் உள்ளார். இதுவரையில் பெண்கள் தலைமைப்பொறுப்பில் இல்லாத ஒரு துறையில் தனக்கென்று ஒரு இடத்தை உருவாக்கிக் கொண்டவர். "நதிகளை மீட்டோம்" இயக்கத்தின் தேசிய அளவிலான மாபெரும் விழிப்புணர்வு பேரணிக்கு தனது வாழ்த்துக்களையும் ஆதரவையும் தெரிவித்துள்ளார் கிரண் மஜீம்தார் ஷா. இந்தியாவின் மிகப் பெரும் பெண்செல்வந்தராக, தொழில் அதிபரான இவர் கடந்து வந்த பாதை மிகவும் கரடு முரடானது.

பெங்களூருவை மையமாகக் கொண்டு இயங்கி வரும் இவரது பயோகான் நிறுவனத் தயாரிப்புகள் அமெரிக்க மற்றும் ஐரோப்பியச் சந்தைகளிலும் விற்பனையாகின்றன என்பது நாம் பெருமைப்பட வேண்டிய விஷயமே. சிறந்த பெண் தொழில் முனைவோருக்கான பல விருதுகளைப் பெற்றுள்ளார். உலகில் சக்தி வாய்ந்த பெண், சிறந்த பெண் தொழில் அதிபர் போன்ற சர்வ தேச விருதுகளை டைம்ஸ், போர்ப்ஸ் பைனான்ஸியல் டைம்ஸ் போன்ற பத்திரிக்கைகள் கொடுத்திருக்கின்றன. இந்திய அரசின் பத்மஸ்ரீ மற்றும் பத்மபூஷன் விருதுகளையும் இவர் பெற்றுள்ளார். உயிரி தொழில்நுட்பவியலில் இவரது பங்களிப்பிற்கு அங்கீகாரம் அளிக்கும் பொருட்டு கெளரவ டாக்டர் பட்டம் இவருக்கு வழங்கப்பட்டுள்ளது.

ரூபாய் 200 கோடிக்கு மேல் தனது சொந்த பணத்தை சமூக சேவைக்காக செலவழித்திருக்கும் கிரண் மஜீம்தார் ஷா தான் இறந்த பிறகு தன்னுடைய சொத்தில் 75 சதவீதம் சமூக சேவைக்கு செல்ல வேண்டும் என்பதில் உறுதியோடு இருக்கிறார்.

சத்து குறைபாடு மற்றும் இரத்த சோகை உடையவர்கள் இந்தியப் பெண்கள். உலகிலேயே இந்தியாவில்தான் பேறுகால இறப்பு அதிகமாக இருக்கிறது. இந்தியக் குடும்பங்களில் பெண்கள் தன்னிச்சையாக எந்த முடியும் எடுக்க முடியாது. வெளியில் செல்ல குடும்பத்தினரின் அனுமதி வேண்டும். இந்தியாவில் பெண்களுக்கு எதிரான வன்முறைகள் அதிகம் நடக்கின்றன என்ற மதிப்பீடுகள் நம் நாட்டைப் பற்றி இருந்தாலும், இந்தியப்பெண்கள் இன்று நுழையாத துறையே இல்லை எனலாம்.

2004-ம் ஆண்டு பங்கு சந்தையில் நாட்டின் முதல் பயோடெக் தொழிற்சாலையின் பங்குகள் வெளி வந்த புதிய பங்கு என்ற நிலையிலேயே 32 மடங்கு அதிகமான விலையில் வாங்க மக்கள் தயாராக இருந்ததுதான் இந்த நிறுவனத்தின் நற்பெயருக்கு சான்று. சூப்பர் ஸ்டார் ரஜினியின் படங்கள் பூஜை போட்டவுடனே விற்பனையாகி விடுவது போன்றது இது.

கிரண் மஜீம்தார் ஷா 23.3.1953ல் பிறந்தவர். பெங்களூரைச் சேர்ந்தவர். இவரது கணவர் ஜான் ஷா ஸ்காட்லாந்தை சேர்ந்தவர். மதுரா கோட்ஸ் டெக்ஸ்டைல்ஸ் நிறுவனத்தில் தலைமைப் பொறுப்பில் இருக்கிறார். கிரண் மஜீம்தார் ஷா 1973-ல் விலங்கியலில் இளங்கலை

பட்டம் பெற்றவர். இவரது தந்தை ராஜேந்திர மஜீம்தார் மது வடிப்பு மாஸ்டராக மது தொழிற்சாலையில் பணிபுரிந்தவர். உயிர் தொழில்நுட்ப அறிவியலை படிக்குமாறு ஆலோசனை தந்தார். தன்னைப் போல மது வடிப்பு மாஸ்டராக பயிற்சி பெறுமாறு அறிவுறுத்தினார். இது பெண்களுக்கு முற்றிலும் சம்பந்தப்படாத துறை. 1974-ல் கிரண் மஜீம்தார் ஷா ஆஸ்திரேலியாவில் பெடரேஷன் பல்கலைக் கழகத்தில் மது தயாரிப்பு படிப்பை படித்தார். இந்த படிப்புக்கு விண்ணப்பித்திருந்த ஒரே பெண் மாணவி இவர்தான். வகுப்பில் முதல் மாணவியாக மதிப்பெண் பெற்று அசத்தினார். 1975-ல் முதுகலைப் பட்டம் பெற்றார். ஆஸ்திரேலியாவில் பயிற்சியாளராக பணிபுரிந்தார். பின்னர், டெல்லி மற்றும் பெங்களூருல் வேலைக்கு முயற்சி செய்தார். இது ஆண்களுக்கான வேலை என்று சொல்லி இவரது மது வடிப்பு மாஸ்டர் விண்ணப்பத்தை நிராகரித்தனர்.

மது வடிப்பு மாஸ்டராக வேண்டும் என்பதுதான் இவரது கனவாக இருந்தது. ஆனால், அது நிறைவேறாது என்று 1978-ல் இவருக்கு தெரிந்து விட்டது. அடுத்து தனக்கு எது சாத்தியமோ அதை செய்யலாம் என முடிவெடுத்தார். பயோடெக் ஒரு உற்சாகமான துறை. செய்யும் தொழிலில் ஆழ்ந்த ஈடுபாடு கொண்டிருப்பது மிகவும் முக்கியமானது. இவரது தொழில் ஒரு முன்னணி தொழில். அதில் இவர்தான் முன்னோடியாக இருந்தார். காரணம் இதில் அவருக்கு வழிகாட்டியாக யாரும் இல்லை. அடுத்தது என்ன செய்ய வேண்டும் என்று ஆலோசனை தர யாரும் இல்லை.

இதில் இருந்து தனக்கு என்ன கிடைக்கும் என்றெல்லாம் இவருக்கு திட்டவட்டமாக எதுவும் தெரியாது. எல்லாமே சுலபமாக இருக்க வேண்டும் என்று எதிர்பார்க்காதவர். தைரியசாலி. சவாலை எதிர்கொள்பவர் அவ்வளவுதான். உண்மையில் ஒரு நல்ல தொழில்முனைவர். இவர் ஒரு பெண் என்பதால் மது தயாரிப்பு தொழிலில் இவருக்கு வேலை தர மறுக்கப்பட்டது. ஒரு பெண்ணால் எந்தத் தொழிலை வேண்டுமானாலும் நடத்த முடியும் என்று நிருபித்துக் காட்டுவதில் மிகவும் தீர்மானமாக இருந்தார். பெண்களாலும் தொழில் தொடங்கி நடத்த முடியும் என்று சமுதாயத்திற்கு காட்ட விரும்பினார். இவருக்கு தொழில் பின்னணி எதுவும் இல்லை. ஒரு தொழிலை தொடங்குவது நடத்துவது மற்றும் அதில் தனது பங்கைப் புரிந்து கொள்வதில் மற்றவர்களில் இருந்து இவர் வேறுபடுகிறார். காரணம் இவர் இதற்கு முற்றிலும் புதியவர்.

துவக்கத்தில் கம்பெனி ஆரம்பிக்கும் அளவுக்கு இவரிடம் பணம் இல்லை. இந்தியா முழுவதும் இவர் பேருந்திலும், ரயிலிலும்தான் பயணம் செய்ய வேண்டியிருந்தது. இவர் ஒரு தனி மனுஷியாக எல்லா பகுதிக்கும் தொழிற்சாலைகளுக்கும் தனியாகவே துணிவுடன் போய் வந்தார். இவரது பெற்றோர் பெரிதும் கவலைப்பட்டனர். இளம் வயதில் தொழில் சம்பந்தமாக செல்லும் போது பொது இடங்களில் சில ஆண்கள் இவரையே முறைத்துப் பார்த்துக் கொண்டிருந்தாலும் எதைப் பற்றியும் இவர் கவலைப்பட்டதில்லை. இவரிடம் போதுமான பணம் இல்லைதான். ஆனால், தன்னம்பிக்கையும் விடாமுயற்சியும் பொறுமையும் இருந்தது.

இளம் வயதில் பெரிய கனவுகளை மனதில் சுமந்தார். பணப்பற்றாக்குறையால் துவண்டு விட வில்லை. பெங்களூரில் இவர் குடியிருந்த வாடகை வீட்டில் இருந்த கார் ஷெட்டில் இவரது உயிர் தொழில்நுட்ப நிறுவனத்தைத் தொடங்கினார். தகவல் தொழில்நுட்பத் துறையில் (IT Field) ,இருந்த அதீத ஆர்வத்தால் இவரது நிறுவனத்தில் முதலீடு செய்ய தொடக்கத்தில் எவரும் முன்வரவில்லை.

ஏண்டி, கல்யாணத்தை பண்ணுனமா, பிள்ளைகளைப் பெற்றோமா, புருஷனுக்கு சமைச்சுப் போட்டமா-ன்னு இருக்காமல் உனக்கு ஏன் இந்த வெட்டி வேலை என இவரை ஏளனம் செய்தார்கள்.

எந்த வங்கியும் நிதி கொடுக்க விரும்பவில்லை. இவரது நிறுவனத்தில் வேலைக்கு சேர யாரும் தயாராக இல்லை. மருத்துவம் பயில இளம் பருவத்தில் ஆசைப் பட்டார். அது கிடைக்காமல் போனாலும் மனம் தளர வில்லை. தொழில்துறையில் நுழைந்து அங்கே சாதிக்க முடியும் என நீருபித்து விட்டார்.

1978-ல் பிரபல வங்கியில் மேலாளரை அணுகி என்னிடம் பத்தாயிரம் உள்ளது. தனியாக சுயதொழில் தொடங்க கடன் வேண்டும் என்று கேட்ட போது, வங்கி நிர்வாகம் என்ன தொழில் என்று கேட்டது. அதற்கு என்சைம்ஸ் எனப்படும் நுண்ணுயிர்கள் வளர்க்கும் கலை என்றார். கடன் மறுக்கப்பட்டது. படிப்புக்கு தகுந்த வேலையை தேடுமாறு அறிவுறுத்தப்பட்டார். இளம் வயதுதான். அதுவும் ஒரு பெண், இவரது புதிய துறை வெற்றி பெறுமா என்பதில் மிகுந்த சந்தேகம் உள்ளிட்ட காரணங்களால் வங்கி தயங்கியது. பயம் என்பது பயனற்றது. சமுதாயம் என்ன சொன்னாலும் நினைத்ததை நடத்தியே தீருவேன் என்று நிமிர்ந்து

நின்றார். பின்னாளில் மற்றொரு வங்கி கிரண் மஜீம்தார் ஷாவின் கடின உழைப்பையும், அயராத முயற்சியையும் பார்த்து கடன் தந்தது. சொந்த நாட்டுக்காரர்கள் நம்பிக்கை வைக்காத நிலையில் அயர்லாந்து நாட்டு விஞ்ஞானி ஒருவர் முன்வந்து தன் சொந்த பணத்தை இவரது நிறுவனத்தில் முதலீடு செய்தார்.

பணியாளர் பிரச்னை:

வேலைக்கு ஆள் எடுக்க தேர்வு வைத்தால் கிரண் கேள்வி கேட்டதை விட அவரையும், அவர் நிறுவனத்தை பற்றியும் கேட்டுவிட்டு வேலை வேண்டாம் என்று சொன்னவர்கள்தான் அதிகம். இதற்க்காகவும் சோர்ந்து விட வில்லை கிரண். தன் தொழிலுக்கு தேவையான படிப்பு படித்தவர்கள் கிடைக்காத போது யார் வந்தாலும் வேலை கொடுத்தார். ஒரு கட்டத்தில் தொழிலாளர்கள் சங்கம் தொடங்கி வேலை நிறுத்தம் செய்தனர். அயராது எதிர்த்து நின்று வெற்றி பெற்றார். அடுத்த சோதனையாக அயர்லாந்து பங்குதாரர் தனது பங்குகளை யூனிலிவர் நிறுவனத்திற்கு விற்ற போது மீண்டும் தன்னை நிரூபிக்க வேண்டிய நிலைக்கு தள்ளப்பட்டார். எல்லா சோதனைகளையும் மீறி 1997-ல் யூனிலிவரின் பங்குகளையும் வாங்கி அயல்நாட்டு சார்பில்லா நிறுவனமாக்கினார் கிரண்.

1978-ல் பத்தாயிரம் முதலீட்டில் பயோகான் நிறுவனத்தை பெங்களூரில் தான் குடியிருந்த வீட்டின் கார் நிறுத்தும் பகுதியில் தொடங்கினார். இந்திய சட்டங்களின் கட்டுப்பாடுகளால் வெளிநாட்டு முதலீட்டை 30 சதவீதமாகவும், மீதமுள்ள 70 சதவீதத்தை தன்னுடையதாகவும் செய்ய வேண்டிய நிலையையும் சமாளித்தார்.

அன்றைய காலகட்டத்தில், தடையில்லா மின்சாரம், மிகவும் தரமான தண்ணீர், நவீன ஆய்வுக்கூடங்கள், இறக்குமதி செய்யப்பட்ட ஆராய்ச்சி சாதனங்கள் மற்றும் நவீன அறிவியல் தொழில்நுட்ப திறமையுள்ள தொழிலாளர்கள் இந்தியாவில் எளிதாக கிடைக்காத நிலை நிலவியது. இவ்வளவு தடைகளையும் மீறி பயோகான் நிறுவனம் இயங்கத் தொடங்கியது. இவரது என்ஸைம் நிறுவனம்தான் இந்த துறையில் ஏற்றுமதி செய்த முதல் இந்திய நிறுவனம் ஆகும். முதலாம்

ஆண்டின் இறுதியில் கிடைத்த வருவாயில் 20 ஏக்கர் சொத்துக்கள் வாங்கி தனது நிறுவனத்தை விரிவாக்கம் செய்தார் கிரண் மஜீம்தார் ஷா. அதன் பிறகு இவருக்கு ஏறுமுகம்தான் இன்றுவரை.

பெண்ணாய் பிறந்ததற்காக பெருமைபடுகிறேன் என்கிறார். இது ஆண்களின் உலகம் என்று பலரும் நினைக்கின்றனர். அது தவறு. புதுமையான முறையில் சாதனை படைப்பவர்கள் ஆணாக இருந்தாலும் பெண்ணாக இருந்தாலும் அதை உலகம் வரவேற்கும் என்கிறார். இவரது நிறுவனமான பயோகான் சர்வதேச சந்தையில் பேசப்படுகிறது. 1 பில்லியன் டாலர் ஈட்டும் இன்போஸிஸ் போன்ற பெரும் நிறுவனங்களுக்கு இணையாகவும், போட்டியிடவும் தகுதியானதாக இவரது நிறுவனம் வணிக உலகில் பேசப்படுவது குறிப்பிடத்தக்கது.

வாழ்வு என்பது ஒரு சிரமமான பயணம். அதில் உள்ள சிரமங்கள்தான் வாழ்க்கையை சுவாரஸ்யமாகவும் ஊக்கப்படுத்தக் கூடியதாகவும் வைத்திருக்கிறது. பிரச்சனை ஏதுவுமில்லை என்றால் வாழ்க்கை சலித்து விடும் என்கிறார் கிரண். இவரது வெற்றிப்பாதை எளிதானதல்ல. என்னற்ற சவால்களை சந்தித்த போதும் நம்பிக்கையை துளியும் இழக்கவில்லை. இந்தியாவில் பயோடெக் துறையில் இவரை முன்னுதாரனமாக கொண்டு பல பெண்கள் நுழைய வழிகாட்டியாக உள்ளார். இன்று எதுவும் செய்ய முடியும் என்ற அளவுக்கு தொழில்நுட்ப வசதி பெருகி விட்டது. பெண் தொழில் முனைவோர்க்கு இவர் ஒரு நம்பிக்கை நட்சத்திரம். நம் நாட்டில் ஊருக்கு ஒரு பெண் தொழில்முனைவோர் இவரைப் போல உருவானால் நம் நாட்டில் வேலை வாய்ப்பு பெருகும். வறுமை ஒழியும். இந்தியப் பெண்களை தங்கமங்கைகள் என்று உலகம் போற்றும்.

3
இளம் தொழிலதிபர் நாடியா செளகான்

நாடியா செளகான் பார்லே ஆக்ரோ நிறுவனத்தின் நிர்வாக இயக்குநர் ஆவார். இவரது இலக்கு 2018-ல் ஐயாயிரம் கோடி அளவுக்கு புருட்டி குளிர்பான விற்பனையை உயர்த்துவதாகும். நம் நாட்டில் பெரும்பாலோரால் விரும்பி அருந்தக்கூடியது. (Frooti/Appy Fizz) இவரது புருட்டி குளிர்பானம்தான். சுமார் 50 நாடுகளுக்கு ஏற்றமதி செய்யப்படுகிறது.

இவருக்கு இரண்டு சகோதரிகள் உண்டு. மூத்த சகோதரியின் பெயர் சச்சீவா செளகான். இரண்டாவது சகோதரி அலீஸா. இவர்தான் கடைக்குட்டி. நாடியா செளகானின் கணவர் வைபவ் பார்கவா ஒரு தொழிலதிபர் ஆவார்.

ஆக்கூர்வமான பணிகளில் நாம் தொடர்ந்து சுறுசுறுப்பாக ஈடுபட்டுக் கொண்டிருந்தால் நமது மனம் எப்போதும் மகிழ்ச்சியில் திளைக்கும் என்கிறார் நாடியா செளகான்.

மூன்று சகோதரிகளும் தங்களுக்கு குடும்பத்திற்கு சொந்தமான குளிர்பான நிறுவனத்தில் உற்சாகமாக செயல்படுகிறார்கள். இவரது குழந்தைப்பருவத்திலேயே இவரது தந்தை பிரகாஷ் செளகான் அவர்களுடன் நிறுவனத்திற்கு சென்று விடுவார். தொழிலதிபர்களின் வாரிசுகள் தங்களது குடும்ப நிறுவனத்தில் தலைமைப் பொறுப்பை ஏற்கிறார்கள் என்பது வழக்கமானதுதான்.

சிறு வயதில் வார விடுமுறை நாட்களில் தனது தந்தையோடு குளிர்பான தொழிற்சாலைக்கு வந்து அங்கு நடைபெறும் உற்பத்தி சார்ந்த பணிகளை கூர்ந்து ஆர்வமுடன் கவனிப்பதுடன் தனது

தந்தையின் தலைமையில் நடைபெறும் பணியாளர் கூட்டங்களில் கலந்து கொள்வதை வழக்கமாக கொண்டிருந்தார்.

சௌகான் குடும்பத்தினரால் மும்பையில் 1929-ல் நிறுவப்பட்ட பார்லே நிறுவனம் மிகவும் புகழ் பெற்றதாகும். பின்னாட்களில் மூன்று நிறுவனங்களாக (Parle Agro –Parle Bisleri- Parle Products) பிரிந்தது. சௌகான் குடும்பத்தைச் சேர்ந்தவர்களே பொறுப்பேற்றார்கள்.

பிரகாஷ் சௌகான் தலைமையில் 1984-ல் பார்லே ஆக்ரோ துவக்கப்பட்டது. அப்போதிருந்தே சிறுமியாக இருந்த நாடியா சௌகான் தந்தையுடன் தொழில்சாலையில் இருப்பார் என்பது குறிப்பிடத்தக்கது.

2003-ம் ஆண்டு அதிகாரப்பூர்வமாக புருட்டி நிறுவனத்தின் விற்பனை பிரிவில் முழுநேரப் பணியாக சேர்ந்தார். அன்று முதல் படிப்படியாக விற்பனை, ஆராய்ச்சி, உலகளாவிய சந்தை, புதிய பொருட்கள் அறிமுகம் செய்தல் உள்ளிட்ட அனைத்திலும் இவரது பங்களிப்பு அளப்பரியது.

கலிபோர்னியாவில் பிறந்து, மும்பையில் வளர்ந்தவர். வணிகத்தில் கல்லூரிப்படிப்பை முடித்தவர். இவருடைய தந்தை பிரகாஷ் சௌகானின் அலுவலகத்தில்தான் தனது இளமைப்பருவத்தை கழித்தார். புதிய பானத்தை அறிமுகப்படுத்துதல், முகவர்கள் கூட்டத்தில் பங்கேற்றல் என்பது இவருடைய வயதினர் நினைத்துப் பார்க்க முடியாத ஒன்று. ஆனால், நாடியா சௌகானுக்கு மிகுந்த விருப்பம் இருந்தது. குறுகிய காலத்தில் தொழிற்சாலையின் ஒவ்வொரு பிரிவின் பணிகளையும் அருகில் இருந்து நுணுக்கமாக தெரிந்து கொண்டார். பின்னாளில் தலைமையேற்று சிறப்பாக லாபகரமாக வழிநடத்துவதற்கு எளிதாகி விட்டது. தனது பதினோராவது வயதிலேயே குடும்பத்தினரில் உற்சாகமான ஆதரவுடன் துணிகரமாக விற்பனை பணிகளில் ஈடுபட்டார். அப்போது சமூக ஊடகங்கள் இல்லை. சிறு வயதில் தங்கள் நிறுவன விளம்பர டி-சர்ட் அணிந்து கொண்டு மும்பையில் வீடு வீடாக சென்று தங்கள் நிறுவனத்தின் அறிமுக குளிர்பானத்தை விற்பனை செய்வதில் ஈடுபட்டுள்ளார். அது ஒரு அற்புதமான அனுபவம் என்கிறார். இன்று பார்லே ஆக்ரோ நிறுவனத்தின் முழுப்பொறுப்பும் இவரது கையில் உள்ளது.

தனது நிறுவனத்தின் தயாரிப்பான புருட்டி குளிர்பானம் நாட்டின் மூலை முடுக்கெல்லாம் சென்று சேர வேண்டும் என்பதே இவரது கனவு. இந்தியாவின் மிகப்பெரிய விற்பனை சாதனை புரியும் குளிர்பான நிறுவனமாக புருட்டி உள்ளது.

இவரது தந்தை பிரகாஷ் செளகான் தனது மகள்களான இந்த மூன்று சகோதரிகளையும் தனது நிறுவனத்தில் அறிமுகப்படுத்திய போது, அவர்களுடைய திறமை, ஆர்வம், படைப்புத்திறன் ஆகியவற்றிற்கு ஏற்ப பொறுப்புகளை பிரித்துக் கொடுத்தார். அவரவர் பணிப்பொறுப்புகளை செவ்வனே செய்கின்றனர்.

சந்தையில் புதுமையை புகுத்தினார் நாடியா செளகான். பெரிய அளவில் நிறுவனம் வளர்வதற்கு சந்தைப்படுத்துதல் மிகவும் அவசியம் என நம்புகிறார். இந்திய நுகர்வோர்களுக்கு அறிமுகப் படுத்தப்படாத பகுதிகளுக்கும் சந்தையை விரிவு படுத்தினார். புதுமையான முறையில் விளம்பரங்கள் செய்யப்பட்டன. உலக அளவிலான சந்தையில் நிறைய முதலீட்டில் போட்டியை எதிர்கொள்ள புதுமையை புகுத்துவதன் முக்கியத்துவத்தை வலியுறுத்தினார். அதே நேரத்தில் தன்னுடையது ஒரு இந்திய தயாரிப்பு நிறுவனம் என்பதில் பெருமிதமாக உணர்கிறார். இந்திய நுகர்வோர்களுக்கு சிறந்த தயாரிப்பை வழங்க வேண்டிய மிகப் பெரிய பொறுப்பு தமக்கு உள்ளதை நம்முடன் பகிர்ந்து கொள்கிறார்.

அற்புதமான தலைமைப்பண்பு நிறைந்த தனது தந்தையின் வழிகாட்டுதலில் தனது பணியை தொடர்கிறார். தனது நிறுவனத்தில் பணிபுரியும் ஒவ்வொருவரின் ஆக்கபூர்வமான கருத்துக்கும் முக்கியத்துவம் தரப்பட வேண்டும் என்கிறார். தன் நிறுவனத்தை சேர்ந்த ஒவ்வொருவரும் நிச்சயமாக அவர்களது எண்ணங்களை பதிவு செய்யலாம் என்கிறார். அவர்களது கருத்துக்கள் எற்கவோ, பரிசீலனை செய்யவோ வாய்ப்பளிப்பது அவசியம் என்கிறார். நிறுவனத்தை வளர்த்தெடுக்க மேம்படுத்த லட்சியமும் ஆர்வமும் உடையவர்களுக்கு உரிய முக்கியத்துவமும் மதிப்பும் வழங்க வேண்டும் என்கிறார்.

ஆரோக்கியமான சமநிலை:

ஆணோ, பெண்ணோ நாடியா சௌகான் வலியுறுத்துவது என்னவென்றால் ஒவ்வொருவரும் குடும்பம் மற்றும் பணியை மேற்கொள்வதில் ஆரோக்கியமான சமநிலையை பேண வேண்டியதன் அவசியத்தை வலியுறுத்துகிறார். தினமும் காலை 8.30 முதல் மாலை 5.00 மணி வரை அலுவலக நேரமாக வரையறுத்து உள்ளார். தனது பணியாளர்கள் மாலைப்பொழுதை தனது குடும்பத்தினருடன் செலவிடவும், தாங்கள் விரும்பும் பொழுதுபோக்கு நடவடிக்கைகளில் ஈடுபடவும் வழிவகை செய்யப்பட்டுள்ளதை குறிப்பிடுகிறார்.

நாடியா சௌகான் தனது ஓய்வு நேரத்தை தனது குழந்தைகளுடன் கழிக்கிறார். வார விடுமுறை நாட்களில் தனது பண்ணை வீட்டில் குழந்தைகளுடன் குதிரை ஓட்டுதல் உள்ளிட்ட பொழுது போக்குகளில் செலவிடுகிறார். கோடை விடுமுறையை தனது குழந்தைகளுடன் செலவழிக்கிறார்.

நாடியா சௌகானுக்கு இரண்டு குழந்தைகள் உள்ளனர். குழந்தைகளின் தாயாக, மனைவியாக, சுற்றுலாப்பயணியாக, மிருகங்கள் மற்றும் இயற்கையின் ரசிகராக, இளம் தொழிலதிபராக பல பரிமானங்களில் ஜொலிக்கிறார்.

1984-ல் துவங்கப்பட்ட இவரது புருட்டி குளிர்பானம்தான் இந்தியாவில் அறிமுகப்படுத்தப்பட்ட மாம்பழ சுவையுடன் கூடிய முதல் பானமாகும். விற்பனையில் நிகரற்ற சாதனை படைத்துள்ளது. இவரது குளிர்பான சின்னத்தையோ, இவரது குளிர்பானைத்தை அறியாதவர்களோ இல்லை எனலாம். உலகெங்கும் உள்ள 50-க்கும் மேற்பட்ட நாடுகளுக்கு ஏற்றுமதி செய்யப்பட்டு வருகிறது.

தங்கள் குடும்ப உறுப்பினர்களின் நாடி நரம்புகளில் வணிக ரத்தமே ஓடுவதாக உற்சாகத்துடன் தெரிவிக்கிறார். சிறுமியாக இருந்த போது அடுக்குமாடி குடியிருப்புகளில் மாடிப்படிக்கட்டுகளில் ஏறிச் சென்று வீடு வீடாக தங்கள் நிறுவன குளிர்பானத்தை அறிமுகம் செய்து விற்பனையில் இறங்கியதை நினைவு கூர்கிறார். அப்போது லிப்ட் வசதி கிடையாது. தனது சகோதரிகள் தனக்கு உதவியாக இருந்ததையும்

சொல்கிறார். இன்று உலக அளவில் செல்வாக்குடன் தனது நிறுவனம் செயல்படுவதை பெருமையுடன் கூறுகிறார். மூவாயிரம் பணியாளர்கள் தன்னுடன் பணியாற்றுவதையும், மிகுந்த பொருட்செலவிலான தளவாடங்கள், கட்டமைப்புகள் செய்யப்பட்டுள்ளதையும் பகிர்ந்து கொள்கிறார்.

2003-ல் நிறுவனத்தில் இணைந்தார். இவரது தலைமையில் தற்போது 800 சதவீத வளர்ச்சியை நிறுவனம் அடைந்துள்ளதை புள்ளி விபரங்களுடன் தெரிவிக்கிறார்.

2017-ல் மட்டும் சுமார் நாலாயிரம் கோடி வருவாய் ஈட்டியுள்ளது. இது தவிர நாடியா சௌகானின் கணவரின் தொழில் நிறுவனம் தனியாக உள்ளது.

ஒவ்வொரு வருடமும் கணக்கற்ற புதிய குளிர்பான நிறுவனங்கள் சந்தையில் நுழைகின்றன. அவற்றில் கோடைக்கு பிறகு எத்தனை தொடர்கின்றன என்பதைப் பார்த்தாலே தெரியும் இந்த துறை எவ்வளவு சவாலானது என்பதை உணர்ந்து கொள்வதற்கு. இத்துறையில் வெற்றி பெறுவது என்பது உற்பத்தி செய்யப்பட்ட குளிர்பானங்களை நாடெங்கும் பங்கீடு செய்து நுகர்வோர்களிடம் கொண்டு சேர்ப்பதில்தான் உள்ளது இதன் வெற்றி என்கிறார்.

நாட்டின் நம்பர் 1 குளிர்பானமாக புருட்டி தொடர்கிறது. நாடியா சௌகானின் தலைமையில் புதிய உயரங்களை ஆண்டுதோறும் தொட்டு வருகிறது என்பது குறிப்பிடத்தக்கது.

இளம் வயதில் போட்டியும் இடர்பாடுகளும் நிறைந்த தொழில் உலகில் ஒரு இளம் பெண்ணின் வெற்றி என்பது அவ்வளவு எளிதானதல்ல. பெண் தொழில்முனைவோர்களுக்கு இவர் ஒரு முன்னுதாரணம் என்றால் அது மிகையல்ல.

4

பல முதன்மைகளை தனதாக்கிய நைனா லால் கிட்வாய்

இந்தியாவில் பெண்களின் நிலை மாறி வருகிறது. இந்தப் பெண்களில் பலர் கஷ்டப்பட்டு தடைகளை எதிர்த்து முன்னேறி வந்தவர்கள். பெண்கள் ஒடுக்கப்படுவதில் ஏழை, பணக்காரர் என்ற வித்தியாசமே இல்லை. ஒரு துறையில் யாரோ உங்களைப் பிடித்துத் தள்ளிவிடக் கூடாது. இன்னொருவர் செய்கிறார் என்பதற்காகவும் அதில் நுழையவும் கூடாது. உண்மையிலேயே அதை செய்ய வேண்டும் என்கிற ஆர்வம் உங்களுக்கு வேண்டும். நமது லட்சியத்தை தீர்மானித்து விட்டால், நமது பயணம் தெளிவாகிறது. நேர்மையை உறுதியாய் பின்பற்றுவது மட்டுமே, பிறர் மத்தியில் நமக்கு மதிப்பைத் தேடித் தரும். தோல்வி பல பாடங்களைக் கற்று தருகிறது என்று கூறும் நைனா லால் கிட்வாய் அவர்களின் வாழ்க்கை பயணம் சாதிக்க துடிக்கும் இந்தியப் பெண்களுக்கு ஒரு முன்னுதாரணமானது.

1957ல் பிறந்தவர் நைனா லால். இவரது தந்தை பிரபல இன்சூரன்ஸ் கம்பெனியில் தலைமை பொறுப்பு வகித்தவர். தாயார் குடும்பத் தலைவி. நைனா லாலின் தாயார் தொழிலதிபரின் குடும்பத்தைச் சேர்ந்தவர். சிறு வயதிலேயே நைனா லால் தன் தந்தையைப் போல தானும் கார்ப்பரேட் நிறுவனத்தில் உயர் பதவியில் பணியாற்ற வேண்டும் என்று ஆசைப்பட்டார். அன்றைய காலக் கட்டத்தில் பெண்கள் வீட்டை விட்டு வெளியே வருவதும் வாழ்வின் வளர்ச்சியைப் பற்றி முடிவெடுப்பதும் கற்பனை செய்யக் கூட சாத்தியமற்ற விஷயங்கள்.

எங்கும் முதன்மை, எதிலும் முதன்மை:

மாணவப் பருவத்தில் படிப்பில் முதன்மையாகத் திகழ்ந்தார். ஸ்ரீராம் கல்லூரியில் பொருளாதாரம் படித்த போது மாணவ சங்க தலைவியாக இருந்துள்ளார். அமெரிக்காவில் ஹார்வார்டு கல்லூரியில் எம்.பி.ஏ., பட்டம் பெற்ற முதல் இந்திய பெண்மணி ஆவார். பின்னர் சார்ட்டர்டு அக்கெளண்டன்சி முடித்தார். வெளிநாட்டு வங்கியின் இந்தியக் கிளையில் தலைமைப் பொறுப்பை ஏற்ற முதல் இந்தியப் பெண் நைனா லால் ஆவார். அவரது குடும்பத்தில் வேலைக்குச் சென்ற முதல் பெண் நைனா லால்தான். அமெரிக்காவின் ஹார்வார்டு கல்லூரியில் பட்டம் பெற்றபின் நல்ல சம்பளத்தில் பல நல்ல வேலை வாய்ப்புகள் அமெரிக்காவில் கிட்டின. ஆனால், தாய்நாட்டில்தான் பணிபுரிய வேண்டும் என முடிவெடுத்தார். அதுபோல் 2015ல் ஓய்வு பெறும் வரை இந்தியாவிலேயே பணியாற்றினார்.

இந்தியாவில் ஹெச்எஸ்பிசி வங்கியில் (HSBC Bank) முதல் இந்தியப் பெண் தலைவராகப் பணியாற்றினார். உலகளாவிய பெண்கள் அமைப்பு மற்றும் தொழில் நிறுவனத்தின் (FICCI) முதல் பெண் தலைவராக இருந்தார். போர்ப்ஸ் பத்திரிக்கையில் உலகில் சக்தி வாய்ந்த பெண்களின் பட்டியலில் திரும்ப திரும்ப தொடர்ந்து பல முறை முதல் பெண்மணியாக தேர்வு செய்யப்பட்டவர். வணிகத்தில் அவரது பங்களிப்பை பாராட்டி மத்திய அரசு "பத்மஸ்ரீ" விருது வழங்கி கெளரவித்தது. பல எண்ணற்ற அமைப்புகள் பல்வேறு விருதுகள் வழங்கி இவரை பாராட்டியுள்ளன. 2002ல் ஹெச்எஸ்பிசி (HSBC) வங்கியின் தலைமை நிர்வாக அதிகாரியாக உயர்ந்தார். தனியார் வங்கியில் அதுவும் அன்னிய நாட்டை சேர்ந்த நிறுவனத்திற்கு தலைமையிட பொறுப்பு ஏற்ற முதல் இந்தியப் பெண்மணி என்ற சிறப்பு இவரையே சேரும்.

இவரது தலைமையில் பல்லாயிரக்கணக்கான பணியாளர்கள் பணியாற்றினர். சிக்கலான காலகட்டத்தில் ஹெச்எஸ்பிசி (HSBC Bank) வங்கியின் தலைமைப் பொறுப்பை ஏற்றவர் நைனா லால் கிட்வாய். 1991ல் உலகமயமாக்கல் அறிமுகமான காலகட்டம். தன் திறமையால் வெகு விரைவில் சக பணியாளர்களின் நன்னம்பிக்கையை பெற்று இறுதி வரை தக்க வைத்துக் கொண்டார். நிர்வாகத்தில்

புத்தாக்கத்தை புகுத்தினார். பொதுவாக எந்த நாட்டிலும் அந்நிய நிறுவனம் வெற்றிகரமாக இயங்குவது அவ்வளவு எளிதானதல்ல. அந்த காலகட்டத்தில் இவரது பெருமுயற்சியின் விளைவாக இந்திய வாடிக்கையாளர்களின் இதயத்தில் வங்கியை இடம் பெறச் செய்தார். கிராமப்புற ஏழைப் பெண்களுக்கு நியாயமான வட்டியில் குறுங்கடன்கள் வழங்கி சிறு தொழில் செய்ய உதவி செய்தவர் நைனா லால் கிட்வாய். நம் நாடு முன்னேறவும், ஏழை எளியவர்களுக்கு சிறு வியாபாரிகளுக்கு தொழில் செய்ய கடனுதவி வழங்கினார். எதிரான பல சூழ்நிலைகளிலும் நல்ல வாய்ப்புகளை கண்டறிந்து முன்னோடியாக புது வழி காண்பவராகத் திகழ்ந்தார். பல ஆயிரம் கோடி லாபத்தை இவரது தலைமையில் வங்கி ஈட்டியது. பல்லாயிரம் கோடி கடன்களை வாடிக்கையாளர்களுக்கு வழங்கியது.

இவரது கணவர் ரசீத் கிட்வாய் தற்போது தொண்டு நிறுவனம் நடத்தி வருகிறார். நைனா லால் டெல்லியை தலைமையிடமாகக் கொண்டு செயல்பட்ட அந்நிய நாட்டு நிதி நிறுவனத்தில் முதன்முதலாக பணியில் சேர்ந்த போதுதான் ரசீத் கிட்வாயை சந்தித்தார் நைனா லால். தொழில்நிமித்தமாக சந்திப்பு தொடர்ந்தது. ரசீத் கிட்வாய் நைனா லாலை திருமணம் செய்து கொள்ள விரும்பினார். அவரது சம்மதத்தை பெறுவது அவ்வளவு எளிதானதாக இருக்கவில்லை என அவரது கணவர் சிரித்துக் கொண்டே நினைவு கூர்கிறார். இளம்பெண் நைனா லாலின் பல்வேறு கடினமான சோதனைகளில் தேர்வுகளில் தேர்வான பின்பே அவரை மணக்க முடிந்தது என்று மகிழ்வுடன் சொல்கிறார். இவர்களுக்கு இரண்டு குழந்தைகள் உள்ளனர். தான் ஈட்டிய செல்வத்தை, தனது சொத்துக்களை, பணத்தை வரவு செலவுகளை தனது கணவர் நிர்வகிப்பதையே விரும்புகிறார் நைனா லால் கிட்வாய்.

கர்நாடக சங்கீதம் மற்றும் மேற்கத்திய இசையைக் கேட்டு மகிழ்வதில் மிகுந்த விருப்பமுடையவர் நைனா லால். ஓய்வு நேரங்களில் இமயமலையில் மலையேறும்பயிற்சியில்ஈடுபடுபவர். இயற்கையைரசிப்பதில் அலாதிபிரியம் கொண்டவர். வாய்ப்பு கிடைக்கும் போதெல்லாம் சரணாலயங்களுக்கு சென்றுவனவிலங்குகளை கண்டு ரசிப்பதில் ஆர்வம் உடையவர். சர்வதேச நிறுவனங்களில் பல்வேறு தொழில் அமைப்புகளில் பல்வேறு பிரதான பொறுப்புகளை திறம்பட வகித்துள்ளார். உங்களது விமர்சனங்களை நிறுவனங்கள் காது கொடுத்து கேட்க வேண்டும். உங்கள் நிறுவனம்

மற்றும் உங்கள் வாடிக்கையாளர்கள் உங்களது செயல்பாடுகளுக்காக மதிக்க வேண்டும் என்கிறார். இவரது நிறுவனத்தில் சுமார் 35 சதவீதப் பணியாளர்கள் பெண்கள்தான். குறிப்பாக பெண்களுக்கு அவர் கூறும் அறிவுரை இதுதான். சிக்கலான தருணங்களில் அதை எதிர் கொள்ளாமல் நிறுவனத்தை விட்டு விலகி செல்லும் முடிவை எடுக்கக் கூடாது என்பதுதான். சிக்கலான தருணங்களில் சில பாடங்கள், படிப்பினைகள் கிட்டும். சிக்கல்களை, சவால்களை கையாளும் போது வெற்றிகள், தோல்விகள் எற்படலாம். அதை எதிர்கொள்ளாமல் நிறுவனத்தை விட்டு விட்டு விலகி செல்ல முடிவெடுக்கக் கூடாது. உங்களால் முடியாவிட்டால், வேறு யாரால் முடியும். ஒரு போதும் தமது பொறுப்புகளை மறந்து விடக் கூடாது. நிறுவனத்தின் நிலைத்த தன்மையும் வலிமையும் நம்மால் மேன்மேலும் அதிகரிக்க வேண்டும் என்கிறார். ஓய்வுக்குப் பின்னரும் உற்சாகமாய் சமுதாயப் பணி ஆற்றுகிறார். பெண்களின் மேம்பாடு, உடல்நலம், மற்றும் தண்ணீர் பற்றாகுறை, சுற்றுபுறச் சூழல் போன்ற விஷ யங்களுக்காக ஆக்கபூர்வமாக சேவை மனப்பான்மையோடு நேரத்தை செலவிடுகின்றார்.

தமது பெற்றோர் சிறு வயதிலேயே தமக்கு உன்னதமான பல நல்ல விஷயங்களை பழக்கப்படுத்தியதாகவும், எதை செய்தாலும் மிகச் சிறப்பாக செய்ய வேண்டும் என ஊக்கப்படுத்தியதாக சொல்கிறார். இவருடைய சொந்த சகோதரி கோல்ப் விளையாட்டில் சிறந்த வீராங்கணையாக திகழ்ந்தவர். நான் வாழ்ந்த வாழ்க்கை, வகித்த பதவிகள் எல்லாம் மிகுந்த மகிழ்ச்சியைத் தனக்கு தந்ததாகச் சொல்கிறார். வெளிநாட்டில் பணியாற்ற வாய்ப்புகள் வந்த போதிலும் இந்தியாவில் பணியாற்றவே உறுதியாக முடிவு செய்தார். அதற்காக ஒரு போதும் வருந்தியதில்லை என்கிறார். நான் பணியாற்றிய இடங்களில் எனக்கு கிடைத்த பொறுப்புகள் என் வாழ்வில் எனக்கு கிட்டிய அதிர்ஷ்டமாகவே கருதுகிறேன் என்கிறார். வாழ்வில் நமக்கு கிடைக்கும் முதல் வெற்றிதான் மிக மிக முக்கியத்துவம் வாய்ந்தது என்கிறார். அதன் பின்னர் நாம் பல ஆயிரம் படிக்கட்டுகளில் ஏறலாம். ஆனால், முதல்படியை தொடுவதுதான் மிகுந்த கடினத்தன்மை வாய்ந்தது என்கிறார்.

தான் முதன் முதலில் பணியாற்றிய (AWZ Grindlays) தனியார் வங்கியில் ஏழு வருட அனுபவத்திற்குப்பின் தனது முப்பதாவது வயதில்

தலைமைப் பொறுப்பை ஏற்றதை நினைவு கூர்கிறார். அது தனக்கு பெருமகிழ்ச்சியை தந்ததாகவும் படிப்படியாக தலைமைப் பண்பை வளர்த்துக்கொள்ள உதவியதாகவும் கூறுகிறார். பிற்காலத்தில் சர்வதேச நிறுவனங்களில் பல முக்கிய பொறுப்புகளில் பணியாற்ற வழிவகுத்ததாக கூறுகிறார். தன்னுடன் பணியாற்றிய சக பணியாளர்களின் உதவியும் ஒத்துழைப்புதான் தனது அலுவலக வாழ்க்கையின் வெற்றியை சாத்தியமடையச் செய்ததாக சொல்கிறார். வாழ்வில் முன்னுக்கு வர துடிக்கும் பெண்களுக்கு இவர் கூறும் அறிவுரை என்னவென்றால், தாம் செய்யும் பணியை ஆர்வத்துடன் அர்ப்பணிப்புடன் செய்ய வேண்டும். துரிதமாக செயல்படும் போதுதான் மாற்றங்கள் நிகழும். ஒவ்வொரு கட்டத்திலும் நாம் அனுபவத்திலிருந்து படிப்பினைகளை கற்க வேண்டும். மேலும், தம்மை சுற்றி இருப்பவர்களிடம் நல்ல நட்புறவு வேண்டும். நம்மைச் சுற்றி சிறந்த குழுவும் சிறந்த பணியாளர்கள், வேகமும் துடிப்பும் ஆற்றலும் மிக்கவர்களின் சிறந்த கருத்துக்களை செயல்படுத்த வேண்டும் என்கிறார்.

சில சமயங்களில் வேலையையும், வாழ்க்கையையும் சமமாக கையாளத் தவறிய தருணங்கள் தனக்கு மிகுந்த வருத்தம் தருவதாக கூறுகிறார். தனது தந்தை நோய்வாய்ப்பட்ட தருணங்களில் பணிநிமித்தமாக தான் மும்பையில் இருக்க நேரிட்டதற்காகவும், தன் தந்தையை உடன் இருந்து கவனிக்க தவறியதை நினைத்து வருந்துகிறார். தன் கணவருடன் தன் மகள்களோடும் அதிக நேரத்தை செலவழிக்கத் தவறியதை நினைத்துப் பார்க்கிறார் ஓய்வுக்கு பின்னர் தனது கணவர், மகள்களோடு நேரத்தை பகிர்ந்து செலவழிக்க வேண்டுமென்பதில் உறுதியாக உள்ளார். நான் எப்போதுமே பிஸியாக இருந்து இருக்கிறேன். ஓய்வுக்கு பின்னர் குடும்பத்தினருக்காக நேரம் ஒதுக்க முடிவதாக கூறுகிறார். இதுவரை தான் வணிகம் தொடர்பான புத்தகங்களையே படித்து வந்ததாகவும், இனி தனக்கு ராமச்சந்திர குகா போன்ற சிறந்த பல எழுத்தாளர்களின் புத்தகங்களை வாசிக்கத் திட்டமிட்டுள்ளதாக சொல்கிறார்.

தண்ணீர் பற்றாகுறை, சுற்றுப்புறச் சூழல் தொடர்பான விஷ யங்களை படிக்க உள்ளதாக கூறுகிறார். சினிமாவுக்கு செல்வது தமக்கு பிடித்தமான பொழுது போக்கு என்கிறார். பணி ஓய்வுக்குப்பின் தன்னுடன் பணியாற்றுவர்களுடன் இருந்து பிரிந்து விட்டாலும்,

தற்போது தான் ஈடுபட்டுள்ள சமூகப் பணிகளில் புதிய நண்பர்கள் பலர் கிடைத்துள்ளதாக பெருமைப்படுகிறார். 2015ல் பணி ஓய்வு பெற்று விட்டார். இதுவரை இரண்டு புத்தகங்கள் எழுதி உள்ளார். 35 வருடங்களுக்கும் மேலான வங்கி அனுபவம் பெற்றவரான நைனா லால் கிட்வாய் தவறான வராக்கடன்கள் பற்றிய அச்சத்தை தெரிவிக்கிறார். இன்றைக்கு இந்திய வங்கிகளில் நிலவும் சிரமங்கள் தற்காலிகமானதுதான். வருங்காலங்களில் மிகுந்த வலிமையுடன் திகழும் என நம்பிக்கை தெரிவிக்கிறார்.

2007ல் தலைமை நிர்வாக அதிகாரியாக (HSBC Bank) வங்கியில் பொறுப்பேற்று 2009ல் அதன் தலைவராகி 2015 வரை நீடித்தார். "அதிகாரத்தில் 30 பெண்கள்" என்ற புத்தகத்தை எழுதி வெளியிட்டு உள்ளார். தனக்கு நேரமின்மை, அலுவலகப் பணிப்பளு காரணமாக பல முக்கிய சொந்த குடும்ப நிகழ்வுகளில் பங்கேற்கத் தவறிய நிகழ்வுகளை நினைத்து பார்க்கிறார். இவருடைய கணவர் ரசீத் கிட்வாய்க்கு நுரையீரல் கேன்சர் ஏற்பட்டு நீண்ட காலம் சிகிச்சை பெற்று தற்போது பூரண குணமடைந்து உள்ளார். இது மிகுந்த அதிர்வை ஏற்படுத்தி இருந்தாலும் அதிலிருந்து போராடி சகஜ வாழ்க்கைக்கு மீண்டுள்ளனர். இன்பமும், துன்பமும், வாய்ப்புகளும், சோதனைகளும் நிறைந்தது தானே வாழ்க்கை.

நைனா லால் கிட்வாய் அவர்களின் வாழ்வு இன்றைய பெண்களுக்கு சிறந்த முன்னுதாரமானது.

5
சிகரத்தை தொட்ட ஷிகா ஷர்மா

இந்தியாவில் கடந்த சில வருடங்களாக பெண்கள் பல்வேறு துறைகளில் அபரிதமான வளர்ச்சியை பெற்று வருகிறார்கள். "ஆசியாவில் சக்தி வாய்ந்த பெண்கள்" என எடுக்கப்பட்ட ஆய்வில் நம் நாட்டைச் சேர்ந்த ஷிகா ஷர்மா இடம் பெற்றுள்ளார். ஆக்சிஸ் வங்கியின் நிர்வாக இயக்குநராக உள்ளார். ஆக்ஸிஸ் வங்கியின் மொத்த டெபாசிட்டை 2.76 லட்சம் கோடி ரூபாயாக அதிகரித்ததில் இவரது பங்களிப்பு அளப்பரியது. நேரம் காலம் பாராமல் உழைக்கும் 55 ஆயிரத்திற்கும் மேற்பட்ட ஊழியர்கள் கொண்ட ஆக்ஸிஸ் வங்கியின் தலைமை செயல் அதிகாரியாக உள்ளார். தேசிய அளவில் தனியார் துறையில் மூன்றாவது இடத்தில் உள்ள இந்த வங்கியின் 4 லட்சம் கோடி ரூபாய் சொத்துக்களை நிர்வகிக்கும் இரும்பு பெண்மணி இவர். கடந்த நிதியாண்டில் இந்த வங்கியின் நிகர லாபம் பல நூறு கோடிகளாக இவரது தலைமையில் உயர்ந்துள்ளது. ஆசியாவில் சிறந்த பெண் நிர்வாகிகளில் ஒருவராகக் கருதப்படுகிறார்.

வென்று காட்டிய ஷிகா ஷர்மா:

ரிசர்வ் வங்கியின் விதி முறைகளின்படி செயல்பட்டு வரும் ஆக்ஸிஸ் வங்கிக்கு இந்தியா முழுவதும் சுமார் 3000 கிளைகள் உள்ளன. 55000 ஊழியர்கள் பணிபுரிகிறார்கள். 80 லட்சம் வாடிக்கையாளர்கள் உள்ளனர். 09.11.1958ல் பிறந்த ஷிகா ஷர்மா புதிய மாற்றங்களுக்கு ஏற்ப சவால்களை சாதுர்யமாக கையாள்வதில் கைதேர்ந்த தலைவராக திகழ்கிறார். இவரது தந்தை இந்திய ராணுவத்தில் பணி புரிந்ததால் சிறு வயதில் நாடு முழுவதும் பணியிட மாறுதல் காரணமாக குடும்பத்துடன்

இடம் பெயர வேண்டியிருந்தது. பள்ளிப்படிப்பை முடிப்பதற்குள் பல்வேறு காரணங்களால் ஏழு பள்ளிகளில் மாறி, மாறி கல்வியை தொடர்ந்தார். டெல்லியில் பி.ஏ., (ஹானர்ஸ்) பட்டம் பெற்றார். அகமதாபாத்தில் எம்.பி.ஏ., முடித்தார். மும்பையில் டிப்ளமோ முடித்துள்ளார். மாணவப் பருவத்தில் இயற்பியலில் இளங்கலை பட்டம் பெறவே ஆசைப்பட்டார். ஆனால், இவருக்கு இளங்கலை பொருளாதாரம் பயிலவே டெல்லியில் புகழ் பெற்ற கல்லூரி நிர்வாகம் இவருக்கு வாய்ப்பளித்தது. அதற்காக சிறிதும் வருந்தவில்லை. கிடைத்த துறையில் நன்கு படித்து இவரது திறமையை நிரூபித்தார்.

படிப்பு முடிந்ததும் சஞ்சய் ஷர்மா என்பவரை மணந்தார். இவரது கணவர் டாடா நிறுவனத்தில் தலைமை செயல் அதிகாரியாக/நிர்வாக இயக்குநராகப் பணிபுரிந்தவர். இவருக்கு திலக், டிவிஷா என்கிற இரு வாரிசுகள் உள்ளனர். ஷிகா ஷர்மா உடன் பிறந்த இரு சகோதரர்களும் இருதய சிகிச்சைப் பிரிவில் கைதேர்ந்த புகழ் பெற்ற மருத்துவர்களாக உள்ளனர்.

ஷிகா ஷர்மா தலைமையில் வங்கியின் இருப்பு பல மடங்கு அதிகரித்துள்ளது. நிகர லாபம் பல நூறு கோடிகளாக உயர்ந்துள்ளது. சர்வ தேச அளவில் கிளைகள் உள்ளன. சமீபத்தில் டாக்காவில் இவ்வங்கியின் கிளை துவங்கப்பட்டுள்ளது. இவரது சீரிய தலைமையில் இவ்வங்கிக்கு பல்வேறு விருதுகள் குவிந்துள்ளது. இவருக்கும் சிறந்த பெண் நிர்வாகிக்கான விருதுகள் பல வழங்கப்பட்டு கௌரவிக்கப்பட்டுள்ளார். இந்திய ரிசர்வ் வங்கியின் தொழில்நுட்ப ஆலோசனை குழுவின் முக்கிய உறுப்பினராக உள்ளார். சர்வதேச அளவில் சிறந்த அங்கீகாரத்தை பெற்றுள்ளார். தலைமை செயல் அதிகாரியாகப் பணிபுரிபவர்களுக்கு அனைத்து வசதிகளுடன் கூடிய வீடு, கார், தொலைபேசி இணைப்பு மற்றும் பல்வேறு சலுகைகள் வழங்கப்படுகிறது. இவர்களது ஒரு நாள் சம்பளமே லட்சத்தை தாண்டுகிறது. மாதச் சம்பளம் மில்லியனைத் தாண்டுகிறது. ஆண்டு வருவாய் பல கோடிகளைத் தொடுகிறது.

ஒளிமிக்க வியப்பூட்டுகிற ஆக்ஸிஸ் வங்கியின் வெற்றிக் கதையை வடிவமைத்த சாதனையாளராக திகழ்கிறார் ஷிகா ஷர்மா. ஃபார்ச்சூன் இதழ் தயாரித்த ஆசிய-பசிபிக் கண்டத்தில் செல்வாக்கு மிக்க 25

பெண்கள் பட்டியலில் 10-வது இடத்தை ஷிகா ஷர்மா பெற்றுள்ளார். பல சீர்த்திருத்தங்களை சாதனைகளை செய்பவர்கள் இப்பட்டியலில் தொடர்கிறார்கள். தக்க வைத்துக் கொள்கிறார்கள். புது முகங்களும் இடம் பிடிக்கிறார்கள். வங்கி, மீடியா, நிதி, ஹெல்த்கேர் பேஷன், என்டர்டெயின்மென்ட் உள்ளிட்ட பல பிரிவுகளைச் சேர்ந்த 40 வயது முதல் 70 வயது பிரிவு வரை உள்ள பெண் தலைவர்கள் இந்தப் பட்டியலில் இருக்கிறார்கள்.

பாரம்பரிய ஆணாதிக்க துறைகளின் சுவரை துளைத்து வெற்றிப் பாதையில் முன்னேறி வரும் பெண்களின் பட்டியல் வியப்பூட்டுகிறது. இன்று பெண்கள் கரன்சியிலும் கலக்குகிறார்கள். உயரிய பதவியான தலைமைச் செயல் அதிகாரி/நிர்வாக இயக்குநர் போன்ற தலைவர் நாற்காலியை அலங்கரிக்கத் தொடங்கியுள்ளனர். ஒரு பெண் அரசு வங்கியில் புரோபஸனரி (PO) ஆபிஸராக சேர்ந்து 35 வருடங்கள் இடையறாது பணியாற்றிய பின்னரே இந்த உயரத்தை அடைய வாய்ப்பு கிட்டும். சமீப காலங்களில் வங்கித் துறையின் உயரிய இடங்களை பெண்கள் தொடர்ந்து எட்டி வருவது கவனிக்கப்பட வேண்டிய ஆரோக்கியமான விஷயம்.

பணத்தை நிர்வகிப்பதும், வங்கிகள் நலிவுறாமல் தூக்கி நிறுத்துவதும் எளிதானதல்ல. அடமான சொத்துக்களின் உண்மையான மதிப்பை விட தவறுதலாக அதிகமாக கணித்தாலும், சொத்துக்களில் உள்ள வில்லங்கங்களை சரிவர ஆய்விடாமல் தகுதியற்றவற்களுக்கு கடன்களை பெருமளவில் கொடுத்து விட்டாலும் வாராக் கடன்கள் பெருகி வங்கி நலிந்து விடும்.

பெண்களின் திறமைகளை இத்தனை நாள் வரை பெண்களே உணரவில்லை என்றே சொல்ல வேண்டும். பெண்களின் பங்களிப்போடுதான் வீடும், நாடும் நடக்கிறது என்பதில் ஐயமில்லை. விளையாட்டுத்துறை, அரசியல்களம், கார்ப்பரேட் துறை மற்றும் வர்த்தகத் துறைகளிலும் மிக ஆளுமை வாய்ந்த பெண்கள் சமீபத்தில் உருவாகியுள்ளனர். பெண்கள் குடும்பத்தையும், அலுவலக வேலையையும் இரு கண்களாக பாவிக்கிறார்கள். பெரிய வணிக நிறுவனங்களிலும், கம்பெனிகளிலும் மிக உயர்ந்த பதவிகளுக்கான ஏணியில் ஒரளவுக்கு மேல் ஆண்களுக்கு நிகராக பெண்களால்

முன்னேற முடியாமல் தடுக்கும் நிலையைத்தான் கண்ணுக்குத் தெரியாத கண்ணாடிக் கூறையாக உருவகப்படுத்துகிறார்கள்.

பெரிய வணிக நிறுவனங்களில் நடுத்தர பதவிகளை வகிக்கும் பெண்கள் எவ்வளவுதான் திறமைசாலிகளாக இருந்தாலும் சாதனை படைத்தவர்களாக இருந்தாலும் ஆண்களுக்கு இணையாக மிக உயர்ந்த பதவிகளை எட்ட முடியாமல் தடுக்கும் இந்த கூரையை அண்மைக் காலத்தில் பெண்கள் தகர்த்தெறிந்து சாதனை படைத்து வருகிறார்கள். நம்பர் ஒன் ஆவதற்குரிய தகுதியை வளர்த்துக் கொள்கிறார்கள். பன்முகத் திறமை காரணமாக மிக உயர்ந்த பதவியிலிருக்கும்போது நெருக்கடியான காலக்கட்டத்தில் யோசித்து உடனுக்குடன் முடிவெடுக்கும் திறன், எதிரிகளின் போட்டிகளை முறியடித்தல், நிறுவனத்தை சாதுர்யமாக வெற்றிகரமாக நடத்திச் செல்லுதல் போன்றவற்றில் முத்திரை பதிக்கிறார்கள்.

பெண்களுக்கு எதிரான கண்ணாடிக் கூரை துளைக்கப்படுகிறது. தடுப்புச் சுவர்கள் தகர்க்கப்படுகிறது. முட்டுக்கட்டைகள் அப்புறப்படுத்தப்படுகிறது. தேசத்தின் முன்னேற்றத்திற்கு பெண்களுக்கு அதிகாரம் கொடுக்கப்படுவதைத் தவிர சக்தி வாய்ந்த சிறந்த கருவி வேறெதுமில்லை என்றே சொல்லலாம். நாம் வாழ்வில் எங்கே இருக்கிறோம் என்பது முக்கியமல்ல. நம்மை சுற்றியுள்ள பெண்களுக்கு உயர்ந்த எண்ணங்களை ஊட்டி, சக்தி படைத்தவர்களாக உருவாக்க வேண்டும் என்பதுதான் மிக அவசியம். வெற்றியைத் தனியாக அடைந்து விட முடியாது. அறிவும், செல்வமும் பகிர்ந்தளிக்கப்படும் போது வாழ்வு இனிமையாகிறது. சாதாரணமானவர்கள் வெற்றி பெற்றவர்களை பின்தொடர முடிவெடுக்கலாம். சாதனை பெண்கள் இலட்சிய பெண்மணிகள் தங்களது கனவுகளை தேர்ந்தெடுத்து பின்தொடர்கிறார்கள். வியப்பூட்டும் வகையில் முன்னேறுகிறார்கள். நம் வெற்றியின் ரகசியம் நமது முழு சக்தியை பிரயோகித்து பழமையுடன் மோதுவதால் அல்ல. புதுமையை கட்டமைத்து கொள்வதில்தான் உள்ளது.

அதிகாரம் பெறப்பட்ட பெண்களின் சக்தியானது அளவிட முடியாதது. விவரிக்க முடியாத அழகினை உடையது. ஒரு பெண்ணின் வெற்றியால்தான் இன்னொரு பெண்ணின் வெற்றிக்கு உதவ முடியும்.

வலிமையான பெண் என்பவள் மற்றவர்கள் செய்ய வேண்டாம் எனத் தயங்கிய, கைவிடத் தீர்மானித்த நற்செயல்களை, உறுதியாக செய்து முடிப்பது என தீர்மானிக்கிறாள். சக பெண்களின் குற்றங்குறைகளை கூறி, அவர்களை கண்ணீரில் ஆழ்த்தாமல் வாழ்வில் மேலே ஏறுவதற்கு உதவுபவள்தான் வலிமை படைத்த பெண்.

தூங்கும் பெண்கள் விழித்தெழும்போது மலைகளும் நகர்ந்து வழி விடுகிறது. இன்று ஆண்களால் செய்யக் கூடிய எதையும் பெண்களாலும் செய்ய முடியும் என உணர்த்துகிறார்கள்.

இன்றைய உலகில் பெண்கள் திறந்து விடப்படாத மிகப்பெரிய நீர்த்தேக்கத்தைப் போன்ற வலிமையும் திறமையும் படைத்தவர்கள். வலிகளை அனுபவிக்கும் பலியாளாகவோ, ஏமாற்றப்படும் அபலையாகவோ இல்லாமல் உங்கள் வாழ்வின் கதாநாயகியாக திகழவே முயல வேண்டும். தனியாளாக ஒரு பெண் மாற்றத்தை உருவாக்க முடியும். ஆனால், அனைவரும் ஒன்றுபட்டால் உலகையே மாற்றலாம். பெண்கள்தான் உண்மையிலேயே இந்த சமூகத்தை கட்டமைக்கிறார்கள். எனக்கு என்ன நேர்ந்தது என்பதை புலம்புவதற்காக பெண்கள் இல்லை. தான் எதிர்காலத்தில் என்னவாக ஆவதற்கு என முடிவெடுப்பவராக பெண்கள் இருக்கிறார்கள். சிறந்த ஜனநாயகம் என்பது பெண்களுக்கு வாக்குரிமை கொடுத்து வேட்பாளர்களை தேர்ந்தெடுப்பது மட்டுமல்ல, வெற்றியாளராக தேர்ந்தெடுக்கப்படவும் வாய்ப்பளிக்கப்பட வேண்டும்.

ஒரு ஆணின் தேவையை சார்ந்த ஒரு பெண்ணாக இருப்பதைவிட ஒரு ஆணுக்கு இன்றியமையாதவளாக ஒரு பெண் இருப்பது மேலானது. பெண்ணின் எழுச்சியால் திறக்காத கதவுகள் திறக்கப்படுகிறது. வாழ்வு அர்த்தமுள்ளதாகிறது. வறுமை வெளியேறுகிறது. உலகம் திரும்பிப் பார்க்கிறது. கனவு பலிக்கிறது.

6

கடமையே கண்ணாக செயல்படும் கல்பனா மோர்பாரியா

கல்பனா மோர்பாரியா ஒரு இந்திய வங்கியாளர். ஐ.சி.ஐ.சி.ஐ. வங்கியில் 33 வருடங்கள் தொடர்ந்து பணியாற்றியவர். தற்போது ஜெ.பி.மார்கன் நிறுவனத்தின் இந்திய பிரிவிற்கு தலைமை நிர்வாக அதிகாரியாக உள்ளார். 2.1 டிரில்லியன் டாலர் சொத்து மதிப்புடைய அமெரிக்க நிறுவனம்தான் இந்த ஜெ.பி.மார்கன் ஆகும். (ஒரு டிரில்லியன் என்பது ஒரு லட்சம் கோடிக்கு சமமாகும்.) மும்பையில் 1949-ல் பிறந்தவர் கல்பனா. இவரது கணவர் ஜெய்சிங் மோர்பாரியா ஆவார். நாட்டில் முன்னிலை வகிக்கும் பல சர்வதேச இந்திய நிறுவனங்களுக்கு இயக்குநராக பொறுப்பு வகிக்கிறார் கல்பனா மோர்பாரியா என்பது வியப்படையச் செய்கிறது. மும்பை பல்கலைக்கழகத்தில் சட்டம் பயின்றவர். சர்வதேச அளவில் வணிகத்துறையில் மிகவும் சக்தி வாய்ந்த 50 பெண்களை பட்டியலிட்ட போர்ட்சூன் பத்திரிக்கையில் சமீபத்தில் கல்பனா இடம் பெற்றுள்ளார்.

லோகானா குடும்பத்தில் மூன்றாவது பெண்ணாகப் பிறந்த கடைக்குட்டி இவர். இவரது தாயார் லட்சுமிபென் தந்தை பகவன்தாஸ் ஆவர். கல்பனா சிறுமியாக இருந்த போதே அவரது தந்தை இறந்து விட்டார். அப்போது அவரது ஒரே நோக்கம் படிப்பை முடித்து விட்டு திருமணம் செய்து கொள்ள வேண்டும் என்பதுதான். தனது 16வது வயதில் பள்ளிப்படிப்பை முடித்தார். சோபியா மகளிர் கல்லூரியில் இயற்பியல் இளங்கலை பட்டம் பயின்றார். ஜெய்சிங் மோர்பாரியா என்பவரை மணந்தார். பின்னர் சட்டம் பயின்றார். 1974ல் ஒரு சட்ட நிறுவனத்தில் சேர்ந்தார். சம்பளம் இல்லை. பின்னர் ஐ.சி.ஐ.சி.ஐ

நிறுவனத்தில் சட்டத்துறையில் 1975ல் வேலை கிடைத்தது. 1991-ல் நிர்வாகம் பங்கு சந்தை தொடர்பாக பயிற்சி பெற அமெரிக்காவிற்கு கல்பனாவை அனுப்பியது.

கல்பனா சட்டம் பயின்றவர். பணியாற்றியது வங்கியில். ஆரம்ப நாட்களில் தன் சக ஊழியர்கள் எல்லாம் நிர்வாக இயலில் பட்டம் பெற்றவர்கள். அவர்கள் அளவுக்கு ஈடு கொடுக்க முடியாமல் தடுமாற்றம் அடைந்துள்ளார். தன் வாழ்வில் சந்தித்த பல ஏமாற்றங்கள், தோல்விகளே தனக்கு சிறந்த பாடமாக அமைந்ததுடன் பின்னர் பல சோதனைகளுக்குப்பின் கடும் உழைப்புதான் தனக்கு வெற்றியை பெற உதவியது என நினைவு கூறுகிறார்.

குடும்ப வாழ்க்கையைத்தான் கல்பனா இளம்வயதில் பெரிதும் விரும்பினார். நிறைய குழந்தைகள் பெற்றுக்கொண்டு குடும்பத்தை பராமரிக்கவே கனவு கண்டார். அவரது எதிர்பார்ப்பிற்கு மாறாக அவரது வாழ்க்கை திசை மாறியது தனிக்கதை. கல்பனாவின் கணவரும், மாமியாரும் ஆதரவும் ஊக்கமும் அளித்தனர். அதனால்தான் சட்டப்படிப்பை தொடர முடிந்தது என்கிறார். சட்டப்படிப்பை முடித்த பின்னர் ஒரு நாள் ஐ.சி.ஐ.சி.ஐ நிறுவனம் சட்டத்துறையை உருவாக்க உள்ளதாக தகவல் அறிந்து அந்நிறுவனத்திற்கு விண்ணப்பித்தார்.

ஐ.சி.ஐ.சி.ஐ.யில் சேரும் வரை பெரிதான கனவு எதும் அவருக்கு இருக்கவில்லை. சட்ட அலுவலராக பணியில் சேர்ந்தார். அந்நிறுவனமும் சிறியது. மொத்தமே 350 பணியாளர்கள் மட்டுமே உடையது. அவரது வளர்ச்சி நிலையானதாகவும், படிப்படியாகவும் இருந்தது. வங்கி விரிவடைந்த போது சட்ட அலுவலரின் பங்கும் முக்கியத்துவம் பெற்றது. நிதியை விநியோகிப்பதில் வங்கி பட்டியலிட்ட நிறுவனங்கள் தொடர்பான முக்கிய முடிவுகளில் இவரது அளப்பரிய பங்களிப்பு இருந்தது. இளம்வயதில் வேலைக்கு செல்லவே விரும்பாதவராக இருந்த கல்பனா வியப்பளிக்கும் வகையில் திறமையாக புத்தி சாதுர்யத்துடன் செயல்பட்டார். ஐ.சி.ஐ.சி.ஐ. வங்கியில் நாள் ஒன்றுக்கு 12 மணி நேரம் வங்கியில் பணியாற்றுவது இவருக்கு வாடிக்கையானதாக இருந்தது. இளம் வயதில் கல்பனா மும்பையில் உள்ளூர் பஸ்ஸில் பயனித்த போது சக பயணியிடமிருந்த மாத இதழில் ஒரு கட்டுரையை படிக்க நேர்ந்தது. "இன்று செய்ய வேண்டிய ஒன்றை நாளைக்குச் செய்யலாம் என தள்ளிப்

போடாதே" என்கிற எழுத்தாளரின் வாசகம் அவரது மனதில் ஆழமாக பதிந்தது. அதன்படியே வாழ்நாள் முழுதும் செயல்பட்டு வருகிறார்.

துவக்கத்தில் எந்த குறிக்கோளுமற்றவராகவே இருந்தவர்தான் கல்பனா. தந்தையின் திடீர் மரணம் பொருளாதார பாதுகாப்பின்மையை ஏற்படுத்தியது. அவரது தாயார் கல்வியறிவற்றவர். தன்னைப் போல சிரமப்படாமல் இருக்க தன் மூன்று பெண் குழந்தைகளையும் நன்றாக படிக்க வைக்க வேண்டும் என்று முடிவு செய்தார். கல்வி அறிவின்மையாலும், கணவரின் அகால மரணத்தாலும் கல்பனாவின் தாயார் மிகுந்த சிரமங்களை சந்திக்க நேர்ந்தது.

கல்பனாவிற்கு உரிய வயதில் பாட்டியா குடும்பத்தில் திருமணம் நடந்தது. அது ஒரு கூட்டுக் குடும்பம். மொத்தம் 14 உறுப்பினர்கள். அனைவரும் திருமணத்திற்கு பிறகும் இவர் கல்வியைத் தொடர ஊக்கமூட்டினர். சம்பளம் ஏதுமில்லாமல் சட்ட நிறுவனத்தில் சிறிது காலம் பணியாற்றினார். அப்போது யாரோ ஐ.சி.ஐ.சி.ஐ நிறுவனத்தில் சட்டதுறைக்கு சட்ட அலுவலர் நியமிக்க உள்ளதாக தகவல் தெரிவிக்கவே ஆரம்பத்தில் பெரிதாக எடுத்துக் கொள்ளாவிட்டாலும் அவருக்கு நினைவுக்கு உடனே வந்தது அந்த கட்டுரை வாசகம். இன்று செய்ய வேண்டியதை நாளைக்கு ஒத்திப் போடாதே என்பதே அது. துரிதமாக செயல்பட்டு ஒரு விண்ணப்பத்தை அனுப்பினார். நிறுவனத்தில் இருந்து அழைப்பு வந்தது. 1975-ஆம் ஆண்டு வாழ்வில் முதல் நேர்முகத் தேர்வுக்கு அழைப்பு வந்தது என மகிழ்ந்தார். இருப்பினும் மூன்று மாதங்களாகியும் முடிவு அறிவிக்கப்படவில்லை. நீண்ட நாட்களாக இந்த வேலைக்காக நான் காத்து இருக்கிறேன். சொல்லுங்கள். இந்த வேலை எனக்கு கிடைக்குமா? கிடைக்காதா? இல்லை எனச் சொல்லிவிட்டால் நான் வீணாக காத்துக் கொண்டு இருக்க வேண்டியது இல்லை அல்லவா என நிர்வாகத்திடம் கேட்டு விட்டார்.

இவரது வெளிப்படையான பேச்சைப் பார்த்து சற்று அதிர்ந்து போன நிர்வாகம் கலந்து பேசி சிறிது நேரத்தில் அவருக்கு பணி நியமன ஆணையை வழங்கியது. சக பணியாளர்கள் அனைவரும் நிர்வாக இயல் முடித்தவர்கள். இவரோ சட்டம் பயின்றவர். இருப்பினும் தனது கடுமையான உழைப்பால் அவர்களுக்கு தாம் சிறிதும் சளைத்தவர்

அல்ல என்பதை நிரூபித்தார். கல்பனாவின் திறமையையும் தகுதியையும் நிர்வாகம் விரைவில் உணர்ந்து பல முக்கியப் பொறுப்புகளை வழங்கியது. 1991-ல் நிர்வாகத்தால் பங்கு சந்தை தொடர்பாக பயிற்சி பெற அமெரிக்காவிற்கு செல்ல வாய்ப்பு கிட்டியது. இது பெரும் திருப்பு முனையாக அமைந்தது. கார்ப்ரேட் வழக்கறிஞராகவும், கார்ப்பரேட் தலைவராகவும் உருவாக பாதை அமைத்தது. ஐ.சி.ஐ.சி.ஐ. நிறுவனம் பெரிய நிறுவனமாக தளைப்பதற்கு முக்கிய கருவியாக கல்பனா விளங்கினார். ஐ.சி.ஐ.சி.ஐ. நிறுவனங்கள் ஐ.சி.ஐ.சி.ஐ. வங்கியுடன் இணைந்து இந்தியாவின் இரண்டாவது பெரிய வங்கியாக உருவானது.

இந்தியாவின் மூத்த அதிகாரிகளில் ஒருவராக உள்ளார். இவர் பணியாற்றும் ஜெ.பி.மார்கன் நிறுவனத்தில் பெண் பணியாளர்களுக்கு தார்மீக ஆதரவை உறுதிப்படுத்துகிறார். சமூகத்தில் பாலின வேறுபாடு இன்றி பாகுபாடின்றி பெண்கள் நடத்தப்பட வேண்டும் என்று விரும்புகிறார். பெண்கள் எந்த வயதிலும் தான் பாதகமாகவோ, பாரபட்சமாகவோ, நடத்தப்படுவதாகவோ உணர்ந்தால் அதற்கு எதிராக போராடி வெற்றி பெற வேண்டும் என்கிறார். நம் நாட்டில் இன்றைக்கு 52 சதவீத பெண்களுக்கு எதிர்காலம் மறுக்கப்படுகிறது. ஏனெனில், நிறைய குடும்பங்களில் பெண்கள் படிக்க அனுமதிக்கப்படுவதில்லை. இளம்பெண்கள் படிப்பை நிறுத்திக் கொள்ள கட்டாயப்படுத்துகிறார்கள் என்பது உண்மையே.

கல்பனா மோர்பாரியாவின் வெற்றி மந்திரமே எப்போதும் வேலை, வேலை, வேலைதான். கொளுந்து விட்டு எரியும் இலக்குகளை விட்டு அவரது கவனம் சிதறியதே இல்லை. தன் நிறுவனம் வெற்றி பெற வேண்டும் என்பதில் சமரசமேயில்லை. ஆரம்பத்தில் சுணக்கமாக பணியில் செயல்பட்டதாகவும், படிப்படியாக திறமையாக, சிறப்பாக செயலாற்றத் தொடங்கியதை அவரே சொல்கிறார். சிறிய நிறுவனத்தில் சேர்ந்து நிறுவனத்தையும் வளர்த்து தானும் படிப்படியாக வளர்ந்தவர். தன் வாழ்வை வேலைக்காகவே அர்ப்பணித்துள்ளார். நீ உண்மையிலேயே என்னவாக வேண்டும் என விரும்புகிறாயோ, அதுவாக உன்னை ஆக்கிக் கொள்ள முடியும் என்பதை உறுதிபட நம்புபவர் கல்பனா. தனது 25வது வயதில் பணியில் சேர்ந்து சுமார் 33 வருடங்கள் பணியாற்றி விட்டு 58வது வயதில் ஓய்வு பெற்று, ஓய்விற்கு பின்னர் கிடைத்த வாய்ப்பை ஏற்றுக்கொண்டு தற்போது வரை கார்ப்பரேட் நிறுவனத்தில்

தலைமைப்பணியை தொடர்கிறார். 42 வருடமாக சளைக்காமல் இந்த வயதிலும் உழைத்துக் கொண்டு இருக்கிறார்.

67 வயதிலும் உற்சாகமாக "ஜிம்"முக்கு சென்று உடற்பயிற்சி செய்கிறார். சூப் வகை அவருக்கு மிகவும் பிடித்தமானது. இத்தாலிய உணவு வகைகளை விரும்பி உண்பவர். தென் இந்திய உணவின்றி அவரால் இருக்கவே முடியாது என்கிறார். ஷாப்பிங் மிகவும் பிடித்தமானது. புடவைகள், நகைகள், வைர நகைகள் போன்றவற்றிற்கு செலவிடத் தயங்கியதில்லை. வாழ்நாளில் ஒரு முறையாவது, ஹைதராபாத், ஜெய்ப்பூர், அல்லது ஐரோப்பிய நாடுகளுக்கு பயணம் செல்லாவிடில் வாழ்வே அர்த்தமற்றது என்கிறார். தனக்கு விடுமுறை கிடைக்கும் போது இஸ்தான்பூல் செல்வதாகவும், உலகிலேயே இஸ்தான்பூல் சிறந்த நகரம் என்றும் தனக்கு மிகவும் பிடித்த நகரம் என்றும் சொல்கிறார். விமானத்தில் வெகுதூரம் செல்லும் போது, கிடைக்கும் நேரத்தில் ராபர்ட் லப்லாம் என்கிற எழுத்தாளரின் புத்தகங்களை விரும்பி படிப்பது இவரது வாடிக்கை. உள்நாட்டு விமானப் பயணத்தில் திரையுலக மாத இதழ்களை படிப்பது வழக்கம். பாலிவுட் படங்கள் பார்க்கத் தவறியதேயில்லை. வெளிநாடுகளில் இருந்தாலும் படம் வெளியான சில தினங்களில் சினிமாவுக்கு செல்லும் பழக்கம் உள்ளவர். அதுபோல சில தொலைகாட்சி நிகழ்ச்சிகளையும் விரும்பிப் பார்ப்பவர். பழைய இந்தி பாடல்களை ஓய்வு நேரங்களில் விரும்பி கேட்பவர். மும்பையில் விநாயகர் கோயிலுக்கு தவறாமல் செல்லும் பழக்கம் உடையவர்.

லட்சம் கோடி முதலீடுகளை கொண்ட ஜெ.பி.மார்கன் அமெரிக்க நிறுவனத்தில் இந்திய பிரிவில் ஊநுழு ஆக பணியாற்றும் கல்பனா பெண்களுக்கு ஒரு சிறந்த முன்னுதாரணமாக விளங்குபவர். கல்பனாவின் வாழ்க்கை எழுச்சிமிக்கதாகவும், புரட்சிகரமானதாகவும் உள்ளது.

தான் நிறைய சாதித்து இருந்தாலும் தனக்கு குழந்தைப்பேறு இல்லை என்ற வருத்தம் ஆழ்மனதில் உள்ளது என்கிறார். 100 ஆண்டுகளுக்கு முன் தான் பிறந்து இருந்தால் குழந்தை பெறாத காரணத்திற்காகவே அடித்து துரத்தி இருப்பார்கள். என் கணவர் வேறு பெண்ணை மணந்து இருக்கலாம். தாய்மைபேறின்மைக்காக நான் என் விதியை நொந்து கொண்டு அழுதபடியே வீட்டின் ஒரு மூலையில்

இருந்து இருப்பேன். பல சாதனைகளை செய்ததாக நீங்கள் என்னை விழாக்களில் பாராட்டுகிறீர்கள். இதுதான் பெண் விடுதலை ஆகும். மேலும் ஒரு பெண்ணுக்கு கல்யாணம் ஆயிற்றா? குழந்தை உள்ளதா? என்பது மட்டுமே முக்கியமானதல்ல. அவளது திறமைதான் அவளது அடையாளம் என்கிறார்.

7

ஆதரவு கரம் நீட்டும் அஞ்சலி கோபாலன்

பொதுவாக சமூக ஆர்வலர்கள் கூட போராடத் தயங்கும் விஷ யங்களுக்கு தயங்காமல், தவறாமல் குரல் கொடுத்து வருபவர் அஞ்சலி கோபாலன். இவர் விளிம்பு நிலை மனிதர்களுக்காக பல வருடங்களாகக் குரல் கொடுத்து வருகிறார். சமூக ஆர்வலர் என்றால் பொதுவாக அரசியல் பிரச்னைகளை முன்னிறுத்தி மட்டும் போராடும் நபர்களுக்கு மத்தியில், சமூகத்தில் நிராதரவானவர்களுக்கு, புறக்கணிக்கப்பட்ட, கைவிடப்பட்ட மனிதர்களுக்காக போராடும் சிந்தனை கொண்டவர். விளிம்பு நிலையில் இருக்கும் மக்கள் எத்தகைய பாதிப்பு அடைந்தாலும் அவர்களுக்காக போராடி வருபவர். சிறிதோ, பெரிதோ உயிர்கள் உயர்ந்தவை என்ற உயரிய தத்துவம் கொண்டவர். உலகின் எந்த மூலையில் இருந்தாலும் வாய்ப்பில்லாமல் இருக்கும் வலிகளை தாங்கும் இதயங்களை தேடிச் சென்று உதவும் உற்சாகத்தை சொந்தமாகக் கொண்டவர் அஞ்சலி கோபாலன். தனக்கென ஒரு குடும்பத்தை இதுவரை அமைத்துக் கொள்ளாதவர். ஆனால், சிரமத்தில் இருக்கும் பலரது வாழ்வில் அர்த்தமாக வலம் வருபவர். சின்னஞ்சிறு உயிர்கூட கஷ்டப்படக் கூடாது என நினைப்பவர் அஞ்சலி கோபாலன்.

இளமைப்பருவம்:

செப்டம்பர் 1, 1957-ல் பிறந்தவர் அஞ்சலிகோபாலன். திருமணமாகாதவர். இவரது தந்தை விமானப்படையில் பணி புரிந்தவர். தாய் இல்லத்தரசி. தந்தை தமிழகத்தைச் சேர்ந்தவர். தாயார் பஞ்சாப் மாநிலத்தைச் சேர்ந்தவர். இளம் வயதில் இந்தியாவிலும், அமெரிக்காவிலும் கல்வியைத் தொடர்ந்தார். லேடி ஸ்ரீராம் கல்லூரியிலும், ஜவஹர்லால்

நேரு பல்கலைகழகத்திலும் இரண்டு இளங்கலை மற்றும் மூன்று முதுகலை பட்டங்களை முடித்துள்ளார்.

சமுதாயப்பணி:

சக உயிர்களின் சிறு முனகலைக் கூட படித்துவிடும், துளி வலியைக் கூட உணர்ந்துவிடும் தாய் மனம்தான் இவரை சமூக சேவைக்கு அழைத்து வந்துள்ளது. அமெரிக்காவில் நியூயார்க் நகரில் தனது சமூகப் பணியை முதலில் துவங்கினார் அஞ்சலி கோபாலன். தென்கிழக்கு ஆசியாவில் இருந்து புலம் பெயர்ந்து தகுந்த ஆவணங்கள் இன்றி அமெரிக்காவில் வாழ்ந்த மக்களின் மத்தியில் தனது பணிகளை அமைத்துக் கொண்டார். அமெரிக்கா போன்ற நாட்டில் எயிட்ஸ் தொடர்பான விஷயத்தை கையாளும் முறையைப் பார்த்து பழகியவருக்கு இந்தியா வந்தபோது, இத்தகைய நோயாளிகளை கையாளும் முறையைப் பார்த்து மிகவும் அதிர்ந்து போயிருக்கிறார். நியூயார்க்கில் இருந்து இந்தியா திரும்பிய அஞ்சலி இங்கு எச்.ஐ.வி.யால் பாதிக்கப்பட்ட அப்பாவிக் குழந்தைகள் ஆதரவின்றி, நிர்க்கதியாய் நிற்பதைப் பார்த்து மனம் வருந்தினார். எச்.ஐ.வி.யால் பாதிக்கப்பட்ட நோயாளிகள் சந்தித்த அவமானங்களும், ஒதுக்குதலும், அஞ்சலியின் அன்பு மனதில் வேதனை அம்புகளைப் பாய்ச்சின. இந்தியாவிலேயே முதன் முறையாக 1995-ல் டெல்லியில் எச்.ஐ.வி.யால் பாதிக்கப்பட்டவர்களுக்கான உதவி மையம் ஒன்றை நிறுவினார். எச்.ஐ.வி.யால் பாதிக்கப்பட்டவர்கள் நலனைக் காக்க இதுவே "நாஸ்" அறக்கட்டளையாக வளர்ந்துள்ளது.

அஞ்சலி கோபாலன் "நாஸ்" பவுன்டேஷன் என்ற சமூக விழிப்புணர்வுக்கான அமைப்பின் நிறுவனர். ஒரு தமிழர். அதுவும் பெண் என்பதும் வியப்பளிக்கிறது. மாற்று பாலினத்தவர் எதிர்கொள்ளும் பிரச்னைகள் மற்றும் எயிட்ஸ் நோயாளிகளுடன் கைகுலுக்குவதால் நோய் தொற்றாது என்பது குறித்த விழிப்புணர்வு ஏற்படுத்த அமெரிக்காவில் தொடங்கி இன்று மதுரை வரை குரல் கொடுத்து வரும் தமிழச்சி அஞ்சலி கோபாலன். எச்.ஐ.வி.யால் பாதிக்கப்பட்டவர் தொடுவதால் அதன் பாதிப்பு மற்றவர்களுக்கு வராது என்று முதன் முதலில் எயிட்ஸ் பற்றிய விழிப்புணர்வை கையில் எடுத்தார். அதில் வெற்றியும் பெற்றார். அமெரிக்காவில் தொடங்கிய இவரது போராட்டங்கள் இன்று நம் மதுரை

வரை வேரூன்றி இருக்கிறது. சர்வதேச அளவில் அங்கீகாரம் பெற்று, இவ்வளவு புகழுக்கும் உரியவராக இருந்த போதிலும் அதைப்பற்றிய சிறு தற்புகழ்ச்சியும் இல்லாமல் மிகவும் எளிமையாய் இருக்கிறார்.

எயிட்ஸால் பாதிக்கப்பட்டு நிராதரவாக விடப்பட்ட குழந்தைகளை அரவணைக்கிறார். ஆதரவு தருகிறார். தொடுதல் மூலம் எயிட்ஸ் பரவாது என்ற அடிப்படை உண்மையை மக்கள் மத்தியில் கொண்டு செல்லவே பல கட்ட போராட்டங்களை இவர் முன்னெடுக்க வேண்டி இருந்துள்ளது.

பொது வாழ்க்கையில் பல கடும் எதிப்புகளை சந்தித்த போதெல்லாம் மனம் தளராமல் தம் பணியினை தொடர்ந்து வருகிறார். எதிர்ப்புகளை நாம் எதிர்க்காமல் கண்டு கொள்ளாமல் விட்டு விட்டால் அவர்களே சில காலத்திற்கு பிறகு கண்டு கொள்ளாமல் போய்விடுவார்கள் என்கிறார்.

அவ்வப்போது தனக்கு குழந்தை இல்லையென்ற வருத்தம் ஏற்பட்டாலும், தன்னை அம்மாவென அழைப்பதற்கு இங்கு ஆயிரக்கணக்கான பிள்ளைகள் இருக்கின்ற நிலையில் தனக்கு அந்த கவலை பெரிதாக தெரியவில்லை என்கிறார். தனி மனுஷியாக இருக்கிறோம் என கொஞ்சம் மனவருத்தம் இருந்தாலும் இப்படி தனி மனுஷியாக இருந்தால்தான் தன்னால் இவ்வளவு போராட்டங்களை தாண்டியும் அதே தைரியத்துடன் மறுபடியும் நிற்க முடிகிறது என்கிறார்.

தான் பிரபலமாகனும் என்றோ, தான் ஊடகங்களின் மூலம் விளம்பரமாக வேண்டும் என்றோ எப்போதும் நினைத்ததில்லை என்கிறார். தான் சொல்லும் செய்தி மக்களை சென்றடைய வேண்டும். நாங்கள் எதிர்பார்க்கும் விழிப்புணர்வு மக்களை சென்றடைய வேண்டும் என்பதுதான் பிரதான நோக்கம் என்கிறார். எல்லாம் ஒரே நாளில் நடக்கும் என தான் சொல்லவில்லை என்றாலும், அதே நேரத்தில் எல்லாம் ஒரு நாள் மாறும் என்கிற நம்பிக்கையுடன் வலம் வருகிறார். மாற்று பாலினத்தவர் பற்றிய விழிப்புணர்வுக்காக குரல் கொடுத்து வருகிறார். தான் செய்து வரும் சேவையின் வழியாக தனக்கும், தன்னைச் சார்ந்து வாழும் மனிதர்களுக்கு, உயிர்களுக்கு மகிழ்வையும், அதன் வழியாக அமைதியையும் தர முடிகிறது எனும் போது தம் மனம் பெரிதும் பூரிக்கிறது என்கிறார்.

எச்.ஐ.வி.யால் பாதிக்கப்பட்டவர்கள், அமெரிக்காவில் வாழும் உரிமைக்கான ஆவணங்கள் இன்றி தவிக்கும் புலம் பெயர்ந்த தொழிலாளர்கள் குழந்தைகள் மற்றும் தெற்காசிய மக்களின் நலனுக்காகவும் அர்ப்பணிப்புடன் பணியாற்றி வருகிறார் அஞ்சலி கோபாலன்.

எச்.ஐ.வி.யில் பாதிக்கப்பட்ட குழந்தைகள் மற்றும் பெண்களுக்கான இந்தியாவின் முதல் கேர் (ஹோம்) இல்லத்தை துவக்கியதுடன் பெற்றோரால் எச்.ஐ.வி. பாதிப்புக்கு உள்ளாகும் குழந்தைகளை தத்தெடுத்து அரவணைத்து வளர்த்து வருவது சாதாரணமான சுலபமான செயல் அல்ல. அதை வெற்றிகரமாக செய்கிறார் ஒரு தமிழ்ப்பெண் அஞ்சலி கோபாலன். இவர் முதலில் தத்து எடுத்த எச்.ஐ.வி. பாதித்த குழந்தை இன்று பொறியியல் கல்லூரியில் மாணவராக உள்ளார். இன்று சமூகத்தில் புறக்கணிக்கப்பட்டவர்கள் தலை நிமிர்ந்து வாழ்வதற்கான உரிமைகளை பெற்றுத்தர போராடுவதே இவரது வாழ்வாகி விட்டது. மரணம் நிச்சயமாக்கப்பட்ட குழந்தைகளுக்கு நம்பிக்கை ஒளியாக மிளிர்கிறார் அஞ்சலி கோபாலன்.

தனது சொத்துக்கள் முழுவதையும் தான் ஆதரவு காட்டி வளர்க்கும் உயிர்களின் பெயருக்கு உயில் எழுதி வைத்திருக்கிறார். அஞ்சலி விருதுகளையும் தாண்டி அவரது அன்பின் உயரம் அளப்பரியது. எச்.ஐ.வி. பாதிப்புக்கு உள்ளான குழந்தைகளுக்கு பள்ளிகளில் அனுமதி மறுக்கப்படுவதாகவும், அனைவருக்கும் கல்வி என்கிற கொள்கையை உறுதிப்படுத்தவும், இவர்களுக்கு கல்வி பெற வழிவகை செய்ய வேண்டும் என்பதற்காக பொது நல வழக்கு தொடர்ந்துள்ளார்.

குவியும் விருதுகள்:

தனது 60 ஆண்டு வாழ்க்கைப்பயணத்தில் இவர் வாங்கிக் குவித்து இருக்கும் விருதுகள் வியக்க வைக்கின்றன. விளிம்பு நிலை சமுதாயத்திற்கான இவரது பணியைச் சிறப்பிக்கும் விதமாக 2001-ல் காமன்வெல்த் விருது இவருக்கு வழங்கப்பட்டது. 2003-ல் எச்.ஐ.வி. யால் பாதிக்கப்பட்டோரின் நலனுக்கான இவரது பணியைப் பாராட்டி சென்னையை சேர்ந்த மாணவ சேவா சமவர்த்தினி அமைப்பு

"சத்குரு ஞானானந்தா" விருதினை வழங்கி கௌரவித்தது. 2005ம் ஆண்டு இந்தியாவின் சார்பாக நோபல் பரிசுக்காக இவரது பெயர் பரிந்துரைக்கப்பட்டது. 2007-ம் ஆண்டு "பெண் சாதனையாளர்" விருது மத்திய அரசால் வழங்கப்பட்டது.

ஸ்ருஷ்டி மதுரை கல்வி பொறுப்பாட்சிக் குழும ஆலோசனை வாரியத்தின் கௌரவ தலைவராக உள்ளார். டைம்ஸ் இதழ் வெளியிட்டுள்ள 2012-ம் ஆண்டில் அதிகாரமிக்க 100 தலைவர்களின் பெயர் பட்டியலில் அஞ்சலி கோபாலன் இடம் பெற்றுள்ளார். 2013ம் ஆண்டு பிரான்சு நாட்டில் தலையாய செவாலியர் விருது பெற்றுள்ள முதல் இந்திய தமிழ்ப் பெண் ஆவார். திருநங்கைகள் நல்வாழ்வுக்காகவும், எய்ட்ஸ் நோயாளிகளின் மறுவாழ்வுக்காகவும் அவர் ஆற்றி வரும் தொண்டிற்காக பிரான்ஸ் நாட்டின் உயரிய விருதான செவாலியர் விருது அஞ்சலி கோபாலன் அவர்களுக்கு வழங்கப்பட்டுள்ளது.

எந்த ஒரு செயலும் நடிகர்கள் செய்தாலோ, விளையாட்டு நட்சத்திரங்கள் செய்தாலோதான் நம் நாட்டில் அது பெரிதாக கவரப்படுகிறது. இதுவே வேறு துறையை சேர்ந்தவர்கள் பெரும் புகழ் பெற்றாலும் சாதனை புரிந்தாலும் கவரவிக்கப்பட்டாலும் அது வெறும் துணுக்கு செய்தியாகி விடுகிறது. இந்நிலை மாற வேண்டும். வலிகளை மறந்து மற்றவர்கள் புன்னகைக்க வேண்டும் என்பதற்காக, பல வலிகளை தான் தாங்கிக் கொள்கிறார். வலி மிகுந்த மனிதர்களுக்கு என்றும் உதவக் காத்திருப்பவர் அஞ்சலி கோபாலன். இவருக்கு வழங்கப்படுவதால் விருதுகள் கௌரவமடைகின்றன.

8

பெண் சாதனையாளர் ஆஷி சுயாஷ்

ஆஷி சுயாஷ் 2015 ஆம் ஆண்டு முதல் "கிரைசல்"(Crisil) சர்வ தேச நிறுவனத்தின் இந்திய பிரிவிற்கு நிர்வாக மேலாளர் மற்றும் தலைமை நிர்வாக அதிகாரியாக உள்ளார். இந்நிறுவனத்திற்கு இந்தியாவில் 55 நகரங்களில் கிளைகள் உள்ளன. இதற்கு முன்னர் எல் & டி (L&T Investment Management Limited) நிறுவனத்தில் தலைமை நிர்வாக அதிகாரியாக பணியாற்றியுள்ளார். அதற்கு முன்னதாக சிட்டி பேங்க் (Citi Bank) நிறுவனத்தில் தலைமை பொறுப்பை வகித்துள்ளார். இவ்வங்கியில் சுமார் 15 ஆண்டுகள் புதிய வாய்ப்புகள் வளர்ச்சி நோக்கங்களை வரையறுத்தல் உள்ளிட்ட அனைத்து பொறுப்புகளையும் கவனித்து உள்ளார். மொத்தமாக 28 ஆண்டுகள் நிதி தொடர்பான, நிதி சார்ந்த பணிகளில் நீண்ட நெடிய அனுபவம் பெற்றவர்.

உலக அளவில் வணிகத்தில் சிறந்து விளங்கும் 50 பெண்களில் ஒருவராக தேர்ந்தெடுக்கப் பட்டுள்ளார். பல புகழ் பெற்ற முன்னணி சர்வ தேச நாளிதழ்களில் வெளியிடப்பட்டுள்ள புகழ் வாய்ந்த பெண்கள், சக்தி வாய்ந்த பெண்கள் பட்டியல்களில் தொடர்ந்து இடம் பெற்று வருகிறார். ஆசிய அளவிலான தொழில் துறையில் நிதி நிர்வாகத்தில் மிகவும் செல்வாக்கு பெற்ற 25 பெண்கள் அடங்கிய பட்டியலில் இவரும் இடம் பெற்று உள்ளார். (Source: Business Today, Fortune India, Asian Investor Magazine).

இது தவிர, தன்னார்வ தொண்டு நிறுவனங்கள் வாயிலாக ஆதரவற்ற குழந்தைகளுக்கு கல்வி வாய்ப்புகளை ஏற்படுத்த வழி வகை செய்தல் உள்ளிட்ட விஷயங்களிலும் தனிக் கவனம் செலுத்துகிறார்.

திருமதி சுயாஷ் மாணவப்பருவத்தில் என்.எம். கல்லூரியில் சேர்ந்து வணிகத்தில் இளங்கலை பட்டப் படிப்பை (மும்பை பல்கலைக் கழகத்தில்) முடித்தவர். பின்னர் சி.ஏ தேறினார். இவரது கணவர் ஆசிம் அவர்கள் முன்னனி இந்திய நிறுவனம் ஒன்றில் முக்கிய பொறுப்பு வகிக்கிறார். திருமதி சுயாஷ்-க்கு இரண்டு மகள்கள் உள்ளனர்.

1988-ல் சுயாஷ் சார்ட்டர்டு அக்கௌன்ட்டென்ட் சேர்ந்து பயின்று கொண்டு இருந்த போதே, வங்கித் துறையில் பணியாற்ற வேண்டும் என்ற குறிக்கோளுடன் இருந்தார். இவரது இந்த தேர்வு பற்றி பெற்றோர்கள் ஒன்றும் பெரிதாக எடுத்துக் கொள்ள வில்லை. அப்போதெல்லாம் தன் மகள் மருத்துவத் துறையில் பட்டம் பெற்று டாக்டராக திகழ வேண்டும் என்பதே பெரும்பாலான பெற்றோர்களின் கனவாக இருந்தது. அந்த காலக்கட்டத்தில் நிதித்துறை மற்றும் வங்கித் துறையில் பெண்களின் பங்களிப்பு அரிதிலும் அரிதாகவே இருந்தது. எதிர்காலம் குறித்து தொலைநோக்கு பார்வை தெளிவாக இல்லாத நிலையே நிலவியது.

நிதித்துறையில் ஆண்கள் ஆதிக்கமே அதிகம் என்கிற பொதுவான கருத்து நிலவுகிறது என்றாலும், உண்மையில் தகர்க்க முடியாத கண்ணாடி மேற்கூரை எதுவும் இல்லை என்கிறார் சுயாஷ். தனது 28 ஆண்டு கால அனுபவத்தில் பெண்களுக்கு அனுகூலமாகவே நிதித்துறை, வங்கித்துறை உள்ளது. அடிமட்டத்திலிருந்து உயர்மட்ட பதவி வரை பெண்களுக்கு எவ்வித பாகுபாடும் இன்றி திறமையுள்ளவர்கள் வளர்வதற்கு தடை ஏதுமின்றி சாதகமான நிலையே நிலவுவதாக கூறுகிறார்.

தலைமைப்பதவிக்கு நெஞ்ச்சித்தன்மை உடையவராக இருக்க வேண்டியது அவசியம் என்பது இவரது கருத்தாகும். சூழ்நிலைக்கு தகுந்தவாறு, நிர்வாகத்தை இயக்குவது, முடிவெடுப்பது, வழிகாட்டுவது, பணியாளர்களின் ஆலோசனைகளை பரிசீலிப்பது, சில சமயங்களில் முன்னால் நின்று தலைமை தாங்குவது, சில சமயங்களில் கூட்டு முயற்சியை ஆர்வத்தை, ஆலோசனையை அனுமதிப்பது உள்ளிட்ட விஷயங்களில் நெஞ்வுத்தன்மை தலைமைக்கு வேண்டும் என்பதை பெரிதும் நம்புகிறார்.

திருமதி சுயாஷ் முழுமையாக ஊழியர்களின் நலனில் அக்கறை கொண்டவர். இதற்காக பணியாளர்களின் மனமார்ந்த பாராட்டையும்,

சக ஊழியர்களின் நன்மதிப்பையும் பெற்றுள்ளவர். உண்மையில் எல் அண்ட் டி நிறுவனம் பிடலிடி நிறுவனத்தை தன்னுடன் இணைத்துக் கொண்ட போது, அந்நிறுவனத்தில் பணிபுரிந்த ஒவ்வொரு ஊழியரையும் அதே பணியில் தொடர்வதை உறுதி செய்வதில் மிகுந்த அக்கறை காட்டினார் என்பது குறிப்பிடத்தக்கது.

பதினைந்து ஆண்டுகள் சிட்டி வங்கியில் செலவிட்டது, பின்னர், பிடலிடி மற்றும் எல் அண்ட் டி நிறுவனத்தில் பணியாற்றியது, இவ்வாறு சர்வதேச நிறுவனங்களில் கிடைத்த நீண்ட நெடிய அனுபவங்களும், தான் பெற்ற நுணுக்கமான அறிவார்ந்த விஷயங்களும் வெற்றிகரமாக வாடிக்கையாளர்களை கையாள்வதில் ஊழியர்களை வழிநடத்துவதில் பெரிதும் உதவுவதாக தெரிவிக்கிறார்.

தொடக்கத்தில் நிர்வாகத்திற்குட்பட்டு நடப்பதிலிருந்து படிப்படியாக பதவி உயர்வில் நிர்வாகியாக உயரும் போது, முன்னோடி நிர்வாகிகளின் சிறப்பான தலைமைப்பண்புகளை நிறைய எடுத்துக் கொள்கிறோம். அடிக்கடி விமானத்தில் முக்கிய நகரங்களுக்கு அலுவல் தொடர்பாக செல்ல வேண்டிய நிலையில் உள்ள உயர் பதவி வகிக்கும் பெண்மணியாக இருந்த போதிலும், குடும்பத்தில் தனது பங்களிப்பை சமமாகவே கையாள்கிறார். ஒ.என்.ஜி.சி நிறுவனத்தில் பணியாற்றும் கணவர் மற்றும் தமது இரு பெண்களை பராமரிப்பது உள்ளிட்ட விஷயங்களில் கவனம் செலுத்த ஒரு போதும் தவறுவதில்லை. சமயக் கடமைகளையும் தவறாமல் கடைப்பிடிக்கிறார். ஒவ்வொரு வருடமும் நவராத்திரி நோன்பு மற்றும் விரதம் தவறாமல் எடுக்கிறார்.

திருமதி சுயாஷ் தனது வாழ்க்கையில் இரு பெண்மணிகளை தனது முன்மாதிரியாக கருதுகிறார். ஒருவர் இவரது தாயார். அவர் வாழ்வில் உறுதியாக கடைபிடித்த பல விஷயங்கள் இவரை வடிவமைத்துள்ளது. இரண்டாவது, முன்னால் பாரத பிரதமர் இந்திரா காந்தி அவர்களின் தேசபக்தியும், தலைமை தாங்கும் பண்பும், பொறுப்புகளை ஏற்று உறுதியாக செயலாற்றும் தன்மையும் இவரின் மனதை மிகவும் கவர்ந்த விஷயங்களாகும். மேலும், பிடலிடி நிறுவனத்தின் உரிமையாளரின் மகளான அபி என்பவரின் தனித்தன்மையும் வணிகத்தில் அவர் வகுக்கும் வியுகங்கள் தன்னை மிகவும் கவர்ந்ததாக சொல்கிறார்.

இவருடைய தலைமையில் இயங்கிய காலத்தில் எல் அண்ட் டி நிறுவனத்தின் சொத்து மதிப்பு இரட்டிப்பு நிலையை அடைந்து ரூ.22000/- கோடியைத் தொட்டது குறிப்பிடத்தக்கது. சர்வதேச நிறுவனத்தில் முக்கிய பொறுப்பில் வெற்றிகரமாக செயலாற்றி வரும் இவர், தான் இன்று அடைந்துள்ள உச்சம் தான் சார்ந்துள்ள நிறுவனங்களில் தன்னுடன் பணியாற்றிகிற தனக்கு பின்னால் இருந்து திறம்பட செயலாற்றுபவர்களின் ஒத்துழைப்புதான் காரணம் என்கிறார். தொடக்கக் கால கட்டத்தில் தனக்கு பிறந்த பெண் குழந்தைகளை பராமரிக்க வேண்டிய சூழ்நிலையில் தான் பார்த்து வந்த வேலையை ராஜினாமா செய்யும் கடிதத்தை நிறுவனத்திற்கு அளித்து விட்ட போதிலும், தனது கணவரும், நிறுவனத் தலைவரும் ராஜினாமா கடிதத்தை உடன் ஏற்றுக் கொள்ளாமல் எனது முடிவை மறுபரிசீலனை செய்யுமாறும் உறுதியாக வலியுறுத்தினார்கள். இது நடந்திராவிட்டால் இன்று நான் உள்ள நிலையை அடைந்து இருப்பேனா என்பது சந்தேகமே என்று மன நெகிழ்வுடன் கூறுகிறார்.

இவர் கிரைசல் நிறுவனத்தின் தலைமைப் பொறுப்பை ஏற்ற போது நிறைய சவால்களும் நிச்சயமற்ற வணிகச் சூழலும் நிலவியது. புத்தாக்கமிக்க இவரது அணுகுமுறையால் பல தடைகளை கடந்து சீரான நிலையை அடைந்து வருகிறது.

50 வயதை கடந்த திருமதி. சுயாஷ் அவர்களின் வருமானம் மற்றும் போனஸ் தொகை எல்லாம் சராசரியாக ஆண்டிற்கு 5 கோடியை தாண்டுகிறது. ஆசியாவின் மிகப் பெரிய நிறுவனத்தில் சொத்து நிர்வாகத்தில் முக்கிய பங்காற்றும் ஒரே பெண்மணி என்ற பெருமையை பெறுகிறார்.

மூன்றில் இரண்டு பங்கு இந்தியர்களின் சேமிப்பு தங்கத்தில் உள்ளதாக குறிப்பிடுகிறார் சுயாஷ். நிர்வாகத்தில் புதிய சிந்தனைகளுக்கு முன்னேற்றத்திற்கு ஊழியர்கள் சொல்லும் ஆலோசனைகளை முழுமனதுடன் எப்போதும் வரவேற்பதே தனது பலமாக கருதுவதாக கூறுகிறார்.

பொருளாதார மேம்பாடு, உற்பத்தி மற்றும் உழைப்புச் சக்தியில் பெண்கள் ஒரு முக்கிய அங்கமாக உள்ளனர். உண்மையில் சில துறைகளில் சர்வதேச நிறுவனங்களில் ஆண்களைவிட பெண்களின்

பங்களிப்பு தொடக்கத்தில் சரிசமமாகமே உள்ளது என்பது உண்மையே. ஆனால் படிப்படியாக பதவி உயர்வு அடைவதில் பெண்கள் நாளடைவில் பின்தங்கி விடுகின்றனர். வெகுச்சிலரே உயர் பதவி பொறுப்புகளை அடைகிறார்கள். தனியார் துறையில் உச்சத்தை அடைவதில் பெண்கள் பெரும்பாலும் பின்தங்கி விடுகிறார்கள்.

சுயாஷ் தற்போது உள்ள நிறுவனத்தில் ஏற்கனவே அந்நிறுவனத்தில் பணிபுரிபவர்களே பதவி உயர்வில் உயர் பதவிகளை ஏற்று வந்தனர். சுயாஷ் ஒருவர்தான் முதன் முதலாக வெளியிலிருந்து வந்து நேரடியாக தலைமைப் பொறுப்பை பெற்றவர் என்பது குறிப்பிடத்தக்கது.

அலுவலகத்தில் பணிபுரியும் அனைத்து பணியாளர்களின் இதயங்களிலும் நீக்கமற நிறைந்தவர் திருமதி சுயாஷ். ஊழியர்களின் தலைவியாக, பணியாளர்களின் நாயகியாக திகழ்கிறார். "இணக்கமான பெண்புலி" என மேல்மட்ட தலைவர்களால் அழைக்கப் படுகிறார். இரண்டு பெண்களுக்கு தாயான திருமதி சுயாஷ்-க்கு குடும்பப் பொறுப்பு மற்றும் அலுவலக பணிச்சுமையை எவ்வாறு திறம்பட கையாள்வது என்பதை நன்கு அறிந்துள்ளார். இரு துறைகளில் பணியாற்றுபவர்கள் திருமணம் நடந்ததும் யார் பணியை விட்டு விடுவது என்ற கேள்வி எழும் போது பெரும்பாலும் பெண்களே பணியை விட்டு விலகுகின்றனர். ஒரு வாகனத்தில் கணவன் முன் இருக்கையில் அமர்ந்து இயக்கும் போது மனைவி பக்கத்தில் அல்லது பின்இருக்கையில் அமர்ந்து பயனிப்பதுதான் நமது நாட்டில் நடைமுறை. ஆனால், இன்றைய நாட்களில் கணவன் மனைவி இருவரும் இரு வேறு துறைகளில் இரு வேறு பாதைகளில் பயணித்தாலும் அலுவலகப் பணி, குடும்பப் பொறுப்பு அனைத்தையும் சமமாக பகிர்ந்து கொள்கின்றனர்.

கணவன் மனைவி இருவரும் இருவேறு துறைகளில் பணியாற்றும் போது ஒருவருக்கொருவர் பின்னால் இருந்து அலுவல் சார்ந்த நல்ல விஷயங்களை ஊக்குவிப்பது, சிக்கலான தருணங்களில் கலந்து ஆலோசிப்பது, அனுபவங்களை பகிர்ந்து கொள்வது சகஜமாக உள்ளது. திருமதி. சுயாஷ் அவர்கள் தனது வெற்றிக்கு 90 சதவீதம் தனது கணவன் மற்றும் அவரது குடும்பத்தினர் மற்றும் தனது பெற்றோர்களின் ஆதரவும் முயற்சிகளும் ஒத்துழைப்பும்தான் முக்கிய காரணம். வெறும் 10 சதவீதமே தனது வெற்றிக்கு தான் காரணமாக நம்புவதாக

பேட்டியில் பணிவுடன் தெரிவித்துள்ளார். தனக்கு பிரசவமாகி இரண்டு பெண் குழந்தைகள் என்றானபின் அலுவலகப்பணியைத் தொடர்வதும் குழந்தைகளை பராமரிப்பதும் பெரும் போராட்டக் காலமாக இருந்தாலும் இரண்டு பொறுப்புகளையும் இரண்டு கண்கள் போல் பாவித்து சமாளித்த நாட்கள் மறக்க முடியாதவை என நெகிழ்வுடன் கூறுகிறார். இன்றைய காலக்கட்டத்தில் மகளாக, மனைவியாக, தாயாக, அதிகாரியாக பல பாத்திரங்களை மிகச் சிறப்பாக பெண்கள் கையாள்கிறார்கள்.

9

அமெரிக்க நிறுவனத்திற்கு தலைமை தாங்கிய தமிழச்சி: இந்திரா நூயி

ஒரு சிறு குடும்பத்தை நிர்வாகம் செய்வதே பெரும்பாடாக இருக்கிறது என்பது நிதர்சனமான உண்மை. என் பேச்சை என் மனைவி என் மகன்கள் கேட்பது இல்லை என்கிற புலம்பல்கள் உண்டு. வயதில் பெரியவர்களை மதிப்பவர்களாக, ஒழுக்கமானவர்களாக, நற்குணமிக்கவர்களாக, பிள்ளைகளை உருவாக்குவது இன்று எளிதானதாக இல்லை. கஷ்டப்பட்டு ஈட்டிய செல்வத்தை, சொத்தை வஞ்சகர்களிடம் மோசடி பேர்வழிகளிடம் ஏமாறாமல் இருப்பதே பெரிய விஷயமாக உள்ளது. இப்படிப்பட்ட நிலையில் இந்திரா நூயி ஒரு பெண், தமிழகத்தைச் சேர்ந்தவர். அந்நிய நாட்டில் சர்வ தேச அளவில் புகழ் பெற்ற பெரிய நிறுவனத்தின் தலைமைப் பொறுப்பை ஏற்று மிகத்திறமையாக கையாண்டு இருக்கிறார் என்றால் இது சாதாரணமானது அல்ல.

இந்திரா நூயி 1955ல் பிறந்தவர். இன்று தனது 63-வது வயதில் நிகரற்ற உச்சத்தை அடைந்து இருக்கிறார். 175 செ.மீ உயரமான தோற்றம் உடையவர். அழகாக தலைமுடியை கிராப் வெடடிக் கொண்டு புடவைக்கு பதிலாக கோட் அணிகிறார். தற்போது அமெரிக்காவில் வசிக்கிறார். இனி நிறைய நேரத்தை தன் குடும்பத்தினருடம் செலவு செய்வேன் என்கிறார்.

உலகின் எல்லா நாடுகளிலும் கிளைகள் அமைத்து மூலை முடுக்குகளில் எல்லாம் தங்கள் உற்பத்தி பொருளை வர்த்தகம் செய்யும் நிறுவனத்தின் லகானை தன் சுண்டு விரலில் வைத்திருந்தவர் இந்திரா நூயி என்றால் அது மிகையாகாது. நாள் ஒன்றுக்கு சுமார்

1232 லட்சம் கோடி ரூபாய் வருவாய் ஈட்டும் பெப்ஸிகோ நிறுவனத்தை வழிநடத்துவது என்பது சுலபமானதல்ல.

இவரது தந்தை கிருஷ்ணமூர்த்தி ஸ்டேட் வங்கியில் பணியாற்றியவர். தாயார் பெயர் சாந்தா. இந்திரா நூயி சென்னை தி நகரில் அங்கிலோ இந்தியன் பள்ளியில் பள்ளிப்படிப்பை முடித்தவர், சென்னை கிறிஸ்துவக் கல்லூரியில் பி.எஸ்சி வேதியியல் பட்டப்படிப்பை முடித்தவர். பின்னர் கொல்கத்தாவில் உள்ள IIM-ல் மேலாண்மைக் கல்வியை முடித்தார். ABB, Johnson & Johnson, Mettur Beardsell உள்ளிட்ட நிறுவனங்களில் மேலாளர் பதவி வகித்தார். வணிக உலகில் நிலவும் போட்டிகளை எதிர்கொள்ள தன்னை மேலும் மேம்படுத்திக் கொள்ள யேல் பல்கலைகழகத்தில் முதுகலைப்பட்டம் பெற விரும்பி வெறும் ரூ.35000/- பணத்துடன் அமெரிக்கா சென்றார். இரவில் பகுதி நேரப்பணியாக Receptionist-ஆகப் பணயாற்றிக் கொண்டே கல்வியை முடித்தார். ராஜ் நூயி என்பவரை தாயாரின் வற்புறுத்தலால் மணந்தார். அதன் பின்னர் இந்திரா கிருஷ்ணமூர்த்தி இந்திரா நூயி ஆனார்.

BCG, Motorrola, Asia Brown Berry உள்ளிட்ட நிறுவனங்களில் பணியாற்றி நல்ல அனுபவம் பெற்றபின் 1994-ல் PEPSECO-வில் சேர்ந்தார். நிறுவனத்தை மேலும் வளர்க்க திட்டமிட்டார். தானே களத்தில் இறங்கினார். பணியாளர்களிடம் சகஜமாக பழகுபவர். தொடக்கத்தில் பல பிரச்னைகளை சந்திக்க வேண்டி இருந்தது.

சோடா குடிப்பது உடல் பருமனுக்கு காரணம் என பெரிதாக பேசப்பட்ட காலம் அது. சோடா விற்பனையில் 20 சதவீதம் சரிவு ஏற்பட்டது. சந்தையில் ஒரு பொருள் விற்பனை குறைந்தால் சந்தையை இழந்தால், வேலை வாய்ப்புகள் குறையும், முதலீடு குறையும். நிறுவனம் அழிய நேரிடலாம். நெருக்கடியான சூழ்நிலையை லாவகமாக சமாளித்தார் இந்திரா நூயி. களத்தில் இறங்கி வாடிக்கையாளரின் தேவையை நாடித் துடிப்பை அறிந்து கொண்டார். பிறகு விற்பனைப் பொருட்களின் தரம் அளவு போன்றவற்றில் பல மாற்றங்களை புகுத்தினார். புதுமையானதாகவும், சத்து மிகுந்ததாகவும் உணவுப் பொருட்கள் அறிமுகம் செய்யப்பட்டன. அதற்கு நல்ல வரவேற்பு கிடைத்தது. நிறுவனம் உலக அளவில் அதிவேகமாக வளரத் தொடங்கியது. உலகின் அனைத்து நாடுகளுக்கும் பயணம்

மேற்கொண்டார். மக்களையும், தொழில் அதிபர்களையும் சந்தித்தார். உலகெங்கும் கிளைகளை நிறுவினார். புகழ் பெற்றவர்கள், திரைப்பட நடிகர்கள், முன்னனி கிரிக்கெட் விரர்கள் என பிரபலமானவர்களை கொண்டு விளம்பரம் செய்யப்பட்டது. நிலத்தடி நீரை குளிர்பானக் கம்பெனிகள் உறிஞ்சுகின்றன என எதிர்ப்புகளும் போராட்டங்களும் நடத்தப்பட்டாலும் அவற்றையெல்லாம் சமாளித்து விற்பனை கனிசமாக உயர பாடுபட்டார்.

2016-ல் இவரது மாத ஊதியம் சுமார் 20 கோடி ரூபாய் அளவில் இருந்தது. உலகில் அதிக ஊதியம் பெறும் நபராக திகழ்ந்தார். இந்தியர், தமிழகத்தைச் சேர்ந்த ஒருவர் மிகப் பெரிய உச்சத்தை அடைந்து சாதனை படைத்துள்ளார் என்பது தமிழகத்திற்கே பெருமையாகும்.

ஓய்வு நேரம் கிடைக்கும் போதெல்லாம் புத்தகம் படிப்பதில் ஆர்வம் உள்ளவர். சூழ்நிலைக்கேற்ப தன்னை மேம்படுத்திக் கொள்பவர். ஒரு பெண் முன்னுக்கு வருவது என்பது எளிதானது அல்ல. வெளிநாட்டுப் பயணம். பலருடன் தொழில்நிமித்தமாக தொடர்பு கொள்ள வேண்டும். குடும்பத்தை கவனிக்க வேண்டும். இவையெல்லாம் அந்தரத்தில் கயிற்றில் (கத்தி மேல்) நடப்பது போன்றது. கணவரின் ஒத்துழைப்பு ஆதரவு அவசியம் தேவை. பல தருணங்களில் கணவன் குழந்தைகள் அருகில் இருக்க இயலாது. எவ்வளவு சாதித்தாலும் இதயத்தில் சொல்ல முடியாத வேதனை, வலிகளுடன்தான் பெண்கள் உள்ளனர். வேலைக்கு போகும் பெண்கள் வெளியில் சிரிக்கலாம். மனதில் ரணம் ஆறாமல் இருந்து கொண்டுதான் இருக்கும்.

தான் கற்ற கல்வியையும், பெற்ற அனுபவங்களையும் முறையாக பயன்படுத்திக் கொண்டார் இந்திரா நூயி. ஒரு பெண் வாழ்வில் உயர்வதற்கு ஆணைக் காட்டிலும் பன்மடங்கு உழைக்க வேண்டும் என்பது எழுதப்படாத விதி. தனது மகள்கள் தாரா மற்றும் பீரித்தா இருவரையும் நன்கு படிக்க வைத்துள்ளார். தன் கணவரை எங்கும் விட்டுக் கொடுத்ததில்லை. தன் தாயாரை நல்ல முறையில் அக்கறையுடன் பார்த்துக் கொள்கிறார். இதுதான் தமிழ்ப் பண்பாடு. இன்றுவரை குடும்பத்தை கட்டுக்கோப்பாக வைத்திருக்கிறார்.

2007-ல் ஒரு நாள் இரவு 9.30 மணி இருக்கும். இந்திரா நூயி வழக்கம் போல அலுவலகப் பணியில் மூழ்கி இருக்கிறார். அப்போது

நிறுவனத்தின் உயர் அதிகாரியிடம் இருந்து தொலைபேசி அழைப்பு வருகிறது. தாங்கள் பதவி உயர்வில் இந்நிறுவனத்தின் தலைமைச் செயல் அதிகாரியாக நியமிக்கப்பட்டு உள்ளீர்கள் என்பதே அந்த செய்தி. இந்திரா நூயி அடைந்த மகிழ்ச்சிக்கு அளவே இல்லை. நள்ளிரவு வரை அலுவலகப்பணியில் ஈடுபடுவது அவரது வழக்கம். அன்று இந்த இனிப்பான செய்தியை குடும்பத்தாருடன் சொல்லி மகிழ உடனே வீட்டுக்குப் புறப்பட்டார். வீட்டில் காரை நிறுத்தி விட்டு உள்ளே செல்லும் போது, அவரது அம்மா மாடியில் இருப்பதைப் பார்த்து விடுகிறார். உடனே, அம்மா, உங்களுக்கு ஒரு "குட் நியூஸ்" சொல்லப் போறேன் என்கிறார் இந்திரா நூயி ஆவலாக. அவரது அம்மாவோ, அதெல்லாம் இருக்கட்டும். ஒரு பாக்கெட் பால் வாங்கிட்டு வருகிறாயா? என்கிறார். கணவரின் கார் நிறுத்தப்பட்டு இருப்பதைப் பார்த்து விட்டு, ஏன் அவரை(கணவரை) வாங்கி வரச் சொல்லி இருக்கலாமே என்கிறார். மாப்பிள்ளை டயர்டா இருந்தார் அதுதான் சொல்லவில்லை என்கிறார் தாயார். சரி. சர்வென்ட்ஸ் இருந்திருப்பார்களே என்கிறார். அவர்களிடம் ஏனோ சொல்ல தவறி விட்டேன். இப்போது நீ வாங்கி வா என்கிறார். தன் தாயாரின் பேச்சை தட்டாமல் கடைக்கு போய் பால் வாங்கி வருகிறார். பாலை அடுப்பில் காய்ச்சுகிறார் தாயார். இப்போது சொல். என்ன விஷயமோ சொல்ல வந்தாயே என கேட்க, இந்திரா நூயி சொல்கிறார். உலகின் மிகப்பெரிய பெப்ஸிகோ நிறுவனத்தின் தலைமை செயல் அதிகாரியாக நியமிக்கப்பட்டு உள்ளேன். என்னைப் போய் கடைக்கு அனுப்பி பால் வாங்கி வரச் சொல்கிறாயே அம்மா என உரிமையுடன் கேட்கிறார் இந்திரா நூயி. அதற்கு அவர் தாயாரோ, நீ எவ்வளவு பெரிய உயரத்தை வேண்டுமானாலும் அடைந்து இருக்கலாம். அவையெல்லாம் வீட்டிற்கு வெளியேதான். வீட்டின் உள்ளே வந்து விட்டால், நீ என் மகள், உன் கணவருக்கு மனைவி, உன் பிள்ளைகளுக்கு தாய். இந்த இடத்தை யாராலும் நிரப்ப முடியாது. குடும்பம் எல்லாவற்றையும் விட பெரியது என்கிறார். திருமணம் முடித்து 35 ஆண்டுகளை வெற்றிகரமாக கடந்து உள்ளார்.

என் மகள்களின் பள்ளி நாட்களில் புதன்கிழமை அன்று பெற்றோர்களிடம் அமர்ந்து காபி அருந்தும் நிகழ்வு இருக்கும். காலை 9 மணி என்பது என் அலுவலக நேரமாகும். என்னால் பள்ளிக்கு செல்ல முடிந்ததில்லை. என் மகள்கள் தன் வகுப்பில் எல்லோர் பெற்றோரும்

வந்தார்கள் நீங்கள்தான் வர வில்லை என வருந்துவார்கள். இப்படி பல தவிர்க்க முடியாத நிகழ்வுகள் ஏராளம்.

ஒரு பெண் தொழிலில் நுழைந்து ஒரு பதவியை பெறும் போது திருமண வாழ்க்கை துவங்குகிறது. தொழிலில் பதவி உயர்வு பெற்று ஒரு கட்டத்திற்கு உயர்ந்து பொறுப்புகளும் வருவாயும் பெருகும் போது குழந்தைகள் பள்ளி இறுதிப்பருவத்தை அடைகிறார்கள். குழந்தைகள் பெரியவர்களாக வளரும் போது கணவர் முதியவராகிறார். இதுதான் வாழ்க்கை.

தனது முழுசக்தியையும் தனது நிறுவனமான பெப்சிகோவின் வளர்ச்சிக்காகவும், முன்னேற்றத்திற்க்காகவும் செலவிட்டார். தன் இரு மகள்களுக்கும் நல்ல எதிர்காலம் அமைய பாடுபட்டார். தன் தாயாரை நல்ல பாதுகாப்பாக வசதியுடன் பேணி காத்து வருகிறார். தன் கணவரை அன்புடன் அரவணைக்கிறார். குடும்ப வாழ்வு, தொழில் வாழ்வு என இரண்டிலும் அபார வெற்றி பெறுவது எல்லோருக்கும் சாத்தியமானதல்ல. ஏதோ ஒன்றை கோட்டை விட்டு விடுவார்கள்.

12 ஆண்டு கால கடின உழைப்பால் இவரது அரிய முயற்சியால் பெப்சிகோவின் உணவுப்பொருட்கள் விற்பனை அளவு 80 சதவீதம் உயர்ந்தது. உலக அளவில் பெப்ஸிகோவின் சாம்ராஜ்யத்தை விரிவாக்கினார். சத்தான பொருட்களை தயாரிப்பதில் கவனம் செலுத்தினார். எதிர்ப்புகள், போட்டிகள், இன்னல்கள், இடையூறுகளை கடந்து உலகளாவிய வாடிக்கையாளர்களின் பேராதரவை பெற்றார். இந்திரா நூயியை பொருத்தவரை இலக்கு ஒன்றை நிர்ணயித்து விட்டால் அதிலிருந்து பின்வாங்கும் பேச்சுக்கே இடமில்லை. தன்னையும் ஒரு வாடிக்கையாளராக நினைத்துக் கொண்டு செயல்படுவது இவரது வழக்கம்.

இந்திய அரசு இவரது பணியைப் பாராட்டி பத்ம பூஷன் விருதை வழங்கி கெளரவித்தது. 2017-ல் நாலரை லட்சம் கோடி வருவாயுடன் 263000 ஊழியர்களை கொண்டு ஆலமரமாய் வளர்ந்தது பெப்சிகோ நிறுவனம். துணை நிறுவனங்கள் நூறாகப் பெருகின. இந்திரா நூயிதான் இதற்க்கெல்லாம் ஆணிவேர்.

சிறு வயதில் ஒவ்வொரு இரவு உணவு உண்ணும்போதும் தன்னை இந்த நாட்டின் பிரதமராக, ஜனாதிபதியாகவும் நினைத்துக் கொள்வார்களாம். உணவு முடிந்ததும் அவர்களைப் போல பேசுவார்களாம். தாயார் அதற்கு மதிப்பெண் போடுவாராம். இது தன்னம்பிக்கை வளர்க்க உதவியது என்கிறார்.

இவ்வளவு பெரிய நிறுவனத்தை நிர்வகிக்கும் பொறுப்பு தனக்கு கிடைக்கும் என்பதை கனவுகூட கண்டது இல்லை என்கிறார். இவரது கணவர் தனியார் நிறுவனத்தில் முக்கிய பொறுப்பில் உள்ளார். இவரது நிறுவன உணவுப் பொருட்கள் சந்தையில் மூன்று வகைகளாக (Fun for you-Better for you-Good for you) அறிமுகப்படுத்தி பெரு வெற்றியை ஈட்டினார். நிறுவன வருவாய் 2.7 பில்லியன் டாலரிலிருந்து 6.5 பில்லியன் டாலராக உயர்ந்தது. சர்வதேச கிரிக்கெட் கவுன்சிலில் அங்கம் வகிக்கும் முதல் பெண் என்று பெருமை இவருக்கு மட்டுமே உரித்தானது.

2008-ல் அமெரிக்க-இந்திய வணிக கவுன்சில் (USIBC) தலைவராகத் தேர்ந்தெடுக்கப்பட்டார். குளோபல் சப்ளை செயின் லீடர்ஸ் குரூப் இந்திரா நூயியின் பெயரை சிறந்த தலைமை நிர்வாக அதிகாரி ஆக 2009-ல் குறிப்பிட்டு இருக்கிறது. வால் ஸ்ட்ரீட் ஜேர்னல் பத்திரிக்கையின் (2007 மற்றும் 2008 ஆம் ஆண்டின் வெளி வந்த) கவனிக்கத் தக்க 50 பெண்கள் பட்டியலில் இந்திரா நூயியின் பெயர் இடம் பெற்றது. டைம் பத்திரிக்கையில் வெளிவந்த உலகின் 100 மிகவும் தாக்கத்தை ஏற்படுத்திய நபர்கள் பட்டியலில் (2007-2008) இவரது பெயர் இடம் பெற்றது. பல சர்வ தேச பல்கலைக்கழகங்கள் கௌரவ டாக்டர் பட்டம் வழங்கி இவரை கௌரவித்து உள்ளன. அமெரிக்காவின் சிறந்த தலைவர்களில் ஒருவராக இவரை அங்கீகரித்து யு.எஸ் நில்சன் வேர்ல்டு அறிக்கை வெளியிட்டு உள்ளது. உலகின் சக்தி வாய்ந்த பெண்கள் பட்டியலில் 2008 முதல் 2017 வரை போர்ப்ஸ் இதழ் பத்திரிக்கையில் தொடர்ந்து இடம் பெற்றார்.

நம் ஒவ்வொருவரிடமும் அளவற்ற சக்தி இருக்கவே செய்கிறது. அதை ஆக்கபூர்வமற்ற வேலைகளில் விரயமாக்காமல் கவனத்தை அற்ப விஷயங்களில் திசை திருப்பாமல் நமது சக்தியை ஒன்று திரட்டி

முழுமையாக பயன்படுத்தினால் உலகின் உள்ள அனைத்து சர்வ தேச நிறுவனங்களின் தலைமைப் பொறுப்பையும் தமிழர்கள் கைப்பற்ற முடியும். தமிழினம் ஜொலிக்கும். தமிழகம் செழிக்கும். தமிழர்கள் நிமிர்ந்து நிற்பார்கள். இலவசத்திற்கு மனம் ஏங்காது.

10

தொழில் உலக தங்க மங்கை-வினிதா பாலி

பிரிட்டானியா நிறுவனத்தின் முன்னால் நிர்வாக இயக்குநராக திகழ்ந்தவர் வினிதா பாலி. டெல்லியில் இருக்கும் ஸ்ரீராம் கல்லூரியில் 1975-ல் பொருளாதாரம் படித்தவர். ஜாம்லால் பஜாஜ் நிர்வாகவியல் இன்ஸ்ட்டியூட்டில் MBA பயின்றவர். இளம் வயதில் IFS அதிகாரியாக வேண்டும் என்பதுதான் லட்சியமாக இருந்தது. அமெரிக்காவில் உள்ள மிக்ஷிகன் பல்கலைக் கழகத்தில் கல்வி உதவித் தொகை பெற்றுள்ளார். ஜ.நா சபை தலைமையகத்தில் சில காலம் பணியாற்றி உள்ளார். கல்லூரியில் படிக்கும் போதே வோல்டாஸ் நிறுவனத்தில் இவருக்கு முதன் முதலில் வேலை கிடைத்தது. 1977 முதல் 1980 வரை பணியாற்றினார். அங்கு ரஸ்னா குளிர்பானத்தை அறிமுகப்படுத்தியது இவர்தான். "I LOVE YOU RASNA" என்ற இவரது விளம்பர வாசகம் பட்டிதொட்டி எல்லாம் கொடி கட்டி பறந்தது.

பின்னர், கேட்பரி இந்திய நிறுவனத்தில் 14 வருடங்கள் பணியாற்றினார். அப்போது இந்நிறுவனத்தின் கிளையை இந்தியாவிலும் ஆப்பிரிக்காவிலும் விரிவுப்படுத்தினார். அதன் பிறகு கோக கோலா நிறுவனத்தில் சந்தை இயக்குநராக நியமிக்கப்பட்டார். அப்போது அமெரிக்காவிலிருந்து கோக கோலாவை உலகளாவிய அளவில் விரிவுபடுத்தினார். பின்னர், லத்தின் அமெரிக்காவின் கோக கோலா சந்தைக்கு துணைத்தலைவராக நியமிக்கப்பட்டார். அங்கு 9 ஆண்டுகள் பணியாற்றினார். 45-க்கும் மேற்பட்ட நாடுகளுக்கு சென்று வந்திருக்கிறார். 2005-ம் ஆண்டு இந்தியாவுக்கு வந்து பிரிட்டானியா நிறுவனத்தில் சேர்ந்தார். 2006-ல் அதன் நிர்வாக இயக்குநராக

உயர்ந்தார். இவரது தலைமையில் பிரிட்டானியாவின் ஆண்டு வருமானம் மூன்று மடங்காக உயர்ந்து 841 மில்லியன் டாலர்களை ஈட்டியது. மேலும், பிரமல் கிளாஸ், டைட்டன் உள்ளிட்ட நிறுவனங்களில் இயக்குநர் குழுவிலும் இருக்கிறார். 2011-ம் ஆண்டு ஆசியாவின் சக்தி வாய்ந்த பெண் பிஸினஸ் தலைவர்கள் என்ற பட்டியலை போர்ப்ஸ் பத்திரிக்கை வெளியிட்டது. இந்த பட்டியலில் வினிதா பாலி இடம் பெற்றிருக்கிறார். இவர் 11.11.1955-ல் பிறந்தவர். பெங்களூரைச் சேர்ந்தவர்.

2009-ம் ஆண்டு "சிறந்த வணிக பெண்மணி" என்ற விருதைப் பெற்றார். Economic Times Awards- விருதையும் பெற்றார். இந்திய பள்ளிக் குழந்தைகளின் ஊட்டச் சத்து பற்றாகுறையை போக்கும் வகையில் பிரிட்டானியா நிறுவனத்தில் நுண்ணுட்ட சத்துப் பிரிவை உருவாக்கினார். பிரிட்டானியா பிஸ்கட்களில் நுண்ணுட்ட சத்துக்களை அதிகரித்தார். 2011-ல் கார்ப்பரேட் சமூக அக்கறைமிக்கவர்களுக்கான விருது இவருக்கு வழங்கப்பட்டது. ஆசியாவிலேயே சக்தி வாய்ந்த 50 வணிகப் பெண்களில் ஒருவர். கெயின் (Glopal Allaince for Improved Nutrition) இயக்குநர் குழுவில் உள்ளார். உலகலாவிய அங்கீகாரத்தை வணிகத்துறையில் பெற்றவர். நெல்சன் மண்டேலா உள்ளிட்ட பல தலைவர்களை சந்தித்து உள்ளார்.

சத்து குறைபாடு, எடை குறைந்த குழந்தைகள், ஹிமோகுளோபின் பற்றாகுறையாய் உள்ளவர்களுக்காக நுண்ணுட்ட சத்துமிக்க பிஸ்கட்கள் இவரது முயற்சியால் நாள் ஒன்றுக்கு 12 மில்லியன் தயாரிக்கப்பட்டது. சுத்தம், சுகாதாரம், குழந்தைகள் உடல் ஆரோக்கிய மேம்பாட்டிற்கு பாடுபடும் ஐ.நா அமைப்பால் நியமிக்கப்பட்ட உலகளாவிய 27 தலைவர்களில் ஒருவராக பணியாற்றினார். இங்கிலாந்து மற்றும் சுவிட்சர்லாந்து நாடுகளில் உள்ள நிறுவனங்களில் இயக்குநர் குழுவில் உள்ளார். இந்தியாவிலும் டைட்டன் இந்து செய்தித்தாள் உள்ளிட்ட சில நிறுவனங்களின் இயக்குநர் குழுவில் உள்ளார். இது தவிர பெங்களூர் IIM நிறுவனத்திற்கு ஆலோசகராக உள்ளார். இவரது ஆண்டு வருமானம் 5.7 கோடியை தாண்டுகிறது. இவருடைய சகோதரர் விவேக் பாலி பிராக்டர் அண்ட் கேம்பிள் இந்திய கிளையில் நிர்வாக இயக்குநராக உள்ளார்.

பிரிட்டானியா நிறுவனத்தின் சந்தையை விரிவாக்குவது மிகப் பெறும் சவாலாக அமைந்தது. மேலும், பிரிட்டானியா நிறுவனத்தில் இயக்குநர் குழுவில் நிலவிய அலுவலக அரசியலும் இவருக்கு சவாலாக அமைந்தது. இவர் காலத்தில் எப்போதும் இல்லாத அளவுக்கு 25 சதவீத வளர்ச்சியை எட்டியது. தனது வேலையையே வாழ்வாக பார்ப்பதுதான் இவரது தாரக மந்திரம். பிரிட்டானியா நிறுவனத்தில் தலைமை குழுவையே மாற்றியமைத்தார்.

ஒரு நிறுவனத்தின் திட்டம், கொள்கை, அணுகுமுறையை விட பொருளின் தரம் நம்பகத்தன்மை, உண்மைத்தன்மை அதிகமாக இருந்தால், எளிதில் வணிகத்தில் வெற்றி பெற முடியும் என்கிறார்.

தலைமை எங்கும் உள்ளது. அது ஒரு இடமில்லை. நீங்கள் என்ன செய்கிறீர்கள் என்பதுதான் அது. மகாத்மா காந்தி ஒரு பெரிய தலைவர். ஆனால், அவர் எந்த பதவியும் வகிக்க வில்லை. அவருக்கு அலுவலகம் கிடையாது. தலைமை என்பது வெறும் பட்டமல்ல. செயல்பாடு. ஒவ்வொருவருமே ஒரு தலைவர்தான். ஒவ்வொருவருமே வெளியே சென்று ஒரு மாற்றத்தை உருவாக்க முடியும். உங்கள் கனவுகளை சிலர் பின்பற்றுவார்கள். புதிய தொழில் முனைவோர் புதிய நிறுவனங்களை நிறுவுவார்கள். அங்கெல்லாம் நீங்கள் நினைவு கூறப்படுகிறீர்கள். அதுதான் வாழ்வில் நீங்கள் சாதித்தது. உங்களைப் போல உயர வேண்டும் என்ற எண்ணம் உருவாகிறது. அது நம் வாழ்நாள் சாதனையாகும். இப்படி மற்றவர்களை நினைக்க வைத்தவர்கள் எல்லோரும் தலைவர்கள்தான். வெறும் அதிர்ஷ்டத்தால் மட்டுமே ஒருவர் வெற்றி பெறுவதில்லை. தான் எதை செய்கிறோமோ அதை நம்பிக்கையுடன் செய்கிறார்கள் வெற்றி பெறுகிறார்கள். கடின உழைப்பே வெற்றியின் சாவியாகும். தலைமைப்பண்பின் மற்றொரு அம்சம் என்னவெனில் தங்களது கனவை மற்றவர்களுடன் பகிர்ந்து திறம்பட தொடர்பு கொள்ளும் திறன் பெற்று இருப்பதாகும். ஒரு மாற்றத்தை உருவாக்க போதுமான மக்கள் உங்கள் பின்னால் திரள்வார்கள். ஆனால், அவர்களுக்கு தேவை போதிய சக்தி, சிறந்த ஒழுக்கம் மற்றும் திறமையான தொடர்பு கொள்ளும் திறன்களாகும். சிறந்த தலைமைக்கு பேச்சாற்றல் மிகவும் அவசியமாகும். தலைமை என்பதே செயல்திறன்தான். சிந்தனைமிக்க ஒப்பற்ற லட்சியம் கொள்கைகள் கொண்ட தலைவர்கள் உள்ளனர். ஆனால், அவர்களது

எண்ணங்கள் சிந்தனைகள் செயல்பாடாக உருவெடுக்காவிட்டால் எதுவும் நிகழப் போவதில்லை. மாற்றத்தை நிகழ்த்தும் திறனே தலைமையாகும். வளர்ச்சியை உருவாக்குகிறோம். சமுதாயத்தில் பண்பாட்டில் சிறந்த மாற்றத்தை உருவாக்குகிறோம். எதையெல்லாம் நீங்கள் செய்கிறிர்களோ அதெல்லாம் உங்கள் கொள்கை நம்பிக்கை திட்டம் ஆகும். தாங்கள் யார் என்பதை உணர்ந்தவர்களாகவும், மற்றவர்களை நம்புகிறவர்களாகவும் இருப்பவர்களே தலைவர்கள். அவர்களுக்கு எதிர்காலத்தை பற்றிய தெளிவான பார்வை உள்ளது. அதை அடைய முடியும் என நம்புகிறார்கள். செயல்பாட்டை கைவிடாமல் தூண்டுகிறார்கள்.

தலைவர்கள் தங்களை சுற்றி ஒரு குழுவை உற்சாகமான செயல்திறமிக்கவர்களிடம் தங்கள் கனவை பகிர்வதுடன் அந்த கனவை நிறைவேற்ற அதை நோக்கி பயணிக்கிறார்கள். இத்தகைய கனவுகள்தான் தன்னை 6 நாடுகளில் 5 கண்டங்களில் தங்கி பணி புரிய பயணிக்க வைத்தது என்கிறார். ஏறக்குறைய 45 நாடுகளில் வளமான அனுபவங்களையும், செழிப்பினையும் உலகின் பன்முகத்தன்மையையும் இவருக்கு பெற வைத்துள்ளது.

வினிதா பாலி கேட்பரி சாக்லேட் நிறுவனத்தில் பணியாற்றிய போது காற்று படும்படியான உறையில் சாக்லேட்டை அடைத்து விற்கும் முறையை முதன் முதலாக அறிமுகம் செய்தார். அது மிகப் பெரிய வெற்றியைத் தந்தது. 1990 முதல் 2005 வரை கடல் கடந்து சென்று பல சவாலான இந்தியாவை விட மாறுபட்ட திட்டப்பணிகளை ஏற்று சாதித்தார்.

இன்றைய நிலையில் நம் வாழ்வின் உயர் லட்சியங்களை அடைய பல சவால்களை சந்திக்க வேண்டியுள்ளது. இன்றைய உலகம், இன்றைய மக்கள் சமூக ஊடகங்கள், தொலைகாட்சி, நவீன தொழில் நுட்பங்கள் கொண்ட மென்பொருள்களை சர்வ சாதாரணமாக கையாள்வதை பார்க்கிறோம்.

மற்றொரு பக்கம் வருமான ஏற்றத்தாழ்வு, பசி, வறுமை, ஊட்டச்சத்து குறைபாடுடைய குழந்தைகள் போதிய கல்வியறிவின்மை, சுத்தம் சுகாதாரம் உள்ளிட்ட மனிதர்களின் அடிப்படை தேவைகள் இல்லாத நிலையும் உள்ளது. அந்த வகையில் வினிதா பாலி அவர்கள் முயற்சியால்

பிரிட்டானியா பிஸ்கட்ஸ்கள் நுண்ணுட்ட சத்துக்கள் மற்றும் இரும்பு சத்து மிக்கதாகவும் தயாரிக்கப்பட்டு 70 சதவீத பள்ளிச் செல்லும் குழந்தைகளுக்கு கொண்டு சென்றது இவரது சாதனையாகும்.

வினிதா பாலி அழுத்தமாக நம்புவது நல்ல சமூகத்தையும், நல்ல வணிகத்தையும் ஒரு போதும் பிரிக்க முடியாது என்பதுதான். இவருக்கு 63 வயதாகிறது. சர்வதேச அளவிலான 5 அமைப்புகளில், வேறுபட்ட 11 சர்வதேச தொழில் நிறுவனங்களில் இயக்குநர் குழுக்களில் முக்கிய இடம் வகிக்கிறார் வினிதா பாலி.

இங்கே சொல்ல வேண்டியது என்னவென்றால், ஆண்களே நிறைந்த சர்வதேச அமைப்புகளில் சர்வ தேச நிறுவனங்களில் உயர்நிலை குழுக்களில் அரிதாக இடம் பெறும் சில பெண்களில் வினிதா பாலியும் ஒருவர் என்பதுதான். உலக மக்கள்தொகையில் கணிசமாக மக்கள் ஊட்டச் சத்து குறைபாடு உடையவர்களாக உள்ளார்கள். பல கோடி மக்கள் உணவின்றி பசியுடன் இரவு படுக்கைக்கு செல்கிறார்கள். அதில் இந்தியாவைச் சேர்ந்தவர்களும் உண்டு.

இளம் பெண் தொழில் முனைவோர்களுக்கு வினிதா பாலி சொல்லும் அறிவுரை என்னவென்றால், உங்களை நம்புங்கள், உங்கள் கனவை நம்புங்கள். உங்கள் முடிவுகளுக்கு உங்கள் செயல்பாடுகளுக்கு பொறுப்பானவர்களாக இருங்கள் என்பதுதான். எங்கு இருந்தாலும் எல்லா இடங்களிலும் தனது பணியை தொடர்பவர். வினிதா பாலியின் பணி சந்தையில் இருக்கும் போது, எந்த நாட்டில், எந்த பகுதியில் எந்த மாவட்டத்தில் இருந்தாலும், காரில் அல்லது விமானத்தில் பயனித்துக் கொண்டு இருந்தாலும் இவரது பணி தொடர்கிறது. நிறுவனங்களுடன் தொலைபேசியில் உத்தரவு பிறப்பிப்பது, நிர்வாகிகளுக்கு அறிவுரைகளை மெயில் செய்வது என இவரது பணி எங்கும் தொடர்கிறது. அலுவலகத்தில் தனி அறையில்தான் என்றில்லை. எங்கு பணி செய்கிறோமோ அதுதான் எனக்கு அலுவலகம் என்கிறார். வினிதா பாலியின் பணி உலகலாவியது. வருடத்தில் 150 முதல் 180 நாட்கள் எப்போதும் பயணத்தில்தான் இருப்பார். இவரது அலுவலகம் நடமாடும் அலுவலகம் ஆகும். கூட்டங்களில் வினிதா பாலி மிகவும் கண்டிப்பானவர். தாமத வருகையை அனுமதிப்பதில்லை. சனி மற்றும் ஞாயிறு நாட்களை தான் விரும்புவதை செய்ய தனக்காக ஒதுக்கிக் கொள்கிறார்.

தம் வாழ்நாள் முழுவதும் பயணத்திலேயே இருந்துள்ளார். இதனால் களைப்பாக சோர்வாக ஒருபோதும் உணர்ந்ததில்லை. அதுபோல் விமானத்தில், ரயிலில் நட்சத்திர ஓட்டல்களில் என எங்கு உள்ளோரோ அங்கு இரவில் உறங்கி கொள்பவர். புது இடம் தூக்கம் வராது என்றில்லை. நீண்ட தூரம் விமானத்தில் பயணித்ததால் களைப்பு என உணர்ந்ததில்லை. விமானத்தை விட்டு இறங்கிய உடன் பணியை தொடங்கி விடுகிறார். இவரது கால அட்டவனைப்படி, எழுந்ததும் பிராணயாமம் செய்கிறார். ஜிம்மில் உடற்பயிற்சி தவறாமல் தினம் 30 நிமிடங்கள் காலை அல்லது மாலையில் செய்கிறார். நான் செய்வதை நான் விரும்புகிறேன். நான் வேலையை விரும்புகிறேன். மகிழ்வுடன் செய்கிறேன் என்கிறார்.

நடனம், இசை, திரைப்படம் பார்ப்பது உள்ளிட்டவை இவருக்கு பிடித்தமான பொழுதுபோக்கு ஆகும். வினிதா பாலி தலைமையிலான கூட்டம் 9 மணிக்கு என்றால் 9 மணிக்கு அனைவரும் அஜராகி விட வேண்டும். கதவுகள் மூடப்பட்டு விடும். தாமதமாக வந்தால் அனுமதியில்லை என சொல்லி விடுவார். தான் சொல்வதை தானும் தவறாமல் கடைபிடிப்பார். விடுப்பு அதிகம் எடுப்பதில்லை. இவரது தலைமையில் பிரிட்டானியா நிறுவனம் 25 சதவீதம் வளர்ச்சி அடைந்தது. சர்க்கரை நோயாளிகளுக்கு பிரத்யோகமாக பிஸ்கட்ஸ் தயாரிக்கப்பட்டது இவரது முயற்சியால்தான்.

சிறு வயதில் நிறைய சாதிக்க விரும்பி உள்ளார். பைலட் ஆக வேண்டும். அறுவை சிகிச்சை வல்லுநராக வேண்டும். பெரிய ராஜதந்திரியாக வேண்டும் என்றெல்லாம் நினைத்துள்ளார். முடிவில் இவர் தேர்தெடுத்தது வணிக உலகைத்தான். ஒவ்வொரு நொடியும் தான் மகிழ்வாக கழிப்பதாக கூறுகிறார்.

இவர் பணிபுரிந்த வோல்டாஸ் மிகப் பெரிய பொறியியல் நிறுவனம் ஆகும். கோகோ கோலா இவருக்கு பிடித்தமான நிறுவனம் ஆகும். நீண்ட காலத்திற்கு பிறகு உடல் நலம் குன்றிய தன் தாயாரை கவனித்துக் கொள்ள இந்தியா திரும்பினார். தான் ஒரு பெண் என்பதற்க்காக தன் பணிப்பொறுப்புகளில் என்றுமே பின்தங்கியதில்லை. ஆண்-பெண் என்று விவாதிப்பதை விட யார் திறமையானவர்கள் என விவாதிக்க வேண்டும் என்பார். மாதத்தில் 15 நாட்கள் பயணத்தில்தான் இருப்பார்.

உலகெங்கும் இருக்கும் தனது நிறுவனக் கிளைகளை தவறாமல் பார்வையிடுவார். ஓய்வு நேரங்களில் புத்தகங்கள், வாழ்க்கை வரலாறு படிப்பது இவருக்கு மிகவும் பிடிக்கும்.

68 ☼ சிங்கப் பெண்களின் அணிவகுப்பு

உலகெங்கும் இருக்கும் தனது நிறுவனக் கிளைகளை தவறாமல் பார்வையிடுவார். ஓய்வு நேரங்களில் புத்தகங்கள், வாழ்க்கை வரலாறு படிப்பது இவருக்கு மிகவும் பிடிக்கும்.

11
இளம் பெண்நிர்வாகி கோத்ரெஜ் நிஷா

ஆடு தேநீர் அருந்துவதில்லை. மாடு தற்கொலை செய்து கொள்வதில்லை. குரங்கு சிரிப்பதில்லை. பறவை பொறாமை கொள்வதில்லை. அவைகளை மிருகங்கள், பறவைகள், கால்நடைகள் என்கிறோம். மனிதனுக்கு மனம் என்று ஒன்று இருக்கிறது. அதனால், அவன் காலால் நடந்தாலும் அவனை கால்நடை என்று கூறுவதில்லை. கற்காலத்தில் காட்டுமிராண்டியாக திரிந்த மனிதன் தற்கால கணினி யுகத்தில் பல்வேறு பரிணாம வளர்ச்சியை அடைந்துள்ளான். இதில் ஜீனின் பங்களிப்பும் உள்ளது. நமது மூதாதயர்களின் பழக்கவழக்கங்கள் மரபணு ரீதியாக நமது சந்ததிகளை தொடர்கிறது. அந்த வகையில், தொழிலதிபர்களின் வாரிசுகள் பன்னாட்டு நிறுவனங்களை பல்வேறு போட்டிகளிலும் சமாளித்து வெற்றி பாதையில் இட்டுச் செல்லும் வல்லமையும், அர்ப்பணிப்பும் இயல்பிலேயே அவர்களுக்கு அமைந்து விடுகிறது. பலர் தங்களது நேரத்தை வீணடித்துக்கொண்டு இருக்கும் போது பயனுள்ளதாக செலவழிப்பவர்கள் இவர்கள். அந்த வரிசையில் நாம் பார்க்க இருப்பது கோத்ரெஜ் நிஷா.

1978-ல் பிறந்தவர் கோத்ரெஜ் நிஷா. கோத்ரெஜ் நிறுவனத்தின் முன்னனிதலைவர்களில் ஒருவர். பென்சில்வேனியா பல்கலைகழகத்தின் வார்ட்டன் பள்ளியில் இளங்கலை பட்டம் படித்தவர். ஹார்வார்டு பல்கலைகழகத்தில் தனது முதுகலை பட்டத்தை பயின்றவர். இவரது கணவர் பெயர் கல்பேஷ் மேத்தா. இவரது தந்தை ஆதி கோத்ரெஜ் மற்றும் இவரது தாயார் பரமேஷ்வர் கோத்ரெஜ் ஆவார். இவரது மூத்த சகோதரி தான்யா மற்றும் மூத்த சகோதரன் பிரோஜ்ஷா ஆகியோரும் கோத்ரெஜ் நிறுவனத்தில் முக்கிய பொறுப்பில் உள்ளனர்.

தனது குடும்ப நிறுவனத்தில் பல்வேறு நிலைகளில் பணியாற்றிய பின்னர்,2008-ல் முக்கியத் தலைமைப் பொறுப்பை ஏற்றார். தலைமைப் பொறுப்பேற்ற உடன் இவர் எடுத்த முதல் பணி கல்லூரியில் தனது வகுப்பில் பயின்ற "மார்க்" என்பவரை விவசாய பிரிவிற்கு முக்கிய பொறுப்பில் நியமித்ததுதான். இதுதான் பின்னர் கோத்ரெஜ் நிறுவனத்திற்கு முக்கிய நிர்வாக பொறுப்பிற்கு வெளிநாட்டினரை நியமிக்க வழிவகை செய்தது. நிர்வாக அமைப்பில் இவர் ஏற்படுத்திய மாற்றம் முந்தைய நிலையை விட மிகவும் லாபகரமாக மாறியது.

நிஷா தனக்கு பிரசவம் முடிந்து ஒரு மாதமே ஆனநிலையில் பணிக்குத் திரும்பினார். இவரது நிறுவனத்தில் ஆறு மாதகாலம் பிரசவ விடுப்பு மேலும், வீட்டில் இருந்தபடியே அலுவலகப்பணியை செய்யும் வசதிகள் உண்டு என்ற போதிலும் இவர் அவற்றை தவிர்த்து விட்டார். இவரது முதல் குழந்தையின் பெயர் சோரன். இவரது அர்ப்பணிப்பு கலந்த கடின உழைப்பு மற்றும் திறமையை அங்கீகரிக்கும் வகையில் தலைமைப் பொறுப்பு வழங்கப்பட்டது. பில்லியனரும், தொழிலதிபருமான இவரது தந்தை ஆதி கோத்ரெஜ் தனது இளைய மகள் நிஷாவின் நிர்வாகத் திறமையை கண்டு பெருமை கொண்டவர்.

சுமார் 9200 கோடி வருவாய் ஈட்டும் சர்வதேச நிறுவனமான கோத்ரெஜ் நிர்வாகத்தின் இளம் பெண் நிர்வாகி நிஷாதான். தனது குடும்ப நிறுவனத்தில் தாமதமாக சேர்ந்தாலும் அதனை லாபகரமானதாக கட்டமைப்பதில் முக்கிய பங்காற்றினார் நிஷா.

நிஷா வணிகத்துறையில் கூர்ந்த அறிவு படைத்தவராக பார்க்கப்படுகிறார். தனது நிறுவனத்தில் ஆர்வமிக்க, துடிப்பான இளைஞர்களுக்கு தலைமைப் பொறுப்பு கொடுத்து ஒரு மாற்றத்தை ஏற்படுத்தி இருக்கிறார். நுகர்வோர்களை ஈர்க்கும் முன்னனி நிறுவனங்களில் ஒன்றாக தங்களது கோத்ரெஜ் நிறுவனத்தை கடந்த பத்தாண்டுகளில் வடிவமைத்து உள்ளார். பாரம்பரியமிக்க நிறுவனம் என்றாலும் இவரது தலைமையில் உலக நாடுகளில் வலுவாக தடம் பதித்து ஆண்டிற்கு ரூ.9242 கோடி வருவாய் ஈட்டக் கூடியதாக மாற்றி இருக்கிறார். கோத்ரெஜ் நிறுவனத்தின் வெவ்வேறு பொறுப்புகளில் தனது முத்திரையை பதித்து உள்ளார். குறிப்பாக, நிர்வாகம், இலக்கு வகுத்தல், திட்டமிடல், மனித மூலதனம், புத்தாக்கத்தை புகுத்தல்

உள்ளிட்டவற்றில் இவரது அரிய பங்களிப்பு இவரை கோத்ரெஜ் நிறுவனத்தின் வெற்றிகரமான வாரிசாக அடையாளம் காட்டியது. அதீத செயல்திறன் வாய்ந்த அமைப்பாக தங்களது நிறுவனத்தை கட்டமைத்து உள்ளார். கோத்ரெஜ் நிறுவனம் சுமார் 121 வருட பழைமையும், பாரம்பரியமும் உடைய சிறப்பு மிக்கது. கோத்ரெஜ் நிறுவனம் அன்றாடம் நாம் பயன்படுத்தும் குளியல் சோப் முதல் கொசுவிரட்டி, தலைமுடிச்சாயம் வரை பல வண்ணமயமான பொருட்களை சந்தைப்படுத்துகிறது. புதுமைகளை, புத்தாக்கங்களை புகுத்துவதிலும், திறமைக்கு முன்னுரிமை கொடுப்பதில் சிறப்பு கவனம் செலுத்துகிறார். பத்து வருடங்களில் பத்து மடங்கு வளர்ச்சியையும், வருவாயையும் ஈட்ட வேண்டும் என்ற இலக்கை 2011-ல் வெளியிட்டனர். நிஷாவின் நுழைவும், ஈடுபாடும் கடந்த பத்தாண்டுகளில் கோத்ரெஜ் நிறுவனத்தில் பெரும் எழுச்சியை ஏற்படுத்தியுள்ளதை மறுக்க முடியாது.

நிஷா பெண் கல்வியில் ஆர்வம் மிக்கவர். கூர்ந்த நுண்ணறிவு மிக்கவர். ஆசியா, ஆப்பிரிக்கா மற்றும் லத்தீன் அமெரிக்கா ஆகிய கண்டங்களில் தங்களது தயாரிப்புகளை சிறப்பாக சந்தை படுத்தி வருகிறார். இவர்களது நிறுவனத்தில் பணிபுரியும் பணியாளர்களின் சராசரி வயது தற்போது 40-திலிருந்து 35-ஆக மாறி உள்ளது. மூத்த நிர்வாகிகளின் சராசரி வயது 49-50லிருந்து 45-ஆக உள்ளது. வணிகத்தின் தரத்தை மேலும் உயர்த்த திட்டமிட்டு உள்ளார். சமீப காலத்தில் இவர்கள் புதிதாக அறிமுகப்படுத்தி உள்ள 1 ரூபாய் கொசு விரட்டி அட்டை நல்ல வரவேற்பை பெற்று உள்ளது. வலுவான குழு அமைக்கப்பட்டு இலக்கை அடையவும், மேலும் உயர்வடையவும் கடும் பணியாற்றி வருகிறார்கள். அதன் விளைவாக இவர்களது சந்தை மூலதனம் 20 மடங்கு உயர்ந்து உள்ளது.

மகப்பேறு விடுப்பு ஆறு மாத காலம் உள்ளது என்றாலும், நிஷா தனக்கு குழந்தை பிறந்து ஒரே மாதத்தில் பணிக்கு குழந்தையுடன் திரும்பினார். கூட்டங்களில் பங்கேற்றார். அலுவலகத்திலேயே தனது குழந்தையை பராமரிக்க வழிவகை செய்தார். நான் அதிர்ஷ்டசாலி என்கிறார். என் குழந்தைக்கு தேவையான வசதிகளை எனது அலுவலகத்தில் ஏற்படுத்திக் கொள்ள என்னால் எளிதாக முடிந்தது. பணிகளுக்கு இடையே குழந்தையை பராமரித்ததை தாய்மையுடன் பகிர்ந்து கொள்கிறார். நிறுவனங்கள் பெண்களுக்கு இத்தகைய

கட்டமைப்பை ஏற்படுத்தித் தர வேண்டும் என்கிறார். "பயமற்றவன்" என்ற பொருளுடைய சோரன் என்ற பெயரை எனது நெருங்கிய தோழி தனக்கு அறிமுகப்படுத்த எனக்கு மிகவும் பிடித்துவிடவே அதை தனது மகனுக்கு சூட்டியதாக சொல்கிறார். தொழிலுக்காக தன்னையே முழு ஈடுபாட்டோடு அற்புதமாக அர்ப்பணித்துக் கொண்டவர். ஆண்டு திட்டங்களோடு கூடிய அலுவலகக் கூட்டங்களில் தவறாமல் பங்கேற்பது இவரது வழக்கம். பெண் பணியாளர்களுக்கு தேவையான வசதிகளை தனது நிறுவனத்தில் ஏற்படுத்திக் கொடுத்துள்ளார்.

விண்வெளி, விவசாயம், வீட்டு உபயோக சாதனங்கள், ஒளி-ஒலி கருவிகள், ரசாயனங்கள், மின் மற்றும் மிண்ணனு பொருட்கள், மரச்சாமான்கள், கட்டிடங்கள், பூட்டுகள், மோட்டார்கள், மற்றும் பாதுகாப்பு சாதனங்கள் என கோத்ரெஜ் தடம் பதித்த துறைகளில் எல்லாம் தரமான பொருட்களை சந்தைப்படுத்தி உள்ளனர். இவர்களிடம் தரத்திற்கு சமரசமே இல்லை. தங்களது மொத்த வருவாயில் பாதியை சர்வதேச வணிகத்திலிருந்து பெறுகின்றனர் கடந்த பத்தாண்டுகளுக்கு முன்னர் வரை 221 மில்லியன் டாலர் அளவில் இருந்த சந்தை முதலீடு தற்போது 1.5 பில்லியன் டாலராக உயர்ந்து உள்ளது. ஆப்பிரிக்க பெண்களின் தலைமுடி பராமரிப்பிற்க்காக இவர்களது பொருட்களின் விற்பனை பல மில்லியன் டாலராக உயர்ந்து உள்ளது. நிஷா ஆசிய அளவில் இளம் வணிக நட்சத்திரமாக உயர்ந்து உள்ளார். தனது பெயரோடு தனது தந்தையின் பெயரான கோத்ரெஜ் என்ற பெயரோடு சேர்த்து தான் அழைக்கப்படுவதை பெரிதும் விரும்புகிறார்.

தினமும் நிஷா காலை 8.30 மணியளவில் அலுவலகத்திற்கு வந்து விடுவார். அலுவலகத்திற்கு முதல் நபராக வந்து அன்றாடம் அனுப்ப வேண்டிய இ-மெயில், மொபைலில் பணியாளர்களுடன்தொடர்பு கொள்வது, அன்றைய தலையாய பணிகளை பட்டியலிட்டு செயல்படுத்துவது என பம்பரமாக சுழல்கிறார். சர்வதேச அளவில் மிகவும் சக்தி வாய்ந்த பெண்மணிகளில் ஒருவராக அறியப்படுகிறார். கோத்ரெஜ் நிறுவனம் முதன்முதலாக 1897-ல் நிறுவப்பட்டது.

பல்வேறு சவால்களை லாவகமாக கையாள்கிறார். ஆப்பிரிக்காவில் மிகப்பெரிய சந்தை போட்டிகளை சந்திக்க வேண்டியுள்ளது. தமதுபணியை சரிவர செய்யத் தவறினால் நிஷா தனது நிறுவன பங்குதாரர்களுக்கு,

முதலீட்டாளர்களுக்கு தம் நிறுவனத்தில் பணிபுரியும் ஆயிரக்கணக்கான பணியாளர்களுக்கு பதில் சொல்ல வேண்டியுள்ளது. சந்தையில் நிலவும் போட்டிகளை சந்திக்க மிகப்பெரிய பட்ஜெட் தேவையாய் உள்ளது. மதம் கூட மாறிவிடுவார்கள். ஒரு நுகர்வோர் தான் காலகாலமாய் பயன்படுத்தி வரும் பிராண்டை அவ்வளவு சுலபத்தில் மாற்றி விட மாட்டார்கள். உதாரணத்திற்கு கோத்ரெஜ் நிறுவனம் சந்தையில் புதிதாக பற்பசை ஒன்றை அறிமுகப்படுத்தினால், அங்கு ஏற்கனவே, பெப்சோடன்ட், கோல்கேட், குளோஸ்-அப், ஆயூஸ், பிராமிஸ், டாபர், வீக்கோ வஜ்ரதந்தி, உள்ளிட்ட போட்டியாளர்களை சந்திக்க நேரிடும். காலங்காலமாய் வேறு பிராண்டு பயன்படுத்தி வரும் நுகர்வோரை கவர அவற்றை விட சிறப்பம்சங்களை புகுத்த வேண்டும். இருக்கும் நுகர்வோர்களை தக்க வைக்க வேண்டும். கரணம் தப்பினால் மரணம்.

இவரது முழுப்பெயர் நிஷாபா. நிஷா என்றே அனைவராலும் அன்புடன் அழைக்கப்படுகிறார். சரியான நேரத்தில் சரியான தேர்வாக நிஷா கருதப்படுகிறார். இவரால் குறிப்பிடத்தக்க வளர்ச்சியை நிறுவனம் அடைந்து உள்ளது.

இவர் தலைமையேற்க நான்கு காரணங்கள்:

நிஷா தலைமைப் பொறுப்பை சுமக்க நான்கு முக்கிய காரணங்கள் சொல்லப்படுகிறது. மிகுந்த போட்டி நிறைந்த வணிக உலகில் தங்களை தக்க வைத்துக் கொள்வதே போராட்டமாக உள்ள நிலையில் மேன்மேலும், முன்னேற்ற பாதையில் கொண்டு செல்லத்தக்க இலக்குகளை உடையவர். "பத்து ஆண்டுகளில் பத்து மடங்கு வளர்ச்சி"- என்பதே இவர்களது தாரக மந்திரம். இது போன்ற கடினமான இலக்குகளை அடைய நிஷா போன்ற திறமை வாய்ந்தவரின் வழிகாட்டுதல் அவசியம் என்பதை நிறுவனம் உணர்ந்தது. கோத்ரெஜ் நிறுவனத்தில் ஆக்கப்பூர்வமான மாற்றங்களை புகுத்துவதில் நிகரற்ற பெண்மணியாக திகழ்கிறார். பழமையான, காலாவதியான குழுமத்தை நவீன காலத்திற்கேற்றவாறு வண்ணமயமாக்கினார். சிறு மாற்றங்களுடன் புதிய (லோகோ) சின்னம் அறிமுகப்படுத்தப்பட்டது. சம காலத்திற்கு ஏற்புடையதாக மாற்றப்பட்டது. இளம் நிர்வாகிகளிடம் பொறுப்புகள் வழங்கப்பட்டது.

செயல்திறன்மிக்கவர்கள் ஊக்குவிக்கப்பட்டனர். செயல்திறன் மிக்கவர்களுக்கே கோத்ரெஜ் நிறுவனத்தில் இடம் உண்டு என்பது தெளிவாக்கப்பட்டது. நன்றாக செயல்படுபவர்களுக்கு உரிய வெகுமதிகளும், உயர்பதவிகளும், ஊதிய விகிதமும் உயர்த்தப்பட்டது. நஷ்டமடைந்த நிலையில் இருந்த வேளாண்மை சார்ந்த துறையில் சுமார் 18 மாதங்கள் தீவிர கவனம் செலுத்தி லாபகரமானதாக மாற்றினார் நிஷா. எல்லாதுறைகளும் லாபகரமாக செயல்படுவதை உறுதி செய்கிறார். தொடர்ந்து கண்காணிக்கிறார்.

கோத்ரெஜ் நிறுவனத்தின் பித்தளை பூட்டு, பாதுகாப்பு பெட்டகம், கொசு விரட்டி, பிரிட்ஜ், மைக்ரோ ஓவன், மூலிகை தலைமுடி எண்ணெய், டீத்தூள், சிந்தால் சோப், டெட்டால் மற்றும் பணம் எண்ணும் இயந்திரங்கள் ஆகியன தரத்திற்கு பெயர் பெற்றவை. வாடிக்கையாளர்களால் பெரிதும் விரும்பப்படுபவை. அமெரிக்கா, ஆப்பிரிக்கா, இங்கிலாந்து, இந்தோனேசியா உள்ளிட்ட பல்வேறு நாடுகளுக்கு இவர்களது தயாரிப்புகள் ஏற்றுமதியாகிறது.

எங்களது நிறுவனத்தின் மீதான மதிப்பீடுகளை தக்க வைத்துக் கொள்கிறோம். அதே நேரத்தில் சமகாலத்திற்கு ஏற்ப எங்களை வடிவமைத்துக் கொள்கிறோம் என்கிறார். நடைபயிற்சி செல்வது தனக்கு பிடித்தமான ஒன்று என்கிறார். குடும்பத்தினரோடு குதிரைச்சவாரி செல்ல பிடிக்கும் என்கிறார். வெளிநாடுகளுக்கு செல்வது விருப்பமானது என்கிறார். மலையேறும் பயிற்சியில் தனது முப்பதாவது வயதில் ஈடுபட்டதாக கூறுகிறார். எல்லோரும் சமமாக படைக்கப்பட்டவர்கள். எல்லோருக்கும் சம வாய்ப்பு அளிக்கப்பட வேண்டும். நுகர்வோர்களின் கருத்துக்களை உள்வாங்கி கொள்கிறார்கள்.

கோத்ரெஜ் நிறுவனம் இப்படித்தான். உங்களுக்கு வசதியானதாக இல்லையென உணர்ந்தால் உங்களுக்கானதல்ல. அவ்வளவுதான்.

"உனது வாழ்க்கையை சரியான செயலை செய்வதற்க்காக செலவளி" என்பதே தனது தந்தை தனக்கு சொல்லித் தந்த பாடம் என்கிறார் நிஷா. என்னைவிட திறமையானவர்களை, புத்திசாலிகளை, தேர்வு செய்து அவர்களை என்னுடன் பணியாற்ற ஈர்ப்பதும், கடின உழைப்பும்தான் தனது வெற்றிக்கு காரணம் என்கிறார் நிஷா. நான்

திறமைசாலியாக இருக்கலாம். என்னைவிடவும் திறமையானவர்களும் என் குழுவில் இருப்பார்கள். அவர்களை இணைத்து ஒன்றுபடுத்தி செயலாற்றும்போது வேலை நன்றாக நடைபெறுகிறது. இளம் வயதில் மிகப்பெரிய நிறுவனத்தை வழிநடத்தும் நிஷாவை வாழ்த்துவோம்.

12

கணினி உலகில் கொடி கட்டி பறக்கும் நீலம் தவான்

அரசு அலுவலகங்களில், தனியார் நிறுவனங்களில் பயன்படுத்தப்படும் கணினி, லேப்டாப், பிரிண்டர் மற்றும் பென்-டிரைவ் போன்றவற்றில் "எச்.பி" (hp) என்ற எழுத்து பொறிக்கப்பட்டுள்ளதை பார்த்து இருப்பீர்கள். அதுதான் "ஹியூலெட் பக்கார்ட்" என்ற பிரமாண்டமான சர்வதேச நிறுவனமாகும். அதன் தற்போதய பெண் நிர்வாக இயக்குநர்தான் நீலம் தவான் என்கிற இந்திய வெற்றிப் பெண்மணி.

நீலம் தவான் இந்தியாவின் தலைநகரான டெல்லியில் உள்ள செயின்ட் ஸ்டிபன் கல்லூரியில் பொருளாதாரத்தில் (ஹானர்ஸ்) இளங்கலைப் பட்டம் பெற்றவர். மேலும், டெல்லி பல்கலைக் கழகத்தில் நிர்வாக இயலில் (எம்.பி.ஏ.,) முதுகலைப்பட்டம் பெற்றவர்.

படிப்பு முடிந்து இந்துஸ்தான் லீவர், ஏசியன் பெயிண்ட்ஸ் போன்ற நிறுவனங்களில் சேர்ந்து பணியாற்ற விரும்பிய போது, நீலம் தவான் நிராகரிக்கப்பட்டதுடன், நீங்கள் ஒரு பெண், சந்தை தொடர்பான பணிகளுக்கு பொருத்தமானவர் அல்ல என்றனர். விற்பனைப்பிரிவு மற்றும் சந்தைப்படுத்துதலுக்கு பெண்களை நியமிக்க பெரிய நிறுவனங்கள் விரும்பவில்லை. அவருடைய முதல் முயற்சி தோல்வியடைந்தாலும் நீலம் தவான் சோர்ந்து போய்விட வில்லை. அதைவிட நவீன தொழில்நுட்பங்கள் கொண்ட கணினி துறையில் தடம் பதித்து வெற்றி கொடி நாட்டினார். துவக்க காலத்தில் வங்கியில் பணியாற்ற அவருக்கு வந்த வாய்ப்பை ஏற்றுக்கொள்ளவில்லை என்பது குறிப்படத்தக்கது.

ஹெச் சி எல் (HCL) நிறுவனத்தில் இணைந்து தனது வாழ்க்கைப் பயணத்தைத் துவங்கினார். 14 வருடங்கள் தொடர்ந்து பணியாற்றினார். விற்பனை மற்றும் சந்தைத் துறையில் பல நுணுக்கங்களை கற்றுக் கொண்டார். இவருடைய தலைமையின் கிழ் இந்நிறுவனம் வாடிக்கையாளர்களின் கவனத்தை ஈர்த்ததோடு நிதி நிலையை கணிசமாக பெருக்கியது. படிப்படியாக நல்ல வளர்ச்சியை அடைந்தது. பின்னர் ஐ.பி.எம் நிறுவனத்தில் 4 வருடங்கள் முக்கிய பொறுப்பில் இருந்தார். பின்னர் மைக்ரோ சாப்ட் நிறுவனத்தில் நிர்வாக இயக்குநராக 2005-முதல் 2008 வரை இருந்தார். பின்னர் எச்.பி நிறுவனத்தில் தலைமைப் பொறுப்பை ஏற்றார். இவரது கணவர் அதுல் தவான் வணிக நிறுவனம் ஒன்றில் பங்குதாரராக உள்ளார். நீலம் தவான் இரண்டு இளம் பெண்களுக்கு தாயார் ஆவார்.

1986ல் வணிகத் துறையில் தொடங்கிய இவரது பயணம் கடந்த 30 ஆண்டுகளில் பல்வேறு நிகழ்வுகளையும் பெரும் சாதனைகளையும் உள்ளடக்கியது ஆகும். முதல் முதலாக மலிவு விலையில் ஹெச் சி எல் (HCL) கணினியை அறிமுகப்படுத்தினார். தவான்தான் முதன் முதலாக சுமார் நாற்பதாயிரம் விலையில் ஹெச் சி எல் கணினியை விளம்பரங்கள் கொடுத்து சந்தையில் அறிமுகப்படுத்தினார். அப்போது அது மிகப்பெரிய தொகையாகும். அன்றைய காலகட்டத்தில் தனது சொந்த உபயோகத்திற்க்காக மாருதி காரை சுமார் 76000 ரூபாய் விலையில் வாங்கினார்.

சிறந்த தொழில் முனைவோர் மற்றும் சிறந்த பெண் நிர்வாகி போன்ற விருதுகளை பெற்றுள்ளார். பல சர்வதேச நிறுவனங்களில் நிர்வாக குழுவில் உறுப்பினராக உள்ளார். 2018-ல் இருந்து ஐ.சி.ஐ.சி.ஐ வங்கியில் கூடுதல் இயக்குநராக பொறுப்பு வகித்து வருகிறார். 2009-ம் ஆண்டில் பார்ச்சூன் பத்திரிக்கை தயாரித்த உலகளவில் மிகவும் சக்தி வாய்ந்த ஐம்பது பெண்களின் பட்டியலில் நீலம் தவான் 37வது இடம் பெற்று தொடர்ந்து தக்க வைத்து வருகிறார்.

2008-ம் ஆண்டு முதல் எச்.பி நிறுவனத்தில் தலைமைப் பொறுப்பை ஏற்று வழிநடத்தி வருகிறார். பல வருடங்களாக சர்வதேச அளவில் பத்திரிக்கைத் துறையில் முன்னணி வகிக்கும் பல புகழ் பெற்ற சர்வதேச பத்திரிக்கைகள் நீலம் தவான் அவர்களை வணிக உலகில்

மிகவும் சக்தி வாய்ந்த பெண்மணியாக அங்கீகரித்து கௌரவித்து உள்ளன. இந்திய கணினி சந்தை உலகில் சந்தேகத்திற்கிடமின்றி முன்னனி தலைவர்களில் ஒருவராக ஜொலிக்கிறார். நாடு தழுவிய அளவில் வருவாய் மற்றும் இலாபம் ஈட்டுவது தொடர்பான முக்கிய பொறுப்புகளை வகிக்கிறார். பல முன்னனி ஐ.டி நிறுவனங்களில் வெற்றிகரமாக தலைமைப் பொறுப்பை வகித்துள்ளார். ஹெச்.பி நிறுவனத்தில் கணினி விற்பனை மற்றும் சாப்ட்வேர் தொடர்பான வர்த்தகத்தில் இவரது வழிகாட்டுதலில் 8 பில்லியன் டாலர் அளவுக்கு உச்சத்தை தொட்டு உள்ளது குறிப்பிடத்தக்கது.

நீலம் தவான் வலிமையான இந்திய பெண் தொழிலதிபராக வலம் வருகிறார். கடந்த 22 வருடங்களாக ஐ.டி துறையில் வாடிக்கையாளர்கள் மற்றும் பங்குதாரர்கள் இடையே சிறப்பான நல்லுறவை பேணி வருகிறார். குர்கானில் நிரந்தரமாக வசிக்கிறார். இந்தியாவில் டாட்டா, இன்போசிஸ் மற்றும் விப்ரோ ஆகிய ஐ.டி நிறுவனங்களுக்கு அடுத்தபடியாக நான்காவது பெரிய நிறுவனமாக ஹெ.பி உள்ளது. இந்நிறுவனத்தின் வெற்றிக்கு காரணம் புதுமைகளை புகுத்தியதே ஆகும். இவர்களது பிரிண்டரில் ஜெராக்ஸ் எடுக்கலாம். ஸ்கேன் பன்னலாம். மேலும், பல்வேறு வசதிகளை உள்ளடக்கியதாக வடிவமைத்து போட்டி நிறைந்த உலகில் வாடிக்கையாளர்களின் மனதை வெகுவாக கவர்ந்துள்ளனர்.

நீலம் தவான் தனது வீட்டில் சிறுமியாக இருந்த போது ஆண்-பெண் பேதமின்றி வளர்க்கப்பட்டவர். இவரது மாமியார் இவருக்கு முதல் பிரசவம் முடிந்து பெண் குழந்தை பிறந்த பின்னர் தனது வேலையை விட்டு விலகி நீலம் தவானுக்கு உதவியாக குழந்தையை பராமரித்தார். இவரது கணவரும் மிகுந்த ஒத்துழைப்பை நல்கி வருகிறார். தனது வெற்றிக்கு இவர்களது பங்களிப்பும் முக்கிய காரணம் என்கிறார்.

ஐ.டி துறையில் பெண்களுக்கு முன்னுதாரனமாக உள்ளார். சிறந்த தாயாக, நல்ல மனைவியாக, ஒப்பற்ற தொழில் நிர்வாகியாக திகழ்கிறார். நீலம் தவானின் காதுகளில், கழுத்தில் மற்றும் கை விரல்களில் வைரத்தோடு, வைர நெக்லஸ் மற்றும் வைர மோதிரம் மின்னுகிறது. என்னிடம் உள்ளவைகளை நான் அணிகிறேன். மற்றவர்களை போல நான் வைர நகைகளை வாங்கி உபயோகிக்காமல் லாக்கரில் வைத்து கொள்ளும் பழக்கம் கிடையாது என சிரித்தவாறே சொல்கிறார்.

இந்தியாவில் ஐ.டி துறையில் வணிகம் முன்பு சுமார் நூறு மில்லியன் அளவில்தான் இருந்தது தற்போது 110 பில்லியன் அளவைத் தாண்டி அசூர வளர்ச்சியை பெற்று உள்ளது என தெரிவிக்கிறார்.

நீலம் தவானின் பெருமைமிகு பல சாதனைகளில் முக்கியமான ஒன்று இந்திய தபால் துறையில் 28000 தபால் நிலையங்களை கணினிமயமாக்கிய ஒப்பந்தம் ஆகும். மத்திய மாநில அரசுகளில் பயன்படுத்தப்படும் கணினி, மடிக்கணினி பிரிண்டர் மற்றும் பென்-டிரைவ் ஆகியவைகளில் இவர்களது சின்னமான எச்.பி (hp) பொறிக்கப்பட்ட சாதனங்கள் இருப்பதை காணலாம். ஒரு வலுவான நல்லுறவை தனது வாடிக்கையாளர்களிடம் பங்குதாரர்களிடம் கட்டமைத்துள்ளார். இன்று கணவன்-மனைவி உறவு சீராக இருப்பதே பெரிய சாதனையாக உள்ளது.

தனக்கு அலுவலகப்பணி எவ்வளவு முக்கியமோ அதே அளவுக்கு குடும்பமும் முக்கியம் என்கிறார். அமெரிக்காவில் ஹெச்.சி.எல் நிறுவனத்தை அமைத்துக் கொண்டிருந்த போதுதான் இவருக்கு முதல் பெண் குழந்தை பிறந்தது. பத்து நாட்கள் மட்டும் விடுப்பு எடுத்துக் கொண்டு பணியைத் தொடர்ந்தார். சில நேரங்களில் வீட்டில் இருந்து கொண்டே பணியைத் தொடர்ந்தார். அவ்வப்போது தனது பணியிடத்திற்கு தனது குழந்தையையும் தூக்கிச் சென்றார். குழந்தையை பராமரித்துக் கொண்டே பணியைத் தொடர்ந்த நாட்களை நெகிழ்ச்சியுடன் நினைவு கூர்கிறார். விரைவில் மீண்டும் தாய்மை அடைந்து இரண்டாவது பெண் குழந்தையை பெற்றேடுத்தார். உடன் பணிபுரிபவர்கள் என்ன இவர் அடிக்கடி தாய்மை அடைகிறார் பணிப்பொறுப்புகளை எவ்வாறு கவனிப்பது என வெளிப்படையாக பேசிய கடினமாக நாட்களை தான் கடந்ததாக சொல்கிறார். குடும்பம், பணி இரண்டும் சமமானது. என்னால் இரண்டிற்கும் சமமாக நேரத்தை ஒதுக்க முடியும் என்று கூறி சமாளித்தார்.

தற்போது மிகப்பெரிய அளவிலான திட்டங்களை செயல்படுத்துவதில் கவனம் செலுத்துகிறார். விடியோ பாடப் புத்தகங்களை மாணவர்களுக்காக உருவாக்கி வருவதாகவும் புதிய தொழில் நுட்பத்தில் உருவாக்கிய விடியோ புத்தகங்களை ஐந்து லட்சம் மாணவர்கள் பயன்படுத்தி வருவதாக தெரிவிக்கிறார்

ஆணாதிக்கம் மிகுந்த துறையில் ஒரு பெண் தலைமைப் பொறுப்பிற்கு வருவது என்பது அதிசயம் அற்புதமான விஷயம். கடுமையான போட்டி நிறைந்த துறையில் பயங்கர சவால்களை எதிர்கொண்டுதான் இந்த உயரத்தை அடைந்துள்ளார். இடர்பாடுகள் நிறைந்த கார்ப்பரேட் உலகில் ஒரு பெண் நீடித்து நிற்பது இயலாதது என்று எண்ணும் இளம் பெண்களுக்கு நம்பிக்கை நட்சத்திரமாக நீலம் தவான் உள்ளார்.

இந்தியாவில் ஹெச்.பி (hp) நிறுவனத்தின் தயாரிப்பான மடிக்கணினி, பிரிண்டர் மற்றும் பென்-டிரைவ் போன்றவை விற்பனை செய்யபப்படாத நகரங்களே இல்லை எனலாம்.

உலகளாவிய டெலிகாம் துறையிலும் மிகப் பெரிய அளவில் வருவாய் ஈட்டக்கூடிய வாய்ப்புகள் உள்ள ஒப்பந்தங்களை பெறுவதிலும், அதை தக்க வைத்துக் கொள்வதிலும் இந்நிறுவனம் முனைந்து வருகிறது. மேலும், அரசிடம் இருந்து உரிய காலத்தில் தங்களுக்கு சேர வேண்டிய நிதியைப் பெறுவதில் சிக்கல் நிலவுவதை பகிர்ந்து கொள்கிறார்.

ஒரு பில்லியன் டாலர் அளவிலான கணினி மற்றும் மொபைல் சாதனங்கள் தொடர்பாக அவுட்சோர்சிங் ஒப்பந்தங்கள் பெறுவதும் அதை தக்கவைத்துக் கொள்வதும் எளிதானதல்ல. இந்தியாவில் 4ஜி-தொழில்நுட்பம் இவர்களுக்கு மிகப் பெரிய அனுகூலமாக உள்ளது. தொழில்நுட்பங்கள் மாறும் வேகத்திற்கு ஈடுகொடுத்தால்தான் இந்த துறையில் நிலைத்து நிற்க முடியும். ஆறு மாதங்களில் சந்தையில் விற்கப்படும் செல்போன் பழைய மாடலாகி விடுகிறது. ஐ.டி துறையில் வருடத்திற்கு 1 அல்லது 2 சதவீதம் அளவிற்கு முதலீட்டை அதிகரிப்பதே பெரிய சிக்கலான விஷயம் என்கிறார் நீலம் தவான்.

அடிப்படையிலேயே வித்தியாசமான அணுகுமுறைகளால்தான் மற்றவர்களை காட்டிலும் வாடிக்கையாளர்களை கவர முடிகிறது என்கிறார்.

தங்கள் தயாரிப்புகளில் தொடர்ந்து புத்தாக்கங்களை புகுத்துவது போலவே போட்டி நிறுவனங்களும் செய்தாலும், தங்களுடைய பொருட்களை வாடிக்கையாளர்கள் கேட்டு வாங்குவது தங்களது வெற்றிக்கு காரணமாக கருதுகிறார். குறுகிய காலத்தில் மிகப்பெரிய அளவிலான தொழில் நுட்ப மாற்றங்களை எதிர்கொள்ள வேண்டியுள்ள

துறை. அந்நிய செலாவணி மதிப்பு விகிதத்தில் ஏற்படும் மாற்றம் ஏற்ற-இறக்கம், ரூபாய் மதிப்பு மாறுதல் போன்றவை மிகப்பெரிய அளவிலான தாக்கத்தை இறக்குமதி செய்யப்படும் பொருட்களில் ஏற்படுத்தி விடும் அபாயம் உள்ளது. ஜி.டி.பி வளர்ச்சி குறைவாக இருந்தாலோ, அரசியல் தலைவர்களால் காலதாமதமாக எடுக்கப்படும் முடிவுகள் தரப்படும் ஒப்பந்தங்கள் எல்லாமே மிகப் பெரிய பாதிப்பை ஏற்படுத்தி விடும் என்கிறார். வாடிக்கையாளர்களின் அங்கீகாரத்தை தக்க வைத்துக் கொள்ள வேண்டும். வேறு பிராண்டிற்கு தாவி விடாமல் பார்த்துக் கொள்ள வேண்டும் புதிய வசதிகளை குறிப்பாக 8 மணி நேரம் நீடிக்கக் கூடிய வசதி கொண்ட பேட்டரி, இசை கேட்பது உள்ளிட்ட பல வசதிகளை தரும் போது விலை விகிதத்தில் மாற்றம் ஏற்படும். எங்களது தயாரிப்புகள் சந்தையில் மலிவானது என்று ஒரு போதும் கூற மாட்டோம். நாங்கள் சந்தையில் விலையை நிர்ணயிக்கும் தலைவருமல்ல. விலையை குறைப்பது எங்கள் நோக்கமல்ல. எங்களது பொருட்கள் மிகவும் தரமானது நம்பகத்தன்மை உடையது நீடித்து உழைக்கக் கூடியது என்று வாடிக்கையாளர்கள் விலையை பொருட்படுத்தாமல் சந்தையில் எங்கள் தயாரிப்புகளை கேட்டு வாங்குவதே எங்களது வெற்றி என்கிறார் நீலம் தவான்.

6 பில்லியன் டாலர் அளவுக்கு வரவு செலவு உள்ள 1 லட்சம் பணியாளர்களை கொண்ட நிறுவனத்தை வழிநடத்தும் பொறுப்பை மிகச் சிறப்பாக கையாண்டு வருகிறார் நீலம் தவான். இன்று வேலையில் உள்ளவர் நாளை நமது நிறுவனத்தில் வருவாரா அல்லது வேறு நிறுவனத்திற்கு தாவி விடுவாரா? என்கிற காலகட்டத்தில் வாழ்கிறோம் என்பதுதான் யதார்த்தமான உண்மை.

டெல்லியில் பிறந்து வளர்ந்த இவர் பெண்கள் துணிந்து தலைமைப் பொறுப்பை கேட்காவிட்டால் ஒழிய தானாக வாய்ப்பு கிடைக்காது. அவர்களாக தேர்வு செய்வார்கள் என இருக்கக் கூடாது என்கிறார்.

நம் நாட்டில் மட்டுமல்ல உலகளவில் தாய்தான் தன் குழந்தைகளுக்கு முக்கியமான ஜீவன். ஏன் நீங்கள் வேலலையை விட்டு விட்டு குழந்தைகளை பராமரிக்கக் கூடாது என்ற கேள்வியை பெண்களிடம் கேட்பவர்கள் உள்ளனர். கிராமங்களில் பல நூற்றாண்டுகளாக பெண்கள் விவசாயத் துறையில் வேலை செய்து கொண்டே குடும்பத்திற்கு வருவாய்

ஈட்டுவதுடன் குழந்தைகளையும் பராமரிக்கிறார்கள். சிறு சிறு வணிகத்தில் அதாவது வீட்டு வேலை பார்ப்பது, பழம் விற்பது, பூ விற்பது, காய்கறி விற்பது உள்ளிட்ட பணிகளை செய்துதான் வருகிறார்கள். பணியை செய்வதும் குடும்பத்தை பராமரிப்பதும் கிராம புறங்களில் வெகுகாலமாக இருந்து வருகிறது. பெண்கள் நகரங்களில் அலுவலகம் மற்றும் குடும்பம் என்கிற உலகத்தை தற்போது முழுமையாக ஏற்றுக் கொண்டு விட்டார்கள்.

ஆறு மாதங்களில் தொழில் நுட்பங்கள் மாறும் நிலை ஐ.டி துறையில் மிகவும் சகஜம். ஒரு பெண் திருமணத்திற்குப்பின் அல்லது குழந்தைப்பேறுக்கு பின்னர் வேலையை விட்டு சென்று விடுகிறார். சில வருடங்களுக்குப்பின் பணியில் மீண்டும் சேர விரும்புகிறார் என்றால், தொழில்நுட்ப மாற்றத்திற்கு ஏற்ப உங்களை தயார்படுத்திக் கொண்டால்தான் மீண்டும் ஐ.டி துறையில் வேலை பெற முடியும் என்கிறார் நீலம் தவான்.

நான் என்ன செய்கிறேனோ அதை மிகவும் விரும்புகிறேன் என்கிறார். மற்ற ஆடவர்கள் மற்றும் பெண்களைப் போலவே தங்களுக்கும் திறமை உள்ளது என்பதை பெண்கள் உணர வேண்டும் என அறிவுறுத்துகிறார். தனித்தீவாக இல்லாமல் நட்பு வட்டத்தை பெண்கள் பெருக்கி கொள்ள வேண்டும் என இளைய தலைமுறையினர்க்கு குறிப்பாக பெண்களுக்கு அறிவுறுத்துகிறார் நீலம் தவான்.

13

பட்டு வணிகத்தில் முதல் பெண் தொழில் அதிபர் - லாவண்யா நல்லி

லாவண்யா நல்லி ஒரு பெண் வணிகர். பட்டுப் புடவை வணிகத்தில் புகழ் பெற்று விளங்கும் நல்லி குழுமத்தில் தலைமைப் பொறுப்பில் தனி முத்திரை பதித்துள்ளார் லாவண்யா நல்லி. இவரது புதிய திட்டங்கள் ஆர்வத்துடனும், ஊக்கத்துடனும் செயல்படுத்தப்பட்டு பெரும் வெற்றியை குவித்துள்ளது. சென்னை அண்ணா பல்கலைக் கழகத்தில் கணினி அறிவியலில் பொறியியல் பட்டம் பெற்றவர்.

ஹார்வார்டு பல்கலைக் கழகத்தில் மேற்படிப்பு முடித்தவர். படிப்பு முடிந்ததும் சிகாகோவில் மெக்கன்சி நிறுவனத்தில் சில காலம் பணி புரிந்துள்ளார். பின்னர், இந்தியா திரும்பியவர் மைந்த்ரா.காம் நிறுவனத்தில் துணை தலைவராகப் பணியாற்றி வணிக அனுபவத்தை பெற்றார்.

லாவண்யா நல்லியின் கொள்ளு தாத்தா சின்னசாமி செட்டி அவர்கள் சென்னையில் பட்டு வணிகத்தை துவங்கினார். நூறாண்டுகளுக்கு முன்னர் அவரது சொந்த ஊரான காஞ்சிபுரத்தில் இருந்து எழுபது கிலோ மீட்டர் தொலைவுக்கு சைக்கிளில் வந்து மதராஸ் என்று அழைக்கப்பட்ட அப்போதய சென்னையில் சில்லறை விற்பனை செய்து வந்தார். 1928-ல் சென்னை தியாகராஜ நகரில் ஒரு சிறிய சில்லறை விற்பனை கடையை தொடங்கினார். சுமார் 90 ஆண்டுகளைக் கடந்து பட்டுத் தொழிலில் தரத்தில் நிகரற்ற, ஒப்பற்ற, முத்திரை பதித்து இன்று இவர்களது சின்னம் தனித்தன்மையுடன் சிறந்து விளங்குகிறது. டெல்லி, மும்பை உள்ளிட்ட இந்திய நகரங்களில் 32 கிளைகளை

துவக்கியுள்ளனர். அமெரிக்காவில் இரண்டு கிளைகளும், சிங்கப்பூரில் ஒரு கிளையும் உள்ளது.

நல்லி குழுமத்தின் ஐந்தாவது தலைமுறையைச் சேர்ந்த வாரிசுதான் நல்லி லாவண்யா. 2005-ல் இருந்து பொறுப்பேற்று "நல்லி நெக்ஸ்ட்" என்கிற விற்பனை கிளைகளை தொடங்கி இளைய தலைமுறையை கவர்ந்து விற்பனையை மேன்மேலும் விரிவாக்கியுள்ளார்.

முதல் முதலாக இவர்களது குடும்பத்தில் ஒரு பெண் உறுப்பினர் தொழிலில் தன்னை இணைத்துக் கொண்டதுடன், தனது 36 வயதில் குறுகிய காலத்தில் திறமையை மெய்ப்பித்து காட்டியுள்ளார். 65 மில்லியன் அளவுக்கு வரவு செலவு உள்ள நல்லி நிறுவனத்தின் கிளைகளை விரிவாக்கவும், வருவாயை பெருக்கவும் இவரது பங்களிப்பு மிகவும் முக்கியத்துவம் வாய்ந்தது.

இவரது தந்தை ராம்நாத் நல்லியுடன் விரிவாக்கம் பற்றி விவாதித்த போது, தமது நிறுவனத்தின் பண்பாடு மாறாமல் வெளியில் நிதி முதலீடு பெறாமல் விஸ்தரிக்க அறிவுறுத்தியுள்ளார்.

தனது சிறு வயதிலேயே நல்லி நிறுவனத்தில் விடுமுறை நாட்களை செலவிட்டு உள்ளார். இவரது தாத்தாவிற்கு இரண்டு மகன்கள் மற்றும் இரண்டு மகள்கள் இருந்தனர். லாவண்யாவின் தந்தைதான் மூத்த மகன். நல்லி நிறுவனத்தின் முக்கிய பொறுப்பை ஏற்றுக் கொண்டார். இளமையில் சென்னையில் வசித்த போது தந்தையுடன் விடுமுறை நாட்களில் வணிக விற்பனையை கவனிப்பதில் ஆர்வமும், ஈடுபாடும் கொண்டிருந்தார்.

தனது இளமைக்காலத்தில் பள்ளியில் இருந்து வீடு திரும்பிய பின்னர், வீட்டுப்பாடத்தை முடித்த கையோடு தங்களது குடும்ப நிறுவனத்திற்கு சென்று விடுவதை வழக்கமாக்கிக் கொண்டிருந்தார். இவரது தாத்தா நல்லி குப்புசாமி செட்டியார் விடுப்பு எடுக்காமல் அர்ப்பணிப்புடன் தொழிலை கவனித்து வருவதை அருகில் இருந்து கவனிப்பது லாவண்யாவின் இளமைக்கால நினைவுகளாகும். ஒரு பக்கம் கொள்முதல் செய்ய வணிகர்களும், விசுவாசமான தொடர் வாடிக்கையாளர்களும் மகிழ்வுடன் கூட்டமாக காணப்படுவார்கள்.

மகிழ்ச்சியுடன் விவாதிப்பார்கள். 1991-ல் இவரது தந்தை டெல்லியில் முதல் கிளையை துவக்கினார்.

லாவண்யா நல்லி இளமைப்பருவத்தில்தான் இந்த வணிகம் எவ்வளவு பெரியது என்பதை உணரத் தொடங்கினார். வருவாய் அளவில் மட்டுமல்ல. தனது குடும்ப நிறுவனம் வாடிக்கையாளர்களிடம் பெற்றுள்ள நற்பெயர், நம்பகத்தன்மை மற்றும் செல்வாக்கு அளப்பரியது.

தனது 21-வது வயதில் பிரசித்தி பெற்ற நல்லி நிறுவனத்தில் முதன் முதலாக பெண் வாரிசாக நேரடியாக வணிகத்தில் பங்கேற்றார். இதற்கு முன்னர் நல்லி நிறுவன குடும்பத்தைச் சேர்ந்த பெண்கள் யாரும் வணிகத்தில் பங்கேற்றதில்லை.

தான் சுதந்திரமாக செயல்படுவதற்கு முன்னர் முதல் ஆறு முதல் எட்டு மாதங்கள்வரை தனது தந்தையை நிழலாக பின்தொடர்ந்தார். பின்னரே, புதிய அணுகுமுறையை புகுத்தி விற்பனையை அதிகரிக்க திட்டமிட்டார். இளம் வாடிக்கையாளர்களை கவர புதிய பிராண்ட் அறிமுகப் படுத்தினார்.

இ-காமர்ஸ் பிரிவை உண்டாக்கினார். தற்போது 35 கிளைகளுடன் இயங்கி வரும் நல்லி சில்க்ஸ் வரும் ஐந்தாண்டுகளில் நூறு கிளைகளாக விஸ்தரிக்க திட்டமிட்டு உள்ளார். இன்னும் சில வருடங்களில் 10 பில்லியன் அளவிற்கு விற்பனையை அதிகரிக்க இலக்கு நிர்ணயித்து உள்ளார். தேசிய அளவில் பட்டு வணிகத்தில் (9 Yards sari) இவர்களுக்கு போட்டி நிறுவனங்கள் ஏதும் இல்லாதது ஒரு சாதகமான நிலை.

ஒவ்வொரு இந்திய பெண்களின் வாழ்க்கையிலும் புடவை ஒரு முக்கிய பங்காற்றுகிறது என்பதை யாரும் மறுக்க முடியாது. பெண்கள் புடவை வாங்குவதிலும் அணிவதிலும் தங்கள் வீட்டில் பெட்டியில் நிறைய அடுக்கி வைப்பதிலும் மிகுந்த மகிழ்ச்சி காண்பவர்கள்.

கடந்த 90 வருடங்களாக தாங்கள் விற்பனை செய்து வரும் நிறுவனத்தை நல்லி சின்னசாமி செட்டி அவர்களிடம் இருந்து அவரது வாரிசான பேரன் நல்லி குப்புசாமி செட்டியார் இன்று வரை நடத்தி வருகிறார்.

லாவண்யா நல்லி அவர்களது பங்களிப்பால் உற்பத்தி பிரிவு மற்றும் டிசைன் ஸ்டுடியோ துவங்கப்பட்டுள்ளது. ஆண்டு விற்பனை மதிப்பு 44 மில்லியனிலிருந்து 100 மில்லியனாக உயர்ந்துள்ளது. 2005-ல் லாவண்யா நல்லி நிறுவனத்தில் சேர்ந்த போது இந்தியாவில் வாங்கும் சக்தி சில்லறை விற்பனை வளர்முகமாக இருந்தது தனக்கு ஒரு அதிர்ஷ்டவசமானதாகவும், அனுகூலமானதாகவும் இருந்ததாக சொல்கிறார். புதிய பிராண்ட்-களை அறிமுகப்படுத்தினார். இன்றைய இளம்பெண்களுக்கு தொழில் துறையில் இவர் சிறந்து முன்னுதாரனம் எனலாம்.

தொடக்கத்தில் நிறுவனத்தில் இணைந்து பணிகளின் நுணுக்கங்களை கற்றுக் கொள்ள தொடங்கினார். தொழிலில் பங்கேற்றவுடன் தற்கால பெண்களுக்கு ஏற்ற வகையிலும் அவர்களின் விருப்பத்தைப் பூர்த்தி செய்யும் வகையிலும் "நல்லி நெக்ஸ்ட்" நிறுவனத்தை 2007-ம் ஆண்டில் தொடங்கினார். இளைய தலைமுறை வாடிக்கையாளர்களை அதிகமாக கவரும் வகையில் நல்லி நெக்ஸ்ட் கொண்டு வரப்பட்டது. இந்த திட்டம் இளைய தலைமுறையை வெகுவாக ஈர்த்தது. இதனால் நல்லி சில்க்ஸ் திருமணச் சேலைகள் எடுக்கவும், இளையதலைமுறையினருக்கு ஆடைகள் எடுக்கவும் சிறந்த துணிக்கடை என்ற பெயரைப் பெற்றது. வாடிக்கையாளர்களின் தேவையைப் புரிந்து கொண்டு செயல் படுவதே சிறந்த தொழில் நிறுவனத்திற்கு உதாரணமாகும்.

டிசைனர் சேலைகள் குறித்து அறிவிப்பு கடையில் வைக்கப்பட்டுள்ளது. யாருக்கு எந்த வகையான சேலை வேண்டுமோ நேராக அங்கு சென்று அதை மட்டும் தேர்ந்தெடுத்து வாங்கலாம். டிசைனர் சேலைகளில் விதவிதமான ரகங்களை அறிமுகப் படுத்தும் வகையில் லாவண்யா நல்லி கைவினைக் கலைஞர்களுடன் சேர்ந்து செயல்படுகிறார்.

2011-ம் ஆண்டில் அபே கேதாரியை திருமணம் செய்து கொண்டார். இருவரும் சிகாகோவில் சிறிது காலம் வசித்தனர். தற்போது பெங்களுருவில் குடும்பத்துடன் வசித்து வரும் லாவண்யாவுக்கு கைக்குழந்தை ருத்ரா இருக்கிறார். இவருடைய கணவர் அபே சொந்தமாகத் தொழில் புரிந்து வருகிறார்.

நல்லி சில்க்ஸ்-ன் இ-காமர்ஸ் பிரிவின் துணைத் தலைவராக லாவண்யா நல்லி உள்ளார். இவரது தந்தை வெளிநாட்டு வர்த்தகத்தையும், இவரது தம்பி நிரந்த் நல்லி நகை விற்பனையையும் கவனித்துக் கொள்கின்றனர்.

லாவண்யாவைப் பொறுத்தவரையில் அடுத்த ஐந்து ஆண்டுகளில் நல்லி சில்க்ஸ்-ன் சந்தையை இரண்டு மடங்காக்குவதுடன் கிளைகளை நூறாக உயர்த்துவது உடனடி இலக்கு ஆக உள்ளது.

இந்நிறுவனத்தில் முக்கியக் கொள்கையாகக் கடைப்பிடிக்கப்படுவது என்னவென்றால் தள்ளுபடி எனபதே கிடையாது என்பதுதான். இதில் லாவண்யாவும் உறுதியாக உள்ளார். 1940-ஆம் ஆண்டில் இவருடைய கொள்ளுத் தாத்தா சலுகை அளிக்கக் கூடாது என்று முடிவெடுத்தார். அந்த முடிவு இன்றும் தொடர்கிறது.

உலக அளவில் தங்கள் நிறுவனத்தை நம்பர் ஒன்றாக உயர்த்த வேண்டும் என்பதே இவரது இலக்காகும். சென்னையில் திருமணச் சேலையை வாங்க நினைப்போர் முதலில் நினைப்பது நல்லி சில்க்ஸ் காஞ்சிபுரம் பட்டுப்புடவைதான். வருடத்திற்கு 1.5 மில்லியன் புடவையை விற்பனை செய்கிறார்கள். மிகவும் நம்பகமான விற்பனையாளர்கள்.

ஆண்கள் ஆதிக்கம் மிகவும் நிறைந்த துறையாக உள்ளதுதான் லாவண்யா நல்லி சந்தித்த முதல் தடையாகும். தொடக்க காலத்தில் விளையாட்டாக, அலட்டிக்கொள்ளாமல் மிகுந்த முக்கியத்துவம் தராமல் அலட்சியதன்மையுடன் செயல்படுவரோ என்ற ஐயம் நிலவியுள்ளது. மிகுந்த அர்ப்பணிப்புடன் செயல்பட்டு சக பணியாளர்களின் ஒத்துழைப்பை, ஆதரவை, நன்மதிப்பை பெற்றார். சக பணியாளர்களின் நம்பிக்கையை படிப்படியாக பெற்றார்.

எல்லோரையும் சமமாக இயற்கை படைக்க வில்லை. ஆனால், ஒவ்வொருவருக்கும் ஏதோ ஒரு அனுகூலமான வாய்ப்பு தரப்பட்டிருக்கிறது. என் விஷயத்தில் எனக்கு கிடைத்த வாய்ப்பிற்காக நன்றியுள்ளவளாக இருக்கிறேன். எனக்கு கிடைத்த வாய்ப்பை இரண்டு கைகளாலும் பற்றிக் கொண்டு கடின உழைப்பால் வெற்றியை கட்டமைக்கிறேன் என்கிறார் அடக்கத்துடன்.

நமது குடும்பப் பின்னனி காரணமாக துவக்கப் புள்ளியில் ஒரு நிலையில் இருக்கிறோம். தொடர்ந்து வெற்றி பெறுவது நமது தகுதியை வளர்த்துக் கொள்வது வேகத்தை அதிகரித்து கொள்வது கடினமாக பாடுபடுவது நம் கையில்தான் உள்ளது.

பெரும்பாலான பெண்களை ஆடைத்துறையில் கவர்வதற்கு இவர் எடுத்த புத்தாக்க முயற்சி நல்ல பலனளித்தது. புதிய தலைமுறைப் பெண்களின் விருப்பமும் துணிகள் மீதான நாட்டமும் ஆடை அணியும் போக்கிலும் நிறைய மாற்றங்கள் எற்பட்டு உள்ளது. அதற்கேற்ப சமகால பெண்களின் விருப்பத்தை பூர்த்தி செய்யும் வகையில் கொள்முதல் செய்யத் தொடங்கியதாக கூறுகிறார். நகரங்களில் எப்போதாவது புடவை அணிபவர்கள் சிலர் உள்ளனர் என்றாலும் புடவைக்கான சந்தை நம் நாட்டில் மிகப் பெரியது.

காஞ்சிப்பட்டு தனக்கும் ரொம்ப பிடிக்கும் என்கிறார். விடாமுயற்சிதான் மிகவும் முக்கியம் என்பதுதான் தான் கற்ற பாடம் என்கிறார். கணினி பொறியாளரான தனக்கு சில்லறை விற்பனை பற்றி ரொம்ப தெரியாத நிலையில் இருந்தேன். துவக்கக் காலத்தில் அதிர்ஷ்டவசமாக தனக்கு அனுபவமிக்க வழிகாட்டிகள் சிலர் தம் துறையில் இருந்தனர். நான் அனுபவமிக்க நபர்களை அணுகி அவர்களது அனுபவங்களை கேட்டு அறிந்தேன். நன்கு கற்றுக் கொண்டபின், என் புதிய முயற்சிகளை துவங்கினேன். தனக்கு ஓய்வு நேரம் என்பது மிகவும் குறைவே என்கிறார். அப்படிக் கிடைக்கும் தருணங்களில் குழந்தைகள் கதைகளை சுயமாக படைத்து அதை வீடியோவாக வெளியிட்டு உள்ளதாக சொல்கிறார். இது எனது படிப்பு மற்றும் பணியிலிருந்து முற்றிலும் மாறுபட்டது. ஆனால், அது மகத்தான மனமகிழ்ச்சியை புத்துணர்வைத் தருகிறது என்கிறார் லாவண்யா நல்லி புன்னகையுடன்.

ஒரு பத்து லேட்டஸ்ட் டிசைன் புடவைகளை திடிரென நல்லியில் வாங்கிக் கொண்டு போய் நம் மனைவிமார்களை இன்ப வெள்ளத்தில் ஆழ்த்தினால் ஆச்சர்யப்பட்டு போவார்கள். ஆனந்த கண்ணீர் வடிப்பார்கள். கணவன்-மனைவி உறவு வலுப்படும் என்பது ஆண்கள் தெரிந்து கொள்ள வேண்டிய தாம்பத்ய வாழ்வின் வெற்றி ரகசியம்.

14

சர்வதேச நோய் குறியியல் சாம்ராஜ்யத்தின் முன்னோடி - அமீரா ஷா

அமீரா ஷாவின் தந்தை சுஷில் ஷா சொந்தமாக ஒரு நோய்க்கான மூல காரணத்தைக் கண்டறியும் நோய்க்குறியியல் (Pathology) ஆய்வகத்தைத் துவங்கினார். அவருடைய சமையலறையே முதலில் மருத்துவமனையாக செயல்பட்டது. தைராய்டு பரிசோதனை, கருவள பரிசோதனை, மற்றும் பல்வேறு ஹார்மோன் பரிசோதனை இந்தியாவில் 1980-களில் முதலில் தொடங்கியவர் சுஷில் ஷாதான் என்பது குறிப்பிடத்தக்கது. ஆய்வகம் சொந்த முதலீட்டை வைத்து செயல்பட்டது. அங்கு கணினிகள் இல்லை. ஒரே ஒரு நபர் மட்டும் இருந்து கொண்டு அழைப்புகளுக்கு பதிலளிப்பார். நாளடைவில் படிப்படியாக வளர்ந்து 1500 சதுர அடியில் கட்டப்பட்ட நிறுவனமானது. 25 ஆண்டு கால சேவையில் மக்களின் நன்மதிப்பை, புகழை பெற்று இருந்தது. இந்தியா முழுவதும் தொடர் ஆய்வகங்களை ஏற்படுத்த வேண்டும் என்ற நோக்கம் சுஷில் ஷாவுக்கு இருந்தது. ஆனால், அதை எவ்வாறு சாத்தியமாக்குவது என்ற தெளிவு இல்லாமல் இருந்தது.

மும்பையில் மருத்துவக் குடும்பத்தில் பிறந்தவர் அமீரா ஷா. இவரது தந்தை சுஷில் ஷா நோய்க் குணங்களை ஆயும் வல்லுநர். அமீரா ஷாவின் தாயார் ஒரு பெண்மைப் பிணியியல் மருத்துவர். சகோதரி அபர்ணா ஷா மரபியல் மருத்துவர். நாற்பது வயதே ஆன அமீரா ஷா இன்று சர்வ தேச நோய்க் குறியியல் சாம்ராஜ்யத்தின் முன்னோடியாக உள்ளார். தனது தந்தையின் ஆய்வகத்தை தற்போது சுமார் 2 ஆயிரம் கோடி மதிப்புள்ள நிறுவனமாக மாற்றி உள்ளார்.

அமீரா ஷா தன் வாழ்வில் மதிக்கத்தக்க ஒரு விஷயத்தை செய்ய விரும்பினார். அமெரிக்காவில் தான் பார்த்து வந்த வேலையை 2001-ல் விட்டு விட்டார். ஒரு தாக்கத்தை ஏற்படுத்தவும் ஒரு நிறுவனத்தின் மனசாட்சியாகவும் ஆத்மாவாகவும் இருந்து கடமையை நிரூபிக்க விரும்பியதால் இந்தியா திரும்பினார்.

தந்தையின் கனவை நனவாக்கினார்:

தனது இளம் வயதில் அமீரா ஷா காதலை பற்றி சிந்திக்கவில்லை. பெற்றோருக்கு பிடிக்காத ஒருவனை காதலித்து பெற்றோரின் மனதை நோகடித்து, கலங்கடித்து காவல்நிலையம் சென்று காதலனின் கரம் பிடிக்க பிடிவாதமாய் திரிந்து தனது பொன்னான சக்தி ஆற்றல் மிகுந்த பருவத்தை விரயமாக்குபவர்கள் மத்தியில் தனது தந்தையின் கனவை நனவாக்க சிந்தித்தார் அமீரா ஷா. ஆனால் அவரிடம் போதிய நிதி ஆதாரம் இல்லை. என்ன செய்வது? என்று யோசித்த போது அவருக்கு வயது 21-தான். தனிநபர் சொத்தை நிறுவனமாக மாற்றுவதே அதற்கான வழி என அறிந்தார். புதிய திறன்களை உருவாக்கினார். புதிய துறைகளை ஏற்படுத்தினார். டிஜிட்டல் முறையிலான தொடர்புகளை அமைத்தார்.

எனது தந்தை எனக்கு முதல் நாளே உயரிய பொறுப்பை கொடுத்துவிட வில்லை. நான் மேலிருந்து கீழ் வரவில்லை. அதற்கு மாறாக, கீழிருந்து மேலே உயரும் பாதையில் பயணித்தேன் என்கிறார் அமீரா ஷா. முதல் இரண்டு ஆண்டுகள் தனது தந்தையின் ஆய்வகத்தில் பணி செய்து அனுபவம் பெற்றார்.

முதலீடு செய்வதற்கு தேவையான நிதி எங்களிடம் இல்லை. எங்கள் ஆய்வகத்தில் இருந்து சம்பாதிக்கும் பணத்தை அதிலேயே மறுமுதலீடு செய்து நடத்தி வந்தோம். அதனால் வளர்ச்சியும் அதற்கு ஏற்றாற்போல்தான் இருந்தது. எங்களிடம் இருந்த பணத்தை மட்டுமே நாங்கள் செலவு செய்ய முடிந்தது. இந்நிலையில்தான், முதலில் "டாக்டர் சுஷில் ஷா லேபாரட்டரி" என்ற எங்கள் நிறுவனத்தின் பெயரை "மெட்ரோபாலிஸ்" (Metropolis Healthcare) என்று மாற்றினோம். அடுத்ததாக, மெட்ரோபாலிஸ் தங்களது முதல் பங்குதாரருடன்

ஒப்பந்தம் செய்து கையெழுத்திட்டது. படிப்படியாக வளர்ந்து இன்றைய தேதியில் சுமார் 25-க்கும் மேற்பட்ட பங்குதாரர்கள் உள்ளனர் என்பது குறிப்பிடத்தக்கது.

2002-ல் 7 கோடி லாபத்தை ஈட்டிய ஆய்வகத்தில் 50 ஊழியர்கள் மட்டுமே இருந்தனர். சுமார் 15 ஆண்டுகளில் நாங்கள் ஒரு ஆய்வகத்தில் இருந்து 800 மையங்கள் மற்றும் சர்வதேச அளவில் ஏழு நாடுகளில் 125 ஆய்வகங்களை நிறுவியுள்ளோம் என்கிறார் அமீரா ஷா.

எங்களுடைய மதிப்பு 2 ஆயிரம் கோடி ரூபாய்க்கும் அதிகம். மேலும், எங்களது ஆண்டு வருமானம் 500 கோடி ரூபாய்க்கும் அதிகம் என்று பெருமையாக சொல்கிறார் அமீரா ஷா.

சர்வதேச அளவில் மெட்ரோபாலிஸை எடுத்துச் செல்வதற்கான நோக்கமே வாய்ப்புக்களை உருவாக்குவதுதான் என்கிறார். தற்போது மும்பை, சென்னை, கேரளாவில் மட்டும் இயங்குகிறோம். சிங்கப்பூர், மத்திய கிழக்கு நாடுகள் மற்றும் ஆப்பிரிக்காவில் மெட்ரோபாலிஸ் விரிவாக்கப்பட்டு உள்ளது.

அனைத்து மையங்களும் ஒரே மாதிரியான சேவையை வழங்க வேண்டும். ஒரே மாதிரியான விதிகளை பின்பற்ற வேண்டும். வாடிக்கையாளர்களிடம் மதிப்பை ஏற்படுத்தும் வகையில் பணியாற்றும் மனப்பான்மை வேண்டும் என்பதில் எங்களுக்கு சமரசமில்லை என்கிறார் அமீரா ஷா.

மெட்ரோபாலிஸ் எந்த அளவு அதீத வளர்ச்சி கண்டுள்ளதோ, அதே அளவு தோல்விகளையும் சந்தித்து உள்ளது. அது எங்களுக்கு நல்ல பாடம் என்கிறார் அமீரா ஷா.

ஆண்கள் உலகில் ஒரு பெண்:

இளம் பெண் தலைவரான அமீரா ஷா பாலின வேறுபாடுகளை சந்திக்க நேரிட்டது என்று நினைவு கூறுகிறார். பல்வேறு சவால்களை கடந்துதான் இந்த உயரத்தை எட்ட முடிந்தது என்கிறார்.

வாடிக்கையாளர்களின் நடத்தை மாறுகிறது. அவர்களின் மனநிலையும் மாறுகிறது. நான் இந்த வியாபாரத்தை மேலும், நிர்வாகத்தன்மையோடு எடுத்துச் செல்ல விரும்புகிறேன். அதுவே என்னுடைய நீண்ட கால திட்டம். மேலும், பல புதுமைகளை புகுத்தி எதிர்காலத்திற்கு ஏற்றாற்போல வடிவமைக்க விரும்புகிறேன் என்கிறார்.

நிச்சயமற்ற தன்மை எங்களை பயமுறுத்தியது. ஆனால், அதுதான் நீங்கள் உங்களுக்கான இடத்தை தேடிக் கொள்ள உதவும். அது உங்களின் எல்லையை கடக்க உந்துதல் அளிக்கும். நீங்கள் யார் என்பதை நீங்களே அதிகம் கண்டுபிடிப்பீர்கள். உங்களின் திறமை உங்களுக்கு புரியும்.

அமீரா ஷா 1979-ல் மும்பையில் பிறந்தவர். டெக்சாஸ் பல்கலைகழகத்தில் பயின்றவர். இன்று இந்திய இளம் தொழில் அதிபராக உள்ளார். "மெட்ரோ பாலிஸ் ஹெல்த் கேர்" நிறுவனத்தின் நிர்வாக இயக்குநர். தேசிய மற்றும் சர்வதேச மன்றங்களில் சிறந்த உரையாற்றி வரும் சிறந்த பேச்சாளர். தொழில் அமைப்பின் கூட்டங்கள் மற்றும் சர்வ தேச கல்வி நிறுவனங்களில் பேசி இருக்கிறார்.

தனது தந்தையின் நோயியியல் வணிகத்தை நடத்த இளம் வயதில் 2001-ல் பொறுப்பேற்றார். தனது தந்தை நடத்தி வந்த ஒரே ஒரு ஆய்வகத்தை தேசிய அளவிலும் சர்வதேச அளவிலும் விரிவுபடுத்தி வருகிறார். மெட்ரோபாலிஸ் என்று மாற்றியதுடன், 1.5 மில்லியன் டாலர்அளவுக்கு இருந்த வருவாயை 90 மில்லியன் டாலர் அளவுக்கு உயர்த்தினார். 50 பணியாளர்களுடன் இயங்கிய நிறுவனத்தை 4500 பணியாளர்களுடன் சர்வதேச அளவில் 125 நோய் குறியியல் ஆய்வகங்களை உருவாக்கி சாதனை படைத்து உள்ளார்.

இளம் சாதனையாளர் விருது, ஆசிய அளவிலான விருதுகள், ஆசியாவின் சக்தி வாய்ந்த வணிகப் பெண்மணி, இந்தியாவின் சக்தி வாய்ந்த பெண் தொழில் அதிபர் என்ற பெருமைகளுக்கு சொந்தக்காரர் அமீரா ஷா.

இந்தியாவின் நோய் குறியியல் மையங்களில் இரண்டாவது இடத்தை மெட்ரோபாலிஸ் வகிக்கிறது.51 சதவீத வருவாய் மேற்கத்திய நாடுகளில் இயங்கும் மையங்களின் மூலம் எங்களுக்கு கிடைக்கிறது.

26 சதவீத வருவாய் தென் இந்தியாவில் இயங்கும் மையங்களில் இருந்து கிடைக்கிறது என்கிறார். இந்தியாவின் முக்கிய நகரங்களான சென்னை, பெங்களூர், புனே, சூரத், மும்பை ஆகிய நகரங்களில் இவர்களது மெட்ரோபாலிஸ் சிறந்து விளங்குகிறது. மிகக்குறுகிய காலத்தில் மிகப் பெரிய உயரத்தை அமீரா ஷா அடைந்து உள்ளார். இன்னும் வளர்வோம் என்று நம்பிக்கை உள்ளதாக மகிழ்ச்சியுடன் கூறுகிறார்.

வெற்றிகரமான நிறுவனத்தை கட்டமைக்க தனிமனித ஒழுக்கம் உயர் நடத்தை உள்ள பொறுப்பாளர்கள்தான் அதன் திறவுகோல் என்கிறார். ஒரு தொழில் முயல்வோரின் முகத்தை அந்த நிறுவனம் பிரதிபலிக்கிறது. வருவாய், பணம், லாபம் இவைதான் தொழிலின் அக்ஸிஜன் என்கிறார்.

சரியான பங்குதாரர்களின் கூட்டனியும், சரியான தொழில்நுட்பத்தில் செய்யப்படும் முதலீடும்தான் வெற்றிக்கு வழிவகுக்கும். சவால்கள் நிறைந்த பாதையை தான் கடந்து வந்துள்ளதை நம்முடன் பகிர்ந்து கொள்கிறார் அமீரா ஷா.

தேர்தலில் ஓட்டுப்போடும் பருவத்தை தான் அடைந்த வயதில் பெரும் சாம்ராஜ்யத்தை கட்டமைக்க கனவு கண்டேன். அப்போது எதுவும் எனக்கு தெரியாது. வீட்டின் செல்லப்பிள்ளை. துவக்கத்தில் நானோ, எனது நிறுவனமோ உறுதியானதாக இல்லை. வலிமையானதாக இல்லை. இடர்பாடுகளை எதிர்கொள்ள மன உறுதியுடன் துணிந்தேன்.

நமக்கு நல்ல உறவுகள் இருந்தால் நம் நிறுவனத்திற்கும் நல்ல உறவுகள் இருக்கும். மருத்துவ தொழில் உன்னதமானது. மருத்துவர்கள் இலவசமாக உழைக்க வேண்டும் என்ற எண்ணங்கள் மக்கள் மனதில் ஆழமாக உள்ளது. அந்த மனப்பான்மையை மாற்ற வேண்டும். வணிகம் என்பது கெட்ட சொல் அல்ல. எந்த நிறுவனமானாலும் வளர வேண்டும் என்றால், புதிய தொழில்நுட்பங்களை கையாள வேண்டும் என்றால் வருவாய் தேவை. அப்படியில்லையென்றால் வளர முடியாது. பல இடையுறுகளை சந்திக்க நேரிடும். சரியான பங்குதாரர்களை தேர்ந்தெடுப்பது மிக முக்கியம் என்கிறார். சரியான பங்குதாரர்களுடன் கைகோர்க்க வேண்டும்.

தவறான நபர்களுடன் சேர்ந்தால் அந்த தவறான உறவுகள், தவறான பொறுப்பற்ற நடத்தைகள் உடையவர்களால் நஞ்சாகிவிடும். மன வருத்தம் ஏற்படும். அந்த காயங்கள் ஆறுவதற்கு வெகுகாலமாகும். வணிகத்தை மிகவும் பாதிக்கும். தெளிவான, துடிப்பான, இணக்கமான, நல்ல ஒத்துழைப்பு மனப்பான்மை கொண்டவர்களால்தான் சரியான முடிவுகளை எடுத்து வெற்றி இலக்கை தொட முடிகிறது.

மெட்ரோபாலிஸ் ஆய்வகங்கள் ஆண்டிற்கு 16 மில்லியன் பரிசோதனைகளை செய்கிறது. இவர்களது ஆய்வகங்கள் உலகத்தரத்தில் உள்ளது. உலகில் உள்ள ஆய்வகங்களில் ஒரு சதவீத இடத்தை மெட்ரோபாலிஸ் ஆய்வகங்கள் வகிக்கின்றன.

ஆரோக்கியம் சார்ந்த துறையில் உலகளாவிய சிந்தனை கொண்ட தலைவராக அமீரா ஷா அங்கீகரிக்கப்பட்டு கௌரவப்படுத்தப்பட்டு உள்ளார். தனது தந்தை துவங்கிய சிறிய அளவிலான ஆய்வகத்தை மிகப்பெரிய அளவில் வளர்த்தெடுத்து உள்ளார் அமீரா ஷா.

அமீரா ஷா வாரத்திற்கு மூன்று முறை டென்னிஸ் விளையாடுகிறார். அவர் குளு குளு ஏசி நிரம்பிய அலுவலகத்தை விரும்புவதில்லை. எப்போழுதெல்லாம் வாய்ப்பு கிடைக்கிறதோ அப்போதெல்லாம் வெளியில் சென்று விடுவார். விடுமுறை முகாம்கள் மற்றும் நீண்ட பயணம் அவருக்கு மிகவும் பிடிக்கும். எனக்கு பிடித்தமானவர்களுடன் ஒய்வு நேரத்தை செலவிடுவேன் என்கிறார்

15

முன்னணி பெண் வழக்கறிஞர் - ஸியா மோடி

ஏஇஸட்பி & பார்ட்னர்ஸ் என்ற முன்னணி சட்ட நிறுவனத்தை 2004-ல் தொடங்கி அதன் நிறுவன பங்குதாரராக உள்ளவர்தான் ஸியா மோடி. இன்று 6 கிளைகளுடன் 500 ஊழியர்களையும் கொண்டுள்ளது. 1963-ல் பிறந்த இவருக்கு தற்போது 63 வயதாகிறது. இவரது கணவர் ஜெயதேவ் மோடி பெரு நிறுவனம் ஒன்றில் தலைமை செயல் அலுவலராக உள்ளார்.

பெரு நிறுவன வழக்கறிஞர்:

ஸியா மோடி (Indian Corporate lawyer) டாட்டா, பிர்லா, ரிலையன்ஸ் உள்ளிட்ட பெரு நிறுவனங்களின் வழக்கறிஞராக உள்ளார். பெரு நிறுவனங்களின் இணைப்பு மற்றும் கையகப்படுத்துதல் சட்டம், பங்கு பத்திரங்கள் சட்டம், தனியார் பங்கு, நிதி மேலாண்மை உள்ளிட்டவற்றுக்கு கைதேர்ந்த சட்ட வல்லுநராக கருதப்படுகிறார். ஸியா மோடியின் தந்தை சோலி சோரப்ஜி முன்னாள் இந்திய அட்டர்னி ஜெனரலாக பதவி வகித்தவர் (Former Attorney General of India) ஸியா மோடியின் குடும்பத்தினர் பஹாய் மதத்தை பின்பற்றுபவர்கள் என்பது குறிப்பிடத்தக்கது. சட்ட உலகத்தில் இவரது பங்களிப்பு தேசிய அளவில் மட்டுமல்லாது சர்வதேச அளவிலும் மிகுந்த அங்கீகாரத்தை பெற்றுள்ளது.

வணிக ஜாம்பவான்கள்தான் வாடிக்கையாளர்கள்:

டாட்டா, பிர்லா, ரிலையன்ஸ், வேதாந்தா குழுமம் உள்ளிட்ட பெரு நிறுவனங்களுக்காக பணியாற்றி உள்ளார். சட்ட ஆலோசனைகளுக்கு வணிக ஜாம்பவான்களின் முதல் தேர்வு ஸியா மோடிதான். மிகவும் சக்தி வாய்ந்த பெண்கள் பட்டியலில் 2018 மற்றும் 2019 ஆம் ஆண்டுகளில் முதலிடத்தை தந்து ஊடகங்கள் இவரை அங்கீகரித்து உள்ளன.

இளமை வாழ்க்கை:

மும்பையில் எல்பின்ஸ்டன் கல்லூரியில் பயின்ற பின்னர், கேம்பிரிட்ஜ் பல்கலைகழகத்தைச் சேர்ந்த செல்வின் சட்ட கல்லூரியில் சட்டம் பயின்றார். முதுகலை சட்டப்படிப்பை ஹார்வார்டு சட்டப்பள்ளியில் 1979-ல் பயின்றார். ஸியா மோடி சட்டப் படிப்பை முடித்து இந்தியாவிற்கு திரும்புவதற்கு முன்னர் நியூயார்க்கில் பெரு நிறுவனத்தில் வழக்கறிஞராக ஐந்து ஆண்டுகள் பணியாற்றினார். ஜெயதேவ் மோடி என்கிற பெரு நிறுவன தலைமை செயல் அதிகாரியை திருமணம் செய்து கொண்டார். மும்பையில் வாழ்க்கை தொடர்ந்தது. ஸியா மோடிக்கு அஞ்சலி, ஆர்த்தி மற்றும் அடிதி என்ற மூன்று மகள்கள் உள்ளனர்.

ஸியா மோடிக்கு தேசிய மற்றும் சர்வ தேச அளவில் நூற்றுக்கணக்கான விருதுகள் வழங்கப்பட்டு உள்ளன. பல முன்னணி நிறுவனங்களில் சட்ட ஆலோசகராகவும் உள்ளார். வாடிக்கையாளர்கள் இவரை எளிதில் அணுக முடியும். எளிதில் சிக்கல்களை புரிந்து கொள்பவராகவும், கவனமுடன், பிரச்னைகளை தீர்க்ககூடிய வகைகளில் தீர்வுகளை வழங்கக் கூடியவராக வாடிக்கையாளர்களால் பாராட்டப்படுகிறார்.

பாலின மாநாடு:

இவரது இரண்டாவது மகள் ஆர்த்திக்கு சமீபத்தில் முதல் குழந்தை பிறந்தது. ஸியா மோடி அம்மம்மா (பாட்டி) ஆனதில் மகிழ்ச்சி

அடைகிறார். ஒரு முறை மும்பையில் நடந்த பாலின மாநாட்டில் கலந்து கொண்டு பேசினார் ஸியா மோடி. ஆணாதிக்க மனோபாவம் கொண்ட சமூகத்தில் தான் கடந்து வந்த நிகழ்வுகளை பகிர்ந்து கொண்டார். தனக்கு திருமணமாகி அடுத்தடுத்ததாக இரண்டு பெண் குழந்தைகள் பிறந்ததாக குறிப்பிட்டார். மூன்றாவது பிரசவத்திற்கு மருத்துவமனையில் சேர்க்கப்பட்ட சம்பவம் தன்னால் மறக்க முடியாதது. மருத்துவமனையில் தனியறை கிடைக்காததால் பொது அறையில் (General Ward) தான் சேர்க்கப்பட்டு இருந்ததாகவும், அங்கு சில கர்ப்பிணி பெண்கள் அனுமதிக்கப்பட்டு இருந்தனர். அங்கு காஷ்மீரி பெண் ஒருவர் அனுமதிக்கப்பட்டு இருந்தார். எனக்கு மூன்றாவதாக பெண் குழந்தை பிறந்ததை அறிந்து அவர் அழ ஆரம்பித்து விட்டார். அது எனக்கு மிகுந்த மனச்சோர்வை தந்தது. தனியறையில் தன்னை ஏன் சேர்க்க வில்லை என கணவரிடம் நான் கேட்டேன் என்று தெரிவித்தார். தாய்மையடைந்த தருணங்களில் தொழிலையும் குடும்பத்தையும் சமநிலையில் வரம்பு மீறாமல் சரிப்படுத்தி சமாளித்ததையும் விரிவாக தெரிவித்தார்.

பிடித்த முன்மாதிரி மனிதர்கள்:

ஒரு நிகழ்வில் உங்களுக்கு பிடித்த முன்மாதிரி மனிதர்களாக (Roll model) யாரை கருதுகிறிர்கள் என்று கேட்கப்பட்டது. முதலாவது பிரபலம் எழுந்து தனக்கு அரசியலில் ஒபாமா வணிகத்தில் பில்கேட்ஸ் ஆகியோரை பிடிக்கும் என்று தெரிவித்தார். இரண்டாவது பிரபலம் தனக்கு இந்தியாவை ஒருங்கிணைத்த சர்தார் வல்லபபாய் பட்டேல் அவர்களை பிடிக்கும் என்றார். மூன்றாவதாக எழுந்த ஸியா மோடி தான் சார்ந்த நீதித் துறையில் அமெரிக்காவில் உச்ச நீதிமன்றத்தில் பணியாற்றிய அமெரிக்க உச்ச நீதிமன்றத்தில் பெருந்தாக்கத்தை ஏற்படுத்திய, ஆச்சர்யப்படத்தக்க, தனிச்சிறப்பு உடைய "கின்ஸ்பர்க்" என்ற பெண் நீதிபதியை பிடிக்கும் என்றும், மேலும், இந்தியாவில் பேராற்றல் வாய்ந்த நீதிபதிகளான சந்திரசூட் மற்றும் பகவேதி மற்றும் எனது தந்தை ஆகியோர்தான் தனது முன்மாதிரி மனிதர்கள் என்றார். இது அனைவரின் கவனத்தையும் ஈர்த்தது.

வேலை வாழ்க்கை சமநிலை:

தாய்மையடைந்த தருணங்களிலும் அலுவலக வாழ்க்கை இணக்கமாக முன்னேற்றப் பாதையில் செல்வதாகவே இருந்தது என்கிறார். எல்லா பெண்களுக்கும் வேலையையும், குடும்பத்தையும் சமநிலையில் (Work-life Balance) நடத்துவது சாத்தியமற்றதாக இருக்கலாம். குழந்தைகளுக்கு போதிய நேரத்தை ஒதுக்கி பராமரிக்க முடியாத நிலையை சமாளிக்க வேண்டியுள்ளது. இருப்பினும், நம்மால் முடிந்த அளவுக்கு சிறப்பாக செயல்பட முயற்சிக்கிறோம். அந்த கட்டத்தை கடந்து விட்டால் அதன் முடிவில் பெருமைமிக்க குழந்தைகளை உருவாக்கிய பெருமைமிக்க பெற்றோர்களாகவும், நிறுவனத்தின் பெருமைமிக்க தலைவர்களாகவும் உயர்ந்து இருப்போம் என்கிறார்.

மகள்களின் திருமண நிகழ்ச்சிகள்:

தனது பெண்களின் திருமண கொண்டாட்டங்கள் நிறைவாக செய்ததை நினைத்து மகிழ்கிறார். மெகந்தி, சாங்கியம், திருமணம், வரவேற்பு ஆகியவை மூன்று அல்லது நான்கு தினங்கள் நடைபெற்றன. புகழ்பெற்ற பாரம்பரிய குடும்பங்களில் வரன் பார்த்து முடித்துள்ளார். மாப்பிள்ளைகள் பன்னாட்டு நிறுவனங்களில் உயர் பொறுப்பில் இருப்பவர்கள்.

ஸியா மோடி தனது 60-வது பிறந்த தினத்தை கணவர், பிள்ளைகள் மற்றும் பங்குதாரர்களுடன் கோவாவில் கொண்டாடிய தருணங்கள் மறக்கமுடியாதவை என்கிறார். ஸியா மோடி தனது ஓய்வு நேரங்களில் இசை நிகழ்ச்சிகளுக்கு செல்வது அவரது விருப்பமான பொழுதுபோக்கு.

மோடியிருக்க பயமேன்:

"ஸியா மோடி உங்கள் பக்கம் இருந்தால் நீங்கள் கவலைப்படவே தேவையில்லை" என்று பேசிக் கொள்வார்களாம். கடின உழைப்பாலும், அறிவுக்கூர்மையாலும், விடாமுயற்சியாலும் தனக்கென தனி இடத்தை பிடித்துள்ளார் ஸியாமோடி. இவர் நீதித்துறைக்கு வந்த புதிதில் சட்ட நிறுவனம் என்பது நம் நாட்டில் யாரும் கேள்விப்படாத ஒன்று. இன்று

நிறைய சட்ட நிறுவனங்கள் உருவாகியுள்ளன. இங்கிலாந்தில் சட்டம் பயின்று, அமெரிக்காவில் சட்ட முதுகலைப் படிப்பை முடித்து பின்னர், நியூயார்க் சட்ட நிறுவனத்தில் சுமார் ஐந்து ஆண்டுகள் பணி புரிந்து தாயகம் திரும்பி, திருமணம் செய்து கொண்டு பின்னர் 8-9 ஆண்டுகள் வழக்கறிஞராக பயிற்சி முடித்தபின்னரே சட்ட நிறுவனத்தை தொடங்கி (ஏஇஸட்பி & பார்ட்னர்ஸ்) அனைவரின் கவனத்தை ஈர்க்க முடிந்தது. 1991-ல் இந்தியாவில் அரசு கொள்கைகளின்படி அனுமதி தரப்பட வில்லை. பின்னர் 2004-ல் ஒருவரை ஒருவர் நன்கு அறிந்த அற்புதமான 12 பேர் குழுவாக சேர்ந்து துவங்கினோம் என்கிறார். அப்போதெல்லாம் ரிசர்வ் வங்கி தினமும் பெரிய நெகிழி புத்தகம் "பரிமாற்றக் கட்டுப்பாடு" (Exchange Control) என்ற பெயரில் வெளியிட்டு கொண்டு இருந்ததை நினைவு கூறுகிறார். அப்போது சரியான திறமையான இளைஞர்கள் எங்களை நம்பி எங்களுடம் சேர்ந்தார்கள். அதை எனது அதிர்ஷ்டமாக கருதுகிறேன் என்கிறார். அவர்களுக்கு பயிற்சி கொடுத்து பணிபுரிய வைத்து பங்குதாரர்களாக்கி எங்களுடன் தக்க வைத்துக் கொண்டோம். மிக மிக உயர்தரமாக நேர்மையான செயல்பாட்டையே தொடர்கிறோம். எனது வழக்கறிஞர்கள் மன அமைதியின்றி வருத்தமுடன் இருந்தால் எனக்கு வருத்தமாக இருக்கும். அவர்கள் எதைப் பற்றியேனும் கவலைப்பட்டால் நான் அதை சரி செய்து தீர்த்து வைக்க முயற்சிப்பேன் என்கிறார்.

நான் செய்வதையே விரும்புகிறேன்:

நான் எதை செய்கிறேனோ அதை மிகவும் விரும்புகிறேன். இதனால் எனக்கு அதிக நேரம் அலுவலகப்பணியில் ஈடுபட முடிகிறது. இன்று உங்களுக்கு எளிதாக கிடைக்கும் எல்லாம் எங்களுக்கு அப்போது கிடைக்கவில்லை. எப்படி உங்களால் எப்போதும் உற்சாகமாகவும், ஆற்றலோடும் செயல்பட முடிகிறது என கேட்பார்கள். தினமும் எல்லாமுமே ஒன்று போலவே இருப்பதில்லை. புதிது புதிதாக எதோ வந்துக் கொண்டே இருப்பதை காரணமாக நினைக்கிறேன் என்கிறார்.

நான் எங்கள் வீட்டில் ஒரே மகள். தலைசிறந்த கல்விநிலையங்களில் படிக்க எனக்கு வாய்ப்பு தரப்பட்டது. ஐந்து வருடங்கள் அமெரிக்காவில் பணி புரிய வாய்ப்பு கிடைத்தது. என் கணவர் எனக்கு முழு ஆதரவாக

செயல்பட்டார். என் மகள்களும் அற்புதமானவர்கள். எனது ஒவ்வொரு அடியும் எனது தொழிலில் சிறப்பாக முன்னேற பாதையாக அமைந்தது என்கிறார்.

நான் சந்தித்த தோல்விகள்:

எனது வாடிக்கையாளர்களோ, எனது பங்குதாரர்களோ என் மீது மிகுந்த அசைக்க முடியாத நம்பிக்கையை கொண்டுள்ளனர். சில தருணங்களில் நான் தோல்வியை சந்தித்து இருக்கிறேன். எல்லா தருணங்களிலும் வெற்றி பெறுவது சாத்தியமன்று. தோல்வியிலிருந்து சில பாடங்களை கற்றுக் கொண்டு இன்னமும் நம்மை பட்டை தீட்டிக் கொண்டு முன்பைவிட சிறப்பாக செயல்பட முயன்றேன் என்கிறார்.

எனக்கு நேரம் கிடைக்கும்போதெல்லாம் என் கணவருடன் உரையாடுவேன். விடுமுறை தினங்களில் திரைப்படங்களுக்கு செல்வதும் உண்டு என்கிறார். சிறிய விடுப்பு கிடைக்கும் போது கோவா, அமெரிக்கா, கென்யா என புறப்படுவது உண்டு என்கிறார்.

இளைய சமுதாயத்திற்கு சொல்ல விரும்புவது:

குறுக்கு வழிகள் வேண்டாம். நமது சிந்தனைகள், செயல்பாடுகள் நேரானதாக இருக்க வேண்டும். ஒரு சிறிய பொய்யை சொல்லத் துவங்கினால், நாளடைவில் பெரிய அளவில் பொய்களையே பேசுவோம். நாம் என்ன சொன்னோம் என்பதையே நாளடைவில் மறக்க நேரிடலாம். உண்மையை ஒரு போதும் மறக்கக்கூடாது. நான் பெண்ணாக இருந்தாலும் சமத்துவமாக வளர்க்கப்பட்டேன். நான் மும்பை நீதி மன்றத்திற்கு வந்த போது அங்கிருந்த வெகு சில பெண்களில் நானும் ஒருத்தி என்பதை உணர்ந்தேன். அப்போது பெண் வழக்கறிஞர்கள் அரிதாகவே இருந்தனர். நான் தயங்க வில்லை. சிறப்பாக, கடினமாக உழைத்ததால் வலிமையடைந்தேன். சிறு வயதிலேயே எங்கள் வீட்டில் உணவருந்தும் போது சட்ட நுணுக்கங்களையே விவாதிப்போம். இந்த இடத்திற்கு நான் வெகு எளிதாக வந்து விடவில்லை. நீதிமன்றங்களில் பெண் வழக்கறிஞர்களை மிக அரிதாகவே பார்க்க முடியும். வாடிக்கையாளர்கள் தங்கள் வழக்குகளுக்கு பெண்கள்

நீதிமன்றத்தில் அஜராகி வாதாடுவதை விரும்பவில்லை. இது துவக்கத்தில் கடினமானதாக இருந்தது. சக ஆண் வழக்கறிஞர்களோ, வாடிக்கையாளர்களோ என் மீது நம்பிக்கையற்று இருந்ததை அறிந்து இருக்கிறேன். சவால்களை சமாளிக்க வேண்டும் என்பதில் தீர்மானமாக இருந்தேன். முயற்சியை கைவிடாமல் தொடர்ந்தேன். விடாமுயற்சியுடன் தொடர்ந்தேன். எனக்கு வாய்ப்புகள் வரத்தொடங்கியது.

அப்போது என் குழந்தைகளுடன் என்னால் போதுமான நேரத்தை செலவழிக்க முடியவில்லை. இன்று நான் அவர்களுடன் நேரத்தை செலவிட தயாராக இருக்கிறேன். ஆனால், அவர்களுக்கு என்னோடு போதுமான நேரத்தை செலவிட முடியவில்லை. நமது வாழ்க்கை பயணம் கடினமானது. சோர்வடையலாம். சில சமயம் கையாள்வதற்கு கடினமானதாக இருக்கலாம். எல்லாவற்றையும் விட்டு விட்டு போய்விடலாம் என்று கூட தோன்றும். அத்தகைய நேரங்களில் நீண்ட தியானம் செய்து விட்டு மீண்டும் பணியை தொடர்வேன் என்கிறார் சிரித்தபடியே. ஸியா மோடி மேன் மேலும், வளர வாழ்த்துவோம்.

16

பதிப்பகத்துறையில் தடம் பதித்த சிக்கி சர்க்கார்

தங்கள் வாழ்வில் கடின உழைப்பால் உச்சத்தை, சிகரத்தை, உயர் பதவிகளை அடைபவர்கள் பலர். நம் நாட்டில் பல்வேறு துறைகளில் நுழைந்து சர்வதேச அளவிலான அங்கீகாரத்தை பெற்று சாதனையாளராக, உன்னதமானவராக, மேன்மையானவராக, மகத்தானவராக விளங்கும் பெண்களை பற்றிய தகவல்களை சேகரித்து தொகுத்து வழங்கும்போது உள்ளம் சிலிர்க்கிறது. இதை படிக்கும் வாசகர்கள் உள்ளத்தில் தன்னம்பிக்கை ஏற்பட வேண்டும். உற்சாகம் பிறக்க வேண்டும். நேர்மறை எண்ணங்கள் பெருக வேண்டும். நாம் வாழும் வாழ்வு நமக்கு, நம் குடும்பத்தினருக்கு, சமுதாயத்திற்கு பயனுள்ளதாக மாற வேண்டும்.

சிக்கி சர்க்கார் தேசிய அளவில் பிரபல புத்தக பதிப்பாளர். "ஜக்கர்நாட்" என்கிற புத்தக நிலையத்தின் இணை நிறுவனராவார். இவர் கொல்கத்தாவைச் சேர்ந்தவர். இவரது தந்தையின் பெயர் அவீக் சர்க்கார். தாயார் பெயர் ராக்கி சர்க்கார் ஆகும். இவரது சகோதரியின் பெயர் பிகு சர்க்கார்.

பதிப்பகத்துறை மிகவும் சவாலானது. அதில் தன்னை அர்ப்பணித்துக் கொண்டு காலமாற்றத்திற்கு ஏற்ப தமது நிறுவனத்தில் புத்தாக்கங்களை புகுத்தி அதை சர்வதேச அளவில் கொண்டு சேர்ப்பதில் முன்னணி வகிக்கிறார். இவருக்கு பெரிய அளவில் பங்குகள் கிடைக்கின்றன.

இவரது "ஜக்கர்நாட்" (www.juggernaut.in) இணையதள முகவரியில் மிக மேன்மையான, உன்னதமான, மகத்தான மனிதர்களின் வாழ்க்கை

வரலாறு மற்றும் அனைத்து தரப்பு மக்களுக்கும் தேவையான ஏராளமான புத்தகங்கள் உள்ளன. இலவசமாக படிக்கலாம். எழுத்து துறையில் ஆர்வம் உள்ளவர்கள் தங்கள் படைப்புகளை சமர்ப்பிக்கலாம்.

பதிப்பக படைப்புலகில் சர்வதேச அளவிலான அங்கீகாரத்தை தனது இளம் வயதிலேயே சிக்கி சர்க்கார் பெற்றுள்ளார் என்பது குறிப்பிடத்தக்கது. இவரது தந்தை அவிக் சர்க்கார் பிரபல பத்திரிக்கையாளர் மற்றும் செய்தித்தாள் உரிமையாளர் ஆவார். இவர்களது குடும்பத்தினர் 1876-ல் நிறுவப்பட்ட ஆனந்த பஜார் பத்திரிக்கை குழுமத்தைச் சேர்ந்தவர்களாகவும், பிரபல பத்திரிக்கை குழுமங்களில் ஆசிரியர் பொறுப்பு வகித்தவர்களாகவும் இருந்துள்ளனர். இதனால் இலக்கியம், பத்திரிக்கைத்துறை மற்றும் சமீபத்திய நிகழ்வுகள் தொடர்பாக மிகுந்த பரிச்சயமான சூழலில் வளரும் வாய்ப்பைப் பெற்றார் சிக்கி சர்க்கார். புளும்பரி பதிப்பகத்தில் 1999 முதல் 2006 வரை பணியாற்றினார். ரேண்டம் ஹவுஸ் பதிப்பகத்தில் 2006 முதல் 2011 வரையில் பணியாற்றினார். பின்னர் பெங்குவினிலும், தற்போது ஜக்கர்நாட் புத்தக பதிப்பாளராகவும் நிறுவனராகவும் விளங்குகிறார். இவரது பதிப்பகத்தில் துர்கா ரகுநாத், நந்தன் நீலக்கனி, நீரஜ் அகர்வால் மற்றும் பாரதி ஏர்டெல் நிறுவனங்கள் உள்ளிட்ட பலர் முக்கிய பங்குதாரர்களாக உள்ளனர்.

எழுத்துப்பணியை பணத்திற்க்காக அல்லாமல் பொழுதுபோக்காகவும் மன திருப்திக்காகவும் எழுதும் அமெச்சூர் எழுத்தாளர்களுக்கு தங்கள் படைப்புகளை நேரடியாக பதிவேற்ற உதவும் தளமாக "ஜக்கர்நாட்" செயல்படுகிறது.

அருந்ததிராய், நந்தினி சுந்தர், பெருமாள் முருகன், ட்விங்கிள் கண்ணா, சன்னி லியோன் உள்ளிட்ட ஏராளமான எழுத்தாளர்களின் படைப்புக்களை இவருடைய "ஜக்கர்நாட்" பதிப்பகம் பிரசுரித்துள்ளது. இன்றைய நாட்களில் புத்தகங்கள் மக்களின் மனதில் அரிதான இடத்தையே பிடித்துள்ளன. அதே நேரத்தில் மொபைல் மற்றும் அதி வேக இணைய தள வசதியால் ஒரே க்ளிக்கில் பல லட்சக்கணக்கான வீடியோக்களை காணவும் பதிவிறக்கம் செய்யவும் முடிகிறது.

சிக்கி சர்க்கார் சொல்கிறார். நான் நம்பர் ஒன்றாக இருக்க விரும்பவில்லை. நான் எங்கும் வியாபித்து இருக்கவே விரும்புகிறேன்

என்கிறார். சந்தையில் புத்தகங்களுக்கான தேவை குறையவே இல்லை. சிக்கி சர்க்காரின் ஜக்கர்நாட் பதிப்பகம்தான் இந்தியாவின் முதல் ஸ்மார்ட் போன் பதிப்பகமாகும்.

கடந்த ஆண்டில் மட்டும் இவரது ஜக்கர்நாட் தகவல் களஞ்சியத்தில் பத்து லட்சத்திற்கும் மேற்பட்ட பதிவிறக்கங்கள் நிகழ்ந்துள்ளது இவர்களது துறையின் அரிய சாதனையாகும். இந்தியாவின் மிகப் பெரிய தொலைத்தொடர்பு நிறுவனங்களான ஏர்டெல், பாரதி ஆகியவை நிறைய பங்குகளை வாங்கியுள்ளன. அதிலும், ஏர்டெல் நிறுவனம் கணிசமான தொகையை ஜக்கர்நாட்டில் முதலீடு செய்துள்ளது.

பெரும்பாலான புத்தகங்களை இலவசமாக ஜக்கர்நாட் இணையத்தில் வாசிக்க முடிகிறது. குறிப்பிட்ட சில புத்தகங்கள் ரூ.10 முதல் ரூ.250 வரை கட்டணம் செலுத்த வேண்டும். அமெச்சூர் எழுத்தாளர்களுக்கு தங்கள் படைப்புகளை டிஜிட்டலில் வெளியிட வாய்ப்புக்களை வழங்குகிறது.

வாசகர்கள் எதை விரும்புகிறார்கள் என்பதை எழுத்தாளர்களும், படைப்பாளிகளும் பதிப்பாளர்களும் நன்கு அறிந்திருக்க வேண்டியது வெற்றிக்கு அவசியம் என்கிறார். மும்பையில் வாசகர்கள் பெரும்பாலும் இரவில்தான் வாசிக்கிறார்கள். பெங்களூரில் வாசகர்கள் நிறைய புத்தகங்கள் வாங்குகிறார்கள். சர்க்கார் என்ற பெயர் இலக்கிய உலகில் மிகவும் பிரசித்தி பெற்றதாகும். ஜக்கர்நாட் நிறுவப்படுவதற்கு முன்னர் ரேண்டம் ஹவுஸ் மற்றும் பெங்குவின் பத்திரிக்கை நிறுவனங்களில் ஆசிரியராக சிக்கி சர்க்கார் பணியாற்றியுள்ளார்.

இன்றைய தலைமுறையையும் மொபைல் போனும் பிரிக்க முடியாததாக உள்ளது. ஸ்மார்ட் போன் பயன்படுத்தும் தலைமுறையாக உள்ளது. பெரும்பாலான ஊடகங்கள் தங்களுக்கு என்று தனி வெப்சைட் வைத்துள்ளன. இன்றைக்கு புத்தகங்கள் கையாள்வதற்கான இடைவெளி சற்று அதிகரித்துள்ளது. ஆகையால் ஜக்கர்நாட் தளத்தை தாம் தொடங்கியதாக சொல்கிறார். இவர்களது அட்டவணையில் சுமார் 7000 புத்தகங்கள் உள்ளன. இந்தி தளத்தில் இணையதளத்தை கட்டமைக்க திட்டமிட்டுள்ளார். சந்தாதாரர்கள் அதிக எண்ணிக்கையில் இணைந்து மேலும் பலப்பட வாய்ப்புள்ளது. லாபகரமானதாக ஜக்கர்நாட் இல்லையென்றாலும், வருகிற ஆண்டுகளில் நிதி நிலையை சீராக்க

திட்டமிடப்பட்டு உள்ளது. புத்தகங்களை சந்தைப்படுத்துவதில் சிக்கி சர்க்கார் மீது படைப்பாளர்களுக்கும் பதிப்பகத்தார்களுக்கும் மிகுந்த நம்பிக்கையை ஏற்படுத்தும் திறன் உள்ளது. சிக்கி சர்க்கார் தனது இளம் பருவத்தில் இருந்தே புத்தகங்களை மிகவும் நேசிப்பவர். சிக்கி சர்க்கார் வாசிக்கும் முறையை மாற்றி நவீனமான புதுமையான முறையில் வாசகர்கள் வாசிப்பதற்கு பாதையமைத்து கைபிடித்து அழைத்து செல்கிறார் என்றால் அது மிகையாகாது. சிக்கி சர்க்கார் ஊடகத்துறையில் சக்தி வாய்ந்த பெண்மணியாக அங்கீகரிக்கப்படுகிறார்.

இந்த நாட்டிலேயே சக்தி வாய்ந்த பதிப்பகத்தின் தலைமைப் பொறுப்பில் 40 வயதைக் கடந்த சிக்கி சர்க்கார் இருக்கிறார். இந்தியாவின் முதல் ஸ்மார்ட்போன் பதிப்பாளராக உள்ளார். புகழ்பெற்ற போர்ப்ஸ் பத்திரிகையின் அங்கீகாரத்தை சிக்கி சர்க்கார் பெற்றுள்ளார் என்பது குறிப்பிடத்தக்கது.

ஒரு புத்தகத்தின் நல்ல உள்ளடக்கம் என்பது வெறும் கதையை மட்டும் சொல்வதல்ல. இன்றைய மனிதர்களின் வாழ்க்கையை பிரதிபலிப்பதாகும். புத்தகங்கள் சமுதாயத்திற்கு விழிப்புணர்வை ஏற்படுத்துகிறது. பிரசுரிக்கப்பட்ட புத்தகங்களால் அடைய முடியாத இடங்களையெல்லாம் மின்-புத்தகங்கள் சென்றடைகின்றன. இன்றைய டிஜிட்டல் உலகில் உள்ளடக்கத்திற்கு போதிய முக்கியத்துவம் இல்லை. எல்லா துறைகளிலும் அப்படித்தான். 200 மில்லியன் இந்தியர்கள் மொபைல் மற்றும் இணையதளம் மூலமாக வணிக விஷயங்களை கையாள்கிறார்கள். மொபைல் திரையைத் தட்டினால் நமக்குத் தேவையான விஷயங்கள் எதுவாகிலும் கிடைக்கிறது. புதுமையான வழிகளில் மக்களை நவீன தொழில்நுட்பங்கள் ஈர்க்கின்றன. நன்கு பரவுகின்றன. புதிய தொழில் நுட்பங்கள் பழைமையான தொழில்களை நசிக்கவும் செய்கின்றன.

வாசகர்களில் பல வகையினர் உள்ளனர். ஆன்மீகச் செய்திகள், சினிமா செய்திகள், சுய முன்னேற்றம், விளையாட்டு செய்திகள், சிறுவர் கதைகள், சமையல் குறிப்புகள், பெண்களுக்கு மட்டுமான பிரத்யோகமான செய்திகள், காதல், ஜோதிடம், துப்பறியும் நாவல்கள், சுயதொழில், கணினி செய்திகள், நகைச்சுவைச் செய்திகள், பொது

அறிவு தொடர்பான விபரங்கள் என ஒவ்வொன்றுக்கும் குறிப்பிட்ட அளவில் வாசகர்கள் உள்ளனர். இவற்றில் மிகப்பெரிய மாற்றம் ஏற்பட்டுள்ளது. வாசகர்கள் புத்தகங்களிலிருந்து மின்-புத்தக வாசிப்பிற்கு மெதுவாக மாறி வருகின்றனர். அவர்களுக்கு தேவையான தகவல்களை எளிதாக கணினி அல்லது மொபைலில் பெற முடிகிறது. காலமாற்றத்திற்கு ஏற்ப நம்மை மாற்றிக் கொள்வதும் வெற்றிக்கு உதவும் முக்கிய சூத்திரமாகும். நவீன தொழில்நுட்ப திறன்களின் மதிப்பை முன்னமே உணர்ந்து ஜக்கர்நாட் தொடங்கி வாசகர்களின் புத்தக வாசிப்பு முறையை சிக்கி சர்க்கார் மாற்றி உள்ளார்.

இது ஒரு படைப்புத் தொழில். இங்கு வெற்றியை விட தோல்விகள் அதிகம். பதிப்பகத் துறையில் வெற்றிக்கு உத்தரவாதம் இல்லை. சகாரிகா என்ற எழுத்தாளர் சமீபத்தில் தன்னுடைய புத்தகத்தை ஜக்கர்நாட்டில் பதிப்பித்துள்ளார். அவர் தனது அனுபவத்தை சொல்கிறார். சிக்கி சர்க்காரின் பதிப்பகத்துறையில் ஒவ்வொரு திங்கட்கிழமையும் ஆசிரியர்கள் அனைவரும் ஒன்று கூடி விவாதிப்பர். சமீபத்திய செய்திகள் மற்றும் சம்பவங்களை விவாதிப்பர். அன்னை இந்திராகாந்தியின் நூற்றாண்டு வர உள்ளது. இந்திரா காந்தியின் வாழ்க்கை வரலாற்றை புத்தகமாக வெளியிடலாம் என முடிவு செய்தனர்.

சிக்கி சர்க்கார் சொல்கிறார். புத்தகங்கள் உங்களை நோக்கி வரும்வரை நாங்கள் காத்திருப்பதில்லை. அதை உருவாக்கும் போதே உங்களை அடையும் வகையில் செய்கிறோம். எழுதுவது ஒரு தொடக்கம்தான். எழுத்தாளரும், பதிப்பகத்தாரும் இணைந்து முழு ஒத்துழைப்போடு செயல்பட்டால்தான் வாசகர்களுக்கு நல்ல முறையில் வெற்றிகரமாக படைப்பு போய் சேரும். தம் புத்தகங்களை சந்தைப்படுத்துவதற்கு சமூக ஊடகங்களை ஜக்கர்நாட் பயன்படுத்துகிறது. மக்களை சென்றடைய பல்வேறு உத்திகள் கையாளப்படுகிறது. இணையதள வாசகர்கள் பாரம்பரிய புத்தக வாசகர்களிடமிருந்து முற்றிலும் மாறுபட்டவர்கள். நுட்பமான விஷ யங்களை அதிகம் எதிர்பார்க்கிறார்கள். உலகலாவிய அளவில் கிடைக்கும் தகவல்களில் எது தமக்கு தேவை என தீர்மானிப்பவர்களாக உள்ளனர். புத்தகம் வெளியிடப்படுவதற்கு முன்னதாகவே இ-புத்தகங்கள் வெளியாகின்றன. புத்தகங்கள் சென்றடைய முடியாத இடங்களையும் இ-புத்தகங்கள் எளிதில் சென்றடைகின்றன.

இனையதள புத்தகங்கள் இந்தியாவைப் பொருத்தவரையில் ஆரம்பக் கட்டத்தில் உள்ளது. வழக்கமான புத்தக வாசிப்பில் இருந்து மெதுவாக இ-புத்தகங்களை வாசிக்கும் முறைக்கு மெல்ல வாசகர்கள் நகர்கிறார்கள். சிறந்த படைப்புத்திறன் கொண்ட எழுத்தாளர்கள் வெற்றியை தீர்மானிக்கிறார்கள். ஊடகங்கள் நெகிழ்வு தன்மை கொண்டவையாக உள்ளன.

தனது 37வது வயதில் திருமணம் செய்துகொண்டார். கணவரும் பத்திரிக்கைத் துறையைச் சேர்ந்தவர்தான். சிக்கி சர்க்காருக்கு அசோக் என்கிற மகன் உள்ளான். வாசிப்பதற்கு நிறைய நேரம் ஒதுக்குகிறார். இன்றைக்கு இந்தியர்கள் அதிக நேரத்தை மொபைல் பயன்படுத்துவதில் செலவழிக்கின்றனர் என்கிறார்.

சிக்கி சர்க்கார் தன்னுடைய பள்ளிப்படிப்பை கொடைக்கானலில் உள்ள சர்வதேச பள்ளியிலும், தனது பட்டப்படிப்பை ஆக்ஸ்போர்டு பல்கலைகழகத்திலும் முடித்தார்.

சிக்கி சர்க்கார் உள்ளிட்ட 25 பெண் நட்சத்திரங்களை தர அடிப்படையில் தான் சார்ந்த துறையில் புத்தாக்கத்தை, தொடங்குபவராக, மேம்பாட்டிற்கு, வளர்ச்சிக்கு, முன்னேற்றத்திற்கு வித்திடுபவராக உள்ளவர்களை பட்டியலிடுகிறது. அத்தகைய போர்ப்ஸ் பட்டியலில் சிக்கி சர்க்கார் இடம் பெற்றுள்ளார் என்பது குறிப்பிடத்தக்கது.

எழுத்தாளர்களின் கனவு பதிப்பகம் ஜக்கர்நாட் எனலாம். ஒரு புத்தகம் நமக்கு விருப்பமானதாக இருந்தால் அது பலருக்கும் பிடித்தமானதாகவே இருக்கும். பத்திரிக்கை ஆசிரியர் பரவலாக எல்லாவற்றிலும் தகவல் தெரிந்தவராக படிக்கக்கூடியவராக இருக்க வேண்டும். அந்தவகையில் பத்திரிக்கை ஆசிரியர்கள் சிறந்த வாசிப்பாளர்கள். நிறைய படிப்பதுதான் எல்லாவற்றிற்கும் அடிப்படையாக உள்ளது. ஒவ்வொரு படைப்பும் ஒவ்வொரு வகையில் சிறப்பானது. ஒரு படைப்பு தோல்வியடையும் போது மனம் உடைந்து போகும் என்பதை மறுக்க முடியாது.

தலை குனிந்து புத்தகத்தை படிப்பவர்கள் வாழ்வில் தலை நிமிர்ந்து நடக்கிறார்கள்.

புத்தகங்கள் இல்லையெனில் சரித்திரம் மௌனமாகி விடும். இலக்கியம் ஊமையாகி போகும். புத்தகம் என்பது மனித குலமே அச்சு வடிவில் இருப்பதைப் போன்றது.

கசப்பு இல்லையென்றால் இனிப்புக்கு மகிமை இல்லை. துன்பம் வராவிடில் இன்பத்திற்கு மகத்துவம் இல்லை. தோல்வி இல்லாவிடில் வெற்றிக்கு வரலாறு இல்லை.

17

உலக அழகியின் வெற்றி கதை - பிரியங்கா சோப்ரா

18 ஜூலை 1982-ல் ஜாம்ஷெட்பூரில் பிறந்தவர் பிரியங்கா சோப்ரா. இவரது தந்தை அசோக் சோப்ரா பஞ்சாபி காத்ரி சமூகத்தைச் சேர்ந்தவர். மற்றும் இவரது தாய் மது பிகாரில் பிறந்தவர் என்றாலும் மலையாளக் குடும்பத்தை சேர்ந்தவர். இருவரும் மருத்துவர்கள். இவரது தந்தை இராணுவத்தில் பணிபுரிந்த போது டெல்லி, அம்பாலா, லாடக், லக்னோ, பாரெய்லி மற்றும் புனே ஆகிய இடங்களுக்கு பணியிட மாறுதலில் சென்றதால் சிறு வயதில் பிரியங்கா சோப்ராவும் பல்வேறு இடங்களில் வாழ்ந்தார். தன் 13வது வயதில் தனது அத்தையுடன் அமெரிக்கா சென்று மூன்று வருடங்கள் அங்கு பள்ளிக் கல்வியைத் தொடர்ந்தார். பின்னர், இந்தியா திரும்பியவர் உயர்நிலைப் பள்ளிக் கல்வியை இராணுவப் பள்ளியில் முடித்தார்.

தொடக்கத்தில் உள்ளூரில் நடந்த அலங்கார அணிவகுப்பில் (அழகிப் போட்டியில்) கலந்து கொண்டு "மே-ராணி" (May Queen) என்ற பட்டத்தைப் பெற்றார். அதன் பின்னர் 2000-ம் ஆண்டில் நடந்த போட்டிகளில் பங்கேற்று "மிஸ் இந்தியா" மற்றும் பிரபஞ்ச அழகிப் பட்டத்தைப் பெற்றார். மும்பையில் உள்ள ஜெய் ஹிந்த் கல்லூரியில் கல்லூரி படிப்பைத் தொடங்கினாலும், உலக அழகி பட்டம் வென்ற பிறகு கல்லூரியை விட்டு வெளியேறி விட்டார்.

கோடம்பாக்கம் இவரை இருகரம் கூப்பி வரவேற்றது. கோலிவுட்டில் "தமிழன்" என்ற விஜய் படத்தில் கதாநாயகியானார். பாம்பே திரையுலகமான பாலிவுட் பரபரப்பான சிலிர்க்க வைக்கும் காதல்

படங்களில் கதாநாயகியாக நடிக்க அழைத்தது. இதனால் நாடேங்கும் அறிமுகமானார். மாடலாக வாழ்க்கையை துவங்கியவர் மிகப் பெரிய உயரத்தை அடைந்து உலக அளவில் பெருமை சேர்த்த முதல் இந்திய நடிகை என்றால் அது மிகையாகாது. 2006-ம் ஆண்டு இவருக்கு பத்மஸ்ரீ விருது வழங்கி கௌரவித்தது இந்திய அரசு. விருதுகள் பல பெற்றுள்ளார். அமெரிக்க திரையுலகமான ஹாலிவுட்டில் "குவாண்டிகா" என்ற டிவி தொடர் மூலம் உலக அளவில் பிரபலமான பிரியங்கா சோப்ரா இரண்டு முறை சிறந்த கதாபாத்திரத்திற்க்கான விருதினை பெற்றுள்ளார். மாடல், பாடகி, நடிகை, தயாரிப்பாளர், சமூக சேவகி, யூனிசெப்பின் நல்லெண்ண தூதர் போன்ற பன்முகங்கள் கொண்டவர். பாலிவுட், கோலிவுட், ஹாலிவுட் மூன்றிலும் தடம் பதித்தவர்.

நம்ப முடியாத, மிகப்பெரிய, மேன்மையான, அற்புதமான, வியத்தகு திறமைகள் கொண்டவர். பிக்கி என்ற செல்லப் பெயர் இவருக்குண்டு. சக நடிகர்களுடன் ஒளிவு மறைவின்றி திறந்த மனதுடன் பேசி பழகக் கூடியவர். அக்ஷய்குமார், கரீனா கபூர், சாருக்கான், சல்மான்கான் உள்ளிட்டவர்களுடன் சேர்ந்து நடித்து உள்ளார். இந்தி திரையுலகில் முன்னனி நடிகையாக திகழ்வதுடன், தனது நடிப்புத் திறனால் அனைவரையும் தன் பக்கம் இழுக்கும் ஆற்றல் வாய்ந்தவர். பல்வேறு மொழிகளில் நடித்து உள்ளார்.

2003-ல் இவர் நடித்த "ஆண்டாஸ்" இந்தித் திரைப்படம் மிகப்பெரிய வெற்றி பெற்றது. பிலிம்பேர் சிறந்த துணை நடிகை விருது வழங்கி கௌரவித்தது. 2004-ல் "ஐத்ராஸ்" என்ற படத்தில் திருமதி சோனியா ராய் என்ற பாத்திரத்தில் வில்லியாக நடித்தார். இந்தப்படம் மிகப்பெரிய வெற்றி பெற்றது. இந்தி திரையுலகில் நம்பர் ஒன் நடிகையாக வலம் வந்தார்.

தனது 17 வயதில் "மிஸ் இந்தியா" பட்டம் பெற்றவர். தன் நடிப்புத் திறமையால் அனைவரையும் தன்பக்கம் இழுக்கும் ஆற்றல்தான் இவரது முக்கிய பலம். பல்வேறு மொழிகளில் இதுவரை சுமார் 40 படங்களுக்கு மேல் நடித்து உள்ளார். இந்திய அழகி மட்டுமல்லாமல் உலக அழகியாக முடிசூடப்பட்டது திரையுலகில் நுழைய எளிதானதாக இவருக்கு இருந்தது. உலக அழகி மகுடத்தை வென்ற ஐந்தாவது இந்தியப் பெண் இவர்தான்.

பிரியங்கா சோப்ரா பயிற்சி பெற்ற (Western Classical Singer) மேற்கத்திய இசைப்பாடகி ஆவார். இசை ஆல்பம் தயாரிக்கும் முயற்சியிலும் ஆர்வம் உள்ளவர். குத்துச்சண்டை வீரரான மேரிகோம் அவர்களின் வாழ்க்கை வரலாற்று படத்தில் பிரியங்கா சோப்ரா நடித்து உள்ளார் என்பது குறிப்பிடத்தக்கது.

உலகிலேயே அதிக சம்பளம் பெறும் சின்னத்திரை நடிகைகள் பட்டியலை போர்ப்ஸ் பத்திரிக்கை வெளியிட்டது. அதில் இடம் பெற்றவர்களில் பிரியங்கா சோப்ராவும் ஒருவர். "குவாண்டிகோ" என்ற அமெரிக்க டிவி தொடரில் நடித்ததன் மூலம் பிரியங்கா பெற்ற வருமானம் (10100000 டாலர்) ஒரு கோடியே பத்து லட்சம் அமெரிக்க டாலர்கள் ஆகும். இதற்கு முன்னர் இதே போர்ப்ஸ் பத்திரிக்கை நிறுவனம் இந்தியாவில் விளம்பர படங்கள் மூலம் அதிகம் வருமானம் பெறுபவர் பட்டியலை வெளியிட்டது. அதிலும் பிரியங்கா சோப்ரா முதலிடம் பிடித்தார் என்பது குறிப்பிடத்தக்கது.

சர்வதேச பேஷன் லேபிளில் அறிமுகமான முதல் இந்திய முகம் பிரியங்கா சோப்ராதான். கவர்ச்சியான பாவனையை வெளிப்படுத்துவதில் மிகுந்த திறமைசாலி. மக்களால் தேர்வு செய்யப்பட்ட விருப்பமான நடிகை என்ற விருதையும் பெற்றுள்ளார்.

இதுவரை பிரியங்கா சோப்ரா பெற்றுள்ள விருதுகளின் எண்ணிக்கை 126-ஐ தாண்டுகிறது. மேலும், 73 விருதுகளுக்கு பரிந்துரை செய்யப்பட்டுள்ளவர் என்பது குறிப்பிடத்தக்கது.

மெட்காலா:

உலக அளவிலான திரைப்பட நடிகர்கள் மற்றும் ஆடை வடிவமைப்பாளர்களை ஒரு சேர இணைக்கும் பேஷன் நிகழ்வுகள்தான் மெட்காலா ஆகும். ஏதெனும் பெருநகர அருங்காட்சியகத்தின் வளர்ச்சிப் பணிகளுக்கு நிதி திரட்டும் பொருட்டு இந்த நிகழ்வு ஆண்டுதோறும் நடைபெறுகிறது. அதில் பங்கேற்ற போது இவர் அணிந்திருந்த வெல்வெட் துணியில் டிரெஞ்சுகோட் வகையிலான ஆடை மகுடமாக திகழ்ந்தது. அவர் அணிந்திருந்தது "ஹூடு" ஆகும். இது முழுக்க முழுக்க ரூபி வைரங்கள் போன்ற விலையுயர்ந்த கற்களை

வைத்து உருவாக்கப்பட்டது. அந்த நிகழ்வில் மொத்த உலக மீடியாவும் பிரியங்கா பக்கம் திரும்பியது பெரிதும் பேசப்பட்டது.

சமூக விஷயங்களுக்கு ஆதரவு தரும் வகையில் செயல்பட்டதற்காக பிரியங்கா சோப்ராவிற்கு அன்னை தெரசா நினைவு விருது வழங்கப்பட்டு உள்ளது. சமீபத்தில் போரினால் சீரழிந்துள்ள சிரியா நாட்டிற்கு சென்று அங்கு அகதிகளாக உள்ள குழந்தைகளை நேரில் சந்தித்து அவர்களிடம் பிரியங்கா சோப்ரா உரையாடினார். இது போன்ற பல்வேறு பொதுநல நடவடிக்கைகளிலும் ஈடுபட்டு வருகிறார்.

ராஜ குடும்பங்களின் திருமண நிகழ்வுகளில் கலந்து கொள்ள இவருக்கு அழைப்பு வருகிறது. பிரிட்டன் இளவரசர் ஹாரி மற்றும் மெகான் மார்கின் திருமண நிகழ்வில் மணப்பெண்ணின் திருமண தோழியாக தெரிவு செய்யப்பட்டவர் பிரியங்கா சோப்ரா. இவர்களது திருமணத்திற்கு அழைக்கப்பட்ட பிரமுகர்கள் பட்டியலில் இந்தியாவிற்கு பெருமை சேர்க்கும் வண்ணம் இவரது பெயரும் இடம் பெற்றது.

37 வயதானாலும் இன்னும் பாலிவுட்டின் இளம் நடிகைகளுக்கு கடுமையான போட்டியாளராகவே இருந்து வருபவர் பிரியங்கா சோப்ரா. இவர் நடிப்பில் வெளியான நடித்துள்ள "ஜெய் கங்காஜல்" படத்தின் டிரெய்லர் யூடியூபில் பல்வேறு சாதனைகளைப் படைத்தது. சுமார் 50 லட்சம் பேர் பார்த்து ரசித்துள்ளனர்.

பாலிவுட்டில் அதிக சம்பளம் வாங்கும் நடிகை. ஆசியாவின் மிகவும் கவர்ச்சியான பெண்களில் ஒருவர் போன்ற பெருமைகளுக்கு சொந்தக்காரர் பிரியங்கா சோப்ரா. அரசியல்வாதிகள் மற்றும் ரவுடிகளுக்கு அஞ்சாத அதிரடி காவல்துறை அதிகாரியாக நடித்துள்ளார்.

இவர் நடித்த "பாஜிரோ மஸ்தானி" 200 கோடிகளுக்கும் மேல் வசூல் செய்து சாதனை படைத்து உள்ளது. ஆசியப் பெண் ஒருவர் அமெரிக்க தொலைக்காட்சி தொடரில் நடித்து அந்நாட்டு பத்திரிக்கைகளின் செய்திகளில் இடம் பிடிப்பது இதுவே முதல் முறை என்பது குறிப்பிடத்தக்கது. இத்தாலி, ஜெர்மன் உள்ளிட்ட 44 மொழிகளில் மொழிமாற்றம் செய்யப்பட்டு உலகம் முழுவதும் "குவாண்டிகோ" தொடர்

நிகழ்ச்சி ஒளிபரப்பாகி வருகிறது. இதன் மூலம் உலகம் முழுவதும் தற்போது புகழ் பெற்று வருகிறார் பிரியங்கா சோப்ரா.

இந்தியாவைச் சேர்ந்த விண்வெளி வீரர் கல்பனா சாவ்லாவின் வாழ்க்கையை திரைப்படமாக தயாரிக்க உள்ளனர். அதில் கல்பனா சாவ்லாவாக நடிக்க உள்ளவர் பிரியங்கா சோப்ரா. இப்படத்தை உலகத் தரத்தில் பிரமாண்டமாக தயாரிக்க உள்ளனர்.

தற்போது கைவசம் ஆறு படங்கள் உள்ளன. அமெரிக்காவுக்கும், இந்தியாவுக்கும் பறந்து கொண்டிருக்கும் நிலையில் ஏற்கனவே ஒப்புக் கொண்டுள்ள படங்களில் எதில் முதலில் நடிப்பது என்பதை தீர்மானிக்கவே சிரமமாக உள்ளது என்பதுதான் இவரது தற்போதய நிலை.

சர்ச்சைகள்:

2008-ம் ஆண்டில் ஹிந்துஸ்தான் யூனிலீவர் பாண்ட்ஸ் தயாரிப்பின் வணிகத்தூதராக பிரியங்கா சோப்ராவை நியமித்தது. பின்னர் அவர் சருமத்தை வெண்மையாக்கும் வணிகத் தயாரிப்புகளுக்கான சிறிய தொலைக்காட்சி விளம்பரத் தொடர்களில் சைப் அலிகான் மற்றும் நேஹா துபியா ஆகியோருடன் இணைந்து நடித்தார். இந்த விளம்பரங்கள் இனவெறியைத் தூண்டி விட்டதாக சர்ச்சை ஏற்பட்டது.

நிக் ஜோன்ஸ் பிரியங்கா சோப்ராவை விட 11 வயது இளையவர் என்பதால் இவர்களின் காதல் விவகாரம் விமர்சனத்திற்கு உள்ளானது.

சீரியல்களை பொறுத்தவரையில் குடும்பபாங்காகத்தான் நடிகைகள் நடிப்பார்கள். ஆனால், இந்த குவாண்டிகோ சீரியலில் முதல் காட்சியிலேயே பிகினி உடையணிந்து பிரியங்கா சோப்ரா நடிக்க வேண்டியதாகி விட்டது. இதற்கு இந்தியாவில் ஒளிபரப்பாகும் போது எதிர்ப்பு கிளம்பும் என்று பேசப்படுகிறது.

ஜெர்மன் நாட்டிற்கு சென்ற போது இந்தியப் பிரதமர் மோடியை சந்தித்தார். அப்போது பிரியங்கா சோப்ரா அணிந்திருந்த ஆடை குறித்து சமூக வலைத்தளங்களில் வைரலாகி பல கண்டனங்கள் வந்தது.

சர்ச்சைகள் பின்தொடர்ந்தாலும் அதைத் தாண்டி முன்னோக்கி போவதுதான் இவரது தனிச்சிறப்பு.

பிரியங்கா சோப்ராவுக்கும் அமெரிக்காவைச் சேர்ந்த பாப் பாடகர் நிக் ஜோன்ஸ் என்பவருக்கும் ராஜஸ்தான் மாநிலம் ஜோத்பூர் அரண்மனையில் கோலாகலமாக திருமணம் சமீபத்தில் நடைபெற்றது.

நடிகை, தயாரிப்பாளர், சமூக சேவகி, யுனிசெப்பின் நல்லெண்ணத் தூதர் போன்ற பன்முகங்கள் கொண்ட பிரியங்கா சோப்ராவின் வாழ்க்கை மிகவும் சுவாரஸ்யமிக்கது. பாலிவுட்டில் தனி இடத்தை கைப்பற்றி, ஹாலிவுட்டில் சிறந்து விளங்கும் பிரியங்கா சோப்ரா தனது வாழ்க்கை வரலாற்றை ''Unfinished' என்ற தலைப்பில் புத்தகமாக வெளியிட உள்ளதாக அறிவித்து உள்ளார்.

மறைந்த ஆன்மீகத் தலைவரான ஒஷோவின் வலதுகரமாக இருந்த ''மா ஆனந்த் ஷிலா'' என்பவரின் வாழ்க்கையை தழுவி புதிய ஹாலிவுட் படம் உருவாக உள்ளது. இந்த படத்தை தயாரித்து நடிக்க இருப்பவர் பிரியங்கா சோப்ரா என்பது குறிப்பிடத்தக்கது.

பிரபஞ்ச அழகி இந்தியாவில் இருந்து உலக ரசிகர்களை ஈர்க்க திறமை காட்டி வருகிறார்.

வரலாற்றுச் சிறப்பு மற்றும் பிரபலங்களுக்கு சிலைகள் வைக்கப்படுவது தனிச் சிறப்பாக கருதப்படுகிறது. அமெரிக்க நாட்டில் நியூயார்க்கில் உள்ள மேடம் துசார்ட் அருங்காட்சியகத்தில் பிரியங்கா சோப்ராவுக்கு மெழுகு சிலை வைக்கப்பட்டு உள்ளது.

தனது உடல் அழகால் காதல், திருமணம், குடும்ப வாழ்வு, அலுவலக வாழ்வு போன்றவற்றில் பல சிக்கல்கள் ஏற்பட்டு ஆபத்துக்களை சந்தித்து வாழ்வை தொலைக்கும் இன்றைய பெண்களுக்கு நடுவில் தன் அழகாலும் திறமையாலும் உலக சாதனைப் படைத்து வருகிறார் பிரியங்கா சோப்ரா என்றால் அது சற்றும் மிகையாகாது.

18

திறமைமிக்க இளம் கார்ப்பரேட் முதன்மை செயல் அதிகாரி - லெட்சுமி வேணு

பல தலைமுறைகளாக வெற்றியை தக்கவைத்துக் கொண்டு ஒரு நிறுவனம் கடும் போட்டி உலகத்தில் சந்தையில் நீடித்து நிற்கிறது என்றால் அவர்களிடம் சமரசமற்ற கொள்கை பிடிப்புகள், மதிப்புகள் இவற்றால் ஈர்க்கப்பட்ட வாடிக்கையாளர்கள் தரும் தொடர் பேராதரவுதான் வெற்றியின் ரகசியம். மேலும், நிறுவனத்தின் அடுத்த தலைமுறையினரும் சமரசமற்ற விட்டுக் கொடுக்காத உன்னதமான உயர் தொழில் நெறிமுறைகளை கடைபிடிப்பதில் உறுதியாகவும் சற்றும் வழுவாமலும் தொடர்வதுதான் வெற்றிக்கு அடிப்படை காரணம் எனலாம்.

இளம் வயதிலேயே மிகப்பெரிய தொழில் சாம்ராஜ்யத்தை ஆளும் பெரும் பொறுப்பை ஏற்றவர் லெட்சுமி வேணு. நாட்டில் பிரபலமான பெரும் தொழில் அதிபர்களின் வாரிசு மட்டுமல்ல இவர். தாய்-தந்தை தாத்தா ஆகியோர் பாரம்பரியமிக்க தொழிலை நிறுவி வெற்றிகரமாக பராமரித்து வருபவர்கள். பிள்ளைகளுடன் நேரத்தை செலவிட முடியாத அளவுக்கு கடினமான பொறுப்புகளை சுமக்கும் பெற்றோர்க்கு ஒரே பெண் வாரிசாக பிறந்தவர்தான் லெட்சுமி வேணு.

இளம் வயதில் பெற்றோர்களுடைய உரையாடல்களை கேட்பதே மிகப்பெரிய தொழில் உலகின் அரிச்சுவடி பாடத்தை அனுபவத்தை தரக்கூடியதாக இவருக்கு அமைந்து விட்டது.

ரயில்வே ஐங்சனில் நாள் ஒன்றுக்கு கடக்கும் 200க்கும் மேற்பட்ட ரயில்களை வழிநடத்தி பயணிகளுக்கு பாதுகாப்பது

அளிப்பது சாதாரண பொறுப்பல்ல. சிறிய ஊர்களில் இருக்கும் ரயில் நிலையங்களில் நாள் ஒன்றுக்கு கடக்கும் ஓரிரண்டு ரயில்களை நிர்வாகம் செய்வது எளிதானது. அது போலவே தந்தை பாரம்பரியம் மிக்க டிவிஎஸ் இரு சக்கர வாகனங்களை தயாரித்து உலக அளவில் வணிகம் செய்பவர். தாயாரோ பாரம்பரியம் மிக்க டிராக்டர் தயாரிப்பு நிறுவனரின் மகள் மற்றும் நிர்வாகி. லெட்சுமி வேணு வெளிநாட்டில் கல்வி கற்று முடித்ததும் இன்று தாய்-தந்தை இருவரின் நிறுவனங்களின் பொறுப்புகளையும் சேர்த்து சுமக்கிறார். இது மிகவும் சவாலானது.

முதாதையர் சம்பாதித்த பணம் ஏராளமாக உள்ளது. வாழ்வை அனுபவிப்போம் என்று கேளிக்கைகளில் நேரத்தை வீணடிக்காமல் உன்னதமான லட்சியங்களை நோக்கி பயணிக்கிறார் என்பது பாராட்டத்தக்கது. சிறு வயதில் தாய் தந்தை ஆகியோர் அலுவலக நிர்வாகிகளுடன் உரையாடுவதை கேட்க நேரிடுவதே இவருக்கு மிகப் பெரிய நிர்வாக அனுபவத்தை தரத்தக்கதாக அமைந்து விட்டது.

சாலையில் பயணிக்கும் போது தமது நிறுவனத்தின் தயாரிப்பான இரு சக்கர வாகனங்களை ஓட்டிச் செல்லும் வாடிக்கையாளர்களை பார்க்கும் போது மனதில் ஏற்படும் ஒரு மகிழ்ச்சி ஈடுஇணையற்றது. இது தொடர்ந்து உழைக்கத் தூண்டுகிறது. உத்வேகத்தை தரத்தக்கதாக உள்ளது.

ஓய்வு ஒழிச்சல் இன்றி சுழலும் பெற்றோர்களிடம் அவர்களது அருகாமையை எப்போதும் எதிர்பார்க்க இயலாது என்பது சிறு வயது ஏக்கம். அது தவிர்க்க முடியாதது. இருப்பினும், அவர்களது பெரும் பொறுப்புகளின் சுமைகளை உணர்ந்தவர். பெற்றோர்களிடம் அன்பு பாசம் வளர்வதற்கு அவை ஒன்றும் தடையாக இருந்து விட வில்லை.

கல்வி:

லெட்சுமி வேணு சென்னையில் வளர்ந்தவர். அடையாறு சிஷ்யா பள்ளியில் பயின்றவர். யேல் பல்கலைகழகத்தில் பொருளாதாரம் பயின்றார். மேலும், பொறியியல் நிர்வாகத்தில் முனைவர் பட்டத்தை வார்விக் பல்கலைகழகத்தில் பெற்றவர். வார்விக் பல்கலைகழகத்தில்

பொறியியல் நிர்வாகத்தில் ஆராய்ச்சி முனைவர் பட்டப்படிப்பு முடித்த பின்னரே, 2003-ல் சுந்தரம் குழுமத்தில் இணைந்து விட்டார். இளம் வயதிலேயே பெரும் பொறுப்பை ஏற்றுள்ளார்.

குடும்ப வாழ்வு:

லெட்சுமி வேணு தென் இந்திய பிராமனக் குடும்பத்தைச் சேர்ந்தவர். டிவிஎஸ் நிறுவன நிர்வாக அதிகாரி வேணு சீனிவாசன் அவர்களின் ஒரே மகள். இவரது தாயார் பெயர் மல்லிகா சீனிவாசன். லெட்சுமி வேணுக்கு சுதர்ஸன் என்கிற ஒரு சகோதரர் உள்ளார். டி.வி.எஸ். சீனிவாச ஐயங்கார் அவர்களின் பேத்தியாவார். மிக முக்கிய இந்திய வணிக குடும்பத்தில் 1983-ல் பிறந்தவர்.

இன்போசிஸ் நிறுவனர் நாராயண மூர்த்தியின் மகனான ரோஷன் என்பவரை 2011-ல் மணந்தார். திரு. நாராயண மூர்த்தியின் மனைவி சுதா மூர்த்தி தம்பதியரும் தென் இந்திய பிராமண குடும்பத்தைச் சேர்ந்தவர்கள்தான். திருமணத்தின் போது சக்தி வாய்ந்த தம்பதிகள் என புகழப்பட்டனர். மிகப்பெரிய அரசியல் தலைவர்கள் கலந்து கொணடு சிறப்பித்தனர். இவர்களது திருமண நிகழ்ச்சி அரச வம்சத்து குடும்பம் போல் மிகுந்த பொருட் செலவில் பிரமாண்டமாக நடத்தப்பட்டது. ஆனால், சிறிது காலத்தில் துரதிர்ஷ்டவசமாக பிரிந்து விட்டனர். 2015-ல் விவாகரத்து ஆகி விட்டது. மிகுந்த செலவில் பிரமாண்டமான ஏற்பாடுகளுடன் நடந்தேறிய திருமணம் தோல்வியில் முடிந்தாலும் அதிலிருந்து மீண்டெடுழந்து தன்னை நிர்வாகத்தில் பிணைத்துக் கொண்டார்.

பின்னர், மகேஷ் கோகினேனி என்பவரை 2018-ல் மணந்தார். ஆந்திராவைச் சேர்ந்த மகேஷ் சுதந்திரா கட்சியின் தலைவரான எம். ஜி. ரங்காவின் பேரன். எம்.ஜி.ரங்கா பத்ம விபூஷன் விருது பெற்றவர்.

தனித்தன்மை:

ஒரு பில்லியன் டாலர் வரவு-செலவு கொண்ட வணிக குழுமத்திற்கு தலைமை நிர்வாகப் பொறுப்பில் உள்ளார் லெட்சுமி வேணு.

இந்தியாவிலேயே மூன்றாவது மிகப்பெரிய இருசக்கர வாகன தயாரிப்பாளர்களான டி.வி.எஸ் மோட்டார்ஸ் நிறுவனம் 2017-18-ல் சுமார் 4 மில்லியன் இரு சக்கர வாகனங்களை உற்பத்தி செய்துள்ளது. அதே நிதியாண்டில் ரூ.15129 கோடி வருவாயை ஈட்டியுள்ளது. இது தவிர கல்வி, நிதி, சக்தி, காப்பீடு உள்ளிட்ட பல நிறுவனங்களை நிர்வகிக்கிறது.

இவர் டிவிஎஸ் நிறுவனத்தின் இணை நிர்வாக இயக்குநராக உள்ளார். இவரது பெற்றோர் இருவரும் தனித்தனியான மிகப் பெரிய வணிக சாம்ராஜ்யத்தை வெற்றிகரமாக நிர்வகிப்பவர்கள் என்பது குறிப்பிடத்தக்கது. டிவிஎஸ் குழுமத்தின் பொறுப்பை தந்தை கவனிக்கிறார். இவரது தாயாரோ (TAFE Group) டிராக்டர் தயாரிப்பு நிறுவனத்தின் நிர்வாக பொறுப்பை கவனிக்கிறார்.

யாருக்கு எந்த பணியை தர வேண்டுமோ அவருக்கு அந்த பணியை தர வேண்டும் என்பார். சரியான நபர்களை சரியான பதவிக்கு பொருத்த வேண்டும் என்பதில் கவனம் செலுத்துபவர்.

தனது 26வது வயதில் இருந்தே நிர்வாகத்தில் பங்கேற்று வருகிறார். டிவிஎஸ் நிறுவனம் மட்டுமின்றி கூடுதலாக 2016-ல் இருந்து இவரது தாயாரின் நிறுவனமான (TAFE Motors) டிராக்டர் தயாரிப்பு நிறுவனத்திலும் பொறுப்பு வகிக்கிறார். நிதி நிர்வாகம் மற்றும் வரவு செலவு உள்ளிட்ட விஷயங்களில் இவரது பங்களிப்பு அளப்பரியது. உள்நாடு மட்டுமின்றி வெளிநாடுகளிலும் வியாபார வாய்ப்புகளை விரிவாக்கும் பொறுப்புகள் வழங்கப்பட்டு உள்ளது.

நிறுவனத்தின் இலக்குகளை நிர்ணயிப்பது, புதிய வாகனங்களை வடிவமைப்பது, விற்பனை மற்றும் சந்தையை விரிவாக்கம் செய்வது என துடிப்பான செயல்பாடுகளால் பெண் பேராற்றல் படைத்தவர் என்பதை உறுதி செய்துள்ளார். உலகளாவிய அளவில் வணிகத்தை பெருக்கும் வகையில் நீண்ட கால திட்டங்களை வடிவமைத்து செயல்படுத்துவதில் தீவிர கவனம் செலுத்துகிறார். இரு சக்கர வாகனங்கள் குறிப்பாக ஆட்டோ வணிக உலகில் கார்ப்பரேட் நிறுவனத்தின் உச்சியான தலைமை நிர்வாக அதிகாரி பொறுப்பை பெண்கள் ஏற்றதில்லை. இவர்தான் உலகிற்கு முன்னோடி. இத்தகைய துறைகளில் ஆண் பெண்

சமத்துவம் அரிதாகவே உள்ளது. ஆட்டோ வணிகம் ஆண்களால்தான் நிர்வகிக்கப்படுகிறது. அவர்களது ஆதிக்கத்தில்தான் உள்ளது.

இவரது தாயார் புகழ் பெற்ற டிராக்டர் நிறுவனத்தில் நிர்வாக பொறுப்பில் உள்ளார். சரியான நேரத்தில் சரியான நபரை சரியான இடத்தில் அமர்த்துவதன் மூலம் நல்ல வளர்ச்சியை கண்டுள்ளது என்கிறார்கள். நான்காவது தலைமுறையைச் சேர்ந்த லெட்சுமி வேணு வணிகத்தை மேல் நோக்கி கொண்டு செல்வதில் முக்கிய பங்காற்றுகிறார். தொழிலாளர்களுடன் நல்லுறவு, திறமையை மேம்படுத்துதல், நிதியை பாதுகாத்தல், இன்றைய காலக்கட்டத்திற்கு ஏற்ப புத்தாக்கங்களை புகுத்துதல் என அனைத்து முயற்சிகளும் இவரது தலைமையில் மேற்கொள்ளப்படுகிறது.

பத்தாண்டு காலத்திற்கும் மேலாக இவரது அர்ப்பணிப்புடன் கூடிய பணி தொடர்கிறது. பன்னாட்டுமயமாக்குதல், நிதி மேலாண்மை, வாகனங்களில் புதிய வடிவங்களை உருவாக்கி சந்தையில் அறிமுகப்படுத்துதல் என பம்பரமாய் சுழல்கிறார். கடந்த பத்தாண்டுகளில் நிறுவனத்தின் வருவாய் மும்மடங்கு உயர்ந்துள்ளது.

டிவிஎஸ் நிறுவனம் பெண்களுக்கான வாகனங்களை சிறப்பாக வடிவமைப்பதில் முன்னுதாரனமாக உள்ளது. இவரது ஆண்டு சம்பளத்தொகை சுமார் 98 லட்சத்தைத் தாண்டுகிறது.

லெட்சுமி வேணு தன் தாய் தந்தை இருவரிடமும் நிறைய பாடங்களைக் கற்றுள்ளார். இவருடைய தந்தை வேணு சீனிவாசனின் தலைமைப்பண்புகள், நிர்வாக ஸ்டைல் இவருக்கு மிகவும் பிடித்தமானது என்கிறார். இவரது தாயார் மல்லிகா சீனிவாசன் அழகாக மிக நேர்த்தியாக பன்முகத் தன்மையுடன் திறம்பட நிர்வாகத்தை வழிநடத்துவதை சிறு வயதிலேயே கவனித்து வந்துள்ளார். டிராக்டர் உற்பத்தியில் முன்னனி வகிப்பதுடன் கொடி கட்டி பறக்கிறார்கள்.

இவரது தந்தை வேணு சீனிவாசன் நீண்ட காலத்திலும், குறுகிய காலத்திலும் வாடிக்கையாளர்கள், சப்ளையர்ஸ், மற்றும் பணியாளர்களிடம் நம்பகத்தன்மையை கட்டமைப்பதையும், நீண்ட நேரம் சோர்வின்றி பணியில் தன்னை அர்ப்பணிப்பதையும் கண்டு ஈர்க்கப்பட்டவர் தானும் அவற்றை பின்பற்றுகிறார். தாய் தந்தை

இருவரிடமிருந்து நிர்வாகத் திறன்களை பெறும் வாய்ப்பு இவருக்கு இயற்கையிலேயே கிட்டியுள்ளது.

லெட்சுமி வேணு தனது சொந்த குடும்ப நிறுவனமாக இருந்தபோதிலும் உடனடியாக உச்சத்தை எட்டிவிட வில்லை. 2003-ல் நிர்வாக பயிற்சியாளராக மூன்றாண்டு காலம் இருந்த பின்னரே தனது திறமையின் அடிப்படையிலேயே கடின உழைப்பால் உயர் பதவியை அடைந்தார். இவரது தந்தையே மெக்கானிக்காக சேர்ந்து படிப்படியாகத்தான் நிர்வாக ஏணியில் உச்சத்திற்கு சென்றார். லெட்சுமி வேணு புதுமைகளை புகுத்துவதில் ஆர்வமிக்கவர்.

இன்று டிவிஎஸ் நிறுவனத்தின் வாகனங்களை சாலையில் பார்க்காதவர்களோ, கேட்காதவர்களோ பயணிக்காதவர்களோ இருக்க முடியாது. இவரது வாகனங்கள் இயக்குவதற்கு மிகவும் எளிதானது. சுற்றுப்புற சூழல்களுக்கு உகந்தது. வாடிக்கையாளர்களுக்கு சிறப்பான சேவையை வழங்குதல் உள்ளிட்ட காரணிகளால் 33.5 மில்லியனுக்கும் மேற்பட்ட வாடிக்கையாளர்களை கொண்டுள்ளனர். டிவிஎஸ் குடும்பத்தின் திறமைமிக்க இளம் வணிகத் தலைவராக ஜொலிக்கிறார்.

இவரது குடும்பப்பின்னனி மற்றும் கல்விப்பின்னனி மிகவும் அற்புதமானது. சிறந்த கல்வி பெற்றதாலும், மரபு ரீதியாக பெற்றோர் கார்ப்பரேட் தலைமைப்பண்புகள் இவருக்கு இயற்கையிலேயே இருந்ததால் மிகக் குறுகிய காலத்திலேயே மேல்மட்ட நிலைக்கு தன்னை உயர்த்திக் கொள்ள முடிந்தது. வர்த்தகத்தில் 1 பில்லியன் தொகையை இவர்களது நிறுவனம் தாண்டுகிறது. இவரது தாயாரின் டிராக்டர் நிறுவனம் சுமார் 6500 கோடி அளவில் வர்த்தகம் நடைபெறுகிறது. இவர் தனது பெற்றோரிடம் கற்றுக் கொண்டது ஏராளம்.

தொழில் உலகத்தில் பல்வேறு சவால்களை எதிர்கொள்வதற்கு பெண்கள் பல்வேறு உத்திகளை கையாள வேண்டியுள்ளது. ஒரு வாகனத்தை சந்தையில் அறிமுகப்படுத்தும் போது விளம்பரத்திற்க்காக மட்டுமே பெண்களை கவர்ச்சி மாடல்களாக பயன்படுத்திய நிலை இருந்தது. இப்போது அத்தகைய போக்கில் நிறைய மாற்றங்கள் ஏற்பட்டு உள்ளது. இவர்களது பலமே வாடிக்கையாளர்கள் இவர்களது தயாரிப்பு மீது கொண்டுள்ள அபரிதமான நம்பிக்கைதான்.

டிவிஎஸ் உதிரிபாகங்கள் என்றாலே தரமானது என்கிற எண்ணம் வாடிக்கையாளர்களுக்கு எற்பட்டு விட்டது. அசைக்க முடியாத நம்பிக்கையை பெற்று உள்ளனர். புத்தாக்கம், புதுமையை புகுத்துதல், நவீன காலத்திற்கு ஏற்ப தங்களை மாற்றிக் கொள்வது உள்ளிட்டவை வெற்றிக்கு முக்கிய காரணிகளாக உள்ளன.

19

சாதனை பெண்மணி மணிஷா ஜிரோத்ரா

1969-ல் பிறந்தவர் மணிஷா ஜிரோத்ரா. சர்வ தேச முன்னனி நிறுவனங்களில் ஒன்றான மோலிஸ் நிறுவனத்தின் இந்திய பிரிவிற்கு தலைமை நிர்வாக அதிகாரியாக பணியாற்றி வருகிறார். இவர் டெல்லி பல்கலைகழகத்தில் முதுகலை படிப்பில் தங்க பதக்கம் பெற்றவர் என்பது குறிப்பிடத்தக்கது. நடுத்தர குடும்பத்தைச் சேர்ந்த மணிஷா ஜிரோத்ரா தனது கடின உழைப்பால் சர்வ தேச அளவில் வணிகத்தில் சிறந்து விளங்கும் 50 பேர் கொண்ட பட்டியலில் ஒருவராக இடம் பெற்றுள்ளார். 59 வயதான மணிஷா ஜிரோத்ரா தனது தந்தை தன்னை சிறு வயதில் மிகவும் ஊக்கப்படுத்தியதாக கூறுகிறார். முதுகலை பட்டம் பெற்ற பின்னர் வெளிநாட்டு வங்கியின் முதலீட்டு பிரிவில் தேர்ந்தெடுக்கப்பட்ட 50 பேரில் ஒருவராக பணியில் சேர்ந்தார். பணியில் சேர்ந்த போது உலகப் பொருளாதார சக்கரத்தை மாற்றியமைக்கப் கூடிய பெரும் பொறுப்புகள் தனக்கு வழங்கப்படும் என கனவு கண்டதாக சொல்கிறார். ஆனால், அவருக்கு உண்மையில் வழங்கப்பட்ட முதல் பணி நிறுவனத்தின் இருப்பு பதிவேடுகளை பராமரிப்பதாகும். பதிவேடுகளில் பென்சில், மேஜை, மின்விசிறி உள்ளிட்ட நிறுவனத்திற்கு சொந்தமான அனைத்தையும் கணக்கிட்டு பதிவேடுகளில் குறிக்கும் பணியாகும். தான் கல்வி கற்ற காலத்திலும் சரி, பணியில் சேர்ந்த பின்னரும் சரி, ஆண்களின் எண்ணிக்கையை விட பெண்களின் எண்ணிக்கை எல்லா துறைகளிலும் குறைவாகவே இருப்பதை குறிப்பிடுகிறார்.

பொதுவாக பெண்களுக்கு உகந்த பணியாக பள்ளிகளில் ஆசிரியப்பணி, மருத்துவமனைகளில் செவிலியர் பணி உள்ளிட்டவையே கருதப்படுகிறது. திருமணத்திற்கு பிறகு தனக்கு தெரிந்து பல பெண்கள்

வாழ்க்கை என்கிற பார வண்டியை இழுப்பதற்காக தனது அலுவலக வேலையை விட்டு விட்டதாகவும், அதே நேரத்தில் அவர்களது கணவர்மார்கள் அவர்களது துறையில் தொடர்ந்து பயணித்து உயர் நிலைக்கு சென்றுள்ளதாக தெரிவிக்கிறார். ஆரம்ப காலகட்டத்தில் தன்னை ஆச்சர்யமாக அபூர்வமான உயிரினத்தை பார்ப்பது போல தன்னை வாடிக்கையாளர்கள் பார்த்ததாகவும், அவர்களிடம் தான் இங்கு செயலாளராக பணியாற்றுகிறேன் என்பதை உறுதி செய்ய வேண்டி இருந்ததாக தெரிவிக்கிறார். தனது பணி தொடர்பாக டெல்லிக்கும் லண்டனுக்கும் அடிக்கடி பயணிக்க வேண்டியிருந்த நாட்கள் மகிழ்ச்சியும் சோதனைகளும் நிறைந்த நாட்கள் என நினைவு கூர்கிறார். வாடிக்கையாளர்கள் கைகுலுக்குவதற்கு பதிலாக தன்னிடம் கைகூப்பி வணக்கம் தெரிவிப்பார்கள். சிலர், எப்போது திருமணம் செய்து கொண்டீர்கள் என சில சங்கடமான கேள்விகளை கேட்பார்கள். அதைப்பற்றி பேசுவதற்காக நான் இங்கு இல்லை என்பதை மறைமுகமாக உணர்த்தியிருப்பதாக கூறுகிறார்.

தனது 24வது வயதில் சஞ்சய் அகர்வால் என்பவரை திருமணம் செய்து கொண்டார். தற்போது அவரது கணவர் சர்வ தேச நிறுவனத்தில் முக்கிய நிர்வாக பொறுப்பில் உள்ளார். பணி காரணமாக கணவருடம் வெகு காலம் சேர்ந்து இருக்க இயலாத நிலை இருந்ததை நினைவு கூர்கிறார். தான் மும்பையில் பணியாற்றிய போது, தனது கணவர் டெல்லியில் பணியாற்றிய நாட்களை நினைவு கூர்கிறார். இருந்த போதிலும் பதவி உயர்வினால் சமாளித்து 20 வருடங்கள் சேர்ந்து வாழ்ந்ததாக தெரிவிக்கிறார். தனது 34வது வயதில் சுவிஸ் வங்கியின் தலைமை பொறுப்பை ஏற்றார்.

இரட்டை நெருக்கடி:

பணியிட மாற்றங்களால் கணவருடன் சேர்ந்து வாழ முடியாதது மற்றும் தனது குழந்தையை பராமரிக்க சிரமப்பட்ட தருணங்களை விவரிக்கிறார். தனது ஒரே மகள் தாரா பிறந்த போது மூன்று மாதங்கள் குழந்தைபேறு விடுப்பு கிடைத்தது. பின்னர் நாள் ஒன்றுக்கு 20 மணி நேரம் அருகில் இருந்து தனது குழந்தையை பராமரிக்க முடியாத சூழலை நினைவு கூர்கிறார். தனது 25 வருட பணிக்காலங்களில் தனக்கு மிகுந்த

சவாலான காலக்கட்டமாக ஒப்புக்கொள்வது கைக்குழந்தையை வளர்த்தெடுக்க போராடிய நாட்கள்தான்.

தான் பணிக்கு புறப்படும் போது தனது குழந்தையையும் அழைத்துக் கொண்டு அலுவலகம் சென்று அருகில் இருந்த விடுதியில் ஒரு பெண்மணியிடம் ஒப்படைத்து விட்டு பணிநேரத்தில் அவ்வப்போது இடையில் வந்து குழந்தையை பராமரித்த நாட்கள் மறக்க முடியாதவை என்கிறார்.

அன்றைய நாட்களில் பணிக்கு செல்லும் நகரத்துப் பெண்களின் குழந்தைகளை பராமரிக்கும் குழந்தைகள் காப்பகங்கள் கேள்விப்படாதவை. மேலும், தேவையற்ற மிகுந்த செலவீனமாக கருதப்பட்ட நாட்கள் அவை. அப்போது தனது மாமியார் மிகுந்த ஒத்துழைப்பு நல்கியதை கூறுகிறார். நமது குழந்தைக்கு காய்ச்சல் கடுமையாக இருக்கும் போது, அலுவலகப் பணிக்காக விமானத்தில் நியுயார்க் செல்வதற்கு கனத்த இதயத்துடன் புறப்படத் தயாராக வேண்டியிருக்கும். தனக்காக தனது குழந்தையை சொந்த தாய் போல யாரோ ஒருவர் பார்த்துக் கொள்கிறார். நமது குழந்தை நன்றாக உள்ளது என நினைத்து மனதை திடப்படுத்திக் கொள்ள வேண்டும். 20 வருடங்கள் சுவிஸ் வங்கியில் உயர் நிலையில் பணியாற்றி விட்டு அதிலிருந்து விலகி மோலிஸ் நிறுவனத்தில் முக்கிய நிர்வாக பொறுப்பை ஏற்றார்.

ஆண்களைப் போல பெண்கள் ஒரு நிறுவனத்தில் இருந்து விலகி வேறு நிறுவனத்திற்கு சென்று விடுவது எளிதானதல்ல. தாங்கள் பணிபுரியும் நிறுவனத்திற்கு விசுவாசமான மனப்பாங்கு படைத்தவர்கள் பெண்கள். தங்களது வேலையையும், நிறுவனத்தையும் வாழ்வின் ஒரு அங்கமாக பாவிப்பவர்கள். பூஜ்யத்திலிருந்து தொடங்கிய தனது அலுவலக வாழ்வு படிப்படியாக முன்னேறி பல்லாயிரம் பணியாளர்களுக்கு தலைமை தாங்கும் உயர்நிலையை எய்தியுள்ளார். மந்தமான பொருளாதார சூழ்நிலையில் சாதகமற்ற வணிகச் சூழலில் தயங்காமல் மோலிஸ் நிறுவனத்தின் தலைமைப் பொறுப்பை ஏற்று வழி நடத்தினார். பல தடைகள் இருந்த போதிலும் உறுதியாக தொடர்ந்து பயணித்ததையே தனது வெற்றியின் ரகசியமாக பகிர்ந்து கொள்கிறார். முதலீட்டு வங்கியில் பணியாற்றுவது கடினமானது. தினம் தினம் செத்து

பிழைக்க வேண்டும் என்பார்களே, அது போன்றது. வணிகத்தில் எற்றமும் இறக்கமும் தவிர்க்க முடியாத தொடர் நிகழ்வுகள். 2012ல் மோலிஸ் நிறுவனத்தில் பொறுப்பேற்றார் மணிஷா ஜிரோத்ரா. இது உலகின் 10 முன்னனி நிறுவனங்களில் ஒன்று. பல ஆயிரம் கோடி முதலீடுகள் கொண்டது.

பணியில் சேர்ந்த இளம் வயதிலேயே துடிப்புடன் செயலாற்றியவர். இவருக்கு சமையல் தெரியாது. இவரது அன்புக் கணவரும், மகளும் அடுக்களையை கையாள்கிறார்கள். ஒருவர் எல்லாவற்றையும் செய்ய முடியாதுதானே. வாடிக்கையாளரின் நம்பகத்தன்மையை பெற வேண்டும். வாடிக்கையாளர்களை தக்க வைத்து கொள்ள வேண்டும். அதுதான் சிறந்த வணிகம். வாடிக்கையாளர் திரும்பவும் தொடர்ந்து நமது நிறுவனத்தை நாடி வர வேண்டும் என்கிறார்.

பல பெண்கள் தன்னிடம் கேட்பது என்னவென்றால், பணிபுரியும் பெண்ணாக சவால்களை எப்படி கையாள்கிறீர்கள் என்பதுதான். ஆனோ, பெண்ணோ யாராக இருந்தாலும் நிறுவனத்தின் ஆபத்தான சிக்கலான தருணங்களை எதிர்கொள்வது பொதுவானதே என்கிறார்.

ஆண்கள் சில டாலர்களுக்காகக்கூட வேறு நிறுவனத்திற்கு தாவி விடுவது போன்று பெண்கள் இருப்பதில்லை. பெண் பணியாளர்களின் கஷ்டமான காலங்களில் முக்கியமாக கைக்குழந்தை வைத்திருக்கும் சமயங்களில் அவர்களை ஆதரித்தால் மிகுந்த விசுவாசத்துடம் இருப்பார்கள் என்பதை அனுபவப்பூர்வமாக உணர்வதாக தெரிவிக்கிறார். பல தருணங்களில் ஆய்வுக் கூட்டங்கள் போன்ற நிகழ்வுகளில் பெரிய அரங்கங்களில் தான் ஒருவர் மட்டுமே பெண்ணாக பங்கேற்க வேண்டி இருந்துள்ளதாக கூறுகிறார்.

பணி ஒய்வுக்குப்பின் சிம்லாவில் பெண் குழந்தைகளுக்காக கல்வி நிறுவனத்தை திறக்க விரும்புவதாக தெரிவிக்கிறார். நெய்த பனாரஸ் புடவைகள் இவருக்கு மிகவும் பிடித்தமானது. மதக்கட்டுப்பாடு விரதம் என்பதை விட வயதான காலத்தில் உணவுக் கட்டுப்பாடு உடல் ஆரோக்கியத்திற்கு உகந்தது என்பது இவரது கருத்து. சைவ உணவு வகைகள் இவருக்கு பிடித்தமானது. யுகோ வங்கியில் தலைவராக பணியாற்றி ஒய்வு பெற்றவர் இவரது தந்தை என்பது குறிப்பிடத்தக்கது. இவரது தாயார் குடும்பத் தலைவி. கல்லூரி பருவத்தில் ஒரு தேர்வில்

இரண்டாவது ரேங்க் பெற்று விட்டதற்க்காக தனது அறையை சாத்திவிட்டு வருந்தியுள்ளார். தொடக்க காலத்தில் இவர் பெற்ற மாத ஊதியம் ரூ.1850/- மட்டுமே.

நம் குழந்தைகள் வாழ்வில் மேன்மையான அணுகுமுறைகளை கையாள்வதை ஊக்குவிக்க வேண்டும் என்கிறார். இன்று தொழில் ரீதியாக இவர்கள் நாட்டின் பணக்கார தம்பதிகள் என்பதில் சந்தேகமில்லை. வீட்டில் அலுவலக தொழில் ரகசியங்களை பகிர்ந்து கொள்வதில்லை. ஒரே வாடிக்கையாளரை இழுப்பதில் தம்பதியருக்குள் பல தருணங்களில் நேர்மையான போட்டி நிகழ்ந்துள்ளது. வணிக உலகில் பிரபலமாக திகழ்கிறார்.

25 ஆண்டுகளுக்கு முன்பு இருந்ததை விட தற்போது பெண்கள் வங்கிகளில் முக்கிய பொறுப்பில் செயல்படுவதை தலைமை தாங்குவதை உலகம் ஏற்றுக் கொள்கிறது என்கிறார். மேலும், பெண் பணியாளர்களுக்கு விடுப்பு உள்ளிட்ட பல சலுகைகள் வழங்குவதில் முன்பைவிட நெஞ்சித்தன்மை தற்போது உள்ளது. பணியையும், குடும்பம் குழந்தைகளை பராமரிப்பது உள்ளிட்ட விஷயங்கள் தற்போது அவ்வளவு கடினமானதாக இல்லை என்கிறார்.

20

இணையற்ற சாதனையாளர் - மீரா சன்யால்

மீரா சன்யால் ராயல் பேங்க் ஆப் ஸ்காட்லாந்தின் முன்னாள் தலைமை செயல் அதிகாரியாகவும் தலைவராகவும் இருந்திருக்கிறார். மேலும், வங்கித்துறையில் 30 வருடங்களுக்கு மேல் பணியாற்றிய நீண்ட நெடிய அனுபவம் நிறைந்தவர். Grindlays, Lazards உள்ளிட்ட சர்வதேச வங்கிகளில் உயர் பொறுப்பில் பணியாற்றியிருக்கிறார். கொச்சியில் பிறந்த இவர் மும்பை, டெல்லி, கொல்கத்தா, பாரீஸ், பாஸ்டன் ஆகிய இடங்களில் கல்வி பயின்றவர். சி.ஏ., முடித்த இவர் புகழ்பெற்ற INSTEAD-ல் எம்.பி.ஏ., முடித்தார். பல கூட்டமைப்புகளில் பொறுப்புகள் வகித்து பல கொள்கை முடிவுகளை எடுத்தவர். இந்தியா முழுவதும் உள்ள முக்கிய கல்வி நிறுவனங்களுக்கும் சென்று கல்லூரி மாணவர்களிடம் உரையாடி இருக்கிறார். மேலும், 450-க்கும் மேற்பட்ட தொழில் முனைவோர்களுக்கு ஆலோசகராக இருந்துள்ளார். இன்றைய இந்தியாவின் பொருளாதார பிரபலங்கள் அனைவரும் அமெரிக்க தயாரிப்புகளே. அதாவது அமெரிக்காவில் MBA படித்தவர்கள்தான். இவரது சொத்து மதிப்பு 50 கோடியை தாண்டுகிறது. ஒரு இந்தியப்பெண் தானாக பணி செய்து தன் வாழ்நாளில் சுயமாக சம்பாதித்தது என்பது குறிப்பிடத்தக்கது.

1961ல் பிறந்தவர் மீரா சன்யால். இவரது கணவர் பெயர் ஆசீஸ் சன்யால். மும்பையைச் சேர்ந்தவர். தாயார் பெயர் பானு. இவரது தந்தை மோகன்லால் இந்திய கப்பல் படையில் வைஸ் அட்மிரலாக பணியாற்றியவர். 1971-ல் நடந்த இந்திய-பாகிஸ்தான் போரின் போது கராச்சியில் கப்பல் படையில் "ஆபரேஷன் டிரிடென்ட்" என்கிற வியூகம் வகுத்து வெற்றி பெற மூளையாக செயல்பட்டவர். மத்திய அரசின்

வீரதீர விருது பெற்றவர். இந்திய கப்பல் படையில் பணியாற்றிய அனுபவத்தை புத்தகமாக வெளியிட்டுள்ளார். இவரது மகளான மீரா மும்பை கல்லூரியில் வணிகவியலில் பி.காம்., பட்டம் பெற்ற பின்னர், பிரான்சில் எம்.பி.ஏ., பட்டம் பெற்றார். பொதுவாக நிர்வாகவியல் மாணவர்கள் அமெரிக்காதான் செல்வார்கள். அதற்கு மாறாக, இவர் பிரான்சு சென்றார். பணியாற்றுவதற்கு கீழை நாடுகளுக்கு வந்தார். சுமார் 30 வருடங்கள் வங்கிகளில் உயர் பொறுப்பில் வெற்றிகரமாக சிறப்பாக பணியாற்றியவர். பன்முக திறன்படைத்த பொருளாதார ரீதியாக நலிவுற்ற நபர்களை தகுதியின் அடிப்படையில் தன் வங்கியில் பணியில் அமர்த்தும் முறையை அறிமுகப் படுத்தினார். சரளமாக மக்களுடன் பழகக்கூடிய நுண்ணறிவு கொண்டவர்களை தேர்வு செய்தார். நிர்வாகத்தில் பல சீர்திருத்தங்களை மேற்கொண்டார். இவருடன் பணியாற்றியவர்கள் இவரை பற்றி பல நல்ல கருத்துக்களை நன்றியுடன் நினைவு கூர்கிறார்கள். 2013-ல் பொது வாழ்க்கையில் தன்னை ஈடுபடுத்திக் கொண்டுள்ளார். வங்கியாளராக இருந்த காலகட்டத்தில் இந்தியாவில் உள்ள ஊரக பெண்கள் சிறு குறு தொழில் செய்ய சுமார் 650000 பெண்களுக்கு நுண்கடன்(Micro Finance) வழங்குவதற்கு வழிகாட்டியாக இருந்தார். வங்கி பவுண்டேஷன் வாயிலாக பொருளாதாரத்தில் நலிவடைந்த சுமார் 75000 பெண்களுக்கு இயற்கை சீற்றங்களால் பாதிப்புக்கு ஆளாகியவர்களுக்கு வாழ்வாதார உதவிகளை வழங்கியுள்ளார். இந்தியாவிலும், வெளிநாடுகளிலும் இவரது வங்கி செயல்பாடுகள் நிகரற்றது.

"பிரதான்" என்கிற சர்வதேச தொண்டு நிறுவனத்தில் உறுப்பினராக உள்ளவர். இந்த அமைப்பு விளையாட்டு துறையில் தலை சிறந்து விளங்கும் ஏழை நடுத்தர மாணவர்களுக்கு உறுதுணையாக இருந்து அவர்கள் எதிர்கொள்ளும் தடைகளை சிரமங்களை களைந்து வசதி வாய்ப்புகளை பெற உதவுகிறது. ஊக்குவிக்கிறது.

சிறப்பான அரசு நிர்வாகத்தை வலியுறுத்தும் "லிபரல் இந்தியா" என்கிற அமைப்பில் உறுப்பினராக உள்ளார். வணிகத்தில் தலைமை தாங்கும் பெண்களுக்கான சர்வதேச குழு கூட்டத்திற்கு இந்தியாவின் ஒரே பிரதிநிதியாக ஹிலாரி கிளிண்டன் அவர்களால் வரவேற்கப்பட்டு கௌரவப் படுத்தப் பட்டவர் மீரா சன்யால். உலகளாவிய வளர்ச்சியில்

பெண்கள் தலைமையிலான பங்களிப்பு குறித்த கருத்தரங்கம்தான் அது.

சர்வதேச அளவிலான கருத்தரங்களில் பங்கேற்க சியோல், கொரியா, டோக்கியா, கோலாலம்பூர் உள்ளிட்ட பல நாடுகளுக்கு சென்றுள்ளார். அரசியல் மற்றும் சமுதாய பணிகளில் தற்போது தன்னை முழுவதுமாக ஈடுபடுத்திக் கொண்டுள்ளார். மீரா சன்யால் இரும்பு பெண்மணி மார்க்கரேட் தாட்சரின் பரம விசிறி. தாட்சர் மறைந்த போது "தாட்சரின் சகாப்தம் அமைதியாக முடிந்து விட்டது. நாட்டின் இன்றைய தலைமுறையினருக்கு அரசியல் மற்றும் பொருளாதார சீர்திருத்தங்களை கட்டமைத்து கொடுத்துள்ளார்" என்று ட்விட்டரில் கருத்து வெளியிட்டார்.

சர்வதேச அங்கிகாரம் பெற்ற தலைவர்களால் மதிக்கத்தக்க புத்திகூர்மை வாய்ந்தவர் மீரா சன்யால். வாடிக்கையாளர்களுக்கு ஏதும் குறைபாடுகள் புகார்கள் இருந்து அது நிர்வாகத்தால் மன நிறைவளிக்கும் வகையில் நிவர்த்தி செய்யப்படாத நிலை ஏற்பட்டால் அத்தகைய வாடிக்கையாளர்களுக்கு மாற்று ஏற்பாடுகள் வாய்ப்புகளை வழங்க வழிவகை செய்துள்ளார். எளிய வாடிக்கையாளர்கள் நாணயங்களாக மொத்த தொகையை டெபாசிட் செய்தாலும் அதை முகம் சுழிக்காமல் மறுக்காமல் ஏற்க வேண்டும் என்கிறார். தனது வாழ்வில் சுமார் 30 ஆண்டுகளை வங்கிப்பணியில் செலவழித்துள்ளார். அடுத்த கால் நூற்றாண்டை அரசியல் மற்றும் பொது வாழ்க்கையில் கழிப்பேன் என நம்பிக்கையுடன் கூறுகிறார்.

இந்தியாவில் தொழில் முனைவோர்கள் அதிகரித்து வருகிறார்கள். அதில் பெண்களும் மிகச்சிறு அளவில் உள்ளனர். பெண்கள் வருவது மகிழ்ச்சியாக ஆச்சர்யமாகவும் உள்ளதாக தெரிவிக்கிறார். வலிமையான நிர்வாகத்தை நிலை நாட்டி தனது சக்தியை பலத்தை உறுதிபடுத்தியுள்ளார் மீரா சன்யால். பல முக்கிய சர்வ தேச அமைப்புகளில் முக்கிய பொறுப்புகளில் உள்ளார்.

வாழ்வில் நீ விரும்பியதையெல்லாம் செய்து விடுவது எப்போதும் சாத்தியமற்றதுதான். ஆனால், நீ வாழ்வில் செய்ததை விரும்புவது என்பது சாத்தியமானதே என்ற இவரது தந்தையின் கூற்று இவரது மனதில் ஆழப் படிந்து விட்டது. இந்த தத்துவம்தான் தன்னை

வழிநடத்தியதாக கூறுகிறார். நான் எந்த பணியில் ஈடுபட்டபோதும் அதை மிகவும் அர்ப்பணிப்புடன் செய்ய முடிந்ததாக கூறுகிறார். தனது பணி அர்த்தமுள்ளதாகவும் வித்தியாசமாக அமைந்ததாகவும் கூறுகிறார். அது உண்மை என்றும், தான் அதை விரும்புவதாகவும் கூறுகிறார்.

இந்தியாவில் மட்டுமின்றி உலகின் எந்த பகுதியிலும் வேலைக்குச் செல்லும் பெண்கள் சந்திக்கும் மிகப்பெரிய சவால்கள் என்னவெனில், அலுவலகப்பணியையும், மகளாக, தாயாக, மனைவியாக தோழியாக செயல்பட வேண்டிய குடும்ப பொறுப்பையும் சமமாக கையாள்வதுதான் என்கிறார். அதாவது, இரண்டிற்கும் சமமுக்கியத்துவம் கொடுத்து சிறப்பாக கையாள்வதுதான். இந்தியாவில் குறிப்பாக குடும்ப உதவி மற்றும் ஆதரவு பெற்றோராலும், மாமியாராலும் நல்கப்படுகிறது. நிறுவனங்களிலும் பெண்களுக்கு வழங்கப்படும் பொறுப்புகளில் சம்பளத்துடன் குழந்தைப்பேறு விடுப்பு நெகிழ்ச்சியான பணிநேரம் உள்ளிட்ட சில சிறப்பு சலுகைகள் மகளிர்க்கு வழங்கப்படுகிறது. இது பல்வேறு தேவைகளை சமாளிக்க முடிகிறது. இது ஒரு ஆரோக்கியமான சூழ்நிலையாகும். இது திறமையான பெண்களை நிறுவனங்கள் தக்கவைத்துக்கொள்ள உதவுகிறது. வேலைக்குச்செல்லும்பெண்களுக்கு நெகிழ்ச்சித்தன்மையை தருகிறது. நாடெங்கும் உள்ள 24 முக்கிய நகரங்களில் பல்லாயிரம் பணியாளர்களுக்கு தலைமை தாங்கி சிறப்பாக வழிநடத்தியுள்ளார். இந்திய கிராமப்புறத்தை சேர்ந்த அதிக வட்டிக்கு கடன் வாங்கி சிறு குறு தொழில் செய்து கொண்டிருந்த பெண்களுக்கு குறைந்த வட்டியில் நுண்கடன்களை வழங்கி அவர்களுடைய தொழில் மேம்பாட்டிற்கு உதவியது இவரது நிகரற்ற சாதனை. வராக்கடன்கள், குறைந்த லாபம் உள்ளிட்ட சிக்கலின்றி வங்கி நிர்வாகத்தை திறம்பட வழிநடத்தியுள்ளார்.

மதம், சாதி எல்லாவற்றிற்கும் அப்பாற்பட்டு நல்ல உண்மையான நேர்மையான சிறப்பான ஊழலற்ற வெளிப்படையான நிர்வாகத்தை தரவேண்டும் என்கிற குறிக்கோளுடன் அரசியல் களத்தில் இறங்கியுள்ளார். மக்களின் வாங்கும்திறன் விலைவாசி ஏற்றத்தால் கடுமையாக பாதிக்கிறது என்கிறார். ஊழலுக்கு எதிரான நடவடிக்கையில் சுணக்கம் என்பதை மக்கள் விரும்புவதில்லை. பலவீனமான தலைமை, வேலையில்லா திண்டாட்டம், ஊழல், மோசமான

நிர்வாகம் உள்ளிட்டவைகள் தவிர்க்கப்பட வேண்டும் என்கிறார். தனது வங்கிப் பொறுப்புகளை விட்டு விட்டு முழுமையாக பொது வாழ்வில் அரசியலில் தற்போது ஈடுபட்டுள்ளார்.

நம் நாட்டில் அரசு நிர்வாகத்திலும் முக்கிய பங்காற்ற வேண்டும். அரசை குறை கூறி, விமர்சித்து விட்டு செல்வதைவிடவும், அரசுக்கு எதிராக ஆர்ப்பாட்டம், போராட்டம் செய்வதைவிட, அரசியலில் நுழைந்து பதவியை கைப்பற்றி ஆக்கூர்வமாக பங்காற்றி நிலைமையை மாற்ற முன்வர வேண்டியது சிறந்த குடிமகன்களின் கடமை என்கிறார். இது நமது நாடு. நாம்தான் அதை மேம்படுத்த வேண்டும். தற்போது நடப்பது மன்னராட்சியல்ல, மக்களாட்சி. குடியாட்சி நாட்டில் வாழ்வதற்கு நாம் அனைவரும் அதிர்ஷ்டசாலிகள்தான். இந்த வாய்ப்பை பயன்படுத்தி நமது நாட்டு நிர்வாகத்தை மேம்படுத்த வேண்டும்.

இந்தியாவில் தொழில் துவங்க முதலீடு செய்ய பல வாய்ப்புகள் உள்ளன. இன்று இந்தியாவில் தொழில் துவங்க நேர்மையான நிறுவனங்கள் அரசின் கடுமையான சாதகமற்ற அணுகுமுறைகளை மாற்றி நட்பான விரைவான ஒத்துழைப்பு நல்குவதையே விரும்புகின்றன என்கிறார். ஒவ்வொரு கட்டத்திலும், ஊழல், வீண் காலதாமதம் பல்வேறு இடர்பாடுகள் தொழில் செய்வதற்கு சாதகமானதாக இல்லை என்கிறார். வெளிப்படைத்தன்மையுடன் நேர்மையான அணுகுமுறையே முதலீட்டாளர்களை இந்தியாவில் தொழில் துவங்க உதவும் என்கிறார்.

மக்கள் ஊழலுக்கு எதிராகவும் சிறந்த வெளிப்படையான நிர்வாகத்தை விரும்புவதாகவும் கூறுகிறார். ஆறு அடிப்படை விஷ யங்களை முன்வைக்கிறார். குடிமக்களுக்கு உடல்நலம், கல்வி, பாதுகாப்பு, நல்ல சாலைகள், சுத்தமான குடிநீர், தடையற்ற மின்சாரம் வழங்கப்பட வேண்டும். சுதந்திரம் பெற்று எழுபது ஆண்டுகள் ஆகிவிட்டன. இன்னும் இந்த அடிப்படை தேவைகளை நிறைவேற்ற முடியாத நிலை வருந்தத்தக்கது என்கிறார். நம் நாட்டில் திட்டங்களுக்கோ, நல்ல கொள்கைகளுக்கோ ஒரு போதும் பஞ்சமில்லை. அனால், அதை நிறைவேற்றுவதில்தான், நடைமுறைப்படுத்துவதில்தான் சிக்கல்கள் உள்ளன என்கிறார். 2009ம் நடந்த பாராளுமன்ற தேர்தலில் சுயேட்சையாக நின்று 10157 வாக்குகள் பெற்று தோல்வியுற்றார். அதே மும்பை தெற்கு பகுதியில் மீண்டும் பாராளுமன்ற வேட்பாளராக 2014ல்

களமிறங்கினார். அரசியல் "சாக்கடை" என்று ஒதுங்காமல் தூய்மை படுத்த முன்வர தான் விரும்புவதாக சொல்கிறார். திறமையுள்ள, சேவை மனப்பான்மை உள்ள நேர்மையான திறமையான தகுதிபடைத்த நபர்கள் யாவரும் அரசியலுக்கு வரவேண்டும் என்கிறார்.

எல்லோரும் குஜராத் வளர்ச்சி அடைந்துள்ளதாக கூறுவதை ஆய்வு செய்ய நேரில் சென்று பார்வையிட்டு தடையற்ற மின்சாரம், அன்னிய முதலீடு, தரமான சாலைகள் உள்ளிட்ட பல அம்சங்களை வரவேற்றுள்ளார். மாற்றான் தோட்டத்து மல்லிகைக்கும் மணமுண்டு என்று முழங்கிய அறிஞர் அண்ணாவை போல், அரசியல் பாகுபாடின்றி பாரபட்சமில்லாமல் நேர்மையான இவரது அணுகுமுறை வரவேற்கத்தக்கது. எல்லாவற்றையும் அரசியலாக்க இவர் விரும்பவில்லை. நல்ல விஷயத்தை யார் செய்தாலும் வரவேற்கும் இவரது போக்கு புரட்சிகரமானது. வரவேற்கத்தக்கது.

பல பன்முக திறமை கொண்ட பெண்கள் பொதுவாக நல்ல பணியில் இருப்பவர்கள் திருமணம் நிச்சயமானவுடன் வேலையை விட்டு விடுகிறார்கள். குழந்தை பெற்றவுடன் குழந்தைகளை பராமரிக்க வீட்டில் உள்ள முதியோர்களை பராமரிக்க வேலையை விட்டுவிடும் போக்கு உள்ளது என்கிறார். ஒரு சிலர் மட்டுமே இவற்றையெல்லாம் கடக்க எதிர் நீச்சல் போட்டு வேலையையும் தக்க வைத்துக் கொண்டு சொந்த காலில் நிற்கிறார்கள் என்கிறார்.

பணியிடங்களில் பெண்களுக்கு பாதுகாப்பு உறுதி செய்யப்பட வேண்டும். பாலியல் தொல்லைகள் பற்றிய விழிப்புணர்வும் அதை எதிர்கொள்ள பாதுகாப்பு அம்சங்கள் உறுதிப்படுத்த வேண்டும் என்கிறார். வங்கிப் பணியில் சிறந்த முன்னுதாரமானவராகத் இருந்துள்ளார். அனுபவமிக்கவர்களின் வழிகாட்டுதல்களை பின்பற்றி தரமான பணியை செய்ய வேண்டும் என்கிறார்.

வெறும் விமர்சனம் மற்றும் அரசுக்கு எதிரான போராட்டங்களுக்கு மாறாக நாமே ஒன்றினைந்து அரசியல் களம் இறங்கி மாற்றத்தை உண்டு பண்ண வேண்டும் என்கிறார். ஆங்கிலம் சரளமாக பேசுவதுடன் இந்தி, பெங்காலி, சிந்தி, பிரெஞ்ச், ரஷ்யன், மான்டரின், ஜெர்மன் போன்ற மொழிகளில் சிறப்பான தேர்ச்சி பெற்றுள்ளார். ஓய்வு நேரத்தில் தரமான

நூல்கள் படிப்பதில் ஆர்வம் மிக்கவர். செஸ் விளையாட்டு இவருக்கு மிகவும் பிடித்தமானது என்கிறார். மும்பை தாக்குதல் சம்பவமே இவரை அரசியலுக்கு வரக் காரணமாக இருந்தது. தேர்தலில் தோற்றாலும் நான் நிறைய கற்றுக் கொண்டேன் என்கிறார் நம்பிக்கையுடன். இவர் அரசியல் களத்தில் வெற்றி பெற வாழ்த்துவோம்.

21

வெற்றிகரமான பெண் தொழிலதிபர் - பிரியா பால்

அரசியலில், நிறுவனங்களில், குடும்பங்களில் திடீரென அதன் தலைவர் இறந்து விட்டால் ஒரு வெற்றிடம் ஏற்படும். அதன்பின் பொறுப்பேற்பவர்கள் சவால்களை, இடர்பாடுகளை, எதிர்கொண்டு சமாளித்து புதுமைகளை புகுத்தி அடுத்த கட்டத்திற்கு எடுத்துச் செல்பவர் வெற்றிகரமான தலைவர். உள்ளதை மட்டும் காப்பாற்றிக் கொண்டு தன் காலத்திற்கு பிரச்னையின்றி பார்த்துக் கொள்பவர் சுமாரானவர். உள்ளதையும் இழந்து கடனாளியாகி மீண்டு எழ முடியாதபடி சிக்கலாக்கி தானும் தன்னை சார்ந்தவர்களும் வறுமையில் சிக்க வைப்பவர் பொறுப்பற்றவர். திறமையற்றவர்.

இதில் முதல் வகையைச் சார்ந்தவர்தான் 52 வயதே ஆன பிரியா பால். பார்க் ஹோட்டல் நம் நாட்டில் மட்டுமின்றி வெளிநாடுகளிலும் மிகவும் பிரசித்தி பெற்ற ஐந்து நட்சத்திர ஓட்டலாகும். டெல்லி, கொல்கத்தா, விசாகபட்டினம், பெங்களூர், ஹைதராபாத் மற்றும் சென்னை உள்ளிட்ட பல பெருநகரங்களில் அமைந்துள்ள பார்க் ஒட்டல் சங்கிலி தொடர் குழுமத்தின் தலைவராக உள்ளார்.

அமெரிக்காவில் புகழ்பெற்ற ஹார்வார்டு பல்கலைக் கழகத்தைச் சேர்ந்த வெல்லெஸ்லி கல்லூரியில் இளங்கலை பொருளாதாரம் பயின்ற பின்னர் 1988-ல் தனது 21வது வயதில் தந்தையின் நிறுவனத்தில் சேர்ந்து கொண்டார். தனது தந்தையின் தலைமையின்கீழ் டெல்லியில் சந்தை மேலாளராக பணியாற்றினார். பின்னர், பொது மேலாளராக பதவி உயர்வு பெற்றார். 1990-ல் விருந்தோம்பல் பிரிவின் தலைவராக

பொறுப்பேற்றார். இவர்களது அபிஜெ சுரேந்திரா குழுமம் வணிகத்தில் புகழ் பெற்றதாகும். தனது முயற்சியால் நாடெங்கும் பல்வேறு கிளை நிறுவனங்களை உருவாக்கியுள்ளார். பல்வேறு நாடுகளில் இருந்து வரும் வெளிநாட்டு சுற்றுலா பயணிகள் மற்றும் உள்நாட்டு சுற்றுலா பயணிகள் தங்குவதற்கு ஏற்ப இவரது பார்க் ஓட்டல்கள் அனைத்து கட்டமைப்பு வசதிகளுடன் வடிவமைக்கபட்டு உள்ளது.

சர்வதேச அங்கீகாரம்:

நிறைய விருதுகள் பெற்று உள்ளார். அதன் பட்டியல் மிக நீளமானது. 50 சக்தி வாய்ந்த ஆசிய பெண்மணிகளில் ஒருவராக "போர்ப்ஸ்" பத்திரிக்கையால் தேர்வு செய்யப்பட்டு உள்ளார். இந்த துறையில் இவரது சேவையை அங்கீகரிக்கும் வண்ணம் 2012-ம் ஆண்டு இந்திய குடியரசு தினத்தன்று குடியரசு தலைவரால் "பத்மஸ்ரீ" விருது வழங்கப்பட்டு கௌரவிக்கப்பட்டார் பிரியா பால் என்பது குறிப்பிடத்தக்கது.

இளம் வயதில் தலைமைப் பொறுப்பு:

திடிரென தனது 24வது வயதில் நிறுவனத்தின் முழுப்பொறுப்பையும் ஏற்க வேண்டிய நெருக்கடியான சூழல் ஏற்பட்டது. இருப்பினும் கடந்த 25 ஆண்டுகளுக்கும் மேலாக திறம்பட வெற்றிகரமாக நிர்வகித்து வருகிறார் என்பது குறிப்பிடத்தக்கது. இளம் வயதில் இவரது நிறுவனமும் குடும்பமும் இவர் மீது மிகுந்த நம்பிக்கையை கொண்டிருந்தது. அனுபவமிக்க நிறுவன ஊழியர்களையும், தனது குடும்ப உறுப்பினர்களையும் தொடர்ந்து வழிநடத்தி வருகிறார்.

பல கோடி நிதியை கையாள வேண்டிய பொறுப்பை இளம் வயதில் ஏற்றார். தனது திறமையை நிருபித்து காட்டினார். தொழில் துறையில் அனுபவமற்ற இளம் பெண்ணாக இருந்த போதிலும், உரிமையாளரின் வாரிசாக மூத்த நிர்வாகிகளும் குடும்பதினரும் இவரை ஏற்றுக் கொண்டு மதிப்பளித்து ஊக்கப்படுத்தினர்.

இந்தியாவின் வெற்றி பெற்ற பெண் தொழில் அதிபர்களில் முக்கியத்துவம் பெற்றவராக உள்ளார். திடிரென இவரது தந்தை

இறந்து விட்டதால் எல்லா பொறுப்புகளையும் ஏற்க வேண்டிய நிலை இவருக்கு 24-வயதில் ஏற்பட்டது. குறைந்த அனுபவமே இருந்த போதிலும் முக்கியமான பொறுப்புகளை சுமந்து நிர்வாகத்தில் முக்கிய விஷயங்களை சரியாக தீர்மானித்து வெகு லாவகமாக கையாண்டதே இவரது தனிச்சிறப்பு. சவாலான கட்டங்களை, நெருக்கடியான தருணங்களை தனது திறமையான நிர்வாகத்தின் மூலம் நேர்த்தியுடன் சமாளித்தார்.

நிறுவனத்தின் அசுர வளர்ச்சி:

இவர் பொறுப்பேற்ற போது 3 பார்க் ஓட்டல்கள் இருந்தன. குறுகிய காலத்தில் அதன் எண்ணிக்கை 12 ஆக உயர்ந்தது. அதாவது 400 சதவீத வளர்ச்சியை தொட்டு உள்ளது. மேலும், நாளுக்கு நாள் மிகப் பெரிய அளவில் விரிவடைந்து வருகிறது.

வணிகப்பார்வை:

இவரது வணிகப் பார்வை தனித்தன்மை வாய்ந்தது. இவரது பார்க் ஓட்டல்களில் இலவச அருகலை (Free Wi-fi), மிகச்சிறந்த அழகுடைய அறைகள் (Deluxe Rooms), நீச்சல் குளம் (Swimming Pool), ஆரோக்கிய நீருற்று (Spa), உடற்பயிற்சிக் கூடம் (Gym), சலவையகம் (Laundry), சூடான குளியல் தொட் டி (Hot tub), காற்றுப் பதனாக்கம் (Air-Conditioning), உணவகம் (Restaurant), 24/7 (நாள் ஒன்றுக்கு 24 மணி நேரமும், வாரத்தின் ஏழு நாட்களும் சேவை வசதி), இணைய தள வசதி (Internet), சுகாதார வசதி (Health club), வாகன சேவை (Car service), குளிர்சாதன பெட்டி (Fridge), இலவச செய்தித்தாள்கள் (Free News Paper), அன்பளிப்பு கடை (Gift shop), சுமை தூக்குபவர் (Porter), சுற்றிப்பார்ப்பதற்கும், ஊர் திரும்புவதற்கும் பயணச்சீட்டு ஏற்பாடு (Airport/Train/Tour ticket assistance), திருமண சேவைகள் (Wedding service), வணிக கூட்டங்கள்/மாநாட்டு மண்டபம் (Conference Centre), முடிதிருத்தகம்(Hair salon), உருவு(மசாஜ்)(Massage), கைவிரல் மற்றும் பாதத்தை அழகாக்கும் ஒப்பனை வசதி (Manicures and Pedicures), சக்கர நாற்காலி (Wheel chair), மது அருந்தகம்(Bar),

புகை பிடிக்கும் பகுதி(Smoking Areas) என எவ்வளவோ வசதிகள் வாடிக்கையாளர்களின் தேவைகளை பூர்த்தி செய்யும் வகையில் வழங்கப்படுகிறது.

வெறும் ஓய்விடங்களாக இல்லாமல் வேடிக்கையான பல அம்சங்களை புகுத்தி உள்ளார். ஆடை அலங்கார அணிவகுப்புகள் (Fashion Show), இசை நிகழ்ச்சிகள் புதுப்புது உணவு வகைகள் உருவாக்கி பரிசோதனை செய்யப்பட்டு வாடிக்கையாளர்களுக்கு வழங்கப்படுகிறது.

பிரியா பாலின் வெற்றிக்கு இவரது புத்தாக்க சிந்தனைகளும், படைப்பு யோசனைகளும் முக்கியமானவை. நமது தொன்மை வாய்ந்த பண்பாட்டை பிரதிபலிக்கும் வண்ணம் செயலாக்கப்படுகிறது. மேற்கத்திய தேவைகளையும் நிறைவேற்றுகிறார்கள். இவரது ஹோட்டல் மற்ற நட்சத்திர ஓட்டல்களை காட்டிலும் நிகரற்றது. மிகவும் மாறுபட்டது.

சந்தித்த சவால்கள்:

பிரியா பால் பொறுப்பேற்ற போது சீரமைப்பு பணிகள் நிறைய இருந்தன. மேலும், உரிமம் பெறுவது(Licence) வரி முறையில் தளர்வற்ற நிலையை சமாளிக்க வேண்டி இருந்தது. பெரு நகரங்களில் நிலங்களை வாங்குவது எளிதானதாக இல்லை. இவரது குடும்பத்தினர் மிகவும் ஒத்துழைப்பு வழங்கினர்.

"தொழிலில் ஏற்றம் இறக்கம், மந்தம் பூரிப்பு எதுவும் நிரந்தரமல்ல" என இவரது தந்தை சொல்வது வாடிக்கை. மேலும், 220 அறைகள் கொண்ட இவரது டெல்லி பார்க் ஓட்டலில் பத்து சதவீத அறைகளில் மட்டுமே வாடிக்கையாளர்கள் இருந்தனர். மிக முக்கியமான இடத்தில் ஓட்டல் அமைந்து இருந்த போதிலும் நாள் ஒன்றுக்கு 6 அல்லது 7 அறைகளே வாடிக்கையாளர்களால் நிரம்பின. பிரியா பால் நிறைய சீரமைப்புகளை மேற்கொண்டதோடு அறைகளின் கட்டணத்தை 50 சதவீதம் குறைத்தார். பூட்டி வைத்து பராமரிப்பதை விட கட்டணத்தை குறைத்து வாடிக்கையாளர்களுக்கு நிறைய நவீன வசதிகளை அதிகப்படுத்தினார். தனியாளாக முக்கிய முடிவுகளை எடுத்தார்.

இன்றும் மற்ற நட்சத்திர ஓட்டல்களை விட அதிக சேவை வசதிகளும் கட்டணம் மற்றவற்றை விட சற்று குறைவானதாக பார்க் ஓட்டல் இருக்கும் வகையில் நிர்வகிக்கிறார்.

துரதிர்ஷ்ட சம்பவங்கள்:

1990-ம்ஆண்டு இவருக்கு சோதனையான வருடமாகும். பிரியா பாலின் நிறுவனம் தனது உரிமையாளரை இழந்தது. வணிக விஷயமாக சென்றிருந்த போது, அஸ்ஸாமில் பிரியா பாலின் தந்தை சுரேந்திரா பால் தீவிரவாதிகளால் சுட்டுக் கொல்லப்பட்டார். இதனால் நிலைகுலைந்து ஸ்தம்பித்து போனார்கள். இதுமட்டுமல்ல. ஏற்கனவே, 1989-ல் பிரியா பாலின் இளைய சகோதரர் ஆனந்த் (17வது வயதில்) கார் விபத்தில் அகால மரணமடைந்திருந்தார். அடுத்தடுத்த சோக நிகழ்வுகள் ஒரு வெற்றிடத்தை ஏற்படுத்தி இருந்தது. இக்கட்டான சூழலில் தனது இளம் வயதில் எல்லா பொறுப்புகளையும் சுமந்தார் பிரியா பால். இதனால் மணவாழ்க்கை மிகவும் தாமதமானது.

பன்முகத் தன்மை வாய்ந்தவர்:

பல்வேறு அமைப்புகளில் முக்கிய பொறுப்புகள் இவரை தேடி வந்தது. அவற்றையும் கவனித்துக் கொள்கிறார். தொடர்ந்து பங்கேற்க வேண்டிய கூட்டங்கள் இவருக்கு தொடர்ந்து இருக்கும். தனது பார்க் ஓட்டல்களுக்கு மறுவடிவம் கொடுப்பது, நேர்த்தியுடன் புதுப்பிப்பது உள்ளிட்ட பணிகளை ஓயாமல் தொடர்ந்து செய்கிறார். பிரியா பாலுக்கு சமையல் செய்வது, புத்தகம் படிப்பது, இசை கேட்பது, யோகா செய்வது தியானம் செய்வது மிகவும் பிடித்தமானது. நிறுவன வளர்ச்சிக்கு இவரது தனிப்பட்ட, நிகரற்ற அர்ப்பணிப்பு ஒப்பற்றது. பிரியா பால் குடும்பத்தில் மனைவி, தாய் மட்டுமல்லாது உற்சாகமான, தைரியமான, சுறுசுறுப்பான, வெளிப்படையான, நேர்மையான தொழிலதிபர் எனலாம். இந்தியாவில் முதல் பெண் 5 நட்சத்திர ஓட்டல் குழுமத்தின் தலைமை நிர்வாகி எனலாம்.

சென்னையை சேர்ந்த தொழில் அதிபர் சேது விஸ்வநாதன் என்பவரை மணந்தார். இவர்களுக்கு சூர்யா என்ற மகன் உள்ளான். வார

இறுதி நாட்களில் டெல்லியில் இருந்து வந்து தனது குடும்பத்தினருடன் நேரத்தை செலவிடுகிறார். இன்னும் இவர் அடைய சிகரங்கள் இலக்குகள் நிறைய உள்ளது. அதை நோக்கி தளர்வின்றி உற்சாகமாய் நகர்கிறார்.

செவாலியர் விருது:

பிரான்ஸ் நாட்டிற்கும் இந்தியாவிற்கும் உறவை பலப்படுத்தும் வகையில் இவரது பங்களிப்பு அமைந்ததால், பிரான்ஸ் நாடடின் உயரிய விருதான செவாலியர் விருது 2014-ல் இவருக்கு வழங்கி பிரான்ஸ் அரசு கௌரவித்து உள்ளது. பிரியா பால் மேலும் வெற்றி பெற வாழ்த்துவோம்.

22

ஏழை மாணவர்களுக்கு உலக தரத்தில் இலவச கல்வி வழங்கும் - ரோஷினி நாடார்

ஹெச்.சி.எல் (Hindustan Computers Limited) கணினி உலகில் தவிர்க்க முடியாத பெயர். உலகளாவிய அமைப்பான இந்நிறுவனத்தின் தற்போதய நிகர சொத்து மதிப்பு 8.6 பில்லியன் டாலர்கள் ஆகும். 44 நாடுகளில் இயங்கும் இந்நிறுவனத்தில் 137000-க்கும் மேற்பட்டோர் தங்களை இணைத்துள்ளனர்.

இந்திய மென்பொருள் வல்லுநர்கள் உலகில் பரவாத இடமே இல்லை என்ற நிலை உள்ளது. மென்பொருள் உதவி வேண்டும் என்றால் இந்தியாவைத்தான் நாடுகிறார்கள். இந்தியா கணினிமயமாக்கப்பட்டு உள்ளது. கணினி மென்பொருள், வன்பொருள் தயாரிப்புகளில் சிறந்து விளங்குகிறது என்றால் அதற்கு முன்னோடியாக திகழ்ந்தவர் என்ற பெருமை இதன் நிறுவனர் சிவ் நாடாரையே சாரும். 1976-ல் நிறுவப்பட்டு பின்னர், 1991-ல் ஹெச்.சி.எல் எனப்பெயர் மாற்றம் பெற்றது இவர்களது நிறுவனம்.

ரோஷினி நாடார்:

ஹெச்.சி.எல் (HCL) நிறுவனத்தின் தலைமை நிர்வாக அதிகாரியாக 2008-ல் பொறுப்பேற்றார். இவரது தந்தையின் பெயர் சிவ் நாடார். தாயாரின் பெயர் கிரண் நாடார். திருநெல்வேலியை பூர்விகமாகக் கொண்டவர் என்றாலும் வளர்ந்ததெல்லாம் புதுடெல்லி ஆகும். 1982-ல் பிறந்த ரோஷினிநாடார் சிவ் நாடார் தம்பதிக்கு ஒரே மகளாவர்.

கல்வி:

அமெரிக்காவில் உள்ள நார்த்வெஸ்டர்ன் பல்கலைகழகத்தில் வானொலி, தொலைக்காட்சி மற்றும் திரைப்படம் சம்பந்தமான இளங்கலை பட்டம் பெற்றவர். ரோஷினி நாடார் கெல்லாக்ஸ் வணிகவியல் கல்லூரியில் நிர்வாகவியலில் முதுகலை பட்டம் பெற்றவர். இவர் இசை மற்றும் யோகாவில் ஆர்வம் மிக்கவர். பாரம்பரிய இசைக்கலையில் சிறப்புப் பயிற்சி பெற்றவர்.

படிப்பு முடிந்ததும் இங்கிலாந்தைச் சேர்ந்த ஸ்கை நியூஸ் மற்றும் அமெரிக்காவைச் சேர்ந்த சி.என்.என் தொலைக்காட்சி நிறுவனங்களில் சில காலம் செய்தி தயாரிப்பாளராக பணியாற்றினார். அதன்பின்னர், தனது 28வது வயதில் ஹெச்.சி.எல் நிறுவனத்தில் இணைந்தார். ஒரே ஆண்டில் தலைமை செயல் அதிகாரியாக உயர்ந்தார்.

ரோஷினி நாடார் மிகப்பெரிய கொடையாளர். வல்லமைமிக்க பெண் தொழிலதிபர். சர்வ தேச அளவில் பல விருதுகளை பெற்று உள்ளார். சிவ் நாடார் அறக்கட்டளையின் மூலம் சென்னையில் சிவ சுப்ரமணிய நாடார் பொறியியல் கல்லூரியை இலாப நோக்கமின்றி நடத்தி வருகிறார்.

ஹெச்.சி.எல் பிராண்ட், ஷிவ் நாடார் அறக்கட்டளை, ஹெச். சி.எல் ஹெல்த்கேர் பிரிவு போன்ற நிறுவனங்களுக்கும் இவர் தலைமையேற்கிறார். சிவ் நாடார் பல்கலைகழகத்தையும் நிர்வாகம் செய்கிறார்.

சக்தி வாய்ந்த பெண்மணி:

2014-ஆம் ஆண்டில் என்.டி டிவி நிறுவனம் "இளம் வள்ளல்" பட்டத்தை இவருக்கு வழங்கி கௌரவித்தது. ரோஷினி நாடார் இந்தியாவின் பணக்கார பெண்மணியாவார். போர்ப்ஸ் நிறுவனம் தயாரித்த மிகவும் சக்தி வாய்ந்த பெண்மணிகள் பட்டியலில் 54வது இடத்தை வகிக்கிறார்.

2010-ல் ஷிகர் மல்கோத்ரா என்பவரை மணந்தார். இவரது கணவர் ஹெச்.சி.எல் ஹெல்த் கேர் பிரிவின் துணைத் தலைவராக உள்ளார்.

இந்த தம்பதிகளுக்கு ஆர்மான், ஜெகான் என்கிற இரண்டு ஆண் பிள்ளைகள் உள்ளனர்.

ரோஷினி நாடாரின் தாத்தா சுப்ரமணிய நாடார் மாவட்ட நீதிபதியாக பணியாற்றியவர். இவர்கள் தினத்தந்தி நிறுவனர் சிவந்தி ஆதித்தனாரின் உறவினர்கள்.

மூளையே மூலப்பொருள்:

மூளையே மூலப்பொருளான கணினி துறையில் கால் பதித்து உலக மகா பணக்காரர்கள் பட்டியலில் இடம் பிடித்த இந்தியர். அதிலும் மாபெரும் உலக பணக்காரர் பட்டியலில் இடம் பிடித்த தமிழ் குடும்பத்தினர்.

கடின உழைப்பு, அபரிதமான ஆற்றல், சரியான முடிவெடுக்கும் திறன், மத்திய அரசால் இந்திய நிறுவனங்களுக்கு நல்ல வாய்ப்பு வழங்கப்பட்ட காலங்களில் சமயோசிதபுத்தியுடன் அதை சரியாக பயன்படுத்திக் கொள்ளும் திறன் போன்றவையே ஹெச்.சி.எல் நிறுவனத்தின் வளர்ச்சிக்கு அடிப்படை காரணமாகும்.

தகவல் தொழில்நுட்பத் துறையில் ஹெச்.சி.எல் தேசிய அளவில் மூன்றவாது இடத்தை வகிக்கிறது. இவரது நிறுவனத்தின் நிகர சொத்து மதிப்பு 30200 கோடிகளாகும். சுமார் முப்பது ஆண்டு காலங்களில் மிகுந்த சிரத்தையுடன் சிவ் நாடார் அவர்களால் கட்டமைக்கப்பட்ட ஹெச்.சி.எல் பேரரசின் தலைமைப் பொறுப்பு இவருக்குத்தான் என்று முன்னரே முடிவு செய்யப்பட்டிருந்தது. ரோஷினி நாடார் அலுவலகப் பொறுப்புகளையும், சொந்த குடும்ப வாழ்க்கையையும் வெகு லாவகமாக கையாள்கிறார்.

2013-ல் முதல் குழந்தை பிறந்த சில மாதங்களில் பணிக்கு திரும்பி விட்டார் ரோஷினி நாடார். அதுபோலவே, இரண்டாவது பிரசவம் முடிந்தபின்னர் சிறிய இடைவெளிக்கு பிறகு அலுவல்களை கவனிக்கத் துவங்கி விட்டார் என்பது குறிப்பிடத்தக்கது. ஹெச். சி.எல். நிறுவனத்திற்கு முக்கிய முடிவுகளை எடுப்பதில் முக்கிய பங்கு வகிக்கிறார்.

தகவல் தொழில்நுட்பம் இந்தியாவில் வளர மையமாக அச்சாணியாக ஹெச்.சி.எல் இருந்தது என்றால் அது மிகையாகாது. இந்தியா மென்பொருள் துறையில் மிகப் பெரிய இடத்தைப் பெற்றிருக்கும் நாடு. உலகப்பெரு நிறுவனங்களில் இந்தியர்கள் உயர்பதவிகளை வகிக்கிறார்கள். கணினி வன்பொருள் தயாரிப்பில் ஈடுபட்டுள்ள முதன்மை இந்திய நிறுவனங்களில் ஒன்று சிவ் நாடார் ஹெச்.சி.எல் நிறுவனம்.

இல்லாதவர்க்கு நல்லது செய்:

ஹெச்.சி.எல் நிறுவனம் பெரும் நிறுவனமாக வளர்ந்து லாபத்தை குவித்த போது, இதன் நிறுவனர் சிவ் நாடார் தனது தாயாரிடம் இவ்வளவு பணத்தை வைத்து என்ன செய்யட்டும் என்று கேட்டார். அதற்கு அவரது தாயார் "இல்லாதவர்க்கு நல்லது செய்" என்று அறிவுறுத்தினார். அன்று முதல் ஏழை மாணவர்களின் கல்விச் செலவுக்காக வாரி வழங்குகிறார்கள்.

ஆயிரத்தில் ஒருவர்:

2019-ல் ஹீரன் இந்தியா என்கிற நிறுவனம் பட்டியல் தயாரித்தது. அதன்படி, இந்தியாவில் ஆயிரம் கோடிக்கு மேல் சொத்து மதிப்பு உள்ளவர்களின் எண்ணிக்கை 953 ஆகும். அதில் 152 பேர் பெண்கள். அந்த பெண்களில் ரோஷினி நாடார் முதலிடத்தை பெற்று உள்ளார் என்பது குறிப்பிடத்தக்கது.

தரவரிசையில் முன்னனி இடம்:

கல்விதான் ஒரு மனிதனுக்கு உண்மையான வளர்ச்சியாக இருக்கும். தமிழகத்தில் சிவ சுப்ரமணியம் பொறியியல் கல்லூரி லாப நோக்கமின்றி எளிய மாணவர்களின் வாழ்க்கையை மாற்றி வருகிறது. அண்ணா பல்கலைகழக தர வரிசைப்பட்டியலில் எப்பொழுதுமே முதல் ஐந்து இடங்களுக்குள் இருப்பது சிவ சுப்ரமண்யம் பொறியியல் கல்லூரி ஆகும். அரசுப்பள்ளியில் நன்றாகப் படித்த, படிக்கும் ஏழை

மாணவர்களைத் தேர்ந்தெடுத்து அவர்களுக்கு உயரிய கல்வியை கொடுத்து அவர்களின் வாழ்க்கையை வளமாக்கி வருகின்றனர். ஒவ்வொரு ஆண்டும் 200-க்கும் மேற்பட்ட மாணவர்கள் இந்த கல்லூரியில் இலவசமாக பயின்று பெரு நிறுவனங்களில் பணிக்குச் செல்கின்றனர்.

உலக தரத்தில் இலவச கல்வி:

உத்தரப்பிரதேசத்தில் பொருளாதாரத்தில் பின்தங்கியோருக்கான "வித்யகியான் பள்ளி" திட்டத்தை நிறுவியதில் ரோஷினி நாடாருக்கு முக்கிய பங்கு உண்டு. இந்த பள்ளியை இயக்கும் தலைமை பொறுப்பில் ரோஷினி நாடார் உள்ளார். உத்தரபிரதேசத்தில் பொருளாதார ரீதியாக பின்தங்கிய நிலையில் சமுதாயத்தில் பிறர் போன்ற உரிமைகளை பெறாத நிலையில் வாடும் தகுதி திறன் வாய்ந்த ஏழை மாணவர்களை தேர்ந்தெடுத்து அவர்களுக்கு உலகத்தரத்தில் இலவச கல்வியை வழங்கி வருகிறார்கள். சிறந்த தலைவர்களை உருவாக்குவதுதான் இவர்களது இலக்கு.

அடுத்த தலைமுறையை தலைமைபண்புமிக்கவர்களாக உருவாக்குகிறார்கள். வெறும் காசோலையில் கையெழுத்து இடுவது, தொண்டு நிறுவனங்களுக்கு உதவுவதை விட மாணவர்களின் வாழ்க்கைக்காக கல்வி மூலமாக நீண்ட கால முதலீடு செய்கிறோம். அவர்களுடைய வாழ்க்கையில், அவர்களுடைய பயணத்தில் நானும் அங்கம் வகிக்கிறேன். ஆற்றல் மிக்கவர்களாக, வளம் மிக்கவர்களாக, தலைமைப்பண்பு நிறைந்தவர்களாக, இந்த நாட்டை வழிநடத்துபவர்களாக அவர்களை கட்டமைப்பதில் என்னுடைய பங்களிப்பை உறுதிப்படுத்துகிறேன் என்கிறார் ரோஷினி நாடார்.

சிவ் நாடார் அறக்கட்டளை ரோஷினி நாடாரின் இதயத்தில் மிகவும் சிறப்பு வாய்ந்த இடத்தை வகிக்கிறது.

ரோஷினி நாடாரின் அறக்கட்டளை தொடர்பான சமூகப்பணிக்கு பெற்றோர்கள் மட்டுமேல்லாது அவரது கணவரும் மிகுந்த ஒத்துழைப்பு நல்குகிறார். 2009-ல் வித்யா கியான் பள்ளி நிறுவப்பட்டது. தகுதி திறமை வாய்ந்த ஏழை மாணவர்களுக்காக இயங்குகிறது.

கிராமப்புறத்தை சேர்ந்த ஆண்டு வருவாய் ஒரு லட்சத்திற்கும் குறைவாக உள்ள குடும்பத்தைச் சேர்ந்த ஏழை மாணவர்களுக்கு சேர்க்கைத் தேர்வு நடத்தி தேர்வு செய்கிறார்கள். இவ்வாண்டில் சிபிஎஸ்சி கல்வித்திட்டத்தில் வித்யாகியான் பள்ளியில் பயின்ற மாணவர்கள் அனைவரும் தேர்ச்சி பெற்றனர். மொத்தம் 187 மாணவர்கள் தேர்வு எழுதினர். அதில் 139 மாணவர்கள் 80 சதவீதம் மதிப்பெண் பெற்றனர். மீதம் 48 பேர் 90 சதவீதத்திற்கும் அதிகமாக மதிப்பெண் பெற்று தேர்ச்சி பெற்றனர்.

ஏழ்மையான குடும்பத்தை சேர்ந்த குழந்தைகளுக்கும் நல்ல வாய்ப்புகளை வழங்க வேண்டும் என்பதே எங்களது இலக்கு என்கிறார். முழுக் கல்விச் செலவையும் சிவ் நாடார் அறக்கட்டளையே ஏற்கிறது. வலிமைமிக்க நாளைய தலைவர்களை உருவாக்குவதே இவர்களது இலக்காகும். வருடந்தோறும் 200 ஏழை மாணவர்களை தேர்ந்தெடுத்து சேர்க்கை தருகிறார்கள். ஒரு மாணவனுக்கு தலா 20 லட்சம் ரூபாய ஒதுக்குகிறார்கள். வித்யகியான் பள்ளியில் பயின்ற மாணவர்கள் முதல் தரமான கல்லூரிகளிலும், வெளிநாடுகளில் உள்ள கல்வி நிலையங்களிலும் சேர்க்கை பெறுகிறார்கள்.

எங்கள் மாணவர்கள் ஒரு நாள் இந்த நாட்டின் பிரதம மந்திரியாக வருவார்கள் என்கிறார் நம்பிக்கையுடன். தற்போது 1300 மாணவர்கள் பயில்கிறார்கள். எல்லா செலவுகளையும் கல்வி நிறுவனமே ஏற்றுக் கொள்கிறது. நல்ல ஆசிரியர்களை பெறுவதே சவாலாக உள்ளதாக தெரிவிக்கிறார். வித்யகியான் பள்ளி கட்டிடத்திற்க்காக நூறு கோடி செலவு செய்து உள்ளனர். உலகத்தரத்திலான கல்வியை இலவசமாக வழங்குகிறார்கள் என்பதை பெற்றோர்களால் முதலில் நம்பவே முடியவில்லை என்று தெரிவிக்கிறார்.

கார்ப்பரேட் நிறுவனத்தில் தலைமை நிர்வாகியாக பணியாற்றும் பெண்களுக்கு இவர் ஒரு சிறந்த முன்மாதிரியாக உள்ளார். இவரது சமூக அக்கறை மற்றும் பொறுப்பு அனைத்து இந்திய தொழில் அதிபர்களுக்கும் ஏற்பட்டால் நாட்டில் ஏற்றத்தாழ்வுகள் நீங்கி நாடு வல்லரசாகும் என்பதில் ஐயமில்லை.

23
காப்பீட்டுத் துறைக்கு தலைமை தாங்கிய முதல் பெண்மணி - திருமதி.வைத்யான்

காப்பீட்டுத் துறையில் இந்தியாவிற்கும் இங்கிலாந்திற்கும் இடையேயான உறவுகளை மேம்படுத்தியதில் சிறப்பான பங்களிப்பை நல்கியதை அங்கீகரிக்கும் வகையில் திருமதி வைத்யானிற்கு லண்டனில் சிறப்பு விருது வழங்கி கௌரவிக்கப்ட்ட நிகழ்வு குறிப்பிடத்தக்கது.

திருமதி.வைத்யான் ஆங்கில இலக்கியத்தில் கேரள பல்கலைகழகத்தில் முதுகலை பட்டம் பயின்றவர். மேலும், அமெரிக்காவில் உள்ள ஹார்வார்டு பல்கலைகழகத்தில் வணிகத்தில் சிறப்பு பயிற்சி பெற்றவர் என்பது குறிப்பிடத்தக்கது.

இந்திய பொது காப்பீட்டு கழகத்தின் தலைமைப் பொறுப்பை ஏற்ற முதல் பெண்மணி என்ற சிறப்பு இவருக்கு உண்டு. மத்திய அரசின் பொதுத் துறை நிறுவனத்தின் நிர்வாக இயக்குநராக 2016-ல் பொறுப்பேற்றார். தனது அர்ப்பணிப்பு மிக்க சேவைக்காக சர்வதேச அளவில் பல்வேறு விருதுகளை பெற்றுள்ளார். காப்பீட்டு துறையில் கிளை அதிகாரியாக இளம் வயதில் சேர்ந்து சிறப்பாக பணியாற்றி படிப்படியாக உயர்ந்த நிலையை அடைந்தவர். இன்றைய பெண்களுக்கு சிறந்த முன்மாதிரியாக இவரை சொன்னால் அது மிகையாகாது.

தலைமைப்பண்பு:

தலைமைப்பண்பு பற்றி இவரிடம் வினா எழுப்பப்பட்ட போது, இவர் அளித்த பதில் எளிமையானது. சிறப்பானது. தலைமைப்பண்பு என்று

தனியாக எதுவும் இல்லை. ஒவ்வொருவரும் ஒவ்வொரு விதமாக செயலாற்றுகிறார்கள். இயற்கையிலேயே பெண்களுக்கு பொறுப்பாக பணியாற்றும் பண்பு இருக்கவே செய்கிறது. நாம் பார்க்கும் வேலையின் மீதான வேட்கையும், சரியானதை சமரசமின்றி செய்வது முக்கியமானது என்கிறார். தான் இந்த அளவுக்கு உயர்நிலை அடைய தனது குடும்பம் மிகப்பெரிய அளவில் உறுதுணையாக இருந்தது என்கிறார். தனது கணவர் தன்னுடைய சிறந்த விமர்சகர் மற்றும் ஆதரவாளர் என்கிறார். தனது பணிக்காலத்தில் என்னுடைய குழந்தைகளும் நன்கு ஒத்துழைத்தனர் என்கிறார்.

நம் நாட்டில் பெண்களின் திறமையை ஊக்கப்படுத்துவது நல்லதொரு தொடக்கம் என்கிறார். எல்லோரிடமும் தலைமைப்பண்பு இருக்கவே செய்கிறது. காப்பீட்டு துறையில் தான் பணியாற்றிய போது எந்தவொரு பாரபட்சமுமின்றி நடுநிலையோடு நடத்தப்பட்டேன் என்கிறார். நமது பணிதான், திறமைதான் உயர்நிலை பெற முக்கிய பங்காற்றுகிறது என்கிறார் அழுத்தமாக.

வெற்றியின் மந்திரம்:

உங்கள் தொழில் முக்கியத்துவமானது என்றால் அதை வெற்றிகரமாக மாற்றுங்கள் என்கிறார். அதுதான் தனது வெற்றியின் தாரக மந்திரம் என்கிறார். சிறு வயதில் மேற்கத்திய இசையில் அதிக ஆர்வம் மிக்கவர். குழந்தைப்பருவத்தில் வயலின் இசைக்க கற்றுக்கொண்டார். இவரது குழந்தைகள் பெருமையுடன் சொல்வது என்னவென்றால், தங்களுக்கு கொடுத்ததிலேயே மிகவும் சிறந்தது இசை மீதான ஆர்வத்தை வளர்த்ததே- என்கிறார்கள்.

முன்மாதிரி மனிதர்கள்:

திருமதி வைத்யானுக்கு குழந்தைப்பருவத்தில் மிகவும் பிடித்த முன்மாதிரி மனிதர்கள் ஆபரகாம் லிங்கனும் பிதோவானும்தான். லிங்கன் அமெரிக்க உலகையே புரட்டிப் போட்டவர். கருப்பர்களுக்கு சுதந்திரம் பெற்று தந்தவர். சந்தைப்பொருட்கணைப்போல் மனிதர்கள் விற்கப்பட்ட அவலநிலையை மாற்றியவர். அடிமை வியாபாரம்

மானிடத்தின் கண்ணியத்தை இழிவுப்படுத்தக்கூடிய, தரக்குறைவான செயல் என்பதில் மாற்றுக்கருத்தில்லை.

பிதோவான் காது கேளாதவராக ஆனபோதிலும் மிக சிறப்பாக இசையமைத்தவர். அவர்களது மனஉறுதியும் தன்னம்பிக்கையும் சிறு பிராயத்தில் தன்னை மிகவும் கவர்ந்ததாக சொல்கிறார். தானும் ஏதாவது ஒரு துறையில் சாதிக்க வேண்டும் என்று விரும்பியதாக சொல்கிறார்.

தென் ஆப்பிரிக்காவில் நிறவெறிக்கு எதிராக போராடிய நெல்சன் மன்டேலா 27 வருடம் சிறை வைக்கப்பட்ட ராபன் தீவிற்கு சென்று நேரில் பார்வையிட்டு உள்ளார். 27 வருட சிறைவாசமும் தனிமையும் அவரது மனஉறுதியை குலைக்க வில்லை என்பதை நெகிழ்ச்சியுடன் சொல்கிறார்.

பணியில் சேர்ந்த முதல் நாள் அனுபவம்:

கேரளாவில் திருவனந்தபுரத்தில் வாழும் தொழிலாளர்களின் போர்க்குணம் அனைவரும் அறிந்ததே. முதல் பெண் அதிகாரியாக அங்கு பொறுப்பேற்றேன். ஒரு பெண் உயர்பொறுப்புகளை ஏற்பதை சங்கத்தை சேர்ந்த உறுப்பினர்கள் அமைதியாக பார்த்தனர் என்கிறார்.

பிடித்தமான உணவு:

வேலைநிமித்தமாக வெளிநாடுகளுக்கு செல்ல நேரிடும். அது போன்ற தருணங்களில் பண்டிகை கொண்டாட்டங்களையும், அந்த நாட்களில் செய்யப்படும் சிறப்பான உணவுகளை தவறவிட வேண்டி இருக்கும். சில சமயங்களில் வீட்டு உணவுகள் வெளிநாட்டில் கிடைக்கும் போது ஆச்சர்யமாகவும் மகிழ்ச்சியாகவும் இருக்கும். என் குழந்தைகளுக்காக ஓய்வு நேரத்தில் ரொட்டி செய்வது உண்டு. இனிப்பான அப்பம் செய்வேன். (Cookies/Cakes/Cutlet) சைவ மற்றும் அசைவ கட்லெட் வகைகளை செய்வேன். என் குழந்தைகள் என்னிடம், அம்மா நீங்கள் ஒரு கடை ஆரம்பிக்கலாம். மிக சிறப்பாக சுவையாக செய்கிறீர்கள் என்பர்.

விடுமுறையில் செல்ல விரும்பும் இடங்கள்:

கேரளாவில் படகு இல்லம் தனக்கு மிகவும் பிடித்தமானது என்கிறார். குடும்பத்துடன் சென்று மகிழ்ச்சியாக இருப்போம். அந்த அனுபவம் மிகவும் இனிமையானது என்கிறார். சிறு வயதில் டாக்டராக வேண்டும் என்று விரும்பியவர். அந்த கனவு கைக்கூட வில்லை. பின்னர், விரிவுரையாளராக வேண்டும் என்று விரும்பினார். அதுவும் நடக்க வில்லை. முடிவில் காப்பீட்டு துறைக்கு வந்ததாக சொல்கிறார்.

ஒருமுறை இவரது கணவர் ஜோகன்ஸ்பர்க்-க்கு பணியிட மாறுதல் செய்யப்பட்டார். குடும்பத்தை கவனிக்க வேண்டிய காரணத்தால் இவரது கணவர் அங்கு போகாமல் தவிர்த்து விட்டார் என்கிறார். பள்ளியில் நடக்கும் பெற்றோர்-ஆசிரியர் கூட்டத்தை தான் எப்பொழுதும் தவிர்த்ததில்லை என்கிறார். வேலைக்கு வந்தாயிற்று. எல்லாவற்றையும் பெற முடியாது என்று உணர ஆரம்பித்தேன். சில சமயங்களில் பணிநிமித்தமாக குழந்தைகளை, குடும்பத்தை பிரிந்து இருக்க வேண்டியது தவிர்க்க முடியாதது. ஆண்கள் கூட இதற்கு விதிவிலக்கல்ல. தான் பெரிய பொறுப்பில் இருந்ததால் சில பண்டிகைகளில், சில முக்கிய குடும்ப விஷேங்களில் பங்கேற்க முடியாத நிலை ஏற்படுவது உண்டு. பெரிய பொறுப்பில் இருந்து தற்போது ஓய்வு பெற்று விட்டேன். தற்போது பிள்ளைகளுடன் நேரத்தை செலவிட முடிகிறது என்கிறார்.

இளைய சமுதாயத்திற்கு வழங்கும் அறிவுரை:

நமக்கு நம் துறைதான் முக்கியமானது என்றால், அதை வெற்றிகரமாவதற்கு அதற்கு உங்களையே தர வேண்டும் என்கிறார். ஒரு பெண் அலுவலர் மட்டுமல்ல. ஒரு தாய். தாய்மை முக்கியமானது. குடும்பம்-தொழில் இரண்டிலும் சரிசம பங்களிப்பு முக்கியமானது என்கிறார்.

படிப்பது முக்கியமானது என என் குழந்தைகளுக்கு அடிக்கடி சொல்வேன். தொடர் புத்தக வாசிப்பு பழக்கம் நம் வாழ்க்கையை அர்த்தமுள்ளதாக மாற்றும் வல்லமை கொண்டது. படிப்பதற்கு மாற்றாக, பதிலாக, ஈடாக வேறு எதுவும் இல்லை என்கிறார்.

ஆறு நாடுகளில் எங்களது காப்பீட்டு வணிகம் உள்ளது. மேலும், 175 நாடுகளில் வணிகத்தை மேற்கொள்ள முயற்சி மேற்கொள்ளப் படுகிறது. எங்களது நிறுவனம் 82 சதவீத வளர்ச்சியை தற்போது எட்டி உள்ளது. உலக அளவில் மறுகாப்பீட்டு துறையில் 12வது இடத்தை வகிப்பது பெருமைப்படத்தக்க வளர்ச்சி என்கிறார்.

இந்திய காப்பீட்டு துறையிலும், மறுகாப்பீட்டு துறையிலும் முப்பது ஆண்டுகளுக்கு மேலாக தான் பணியாற்றியதை நினைவு கூர்கிறார். பொது காப்பீட்டுத் துறையில் 1984ல் கிளை அலுவலராக பொறுப்பேற்றார். எல்லா மட்டத்திலும் பணியாற்றி உள்ளார். கிளை மேலாளராக பொறுப்பேற்று, பின்னர் பிரதேச அளவில், பிராந்திய அளவில், முடிவில் தலைமைப் பொறுப்புக்கு வந்த நிகழ்வுகளை பகிர்ந்து கொள்கிறார். இவர் தலைமைப் பொறுப்பேற்ற காலகட்டத்தில் காப்பீட்டு வணிகம் ரூ.18436 கோடியிலிருந்து ரூ.41799 கோடியாக உயர்ந்தது என்பது குறிப்பிடத்தக்கது.

தங்களது காப்பீட்டு நிறுவனத்திற்கு துபாய், மலேசியா, மாஸ்கோ, இங்கிலாந்து உள்ளிட்ட நாடுகளிலிருந்து 45 சதவீதத்திற்கு மேல் வருவாய் வருகிறது என்கிறார். 2016-ல் தான் (General Insurance Corporation of India) தலைமை பொறுப்பை ஏற்றார். 2019 வரை சிறப்பாக வழிநடத்தினார். இந்திய வணிக உலகில் மிகவும் சக்தி வாய்ந்தவராக பத்திரிக்கைகளால் தேர்வு செய்யப்பட்டு உள்ளார்.

24

அஷ்னி பியானியின் அழகிய கனவு

,சமீபத்தில் ஒரு நிகழ்ச்சியில் பங்கேற்க ஊரகப்பகுதிக்கு சென்று இருந்தேன். அங்கு வந்திருந்த ஒரு 24 வயதான பொறியியல் பட்டதாரி இளைஞரிடம் உங்கள் வாழ்வின் இலட்சியம், கனவு, ஆசை என்ன என்று கேட்டேன். கிராம நிர்வாக அலுவலராக அரசுப்பணியில் சேர வேண்டும் என்றார். ஒரு அழகான நடுத்தர வயது பெண்மணியிடம் பேசிய போது, அங்கன்வாடியில் ஆசிரியை ஆக விருப்பம் உள்ளது. ஆனால், என் கணவர் தடையாக உள்ளதாக ஆதங்கத்துடன் தெரிவித்தார். ஒரு பணக்கார குடும்பத்தைச் சேர்ந்த மாணவனிடம் கேட்டபோது, கனவா? லட்சியமா? எங்கள் அம்மாவிடம் கேட்க வேண்டும் என்று சொல்லிவிட்டு மொபைலில் "கேம்ஸ்" விளையாடுவதில் மும்முரமாக இருந்தார். நடுத்தர வயது அரசு ஊழியரிடம் பேசிய போது, தனக்கு சொந்தமாக மனை உள்ளதாகவும், வங்கிக்கடன் பெற்று வீடு கட்ட வேண்டும் என்று தெரிவித்தார். இதே கேள்வியை பியூச்சர் குரூப் நிறுவனத்தின் இயக்குநரான அஷ்னி பியானியிடம் சமீபத்தில் கேட்கப்பட்டபோது, 34 வயதான, ஒரு பெண் குழந்தைக்கு தாயான, அஷ்னி பியானி தனது நிறுவனத்தின் புதிய 50000 கிளைகளை நாடெங்கும் நிறுவ வேண்டும் என்றும், தனது நிறுவனத்தின் வருவாயை ஆண்டிற்கு ரூ.20000/- கோடியாக உயர்த்த வேண்டும் என்றும் தெரிவித்தார். இவரது தந்தை கிஷோர் பியானி சில்லறை வணிகத்தில் இந்தியாவின் மிகப்பெரிய தொழிலதிபர். இவரது கணவருக்கு சொந்தமாக கப்பல் கட்டுமான நிறுவனம் உள்ளது.

இந்திய நுகர்வோர்களிடம் முன்பு எப்போதும் இல்லாத அளவிற்கு இன்று நுகர்வில் ஆர்வம் அதிகரித்து உள்ளது. முன்பு போல் அல்லாமல்

வருவாயின் பெரும்பகுதியை செலவிடுதல், அதிக எதிர்பார்ப்பு, தனிப்பட்ட விருப்பங்கள், நிறைய புதிய தகவல்களை தெரிந்து கொள்தல் மற்றும் அனுபவங்கள் ஒரு முழுமையைத் தந்துள்ளதாக இன்றைய நுகர்வோர்களைப் பற்றி அஷ்னி பியானி தெரிவிக்கிறார்.

உதாரணமாக, முன்பெல்லாம் ஒரு குறிப்பிட்ட சமூக, பொருளாதார பிரிவைச் சேர்ந்த பெண்கள்தான் சுடிதார், ஹை-ஹீல்ஸ் செருப்பு உள்ளிட்டவற்றை அணிவர். இன்று அனைத்து பிரிவைச் சேர்ந்தவர்களும் அணிவதைப் பார்க்க முடிகிறது என்கிறார்.

அஷ்னி பியானி தற்போது பியூச்சர் குரூப் நிறுவனத்தின் நிர்வாக இயக்குநராக உள்ளார். இந்திய நுகர்வோர்கள் எதை வாங்க விரும்புகிறார்கள்? சந்தையில் இன்றைய நுகர்வோரின் தேவை என்ன? என்பதை அறிந்து செயல்படுவதுதான் தங்களது பலம் என்கிறார்.

பியூச்சர் நுகர்வோர் குழுமம் நடப்பாண்டில் அஷ்னி பியானி தலைமையில் ரூ.3008/-கோடி வருவாய் ஈட்டி கடந்த நிதியாண்டை விட 42 சதவீதம் வளர்ச்சியை அடைந்துள்ளது. நமது நாட்டில் ஒரு பக்கம் பழமையான நடைமுறைகள், நம்பிக்கை, பழக்கவழக்கங்கள் தொடர்ந்தாலும், மறுபக்கம் புத்தாக்கம் மிகுந்த நவீனத்துவ முறைகளையும் வரவேற்கிறார்கள் என்கிறார் அஷ்னி பியானி.

அஷ்னி பியானி 1985-ல் பிறந்தவர். 34 வயதே நிரம்பிய இவருக்கு பூர்வீகம் மும்பை நகரம்தான். சுமார் 152 செ.மீ உயரமும், 55 கிலோ எடையும் கொண்ட அஷ்னி பியானி துடிப்பான ஒரு இளம் தொழில் முனைவோர் எனலாம். இந்தியப் பெண்ணான இவர் மும்பையில் குயின் மேரி பள்ளியில் படித்தவர். பின்னர், கல்லூரிப் பட்டப்படிப்பை பெங்களூர் கல்வி நிறுவனத்தில் முடித்தார். அதன் பின்னர் மேற்படிப்பை அமெரிக்காவில் நியுயார்க் மற்றும் கலிபோர்னியா கல்வி நிறுவனங்களில் பயின்றார் என்பது குறிப்பிடத்தக்கது.

இவரது தந்தையின் பெயர் கிஷோர் பியானி. தாயாரின் பெயர் சங்கீதா ரதி. இவருக்கு உடன்பிறந்த ஒரேயொரு இளைய சகோதரி உண்டு. இந்து-வைசிய மார்வாரி குடும்பத்தைச் சேர்ந்தவர் அஷ்னி பியானி. குடும்பத்தின் மூத்த பெண்ணான அஷ்னி பியானி 2009-ல் வேதாந்தா குழுமத்தின் தலைவரான விராஜ் தித்வானா

என்கிற தொழில் அதிபரை மணந்தார். இந்த தம்பதிகளுக்கு ஒரு பெண் குழந்தை உள்ளது.

2017-ம் ஆண்டின்படி, இவரது குடும்ப சொத்தின் நிகர மதிப்பு 2.73 பில்லியன் டாலர்களாகும். ஒரு பில்லியன் என்பது ஆயிரம் மில்லியனுக்கு சமம். தனது தந்தையின் முயற்சியால் இந்தியா முழுவதும் பியூச்சர் குழுமம் பரவி வளர்ந்ததைப் பிரமிப்புடன் பார்த்து வளர்ந்தவர் அஷ்னி பியானி. பள்ளி மாணவியாக இருந்தபோதே தனது தந்தையின் வணிக கூட்டங்களில் கலந்து கொண்டு ஏதும் பேசாமல் இருப்பாராம்.

படிப்பு முடிந்ததும் தனது தந்தைக்கு உதவியாக நிறுவனத்தின் பணிகளை கவனிக்கத் தொடங்கினார். படிப்பு முடிந்து இந்தியா திரும்பியதும் முதற்பணியாக அஷ்னி பியானி எடுத்துக் கொண்டது ஹோலி பண்டிகைக்கு புதிய டிசைன் ஆடைகளை தனது சொந்த முயற்சியில் வடிவமைப்பதுதான். நாடு முழுவதும் சுமார் 90 நகரங்களில் மிகப் பெரிய சில்லரை விற்பனை வணிக மையங்கள் இந்தியாவிலேயே இவர்களுக்குத்தான் உள்ளது. அஷ்னி பியானியின் சொந்த முயற்சியில் மேலும் 18 விற்பனை மையங்கள் (Big Bazaars) துவங்கப்பட்டது. 2011-ல் பியூச்சர் குழுமத்தின் இயக்குநராக பொறுப்பேற்றார் அஷ்னி பியானி. இவருக்கு நுகர்வோர் நடத்தைகளை, விருப்பங்களை அறிந்து செயல்பட உதவியாக 11 பேர் கொண்ட குழு உள்ளது. அதில் மானுடவியல், தொன்மவியல் மற்றும் சமூகவியல் நிபுணர்கள் அடங்கிய குழு இவரது வணிக வியூகங்களுக்கு ஆலோசனை வழங்குகிறது.

புதிய யோசனைகளை புகுத்துவது, நுகர்வோர்களின் நம்பகத்தன்மையை பெறுவது, மேலும், உயர் நிர்வாகப் பொறுப்புகளை பெண் ஊழியர்களால் திறமையாக கையாள முடியும் என்கிற நிலையை ஏற்படுத்துவது என செயல்படுகிறார்கள்.

தலைமை நிர்வாகப் பொறுப்புகள் மட்டுமல்லாது ஒரு பெண் குழந்தைக்கு தாயான இவர் குடும்ப பொறுப்பையும் அழகாக கையாள்கிறார். பணிக்குச் செல்லும் இன்றைய பெண்களுக்கு இவர் ஒரு சிறந்த முன்னுதாரணம் எனலாம். நிறுவனத்தில் நிர்வாகியாகவும், குடும்பத்தில் தாயாகவும் டென்ஷன் இல்லாமல் செயல்படுகிறார். எனது செல்ல மகள் தனது தோழிகளின் தாயார்கள் வீட்டில் இருப்பதையும், நான் வெளியே செல்வதை மட்டுமே பார்க்கிறாள். நான் பணி

செய்வதை எனது மகள் நேரில் பார்க்க வேண்டும் என்பதையே நான் விரும்புகிறேன் என்கிறார் அஷ்னி பியானி.

புதிய உணவு வகைகளை சந்தையில் அறிமுகப்படுத்துகிறோம். குறித்த விலையில் சீரான தரத்துடன் புதிய உணவு வகைகளுக்கு(Brand) பழக்கப்பட்டு நுகர்வோர்கள் தொடர்கிறார்கள். வணிகம் செழிப்பதற்கு கால மாற்றத்திற்கு தகுந்த வகையில் நாமும் நம்மை மாற்றிக் கொள்ள வேண்டியது அவசியம் என்கிறார்.

தங்கள் நிறுவனத்தில் பணிபுரியும் பெண் ஊழியர்களுக்கு பாதுகாப்பை உறுதி செய்து அவர்களை மேன்மேலும் ஈர்க்கும் வகையில் தேவையான அடிப்படை வசதிகள் செய்து கொடுப்பதில் ஆர்வம் காட்டுகிறோம் என்கிறார்.

எனது தந்தைதான் எனக்கு வழிகாட்டி என்கிறார் அஷ்னி பியானி. தனக்கும் தனது தந்தைக்கும் அடிக்கடி கருத்து வேறுபாடுகள் ஏற்படுவது உண்டு என்றாலும், நவீனமான புதியவற்றை புத்தாக்கத்துடன் புகுத்தும் தனது தந்தையின் முயற்சியை தானும் தொடர்வதாக சொல்கிறார்.

சில்லறை விற்பனைதான் எங்கள் மதம். நுகர்வோர்தான் எங்கள் கடவுள் என்று சொல்கிறார் அஷ்னி பியானி. இந்திய நுகர்வோர்களின் எதிர்ப்பார்ப்புகளை மிக நுணுக்கமாக அறிந்து வைத்துள்ளார். அதன் அடிப்படையில் வியாபார முடிவுகள் எடுக்கப்படுகிறது. எதிர்காலத்தில் எந்த உணவு வகைகளை புதியதாக சில்லறை விற்பனையில் அறிமுகப்படுத்துவது என்ற திட்டம் இவர்களிடம் உள்ளது.

அஷ்னி பியானி தற்போது ஆண்டு சம்பளமாக சுமார் ரூ.84,88,908/- பெறுகிறார். தெற்கு மும்பையில் இவர்களது வணிக மையங்கள் (Easy Day stores/Big Bazaars) மிகவும் புகழ் பெற்றது. அது போன்று சர்வதேச அளவில் 50000 கிளைகளை அமைக்க வேண்டும் என்கிற இலக்கு உள்ளது என்கிறார். புதிய திட்டங்களை செயல்படுத்தும் போது தோல்வி ஏற்படுவதும் உண்டு. அதை பாடமாக எடுத்துக் கொண்டு கடக்க வேண்டும் என்கிறார் அஷ்னி பியானி. இந்தியாவிலேயே மிகப்பெரிய சில்லறை வணிக குழுமத்தின் வாரிசான அஷ்னி பியானி வணிக மையங்கள் நடத்துவதில் உள்ள முழுமையான புரிதலுடன் லாபத்தில் தாக்கத்தை ஏற்படுத்தக்கூடிய சிறு தகவல்களையும் பாடமாக எடுத்துக்

கொள்கிறோம் என்கிறார். எங்களது முயற்சிகள் யாவும் எங்கள் நெஞ்சங்களில் உள்ள நுகர்வோர்களின் திருப்திதான் என்கிறார்.

வெளிநாடுகளில் குறிப்பாக அரபு நாடுகளில் உள்ள டிபார்ட்மென்டல் ஸ்டோர்களில் புரிந்துணர்வு ஒப்பந்தம் செய்யப்பட்டு கத்தார், பஹ்ரைன் உள்ளிட்ட பல நகரங்களில் 60 கிளைகளில் எங்களது தரமான சொந்த தயாரிப்பு பொருள்களை சந்தைப்படுத்தி வருகிறோம் என்கிறார். இந்தியாவில் பியூச்சர் நுகர்வோர் குழுமம் வலுவாக காலுன்றி உள்ளது. சர்வதேச அளவிலும், மத்திய கிழக்கு நாடுகளிலும் எங்களது பிராண்ட் பொருட்களை நுகர்வோர்களுக்கு தாராளமாக கிடைக்கவும், எங்களது கிளைகளின் எண்ணிக்கையை பெருக்கவும் தொடர்ந்து முயற்சி மேற்கொள்கிறோம் என்கிறார். வரும் 2022-ல் எங்களது நிறுவனத்தின் வருவாய் ரூ.20000/- கோடிகளை எட்ட வேண்டும் என்ற இலக்கை முன் வைத்து திட்டங்கள் அமைக்கிறோம் என்கிறார். தற்போதய ஆண்டு வருவாய் சராசரியாக ரூ.3000/- கோடியாக உள்ளது.

அஷ்னி பியானி தனது தந்தையான கிஷோர் பியானியை செல்லமாக "கே.பி" என்று அழைக்கிறார். தங்கள் குடும்பத்தில் வணிகப் பொறுப்புக்களை ஏற்றுக் கொண்ட முதல் பெண் நான்தான் என்று பெருமையுடன் சொல்கிறார். தனது தந்தையின் செயல்பாடுகளை சிறுவயது முதல் கூர்ந்து கவனித்து வந்ததால் வணிகத்தை எளிதாக கற்றுக் கொள்ள முடிந்ததாக சொல்கிறார். நுகர்வோர்களின் எண்ணங்களை புரிந்து கொள்வதற்காக அவர்களுடன் நேரடியாக பேசுகிறார். புதிய யோசனைகளை, புத்தாக்கங்களை, புதிய வகைகளை எப்போதும் வரவேற்கிறோம் என்கிறார்.

இவருக்கு மிகவும் ஆர்வமான விஷயங்கள் பல உள்ளன. சமீபத்திய ஃபேஷனில் ஆடைகள், கைப்கைகள், போன்றவற்றை அணிவது இவருக்கு மிகவும் பிடிக்கும். இந்திய நகர பெண்களுக்கு கிடைக்கும் வகையில் அவற்றை சந்தைப்படுத்துகிறார்.

வெகு நேரத்தை தனது வணிக மையங்களில் செலவு செய்கிறார். அது தொழில் தொடர்பாக நிறைய விஷயங்களை கற்பதற்கு இவருக்கு பெரும் உதவியாக உள்ளது. அஷ்னி பியானியின் தந்தையுடன் பணியாற்றிய அனுபவம் வாய்ந்த மூத்த பணியாளர்கள் நிறைய பேர் உள்ளனர். அவர்கள் என்னை முதலாளியாக (Boss) ஒரு போதும் நினைத்தது

இல்லை. நான் அவர்களை எனது வழிகாட்டிகளாக நினைக்கிறேன். நிறைய கேள்விகளை கேட்டு அவர்களது அனுபவங்களை அவ்வப்போது தெரிந்து கொள்வேன் என்கிறார். புதிய பொருளை, வடிவமைப்பது, அதை தயாரிப்பது, நுகர்வோர்களுக்கு கிடைக்கச் செய்வது மிகவும் சவாலானது என்கிறார். ஓய்வு நேரங்களில் இசையை கேட்பது மனதுக்கு இனிமையாக இருக்கும் என்கிறார். நியுயார்க்கில் ஷாப்பிங் செல்வது தனக்கு மிகவும் பிடித்தமானது. புதிய வகை கைப்பைகள் (Handbags) தனக்கு மிகவும் பிடிக்கும் என்கிறார். தனக்கு தொழிலில் 25 வருட அனுபவம் உள்ளது என்கிறார். சிறு வயதிலேயே தனது தந்தையுடன் நேரம் கிடைக்கும் போதெல்லாம் வணிக வளாகத்திற்கு வந்து விடுவது வழக்கம். தான் பிறந்ததிலிருந்து தான் சாப்பிட்டது, உறங்கியது, சுவாசித்தது எல்லாம் தங்களுக்கு சொந்தமான சில்லறை வணிக வளாகத்தில்தான் என்கிறார். தனது எட்டாவது வயதிலேயே தனது தந்தை நடத்தும் அலுவலக கூட்டங்களில் கலந்து கொள்வேன். துவக்கத்தில் அவர்களது உரையாடல்கள் புரியாத போதிலும் பிறகு படிப்படியாக புரிந்து கொண்டேன் என்கிறார். இவர்களது நிறுவனத்தில் இவர்களது முதலீடு சுமார் பத்தாயிரம் கோடிகள் ஆகும்.

பண்டிகைகளின் போது என்ன மாதிரியான பொருட்கள் நுகர்வோர்களுக்கு தேவைப்படும் என்பதை முடிவு செய்து சந்தைக்கு தேவையான அளவு தயாரித்து விற்பனை செய்வதில் புதிய வாடிக்கையாளர்களை எங்கள் பிராண்டிற்கு ஈர்க்க முடியும் என்கிறார்.

திருமணத்திற்கு பிறகும் ஞாயிற்றுக் கிழமைகளில் கடைக்கு வருவதை இவர் தவிர்ப்பது இல்லை. ஆண்டு வருவாய் 10 லட்சம் ஈட்டும் பிரிவைச் சேர்ந்தவர்கள் இவர்களது முக்கிய வாடிக்கையாளர்களாவர். உலகமெங்கும் பத்து லட்சம் மக்கள்தொகை கொண்ட 600 நகரங்களில் தங்களது கிளைகளை 2025-ல் நிறுவ திட்டமிட்டு உள்ளார். இவர் வெற்றி பெற வாழ்த்துவோம்.

25

புரட்சி பெண்மணி சந்தா கொச்சார்

பட்டப்படிப்பை முடித்து, நல்ல வேலையை பெற்று, நல்ல வாழ்க்கைத் துணையை அமைத்துக் கொள்வதே இன்று பெரும் போராட்டமாக உள்ளது. வசதியுள்ள நடுத்தர குடும்பத்தில் பிறந்த ஆண்களே நல்ல கல்வி, வேலை, குடும்பம் அமைத்துக் கொள்ள பெரிதும் தடுமாறும் நிலையில், எந்த பின்புலமும் இல்லாமல் இளம் வயதில் தந்தையை இழந்த பெண்ணாக இருந்த போதிலும் கல்வி, வேலை, குடும்ப வாழ்வில் உச்சத்தைத் தொட்டவர் சந்தா கொச்சார் என்றால் அது மிகையாகாது.

சந்தா கொச்சார் ராஜஸ்தான் மாநிலத்தில் உள்ள ஜோத்பூரில் 1961-ல் பிறந்தார். ஜெய்ப்பூரில் வளர்ந்தார். சந்தா கொச்சார் 13 வயது சிறுமியாக இருக்கும்போதே இவரது தந்தை திடிரென மாரடைப்பால் காலமானார். தந்தையை இழந்த குடும்பம் நிலைதடுமாறியது. முன்னறிவிப்பு இன்றி வரும் வாழ்க்கையின் சவால்கள் ஒரே நாளில் குடும்ப நிலையை தலைகீழாக புரட்டி போட்டு விடுகிறது. அதுவரை குடும்பத்தை மட்டும் கவனித்து வந்த சந்தா கொச்சாரின் தாயார் மூன்று பிள்ளைகளை வளர்க்கும் பொறுப்பை ஏற்றுக் கொண்டு அவர்கள் சொந்தக்காலில் நிற்கும் வரை தனியாளாய் வேலைக்கும் போய்க்கொண்டு குடும்பத்தையும் பராமரித்தார்.

சந்தா கொச்சாருக்கு ஒரு சகோதரனும், ஒரு சகோதரியும் உண்டு. ஆண்-பெண் பாகுபாடு இன்றி குழந்தைகளை சமமாக நடத்தும் பாரம்பரியம் உள்ள குடும்பம். ஆதலால் கல்வி மற்றும் எதிர்கால திட்டமிடல் போன்ற விஷயங்களில் பாலின வேறுபாடோ, பாகுபாடோ இல்லை. பள்ளிக்கல்வியை ஜெய்ப்பூரில் முடித்த சந்தா கொச்சார் மும்பை சென்று ஜெய்ஹிந்த் கல்லூரியில் பட்டப்படிப்பை 1982ல் முடித்தார்.

பின்னர் Cost Accountancy மற்றும் நிர்வாகப்பிரிவில் (Management studies) முதுகலைப் பட்டம் பெற்றார். இரண்டிலுமே முதல் மாணவியாய் திகழ்ந்து தங்கப்பதக்கம் பெற்று தனது சாதனைப் பயணத்தைத் தொடங்கினார்.

1984-ல் ஐசிஐசிஐ வங்கியின் நிர்வாகப் பயிற்சியாளராக (Management Trainee) பணியில் சேர்ந்தார். ஆரம்ப கட்டங்களில் டெக்ஸ்டைல்ஸ், சிமென்ட், பேப்பர் தொழிற்சாலைகளின் கடன் திட்டங்களை மதிப்பீடு செய்யும் பணியை துடிப்புடன் செய்தார். மும்பையில் தன்னுடன் பயின்ற சக மாணவரான தீபக் கோச்சார் என்பவரை திருமணம் செய்து கொண்டார். ஐசிஐசிஐ வங்கியை நிலைநாட்டுவதில், வளர்ப்பதில் முக்கிய கருவியாக திகழத் தொடங்கினார். 1993ல் வங்கியை நிர்வகிக்கும் மைய உறுப்பினர்களில் ஒருவரானார். கடின உழைப்பினால், திறமையால் 1994-ல் உதவி பொது மேலாளராக பதவி உயர்வு பெற்றார். 1996-ல் துணை பொது மேலாளர் ஆனார்.

சக்தி, தொலைத்தொடர்பு, போக்குவரத்து உள்ளிட்ட கட்டமைப்பு தொழில்களில் சிறப்பு அனுபவமும் தொழில்நுட்ப அறிவு கொண்ட குழு 1996-ல் உருவாக்கப்பட்ட போது அதற்கு தலைமை வகித்தார். 1998-ல் பொது மேலாளராக பதவி உயர்வு பெற்றார். ஐசிஐசிஐ வங்கியின் மிக முக்கிய 200 வாடிக்கையாளர்கள் குழுவுக்கு இவரது தலைமையில் நல்லுறவுகள் மேம்பட்டது. மின்-வர்த்தகப் பிரிவிற்கு 1999-ல் தலைமையேற்றார். இவரது தலைமையில் சிறு வணிகக் கடன்களுக்கு அதிமுக்கியத்துவம் அளிக்கப்பட்டது. 2009-ல் ஐசிஐசிஐ வங்கியின் நிர்வாக இயக்குநர் (MD & CEO) பொறுப்பை ஏற்றார். ஐசிஐசிஐ வங்கிக்கு சர்வதேச அளவில் கிளைகள் உண்டு. சந்தா கொச்சாரின் தலைமையில் ஐசிஐசிஐ வங்கி சிறந்த (Best Retail Bank) சிறுவணிக கடன் வழங்கும் வங்கியாக செயல்பட்டதற்கு 2001, 2003, 2004 மற்றும் 2005-ம் ஆண்டுகளில் விருது கிடைத்தது. மிகச் சிறந்த, மேம்பட்ட, முதல்தரமான இவரது செயல்பாட்டிற்கு 2002-ல் ஆசிய வங்கியாளர்கள் விருது வழங்கி கௌரவப்படுத்தினர்.

வராக் கடன்களால் பெரிய வங்கிகள் கூட திணறிக்கொண்டு இருந்த நிலையில் ஆண்டுதோறும் பல்லாயிரக்கணக்கான கோடிகளை

லாபமாக ஈட்டும் வகையில் ஐசிஐசிஐ வங்கியை திறம்பட வழிநடத்தினார். அதிக பணிநேரம், துரித செயல்பாடு நடைமுறைப் படுத்தப்பட்டது. 8 மணி நேரத்தில் வீட்டுக்கடன் மற்றும் அடமானக் கடன் வழங்கப்படும் நடைமுறையைக் கொண்டு வந்தார். இணையத்திலேயே அப்ரூவல் வழங்கும் நடைமுறை ஏற்படுத்தப்பட்டது. நடமாடும் வங்கித்திட்டம் செயல்படத் தொடங்கியது. 2016-ல் ஐந்தில் ஒரு பங்கு வகிக்கும் சில்லறை வாடிக்கையாளர்களின் பணப்பரிமாற்றம் மட்டுமே 12 பில்லியன் டாலர்களை தொட்டது உலக சாதனையாகும். பெண் பணியாளர்களின் சிரமங்களை உணர்ந்த சந்தா கொச்சார் தனது வங்கியில் பணிபுரியும் பெண்கள் ஒரு ஆண்டு காலத்திற்கு வீட்டில் இருந்தபடியே அலுவலகப்பணியை மேற்கொள்வதற்கு வாய்ப்பளித்தார்.

பணி நிமித்தமாக வெளியூர் செல்லும் பெண் வங்கி அதிகாரிகள் மூன்று வயது வரையுள்ள தனது குழந்தைகளையும் உடன் அழைத்துச் செல்ல அனுமதி அளித்ததுடன், அவர்களை பராமரிப்பதற்கு பெண் பணியாளர்களும் வங்கி செலவில் நியமிக்கப்பட்டனர். சில்லறை வணிக வர்த்தகத்தில் இவர் ஆற்றிய பங்கு இவருக்கு மிகப்பெரிய அங்கீகாரத்தை அளித்தது. ஐசிஐசிஐ வங்கிதான் நம் நாட்டில் முதன்முதலாக ஏடிஎம் வசதியை 2000ம் ஆண்டில் தனது வாடிக்கையாளருக்கு அமைத்துக் கொடுத்தது. பொருளாதார ரீதியாக பின்தங்கியுள்ள லட்சக்கணக்கான இளைஞர்களுக்கு ஒவ்வொரு ஆண்டும் தொழில் சார்ந்த பயிற்சி வழங்கும் திட்டத்தை நடைமுறைப் படுத்தினார்.

ஆணாதிக்கம் மிகுந்த வங்கித் தொழிலின் கருவறையில் தனக்கென ஒரு இடத்தைப் பெற்றார். இது எளிதான காரியம் இல்லை. முப்பது வருட அனுபவம் வலிமையைத் தந்தது. தமது வங்கி முதலாவதாக இருக்க வேண்டும், மேலும் வளர வேண்டும் என்பதே இவரது இலக்கு. சந்தா கொச்சாரின் தலைமையில் ஐசிஐசிஐ வங்கி சில்லறை வணிகத்தில் அதிக முக்கியத்துவம் தரப்பட்டது. அடுத்த ஐந்து ஆண்டுகளில் இந்தியாவில் சிறு வணிகக் கடன்களில் (Biggest retail financier) முதலிடம் பெற்றது குறிப்பிடத்தக்கது.

உச்சகட்ட அங்கீகாரம்:

ஒட்டு மொத்த வியாபார உலகத்தின் பார்வையையும் தன் மீது அழுத்தமாக திருப்பியது இவரது செயல்பாடுகள். உலகில் அதிக சம்பளம் வாங்கும் பெண் நிர்வாக இயக்குநர்களில் ஒருவராக உள்ளார். இவரது போனஸ், ஊக்கத்தொகை மற்றும் அடிப்படை சம்பளம் பல கோடிகளைத் தாண்டுகிறது. இவையெல்லாம் ஒரே நாளில் கிடைத்தவை அல்ல.

இந்திய தனியார் வங்கிகளில் முதலாம் இடத்திலும், இன்றைக்கு இந்தியாவிலிருக்கும் ஒட்டு மொத்த வங்கிகளில் இரண்டாம் இடத்திலும் இவரது வங்கி உள்ளது. இந்தப் பெருமைக்கு முழுக்காரணமே சந்தா கொச்சார்தான். பெரிய பொறுப்பு. பெரிய சாதனை. இது தவிர சர்வதேச அளவில் நிதி தொடர்பான பல முக்கிய அமைப்புகளில் முக்கிய பொறுப்புகளை வகிக்கிறார். 2014-ல் கனடா நாட்டு பல்கலைக்கழகம் கௌரவ டாக்டர் பட்டம் வழங்கி சிறப்பித்துள்ளது.

2011-ல் இந்தியாவின் உயர் குடிமகன்களுக்கு வழங்கப்படும் விருதான பத்மபூஷன் இவருக்கு மத்திய அரசு வழங்கியது. ஃபார்ச்சூன் பத்திரிக்கை வெளியிட்டுள்ள உலகின் மிகவும் சக்தி வாய்ந்த 50 பெண் தொழில் அதிபர்கள் பட்டியலில் சந்தா கொச்சார் 5-வது இடத்தைப் பெற்றுள்ளார் என்பது குறிப்பிடத்தக்கது. உலகளவில் மிகுந்த செல்வாக்கு பெற்ற நூறு பேர் கொண்ட பட்டியல் தயாரித்த டைம் பத்திரிக்கையில் இவரது பெயர் இடம் பெற்றுள்ளது. ஆசியாவில் மிகுந்த சக்தி வாய்ந்த பெண்மணி என போர்ப்ஸ் பத்திரிக்கை அறிவித்துள்ளது.

பேரார்வம், லட்சியம், பணிவு, நேர்மை, கடின உழைப்பு இருந்தால் எந்த பெண்ணும் சந்தா கொச்சார் போல வாழ்வில் உயரலாம். சவால்கள்தான் நம்மை தலை நிமிர வைக்கும் என்பதை தாரக மந்திரமாக கொண்டவர் சந்தா கொச்சார். பாரதப் பிரதமர், நிதிமந்திரி, அமெரிக்க ஜனாதிபதி போன்ற உயர்பதவி வகிப்பவர்கள் சர்வதேச தொழில் அதிபர்களை அலுவல் தொடர்பாக கூட்டங்களில் சந்திக்கிறார். இவரது ஆலோசனையை செவி மடுக்கிறார்கள்.

நமது எழுச்சியும், தேய்வும் நம் மனதில் எழும் சிந்தனையைப் பொறுத்தே உண்டாகிறது. பணிபுரியும் தாய்மார்களுக்கு ஒரு

முன்மாதிரியாக உள்ளார் சந்தா கொச்சார். வங்கிப்பணி முழு நேரப்பணியாக இருந்த போதிலும், நல்ல மனைவியாக, சிறந்த தாயாக, மருமகளாகவும் திகழ்கிறார். இளம் வயதில் பொறுப்புள்ள சிறந்த மகளாகவும், மாணவியாகவும் இருந்தவர் அல்லவா.

இவரது வாழ்க்கை உணர்த்தும் பாடம்:

வாழ்வில் எவ்வளவு கடினமான சூழல் இருந்தாலும் சமாளித்து முன்னேறிச் செல்லும் திறன் ஒவ்வொருவருக்கும் அவசியம் தேவை. தளராத கடினமான ஊக்கமுள்ள உழைப்பு நமது வாழ்க்கையில் முக்கிய பங்கு வகிக்கிறது. நமது விதியை நாம்தான் எழுதுகிறோம். 2008-ல் உலகளவில் மிகப்பெரிய பொருளாதார வீழ்ச்சியை உலகம் சந்தித்தது. ஐசிஐசிஐ வாடிக்கையாளர்கள் தங்களது சேமிப்பை இழந்து விடுவோமோ என அஞ்சினர். சந்தா கொச்சார் வாடிக்கையாளர்களை இன்முகத்துடன் வரவேற்று வங்கி ஸ்திரமான நிலையில் உள்ளது என்பதை தெளிவுபடுத்துமாறு தனது ஊழியர்களுக்கு அறிவுறுத்தினார். இவரது கணவரின் ஒத்துழைப்பு இவரது வளர்ச்சிக்கு மிக முக்கிய காரணமாகும். இவ்வளவு பரப்பரப்பான பணிச் சுமையிலும் இவரது மகனின் squash tournament நிகழ்ச்சியைப் பார்க்க தவறவில்லை. இவரது மகளின் பள்ளி இறுதித் தேர்வின் போது அலுவலகத்துக்கு விடுப்பு எடுத்துக் கொண்டு தனது மகளை பள்ளி தேர்வு அறை வரை அழைத்துச் சென்று உற்சாகப்படுத்தி வாழ்த்தி அனுப்பி வைத்துள்ளார்.

பல லட்சக்கணக்கான தாய்மார்கள் தமது பிள்ளைகளை பிரிந்து பணி நிமித்தமாக செல்லும்நிலை இன்று உள்ளது. அவர்களுக்கு சந்தா கொச்சார் ஒரு வழிகாட்டி. அம்பானி, ஒபாமா போன்ற விஜிபிகளை சர்வ சாதாரணமாக சந்திக்கிறார். பணியில் நூறு சதவீத அர்ப்பணிப்புதான் காரணம். சிறிய மற்றும் பெரிய வாடிக்கையாளர்களை சமமாக நடத்தி ஒருங்கிணைத்து சென்றதுதான் இவரது அபார சாதனை. இவரால் சாதிக்கமுடியாதது எது என்பதை கண்டறிவதுதான் கடினமானது. முதிர்ந்த வயதிலும் அயராது உழைக்கிறார்.

நமது குடும்ப பணிகளில் பாதி ஆண்கள் வசமும், தொழில் சார்ந்த பணிகள் பாதி பெண்கள் வசமும் வரும் நாளில் பெண்களும், குடும்பமும்

மகிழ்வுடன் இருப்பதுடன் மிகப்பெரிய வணிக வெற்றியும் உயர்ந்த வாழ்க்கைத்தரமும் அனைத்து இந்தியர்களுக்கும் சாத்தியமாகும் என்பதில் சந்தேகமில்லை.

26

பிரிந்து செல்லவா மணவாழ்வு?

.மனித வாழ்க்கையில் முக்கியமான இரண்டு விஷயங்கள் உள்ளது. (Professional life and Family life) தொழில் வாழ்க்கை மற்றும் குடும்ப வாழ்க்கை என்று சொல்லலாம். சிலருக்கு அற்புதமான தொழில் வாழ்க்கை அமைந்திருக்கும். குடும்ப வாழ்க்கை நிம்மதியற்றதாக இருக்கும். சிலருக்கு தொழில் சிரமமானதாக, நஷ்டம் எற்பட்டு, கடனில் சிக்கி வருவாய் பற்றாகுறையாய் இருக்கும். ஆனால், குடும்ப வாழ்க்கை நிம்மதியாக இருக்கும். சிலருக்கு குடும்ப வாழ்க்கையும் சரியாக இல்லாமல் தொழில் வாழ்க்கையும் சரியாக இல்லாமல் அவஸ்தை படுவார்கள்.

கணவன் -மனைவி பிரிவுக்கு முக்கிய காரணங்கள்:

கணவன் மனைவியின் குடும்பத்தை கேவலமாக பேசுவார். மனைவி பதிலுக்கு கணவன் குடும்பத்தை பற்றி தவறாகப் பேசுவார். இது போதும் தீப்பந்தம் இல்லாமலேயே புகையைத் தொடங்கி விடும்.

ஒருவர் கோபமாக சத்தம் போடும் போது, மற்றவர் அமைதியாக இருந்து விட்டால் பாதி பிரச்னை தீர்ந்து விடும். மாறாக, பதிலுக்கு மற்றவர் கோபமாக சத்தம் போட்டால் பிரிவுக்கு வழி வகுக்கும். பல ஆண்டுகளுக்கு முன்னர் நடந்த எதிர்மறையான கசப்பான விஷயங்களை, குப்பைகளை கிளறும் போது வெறுப்பு அதிகரிக்கும். பழைய தவறுகளை சுட்டிக் காட்டி நினைவு படுத்தும் போது ரணம் ஆறாமல் வலியும் வேதனையும் தொடரும்.

மூன்றாவது நபர் கணவன் மனைவி இடையில் புகுந்தால் கரும்பு தோட்டத்தில் யானை புகுந்தது போலாகி விடும். நல்லது செய்வதாக நினைத்துக் கொண்டு இருவரையும் பிரிப்பதற்கான எதிர்மறையான ஆலோசனைகளை வழங்கிக் கொண்டு இருப்பார்.

கசப்பானதாக, கருத்து வேறுபாடுகளுடன் சென்று கொண்டிருக்கும் உங்கள் மணவாழ்க்கையை சரி செய்ய முயற்சி செய்யுங்கள்.

உங்களைச் சுற்றி இருப்பவர்கள், நீங்கள் ஆலோசனை கேட்பவர்கள், பொறுப்பானவர்களாக, சிறப்பான, மேன்மையான, உயர்வான, நற்சிந்தனை உடையவர்களாக பார்த்துக் கொள்ளுங்கள். உங்களது மகிழ்ச்சியை விட உங்களது மனைவியின் மகிழ்ச்சியே முக்கியமானதாக கருதி செயல்படுங்கள். ஒருத்தர் சரியாக இருந்து மற்றொருவர் சரியாக இல்லையென்றாலும் மண வாழ்வு நீடிப்பது கஷ்டம்.

தாம்பத்யம் கணவன் மனைவி இருவரையும் ஒன்றாக பினைக்கிறது. தாம்பத்தியத்தின் போது உடலில் சுரக்கும் ஹார்மோன் மனரீதியாகவும், உடல்ரீதியாகவும் ஆரோக்கியத்தையும், நல்லுறவையும் மேம்படுத்துகிறது. தம்பதியர்கிடையேயான நெருக்கம்தான் வெற்றிகரமான திருமண வாழ்விற்கு முக்கிய பங்கு வகிக்கிறது. இருவர் ஒருவராக வேண்டும். தாம்பத்யம் இருவரையும் பிணைக்கிறது. பிரிய வேண்டும் என நினைப்பவர்கள் தாம்பத்திற்கு சம்மதிக்காதே-என மனைவியை தூண்டி விடுவார்கள். பேசுதல், தொடுதல், நேரத்தை செலவிடுதல், பரிசுப் பொருட்களை பகிர்ந்து கொள்ளுதல் உள்ளிட்டவை நெருக்கத்தை ஏற்படுத்துகின்றன. மனமும் இதயமும் ஒன்றுபட வேண்டும்

திருமண வாழ்வை காப்பாற்ற போராடுகிறவர்கள். கடவுள் பக்தி உள்ளவர்கள் கணவன் மனைவி கருத்து வேறுபாடு நீங்க கோயிலில் எளிய பரிகாரம் செய்கிறார்கள். வெள்ளிக்கிழமைகளில் நவக்கிரக சுக்கிரனுக்கு நெய்விளக்கு ஏற்றுவது, இரண்டு சர்ப்பங்கள் இணைந்தது போல இருக்கும் நாகராஜா சிலைக்கு வெள்ளிக்கிழமை காலை இராகு காலத்தில் மஞ்சள், குங்குமம் வைத்து செவ்வரளி பூ சாற்றி அபிஷேகம் செய்து நெய்தீபம் ஏற்றி தம்பதிகளில் பெயருக்கு அர்ச்சனை செய்கிறார்கள்.

கணவன் மனைவி ஒற்றுமையுடன் அன்னியோன்யமாக வாழ வேண்டும் என்று பிரார்த்தனை செய்து ஒன்பது வாரங்கள் தொடர்ந்து வழிபடும் போது அத்தகைய நேர்மறை எண்ணங்களுக்கு விரைவான உளவியல் ரீதியான பலன் கிடைப்பதோடு பிரிந்திருக்கும் தம்பதிகள் ஒன்று சேர்கிறார்கள்.

சிலரது அதீத எதிர்ப்பார்ப்புகள் ஏமாற்றத்திற்கு வழிவகுப்பதுடன் மண வாழ்வை சிதைத்து விடுகிறது. கணவன் மனைவி இருவருக்கும் ஏதாவது ஆர்வம், நிகரற்ற திறமைகள் இருக்கலாம். நீ குடும்பத்தை கவனித்தால் போதும். அதை செய்யக் கூடாது இதை செய்யக் கூடாது என வலுக்கட்டாயமாக கட்டுப்படுத்தும்போது மகத்தான விஷயங்களை தியாகம் செய்ய சிலர் விரும்புவதில்லை. அப்போது பிரிவினை ஏற்படுகிறது. ஒருவர் மீது ஒருவர் பரஸ்பர நம்பிக்கை மற்றும் உணர்வு, விருப்பங்களுக்கு மரியாதை தர தவறும் போது உறவில் விரிசல் ஏற்படுகிறது. சொந்த ஊரில் நண்பர்கள் உறவினர்கள் பழகியவர்கள் நன்கு தெரிந்தவர்கள் உள்ள இடத்தில் குடும்பம் இருந்தால் யாரிடம் பேசுகிறோம்/பழகுகிறோம் என்கிற ஒருவித அச்சம் இருக்கும். சொந்த ஊரை விட்டு நகரங்களுக்கு குடிபெயர்ந்து விட்ட நிலையில் கணவன் தன் சக பெண் நண்பருடன் அல்லது மனைவி தனது சக ஆண் நண்பருடன் சேர்ந்து பயணிப்பது வரம்பு மீறி பழகுவது குடும்ப விஷயத்தை மூன்றாவது மனிதர்களுடன் பகிர்ந்து கொள்வது இவையெல்லாம் விரிசலுக்கு பிரிவினைக்கு வழி வகுக்கும். இதில் அதிகம் பாதிக்கப்படுவது அப்பாவி குழந்தைகள்தான்.

கடுமையான வார்த்தைகளால் ஒருவரை ஒருவர் திட்டிக் கொள்ளக் கூடாது. தன் இஷ்டப்படி, தன் சொல்படியே நடக்கவேண்டும் என எதிர்பார்ப்பதும் எப்போதும் சாத்தியமில்லை. ஒருவரை மற்றவரிடம் அச்சத்தை ஏற்படுத்தி அடக்கி ஆள முயற்சிப்பது சரியல்ல. தனது வாழ்க்கைத் துணையை யாரிடமும் ஒப்பிடுவதை தவிர்க்க வேண்டும். எந்த விஷயமாக இருந்தாலும் கலந்து முடிவு எடுப்பது நல்லது. சக்தி சிவன் சண்டையில் சக்தியின் கைதான் பல நேரங்களில் ஓங்கி நிற்கிறது. கொஞ்சம் கூட பணிவு இல்லாமல் மற்றவர் முன்னால் துச்சமாக பேசுவது, மென்மையின்றி நடந்து கொள்வது, பொறுமையின்றி சகிப்புத்தன்மையின்றி காதல் இன்றி நடந்து கொள்வது, ரொம்ப சோஷியல் என கட்டுப்பாடு இன்றி பிற ஆண்களுடன் அளவுக்கு

அதிகமாக சுற்றுவது தொட்டு பேசுவது போன்ற செயல்பாடுகள் பின்னர் தனிமையில் காலம் தள்ள வேண்டிய நிலைக்கு ஆளாக்கி விடும். குடும்ப நலனை கருத்தில் கொண்டு அறிவுரை கூறும் கணவனை துச்சமாக கருதுவது, மரியாதை இல்லாமல் கண்டபடி பேசுவது, தாலியை கழட்டி வீசுவது, ஆணாதிக்கம் என புலம்புவது கணவனை அடிமை போல நடத்த முயல்வது ஆடம்பரமாக, ஊதாரித்தனமாக செலவு செய்ய விரும்புவது, உடல் அழகால் மற்ற ஆடவரை ஈர்க்க முயற்சிப்பது போன்ற காரணங்களால் பல குடும்பங்கள் சீரழிகின்றன.

குடும்பத்தில் ஒரு பிரச்னை என்றால் ஒருவரை ஒருவர் சமாதானப்படுத்த முயற்சிக்க வேண்டும். விட்டுக் கொடுத்து போக மறுத்தால் வாழ்க்கை நரகமாகிவிடும். வெள்ளம், புயல், பூகம்பம் உள்ளிட்ட இயற்கை பேரழிவுகளை சந்திக்கிறோம். அதுபோல குடும்பத்தில் கணவன்-மனைவிக்கிடையே திடீரென எதிர்பாராதவிதமாக இனிய உறவில் விரிசல் ஏற்படுகிறது. அதை லாவகமாக சமாளிக்க வேண்டும்.

மகிழ்ச்சியான திருமண வாழ்வில் சரியான புரிந்துணர்வு இல்லாத காரணத்தால் ஏற்படும் அற்பமான விஷயங்களுக்கான ஓயாத தகராறு ஒரு இடையூறாக மாறி விடுகிறது. பெரிதுபடுத்தும் அளவுக்கு ஒன்றுமே இல்லாத அற்ப விஷயங்களுக்கு வாக்குவாதம் செய்து சிக்கலாக்கி சமாதானப்படுத்த இயலாத அளவுக்கு மாற்றி விடுகிறோம். திருமண பந்தத்தில் இடைவெளியையும், மனத்துயரத்தையும் சில எதிர்பாராத சூழ்நிலை உருவாக்கி விடுகிறது. ஒருவர் மீது ஒருவருக்கு ஏற்படும் பொறாமை முன்கோபம் மற்றும் ஈகோ போன்றவற்றால் பல உறவுகள் பிரிவது தவிர்க்க முடியாததாகி விடுகிறது. கோபத்தில் கேட்கும் சில கேள்விகள் ஆறாத வடுவாக மாறி விடுகிறது. மணமக்களுக்கு இடையே சரியான புரிதல் மிகவும் அவசியம். பிரிந்த பிறகு மறுபடியும் இணைவதற்கு வழிகள் உள்ளனவா என பார்க்கத் தொடங்க வேண்டும். ஒருவர் மீது ஒருவர் அக்கறையின்றி நடந்து கொள்ளும் போது அங்கு காதல் மறைந்து விடுகிறது. கல்யாணம் ஆகிவிட்டால் சந்தோஷமாக இருக்கலாம் என்று நினைக்கிறார்கள். ஆனால், பல திருமண பந்தங்கள் முறிவை சந்திக்கின்றன. படுதோல்வி அடைகின்றன. ஆரம்பத்தில் மகிழ்ச்சியான இல்லறம் பலரும் வியக்கும் வண்ணம் நடக்கிறது. நாளடைவில் மங்கி விடுகிறது. எல்லா நாட்களும் நல்ல நாட்களாக இருப்பதில்லை.

துரதிர்ஷ்டவசமாக நடக்கக் கூடாத நிகழ்வுகள் பலரது வாழ்வில் நடந்து விடுகிறது. ஒரு முறை பிரிவின் விளிம்பில் இருந்தவர்கள் இணைந்து விட்டால், பின்னர் காலத்திற்கும் பிரிய மாட்டார்கள்.

வாழ்க்கை என்பது ஒரு நீண்டப் பயணம். நம்மை ஆதரிப்பதற்கு ஒரு துணை வேண்டும். வாழ்வில் ஏற்ற இறக்கங்கள் சகஜமானவை. நடுவில் நாம் பயணத்தை நிறுத்தி விட முடியாது. மணமுறிவை தடுக்க போராட வேண்டும். தினம் ஏற்படும் தகராறுகளால் குடும்பங்கள் அழிகிறது. கணவன் இல்லாமல் பெண்களின் வாழ்க்கை முழுமை அடைவதில்லை. திரும்ப இணைய விரும்புவது தவறல்ல. பிரச்னையை சரி செய்ய விரும்புகிறார்கள். ஆயிரம் வருடங்கள் வாழ போவதில்லை. திருமண வாழ்க்கை என்பது இருபது, முப்பது அல்லது நாற்பது வருடங்கள். அவ்வளவே. தவறான நடத்தை இருந்தால் ஆண்கள் மாற்றிக் கொள்ள வேண்டும். உறவுகளில் கடுமையை தவிர்க்க வேண்டும். அமைதியை பெற வேண்டும். காதல் நெருக்கம் ஏற்பட வேண்டும்.

மூன்றாவது மனிதர்களின் ஆலோசனை, தலையிடு, அறிவுரை, ஒருதலைப்பட்சமாக பிரிவுக்கே வழி வகுக்கிறது. உறவு சங்கிலியை அறுத்து விடுகிறது.

தாய் தந்தையருடன் பிள்ளைகள் பாசமுடன் வளர்கிறார்கள். திருமணத்திற்குப் பிறகு ஒருவர் மீது ஒருவர் நெருக்கமாக இருக்கிறார்கள். அந்த நெருக்கம் தொடர வேண்டும் என்றால் தாம்பத்தியம் தவிர்க்கப்படக் கூடாது. அது நல்லுறவை, பிணைப்பை ஏற்படுத்துகிறது. கணவனுக்கு மனைவியை பற்றி நன்றாக தெரிந்து இருக்க வேண்டும்.

தம்பதியர்க்கு ஏதாவது பிடித்தமான விஷயங்கள் இருக்கும். அதை தடுக்கக் கூடாது. தொலைக்காட்சிகளில் உள்ள சில நிகழ்ச்சிகளை பார்ப்பதில் ஆர்வம் இருக்கலாம். வெளியூர்க்கு செல்ல வேண்டும். புதுப்புடவைகள் உடுத்த வேண்டும். பெரிய ஹோட்டலில் சாப்பிட வேண்டும். தலை நிறைய பூ வைத்துக் கொள்ள வேண்டும் என ஆசைகள் இருக்கலாம். எல்லாவற்றையும் தடை போட்டால் வெறுத்து விடுவர்.

பெண்களுக்கு இரண்டு வழிகள்உள்ளன. அதன் வித்தியாசத்தை புரிந்து கொள்ள வேண்டும். ஒன்று, கணவனை சரி செய்ய முயற்சி

செய்ய வேண்டும். அல்லது கணவர் ஓயாது புகைப் பிடிக்கும் பழக்கம் உள்ளவராக, மதுப்பழக்கம் உள்ளவராக இருக்கலாம். சரியோ தவறோ கடவுள் மேல் பாரத்தை போட்டு விட்டு வேறு வழியின்றி ஏற்றுக் கொள்ள வேண்டும். சகித்துக் கொள்ள வேண்டும். தனது கருத்தை கடுமையாக அல்லாமல் அன்பாக மென்மையாக எடுத்துச் சொல்ல வேண்டும். மனைவி என்பவள் கணவனின் கிரீடமாக இருக்க வேண்டும். வாழ்க்கைத்துணை என்பவர் மனைவிக்கு எல்லா விஷயங்களிலும் ஆதரவாகவும் உற்ற துணையாகவும் இருக்க வேண்டும்.

திருமண வாழ்வில் தியாகம் செய்தால் நீங்கள் ஒற்றுமை என்கிற உறவை உரமிட்டு வளர்க்கிறீர்கள். குழந்தைகளுக்கு பாதுகாப்பான சூழலை உருவாக்குகிறீர்கள்.

நல்ல கணவன் ஒரு நல்ல மனைவியை உருவாக்குகிறான். நீங்கள் எப்போதும் ஒற்றுமையாக இருப்பீர்கள் என்பதற்கு திருமணம் உத்தரவாதம் தர முடியாது. அது ஒரு நிகழ்ச்சி. அவ்வளவுதான். அன்பு, மரியாதை, நம்பிக்கை, ஒருவரை ஒருவர் சரியாக புரிந்து கொள்ளுதல். நட்பு, காதல் போன்றவைதான் மண வாழ்வை நீடிக்க உதவுகின்றன.

ஒரு வெற்றிகரமான மணவாழ்வு என்பது ஒருவரிடமே காதலில் மீண்டும் மீண்டும் விழுவதையே குறிக்கிறது என வேடிக்கையாக சொல்வார்கள். தன் வாழ்க்கைத் துணையைத் தவிர வேறு மூன்றாவது நபருக்கு வரம்பு மீறிய முக்கியத்துவம் கொடுத்தால் உறவு சிதைந்து விடும்.

ஆழமாக கணவரால் காதலிக்கப்படும் போது அது பலத்தை தருகிறது. மனைவியால் ஆழமாக காதலிக்கப்படும் போது தைரியத்தை தருகிறது.

உங்கள் தொழிலை விட, பொழுதுபோக்குகளை விட, பணத்தை விட வாழ்க்கைத்துணையை அதிகமாக நேசியுங்கள். ஏனெனில் மற்றவைகளால் உங்களை காதலிக்க முடியாது. மனைவிக்கு குரல் கொடுக்க தவறும் கணவன் தன் வாழ்க்கையை தவற விடுகிறான். சரியான நபரை தேர்ந்தெடுப்பதல்ல காதல். ஆனால், சரியான உறவை உருவாக்குவதாகும். ஆரம்பத்தில் எவ்வளவு காதல் உங்களுக்கு

இருந்தது என்பதை விட, முடிவில் எவ்வளவு காதலை நீங்கள் உருவாக்கினிர்கள் என்பதுதான் முக்கியம்.

காதல் என்பது நீங்கள் எவ்வளவு நல்ல விஷயங்களை செய்தீர்கள் என்பதை பொறுத்தது. வெற்று வார்த்தைகளை அல்ல. ஒன்றாக இருப்பதற்கே குடும்பம். பிரிந்து செல்வதற்கல்ல.

27

மகளிர்க்கு பயனுள்ள மருத்துவ தகவல்கள்

பல தருணங்களில் உடல் ரீதியாக, மன ரீதியாக, பெண்கள் பாதிப்புக்கு உள்ளாகிறார்கள். குடும்பமும், மனித குலமும் தழைப்பது பெண்ணால்தான். ஆனால் அவள் படும் இன்னல்களோ ஏராளம். வீட்டிற்குள் அடைக்கப்படுவதும், மீற முடியாத கட்டுப்பாடுகள் வகுக்கப்படுவதும் பெண்களுக்கு மட்டும்தான். மணவாழ்க்கை சரியாக அமையாத பெண்கள் ஏராளம். இளம் மனைவி அழகான தோற்றத்தில் தன்னுடன் பொது நிகழ்ச்சிகளில் கலந்து கொள்ளும்போது கணவன் மனதிற்குள் மிகவும் பெருமிதமாக உணர்கிறான். ஆண் இரும்புத்துகள்கள் போல பெண்ணின் கவர்ச்சிகரமான காந்த சக்தியால் எளிதில் ஈர்க்கப்படுவது இயற்கையானது.

பெண் தனது ஆடையை, துப்பட்டாவை தன்னையறியாமலே சரி செய்ய முயல்வதும் ஆணின் கண்கள் தன்னை மறந்து அவளது அழகை ரசிப்பதும், பின் தடுமாறுவதும் அணிச்சையான செயல். இரண்டு ஒஒ குரோமோசோம்கள்தான் பெண்ணை படைக்கின்றன. ஒரு ஒ ஒரு ல குரோமோசோம் சேர்ந்தால் ஆணாகப் பிறக்கிறான். ஒஒ எனும் ஒரே இன குரோமோசோம் வகையைக் கொண்டுள்ளதால் பெண்கள் இயற்கையிலேயே ஆண்களைவிட அதிக மனவலிமையும் எதிர்ப்புச்சக்தியும் உடையவர்கள். இதனால்தான் ஆண்களை நோய்கள் எளிதில் தாக்குகின்றன.

இளம் வயதில் முகத்தில் பருக்கள் ஏற்படுகிறது. இது ஹார்மோன் மாறுபாடுகளால் ஏற்படக்கூடிய சாதாரண ஒரு நிகழ்வு. இதை ஒரு நோய் போல் கருதக் கூடாது. பருக்களை கிள்ளக் கூடாது. பெண்கள் மருத்துவத் தகவல்கள் அடங்கிய புத்தகங்களை படித்தால் மாத விலக்கு,

தாம்பத்யம், குழந்தைபேறு, மெனோபாஸ் என அவளுக்கு ஏற்படும் உடல் மாற்றங்களை புரிந்து கொள்ளலாம். பொதுவாக பெண்கள் தன் உடலைப்பற்றி முழுமையாக தெரிந்து வைத்திருப்பதில்லை. அதனால்தான் இந்த காலத்திலும் வயிற்று வலி காரணமாக பெண் தற்கொலை போன்ற செய்திகள் பத்திரிக்கைகளில் காண முடிகிறது.

என் மனைவிக்கு அடிக்கடி ஏற்பட்ட உடல்வலி தொடர்பான சிகிச்சைக்கு சென்ற போது மருத்துவ நிபுணர் தெரிவித்த பல தகவல்கள் மிகவும் பயனுள்ளது. உண்மையில் மாதவிலக்கான பிறகு பெண்ணுக்கு வயிறு வலிப்பது இயல்பானது. வெற்றிடம் ஏற்படுவதால் ஏற்படும் வலி என்கின்றனர் மருத்துவ நிபுணர்கள். ஆணின் உயிரணுவுடன் பெண்ணின் கருவணு சேராமல் போனால் சிதைந்து சுமார் பத்து நாள்களில் அழிந்து விடும். அதன்பிறகு தான் மாதவிலக்கு ஏற்படுகிறது. ஆசையை தூண்டுவதும் ஹார்மோன்கள்தான். முட்டை கருவுறாமல் போனால் 28வது நாளில் சிதைந்து போய் கழிவுகளாக வெளியேறுவதே மாதவிலக்கு. சுமார் ஒரு கப் ரத்தம் மாதவிலக்கின்போது வெளியேறுகிறது. ஹார்மோன் சுரப்பதால் ஆசை தூண்டப்படுகிறது. எதிர்பாலினர் மீது கவர்ச்சியும், அவர்களோடு பேச விருப்பமும் ஏற்படலாம்.

ஐந்து நாள் மாதவிலக்கின்போது மொத்தம் 80 மில்லி ரத்தம் வெளியேறுகிறது. பெண் குழந்தை இனி, தான் ஒரு பருவப் பெண் என்பதை உணர்த்தும் அடையாளமே மாதவிலக்கின் தொடக்கம். அதாவது ஆரம்பக்கட்டம். மெனோபாஸ் அதன் இறுதிக் கட்டம் ஆகும். மாதவிடாய் நாட்களில் மனைவியின் பணிச்சுமைகளை குறைத்து அந்நாட்களில் பலவினமாக இருக்கும் நிலையில் அவளது அன்றாட வேலைகளை கணவன் பகிர்ந்து கொள்வது மிகவும் நல்லது. மாதவிலக்கு, பிரசவம், கருச்சிதைவு, மெனோபாஸ் ஆகிய சமயங்களில் அதிக அக்கறை காட்ட வேண்டியது அவசியம். மணமக்கள் திருமணத்திற்குமுன் முழு உடல் பரிசோதனை அறிக்கையை பரிமாறிக் கொள்வதில் எவ்வித தவறுமில்லை. திருமணத்திற்கு முன் ஒரு முறையான மருத்துவ பரிசோதனையை செய்து கொள்வதன் மூலம் ஏமாற்றி விட்டார்கள் என்னும் அவப்பெயரில் இருந்தும் தப்பி விடலாம்.

2005-2006 காலகட்டத்தில் எடுக்கப்பட்ட தேசிய குடும்ப நல ஆய்வின் முடிவு நம் நாட்டில் 100-ல் ஒரு பெண் மது உட்கொள்வதைக் கூறியதே பலருக்கு அதிர்ச்சியை அளித்தது. தற்போது இந்த தவறான பழக்கம் மேலும் சில மடங்கு அதிகரித்துள்ளது என்பது கசப்பான உண்மை.

பொதுவாக திருமணமான புதிதில் தம்பதிகளுக்கு தாம்பத்திய உறவில் அதிக நாட்டம் இருக்கும். இரண்டு, மூன்று ஆண்டுகளில் படிப்படியாக குறைந்துவிடும். ஆகவே திருமணமானவுடன் முதல் இரண்டு ஆண்டுகளுக்குள் குழந்தை பெற்றுக் கொள்ள வேண்டும். மேலும், திருமணம் ஆன முதல் மூன்றாண்டுகளில் ஆண்களை மது, புகைப்பழக்கத்தில் இருந்து இளம் மனைவியால் திருத்தி விட முடியும். தவறினால் பிறகு கடினம். உறவினர்கள் இன்னும் உண்டாகலையா? என்கிற கேள்வியை திருமணமான பெண்ணிடம் திருமணமான சில மாதங்களுக்குப்பின் கேட்பது நம் நாட்டில் வழக்கமாக உள்ளது. ஆணிடம் நேரிடையாக யாரும் கேட்பதில்லை.

பெண்களில் மலடு என்கிற ஒரு விஷயமே கிடையாது என்கிறது மருத்துவம். திருமணமான தம்பதிகளில் நூற்றில் இருபது பேருக்குக் குழந்தை பிறப்பதில் பிரச்சனை ஏற்படுகிறது. குழந்தை பிறக்காததற்கு பெண் மட்டுமே முழுக் காரணமல்ல என்கிறது மருத்துவம். ஒரு பெண் தன் வாழ்நாளில் அதிகபட்சம் இருபது முதல் முப்பது குழந்தை வரை பிரசவிக்கலாம். அந்தக் காலத்தில் 10 குழந்தைகள் வரை பெற்ற தாய்மார்கள் உண்டு. இருப்பினும் முப்பது வயதிற்குள் ஒரிரு குழந்தைகள் பெற்றுக் கொள்வது ஆரோக்கியத்திற்கு நல்லது. கருப்பையின் திறன் முப்பது வயதுக்கு மேல் குறைந்து விட்டிருக்கும். நாற்பத்தைந்து ஐம்பது வயதுக்கு மேல் மாதவிலக்கு நின்றுவிடும் நிலை ஏற்பட்டு கருவுறும் வாய்ப்பே முடிவுக்கு வந்து விடும் என்பது அனைவரும் அறிந்ததே.

மிதமிஞ்சிய புகை மற்றும் மதுப்பழக்கம் உடைய ஆண்களுக்கு விந்தணுக்கள் குறையுடன் இருக்க வாய்ப்பு அதிகம். அதுபோல எள் உருண்டை, பப்பாளிப்பழம், அன்னாசிப்பழம் கருச்சிதைவை ஏற்படுத்தும். கர்ப்பிணிப் பெண்கள் மருந்து மாத்திரை சாப்பிட்டால் அது கருக்குழந்தையையும் பாதிக்கும். மருத்துவரின் ஆலோசனையின்றி

மருந்து மாத்திரை சாப்பிடக் கூடாது. கர்ப்பிணிகள் உயரமான ஹீல்ஸ் வைத்த செருப்புக்கள் அணிவதை தவிர்க்க வேண்டும்.

கர்ப்பகால மரணங்கள், சிசு மரணங்கள், குறைப்பிரசவம், பலவீனமான குழந்தைகள் பிறப்பு போன்ற சிக்கல்களுக்கு ஊட்டச் சத்துணவு பற்றிய போதுமான விழிப்புணர்வு இல்லாததே முக்கிய காரணமாகிறது. கர்ப்பிணிப்பெண் 9 கிலோ எடை அதிகரிப்பது இயல்பானது. கர்ப்பகாலம் சுமார் 280 நாட்கள் எனக் கணக்கிடப்பட்டுள்ளது. பெண்களுக்கு வரும் வலிகளிலேயே பிரசவ வலி மிகவும் கொடியது. சரியான ஊட்டச்சத்துள்ள உணவு வகைகள் சாப்பிட்டால் பெண்களுக்கு அழகான தோற்றம் ஏற்படுகிறது. குழந்தைக்கு தாய்ப்பால் ஊட்டுவதால் எந்த விதத்திலும் அழகு குறைவதில்லை. மது அருந்தியபின், புகைப் பிடித்தபின் தாம்பத்ய உறவு வைத்துக் கொண்டால் குறைபாடான குழந்தைப் பேறு ஏற்பட வாய்ப்புள்ளது. எச்சரிக்கை தேவை.

ரத்த சோகை:

பெண்களுக்கு ஏற்படும் நோய்களில் இரத்த சோகையே முதலிடம் வகிக்கிறது. பொதுவாக அனைத்து வயதினரையும் தாக்குகிறது இந்த நோய். சில பெண்கள் அதிகம் சாப்பிடமாட்டார்கள். சிலர் காலை உணவை தவிர்ப்பார்கள். இதனாலும், ரத்த சோகை ஏற்பட வாய்ப்புள்ளது. ஹீமோகுளோபின் அளவை 10க்கு குறையாமல் வைத்துக் கொண்டால் சுறுசுறுப்பு ஆரோக்கியம் மேம்படும். நம் உடலுக்கு தினமும் 10 முதல் 15 மில்லி கிராம் அளவுக்கு இரும்புச்சத்து தேவைப்படுகிறது. அதற்கும் குறைவான அளவில் இரும்புச்சத்து கிடைக்கும்போது ரத்தசோகை ஏற்படுகிறது. முருங்கைக்கீரை, நாட்டுச் சர்க்கரை, பேரீச்சம்பழம், மாதுளை, ஈரல் உள்ளிட்ட உணவு வகைகளில் இரும்புச்சத்து அதிகம் உள்ளது. ரத்தசோகை இருப்பவர்களுக்கு முடி கொட்டுதல் இருக்கும்.

உடல்பருமன்:

பிரசவத்திற்குப்பின் சிலருக்கு உடல்பருமன் பிரச்சனை ஏற்படுகிறது. உடல்பருமன் பல நோய்களுக்கு காரணமாகிறது. அலுவலகத்தில்

கணினி முன் வெகு நேரம் உட்காருகிறோம். வீட்டில் டி.வி. முன் உட்காருகிறோம். உடல் இயக்கம் குறைகிறது. தினமும் அரை மணி நேரம் உடற்பயிற்சி செய்யலாம். நடைப்பயிற்சி சிறந்தது. மனநலம் மேம்படுகிறது. உடல் எடை குறைகிறது. நோய் எதிர்ப்பு சக்தி அதிகரிக்கிறது. பத்து நிமிட ஸ்கிப்பிங் (கயிறு துள்ளல்) ஒரு மைல் ஓடியதற்கு சமம். உடலில் உள்ள தேவையற்ற கொழுப்பு கரையும். ஆரோக்கியம், அழகை பராமரிக்க ஸ்கிப்பிங் உதவுகிறது.

திசை மாறும் அபாயம்:

பெண்ணின் உடல் அழகானது. கவர்ச்சியானது. அதில் அக்கறைக் காட்டத் தவறினால் கணவனின் கவனம் திசை மாறும் அபாயம் உள்ளது. ஆணின் தவிப்பு அடங்கிவிடும். பெண்ணின் தவிப்பு தொடர்ந்து விடும் என்கிற திரைப்பட பாடல் வரி உணர்த்துவது அறிவியல் உண்மை. அது போலவே, வயதானாலும் ஆசை ஆண்களுக்கு குறைவதில்லை என்பது மருத்துவ ரீதியான உண்மை. பெண்கள் சக அலுவலக ஆண் நண்பர்களை தொட்டுப் பேசுவது, வீட்டிற்கு தேவையின்றி வரச் சொல்வது. நீண்ட நேரம் செல்லில் அடிக்கடி பேசுவது, நேரம் கெட்ட நேரத்தில் வீட்டுக்கு ஆண் நண்பரின் வாகனத்தில் திரும்புவது. ஆண் நண்பரை தன் குடும்பத்தினருக்கு அறிமுகப் படுத்தும் போது, இவர் ரொம்ப நல்லவர் எனச் சான்றிதழ் வழங்குவது எல்லாம் பலரது வாழ்வில் கடைசியில் சிக்கலில் கொண்டு போய் விட்டுள்ளது. ஆண்களில் ராமன் யாருமேயில்லை என்பதுதான் யதார்த்தம். எச்சரிக்கை தேவை. மொபைல் போனை பொத்திப் பாதுகாக்கிறார் என்றால் யாரிடனோ தவறான நட்பு உள்ளது என்று அர்த்தம்.

வீட்டில் அறுசுவை உணவு இருக்கும்போது வெளியில் எச்சில் இலைதான் பொறுக்குவேன் என திமிராக திரிபவர்களை காலம் சரியாக தண்டிக்கிறது. பெற்ற பிள்ளைகள் புறக்கணிக்கிறார்கள். மனம் டென்ஷனை போக்கி ரிலாக்ஸ் செய்ய வேண்டிய நேரத்தில் தள்ளிப்படுங்க. தொல்லை பண்ணாதீங்க என்கிற வார்த்தைகள் திருமண உறவில் விரிசலை ஏற்படுத்தி விடலாம். மனைவியிடம் அனைத்து விஷயங்களையும் பகிர்ந்து கொண்டு பாசத்தை நேசத்தை வெளிப்படுத்துவதுதான் குடும்ப வாழ்வின் வெற்றிக்கு வழி வகுக்கும்.

இரண்டு கைகளும் தட்டினால்தான் ஓசை வரும். உலகத்திலேயே மிகவும் மன அழுத்தத்திற்கு ஆளாவது நம் இந்தியப் பெண்கள்தான். ரொம்ப அழகானவர்கள் என்றால் அதுவும் நம் இந்தியப் பெண்கள்தான். தாயாக, சகோதரியாக, மகளாக, மனைவியாக, தோழியாக பெண்கள் இல்லாத வாழ்க்கை கூரை இல்லாத வீடு போன்றது. அழகிய உடலை விட அழகிய மனமும் குணமும் படைத்த பெண்கள்தான் வாழ்நாள் முழுவதும் மிகுந்த மகிழ்ச்சியைத் தருகிறார்கள்.

28
பெண்களுக்கு எதிரான குற்றங்கள்

குடும்ப வன்முறை, குழந்தை திருமணம். பணியிடங்களில் பெண்களுக்குப் பாலியல் தொந்தரவுகள், கடத்தல், வெளிநாடு வாழ் இந்தியர்களின் திருமணம் தொடர்பான மோசடிகள், முதல் மனைவி இருக்கும் போதே இரண்டாவது திருமணம் செய்தல், கட்டிய மனைவியை கைவிட்டுவிட்டு கணவன் ஓடுதல், கணவனால் கொடுமைக்கு உள்ளாக்கப்படுதல், பெண்கள் பாலியல் தொழிலில் ஈடுபடுத்தப்படுதல் ஆதரவற்றோர் விடுதியில் தங்கிப் படிக்கும் சிறுமிகள் சந்திக்கும் சிக்கல்கள், வரதட்சனைக் கொடுமை, வீட்டு வேலைப்பார்க்கும் பெண்களுக்கு எதிரான வன்முறை, மானபங்கம், காதலித்து ஏமாற்றுவது, அமிலத் தாக்குதல், பெண்களை அவதூறாக பேசுவது. மதம் மற்றும் சாதிப் போர்வையில் பெண்களுக்கு எதிரான கொடுமைகள் என பெண்களுக்கு எதிரான குற்றங்கள் தொடர்ந்து கொண்டேதான் இருக்கின்றன.

முதல் உலக நாடுகள் தொடங்கி மூன்றாம் உலக நாடுகள் வரை பெண்களின் நிலை வருந்தத்தக்கத்தாகவே உள்ளது. உலக அளவில் ஒரு பெண் அவளின் வாழ்நாளில் ஒரு முறையாவது உடல் ரீதியாகவோ, பாலியல் ரீதியாகவோ வன்முறைக்கு உட்படுத்தப்படுகிறாள். தனி மனிதர்கள் மட்டுமின்றி ஒட்டு மொத்தச் சமூகமே பெண்களுக்கு எதிரான வன்முறையை நிகழ்த்துவதையே இது உணர்த்துகிறது. பெண்களுக்கு எதிரான வன்முறைச் செயல்களில் இந்தியா உலகளவில் நான்காவது இடத்தில் உள்ளது. இந்தியாவில் 60 சதவீத ஆண்கள் மனைவியை அடிப்பதை ஒப்புக் கொண்டிருப்பதாக ஆய்வு தெரிவிக்கிறது. பெண்களை அதிகம் படிக்க வைக்காமல் இருப்பது,

படித்தாலும் வேலைக்கு அனுப்ப அனுமதிக்காத நிலை, இளம் வயதில் திருமணம் செய்வித்தல், ஏராளமான வரதட்சணை, இளம் விதவைகளுக்கு மறுமணம் மறுப்பு என்பவையெல்லாம் இன்னும் நடைமுறையில் உள்ளது வருந்தத்தக்கது.

ஆண்டு	தேசிய அளவில் பதிவான பெண்களுக்கு எதிரான குற்றங்களின் எண்ணிக்கை
2005	1,55,553
2014	3,37,922

(Source – National Crime Records Bureau)

பதிவு செய்யப்பட்ட பாலியல் வல்லுறவு வழக்கு தொடர்புடைய குற்றவாளிகள் பாதிக்கப்பட்டவர்களுக்கு பெரும்பாலும் தெரிந்தவர்களாகவே உள்ளனர். உறவினர், அண்டை வீட்டுக்காரர், தெரிந்தவர், குடும்ப நண்பர், காதலர், முதலாளி, உடன் பணி புரிபவர் என்பது குறிப்பிடத்தக்கது. பாதிக்கப்படும் பெண்களின் வயது 14 முதல் 30 வரம்பில் அதிகமாக உள்ளனர். மொத்த நிகழ்வுகளில் பத்தில் ஒன்றுதான் புகாராக காவல்துறைக்கு வருகிறது.

மறக்கமுடியாத வண்ணத்துப் பூச்சிகள்:

நிர்பயா, வித்யா, வினோதினி, உமாமகேஸ்வரி, சரிகா ஷா, வினுப்பிரியா, சுவாதி ஆகியோர் பெண்களுக்கு எதிரான வன்முறைக் கொடுமையின் உச்சமாக மாறினார்கள். உலகில் ஏதோ ஒரு மூலையில் எப்போதும் பெண்ணின் அபயக் குரல் ஒலித்துக் கொண்டுதான் இருக்கிறது. பெண்களுக்கு எதிரான குற்றங்களில் மேற்கண்டவர்களுக்கு நடந்த சம்பவங்கள் மிக பயங்கரமானது. இத்தகைய கொடூரம் நம் நாட்டிற்கு ஏற்பட்டுள்ள மிகப்பெரிய களங்கம். இந்த உலகில் பெண்களுக்கு எதிரான வன்முறைகள் ஏராளம். வன்முறைக்கு இனம், மதம், நாடு என்ற பேதமில்லை. பெண் பாலை சார்ந்தவர் என்பதுதான்.

டிஜிட்டல் வன்முறை:

பெண்களின் ஆடை விலகினால் அதை செல்போன் காமிரா ரகசியமாக கண்காணிக்கலாம். பெண்களின் ஒவ்வொரு செயலும் நவீன

செல்போன் கேமராக்களால் ரகசியமாக படமாக்கப்படலாம். பெண்கள் குளிப்பது, உடை மாற்றுவது, குனிந்து தரையைத் துடைப்பது, துணி துவைப்பது, குழந்தைக்கு பால் ஊட்டுவது போன்ற ஒவ்வொன்றும் தவறானவர்களால் ரகசியமாக படமாக்கப்படலாம். பெண்கள் கூடும் இடங்களில் எல்லாம் ரகசிய கேமராக்கள் மறைவாக பொருத்தி வைப்பவர்கள் உள்ளனர். அந்தரங்க காட்சிகளை இணையதளத்தில் போட்டு விடுகிறார்கள். பெண்களின் அனுமதியின்றி படமெடுத்து சமூக வளைதளங்களில் மேலேற்றுதல், அதனைக் காட்டி அச்சுறுத்தி பணம் பறித்தல் போன்றவை டிஜிட்டல் வன்முறையாகும்.

தடுப்பதற்கான புதிய முயற்சி:

பெண்களுக்கு எதிரான குற்றங்களை தடுப்பதற்கான புதிய முயற்சியாக மாவட்டந்தோறும் மகளிர் சிறப்புப் படை அமைக்க மத்திய அரசு திட்டமிட்டு உள்ளது. இதற்கு தேவையான பணத்தை நிர்பயா நிதியில் இருந்து செலவிடவும் முடிவு செய்யப்பட்டுள்ளது. தங்களுக்கு எதிரான குற்றங்கள் மீது பெரும்பாலான பெண்கள் புகார் அளிக்க முன்வருவதில்லை. இதை தடுக்கும் வகையில் இந்த சிறப்புப் படை அமையும். குறுகிய காலத்தில் விசாரணை செய்து தண்டனை அளித்தால் குற்றங்கள் குறையும். மக்கள் தடையின்றி புகார் அளிக்கும் வகையில் இணையதளம் ஒன்று தொடங்கப்பட உள்ளது. புகார் தொடர்பாக எடுக்கப்பட்ட நடவடிக்கைகளையும் இணையம் வாயிலாக அவர்கள் தெரிந்து கொள்ளலாம்.

அமிலத் தாக்குதலால் பாதிக்கப்பட்டோரின் சிகிச்சைக்காக ரூ. 5 இலட்சம் வரை நிவாரணம் வழங்க மத்திய நிவாரண நிதியம் உருவாக்கப்பட்டுள்ளது. சமூக வலைதளங்களில் தொல்லைகளை எதிர்கொள்ளும் பெண்கள் துன்புறுத்தப்பட்டவர், தொந்தரவுக்கு உள்ளானவர் புகார் கொடுத்தால் மேனகா காந்தி டுவிட்டர் சிறப்புத் திட்டம் மூலம் நடவடிக்கை எடுக்கப்படும். நம் நாட்டில் 1992ம் ஆண்டு ஜனவரி 31-ந்தேதி தேசிய மகளிர் ஆணையம் அமைக்கப்பட்டது. குழந்தைகளுக்கு உதவி எண்- 1098 வழங்கப்பட்டுள்ளது. இ-பாக்ஸ் என்ற புதிய திட்டம் செயல்படுத்தப்பட உள்ளது. பெண் குழந்தைகள் தங்கள் மேல் நிகழ்த்தப்படும் பாலியல் துன்புறுத்தல்கள் தவறான

தொடுதல்கள் குறித்து இணைய தளத்தின் மூலம் புகார் அளிக்க உதவியாக இருக்கும்.

ஐக்கிய நாடுகள் சபை ஒவ்வொரு ஆண்டும் நவம்பர் 25-ம் தேதியை பெண்களுக்கு எதிரான வன்முறை ஒழிப்பு நாளாகக் கடைபிடிக்க அழைப்பு விடுக்கிறது. பெண்களுக்கு எதிரான வன்முறையை கட்டுப்படுத்தும் நோக்கமுடன் செல்போன்களில் (Panic Button) பீதி பொத்தான் அமைக்கப்பட உள்ளது. பீதி பொத்தானை அழுத்தியதும் செல்பேசியில் காவல் துறையினருக்கும், மற்றும் உறவினருக்கும் எச்சரிக்கைத் தகவலை அனுப்பும் வசதியைக் கொண்டிருக்கும்.

ஜீரோ டாலரன்ஸ் (Zero Tolerance)

நம் பிள்ளைகளை நல்லவர்களாக, மனிதாபிமானம், நற்பண்புகள் உள்ளவர்களாக உருவாக்குகிற கடமை நம் ஒவ்வொருவருக்கும் உள்ளது. ஆண்-பெண் எனும் பாகுபாடு எண்ணங்கள் சிறுவர்கள் மற்றும் ஆண்களிடம் இருந்து மறைய வேண்டும். சமுதாய மாற்றத்துக்கான தூண்களாக ஆண்கள் விளங்க வேண்டும். பாதிக்கப்படும் பெண்கள் புகார் கொடுக்க முன் வர வேண்டும். அவர்களுக்கு ஆதரவாக சமுதாயத்தினர் இருக்க வேண்டும். தனியாக செல்லும்போது நகைகள் அணிந்து செல்வதை பெண்கள் தவிர்க்க வேண்டும். பொதுவாக நகைகள் வெளியே தெரியும்படி அணிந்து செல்லக் கூடாது. வீட்டில் தனியாக இருக்கும் போது கதவுகளை மூடி வைத்திருக்க வேண்டும். இரவு நேரத்தில் பணி முடிந்து பயத்துடனே வர வேண்டிய நிலை மாற வேண்டும். தற்காப்பு கலையை கற்றுக் கொள்ள வேண்டும்.

குழந்தைகள் பாலியல் தொந்தரவுக்கு ஆளாவதை தடுக்கும் வகையில் அவர்களுக்கு விழிப்புணர்வை ஏற்படுத்த வேண்டும். பெண்களுக்கு சம உரிமையும், மரியாதையும் வழங்க வேண்டும். கண்ணியத்துடன் மரியாதையாக நடத்தச் சொல்லித் தர வேண்டும். குறும்படங்கள் தயாரித்து பொதுமக்கள் மத்தியில் விழிப்புணர்வை ஏற்படுத்த வேண்டும். பெண்கள் இரவில் குறிப்பிட்ட நேரத்திற்குப் பிறகு வெளியில் செல்வதை தவிர்க்க வேண்டும். பெண்களுக்கு எதிரான குற்றங்களில் ஈடுபடுவோருக்கு தண்டனை கடுமையானதாக போதுமானதாக இருக்க வேண்டும். கற்பழிக்கப்பட்ட பெண்ணை சமூகம் ஒரு அவமானமாக கருதும் போக்கு மாற வேண்டும்.

குற்றவாளிகளை இரும்புக்கரம் கொண்டு ஒடுக்க வேண்டும். சட்ட அமைப்பு முறைகள் முழுமையும் மறு மதிப்பீடு செய்யப்பட வேண்டும். சமூகத்தில் அச்சமின்றி கவலையின்றி வாழ பாதுகாப்புக்கு உத்தரவாதம் அளிக்க வேண்டிய பொறுப்பு நம் அனைத்து குடிமக்களுக்கும் உள்ளது. சகித்துக் கொள்வதில்லை (ஜீரோ டாலரென்ஸ்) என்ற வார்த்தையை நாம் கடைப்பிடிக்க வேண்டும். குடும்ப மானம் மற்றும் தங்கள் பெண்ணின் எதிர்காலம் கருதி நடந்த சம்பவத்தை மறைக்க விரும்புவது நியாயமானதே. ஆனால் இப்படி ஒரு சம்பவம் நடந்ததையும் மற்றும் குற்றம் நிகழ்ந்த இடம், குற்றவாளிகள் பற்றி தங்களுக்கு தெரிந்த தகவல்களை பாதிக்கப்பட்டவர்கள் குறைந்த பட்சம் அனாமதேய கடிதமாக காவல் துறையினருக்கு தெரிவிப்பதுதான் நல்லது. கண்காணிப்பை தீவிரப்படுத்தி குற்றவாளிகளை கண்டு பிடிக்க முடியும். பிற பெண்களையாவது இந்த ஆபத்திலிருந்து காப்பாற்ற முடியும்.

ஒரு நாட்டின் முன்னேற்றம் பெண்கள் முன்னேற்றத்தில்தான் அடங்கியுள்ளது. இந்த உலகம் அதிகமாக துன்புறுவது வன்முறையில் ஈடுபடும் கெட்டவர்களால் அல்ல. நல்லவர்களின் மௌனம்தான்.

29

முதுமை வரை கூடவரும் முழுமை பெற்ற காதல்

ஒருவன் ஒருத்தியை விரும்பி தேர்ந்தெடுப்பதை காதல் என்கிறார்கள். வெளிதோற்றத்திற்காக அல்ல. நிறத்திற்க்காக அல்ல. நீ அழகானவளாக இருப்பினும் நீ எத்தகைய குணம் உடையவள் என்பதற்காகவே நான் உன்னுடன் காதலில் விழுந்தேன்.

நான் விரும்பிய போதெல்லாம் உன்னை சந்திக்க முடிந்ததில்லை. ஆனால் என் இதயத்தின் ஆழத்தில் நீ மட்டுமே இருந்தாய். என்னால் ஒரு போதும் உன்னை வெளியேற்றிவிட முடியாது.

ஒவ்வொரு காதல் கதையும் மிகவும் அழகானதுதான். ஆனால் நம்முடைய காதல் கதையே எனக்கு மிகவும் பிடித்தமானது. நீ என்னை சந்திக்கும் சந்தர்ப்பத்தை தவற விட்டு விட்டாய் என உன் இதயம் உனக்கு உணர்த்தியதுதான் நீயும் என்னை விரும்பினாய் என்பதன் காதல் அறிகுறி.

எனக்கு எல்லாமே நீதான் என்பதால் நேசிக்கிறேன். உன்னை முதலில் சந்தித்தபோது, எனக்கு உண்மையிலேயே தெரிந்திருக்கவில்லை. நீதான் எனக்கு மிகவும் முக்கியமானவளாக இருக்கப்போகிறாய் என்று.

உனது இடர்பாடுகளை, சிக்கல்களை, சோதனைகளை, சவால்களை நீ தனியாக எதிர்கொள்ள வேண்டாம். நானும் உன்னுடன் சேர்ந்து எதிர்கொள்ள வேண்டும் என உறுதி எடுத்துக் கொண்டேன்.

எனது இதயம் முழுமையானது. குறைவற்றது. களங்கமற்றது. ஏனெனில், நீதானே உள்ளே இருக்கிறாய். உன் புன்னகையை பார்க்கும்

போதெல்லாம் எனக்கு உன் மீதான காதல் உணர்வு மெருகேறுகிறது. ஒவ்வொரு தினமும் நீதான் என் மனதில் முதலாவதும் கடைசியுமாய் இருக்கிறாய்.

நீ என்னுடைய தோழி, தோழி மட்டுமல்ல-காதலி. காதலி மட்டுமல்ல- என் இதயம். என் இதயம் மட்டுமல்ல-நீ என் வாழ்க்கை. வாழ்க்கை மட்டுமல்ல-நீதான் எல்லாமே எனக்கு.

காதலர்கள் எப்போதுமே காதலியின் இனிமையான "ஹலோ" என்று சொல்லுக்காக ஏங்குகிறார்கள். கடுமையான "குட்-பை" என்ற வார்த்தையில் நொறுங்குகிறார்கள்.

நாள் முழுவதும் உன்னுடன் கழித்த போதிலும் வேலைக்காக வெளியூர் செல்ல புறப்பட நேர்ந்த தருணங்களில் அந்த நிமிடத்தில் உன் பிரிவை எண்ணி ஏங்கி இருக்கிறேன்.

நீ என்னுள் இருக்கிறாய். என்னை சுற்றிலும் இருக்கிறாய். எங்கு நான் சென்றாலும் நான் மட்டுமே பார்க்க முடிகிறது. இந்த உலகத்தில் என்னையும் உன்னையும் தவிர வேறெதுவும் எனக்கு தென்பட வில்லை.

என் வாழ்க்கையில் நான் எதையாவது சரியாக செய்து இருக்கிறேன் என்றால், அது என் இதயத்தை உன்னிடம் கொடுத்தது மட்டுமே ஆகும்.

நேற்றைவிட இன்று நான் உன்னை அதிகம் நேசிக்கின்றேன். நாளை இதையும் விட அதிகமாகவே நேசிப்பேன். நம் எண்ணங்கள் ஒரே மாதிரி ஆனவை. மற்றவர்கள் நம்மைப் பற்றி என்ன நினைக்கிறார்கள் என்பதை பற்றி ஒரு போதும் கவலைப்பட்டதில்லை.

எல்லா ரணங்களையும் காலம் ஆற்றுகிறது. என் மகிழ்ச்சிக்கு உன்னை தவிர வேறு யாருமே காரணமில்லை. நம் வாழ்வை மற்றவர்களுடன் ஒப்பிட்டு பார்த்ததில்லை. என் வாழ்வு மலரத் தொடங்கியது உன்னை கை பிடித்த பின்புதான்.

நான் உன்னை பார்த்த போது மிகவும் வியப்படைந்தேன். உன் பார்வை என் மேல் விழுந்ததற்காக அல்ல. நான் விரும்பிய அனைத்தும் உண்மையில் உன் வடிவில் என் முன் இருந்ததற்காக.

உண்மைக் காதல் பதிலுக்கு எதுவும் காதலியிடம் எதிர்பார்ப்பதில்லை. நிபந்தனை எதுவும் அற்றதுதான் உண்மைக் காதல்.

நான் உன்னை காதலிக்க ஒரு போதும் திட்டமிட்டதில்லை. நீ என்னை காதலிக்க திட்டமிட்டு இருக்கலாம் என எண்ணினேன். ஒரு முறை நாம் சந்தித்த தருணத்தில் ஒன்று மட்டும் தெளிவாக தெரிந்தது. நம் இருவராலுமே கட்டுப்படுத்த முடியவில்லை. நமக்கு என்ன நேர்ந்து கொண்டிருந்தது என்பதை.

நான் இந்த வாழ்க்கையை நேசிக்கிறேன். ஏனெனில் அதுதான் உன்னை எனக்குத் தந்தது. நான் உன்னை நேசிக்கிறேன். ஏனென்றால் நீதான் என் வாழ்க்கை.

உன்னை சந்தித்தது விதிவசம்தான். உன் நண்பனாக மாறியது நான் தேர்ந்தெடுத்த முடிவு உன் காதலில் விழுந்தது என் கட்டுப்பாட்டை மீறியது. என் கனவுகளை எல்லாம் தாண்டி காதல் என்றால் உண்மையான அர்த்தம் என்ன என்பதை எனக்கு நீ உணர்த்தினாய்.

கடவுள் நமக்கு இரண்டு கண்கள், இரண்டு காதுகள், இரண்டு கைகள் என எல்லாம் ஜோடியாகவே கொடுத்துள்ளார். ஆனால் இதயம் மட்டும் ஒன்றுதான். ஏனெனில், எனக்கான இன்னொரு இதயத்தை உன்னிடமும் உனக்கான இன்னொரு இதயத்தை என்னிடமும் கொடுத்து உள்ளார். நாம் தேடிக் கண்டுபிடிக்க வேண்டும் என்பதற்காக.

நாம் சிறப்பானவர்கள் என்பதை அறிந்திருக்கிறேன். நாம் பேசுவதிலும், சிரிப்பதிலும் மற்றவர்களிடமிருந்து மாறுபட்டு இருக்கிறோம். நாம் ஏற்கனவே கண்டுபிடித்து விட்டதைத்தான். பலர் வாழ்நாள் முழுவதும் தேடிக் கொண்டே இருக்கிறார்கள். மீண்டும் இவ்வுலகில் வாழ நேர்ந்தால் நான் உன்னை விரைவில் கண்டுபிடிப்பேன்.

சேர்ந்து வாழ்வதற்காக ஒருவரை கண்டுபிடிப்பது காதல் அல்ல. யார் இல்லாமல் ஒருவரால் வாழவே முடியாதோ அவரை கண்டு பிடிப்பதேயாகும்.

உன் இறந்த காலத்தை ஏற்றுக் கொண்டேன். உன் நிகழ்காலத்தை காதலுடன் ஆதரித்து உதவுகிறேன். உன் எதிர்காலத்தை ஊக்கப்படுத்துவேன்.

நான் உன்னை முதலில் சந்தித்தபோது நீ ஒன்றும் ஒரு இளவரசனுக்காக காத்திருக்கவில்லை என்பதை தெரிந்து கொண்டேன். உன்னை தன் இளவரசியாக நினைப்பவனுக்காகத்தான் காத்து இருந்தாய் என்பதை உணர்ந்தேன். உன்னை நினைக்காமல் ஒரு நாளும் கழிந்ததில்லை.

நீ சொன்னாய் ஒருமுறை, நான் உன்னை காதலிக்கிறேன் என எத்தனை முறை சொன்னாய் என்பதல்ல காதல். அது உண்மை என்பதை எத்தனை முறை நிரூபித்தாய் என்பதே காதல்.

வாழ்க்கை என்பது துடுப்பில்லாத படகு போன்றது. காற்று எந்த பக்கம் வீசும் என்பதும் நிச்சயமற்றது. உன்னை வாழ்நாள் முழுதும் காப்பாற்றி விட முடியும் என நம்பினேன். என் நம்பிக்கை கடவுள் அருளால் வீண் போகவில்லை.

காதலுக்கு கண்ணில்லை என்பர். அது உண்மையல்ல. காதல் பாதுகாப்பு இன்மையையும், எல்லா பயங்களையும் உணர்கிறது. வலி மிகுந்த தருணங்களில் எல்லா சவால்களையும் எதிர் கொள்கிறது.

நாம் மிகப்பெரிய காரியம் எதையும் செய்துவிடவில்லை. சிறிய விஷ யங்களில் கூட மிகப் பெரிய காதலை காட்டியதை தவிர. நான் உன் காதலன், சண்டைக்காரன் அல்ல. ஆனால், நம் காதலுக்காக நான் யாரிடமும் சண்டை இடுவேன்.

உண்மையில் நாம் ஒருவரை ஒருவர் கவனமாக பார்த்து கொண்டு அக்கறையுடன் செயல்படும்போது நமது பணிச்சுமை குடும்பப் பொறுப்பு எவ்வளவு கடினமானதாக இருந்தாலும் ஒரு வழி, ஒரு நல்ல பாதை அமைந்து விடுகிறது.

நான் உன்னை முடிவில்லாமல் காதலிப்பேன். நான் வாழும்வரை காதலிப்பேன். உண்மைக்காதல் என்பது சேர்ந்து இருப்பவர்களை பிரிக்க முடியாது என்பதல்ல. பிரிக்கப்படடாலும் எதுவும் மாறுவதில்லை என்பதுதான்.

எழுநூறு கோடி மக்கள் உள்ள உலகமிது. ஆனால் என் இதயம் தேர்ந்தெடுத்தது உன்னைத்தான். வயதாகிக்கொண்டு இருக்கிறது என்றாலும் முன்னிலும் நீ சற்று கூடுதல் அழகுடனே இருக்கிறாய்.

30
இளைஞர்களை விழுங்கும் போதை

வாழ்நாளில் ஏதோ ஒன்றுக்கு மனிதன் ஏதோ ஒரு சூழ்நிலையில் அடிமையாகி விடுகிறான். பள்ளிப்பருவத்தில் அல்லது கல்லூரி நாட்களில் புதிய நண்பர்களோடு ஏற்பட்ட பழக்கங்களினால் கட்டாயத்தால் விளையாட்டாகப் பழகிய போதை பழக்கம் பின்னாட்களில் அதை விட்டு மீள முடியாமல் வாழ்நாள் முழுவதும் தவிக்கும் நிலையை உருவாக்கி விடுகிறது. மகிழ்ச்சி மற்றும் துக்க வேளைகளில் போதையை நாடுகிறான்.

போதை பழக்கம் என்பது கஞ்சா, ஹெராயின், பெத்தடின், மது, சிகரெட், புகையிலை, பான்பராக், குட்கா ஹான்ஸ், மாணிக்சந்த், போன்ற அனைத்தும் சேர்ந்ததுதான். விளையாட்டாகத் தொடங்கிய பழக்கம் விட முடியாத நிலைக்கு கொண்டு செல்கிறது. ஒரு செயலை மீண்டும் மீண்டும் செய்யும் போது அது பழக்கமாக மாறி விடுகிறது. கைவிடுவதுதான் மிகவும் கடினமானதாகி விடுகிறது. தெருவோரங்களில் சில இளைஞர்கள் கையில் வைத்து கசக்கி உதட்டுக்கு கீழ் வைத்து கொள்வது, நாக்குக்கு கீழ் அடக்கிக் கொள்வது போன்ற செயல்களை பார்க்க நேரிடுகிறது. உலகளவில் 5 கோடியே 90 இலட்சம் பேர் போதை மருந்து பயன்படுத்துவதாக ஐ.நா. அறிக்கை தெரிவிக்கிறது. ஆதிமனிதன் காட்டுவாசியாக நாகரீகமற்ற முறையில் இருந்த வரையில் தேவைப்படாத இந்த போதை அவன் நாகரீக வாழ்வை கடைப்பிடிக்க தொடங்கிய காலங்களில் இருந்து தேவைப்பட ஆரம்பித்து விட்டது, நண்பர்களின் வற்புறுத்தலுக்காக பழகி விடுகிறார்கள். போதைப் பழக்கம் எடுத்தவுடன் தனியாக யார் உதவியும் இல்லாமல் தோன்றுவதில்லை. இன்றைய காலங்களில் தவறுகள்

நியாயப்படுத்தப்படுகிறது. நியாயங்கள் விமர்சிக்கப்படுகின்றன. இன்றைய இளைஞர்கள் தவறான சகவாசத்தால் போதையில் வீழ்கிறார்கள். வீழ்த்தப்படுகிறார்கள்.

போதைப் பொருள் உட்கொள்வதற்கு காரணம்:

போதைப் பொருட்கள் கிடைப்பது, பயன்படுத்தக் கற்றுத்தரும் சந்தர்ப்பம், வாய்ப்பு ஏற்படுத்தித் தரும் நண்பர்கள் அமைவது. வாழ்வில் ஏமாற்றம், விரக்தி, கவலை, மனச்சோர்வு, பொறுப்பின்மை, கட்டுப்பாடு இன்மை, நடத்தை கோளாறு, தனிமை, மன இறுக்கம், பெற்றோர் போதை பழக்கமுடையவர்களாக இருத்தல் போன்ற காரணங்களால் போதைப் பொருள் உட்கொள்ளுகிறார்கள். வலியை மறக்க பழங்காலத்திலும் போதை சம்பந்தப்பட்ட பொருட்களை, இலைத் தழைகள் செடி, கொடிகள் பயன்படுத்தி இருக்கிறார்கள். நிச்சயம் ஒரு நாள் மரணம் உண்டு. போதையை விட்டு ஒழித்தால் மரணமின்றி வாழ்ந்துவிட முடியுமா? என நியாயப்படுத்துகிறார்கள்.

போதைப்பழக்கத்தின் விபரீதங்கள்:

போதைப் பொருட்களை உட்கொள்ளும் பழக்கம் பல பேரரசுகளை அழிந்திருக்கிறது. போதையினால் பலமன்னர்கள் மாய்ந்திருக்கிறார்கள். போதை பழக்கம் உடல் நலத்திற்கும், சமூக நலத்திற்கும் ஊறு விளைவிக்கும் பிரச்சினையாகும்.

நன்மை பயக்காத போதைப் பழக்கத்தை செய்தே ஆக வேண்டும் என்கிற ஆர்வம் அதற்காக நிறைய நேரம், பணம் செலவிட முன்வரும் நிலை ஏற்படுகிறது. விளையாட்டுத்தனமாக பழக்கப்படுத்திக் கொள்பவர்கள் வகையாகச் சிக்கிக் கொள்கிறார்கள். விடுவித்துக் கொள்ள முடிவதில்லை. போட்டிகளில் விளையாடத் தடை விதிக்கப்படுகிறது.

போதைப் பொருட்களுக்கு அடிமையானவர்களின் குடும்ப வாழ்க்கை, சமுதாய அந்தஸ்து, அலுவலக வேலை, நட்பு உறவினர்கள் மற்றும் தொடர்புகள் என எல்லாவற்றிலும் விரிசல் ஏற்படுகிறது.

கௌரவம் குலைகிறது. நல்ல மனிதனை வெட்க உணர்வு அற்றவனாக, நேர்மையற்றவனாக போதை மாற்றுகிறது. இளைஞர்களை படு குழியில் தள்ளுகிறது. போதை மருந்து வாங்குவதற்கு செலவிடப்படும் பணம் தீவிரவாத இயக்கங்களுக்கும் செல்கிறது. சமுதாயத்தில் பல குற்றங்களுக்கு அடிப்படையாக விளங்குகிறது. தான் அழிவதோடு உடன் இருப்பவர்களையும் அழிக்கிறார்கள். குடும்பத்தின் மீது அக்கறை இருப்பதில்லை. மகிழ்ச்சி போய் விடுகிறது. உடல் பலவீனமாகிறது. குடும்பப் பொருளாதாரம் சேதமாகிறது. செயல்திறன் இழக்கச் செய்கிறது. அறிவாற்றல் இழந்து நடமாடும் எலும்பு கூடுகளாக மாறுகிறார்கள். வேலையிலிருந்து நீக்கப்படுகிறார்கள். எதிர்காலம் இழந்து நிர்க்கதியாகிறார்கள். படிக்கும் திறன், உழைக்கும் திறன், சிந்திக்கும் திறன் குறைகிறது. மனச்சிதைவு ஏற்படுகிறது. பெற்றோர் வேதனைப்படுகிறார்கள். தனக்குள்ளே சிரிக்கும் ஒரு நிலை ஏற்படுகிறது. தன்னிலை மறந்து தடுமாறுகிறார்கள். பேச்சு குளறுதல், தூக்கமின்மை, ஞாபகமறதி போன்ற நிம்மதியற்ற நிலை ஏற்படுகிறது. எதற்கும் பயனற்றவர்களாக மாற்றிவிடுகிறது. வாழ்நாள் குறைகிறது.

மிகவும் சிரமத்துடன் விருப்பம் இல்லாமல் வற்புறுத்தலுக்காக கட்டாயத்திற்காக சிறு வயதில் இலவசமாக கிடைப்பதால் முதன் முறையாக அறிமுகம் கிடைக்கிறது. பழக்கம் அடிக்கடி மீண்டும் மீண்டும் தேவை என எல்லை மீறத் தொடங்குகிறது. ஒரு சிகரெட் என ஆரம்பித்தவர்கள் செயின் ஸ்மோக்கராக மாறுகிறார்கள். ஒரு பெக் மட்டுமே மது அருந்தத் தொடங்கியவர்கள் மொடா குடியர்களாகிறார்கள் நாளடைவில் பயன்படுத்தும் அளவு அதிகமாகி விடுகிறது. ஒரு நாளுக்கு ஒரு பொட்டலம் வாசனை புகையிலைத்தூள் நாளடைவில் பல பொட்டலம் என பயன்படுத்த தொடங்கிவிடுகிறார்கள்.

போதைப்பழக்கத்தால் அறிவில் சிறந்தவர்களும், எண்ணத்தில் தூய்மையானவர்களும் கூட உணர்ச்சிகளின் ஆக்கிரமிப்பில் தோற்று போகிறார்கள். தோற்றம் மாறி பொலிவிழந்து நிற்கிறார்கள். அழகிய ரோஜா செடி போன்றவர் போதைப் பழக்கத்தால் நாளடைவில் கள்ளிச்செடி போலாகிவிடுகிறார். தெளிந்த நீரோடையாய் இருந்த பிள்ளை கலங்கிய குட்டையை போல காணும் போது பெற்றோர் மனம் என்ன பாடுபடும்?

மனசாட்சி மறத்து போன மனிதர்கள்:

போதை பொருள் கடத்துவது அபரிதமான அபாயம் சார்ந்துள்ள காரியம். இருந்தாலும் பணத்திற்காக செய்கின்றனர். பணத்திற்காக போதைப் பொருட்களை கடத்துபவர்கள் விற்பவர்கள் மனசாட்சி மறத்து போன மனிதர்கள். இளநீர், நெல்லிக்காய், தேன் போன்ற பல உடலுக்கு நல்ல ஆரோக்கியமான பொருட்கள் வாங்க ஆள் இருக்கின்றதோ, இல்லையோ, தீங்கு தரக்கூடிய போதைப்பொருட்கள் அபரிதமாக விற்பனையாகிறது என்ன உலகம் இது?

போதையிலிருந்து விடுபட:

போதைப் பொருள் பழக்கத்தில் இருந்து மீள விரும்புபவர்களுக்கு உதவும் வகையில் கட்டணமில்லா தொலைபேசி சேவை விரைவில் அறிமுகப்படுத்தப்பட உள்ளது. நண்பர்கள் அறிமுகப் படுத்தும் போது வேண்டாம் என உறுதியாக தொடக்கத்திலேயே மறுத்து விட வேண்டும். சுயக்கட்டுப்பாடு தேவை.

உடற்பயிற்சி மூலம் நல்ல சிந்தனை சுறுசுறுப்பு கிடைக்கும். தியானம், யோகா வாழ்நாளை அதிகரிக்கும். நல்ல புத்தகங்கள் படிக்கலாம். மற்றவர்கள் செய்கிறார்கள் என்பதற்காக தீயப் பழக்கத்தை நாம் ஏன் செய்ய வேண்டும்? நாமும் வழி தவறக் கூடாது. முடிந்தால் மற்றவர்களை திருத்தலாம். சுற்றுலா செல்வது பயன் தரும். பிள்ளைககளின் கையில் அதிக பணப்புழக்கம் இல்லாமல் பார்த்துக் கொள்வது நல்லது. ஆரோக்கியம்தான் மிகப் பெரிய சொத்து.

1985-ல் உருவாக்கப்பட்டது போதை தடுப்பு மற்றும் மனமயக்கும் தடுப்புச்சட்டம். 1989 மற்றும் 2001-ல் சட்டத்திருத்தம் கொண்டு வரப்பட்டது. இதன்படி 5 மில்லிகிராம் போதைப்பொருள் வைத்திருந்தால் போதைபழக்கத்திற்கு அடிமையானவர், 5 கிராம் வைத்திருந்தால் சில்லரை வியாபாரி, 50 கிராம் வைத்திருந்தால் மொத்த வியாபாரி என கஞ்சா வியாபாரிகள் தரம் பிரிக்கப்பட்டு தண்டனை விதிக்கப்படுகிறது. போதை பொருள் வைத்திருந்தால் கைது செய்யப்படுவர். அவர்களுடன் தொடர்பு உள்ளவர்களுக்கு ஆதாரங்கள் இருந்தால் கைது செய்ய முடியும். போதை மருந்து வைத்திருக்கும் குற்றத்திற்கு குறைந்தது

ஒரு நாள் சிறை அல்லது அபராதம் அதிகபட்சமாக 20 ஆண்டு சிறை அல்லது தூக்கு தண்டனை விதிக்க முடியும்.

சட்டங்கள் கடுமையாக இருந்தும் போதைப் பழக்கத்திற்கு ஆளாவோரும், அழிவோரும் அதிகரித்து வருவது வேதனையானது. இன்றைய மனிதனுக்கு வருமானமும் அதிகம், பிரச்சினைகளும் அதிகம். அன்றாட தேதியை மறப்பது போதையின் முதல்படி. அதன்பிறகு கொஞ்சம் கொஞ்சமாக மனதளவில் தன்னையும், குடும்பத்தையும் மறந்து வெறும் உடலளவில் நடமாடிக் கொண்டிருப்பர்.

பிள்ளைகளின் கை, கால்களில் தழும்பு ஊசி போட்ட காயம் இருந்தால் விசாரிக்க வேண்டும். பிள்ளைகளின் நட்பு வட்டாரத்தை கவனிக்க வேண்டும். கெட்டப்பழக்கம் கற்றுக்கொள்ளாமல் இருப்பதே நல்லது. ஒரு முறை தவறினால் மீண்டெழுவது கடினம். தீரா துன்பத்திற்கு ஆளாகி விடுகிறார்கள். இதற்காக உலக போதை ஒழிப்பு தினம் (ஜூன் 26) அறிவிக்கப்பட்டுள்ளது. புது போதை அடிமைகள் உருவாகாமல் இருந்தால் சரி.

புதுச் சட்டை தவறுதலாக ஆணியில் சிக்கி கிழிந்து விடுகிறது. அதை தைத்து சரி செய்து போட்டுக் கொள்ளலாம். இருந்தாலும் கிழிசலை மறைத்த தையல் இருக்கும். அது போல போதைக்கு அடிமையானவர்கள் மாற்று சிகிச்சையின் மூலமாக விடுபட முடியும். இருந்தாலும் பூரணமாக முழுமையான பழைய சக்தி உடலுக்கு கிடைப்பதில்லை. சேதாரம் தவிர்க்க முடியாதது. பழகாமல் ஆரம்பத்திலேயே தவிர்த்து விடுபவர்களே தப்பிக்கிறார்கள். நமது உடல் இறைவன் கொடுத்த கொடை. மனிதப்பிறவி மகத்தான பிறவி. நமக்கு தெரிந்தவர்களையாவது இதில் மாட்டிக் கொள்ளாமல் பார்த்துக் கொள்வது நமது சமுக கடமை.

31
முற்போக்கு பாதையில் இன்றைய மகளிர்

நம் நாட்டில் வீடு கட்டும் போது பூமாதேவிக்கு பூமிபூஜை செய்கிறார்கள். நதிகளைக் கூட கங்கா, யமுனா, நர்மதா, காவேரி என பெண்ணின் பெயர் சூட்டி அழைக்கின்றனர். விடுதலை போராட்டக் காலத்தில் "பாரத மாதாவுக்கு ஜெ" என்றே முழக்கங்கள் முன்வைக்கப்பட்டன. கல்விக்கு சரஸ்வதியும், செல்வத்திற்கு லட்சுமியும் வீரத்திற்கு துர்க்கை- என பெண் தெய்வங்களை வணங்குகிறார்கள். நம் நாட்டில் இவ்வாறு பெண்கள் வணங்கப்படுவதை கண்டு வெளி நாட்டினர் ஆச்சர்யப்படுகின்றனர்.

பெண்களுக்கு தன்னம்பிக்கை ஊட்டும் வகையில், அவர்கள் ஆண்களுக்கு எந்த விதத்திலும் குறைந்தவர்கள் அல்ல என்ற நிலை ஒரு பக்கம் உருவாகி வருகிறது. சமீபத்தில் ஏர் இந்தியா நிறுவனம் முழுக்க முழுக்க பெண்களாலேயே ஒரு விமானத்தை இயக்கத் தொடங்கியுள்ளது. மேலும், இந்திய விமான பைலட்டுகள் சங்கத்தில் 136 பெண்கள் பதிவு செய்துள்ளனர்.

முற்போக்கு சிந்தனையாளர்களால், கர்நாடக மாநிலம் குத்ரோலி கோகர் நாதேஸ்வரர் கோவிலில் இரண்டு விதவைகள் அர்ச்சகர்களாக நியமிக்கப்பட்டுள்ளனர். இவர்கள் இருவருக்கும் பூஜை செய்யும் முறைகள் அனைத்தும் கற்றுக் கொடுக்கப்பட்டன. இயற்கையிலேயே கருவறையோடு தொடர்புடையவர்கள்தான் பெண்கள்.

அமெரிக்க ராணுவத்தின் கடினமான சிறப்பு ஆபரேஷன் படையின் பெயர் ரேஞ்சர், ஒசாமா பின்லேடனை சுட்டுக் கொன்றது சீல்கள் என்கிற ராணுவப் பிரிவினர்தான். அந்த சீல்களே களமிறங்க தயங்கும் ஆபரேஷனில் இறங்குவதுதான் ரேஞ்சர்களின் பணி. அமெரிக்காவில்

ரேஞ்சர்கள் ஆவது சாதாரண விஷயமல்ல. மிக மிக கடினமான உடல் தகுதி தேர்வுகளில் தேர்ச்சி பெற்றே ரேஞ்சர் ஆக முடியும். இதுவரை அமெரிக்க ராணுவத்தில் பெண் ரேஞ்சர்கள் என யாருமே இல்லாத நிலையில், அமெரிக்கப் பெண்கள் ரேஞ்சராக தேர்ச்சி பெற கடும் முயற்சி மேற்கொண்டு வருகின்றனர்.

ஐமாத்- என்பது குறிப்பிட்ட சமுக மக்களுக்கு தீர்வு தரும் பஞ்சாயத்து போன்றதொரு அமைப்பு. இதில் பங்காற்ற பொதுவாக பெண்களுக்கு அனுமதி இல்லை. முற்போக்கு சிந்தனையின் தாக்கத்தால், முதன்முறையாக தென்னகத்தில் உள்ள ஐமாத் ஒன்றில் உறுப்பினராக 60 வயதான அரசு கல்லூரியில் முதல்வராக பணியாற்றி ஓய்வு பெற்ற அதே சமுகத்தைச் சேர்ந்த பெண்மணி தேர்ந்தெடுக்கப்பட்டு உள்ளார். துருக்கி, துனிசியா, அல்ஜீரியா, ஈராக், ஈரான், இந்தோனேசியா மற்றும் வங்க தேசத்தில் மூன்றுமுறை தலாக் கூறி விவாகரத்து செய்யும் நடைமுறையில் தடையும், திருத்தமும் கொண்டு வரப்பட்டுள்ளது. இந்தியாவிலும் அம்முறை நடைபடுத்தப்பட்டுள்ளது

சவுதியில் பெண் குழந்தைகள் பள்ளியில் விளையாடுவதற்கு தற்போது அனுமதி வழங்கப்பட்டுள்ளது. பெண் சட்ட பயிற்சி பெறவும் அனுமதி வழங்கியுள்ளது சவுதி அரசாங்கம். 2015-ம் ஆண்டு தேர்தலில் பெண்களுக்கு ஓட்டுரிமை வழங்கியுள்ளனர். இருப்பினும், உலகில் பெண்களுக்கு வாகனம் ஓட்டும் உரிமையை மறுத்துள்ள ஒரே நாடு சவுதி அரேபியாதான். பெண்கள் முகம் முழுவதும் தெரிவதினால் அவர்களுக்கு தனியாக அடையாள அட்டை வழங்குவது இதுவரை அனுமதிக்கப்படவில்லை என்பது குறிப்பிடத்தக்கது.

கடந்த 20 ஆண்டுகளில் உலகம் பெரிய அளவில் மாறியுள்ளது. சில ஆண்டுகளுக்கு முன் மதுரையில் ஒரு திரையரங்கில் முற்போக்கு மகளிர் அமைப்பினர் உள்ளே புகுந்து திரையிட இருந்த ஆபாச படத்தின் திரைச்சுருளை எடுத்து வந்து தெருவில் எரித்தார்கள். பெண்களை எளிதில் சோரம் போகும் இழிபிறவிகளாக காட்டும் விளம்பரங்களை கண்டித்து எதிர்த்து போராடுகிறார்கள். பெண்களுக்கு எதிரான அநீதி கண்டு பொங்கி எழுகிறார்கள். ராணுவ வீரர்களின் வன்புணர்ச்சிக்கெதிராக மக்கள் நிர்வானத்தையும் ஆயுதமாக பயன்படுத்தி இருப்பது பெரும் தாக்கத்தை ஏற்படுத்தியது.

இன்று பெருநகரங்களில் பணி காரணமாக மகளிர் அதிகாலை வீடு திரும்புகிறார்கள். இன்று தனக்கென வாழ்க்கைத் துணையை தேர்ந்தெடுக்கும் பக்குவமும் உரிமையும் பெற்றுள்ளனர். வீடே உலகமென இருந்தவர்கள் விளையாட்டில் சாதனை படைக்கிறார்கள். திருமண வாழ்வு சரியில்லாது போனால் அதை நேர் செய்து தன் வாழ்வை அமைத்துக் கொண்டு சுதந்திரமாக செயல்படுகிறார்கள். இன்றைய பெண்கள் தங்களின் வாழ்வை தாங்களே நிர்ணயம் செய்து கொள்ளும் வல்லமை கொண்டு உள்ளார்கள். பருவமடைந்த பிறகு பட்டங்கள் பல பெற்று உயர் பதவிகள் வகிக்கிறார்கள். மாநாட்டில் கொடியேற்றுகிறார்கள். தலைமை தாங்குகிறார்கள். முழக்கங்கள் எழுப்புகிறார்கள்.

இன்றைய மகளிர் எதிர்கொள்ளும் சிக்கல்கள்:

உலகமயத் தாக்குதல்களின் விளைவுகளை பெருமளவில் பெண்களே எதிர்கொள்ள வேண்டியுள்ளது. யாராக இருந்தாலும் அவர்கள் ஒரு பெண்ணுக்கு பதில் சொல்ல வேண்டும் என்றால் அது அவசியம் அந்தப் பெண்ணின் உடல், நிறம் ஆகியவற்றை இலக்காக கொள்கிறது. பெண்ணுரிமையை தவறாக புரிந்து கொண்ட சிலர் மேற்கத்திய பெண்களைப் போல ஆண் நண்பர்களுடன் மது அருந்துவது, பப்-புக்கு செல்வது என வம்பை விலைக்கு வாங்குவது பெரு நகரங்களில் நடக்கிறது.

ஆடவர்களுடன் இணைந்து பணியாற்றும்போது எதிர்கொள்ளும் சிக்கல்கள் பல. அதில் முதன்மையானது தாங்கள் விமர்சிக்கப்பட்டால், உடனடியாக அழுதுவிடுவது. பணிபுரியும் இடங்களில் அலுவல் ரீதியாக பேசினாலும் நெருக்கமாக இருப்பதாக குற்றச்சாட்டுக்கு ஆளாவது வருந்தத்தக்கது. நகர்ப்புற பெண்களைவிட கிராமப்புற பெண்களின் நிலை சற்று பின்தங்கியே உள்ளது. படித்த பெண்கள் கோடிக்கணக்கில் இருந்தாலும் பெண்களின் மாதந்திர இதழ்கள் குறைந்த அளவிலேயே பெண் வாசகர்களை சென்றடைகிறது. பணிபுரியும் பெண்களுக்கு பல சவால்கள் காத்திருக்கின்றன. அரசியல் பங்களிப்பு அதிகரிக்கப்படவில்லை. அமெரிக்காவில், இங்கிலாந்தில் வளரும் ஒரு இந்தியப் பெண் புதுமையாக சிந்திக்கவும், அறிவியல்

கண்டுபிடிப்புகளை நிகழ்த்தவும் முடிகிறது. இங்கே இருக்கும் பெண்களால் சிந்தனை அளவில் கூட செயல்பட முடிவதில்லை.

உலகெங்கிலும் இதுவரை எழுதப்பட்ட வரலாறு பெரும்பாலும் ஆண்களால் ஆண்களைப்பற்றி எழுதப்பட்டவையே. திரைப்படங்கள் கதாநாயகனுக்கே முக்கியத்துவம் தருவதாகவே உள்ளது. பெண்கள் சமூகத்தின் சாதனை, வரலாறு மறக்கடிக்கப்பட்டு உள்ளது. பணிக்குச் செல்லும் தனிக்குடும்பத்தைச் சேர்ந்த தம்பதியர்க்கு குழந்தை வளர்ப்பு சவாலாக உள்ளது. கூட்டுக் குடும்பத்தில் நிலவிய மாமியார் நாத்தனார் சிக்கல் குறைந்து, தனிக் குடும்பத்தில் கணவன் மனைவிக்கு இடையே உறவுச் சிக்கல் உள்ளது. பண்டிகை நாட்களை கொண்டாட நேரமோ, பொறுமையோ இன்று இல்லை. இரவு நேரங்களில் பயணம் செய்யும் போது பாதுகாப்பான சூழ்நிலையில் பயணம் செய்கிறோம் என்ற தைரியம் ஏற்படவில்லை. உலகிலேயே பெண்களுக்கு முதன்முதலாக ஓட்டுரிமை வழங்கிய பெருமைக்குரிய நாடு நியூசிலாந்து ஆகும். அதற்கடுத்து பெண்களுக்கு ஓட்டுரிமை அளித்திருப்பதில் முதன்மையான நாடாக இந்தியா உள்ளது. சர்வதேச பெண்கள் தினம் நூறாண்டுகளை கடந்து கொண்டாடப்பட்டு வருகிறது.

பெண் தனியாக சிக்கினால், ஆள் நடமாட்டம் இல்லாத பகுதிக்கு சென்றால் ஆபத்து காத்திருக்கிறது. கற்பழிப்பு என்ற வார்த்தைக்கு பதிலாக பாலியல் வன்முறை என்று நாளேடுகளில் குறிப்பிடப்படுகிறது. பாலியல் வன்முறை தொடர்பான வழக்குகளில் உடனடியாக முதல் தகவல் அறிக்கை பதிவு செய்யப்படுவதும், சம்பந்தப்பட்ட பெண்ணை மருத்துவப் பரிசோதனைக்கு அனுப்புவதும் மிகவும் முக்கியமானதாகும். அப்பாவி பெண் பாதிக்கப்படும் போது வெளியே தெரியாமல் பேசித் தீர்வு காண முயற்சி நடக்கிறது. கண்டனத்திற்கு மாறாக, கனத்த மௌனம் நிலவுகிறது. மோசமான சீரழிவுக்கு உள்ளாக்கப்பட்ட போதிலும் அதில் ஈடுட்டவர்களை தோலுரித்து அம்பலப்படுத்தி காட்டப்படுவது குறைவே. செல்வாக்கு படைத்தவர் தவறிழைத்தால், மூடி மறைப்பது, பொய் வழக்கு என்பது, அந்தப் பெண் மோசமானவள், நடத்தை கெட்டவள், பாலியல் தொழிலாளி என வழக்கை திசை திருப்பும் செயல்கள் இல்லாமலில்லை. சமூக விரோத செயல்களில் ஈடுபடும் நபர் யாராக இருந்தாலும் ஒட்டு மொத்த சமூகத்திற்கும் விரோதியே அவர்கள் பாரபட்சமின்றி தண்டிக்கப்பட வேண்டியவர்கள்.

மாறிவரும் காலத்திற்கேற்ப நாமும் மாற்றத்தை ஏற்றுக் கொள்ள வேண்டும். காலத்திற்கு பொருந்தாத கருத்துக்களுக்கு விடை கொடுக்க வேண்டும். ஆணுக்கு இருக்கும் பலமும் பலகீனங்களும் பெண்ணுக்கும் இயல்பானதே. பெண்களுக்கு நிதிச் சுதந்திரம் இருப்பதில்லை. பெண் பற்றிய ஆணின் பார்வை முற்றிலுமாக மாறிவிடவில்லை. பெரும்பாலான ஆடவர்கள் பழமைவாதியாகவே இருப்பது வருந்தத்தக்கது. பத்ரகாளி என்கிறார்களே, இதற்கு ஆண்பால் என்னவென்று தெரியவில்லை, கட்டிய மனைவியை பைத்தியகாரி என பட்டம் சுமத்தி, வஞ்சகமாய் மனநல காப்பகத்தில் தவிக்க விட்ட கயவர்களும் நம் நாட்டில் உள்ளனர். ரோஷக்காரி, வாயாடி, பிடிவாதக்காரி என சாடுகிறது சமூகம். கல்யாணமான புதிதில் குழைந்த கணவன் காலப்போக்கில் அனலை கக்குகிறான். மாமியார் நாத்தனாருடன் மௌனமாக நடக்கும் பனிப்போர் சிலசமயங்களில் கொதிநிலைக்கு வருகிறது. சிறுவயதில் அம்மா அருகில் வந்தால் தாயின் அரவணைப்பில் சந்தோஷப்பட்ட மகன், வளர்ந்து மனைவி வந்த பின், சில குடும்பங்களில் வயதான தாயை தலை நிமிர்ந்து கூட பார்ப்பதில்லை. அம்மா என்ன சாப்பிடுகிறாள்? என்ன உடுத்துகிறாள்? அவளது உடல்நிலை எப்படி இருக்கிறது. இதையெல்லாம் கவனிக்க நேரமில்லை. 40 வயதிற்குப்பின் மெல்ல மெல்ல வசந்தம் விடை பெறுகிறது.

உறவு பந்தங்கள் எப்போதும் முன்னோக்கியே வளர்கின்றன. பின்னோக்கி அல்ல. பெற்றெடுத்த மகன் பிரிந்துவிட்டான். தன்னால் வளர்க்கப்பட்ட பேரன், பேத்திகளும் ஒரு கட்டத்தில் பிரிகிறார்கள். எந்த பந்தமும் இல்லை. வாரிசுகளின் வாழ்க்கைபோக்கு வேறு, சிந்தனை வேறானதாக உள்ளது. சுதந்திரத்திற்கு குறுக்கே போவதாக பெற்றோரை குற்றச்சாட்டுகிறார்கள். இன்றைய தலைமுறையினருடன் பொருந்தி போக முடிவதில்லை.

திருமணமானவள் கருத்தரிக்காவிட்டால் மலடி என்பதும், பெண் கர்ப்பமாகும் போது, ஆண் குழந்தைக்குதான் தாயாக வேண்டும் என்ற நிர்பந்தம்- எதிர்பார்ப்பு மாறவில்லை. கற்காலத்துச் சமாச்சாரம் இன்னமும் தொடர்கிறது.

சமீபத்தில் வடஇந்தியாவில் வெள்ளம் வந்த போது கழுத்தில் கட்டியிருந்த கயிற்றை அவிழ்த்துக் கொள்ள இயலாத மாடுகள் மாட்டுத்

தொழுவத்திலேயே வெள்ள நீரில் மூழ்கி விரைத்துக் கிடப்பதைப் தொலைக்காட்சியில் காட்டப்பட்ட போது பரிதாபமாக இருந்தது. அது போலவே நம் நாட்டில் பெரும்பாலான பெண்களின் நிலை பரிதாபமாகவே உள்ளது.

32

மேற்குலகில் காணமுடியாத நமது திருமண சடங்கு முறைகள்

திருமண நிகழ்ச்சி நமது வாழ்வில் நடக்கும் முக்கியமான முதல் நிகழ்ச்சி. பெற்றோரால் ஏற்பாடு செய்து சடங்கு, சம்பிரதாயங்களை கடைபிடித்து நடத்தப்படுவது ஒரு வகை, காதலித்து பெற்றோர் ஒப்புதல் பெற இயலாத சூழலில், காவல் நிலையத்திலோ, பதிவாளர் அலுவலகத்தில் பதிவு திருமணம் செய்து கொள்வது இன்னொரு வகை.

பால்ய விவாகம், சுயம்வரம் போன்ற பழைய நடைமுறைகள் மறைந்து விட்டன. ராமாயணத்தில் சீதையை மணப்பதற்கு வில்லை முறித்தான் ராமன். பழந்தமிழகத்தில் முரட்டுக் காளையை அடக்கிப் போட்டியில் வென்று வீர விளையாட்டுகளின் மூலம் விரும்பிய பெண்ணை மணம் புரிந்துள்ளனர். நடுக்கல் என்கிற பெரிய பாறாங்கல்லை மணமகன் தூக்கி காட்ட வேண்டும் என சொல்லப்படுகிறது. இன்று நல்ல வேலை-சம்பளம் இருந்தால் சரி. நமது நாட்டு தட்ப வெப்ப நிலை காரணமாக 8-9 ஆம் வகுப்பு படிக்கும்போதே, பெண் குழந்தைகள் பருவம் எய்து விடுகிறார்கள்.

பொன்னகைகள், பட்டுச்சேலை போன்ற வண்ணக் கனவுகளை நனவாக்கும் நிகழ்ச்சியே திருமண நிகழ்ச்சியாகும். திருமணம் ஆயிரம் காலத்துப்பயிர். ஒருவனுக்கு ஒருத்தியே சமூகம் அங்கீகாரம் அளித்துள்ளது. திருமணம் என்றால் தெய்வகடாட்சம் பொருந்திய இணைதல் என்று பொருள். முற்காலங்களில் பத்து நாட்கள் வரை நடைபெற்று வந்த திருமண வைபவங்கள் தற்போது ஒன்றரை நாளில் முடிந்து விடுகிறது. வருங்காலங்களில் எப்படியோ?

பெண் பார்க்கும் படலம்:

மாப்பிள்ளை வீட்டார் பெண் பார்க்க வருகிறார்கள். பெண் காபி கொடுக்க வரும்போது பெண்ணை நன்றாக பார்த்துக் கொள்ள வேண்டும். ஏதாவது குறைபாடு உள்ளதா என்பதை பார்ப்பார்கள். குரல் வளத்தை தெரிந்து கொள்ள பாடச் சொல்லி கேட்கும் வழக்கம் இருந்தது. இப்போதெல்லாம் வரன்களை தனியாக பேச அனுமதிக்கிறார்கள். திருமணத்திற்குப் பின் பெண் வேலைக்கு போவதா, வேண்டாமா என்பது விவாதிக்கப்படுகிறது. திருமணத்திற்கு பின் பையனின் பெற்றோர் நம்முடன் இருப்பார்களா? தனிக்குடித்தனமா என்பதெல்லாம் முடிவெடுக்கப்படுகிறது. பெண்ணின் நிறம், உயரம் குடும்ப லட்சணம் எல்லாம் விவாதிக்கப்படும். ஒரே பையனா? உடன் பிறந்தவர்கள் உள்ளனரா? என்பதிலிருந்து சொத்து பிரியுமா? என்கிற வரை பொருளாதார கணக்கு இருக்கவே செய்கிறது. சமைக்கத் தெரியுமா? வீட்டு வேலை தெரியுமா? என்பதில் மாமியார் இனி ரிலாக்ஸ் ஆகலாம் என்ற எதிர்பார்ப்பு உள்ளது. வேலைக்குப் போகும் பெண் என்றால் தன்னை ஆளாக்கிய குடும்பத்திற்கு ஆபத்துக் கட்டங்களில் உதவுவாளோ பிக்கல் பிடுங்கல் இருக்குமோ என்று கவலைப்படுபவர்களும் உள்ளனர். பெண் எப்படி? மணமகன் எப்படி? என்பதை அக்கம்பக்கம் விசாரிப்பது உண்டு. திருமண பத்திரிக்கையில் குடும்பத்தினர் படம், அரசியல் தலைவர்கள் படம், சுவாமிபடம் போடுவது. பின் அட்டையில் உறவினர்களை வரிசையாக பட்டியலிடுவது உண்டு. இது தவிர திருமண நிகழ்ச்சிக்கு முதல் நாள் இரவு நண்பர்கள் தனி அறையில் ரகசியமாக "பார்ட்டி" கொடுப்பது உண்டு. இதை யார் தொடங்கி வைத்தது என்று தெரியவில்லை.

மணநாள் குறிப்பது:

வளர்பிறையில்தான் திருமணம் நடத்த வேண்டும் என்பர். மாப்பிள்ளை-பெண் பிறந்த நட்சத்திரங்களில் திருமணம் நடத்தக் கூடாது என்பது சோதிட நிபந்தனையாகும். பொதுவாக மழைக் காலங்களை தவிர்ப்பர். சனி, செவ்வாய் கிழமைகள் தவிர மற்ற நாட்களில் நல்ல நேரம் பார்த்து திருமணம் செய்விக்கின்றனர். இரண்டு அமாவாசை அல்லது இரண்டு பவுர்ணமி ஒரே மாதத்தில் வந்தால் மலமாதம் என்பர். மல மாதத்தில்

திருமண நிகழ்ச்சிகள் இடம் பெறக் கூடாது என்பர். விடுமுறை நாளான ஞாயிற்றுக்கிழமை மற்றும் மண்டபம் கிடைப்பது போன்ற சிக்கல்களில் சில விதிமுறைகள் தளர்த்தப்படுவதும் உண்டு.

தாம்பூலத்தட்டில் திருமண அழைப்பிதழ் வைத்துக் கொடுத்தல்:

கொடுப்பவரும், வாங்குபவரும் பொருளாதார அந்தஸ்த்தில் ஏற்றத்தாழ்வு இருந்தாலும் அந்த வேற்றுமை மனதில் இல்லை என்பதை காட்டுவதற்காகவே தாம்பூலத்தட்டில் திருமண அழைப்பிதழ் வைத்துக் கொடுக்கின்றனர். வெறுமனே கொடுத்தால் கொடுப்பவர் கை மேலும் வாங்குபவர் கை கீழும் இருக்கும் என்பதால் விஷயம் தெரிந்தவர்கள் தவிர்க்கின்றனர்.

காப்பு கட்டுதல்:

காப்பு என்பது அரண் போன்றது. திருமணம் சம்பந்தமான அனைத்து நிகழ்ச்சிகளையும் தங்கு தடையின்றி செய்வேன் என்பதை உறுதி செய்யும் சடங்காகும்.

பந்தக்கால் நடல்:

பிரபஞ்சத்தில் உள்ள பஞ்ச பூதங்களுக்கும் அறிவிக்கை செய்து ஆசி பெறுவதாகும்.

வாழை கட்டுதல்:

வாழை மரம் ஒரு முறைதான் குலை போடும். அது போல எனது வாழ்விலும் ஒரு முறைதான் திருமணம் என்பதை உணர்த்துகிறது.

கும்பம் வைத்தல்:

கும்பம் இறைவனின் திரு உடம்பின் அடையாளமாகும்.

அம்மி மிதிப்பது:

நான் கற்பு தன்மையில் அம்மியை போல அதாவது கல்லை போல உறுதியாக இருப்பேன் என்றும், அம்மி வளையாதது. அது ஒரு உறுதிபாட்டின் சின்னமாகும். பெண்கள் வளையக் கூடாது. அம்மி மிதித்தல் என்பது வாழ்க்கையும் கடினப்பாதையால் ஆனது என்பதை இது உணர்த்துகிறது. மணப்பெண்ணே இந்த கல் போல் உறுதியாயிருந்து பொறுமையுடன் எதிர்ப்புகளை சமாளி என்பதாகும்.

அருந்ததி பார்ப்பது:

வசிட்ட முனிவரும் அவரது மனைவியுமான அருந்ததியும் உள்ளத்தால் ஒன்றுபட வாழ்ந்து இல்லற வாழ்விற்கு நல்ல உதாரணமாய் திகழ்ந்தார்கள். அவர்களை போன்றே இக்கால தம்பதிகளும் வாழ வேண்டுமென்பதை அறிவுறுத்தலே அருந்ததி பார்த்தல் என்பர். பகலில் நட்சத்திரத்தை, பார்ப்பதற்கு எவ்வளவு விழிப்புணர்வு வேண்டுமோ அதே போன்று விழிப்புணர்வுடன் என் குடும்ப கௌரவத்தை காப்பாற்றுவேன் என்பது மற்றொரு பொருளாகும்.

தாரை வளர்த்தல்:

உரிமையை விட்டுக் கொடுத்தலாகும்.

தாலி கட்டுதல்:

தாலி அவளது இறுதிக்காலம் வரை அவளது கழுத்தில் தொங்கும் மங்களச் சின்னமாகும். தாலி ஒரு பெண்ணின் வாழ்க்கையை பாதுகாக்கும் வேலியை போன்றதாகும். தாலியணிந்த பெண் வேறொருவனுக்கு உரியவள் என்பதை அறிவிக்கும் சின்னமாகும். பெண்களின் திருமாங்கல்ய சரடு ஒன்பது இழைகளைக் கொண்டதாகும். அந்த ஒன்பது இழைகளும் ஒன்பது நற்குணம் கொண்டதாகும். அவை பக்தி, தூய்மை, மேன்மை, ஆற்றல், விவேகம், தொண்டு, தன்னடக்கம்

உண்மை, உள்ளதை உள்ளபடி புரிந்து கொள்ளுதல் போன்றவையாகும். இந்த ஒன்பது குணங்களும் ஒரு பெண்ணிடம் ஒருங்கே அமையப் பெற வேண்டும் என்பதை அவளுக்கு உணர்த்தும் பொருட்டு ஒன்பது இழைகள் கொண்ட திருமாங்கல்யச் சரடு அணியப்படுகிறது.

மெட்டி அணிதல்:

தன்னை விட இளையவளான மணமகளின் காலை பிடித்து அதில் மணமகன் மெட்டி அணிவிப்பதன் மூலம் இருவரும் சமம் என்ற நிலையை உணர்த்துவதாகும். இதை மிஞ்சியென்றும் சொல்லுவார்கள். மெட்டி மெல்லியதாக அந்த விரலை அழுத்தும் போது கர்ப்பை வலுவூட்டப்படுகிறது என நம்புகின்றனர். மெட்டி அணிந்த பெண்ணை எதிர்வரும் ஆடவன் இவன் மாற்றான் மனைவியென்று அறிந்து ஒதுங்கி வழி விடுகிறான்.

மூன்று முடிச்சு:

முதல் முடிச்சி நீ தெய்வத்திற்கும், மனசாட்சிக்கும் கட்டுப்பட்டவள் என்பதையும், இரண்டாவது முடிச்சு குலப் பெருமையை நீ பாதுகாப்பாய் என்பதையும், மூன்றாவது முடிச்சு குல வாரிசுகளை முன்னின்று காப்பவள் நீயென்று காட்டட்டும் என்பதாகும்.

ஹோமம் வளர்த்தல்:

அக்னி சாட்சியாக திருமணம் நடைபெற வேண்டும் என்பதற்காக.

அட்சதை தூவுதல்:

பழுதுப்படாத பச்சரிசிப் போல வாழ்க்கையும் பழுதுபடாமல் இருக்க வேண்டும் என்பதற்காகவே ஆசி வழங்கி பெரியவர்கள் அட்சதை தூவுகிறார்கள்.

மணமக்கள் மாலை மாற்றுவது:

இருவரும் ஒருயிர் ஈருடலாக ஒன்றிணைந்து விட்டார்கள் என்பதை வெளிப்படுத்துகிறது.

மறுவீடு:

மகளின் வாழ்க்கையின் மறுபக்கத்தை காணச் செய்வதே மறுவீடு ஆகும்.

இல்லறதர்மம்:

இல்லறதர்மம் என்பது கற்பை காப்பதுடன், குலவிருத்திக்கு நல்ல பிள்ளைகளை பெற்றுத்தந்து கணவன் மனதில் இடம் பெற வேண்டும். அது போலவே, கணவனும் மனைவியை கடைசி வரை காப்பதுடன், அவளுடன் மட்டுமே கடைசி வரை வாழ வேண்டும் என்பதாகும்.

செய்யக்கூடாதது:

மூத்தவளைப் பெண் பார்க்கப் போய் அவளது தங்கை அழகாக இருக்கிறாள் என்று தங்கையை பெண் கேட்பது தவறு. வரதட்சணை வாங்க மறுக்கும் நல்ல கொள்கை கொண்ட மணமகன் மீது உடலில் கோளாறு என புரளி பரப்புவதும் தவறு. நம் சமூகத்தில் அக்காள் மகளை, அத்தை மகளை மணந்து கொள்ளலாம். மூத்தவளுக்கு கல்யாணம் ஆகாமல் இளையவளுக்கு கல்யாணம் செய்யக் கூடாதென்பது நியதி.

சுய மரியாதைத் திருமணங்கள்:

புரோகிதரற்ற, மந்திரங்கள் இல்லாத திருமணங்கள் சுயமரியாதை திருமணங்கள் ஆகும். சிக்கனமானது.1967-ல் இதற்கு முழு சட்ட அங்கீகாரம் கிடைத்தது. காலப்போக்கில் கருப்புச் சட்டைக்காரர்களின் திருமண முறை என்றாகி விட்டது. சில இடங்களில் சில சமரசங்களுடன், சில சடங்குகளுடன் இணைந்தே நடைபெற்று வருகிறது. தமிழகத்தில்

மற்ற மதங்களில் சுய மரியாதைத் திருமணங்கள் நடந்ததில்லை என்பது குறிப்பிடத்தக்கது. சுய மரியாதைத் திருமணங்கள் மன நெகிழ்வை தருவதில்லை என்ற கருத்து உள்ளதால் தேசிய அளவில் பெரிய வரவேற்பை பெற தவறிவிட்டது.

புத்துணர்ச்சி தருகிறது:

நமது பாரம்பரிய திருமண சடங்குகள் புத்துணர்ச்சியைத் தருகிறது. மன நெகிழ்ச்சியைத் தருகிறது என்பது உண்மை. நம் நாட்டில் சடங்குகளும், சம்பிரதாயங்களும் பிரிக்க முடியாதவை. நாதஸ்வர மங்கள இசை மகிழ்வூட்டுகிறது. நமது பண்பாடு பரிசுத்தமானது. இரு இதயங்கள் வாழ்த்துக்களுடன் இணைகிறது. ஒவ்வொரு சடங்கும் பொருள் பொதிந்தது. நமது சடங்குகள் அழகானவை. அர்த்தமுள்ளவை. மங்களமானவை. ஒவ்வொரு சடங்கும் ஒரு அழகான உட்கருத்துடன் இயற்றப்பட்டு இருக்கிறது. இது போல் மேற்குலகில் காணமுடியாது. அங்கு நம் நாட்டை விட விவாகரத்துக்கள் மிக அதிகம்.

இன்றைய பெண்களின் எதிர்பார்ப்பு:

இன்றைய அவசர உலகில் தனிக்குடித்தனத்தில் சமையல் அறையில் ஆணும் உதவ வேண்டும் என்று இன்றைய பெண்கள் எதிர்ப்பார்க்கின்றனர். பெண்களும் இன்று சம்பாதிப்பதால் ஆண்களிடம் மாப்பிள்ளை முறுக்கு குறைய வில்லையே என்ற சிந்தனை உள்ளது. மனைவியின் எண்ணங்களை, ஆசைகளை கணவன் மதிக்க வேண்டும். பெண் வீட்டு மனிதர்களை மதிக்க வேண்டும் என்ற எதிர்பார்ப்பு இன்றைய பெண்களிடம் உள்ளது. கணவர்கள் புரிந்து கொள்வார்களாக.

மற்றபடி மேற்குலக நாடுகளில் இப்படியான நிகழ்வுகள் இல்லை. நமது கலாச்சாரம், பாரம்பரியம் அன்னிய நாடுகளில் காண முடியாதது. பெருமை வாய்ந்தது. தனித்துவம் மிக்கது என்பதற்கு மாற்றுக் கருத்து இல்லை.

33

கோடிகள் உங்கள் வசம்

பர்சை பஞ்சராக்குபவரா நீங்கள்? அவசியம் படிக்க வேண்டிய கட்டுரை. வாழ்ந்து சரிந்த குடும்பம். மேட்டிலிருந்து பள்ளத்தை, அதளபாதளத்தை நோக்கி தொழிலும், வாழ்க்கையும் பயணித்ததால், ஈடுகொடுக்க முடியாமல் தந்தை உடல் நலம் குன்றி இறந்து விட்டார். 7 குழந்தைகள், வாட்டும் வறுமை. சுத்தமாக பண வரவேவில்லை. இன்றைய அறிவியல் வளர்ச்சி, தொழில் நூட்பத்தால், கலர்டி.வி., செல்போன், வாகனங்கள் போன்ற வசதிகள் பெருகாத காலகட்டம். கடைக்குட்டிக்கு கடுமையான உடல்நலக்குறைவு. உயிரைக் காப்பாற்ற முடிந்த வரை போராடினாள் தாய். நகரத்திற்கு பஸ்ஸில் அழைத்துச் சென்று அரசு பொது மருத்துவமனையில் மருத்துவம் பார்க்க அன்றைக்கு தேவைப்பட்ட வெறும் 5 ரூபாய் பணம் கிடைக்கவே இல்லை. ஈவிரக்கமில்லா உலகம் சற்றும் மனம் இறங்கவில்லை. கடைசியில் கடைக்குட்டி இறந்துவிட்டதுதான் சோகத்தின் உச்சக்கட்டம்.

இதர 6 குழந்தைகளின் உள்ளத்தில் மாறாத வடுவாக இந்த சம்பவம் பதிந்தது. காலம் உருண்டோடியது. மூத்தவன், தலைப்பிள்ளை படுபுத்திசாலி, smart ஆக உழைக்கக் கூடியவன். நன்றாக படித்தான். கை நிறைய சம்பளம். சிந்தாமல் சிதராமல் அவசிய தேவைகளை மட்டும் நிறைவேற்றிக் கொண்டான். உடன்பிறந்தவர்களுக்கும் உதவினான். காலப்போக்கில் சென்னையில் அடுக்குமாடி வீடு சாத்தியமானது. இரண்டாவது மகன் நல்ல அறிவாளி, ஆன்மிகம், கடவுள் பக்தியில் நிகரற்றவன். நல்ல வேலைதான் சம்பளம்தான். வாழ்க்கையில் சந்தித்த ஏழ்மை கசப்பான பாடங்கள் பாதுகாப்பாற்ற உணர்வு. அவசியத் தேவைகளைக் கூட நிறைவேற்ற ஆயிரம் முறை

யோசிக்க வைத்தது. தலைக்கு தடவிக் கொள்ள தேங்காய் எண்ணெய் வாங்க வேண்டுமானாலும் பண செலவுக்கு யோசித்து, யோசித்தே நான்கு நாளாகிவிடும். தலை காய்ந்து வரண்டு விடும். பெட்டி நிறைய நிறைய பணம் சேர்ந்தது. நிதி மேலாண்மையின் அரிச்சுவடி அறியாதவன். சேமிப்பை முதலீடாக்க காட்டிய தயக்கம். சொந்த வீடு கனவு இன்னமும் கானல் நீர்தான். மூன்றாவது மகன் உழைப்புக்கு வியர்வைக்கு அஞ்சாதவன். மயில் வாகனத்தில் உலகை வலம் வந்தும் மாம்பழத்தை விநாயகரிடம் பறிகொடுத்த முருக பெருமான் கதைதான். பல்வேறு சறுக்களிலிருந்தும் கடின உழைப்பால் மீண்டு எழுந்தவன். கடின முயற்சியால் போதிய வருமானம் வந்தபோதிலும் அவனது பர்ஸ் பஞ்சராகிக் கொண்டே இருந்தது. கைநிறைய சம்பாதித்தும் வங்கி இருப்பு ஆமை வேகத்தில்தான் அதிகரித்தது. அது ஏன்?

செலவைக் குறைக்கத் தெரியவில்லை. பல வீடுகளில் வேலையும், சம்பளமும் இருக்கும் வரைதான் மரியாதை. வயதாகியபின் வாழ்வது வரமாக இருக்க வேண்டுமே தவிர சாபமாக ஆகிவிடக் கூடாது அல்லவா? கையிலோ, அல்லது வங்கியிலோ பணம் வைத்திருந்தால் எப்படியாவது ஏதாவது செலவு வந்து அந்தப் பணத்தைப் பயன்படுத்துவது போல் ஆகிவிடுகிறது. மனதைக் கட்டுப்படுத்திக் கொண்டு அவனால் சேமிக்க முடியவில்லை. எதை வாங்குவது என்றாலும் தேவையானதா? தேவையற்றதா? அத்தியாவசியமா? அனாவசியமா? இதுவரை யோசிக்க வில்லை. தகுதி இருந்தும் சேமிக்காமல் இருந்தது குடும்பத்திற்கு நல்லதல்ல என்பதை காலம் உணர்த்தியது.

தன்னைவிட வருவாய் குறைந்தவர்கள் எப்படி சொந்த வீடு கட்டினார்கள் என்று சிந்திக்க ஆரம்பித்தான். நம் குடும்ப பொருளாதார நிலை, நாம் எவ்வளவு சம்பாதிக்கிறோம் என்பதைப் பொறுத்து உயர்வதில்லை. நமது சேமிப்பு மற்றும் முதலீட்டை பொறுத்தே உயர்கிறது. சிக்கனமாக சேமித்தவர்கள் வசதியானவர்களாக ஆகலாம். சேமிக்காமல் ஊதாரித்தனமாக செலவழித்த வசதியானவர்கள் ஏழைகளாகவும் மாறலாம். எல்லாம் நடந்திருக்கிறது. நடக்கிறது. இனியும் நடக்கும்.

இருக்கப்பட்டவர்களுக்கு சொந்தக்காரர்கள் பலர். இல்லாதவர்களுக்கு சொந்தம் இருந்தும் அநாதைகள்தான். வீட்டுச்

செலவுக் கணக்கை எழுதத் துவங்கினான். சேமிக்க இதைவிட உலகில் சிறந்த வழியில்லை. அடிக்கடி ஓட்டலில் சாப்பிடுவது குறைந்தது. மாதந்தோறும் பலரிடம் ஏமாறுவது புரியத் தொடங்கியது. உஷாரானான். மின் கட்டண பில் கட்டுப்படுத்த CFL/LED விளக்குகளை குண்டு பல்ப்புகளுக்கு மாற்றாக பயன்படுத்தினான். சமையல் எரிவாயு விலை உயர்வு, மான்ய சிலிண்டர் எண்ணிக்கை கட்டுப்பாடு அச்சுறுத்தினாலும் காய்கறி உள்பட எல்லாவற்றையும் தயார் செய்து கொண்டபின் அடுப்பை சின்ன பர்னரில் பயன்படுத்துவது, போன்ற பல வழிமுறைகளால் எரிவாயு சிக்கனம் கடைபிடிக்கப்பட்டதில் சிலிண்டரின் ஆயுள் சில நாட்கள் அதிகரித்தது.

பயனற்ற செலவுகள் கண்டறிந்து நீக்கினான். உண்மையில் இன்று பலருக்கும் சம்பாதிப்பதை விட சேமிப்பதே மிகவும் கடினமாக உள்ளது. ரேஷனை முழுமையாக பயன்படுத்துதல், பஸ்ஸில்/இரயிலில் பயணம் செய்தல் என சிறிய மாற்றங்களை தயங்காமல் நடைமுறைப்படுத்தினான்.

தேவையை சற்று குறைத்தால் சேமிப்பு வளர்கிறது. உணவைக் சற்று குறைத்தால் ஆரோக்கியம் வளர்கிறது. வரவுக்கு மீறிய செலவு, தேவையற்ற வீண்செலவு, வெட்டிச் செலவுகள், விரயச்செலவுகள், ஆடம்பரச்செலவுகள், நம் குழந்தைகள் ஆசைப்பட்டு கேட்கிறார்கள் என குழந்தைகள் கேட்டதையெல்லாம் வாங்கிக் கொடுத்து பழக்கப்படுத்துவதை தவிர்க்கக் தொடங்கினான். சேமிப்பு உயர்ந்தது. அவனுக்கு சில ஆண்டுகளில் சொந்த வீடு கனவு சாத்தியமானது.

நார்வே என்ற நாடு மற்ற எந்த நாட்டிடமிருந்தும் கடன் பெறுவதில்லை. மாறாக பல நாடுகளுக்கு கடன் கொடுக்கும் நாடாகவே உள்ளது. ஒவ்வொரு ஆண்டும் நார்வே நாட்டின் பாராளுமன்றத்தில் உபரி நிதிநிலை அறிக்கையே தாக்கல் செய்யப்படுகிறது. அதுபோல பட்ஜெட்டில் துண்டு விழாத அறிக்கை நம் இந்திய நாட்டில் எப்போது சாத்தியம்? சேமிப்பே சுபிட்சம் தருகிறது. பணம் வந்ததும் சில பேருக்கு பழைய வாழ்வு மறந்துவிடுகிறது. இன்று ஆன்லைனில் டிமேட் கணக்கு தொடங்கி, தங்கம் வாங்கி சேமிப்பது மிகவும் பாதுகாப்பானது. எல்லா வசதியோட வாழ்ந்த குடும்பம். இன்னிக்கு நடுரோட்ல நிக்குது-என்ற விமர்சனத்திற்கு நம் வாரிசுகள் ஆளாகக் கூடாது அல்லவா?

பணத்திற்காக, நியாய நெறிகளை மறந்து பிறரை வஞ்சித்தால் அந்த பேராசை நம்மை அழித்துவிடும். சிறு எறும்பு கூட மழைக்காலம் வருமுன் சேமிக்கிறது. சிறு தேனீ கூட துளி துளியாக தேனை சேமிக்கிறது. இவை மனிதன் கற்க வேண்டிய அற்புதமான பாடம். வெள்ளம் புரண்டோடிய நதிகளும் சில சமயங்களில் வறண்டு விடுகிறது. கோடையில் குளங்கள் வற்றுகின்றன. சேமிப்புதான் நம்மை வரளாமல், வற்றாமல் பார்த்துக் கொள்ளும். இந்த உலகில் பணம் இல்லாதவன் பிணம். வளமான வாழ்வுக்கு சேமிப்புதான் ஆக்ஸிஜன். தவிர்க்க முடியாத, மாறாத, செலவுகளுக்கு மட்டுமே முன்னுரிமை. எல்லா செலவும் போக மிச்சமிருப்பதை சேமிப்பது என்று நினைத்தால் சேமிக்கவே முடியாது. வருமானத்தின் ஒரு பகுதியை சேமித்தபின் மிச்சமிருப்பதை செலவு செய்ய முடிவெடுத்தால் சேமிப்பும் நிற்காது. வாழ்க்கையும் முடங்காது.

சேமிப்பு என்கிற சிறு விதையிலிருந்துதான் முதலீடு என்ற ஆல மரம் பரந்து விரிந்து வளர்கிறது. பொதுவாக யாருமே ஆயிரத்தை பத்தாயிரமாக, இரண்டாயிரத்தை இருபதாயிரம் ஆக்க கடுமையாக, மிகுதியாக முயற்சிக்க வேண்டும். கஷ்டப்படத்தான் வேண்டும். நுகர்வை சிறிது தியாகம் செய்யத்தான் வேண்டும். 1 இலட்சத்தை 2 இலட்சம் ஆக்க கவனமாக திட்டமிட்டால் போதுமானது. ஆனால், 1 மில்லியனை 2 மில்லியன் ஆக்க நீங்கள் எதுவுமே செய்ய வேண்டாம். அதுவே ஆகிவிடும். இதுதான் பொருளாதாரத்தின் அடிப்படை உண்மை.

கண்களில் பட்ட பொருட்களை எல்லாம் வாங்கக்கூடாது. சைக்கிளில், பஸ்ஸில், இரயிலில் பயணம் செய்வது வெட்கக் கேடான செயல் அல்ல. வீட்டுத் தோட்டம் செலவைக் குறைக்கும். சேமிப்பது - முதலீடு செய்வது - பன்மடங்காக பெருக்குவது அஷ்டலஷ்மியை தரிசிக்கும் வழிகள்.

கடன் அட்டை (credit card) என்றாலும் அவசியமான நேரங்களில் மட்டும் பயன்படுத்த வேண்டும். வங்கி லாக்கரில் நகைகளை பத்திரப்படுத்துங்கள்.

சொந்த வீடில்லாதவர்கள் கணிசமான மாத வருவாய் இருந்தாலும் வறுமை கோட்டை தாண்ட வில்லை என்பதுதான் கசப்பான உண்மை.

ஒவ்வொரு பொருளையும் பேரம் பேசி வாங்குங்கள். எதுக்கெடுத்தாலும் Branded துணிகளையே வாங்காதீர்கள். சமைத்த உணவை ஒரு போதும் வீணாக்காதீர்கள். கொட்டாதீர்கள். சுற்றுலா செல்வதானால் உணவையும், நீரையும் நீங்களே எடுத்துச் செல்லுங்கள். சிறுக கட்டி பெருக வாழலாம். தேவைக்கு அதிகமாக உடைகளை வாங்கிக் குவிக்கும் பழக்கம் வரவேற்கத் தக்கதன்று. எளிமைக்கும், ஆடம்பரத்திற்கும் இடையே நடக்கும் போராட்டமே இன்றைய நுகர்வு கலாச்சாரம். உலகளவில் பரவியுள்ள பொருளாதார நெருக்கடி நம் வீட்டு கதவை தட்டினால், அதை எதிர் கொள்ள நாம் தயாராக வேண்டும் அல்லவா?

செல்போனில் ஓயாமல் பேசுவதை தவிர்க்க வேண்டும். நம் பிள்ளைகளுக்கு நாமே பாடம் சொல்லித் தந்தால் டியூசன் செலவு மிச்சம். வருமானம் அதிகரிப்பது ஆண்டுக்கு ஒருமுறை. விலைவாசி உயர்வோ நாளுக்கு நாள். பணம் வரும் வழியும், போகும் வழியும், தெரிந்தால்தான் பணம் வீணாகும் வழியை கண்டுபிடிக்க முடியும். வாட்டர் ஹீட்டர் போட்டுவிட்டு, அணைக்க மறந்துவிடுவது, சட்டைப்பையில் பணம் இருப்பதை மறந்து விட்டு வாஷிங் மிசினில் துவைக்க போட்டு விடுவது அகியன தவிர்க்கவும். நம் பணம் கரைய நாம்தான் காரணம்.

கண்டபடி செலவு செய்ய பழகிவிட்டால், சொந்தவீடு கட்டும் கனவை அது சிதைத்துவிடும். டுவீலரை ஒழுங்காக ஓட்டினாலே பெட்ரோல் சேமிக்கலாம். டயர்ல காத்தோட அளவு சரியாக இருக்கனும். எல்லா வேலைகளையும் ஒரே டிரிப்பில முடித்து விட வேண்டும். தொட்டதற்கும் டாக்டர்கிட்ட ஓடக்கூடாது. சளி பிடித்தால் நீராவி பிடிக்கலாம். செலவு கணக்கு எழுதினால் குடும்பச்செலவு நிச்சயம் குறையும். தேவையற்ற செலவுகள் அடையாளம் காணப்பட்டு நாளடைவில் விலக்கப்படும். தினமும் செய்யப்படும் புகை, மது டி/காபி நொறுக்குத்தீனி போன்றவை சின்ன சின்னச்செலவுகள்தான். அதுவே மாதத்திற்கு, வருடத்திற்கு எவ்வளவு ஆகிறது? கணக்கு போடுங்கள். தலை சுற்றும். கொசுக்கடியிலிருந்து தப்பிக்க கொசு வலைக்கு மாறிவிடுவது சிக்கனமானது. சீசனில் விலை மலிவாக கிடைக்கும் போது காய்கறி, பழங்கள் ஆகியவை வாங்கினால் பணம் அதிகளவு மிச்சமாகும்.

கஞ்சத்தனமோ, ஊதாரித்தனமோ, இல்லாமல் சிக்கனமாக வாழ்வோம். சிறு துளியாக தேனீக்களால் சேகரிக்கப்பட்டதே தேன்கூடு.

சின்னசின்னப் பூக்களால் பின்னப்பட்டதே பெரிய மாலையாகிறது. சிறு சிறு மழைத்துளியே பெரிய அணையை நிரப்புகிறது. சின்ன செங்கற்கள்தான் தொடர்ந்து அடுக்கினால் கட்டிடங்கள் ஆகிறது. நாளை என்ன நடக்கும் என்று எந்த உத்தரவாதமும் இல்லாத சூழலில்தான் நம் வாழ்க்கை பயணம். நம் வாழ்கைத்துணையிடம் வரவு செலவு கணக்கு கேட்பது அநாகரிகமல்ல. குடும்பத்தில் அனைவரின் ஒத்துழைப்பும் இருந்தால்தான் சேமிப்பு சாத்தியம். சேமிப்பு பழக்கத்தை செயல்படுத்த முடியும்.

ஒரு மலையில் இருந்து பெருக்கெடுத்து ஓடும் நதி பயனில்லாத இடங்கள் வழியாக பாய்ந்து கடலில் கலப்பதால் யாருக்கும் எவ்வித பலனும் இல்லை. அதே நீர் தேக்கப்பட்டு வாய்க்கால் வழியாக வயலுக்கு பாய்ந்தால் பயிர் செழிக்கும். உயிர்கள் வாழ வழி கிடைக்கும். பணத்தின் பயணத்தை கட்டுப்படுத்துவது சிக்கனம். பணத்தையே கட்டுப்படுத்துவது கஞ்சத்தனம். சிக்கலில்லாத மனித வாழ்க்கைக்கு சிக்கனம் அவசியம். செலவுகள் செதுக்கப்பட்டதாக இருக்கும்போது, சிக்கனம் விலை மதிப்புமிக்க ஓவியமாக மாறுகிறது. அன்பு செலுத்துவதில் மட்டும் எப்போதும் செலாவாளியாக இருப்போம்.

34

காதலர்களால் வஞ்சிக்கப்படும் அப்பாவி பெண்கள்

இன்று பெண்களுக்கு எதிராக நடைபெறும் குற்றங்கள் அதிகரித்து வருகின்றன. வேலை செய்யும் இடங்களில் சந்திக்கும் நபரை இளம் பெண்கள் காதலிக்கிறார்கள். திருமணம் செய்து கொள்வதாக கூறும் பொய்யான வாக்குறுதியை நம்பி, தொடர் வற்புறுத்தலால் உடல் ரிதியான தொடர்புக்கும் சிலர் சம்மதித்து விடுகிறார்கள். புதிய காதலி கிடைத்து விட்டாலோ அல்லது வீட்டில் வேறு நல்ல இடத்தில் பெண் பார்த்து திருமண ஏற்பாடு செய்யும் போது பழைய காதலியை, காதலை கைவிட்டு விடும் சில ஆண்கள் இருக்கவே செய்கிறார்கள். ஏமாறும் பெண்கள் இருக்கும் வரை ஏமாற்றும் ஆண்கள் இருக்கத்தான் செய்வார்கள். பிக்கப்-டிராப்-எஸ்கேப்-தான் நவீன கால காதல்.

காதல் இன்று பொழுதுபோக்காகி விட்டது. நீ ரொம்ப அழகு எனும் ஆணின் வார்த்தை பெண்ணை மகிழ்விக்கிறது. மயக்குகிறது. பல வருடங்கள் காதலித்தோம். திருமணம் செய்து கொள்வதாக வாக்குறுதி தந்ததால், சம்மதித்தேன், அவரால் இன்று கர்ப்பமாக உள்ளேன், என்னை ஏமாற்றிவிட்டு வேறு பெண்ணுடன் திருமண ஏற்பாடு நடக்கிறது. இது போன்ற காதலித்து ஏமாற்றும் நபர்கள் பற்றிய செய்திகள் பத்திரிக்கைகளில் அடிக்கடி வருகிறது. இருந்தும், செய்யக் கூடாத தவறை சில அப்பாவிப் பெண்கள் செய்து கொண்டேதான் இருக்கிறார்கள். தன் பெற்றோர் தனக்கு நல்ல வாழ்க்கைத் துணையை அமைத்துக் கொடுப்பார்கள் என்று இவர்களுக்கு ஏன் தெரிவதில்லை?

நேரில் சந்திக்க வரச் சொன்னார். அவரது பேச்சில் மயங்கி காதலித்தேன். அவரிடம் என்னை இழந்துவிட்டேன். திருமணம் செய்து கொள்வதாக உறுதிமொழி கொடுத்தார். கர்ப்பம் ஆனதும் தொடர்பை துண்டித்துக் கொண்டார், பேசுவதை நிறுத்திக் கொண்டார் என புலம்பும் அபலைப் பெண்கள் ஏராளம். காதல் என்று நினைத்து கயவர்களின் உடல் பசிக்கு ஆளாகும் பெண்கள் என்றுதான் உணரப் போகிறார்களோ? இது போதாது என்று மிஸ்டு கால், பேஸ்புக் மூலம் காதல் பற்றிக் கொள்கிறது. இ-மெயில், சாட், மொபைல் கேமரா எல்லாம் சாட்சிகளாக உள்ளன. நகரங்களில், பேருந்து நிலையங்களில் பூங்காக்களில் பள்ளிப்படிப்பைத் தாண்டாத சில பெண் பிள்ளைகள் தங்கள் காதலனோடு பொது இடங்களில் மறைவாக உட்கார்ந்து இருப்பதை பார்க்க நேரிடுகிறது. இளம் பள்ளி வயதில் ஆண் நண்பர்கள் இருப்பதுதான் பெருமை என்ற தவறான தோழிகளின் தவறான போதனைகள் இவர்களை ஆட்டிவைக்கிறது.

காதலித்து விட்டு திருமணம் செய்ய மறுத்த ஆண்கள் மீது துணிவாக கற்பழிப்பு வழக்குகள் தொடர்ந்தவர்கள் வட இந்தியாவில் உண்டு. வலுக்கட்டாயமாக பலாத்காரம் நிகழவில்லை என்றாலும், அவளது சம்மதத்தை தந்திரமாக சூழ்ச்சி செய்து பெறுவது வஞ்சகமான, நேர்மையற்ற செயல்பாடுதான். கல்வியறிவு குறைவான, நிரந்தர வேலை இல்லாத, பொருளாதார வசதியில்லாத எதிர்ப்பை தாங்க முடியாத பெண்கள்தான் அதிகம் குறி வைக்கப்படுகிறார்கள்.

உலகில் ஒருவரால் மற்றவர் ஈர்க்கப்படுவது மனித இயல்புதான் அதற்கு எப்போதுமே சாத்தியமுள்ளது, எல்லைக் கோட்டை தாண்ட துடிப்பவர் உண்மையானவரா? ஏமாற்றுகாரரா? என்பதுதான் சிக்கல்.

என்னை காதலித்து ஏமாற்றிவிட்டு வேறொரு பெண்ணை திருமணம் செய்து விட்டான் என்கிற புகார்கள் இன்று ஏராளம். தனக்கு "ஹாய்" சொல்லி பல வருடங்களாக தன்னைச்சுற்றி வந்தவன், தன்னைவிட மேலான தகுதியுடைய வேறொரு பெண்ணுடன் நட்பு கிடைத்ததும், "Bye" சொல்லி தன்னை தவிர்க்கும் போது குமுறுகிறார்கள். இழப்பு வரும்போது அதிர்ச்சிக்குள்ளாகிறார்கள்.

ஏன் சிலர் காதலியை கைவிடுகிறார்கள்?

பெண்மையின் அருமை பெருமை தெரியாத சில ஆடவர்கள் பெண்களின் உணர்வுகளோடு விளையாடுகிறார்கள். எளிதில் பெண்களை கவரும் தன்மை கொண்ட சபல புத்தி உடையவர்கள், சலிப்புத் தன்மை ஏற்பட்டவர்கள், இணக்கமற்ற நிலை ஏற்படும் போது புதிய காதலி கிடைக்கும் போது, வீட்டில் காதலியை விட மேலான இடத்தில் பெண் பார்க்கும் போது காதலியை, பல ஆண்டுகள் பழகியவளை, கைவிட, ஏமாற்ற துணிகிறார்கள். இது போன்ற சம்பவங்கள் தற்போது கணிசமாக அதிகரித்த வண்ணம் இருக்கிறது.

ஒரு புதிய ஆடை அணிகலன்கள் வாங்கிய புதிதில் இருக்கும் ஆர்வம் ஈர்ப்பு நாளடைவில் குறைந்து விடுவது போல சில காதலர்களிடத்தும் ஏற்படுகிறது. இவர்கள் மீது காவல் துறையில் புகார் செய்து திருமணம் செய்து கொள்ள கட்டாயப்படுத்துவதால் மட்டும் மீண்டும் காதல் வந்து விடுவதில்லை. உண்மையில் வெறுப்புதான் அதிகரிக்கிறது.

வாழ்க்கை கொடு- என காதலனின் காலைப் பிடித்து கெஞ்சும் பெண்கள் ஒரு பக்கம். முடியாது -என நிற்கும் ஆண்கள் இன்னொரு பக்கம். அப்படிப்பட்டவனுக்கும், விசாரிக்காமல் பெண் குடுக்க முன் வரும் சமூகம் மற்றொரு பக்கம். இருந்தும் தவறான பாதையில் பயணிக்கும் அப்பாவி பெண்களுக்கு படிப்பினை சென்றடையவில்லை.

அறுவாள்மனையில் காய்கறி நறுக்குகையில் கவனக்குறைவாக கைவிரலில் காயம் ஏற்பட்டால் பாதிப்பு கைவிரலுக்குதான். அறுவாள்மனைக்கு ஒரு சேதாரமும் இல்லை. ஆண் என்றால் கிழித்துவிட்டு கம்பீரமாக நிற்கும் முள்செடி போன்றவன். கிழித்து விட்டால் ஆணுக்கு பாதிப்பு இல்லை. பெண்தான் முள்ளில் பட்ட கிழிந்த சேலையாகி ரணப்பட்டு தூக்கி வீசப்படுகிறாள். மொத்த இழிவும் பெண்ணிற்கே, ஏமாற்றிய அவனுக்கு வாழ்க்கை இருக்கிறது. ஆனால் ஏமாற்றப்பட்ட அவளுக்கு? ஒரு பெண் பொக்கிஷமாக பாதுகாக்க வேண்டிய ஒன்றை மேலை நாடுகளில் உள்ளது போல எளிதாக பரிமாறிக் கொள்வதையெல்லாம் நம் சமூகத்தால் ஜீரணிக்க முடியவில்லை.

தவறானவனை நம்பி போனதற்கு நல்ல தண்டனை அனுபவிக்கிறார்கள். வெளியே சொல்லமுடியாமல் பலர் மௌனமாய் அழுகிறார்கள். சமூகம் தங்கள் சுயநலன்களுக்காக அப்பாவி பெண்களை சுரண்டித் தீர்க்கின்றன. இது ஒரு வகையான பாலியல் சுரண்டல்.

காதலித்துவிட்டு ஏமாற்றநினைக்கும் காதலனை நீதிமன்றத்தில் ஏற்றி நியாயம் கேட்கும் ஒரு பெண்ணை பற்றிய தமிழ்த்திரைப்படம்தான்-விதி. நடைமுறை வாழ்க்கையில் பெயரையே வெளியிட தயங்குபவர்கள்தான் பாதிக்கப்பட்ட பெண்கள். இவர்களால் எப்படி புகார் கொடுக்க முடியும்? வழக்கு கொடுக்கமுடியும்? இந்த தடுமாற்றம் தயக்கம்தான் ஏமாற்றும் ஆண்களுக்கு சாதகமாக உள்ளது.

மன உறுதியுடன் வழக்கு தொடர்ந்து திருமணம் செய்து கொள்வதாக கூறி ஏமாற்றிய இளைஞருக்கு 5 ஆண்டுகள் வரை சிறைத் தண்டனை வாங்கி தந்தவர்களும் உள்ளனர். வழக்கின் தன்மை சூழ்நிலையை பொருத்து தீர்ப்பு அமைகிறது. காதலித்துவிட்டு பெண்களால் கைவிடப்படும் ஆண்களும் உண்டு. மறுப்பதற்கில்லை.

ஒருவன் தன்னை வலுக்கட்டாயமாக பலாத்காரம் செய்யும்போது உடனடியாக தனக்கு தீங்கிழைக்கப்பட்டதை பெண் உணர்கிறாள். திருமணம் செய்து கொள்வதாக பொய்யான வாக்குறுதி தந்து சம்மதம் பெற்று அவளை இருளில் தள்ளும்பொழுது தாமதமாக தனக்கு அநீதி இழைக்கப்பட்டதை உணர்கிறாள். இரு வழிகளுமே அவளுக்கு அதிர்வை ஏற்படுத்துகிறது. காயப்படுகிறாள். விஷயம் வெளியே தெரியும்போது பாதிக்கப்பட்ட பெண்ணின் மீதுதான் மாறாத களங்கம் சுமத்தப்படுகிறது. அவமதிக்கப்படுகிறார்கள். தாழ்வுப்படுத்தி பேசப்படுகிறார்கள். குடும்ப கௌரவம் பாதிக்கும் என்பதால் சில சமயங்களில் மறைக்கும் நோக்குடன் வேகமாக குடும்பத்தினர் செயல்படுவதும் நடக்கிறது.

பெண்ணின் உடல், மனம், நன்மதிப்பு பாதிக்கப்படுகிறது. பெண்களும் மனிதர்கள்தான். விளையாடிவிட்டு தூக்கி வீசப்படும் பொம்மைகளல்ல என்பதை பலர் மறந்து விடுகிறார்கள். எல்லா குணங்களும், எல்லா சிறப்புகளும் கொண்ட பெண் என்று உலகில் யாரும் இல்லை. அவள் மேலும், சிறப்பானவளாக மாற்ற விரும்பினால்

அன்போடு அந்த தகுதிகளை அவரிடம் உருவாக்க முயற்சி செய்யலாம். காலங்காலமாய் கல்விமறுக்கப்பட்டு, அடக்குமுறைக்கு ஆளாக்கப்பட்டு, அடங்கி வாழ பழக்கப்படுத்தப்பட்டு ஆடவனை சார்ந்து இருக்க பழக்கப்படுத்தப்பட்டவர்கள்தான் பெண்கள். ஆண்களோடு ஒருபோதும் சமமாக ஒப்பிட முடியாது. ஆண் குடித்துவிட்டு ஆடையின்றி சாலை ஓரத்தில் விழுந்து கிடந்தால் எந்த பெண்ணும் அவனை வன்புணர்ச்சி செய்வதில்லை.

காதலி கைவிடப்படுவதற்கான அறிகுறிகள்:

செல்போன், கணினி போன்றவற்றை பாஸ்வேர்டு போட்டு எல்லாவற்றையும் உங்களிடமிருந்து மறைத்தல், நீங்கள் இருக்கும் போது தொலைபேசி அழைப்புகளில் அப்புறம் பேசுகிறேன் என சொல்லிவிட்டு கட் பண்ணுவது. குறிப்பிட்ட சில இடங்களில், குறிப்பிட்ட சிலருக்கு முன்னால் சகஜமாக பேசத் தயங்குவது தவிர்ப்பது, அவள் எனது முன்னாள் காதலி, பிரிந்துவிட்டேன். இப்போ நாங்க நல்ல பிரண்ட்ஸ் என கூறினால் கவனம் தேவை. நிங்கள் எப்போது வேண்டுமானாலும் கழட்டி விடப்படலாம்.

17 வயது முதல் 25 வயது வரை பெற்றோரின் கவனம் பிள்ளைகள் மீது அதிகம் இருக்க வேண்டும். நல்லவர்களும், கெட்டவர்களும் இரண்டு பக்கமும் உண்டு. மீன் தண்ணீருக்குள் சிந்தும் கண்ணீரைப்போல் பெண் படும்பாடு வெளி உலகத்துக்கு தெரியாமலே போகிறது. வாழ்க்கையை அலங்கோலப்படுத்தி அலைய வைப்பவர்கள் உணர வேண்டும்.

ஒரு நல்ல நபரை காதலித்து விட்டு ஏமாற்றுவது வைரத்தை எறிந்து விட்டு கூழாங்கல்லை தேர்வு செய்வது போன்றதே. ஒரு முறை ஏமாற்றியவன் எப்போதும் ஏமாற்றக் கூடியவனே. நம்பிக்கை என்பது ஒரு காகிதம் போன்றது. ஒரு முறை கசக்கி விட்டால் அதை மீண்டும் சரிப்படுத்த முடியாது. பெண்ணின் இதயத்தோடு விளையாடலாமா?

திருமணம் செய்து கொள்கிறேன் என வாக்குறுதி தருவதை நம்பி திருமணத்திற்கு முன் காதலனுடன் உடல் தொடர்பு கொள்வதை தவிர்க்க வேண்டும். திருமணத்திற்கு முன் யாரையும் நம்பி தன்னை

தர முன்வருவது மிகவும் ஆபத்தானது. வரம்பு முறையின்றி கண்டபடி நடந்துகொள்வது நமது மண்ணின் பழக்கமல்ல.

விருப்பமில்லை, திருமணத்திற்கு பிறகுதான் எல்லாம் என உறுதியாக சொல்லப் பழக வேண்டும். மருந்து குணமாக்கி விடும் என நம்பி விஷத்தை குடிப்பதை போன்றதே திருமணத்திற்கு முந்தைய பெண்ணுடனான உடல் தொடர்பு. பெண்ணின் வாழ்க்கையோடு விளையாட வேண்டாம். அவர்கள் மிக சிறப்பாக விளையாடத் தெரிந்தவர்கள். காதலில் நேர்மை வேண்டும். பெண்ணை அவமதித்தவர்கள், தவறிழைத்தவர்கள், பின்நாட்களில் தவறான துணைகளால் பழிதீர்க்கப் படுகிறார்கள் என்பதை காலம் உணர்த்துகிறது.

திருமணத்திற்கு முன் உடல் தொடர்பு நம் நாட்டின் பண்பாடு அல்ல என்பதை இத்தலைமுறை உணர வேண்டும் சிக்கி சீரழிந்தவர்கள், ஏமாந்தவர்கள், இனி ஏமாற காத்திருப்பவர்களுக்கு ஒரு விழிப்புணர்வு ஏற்பட்டால் சரி. இன்றைய காலகட்டத்தில் ஆண்கள் கண்ணியத்துடனும், நாகரீகமாகவும் நடந்து கொண்டாலே அது பெண்களுக்கு செய்யும் பேருதவிதான்.

35

பெண்களுக்கு எதிரான உலகளாவிய அநீதிகள்

பல நாடுகளில் பெண்களின் சுதந்திர நடமாட்டம் கட்டுப்படுத்தப்பட்ட நிலையில்தான் உள்ளது உதாரணத்திற்கு சவுதி அரேபியாவில் பெண்கள் கார் ஓட்டுவதற்கு சைக்கிள் ஓட்டுவதற்கு அனுமதி இல்லை. மீறினால் சவுக்கடி தண்டனை உண்டு. அதையும் மீறி அச்சமின்றி போராட்டம் நடத்துகிறார்கள் என்பது குறிப்பிடத்தக்கது.

ஆசிய நாடுகளில் பெண் சிசுக்கொலை பெண் குழந்தை கருக்கலைப்பு குறைந்தபாடில்லை. பெண் குழந்தையை விட ஆண் குழந்தையே விரும்பத்தக்கதாக உள்ளது. இதற்கு அடிப்படைக்காரணம் நம் சமுதாயத்தில் நிலவும் வரதட்சனை முறையும், குடும்பத்திற்கு ஒரு குழந்தை என்கிற சீனாவின் கொள்கையும்தான். ஆண்-பெண் பால் விகிதாச்சாரம் இதை நீரூபிக்கறது. 2001 மக்கள்தொகை கணக்கெடுப்பின்படி 1000 ஆண் குழந்தைகளுக்கு 927 பெண் குழந்தைகளே உள்ளளார்.

எத்தியோப்பியாவில் குடும்ப வன்முறை பரவலாக உள்ளதாக ஐ.நா தெரிவிக்கிறது.

அமெரிக்கா உள்ளிட்ட பல முன்னேறிய நாடுகளில்கூட சில துறைகளில் ஆண்-பெண் ஊதிய விகிதம் முற்றிலும் சமமானதாக இல்லை.

ஆப்பிரிக்க நாடுகளில் பெண்களுக்கு நில உரிமையில் பல கட்டுப்பாடுகள் நிலவுகிறது. சொத்துரிமை இல்லை. லிசோத்தா (Lesotho)

எனும் ஆப்பிரிக்க நாட்டில் ஒரு பெண் நிலத்தையோ சொத்தையோ முழுமையாக தன் பெயரில் பதிவு செய்து வைத்திருக்க அனுமதி இல்லை. கணவனோ தந்தையோ கூட்டாகத்தான் கையொப்பம் இட வேண்டும். கணவனை இழந்த விதவை சொந்த வீட்டை சொத்தை இழக்கும் அபாயம் உள்ளது.

பல நாடுகளில் பெண்கள் விவாக ரத்து பெறும் உரிமை பலவீனமானதாகவே உள்ளது.

கல்வி கற்கும் உரிமைகள் இரு பாலருக்கும் சமமானதாக பல நாடுகளில் இல்லை. பள்ளிக்குச் செல்லும் ஆண் குழந்தைகளின் எண்ணிக்கைக்கு சமமாக பெண் குழந்தைகளின் எண்ணிக்கை இருப்பதில்லை. மேலும் பெண் குழந்தைகளின் கல்வியை இடையிலேயே நிறுத்தி விடுவதும் தொடர்கிறது.

அரசியலில் பெண்களின் பங்களிப்பு சதவீதம் குறைவு. அரசப்பதவிகளில் மிகவும் குறைவான எண்ணிக்கையிலேயே உள்ளனர்.

குழந்தை திருமணம் வரதட்சனை சாவு முற்றிலுமாக குறைந்து விட வில்லை. பாலியல் பலாத்காரம் உலகளவில் நிகழ்கிறது.

பெண்கள் போராட மாட்டார்கள். சங்கம் சேர மாட்டார்கள் என்கிற எண்ணத்தில் இளம் பெண் தொழிலாளர்கள் ஆண்களைவிட அதிகமாக சுரண்டப்படுகிறார்கள்.

அங்காடித்தெரு திரைப்படம் பெண் தொழிலாளர்களின் அவல நிலையை சித்தரித்தது. தகாத வார்த்தைகளால் மன உளச்சலுக்கு ஆளாகிறார்கள்.

வீட்டு வேலை என்று நம்பி இளம்பெண்கள் வெளிநாடுகளுக்கு செல்கிறார்கள். அங்கு போனதும் மொழி தெரியாத நாட்டில் சிலர் தவறானவர்களிடம் சிக்கி பாலியல் தொழிலில் பலவந்தமாக தள்ளப்படுகிறார்கள். எளிதில் தப்பி வர முடிவதில்லை.

சில பெண்கள் திருமணமான ஆணை காதலித்து இன்னொரு பெண்ணின் வாழ்க்கையில் புகுந்து அந்த குடும்பத்தை சீரழிப்பதுடன் தானும் சீரழிகிறார்கள்.

உங்களது குடும்பத்தில் ஒரு உறுப்பினர் உங்களது வீட்டிலிருந்து ஆயுதம் தாங்கியவர்களால் இழுத்து செல்லப்பட்டு பாலியல் வல்லுறவுக்கு உள்ளாக்கப்படுவதையோ அல்லது பாலியல் அடிமைத் தொழிலுக்கு விற்கப்படுவதையோ அல்லது சிறையிலடைக்கப்பட்டு பாலியல் ரீதியாக சித்ரவதைக்கு உள்ளாக்கப்படுவதையோ காணுவது பற்றி எண்ணிப் பாருங்கள். இவ்வாறு யுத்த மோதல்களில் பல்லாயிரக்கணக்கான பெண்கள் பாதிக்கப்பட்டு இருக்கிறார்கள். இது காலகாலமாய் தொடர்கிறது. ஒரே நேரத்தில் பல மனிதப் பாம்புகள் சூழ்ந்து கொண்டு கொத்துவது போன்ற சித்ரவதை.

சிதம்பரம் பத்மினி அந்தியூர் விஜயா சூர்யநெல்லி பெண் ஆகியோர் துயரமான நாட்களை கடந்து வந்திருக்கலாம். ஆனால் அது தரும் அழமான மனப் பாதிப்புகளிலிருந்து அவர்களால் வெளிவர முடியவில்லை. காலப்போக்கில் காயங்கள் ஆறினாலும் வடுக்கள் தழும்புகள் தொடர்கின்றன.

பாலின சமத்துவமற்ற குறியீட்டில் மொத்தம் உள்ள 142 நாடுகளில் இந்தியா 132வது இடம் வகிப்பதாக புள்ளி விபரங்கள் தெரிவிக்கிறது.

நம் நாட்டில் 25 வயது நிறைந்த பெண்களின் மொத்த எண்ணிக்கையில் ப்ளஸ் டூ படித்த பெண்களின் சதவீதம் 26.6 (2010) மட்டுமே.

தடைகளை தாண்டி பெண்களின் எழுச்சியும் மீட்சியும்:

ஆணை விட பெண் ஆற்றலில் குறைந்தவர்கள் அல்ல என நிரூபித்தவர்கள் பலர். பல்வேறு தடைகளை கடந்து முன்னேறுபவர்கள் நிறையவே உள்ளனர். ஆசிய விளையாட்டுப் போட்டியில் மகளிர் குத்துச் சண்டைப்பிரிவில் மணிப்பூரின் பின்தங்கிய கிராமத்தைச் சேர்ந்தவரான மேரி கோம் என்ற இந்தியப்பெண் 2014-ல் தங்கப்பதக்கம் வென்றுள்ளார். 1905-ல் சுசான்மி டாடா (Suzanme RD tata) கார் ஓட்டிய முதல் இந்திய பெண்மணி ஆவார்.

தற்போது நாடாளுமன்றத்தில் 7 பெண் அமைச்சர்கள் உள்ளனர். உலகின் பெரிய கார் நிறுவனமான ஜெனரல் மோட்டார்சின் தலைமை

செயல் அலுவலராக மேரி பாரா என்ற பெண்மணி பொறுப்பேற்றுள்ளார். மலாலா நோபல் பரிசு பெற்றார்.

இந்திய தேசிய காங்கிரசின் முதல் பெண் தலைவராக இருந்தவர் சரோஜினி நாயுடு. முத்து லட்சுமி ரெட்டியின் முயற்சியால் தேவதாசி முறை ஒழிக்கப்பட்டது.

பிரதிபா பாட்டில் இந்தியாவின் 12-வது குடியரசு தலைவராக உயர்ந்தார். உலகிலேயே 15 வருடங்கள் பிரதமர் பதவி வகித்த ஒரே பெண்மணி இந்திரா காந்தியாவார்.

வீட்டிற்கும் நாட்டிற்கும் முதுகெலும்பாக திகழ்பவர்கள் பெண்கள். தேசத்தின் வளர்ச்சியில் பெண்களுக்கு சமப்பங்கு உண்டு. டெல்லியில் பெண்களுக்கு எதிராக நடக்கும் வன்முறைகளை தன் பிரச்சனையாக பார்க்கத் தொடங்கி விட்டார்கள். சட்டம் தெரிந்தவர்கள் உரிமையை பெறுகிறார்கள். சாதிக்க முடியாதது எதுவும் சரித்திரத்தில் இல்லை. ஒவ்வொரு குடும்பத்திலும் பெண்களின் பங்களிப்பு ஆண்களுக்கு இணையானதும் அதிகமானதும் கூட. ஆணுக்கும் பெண்ணுக்கும் சட்டம் ஒன்றுதான்.

உலகெங்கும் ஆள்பவர்களுக்கு எதிராக துணிவுடன் போராடுகிறார்கள்.இத்தாலியில் 1948 மார்ச் 8 அன்று பெண்களுக்கு வாக்குரிமை வழங்கப்பட்டது. நம் நாட்டில் பணியிடங்களில் பெண்களின் மீதான பாலியல் கொடுமை தடுப்புச் சட்டம்-2012 நிறைவேற்றப் பட்டுள்ளது.

சட்டங்கள் கடுமையாக்கப்பட்டாலும் களநிலை இன்னும் மாறவில்லை. என்பதை சமீபத்திய நிகழ்வுகள் சுட்டிக் காட்டுகின்றன.

ராணுவம் தொழிற்சாலை அரசியல் நீதி தொழில்நுட்பம் உள்ளிட்ட பல துறைகள் இன்னமும் ஆண்கள் வசமே பெரும்பாலும் உள்ளது. குடும்ப அமைப்பில் பெண் சுய சிந்தனையின்றி ஆண் மகனின் கைப்பாவையாக கணவனை சார்ந்து அடங்கி கிடக்கும் நிலை உள்ளது.

பெண்களுக்கு இழைக்கப்படும் கொடுமைகளுக்கு எதிரான தங்களின் குரலினை கொஞ்சம் அழுத்தமாகத் தெரிவிக்கத் தொடங்கினால் துயர் அகலும். மீட்சி கிடைக்கும்.

புடவைக்கடைகளில் சின்னத்திரை தொடர்களில் புதையூண்டு கிடக்கிறார்கள்.

ஆணை மேலாகவும் பெண்ணை தாழ்வாகவும் கருதி நடத்தும் முறை துன்பங்களுக்கு எல்லாம் ஆணிவேராக உள்ளது.

நாட்டில் சரிபாதியினர் பெண்கள். தாம் அடக்கு முறையில் வாழ்கிறோம் என்பதை உணரத் தொடங்கி விட்டார்கள். ஆணும் பெண்ணும் சமம் எனப் பார்க்கப்படுவதும் வளர்க்கப் படுவதும் வேண்டும்.

இயற்கையில் பெண் சிங்கம்தான் வேட்டையாடச் செல்கிறது. தாய் மகள் மனைவி மாமியார் மருமகள் என ஆகும் போது பெண்களே பெண்களுக்கு எதிராக செயல்படுவது பெரும் சிக்கலை ஏற்படுத்துகிறது.

பெண்கள் இல்லையேல் இந்த உலகம் இல்லை. மறைந்து ஒளிந்து வாழ்வதை விட எதிர்கொள்வது சிறந்தது என உணரத் தொடங்கி உள்ளனர். அடர் இருட்டில் சிறு ஒளிதான் என்றாலும் இருட்டைவிட துளி ஒளி மேலானது.

36
மங்கையர் வருவாய் ஈட்ட உதவும் மகளிர் வங்கி

இந்தியாவில் முதன்முறையாக பெண்களுக்காக சிறப்பு வங்கி முன்னால் பாரதப் பிரதமர் திருமதி இந்திரா காந்தியின் நினைவு தினமான 19.11.2013 அன்று திறக்கப்பட்டது. பெண்கள் சுயமாக வருவாய் ஈட்ட, வளர்ச்சியடைய சிறந்த வாய்ப்புகளை தருகிறது. பெண்கள் பொருளாதார விடுதலை பெற்று சமத்துவமாக சுதந்திரமாக வாழ்வதற்கு பாரதீய மகிளா வங்கி பெரிதும் உதவுகிறது. இவ்வங்கி சமீபத்தில் சுமார் 600 பணியாளர்களை நியமனம் செய்துள்ளது. இதன் தலைமையகம் டெல்லியில் உள்ளது. தமிழ்நாட்டில் சென்னை மற்றும் கோவையில் இதன் கிளைகள் தொடங்கப்பட்டு விட்டது.

பாகிஸ்தான் மற்றும் டான்சானியாவுக்கு அடுத்தபடியாக மூன்றாவதாக உலகளவில் இந்தியாவில் மகளிர்க்காக பிரத்யோக வங்கி தொடங்கப்பட்டு உள்ளது இந்தியாவில் 74 சதவீத பெண்களுக்கு முறையான வங்கிக் கணக்கு இல்லாத நிலை இருந்தது. தனிநபர் கடன் பெறுவதில் பெண்கள் ஆண்களைவிட மிகவும் பின்தங்கிய நிலையில் உள்ளனர்.

மகளிர் பல்கலைக்கழகம், மகளிர் விடுதி, மகளிர் பேருந்து போல மகளிர்க்காகவே மகளிர் வங்கி செயல்படுகிறது. அசையும், அசையா சொத்துக்கள் பெண்களுக்கு உடைமையானால் குடும்ப வன்முறையில் பெண்கள் துன்புறும் அபாயம் குறையுமென ஆய்வு தெரிவிக்கிறது. இவ்வங்கி பெண் வாடிக்கையாளர் சொத்துடைமையை மேம்படுத்த உதவுகிறது. மத்திய அரசு 1000 கோடி முதலீட்டுடன் தொடங்கப்பட்டு

உள்ளது. தற்சமயம் நாடெங்கும் 38 கிளைகள் உள்ளது. மத்திய அரசுக்கு சொந்தமானது இவ்வங்கி. 8 பெண்கள் அடங்கிய இயக்குநர் குழு அமைக்கப்பட்டு உள்ளது. இதன் நிர்வாக இயக்குநராக தற்போது திருமதி. உஷா ஆனந்தசுப்ரமணியன் என்பவர் உள்ளார்.

புதிதாக தொழில் துவங்கும் பெண்களுக்கு நிதியுதவி மற்றும் பயிற்சி தந்துஊக்குவிக்கிறது. ஆயிரம்ரூபாயில்நடப்புக்கணக்கைஇவ்வங்கியில் துவங்கலாம். மூன்று வாரங்களில் வாடிக்கையாளர்களுக்கு கடன் வழங்கப்படுவது -விரைந்து முடிவெடுக்கும் வங்கியின் திறனையே காட்டுகிறது. ரிசர்வ் வங்கியின் வழிகாட்டுதல்படி 25 சதவீத வங்கிக் கிளைகள் பணிக்குச் செல்லும் பெண்கள் அதிகமுள்ள மற்றும் வங்கிகள் இல்லாத இடங்களில் தொடங்கப்படும். ஆண்டுக்கு 75 வங்கிகள் புதிதாக திறக்க திட்டமிடப்பட்டு உள்ளது. சிலர் நினைப்பது போல ஏழைப்பெண்களுக்கு மட்டுமான வங்கியல்ல. எல்லா உயர்/ நடுத்தர தட்டு பெண்களுக்குமானதுதான் பாரதீய மகளிர் வங்கி ஆகும். புற நகர் பகுதியில் நடமாடும் வங்கி (வேன்) மூலம் சேவை வழங்க உள்ளது.

வங்கி மற்றம் முறையான நிதி நிறுவனங்களில் 7.3 சதவீதம் பெண்கள் மட்டுமே கடன் உதவி பெற்றுள்ளனர். பாலின வேறுபாடின்றி சமத்துவத்தை உருவாக்க 2020-க்குள் நாடேங்கும் 771 கிளைகளுடன் 60000 கோடி அளவுக்கு வணிகம் செய்ய இலக்கு நிர்ணயிக்கப்பட்டு உள்ளது. நம் நாட்டில் பல மாநிலங்களில் குடும்பச் சொத்தில் பெண்களுக்கு உரிமை இல்லாத நிலை உள்ளது. அசையும் மற்றும் அசையாச் சொத்துக்கள் அவர்கள் பெயரில் பதிவு செய்யப்படாததால் வங்கியில் பிணையம் செய்து கடன் பெற வழியற்ற நிலை நிலவி வந்தது. பிணையமோ, செக்யூரிட்டியோ இல்லாமல் பாரதீய மகளிர் வங்கி 1 கோடி வரை கடன் வழங்க தயாராக உள்ளது. கிராம மற்றும் நகர்புற பெண்கள் பொருளாதார ரீதியாக முன்னேற சிறப்பு கவனம் செலுத்துகிறது.

மகளிர் அதிக வருவாய் பெற, வேலைவாய்ப்பு பெற, வளர்ச்சிக்கான வாய்ப்புகளை வழங்குவதற்காக பாரதீய மகளிர் வங்கி நிதி தொடர்பான கல்வியறிவு, மகளிர் திறமை மேம்பாட்டிற்கான பயிற்சிகளை சமுகத்தில் உள்ள அனைத்து தரப்பு மகளிர்க்கும் வழங்குகிறது. பெண்களின்

வங்கித் தேவைகளை பூர்த்தி செய்வதன் வாயிலாக நாட்டின் பொருளாதார வளர்ச்சிக்கு வித்திடுகிறது.

பாரதீய மகளிர் வங்கி முழுக்க முழுக்க பெண்களால், பெண்களுக்கு மட்டுமே நடத்துவதாக கருதக் கூடாது என்பது முக்கியம். இவ்வங்கியில் எல்லோரும் டெபாசிட் (ஆண்-பெண்) செய்யலாம். கணக்கு தொடங்க இருபாலரும் வரவேற்கப்படுகிறார்கள். கடன் வழங்குவது பெரும்பாலும் பெண்களுக்கே. அதனால்தான் மகிழா (பெண்கள்) வங்கி என அழைக்கப்படுகிறது. பணியாளர்களில் ஆண் - பெண் இருவரும் உண்டு. தற்சமயம் 70:30 விகிதாச்சாரத்தில் உள்ளனர். அதாவது மொத்தப் பணியாளர்களில் 70 சதவீதம் பெண்கள்.

மற்ற வங்கியிலிருந்து மாறுபடும் பாரதீய மகிழா வங்கி:

புது தொழில் துவங்க முன் வரும் பெண் தொழில் முனைவோர்களை ஊக்குவிக்கிறது. திட்டச் செலவில் 65 சதவீதத்திற்கு (2:1 விகிதத்தில்) கடன் பெறலாம். பெண் வாடிக்கையாளர்களுக்கு 10.5 சதவீத வட்டியில் வாகனக் கடன் வழங்குகிறது. சேமிப்பு கணக்கில் உள்ள 1 லட்சம் வரையிலான தொகைக்கு அதிகபட்சமாக 4.5 சதவீத வட்டி வழங்குகிறது. 1 லட்சத்திற்கு மேலான சேமிப்புத் தொகைக்கு 5 சதவீதம் வட்டி வழங்குவது. இதன் சிறப்பு. நிரந்தர வைப்புத் தொகைக்கு ஆண்டிற்கு 9.15 சதவீத வட்டி வழங்குகிறது.

வங்கியின் பெயர்	மொத்தக் கிளைகள்	கணக்கு	வட்டி விகிதம்
பாரத ஸ்டேட் வங்கி	9977	சேமிப்பு	4
பஞ்சாப் நேஷனல் பேங்க்	5977	சேமிப்பு	4
பாங்க் ஆப் பரோடா	4718	சேமிப்பு	4
கனரா வங்கி	3742	சேமிப்பு	4
பேங்க் ஆப் இந்தியா	4522	சேமிப்பு	4
பாரதீய மகிளா வங்கி	38	சேமிப்பு	4.5

முதலில் வங்கியுடனான தொடர்பை பெண்களுக்கு ஏற்படுத்த இவ்வங்கி விரும்புகிறது. பொருளாதார நடவடிக்கையில் ஈடுபட வழிகாட்டுகிறது. சேமிப்புத் தொகைக்கு கவர்ச்சிகரமான வட்டித் தொகையை வழங்குகிறது. சரஸ்வதி கடன் திட்டத்தின் கீழ்

இந்தியாவிலோ, வெளிநாட்டிலோ கல்வி கற்க விரும்பும் பெண்களுக்கு கல்விக்கடனுக்கு 1 சதவீத வட்டிச் சலுகை வழங்குகிறது.

பெண்கள் சிறுதொழில் அல்லது கடை திறப்பதற்கும், அழகு சாதனப் பொருட்கள், பேன்சி ஸ்டோர்ஸ், துணிக்கடை, பியூட்டி பார்லர், பினாயில் தயாரிப்பு, (கேட்டரிங் சர்வீஸ்-மெஸ்) காய்கறி வியாபாரம் உள்ளிட்ட அனைத்திற்கும் கடன் உதவி செய்கிறது. வேலைக்கு செல்லும் பெண்களின் குழந்தைகளை பராமரிக்க காப்பகம் நடத்த முன்வருபவர்களுக்கு 50000 முதல் 5 லட்சம் வரையில் சிறப்பு கடன் வழங்குகிறது. (Day care centres) முதலீட்டு திட்டச் செலவில் 2:1 என்ற விகிதத்தில் கடன் வழங்குகிறது.

ஒரு பெண் கடை நடத்தும் இடத்திற்கு அருகே இன்னொருவர் அதே கடை நடத்துவதற்கு கடனுதவி கோரி வந்தால் (NOC) ஆட்சேபனை இல்லை என்கிற சான்றிதழ் சம்பந்தப்பட்டவரிடம் பெற்றுவர வேண்டும் என விதி வகுக்கப்பட்டு உள்ளது.

வட இந்தியாவில் சில இடங்களில் ஆட்டோ ரிக்ஷாவை 12 மணி நேரத்திற்கு தின வாடகைக்கு எடுத்து வந்து ஓட்டும் ஆட்டோ ஓட்டுபவர்களுக்கு சொந்தமாக ஆட்டோ வாங்க கடன் ஏற்பாடு செய்து தந்துள்ளது. இந்த கடன் உதவி ஆட்டோ அல்லது ரிக்ஷா ஓட்டுபவரின் மனைவி, சகோதரி அல்லது தாயார் பெயரில்தான் வழங்கப்படும் என்பது விதி. கடன் தவணை செலுத்தி முடிந்ததும் கடனாளிக்கு ஆட்டோ சொந்தமாகி விடுகிறது.

பெண் சுய தொழில் முனைவேர்க்கு பொம்மை தயாரித்தல், டிராக்டர் ஓட்டக் பயிற்சித்தருதல், மொபைல் போன் சர்வீஸ் உள்ளிட்ட பல பயிற்சிகள் தருகின்றனர். தலைமை நிர்வாக இயக்குநராக பெண் இருக்கும் எந்த நிறுவனமும் பாரதீய மகிளா வங்கியில் கடனுதவி பெறலாம். பெறுகிறார்கள். மகளிர்க்காக ஆண்களால் நடத்தப்படும் நர்சிங் கல்லூரி, மகளிர் பாலிடெக்னிக், பொறியியல் கல்லூரி, மற்றும் பெண்கள் உடல்நல ஆரோக்கியம், சுகாதாரம் தொடர்பான பொருட்கள் தயாரித்தல் போன்றவற்றில் உரிமையாளர் ஆணாக இருந்த போதிலும் பாரதீய மகிளா வங்கியில் கடன் பெற தகுதியுடையவராக கருதப்படுவார் என தெரிவிக்கிறது. தழிழகத்தில் 756 அண்ணாசாலை சென்னை 2, மற்றும் கோவை ராம் நகரில் இவ்வங்கி தொடங்கப்பட்டு உள்ளது.

நான் இன்னாருடைய மனைவி என்று நிலைமாறி கிராமத்தில், நகரத்தில் இயங்கும் கடையின் உரிமையாளர் என்ற அடையாளம் மகளிர்க்கு கிடைக்க பாலமாக செயல்படுகிறது பாரதீய மகிளா வங்கி. பெண்களின் மேம்பாட்டிற்கு நல்ல துவக்கம் -இவ்வங்கி மக்கள் சரியாக பயன்படுத்திக் கொள்ள வேண்டும். ஏனெனில் சில ஆண்கள் தொலைபேசியில் தொடர்பு கொள்கிறார்கள். வங்கி ஊழியர்களிடம் கடன் வேண்டும் என்கிறார்கள் (தங்கள் மனைவிக்கு) இந்தப் பணத்தை வைத்துக் கொண்டு என்ன செய்வீர்கள் என்று ஊழியர்கள் கேட்டால், ஏதாவது செய்வோம் என்கிறார்கள். இன்னும் முடிவெடுக்க வில்லை என பதில் தருகிறார்கள். முதலில் கடனைத் தாருங்கள் என்கிறார்கள். அவர்களுக்கு வங்கி ஊழியர்கள் வங்கி விதிமுறைகளை விவரிக்கிறார்கள். மகளிர் வங்கி என்றால் வட்டி இல்லாத கடன் தரும் வங்கி என்றோ, எந்த நோக்கமும் இன்றி கடன் தருவதோ அல்ல எனத் தெளிவாகச் சொல்கிறார்கள்.

குறுகிய காலத்தில் புதிய வாடிக்கையாளர்களால் இலட்சக்கணக்கில் கணக்கு துவங்கப்பட்டு, கோடிக் கணக்கில் டெபாசிட் செய்யப்பட்டுள்ளதுடன், கடனும் வழங்கப்பட்டு வருகிறது. வாடிக்கையாளர்களில் 81 சதவீதம் பெண்கள் என்பது குறிப்பிடத்தக்கது. ராஷ்டிரிய மகிளா கோஸ் (1993) என்கிற வங்கி பெண்களுக்கு குறுங்கடன் வழங்கி வந்தது. இந்த வங்கி தற்போது பாரதீய மகிளா வங்கியுடன் இணைக்கப்பட உள்ளதாக மத்திய அரசு தெரிவித்துள்ளது.

தொழில் திறமைகளில், வேலை கல்வி மற்றும் உடல் நலத்தில் பெண்கள் ஆண்களைவிட மிகவும் பின்தங்கியே உள்ளனர். மேலும், வருத்தமளிக்கக்கூடிய, உண்மை என்னவெனில் இந்தியாவில் பெண்கள் வீட்டில், பள்ளியில், பணிபுரியும் இடங்களில் மற்றும் பொது இடங்களில் பாரபட்சமாக நடத்தப்படுகிறார்கள். பல்வேறு இன்னல்களை அனுபவிக்கின்றனர். சமுக, பொருளாதார, அரசியல் தளங்களில் அவர்களுக்கு உரிய இடம் வழங்கப்பட வேண்டும். இந்தியாவில் சரியான திட்டமிடல் மற்றும் முறையான நிர்வாகம் இருந்தால் எந்த வங்கியும் வளர முடியும். தவறான கடன் நிர்வாகம் ஆபத்தானது. வராக்கடன் அதிகரித்தால் வங்கி திவாலாகி விடும் என்பது நிதர்சனமான உண்மை.

இந்தியப் பெண்கள் எப்போதுமே சேமிப்பில் சிறந்தவர்கள்தான் அவர்களது சேமிப்பு முறையாக வங்கியில் செலுத்தப்பட்டால் அது வளரும் என்பதை கிராமப்புற பெண்கள் இன்றும் அறிந்திருக்க வில்லை. அவர்களது நிதி நிர்வாகம் மேம்பட வேண்டும். அவ்வளவே. உலகளவில் 1.3 பில்லியன் பெண்கள் தனியாரிடம் அதிக வட்டிக்கு கடன் வாங்கி துன்புறுகிறார்கள் என உலக வங்கி தெரிவிக்கிறது. அதற்கு மாற்றுதான் நம் நாட்டில் இந்த பாரதீய மகிளா வங்கியின் சேவை.

கல்வியறிவின்மை, போக்குவரத்து வசதியற்ற பகுதியில் குடியிருத்தல், போதிய ஆவணங்கள் இல்லாதது போன்றவையே பெண்கள் வங்கிகளில் தொடர்பில்லாமல் செய்கிறது என நிபுணர்கள் கருதுகிறார்கள்.

பாரதீய மகிளா வங்கியில் மனம் உண்மையிலேயே விசாலமானது. இந்த வங்கியில் நுழையும் மகளிர்க்கு வாழ்வில் முன்னேற எல்லா சாத்தியமும் உண்டு எனலாம். மனிதவளம் நிறைந்தது நமது தேசம். புதுமுயற்சி, ஆர்வம், விடாமுயற்சி, உழைப்பு இருந்தால் முன்னேறலாம். மாத சம்பளத்திற்கு வேலை பார்ப்பதை விட ஏதாவது ஒரு தொழிலை சொந்தமாகச் செய்ய விரும்புபவர்களுக்கு, புதிய தொழிலை கற்றுக் கொள்ளவும், பயிற்சி பெறவும் ஆர்வமுள்ள பெண்களுக்கு அரிய வாய்ப்பு என்றே சொல்லலாம். பெண்கள் தெளிவானவர்கள். வாய்ப்புகள் மண்டிக் கிடக்கிறது. முடிவெடுப்பார்கள். பாரதீய மகிளா வங்கியில் பெண்களுக்கு அக்கவுண்ட் இருந்தால் பெட்டிகடை, மளிகைகடை அக்கவுண்ட் தேவையில்லாமல் போய்விடும்.

37

கைவிடப்பட்ட பெண்களின் வாழ்க்கைப் போராட்டம்

உலகம் முழுவதும் சுமார் 24 கோடி விதவைகள் இருக்கிறார்கள். பாலஸ்தீனத்தில், காஷ்மீரில், இலங்கையில் வன்முறையால் சிதைக்கப்பட்ட வாழ்வில் துன்பங்களையும், துயரங்களையும், அதிகம் அனுபவிப்பது பெண்கள்தான். இது தவிர மணமாகாத, தனியாக, விவகாரத்தான, விதவையாக, கணவனால் கைவிடப்பட்ட, ஆதரவற்ற பெண்களைப் பற்றிய சரியான, துல்லியமான புள்ளி விவரங்கள் இல்லாத போதிலும் 20 வயது முதல் 65 வயதுக்குட்பட்ட பெண்களில் 13 சதவீதம் பேர் திருமணமாகாத முதிர்கன்னிகள். விவாகரத்தானவர்கள், கணவனால் கைவிடப்பட்டவர்கள், விதவைகள் அடங்குவர் என கணிக்கப்பட்டுள்ளது. (காணாமல் போன பெண்கள் மற்றும் கணவனால் கைவிடப்பட்டு சட்டப்படி விவாகரத்து ஆகாமல் பிரிந்து வாழ்பவர்கள் இதில் சேர்க்கப்படவில்லை என்பது குறிப்பிடத்தக்கது.)

ஒவ்வொரு இந்திய கிராமத்திலும் சுமார் 35 முதல் 50 பெண்கள் கைவிடப்பட்டவர்களாகவே உள்ளனர். பல பெண்கள் தான் கணவனால் கைவிடப்படலாம் என்கிற அச்சத்தில் வாழ்கிறார்கள். வெளிநாட்டில் வாழும் 10-க்கு 2 இந்தியர்களின் (NRI) திருமண வாழ்வு தோல்வியில் முடிகிறது. படித்த நாகரீக கணவன்மார்களால் கூட மனைவி கைவிடப்படுகிறார். இதனால் வருமானமின்றி, குடும்பமின்றி, ஆதரவின்றி அன்னிய நாட்டில் பாதிக்கப்பட்ட பெண்கள் தவிக்கிறார்கள். இந்தியாவில் உள்ள மொத்த பெண்களில் 10 சதவீதம் பேர் அதாவது 40 மில்லியன் பெண்கள் விதவைகள் ஆவர். இதுதவிர நாளுக்கு நாள் பெண்களுக்கு எதிரான வன்முறை அதிகரித்துக் கொண்டே போகிறது

என்பதையே இன்றைய செய்தித்தாள்கள் காட்டுகிறது. அதிலும் குடும்ப வன்முறை இந்தியா முழுவதும் பரவலாக காணப்படுகிறது. 20-35 வயதிற்குட்பட்ட பெண்களில் 76.5 சதவீதம் பேர் குடும்ப வன்முறைக்கு ஆளாகிறார்கள். இதில் 80 சதவீத பெண்கள் படித்தவர்கள். தனிக் குடும்பத்தை விட கூட்டுக் குடும்பத்தில்தான் அதிகளவு குடும்ப வன்முறை நிகழ்கிறது. திருமணமாகி 6 மாதங்களிலிருந்து 2 வருடத்திற்குள் 73.5 சதவீத பெண்கள் குடும்ப வன்முறையை சந்திக்க வேண்டியுள்ளது. திருமண மேடையில் மணமகளுக்கு கொடுக்கப்படும் கடைசி எச்சரிக்கைதான் 'பொன்ன கூப்பிடுங்க... நல்ல நேரம் முடியப் போகிறது". என்கிற குரலோ? சூசகமான உண்மையோ? என நினைக்கத் தோன்றுகிறது.

கைவிடப்பட்டவர்களின் பிரச்சினைகள்:

ஒரு பெண் கணவனால் கைவிடப்படும் போது, அல்லது இளம் வயதிலேயே விதவையாகும் போது கௌரவம் மிக்க ஒரு உலகை விட்டு வெளியேற்றப்படுகிறார். வாழ்க்கை வறண்டு போகிறது. அவரது எதிர்காலம் சூன்யமாக தோன்றுகிறது. தன் குழந்தைகளுக்காக வேலைக்குச் சென்று தனியாக குடும்பத்தை காக்க போராடும் இளம் விதவைகள் நம் நாட்டில் ஏராளம். குழந்தைகளை காப்பாற்ற வழி தெரியாமல் தடுமாறுபவர் பலர். பெண் தனித்து வாழ்வது அவ்வளவு சுலபமில்லை. குடும்ப சொத்தில் பலருக்கு உரிய பங்கு கிடைப்பதில்லை. கணவனை இழப்பது தானாக தேடிக் கொண்டதில்லை. ஆயினும் ராசியில்லாதவள் என வார்த்தையால் கொல்லப்படுகிறார்கள். அவர்களுக்கு உதவி செய்ய முடியாவிட்டாலும் தவறாகப் பேசுவதை தவிர்க்கலாம். கணவனை இழந்த பெண்களை இந்த சமூகம் நிராதரவான முறையில் கை கழுவி விடுகிறது. பெண்களின் நிலை மிகப் பரிதாபகரமானதாக உள்ளது. ஆதரவின்றி, தனியாக பிரச்சினைகளை எதிர்கொள்ள முடியாமல் தத்தளிக்கிறார்கள். வேலி இல்லாத தோட்டம், கதவு இல்லாத வீடு பாதுகாப்பற்றது. மாலுமி இல்லாத கப்பல் போராடாவிட்டால் தத்தளிக்கலாம், தடுமாறலாம், திசை மாறலாம். முடிவில் கவிழலாம். மூழ்கலாம் அழிந்து ஒழிந்து போகலாம். வருமானம் இல்லையெனில் மரியாதை இல்லை. சொல்ல முடியாத

அவமானங்களை அடைந்து மனம் வெறுத்து போகிறார்கள். சிலருக்கு திருமணம் சோதனையாகவும், வேதனையாகவும் அமைந்து விடுகிறது குழப்பமான, இருள்மயமான வாழ்வு. பிறந்த வீட்டிலேயே ஆயா வேலைப் பார்த்துக் கொண்டு சொல் இடியைத் தாங்கிக் கொண்டு, மற்றவர்களுக்கு பாரமாக இருப்பதற்காக நாளும் வருந்துகிறார்கள். கண்ணீரில் மிதக்கிறார்கள். மலடி, வாழாவெட்டி, முதிர்கன்னி, விதவை, நடத்தை கெட்டவள், ஓடுகாலி, விபச்சாரி போன்ற வார்த்தைகளுக்கு தமிழில் ஆண்பால் இல்லை. இப்படியெல்லாம் சொல்லி பெண்களை சமுதாயம் முடக்கி வைக்கிறது. நடைப்பிணங்களாகிறார்கள்.

பெற்றோருக்கு உடல்நிலை சரியில்லை என்ற காரணத்தைக் காட்டி திடிர்த்திருமணங்கள், அவசரமாக முடிக்கப்படுகிறது. அது பெண்களுக்கு பாதகமாகவே பல சமயங்களில் அமைந்து விடுகிறது. தனிமையில் வாழ்வது பெரிய துன்பம். கணவனை பிரிந்து வாழும் பெண்ணுக்கு திருமண விழாவில் கூட தனியறைதான். துர்பாக்கியசாலி என உலகம் அவர்களை வெறுத்து விலகுகிறது. வெறிச்சோடி கிடக்கும் மனம் குத்தல் பேச்சுக்களால் ரணமாகிறது. ஓயாமல் வலிக்கிறது

பெண்கள் திருவிழாவில் வெட்டப்படும் ஆடு அல்ல. கூண்டிலிருக்கும் புலிகள். முறிந்து விடும் திருமண பந்தங்கள் பிறந்த வீட்டு சிறையில் தள்ளி விடுகிறது. வந்தால் வரதட்சணையுடன் வா; இல்லாவிட்டால் உன் தாய் வீட்டிலேயே இரு... என்கிற கட்டளைகளை வாய்ப்புகளற்ற, தேவையான கல்வியறிவற்ற, அங்கீகாரமில்லாத, இரண்டாம்தர இனமாக, கணவனை சார்ந்து வாழ்பவர்கள் சந்திக்க வேண்டியுள்ளது.

கருவில் நசுக்கப்படுகிறார்கள். பாலியல் தொழிலாளியாய் அலைய விடப்படுகிறார்கள். வரதட்சணை கேட்டு கொளுத்தப்படுகிறார்கள். உடலை காட்டச் சொல்லி (பணம் சம்பாதிக்க) வற்புறுத்தப்படுகிறார்கள். கல்வியறிவுப் பெறாமல் முடக்கப்படுகிறார்கள், கேலி செய்யப்படுகிறார்கள். போகப் பொருளாக்கி விலைப் பேசி தூக்கி வீசப்படுகிறார்களே அவர்கள் யார்? பலியாடுகளல்ல. நம் இந்தியப் பெண்கள். நம் இந்தியச் சகோதரிகள்.

நம் தேசம் சமூக மேம்பாட்டில் தோல்வியடைந்ததின் அடையாளம் அவர்கள். தாய் வீட்டிலிருந்து மனைவி சொத்தைப் பிரித்துக்

கொண்டு வர வேண்டும் என கணவன் விரும்புகையில் தன் சகோதரி குடும்பச் சொத்தில் பங்கு எதிர்பார்க்கக் கூடாது என சகோதரன் எதிர்ப்பார்க்கிறான். இவர்களது நுகத்தடியில் பெண்கள் மீள முடியாமல் தவிக்கிறார்கள். நம் இந்திய சமூகத்தில் பெண்கள் ஒருபக்கம் மதிக்கப்படுகிறார்கள். தாயாக, சகோதரியாக அன்பு காட்டப்படுகிறார்கள். மனைவி, என்று வரும்போது வித்தியாசமாக நடத்தப்படுவதுதான் வேதனையானது. மனரீதியாக, உடல் ரீதியாக, பொருளாதார ரீதியாக மனைவி காயப்படுத்தப் படுகிறாள். இதுதான் பெண்களுக்கு எதிரான குடும்ப வன்முறை. ஒரு ஆடவன் மனைவியை துன்புறுத்த மற்ற குடும்ப உறுப்பினர்களும் உதவுகிறார்கள். படித்தவளோ, படிக்காதவளோ, ஏழையோ, பணக்காரியோ, வேலையில் உள்ளவளோ, வேலை இல்லாதவளோ யாரும் விதிவிலக்கல்ல. எளிதில் தப்பியதில்லை. குடும்ப வன்முறைக்கு வரதட்சணை ஒரு முக்கிய காரணியாக உள்ளது. கைவிடப்பட்ட பெண்கள் பரிதாபத்துக்குரியவர்கள். வாழ்நாள் முழுவதும் பல சோதனைகளை அடுக்கடுக்காக சந்திப்பவர்கள். பொருளாதார வலிமையோ, உடல் வலிமையோ இல்லாதவர்கள். பெண்மையை உயர்வாகப் பேசிக்கொண்டே நடைமுறையில் தாழ்வாக நடத்தும் போக்கு நம் நாட்டில் உள்ளது. இந்நிலை தொடர்ந்தால் வரலாற்றில் மாபெரும் பழியிலிருந்து நாம் தப்பிக்க முடியாது. பெண் தெய்வமாக பூஜிக்கப்படும் நம்நாட்டில்தான் நயவஞ்சகமாக வஞ்சிக்கப்படுகிறாள். வதைக்கப்படுகிறாள். ஆண் தன்னிச்சையாக நடந்து கொள்ளும்போது அவனைக் கட்டுப்படுத்த முடியாமல் தான் பலியாகிறாள். இது என் இடம் என்று சொல்லிக் கொள்ள பெண்கள் பெயரில் நிலமோ, வீடோ பெரும்பாலும் இருப்பதில்லை. ஆண்கள் வைத்ததே சட்டம். நம் இந்தியப் பெண்கள் ரசனைமிக்கவர்கள். அழுகுணர்ச்சி உடையவர்கள். அவள் வீட்டு வாசலில் போடும் கோலங்கள் அவள் அணியும் உடை, ஆபரணங்கள், அவள் வணங்கும் கோயிலில் காணப்படும் கலை நுட்பங்கள் அவளை ஆறுதல் படுத்துகிறது.

எல்லாவற்றுக்கும் ஆண் மட்டுமே காரணம் என்பதையும் முழுமையாக ஏற்றுக் கொள்ள முடியாது. ஒரு பெண் தூண்டுதல் இல்லாமல் ஆணே செய்ய முடியுமா? ஒருபக்கம் பெண்ணினமே பெண்களை அழிக்க துணை நிற்பது பெரிய தடைக்கல்லாகும்.

பெண்கள் கைவிடப்படுவதற்கு காரணங்கள்:

மதுவுக்கு அடிமையான கணவன், ஆண் வாரிசு இல்லாமை, வீட்டு வேலையில் திறமையின்மை என குற்றஞ்சாட்டுதல், நடத்தையில் சந்தேகிப்பது, விதவையாகுதல், சொத்து தொடர்பான விஷயங்கள். பாலியல் அதிருப்தி, உடல் நிறம். போன்றவை முக்கிய காரணங்களாகும்.

பெண்கள் சந்திக்கும் பொதுவான இடர்பாடுகள்:

அடிக்கப்படுதல், மனதில் பயத்தை அச்சத்தை ஏற்படுத்துவது, பிறந்தகத்திலிருந்து பணம் பெற்று வருமாறு கட்டாயப்படுத்துதல், மனைவியின் அனுமதியின்றி நகைகளை விற்றல், நடத்தையை சந்தேகித்தல், கட்டாய உறவு. ஆகியவை பொதுவான இடர்பாடுகளாகும்..

சட்டப்பிரிவு 498 (ஏ) பிரிவின்படி கணவனோ, அவனது குடும்பத்தாரோ, மனைவியை மனரீதியாக, உடல்ரீதியாக, பொருளாதார ரீதியாக துன்புறுத்துவது தண்டணைக்குரிய குற்றமாகும். அரசுத் தேர்வுகளில் ஆதரவற்ற விதவைகளுக்கு இட ஒதுக்கீடு உள்ளது. மாவட்ட வேலை வாய்ப்பு அலுவலகத்தில் ஆதரவற்ற பெண்களுக்கு முன்னுரிமை உண்டு. உதவித் தொகை வழங்கப்படுகிறது. (அரசு வேலைவாய்ப்பில் பெண்களுக்கு ஒதுக்கப்பட்ட 30 சதவீதத்தில் 10 சதவீதம் ஆதரவற்ற விதவைகளுக்கு ஒதுக்கப்பட்டுள்ளது) பணிபுரியும் மகளிர்களுக்கு தங்கும் விடுதிகள் உள்ளது. துணை இல்லையே என்று கவலை வேண்டாம். உங்களை செயல்படுத்த 60 லட்சம் கோடி உயிரணுக்கள் உங்கள் உடலிலேயே தயாராக உள்ளன. கூனி குறுக வேண்டியதில்லை பெண்கள்.

புயல் ஓய்ந்து பெண்கள் வாழ்வில் வசந்தம் வீசிட சென்னை தி நகரில் அக்னி ஸ்திரி என்ற அமைப்பு பெண்களுக்கு பாதுகாப்பு கேடயமாக விளங்குகிறது. (தொடர்புக்கு: செல்: 98400 34900)

படித்து பட்டம் வாங்கி இருந்தால் பிறந்த வீட்டில் ஏன் உட்கார வேண்டும்? சிந்திக்க, செயலாற்ற கடவுள் அறிவைத் தந்துள்ளார். ஒவ்வொருவருக்கும் தனித் திறமைகள் நிச்சயம் இருக்கும். மேம்படுத்திக் கொள்ளலாம். சமூக நலத்துறையில் சுய

வேலை வாய்ப்புக்கு பயிற்சிகள் வழங்கப்படுகிறது. கணவனால் கைவிடப்பட்ட பெண்கள் தனியாக இருந்தால் தனி குடும்ப அட்டை பெறலாம். இந்த உலகம் நம்மை மையமாக கொண்டுதான் சுழல வேண்டும். மூளைத்திறனில் யாருக்கும் பெண்கள் சளைத்தவர்கள் அல்ல. அரவணைக்கப்பட்டவர்களை காட்டிலும் பிரம்மாண்டமாக வாழ்ந்தவர்கள் புறக்கணிக்கப்பட்டவர்கள்தான். பாலையாக இருந்த வாழ்க்கை வசந்தமாக மாறும். ஆண்களை சார்ந்து வாழ்வதையே தன் கடமையாக ஏன் நினைக்க வேண்டும்? தானாக சிந்தித்து, தடைகளை தகர்த்து தன்னம்பிக்கையோடு எழுந்து நின்றால்தான் விமோசனம். எவ்வளவோ நல்ல வாழ்க்கை காத்திருக்கிறது. வாழ்வில் இருள் நீங்கி ஒளி பெறலாம். சிறகுகள் பறப்பதற்கே. நீந்த தவறினால் மூழ்கி விடுவோம். போராட்ட குணம் வேண்டும் பிழைக்க வழியே தெரியாத நிலை மாறும். ஒரு நாடு முன்னேற வேண்டுமானால் பெண்கள் புறக்கணிக்கப்படக் கூடாது. பெண்கள் எந்த அளவுக்கு முன்னேறுகிறார்களோ, அந்த அளவுக்குத்தான் அந்த நாடு முன்னேறும்.

பாரதிய மகிளா வங்கி - பெண்களுக்காகவே செயல்படுகிறது. பெண்கள் தொழில் பயிற்சி பெறவும் சுய தொழில் தொடங்க பிணையமின்றி வட்டிச் சலுகையுடன் கடன் உதவி செய்கிறார்கள். 756 அண்ணாசாலை சென்னை-2. மற்றும் கோவை ராம் நகரில் இவ்வங்கி உள்ளது. பெண்கள் பொருளாதார மேம்பாட்டிற்காக துவங்கப்பட்டுள்ளது. ஆண்களுக்கு இணையாக பெண்களின் (work force participation) பங்களிப்பு அதிகரித்தால் விமோசனம் நிச்சயம்.

38

தற்கொலை-கோழைத்தனமானது

இந்தியாவில் ஒவ்வொரு ஆறு நிமிடங்களுக்கும் ஒரு தற்கொலை இறப்பு நிகழ்கிறது என இந்திய சுகாதார நிறுவனம் நடத்திய புள்ளிவிவரம் நமக்குத் தெரிவிக்கிறது. அதாவது நம் நாட்டில் ஒரு நாளைக்கு சராசரியாக 240 இந்தியர்கள் தற்கொலை செய்து கொண்டு தங்கள் உயிரை மாய்த்துக் கொள்கிறார்கள். உலக அளவில் தற்கொலை செய்து கொள்வோர்களின் எண்ணிக்கையில் இந்தியாவின் பங்கு 10-சதவீதம் (1/10) ஆகும்.

பொதுவாக, தற்கொலை செய்துகொள்பவரின் சதவீதம் நம் நாட்டில் ஆண்டுதோறும் அதிகரித்து வருவது கவலை தருகிறது. தற்கொலை முடிவை தேடுவோர்களில் விஷம் குடிப்போர்கள் 36.6 சதவீதம். தூக்கு கயிற்றில் தொங்குபவர்கள் 32 சதவீதம். தீக்குளிப்பவர்கள் 7.9 சதவீதம் ஆவர். 2010-ஆம் ஆண்டில் இந்தியாவில் தற்கொலை செய்து கொண்டவர்களின் எண்ணிக்கை மட்டும் சுமார் 1,87,000 ஆகும்.

நம் நாட்டில் பாலியல் தொந்தரவு, குடும்ப தகராறு மற்றும் வரதட்சணை கொடுமை போன்ற காரணங்களால் பல்லாயிரக்கணக்கான பெண்கள் மனமுடைந்து தற்கொலை முடிவை நாடுகின்றனர். தேசிய குற்ற ஆவண காப்பக அறிக்கையின்படி, மதிப்பெண் குறைவு, காதல் தோல்வி உள்ளிட்ட பல காரணங்களுக்காக பள்ளி கல்லூரிகளில் பயிலும் மாணவ மாணவியர்களின் தற்கொலைகள் கடந்த ஆண்டில் மட்டும் இந்தியா முழுக்க 7,373 ஆகும்.

படித்த பட்டதாரிகளுக்கு வேலை கிடைக்காத விரக்தி, காதலுக்கு பெற்றோர் எதிர்ப்பு தெரிவிப்பது, காவல்துறை மற்றும் இராணுவத்தில்

பணியாற்றுபவர்களுக்கு பணிச்சுமை மன அழுத்தம், மற்றும் விடுப்பு கிடைக்காதது, பெண்களுக்கு நல்ல வரன் அமையாதது, குடும்பத்தில், கணவனால், பெற்றோரால் திட்டப்பட்டு, இப்படியெல்லாம் திட்டிவிட்டார்களே என மன உளைச்சலுக்கு ஆளாவது, தொழிலில், வியாபாரத்தில் ஏற்படும் எதிர்பாராத நஷ்டம், எய்ட்ஸ் போன்ற கொடுமையான நோய்களால் துன்புறுவது, பல குடும்பங்களில் வேலைக்கு செல்லாமல் குடித்துவிட்டு வீட்டிலேயே இருப்பவர்களை கண்டிப்பதாலும், குடித்தனம் நடத்த மனைவி வர மறுப்பதாலும், தொடர்ந்து டி.வி.யில் கிரிக்கெட், கார்ட்டூன் போன்ற நிகழ்ச்சிகளை குழந்தைகள் பார்ப்பதை பெற்றோர் கண்டிப்பதாலும், கடன் தொல்லை, கணவனின் குடிப்பழக்கத்தை மனைவியர் கண்டிப்பது, நன்றாக படிக்க முடியவில்லையே, தேர்வில் வெற்றி பெற முடியவில்லையே என்ற மன வேதனை, தாங்க முடியாத வறுமை, நடத்தையில் சந்தேகப்படும் கணவன்மார்கள், ஆபாசமாக படமெடுத்து மிரட்டப்படுவதால் அவமானம் தாங்கமுடியாத இளம் பெண்கள், பாலியல் பலாத்காரம், வரதட்சணை கொடுமை மற்றும் பாலியல் வன்முறைகளில் இருந்து தப்பிக்க என பல்வேறு காரணங்களால், தற்கொலை செய்து கொள்வது என்ற தவறான முடிவுக்கு வருகின்றனர்.

தான் மிக அதிகமாக நேசித்தவரின் திடீர் இழப்பு, தலைவர்களின் மரணம், காதல் தோல்வி, பொருளாதாரப் பிரச்னைகள், குற்ற உணர்வு, சமூகத்திலிருந்து புறக்கணிக்கப்படுதல், போதைப்பொருட்களுக்கு அடிமையாதல் போன்ற பல காரணங்களாலும் நம் நாட்டில் தற்கொலைகள் நடைபெறுகின்றன.

தற்கொலை என்பது மிகவும் கோழைத்தனமானது. எல்லாப் பிரச்சினைகளுக்கும் நிச்சயமாக நல்ல தீர்வு உண்டு. பொதுவாக தற்கொலைக்கு முயல்பவர்களில் ஆண்களை விட பெண்களே அதிகம். ஆனாலும் தற்கொலை முயற்சியில் அதிகம் வெற்றி பெறுபவர்கள் ஆண்களே.

உண்மையில் தற்கொலை செய்துகொள்வதற்கு நமக்கு தேவைப்படும் தைரியத்தில் நூறில் ஒரு பங்கு இருந்தால் கூட வாழ்க்கையின் பிரச்சினைகளை எதிர்கொண்டு விடலாம். வாழ்க்கையில் ஒருவன் செய்யவே கூடாத தவறு தற்கொலைதான். நமது பிரச்சினைகளை

எழுதி வைத்துவிட்டு சில மாதங்கள் கழித்துப் பார்த்தால் பாதி தானாகவே தீர்ந்து போயிருக்கும். சில நீங்களாக தீர்த்திருப்பீர்கள். இதுதான் வாழ்க்கையின் நிதர்சனம்.

தன் வீட்டிலேயே நமக்கு மரியாதை இல்லை, செய்யும் வியாபாரத்தில் இலாபம் இல்லை, தொடர்ந்து தோல்வி, யாருமே நம்மை கண்டுகொள்வதில்லை, மதிப்பதில்லை, இனி எதற்கு நாம் வாழ வேண்டுமென்று நினைக்கும் ஒரு கட்டம் பலருக்கும் வரத்தான் செய்கிறது. துவண்டு போகக்கூடாது. வாழ்வில் எல்லா நேரமும் எல்லோரும் தேவையாகத்தான் இருக்கிறார்கள். ரம்மி சீட்டாட்டத்தில் சீட்டுக்கள் கைக்கு வந்து சேருவது விதிவசம். அது ஆடக் கூடிய சீட்டா? தவிர்க்க வேண்டியதா? என்பது நம் கையில் தான் இருக்கிறது. அதுபோலவே தற்கொலை தவிர்க்க வேண்டியது. வாழ்க்கை ஆட (வாழ) வேண்டியது.

பள்ளி இறுதித் தேர்வில் தோல்வி அடைந்த மாணவன் ஒருவன் தற்கொலைக்கு முயன்றான். துரதிஷ்டத்திலும் ஒரு அதிர்ஷ்டம். அவனுக்கு பல நாட்களாக கற்றுக் கொள்ள முடியாத நீச்சலை அன்றுதான் கற்றுக் கொண்டான். அப்போது அவன் எடுத்த முடிவு, வாழ்க்கையில் எந்தப் பிரச்சினை வந்தாலும், மரணத்தை முடிவாக எடுத்துக் கொள்ளக் கூடாது என்பதே அது.

ஆண்களைவிட பெண்களுக்கு உடல் சார்ந்த, மனம் சார்ந்த வலிகள் ஏராளம். அதனால்தான் சின்ன சின்ன சந்தோசத்தைக்கூட பெரிதாக கொண்டாடுகிறார்கள். இன்று நான் வீட்டு வாசலில் போட்ட கோலம் நன்றாக இருக்கிறது, என் கையில் மருதாணி நன்றாக சிவந்து இருக்கிறது- என்றெல்லாம் பெண் மகிழ்கிறாள். ஆனால், வலிகளை மட்டும் அவள் வெளியே காட்டுவதில்லை.

தகவல் தொழில் நுட்பத் துறையில் திடிரென்று வேலை இழப்பு அபாயம் வந்தபோது, கைநிறைய சம்பளம் வாங்கிய பலர், இனி என்ன செய்வது? என நிலைகுலைந்து போனார்கள். இப்படி வேலை இழந்த அமெரிக்க வாழ் இந்தியர் ஒருவர் தன் மனைவி குழந்தைகளை சுட்டுக் கொன்றுவிட்டு, தானும் தற்கொலை செய்துகொண்டார். இது எவ்வளவு துயரமானது?

அழகான பெண் குழந்தைக்கு 1½ வயதில் கடுமையான காய்ச்சல் ஏற்பட்டது. அதன் காரணமாக கண் பார்வை பறிபோயிற்று. காதுகள் கேட்கும் சக்தியை இழந்தன. மேலும், வாய்ப் பேச முடியாமல் போயிற்று. பாருங்கள். கண் தெரியாது. காது கேளாது. வாய் பேச முடியாத நிலை. அதிலும் பெண் குழந்தை. இருந்தபோதிலும் மனம் தளரவில்லை. முடங்கி விட வில்லை. பிற்காலத்தில் அந்தப் பெண் விடாமுயற்சியோடு போராடி திறன்களை வளர்த்துக் கொண்டு உலகப் புகழ்பெற்றார். அப்பெண்மணி யார் தெரியுமா? அவர்தான் ஹெலன்கெல்லர். இத்தனைக் குறைகளை வாழ்க்கையில் பெற்றும் அதனை ஜெயித்துக் காட்டினார். இப்படியல்லவா இருக்க வேண்டும்.

தன் இளவயது அண்ணியார், இறந்து போன தன் இளம் சகோதரனுடைய சடலத்துடன் சேர்த்து உயிருடன் எரிக்கப்பட்ட அவலத்தை கண்டு சகிக்க முடியாமல் அது மாற்றப்பட வேண்டும். இது நிறுத்தப்பட வேண்டும் என தொடர்ந்து போராடி, இறுதியில் இந்தியாவில் உடன் கட்டை ஏறுதல் எனும் சமுதாயக் கொடுமையை தடுத்து நிறுத்தினார் இராஜாராம் மோகன்ராய்.

கடந்த நூற்றாண்டில் பொருளாதார மந்தத்தால் (Great Depression) சிக்குண்டு அமெரிக்கா தத்தளித்த போது, நாட்டை சரிவிலிருந்து மீட்டெடுத்தவர் அமெரிக்க ஜனாதிபதி ரூஸ்வெல்ட் ஆவார். அந்த அமெரிக்காவே ஆச்சர்யப்படும் வகையில், இந்தியாவிற்கு பெருமை சேர்த்தவர் நமது அணு விஞ்ஞானி திரு. அப்துல் கலாம் அவர்கள். சாதாரண குடும்பத்தில் ஏழை ஆசிரியரின் மகனாக பிறந்த அம்பானி தன் அயரா உழைப்பால் ஒரு இலட்சம் கோடி திரட்டிக் காட்டினார்.

தன் தந்தையை சந்திக்க கோடுகான் ரயில் நிலையத்தில் இறங்கியாயிற்று. அழைத்துச் செல்ல யாரும் வரவில்லை. 15 கிலோமீட்டர் செல்ல வேண்டும். மாட்டுவண்டியில் பயணம் தொடர்ந்தது. போகும்வழியில் தன் வண்டியில் பயணம் செய்பவர்கள் எந்த சமுதாயத்தைச் சேர்ந்தவர்கள் என்பது தெரியவர உடன் மாட்டு வண்டிக்காரர் கடுமையாக திட்டியதுடன், குழந்தைகள் என்றும் பாராமல் மாட்டுவண்டியை கவிழ்த்துவிட்டார். தன் சகோதரனுடன் கீழே விழுந்த அந்தச் சிறுவன், ஏற்கனவே தான் படித்த பள்ளியில்

ஒதுக்கப்பட்டு, ஆழமான மனக்காயம் அடைந்தவர். பிற்காலத்தில், இந்த கொடுமைகளை வேரறுக்க கடுமையாக உழைத்து, சட்ட மேதையாக, விடிவெள்ளியாக, மாறியவர்தான் அன்னல் அம்பேத்கார்.

லாலா லஜபதிராய், பால கங்காதர திலகர், பிபின் சந்திரபால் போன்ற தலைவர்கள் சுதந்திரத்திற்கு போராடிய காலகட்டத்தில், தான் உண்டு, தன் வேலை உண்டு என தன் கட்சிக்காரரின் வாராக்கடனை வசூலித்து தர வழக்கறிஞராக தென்ஆப்பிரிக்கா சென்ற இளைஞன், கோர்ட்டில் தலைப்பாகை அணிந்து வரக்கூடாது என நீதிபதியால் எச்சரிக்கப்பட்டார். இரயிலில் முதல் வகுப்பு டிக்கெட் எடுத்திருந்தாலும், வெள்ளையருக்கு இணையாக அமரக் கூடாது என ஓடும் இரயிலில் இருந்து வீசி எறியப்பட்டார். இதைப் பொறுத்துக் கொள்ளாமல் அநீதியை, பாரபட்சத்தை, அடிமைத்தனத்தை, எதிர்த்து போராடிய போதுதான் மகாத்மா காந்தியாக வெளியுலகுக்கு அறிமுகமானார் மோகன்தாஸ் கரம்சந்த் காந்தி.

எதிர்மறை சிந்தனையே தற்கொலை. பிரச்சினைகளை எதிர்த்து போராட வேண்டும். இறப்பதற்கு எடுக்கும் சிரமத்தைவிட (Risk) வாழ்வதற்கு எடுக்கும் சிரமம் குறைவே. விரக்தியை விரட்டி அடிப்போம், நமக்கு கிடைத்துள்ளது ஒரு வாழ்க்கை. வேலை கிடைக்கவில்லை எனப் பார்த்தால் நாட்டில் பாதிபேர் செத்து போயிருப்பார்கள். எந்த தீமையிலும், நமக்கான வாய்ப்பு நிச்சயம் ஒளிந்துள்ளது. ஆகவே மனம் தளரக்கூடாது. பிரச்னைகள், தோல்விகள், எல்லோருக்கும் உண்டு. மகிழ்ச்சியும், சோகமும், இன்பமும், துன்பமும், சந்தோசமும், துக்கமும் கலந்ததுதான் மனித வாழ்க்கை. இந்த வாழ்க்கையை வாழ்ந்து காட்டுவோம். ஒரு போதும் பின் வாங்க வேண்டாம். இன்றைய நம் வாழ்க்கை முறையில் பல்வேறு சிக்கல்கள் குளறுபடிகள் ஏற்பட்டுவருவது உண்மையே. பிரச்சினைகளை எதிர் கொள்பவனே உண்மையான மனிதனாகிறான். தற்கொலை எண்ணத்திலிருந்து விடுபட சிநேகா என்ற அமைப்பு 24 மணிநேர இலவச தொலைபேசி சேவையை வழங்கி வருகிறது. தொலைபேசி எண். 044-24640050 ஆகும்.

தெளிந்த நீரில்தான் முகம் தெரியும். விளக்கு ஒளியில்தான் இருள் விலகும். தீக்குச்சி உரசினால்தான் நெருப்பாகும். மேகம் கருத்தால்தான் மழை பொழியும். முயற்சி செய்தால்தான் கனவுகள்

நனவாகும். அதுபோல மனிதன் அறிவுப்பூர்வமாக சிந்தித்தால்தான், போராடினால்தான் பிரச்சினைக்கு நல்ல தீர்வு கிடைக்கும். வாழ்க்கைப் பயணத்தில் நம் நிறுத்தம் வரும்போது மட்டுமே இறங்கிவிட காத்திருக்கும் சக பயணியாய் வாழ்க்கையைத் தொடருவோம். கண்ணீரைப் பன்னீராக்குவோம்.

39

மன அழுத்தம் - இன்றைய மனித குலத்தின் மாபெரும் சவால்

மன அழுத்தம் என்ற சொல் இன்று மிக அதிகமாக எங்கும் பேசப்படுகிறது. மன அழுத்தம் மிக கொடுமையானது. இன்றைக்கு எந்த ஒரு துறையை எடுத்துக் கொண்டாலும், அல்லது எந்த ஒரு சூழலை எடுத்துக் கொண்டாலும் இன்று மக்கள் ஒருவித மன அழுத்தத்துடனேயே வாழ்ந்து கொண்டிருக்கிறார்கள். போட்டி உலகம், இறுக்கமான சூழ்நிலை, அதிக வேலைப்பளு, திடீர் வேலை இழப்பு, இயந்திர வாழ்க்கை, எதிலும் உறுதியற்ற தன்மை, இது போன்ற முறையற்ற தன்மையால் "மனஅழுத்தம் இல்லாமல் வாழ்க்கை இல்லை" என்று கூறுமளவுக்கு நிலை இன்று வந்து விட்டது. என்னால் சமாளிக்கவே முடியவில்லை என நினைப்பதுதான் மன அழுத்தத்தின் ஆரம்பம்.

குறிப்பிட்ட காலகட்டத்திற்குள் புராஜக்ட்-பணியை முடித்தாக வேண்டும் என்ற பதட்டம் கணினி ஊழியர்களை ஆட்டிப்படைக்கிறது. திட்டப்பணிகளை உரிய காலக்கெடுவுக்குள் எப்படி முடிக்கப் போகிறோம் -என அரசு ஊழியர்களும், இன்றைக்கு கருகலைப்பு, மாதவிடாய், குடும்பப்பணி, அலுவலகப் பணிச்சுமை என பெண்களும் மன அழுத்தத்திற்கு ஆளாகிறார்கள். குழந்தைகள் வீட்டுப் பாடத்தை முடிக்க முடியாத நிலையில், அதிக மதிப்பெண் பெற முடியாத நிலையில், மன அழுத்தத்திற்கு ஆளாகிறார்கள்.

பொதுவாக மன அழுத்தம் இருவகைப்படுகிறது. ஒருவருக்கு சில மணி நேரமோ அல்லது சில நாட்களோ நீடித்தால் அது குறுகிய கால

மன அழுத்தம் ஆகும், வார கணக்கில் தொடர்ந்து, வருடக் கணக்கில் நீடித்தால், அது நீண்ட கால மன அழுத்தம் ஆகும். மேலும், எதிர்மறை மன அழுத்தம், நேர்மறை மன அழுத்தம் என இருவகைப்படுத்தப்படுகிறது. தன் ஊழியர் மீது மேலாளர் உரிய கால கெடுவுக்குள் பணியினை தரமாக முடிக்கவில்லை என குற்றம்சாட்டுகிறார் அல்லது குடும்பத்தில் ஒருவர் மீது மற்றவர் குற்றச்சாட்டை முன் வைக்கின்றார் என வைத்துக் கொள்வோம். இது போன்ற சூழ்நிலையில், ஒருவர் குற்றச்சாட்டுக்கு ஆளாகும்போதோ, அல்லது நாம் செய்த செயலால், நாம் எதிர்பார்த்த விளைவு ஏற்படாமல் வேறு விதமான விளைவு ஏற்பட்டாலோ, தொடர்புடையவர்கள் உடன் கோபப்பட்டு உணர்வூர்வமாக சிந்தித்து கொதிப்படைந்து காட்டுக் கத்தல் கத்தி, உரக்க வாதிட்டு, கையில் கிடைத்தப் பொருட்களை வீசியும், உயரத்திலிருந்து கீழே குதித்தும், பிளேடால் கையை கிழித்துக் கொண்டும், தற்கொலைக்கு முற்பட்டும், வேலையை இராஜிநாமா செய்தும், சிலர் விருப்ப ஓய்வு கோருவது, சுவற்றில் தலையை மோதிக் கொள்வது, தூக்க மாத்திரை உட்கொள்வது போன்ற செயல்களிலும் (இன்று உலகளவில் மிகப்பலர்) ஈடுபடுகின்றனர். இது மிகவும் தவறானது. இதுவே எதிர்மறை மன அழுத்தம் ஆகும்.

மாறாக, அறிவுப்பூர்வமாக (இன்று உலகளவில் மிகச்சிலர்) சிந்தித்து, தன்மீது எடுத்து வைக்கப்படும் குற்றச்சாட்டில் உண்மைத்தன்மை இருப்பின் வாக்குவாதம் செய்யாமல் நாணல் போல் வளைந்து கொடுத்து, தன்னை திருத்திக் கொள்ள முயற்சிப்பதும், குற்றச்சாட்டில் உண்மை இல்லை எனில் கண்டுகொள்ளாமல், பழிவாங்கும் உணர்வு இன்றி அமைதி காக்கின்றனர் இது மிகவும் சரியானது. இதுவே நேர்மறை மன அழுத்தம் ஆகும்.

எல்லாப் பெற்றோர்களும், தங்கள் குழந்தையே வகுப்பில் முதலாவது மாணவனாக தேர்வு பெற வேண்டும் என்ற விரும்பலாம். ஆனால், நடைமுறையில் சாத்தியமில்லை. தேர்தலில் போட்டியிடும் எல்லா வேட்பாளர்களும் வெற்றி பெற முடியாது. அரசுப்பணிக்காக போட்டித் தேர்வுகளில் பங்கேற்பவர்கள் அனைவரும் தேர்வு பெற இயலாது. நம் சக்திக்கு மீறிய செயலை செய்தாக வேண்டிய கட்டாயத்தில் வாழ்கின்றோம். நவீன உலகில் மன அழுத்தப்பிரச்சைனைகள் அலைகடல் வெள்ளம் போல திரண்டு மனிதர்களை நோக்கி வந்தவண்ணமாய்

உள்ளது. எதிர்நீச்சல் போட்டு கரையேறப்போகிறோமா? அல்லது வெள்ளத்தில் அடித்துச் செல்லப்போகிறோமா? என்பதே இன்றைய பலரது இக்கட்டான நிலை. யாரும் இதற்கு விதிவிலக்கல்ல. ஏழை-பணக்காரர், முதலாளி-தொழிலாளி, ஆசிரியர்-மாணவர், கணவன்-மனைவி, இளையவர்-முதியவர் என எந்தப்பாகுபாடின்றி மன அழுத்தம் என்ற பந்து (அதிகாரியாலோ, கணவனாலோ, மனைவியாலோ, உறவினராலோ, நண்பர்களாலோ, எதிரிகளாலோ) மிக வேகமாக வீசப்படுகிறது அதை எதிர்கொண்டு சிக்ஸர் அடிக்கப்போகிறோமா? அல்லது அவுட்டாகி அரங்கத்தை விட்டு வெளியேறப்போகிறோமா? என்பதே இன்றைய மனிதர்களின் சிக்கலான நிலை.

குளிக்கப்போகிறோம். குளிர்காலம். மிகவும் குளிர்ந்த தண்ணீர் உள்ளது. உடல் நடுங்குகிறது. அதுவே, கொதிக்க கொதிக்க வெந்நீர் வாளியில் உள்ளது. எடுத்து உடலில் ஊற்றிக் கொண்டால் உடல் சூடு தாங்காது. வெந்நீரோடு குளிர்ந்த நீர் கலந்து விலாவிக் கொள்கிறோம் அல்லவா? அதுபோல்தான் சூழ்நிலையைச் சமாளிக்க கற்றுக் கொள்ள வேண்டும்.

மிகவும் சுத்தமான தங்கத்தில், ஆபரணங்கள் செய்ய இயலாது. அதிகமாக செம்பு கலந்தாலும் மாற்று குறைந்துவிடும். 22 காரட் (916) அளவில் தரமான ஆபரணம் செய்யலாம். சமையல் அறையில் உணவு தயாரிக்கின்றோம். அதிக தனலில் உணவு தீய்ந்து கருகி போய்விட்டால் சாப்பிட முடியாது. சரியாக வேகாவிட்டாலும், உணவுப்பொருள் வயிற்றுக்கு செரிமானம் ஆகாது. உணவுப் பொருள் வேகவும் வேண்டும், தீய்ந்தும் போகவும்கூடாது. அதுபோலவே வாழ்க்கைப் பிரச்சினைகளை எச்சரிக்கையாக கையாள வேண்டியுள்ளது. மின்சாரம் அதிக வோல்டேஜ்ஜில் பல்ப் பியூசாகி விடுகிறது. குறைந்த வோல்டேஜ்ஜில் வெளிச்சம் போதுமானதாக இல்லை. சீரான மின்சாரம் பயனுள்ளதாக உள்ளது. டியுப்பில் மிகக்குறைவான காற்றழுத்தம் கொண்ட சைக்கிளை ஓட்ட முடியாது. அதிகமான காற்றழுத்தம் இருந்தால் சைக்கிள் டியுப் வெடித்து விடும். வாழ்க்கை மிதிவண்டி சீராக ஓடுவதற்கு மன அழுத்தம் என்ற போதுமான காற்று அவசியம் தேவைதான். இன்றைய உலகில் மன அழுத்தம் தவிர்க்கவே முடியாதது.

மனிதனுக்கு இன்று வரும் நோய்களில் 70 முதல் 90 சதவிதம் வரை அழுத்தமான சூழல் காரணமாக வருபவை என ஆராய்ச்சி கூறுகிறது. மன இறுக்கத்தில் சிக்கி நோய்க்கு நாம் ஆளாகிவிடக்கூடாது.

மன அழுத்தத்திலிருந்து விடுபட வாக்கிங் போகலாம். நகைச்சுவைப் படங்கள் பார்க்கலாம். வாய் விட்டு சிரித்தால் நோய் விட்டு போகும் அல்லவா. உயிர்த்தோழர்களுடன் உரையாடலாம். எண்ணை தேய்த்தோ, மிதமான வெந்நீரிலோ குளிக்கலாம். நல்லப் புத்தகங்களை வாசிக்கலாம். ஏலக்காய் டீ அல்லது பழச்சாறு அருந்தினால் புத்துணர்வு கிடைக்கும். யோகா செய்யலாம். தினமும் சில நிமிடங்கள் (ஆழ்ந்தசுவாசம்) மூச்சுப்பயிற்சி செய்யலாம். அன்பிற்குரியவர்களின் புகைப்படங்களைப் பார்க்கலாம். தோட்டத்தில் செடி வளர்க்கலாம். குடும்பத்தினருடன் சுற்றுலா செல்லலாம். கோயிலுக்கு சென்று பக்தியுடன் வழிபடலாம். வாழ்க்கைத் துணையுடன் அன்புடன் நெருக்கமாக இருக்கலாம். இவையெல்லாம்மனஇறுக்கத்தை,பதட்டத்தை,பயத்தைபோக்கவல்லது. இன்றைய நாட்களில் விடுமுறை தினங்களில் அலுவலகப் பணியே கதியென பலியாக கிடப்பது, தவிர்க்கப்பட வேண்டும். வார விடுப்பு நாட்களை, அனுமதிக்கப்பட்ட விடுப்பு நாட்களை குடும்பத்தினரோடு மகிழ்ச்சியாக கழிப்பது தவறில்லை. நவீன வாழ்க்கைத் தரும் பெரும் சாபமான மன அழுத்தத்திலிருந்து நம்மை சமாளித்துக் கொள்ள பழகிக் கொள்ள வேண்டும். "வாழ்க்கை என்றால் ஆயிரம் இருக்கும். வாசல் தோறும் வேதனை இருக்கும். வந்த துன்பம் எதுவென்றாலும் வாடி நின்றால் ஓடுவதில்லை. எதையும் தாங்கும் இதயம் இருந்தால் இறுதி வரைக்கும் அமைதி நிலைக்கும்" - என்ற கவிஞரின் வரிகளை கடைப்பிடிப்பதும் மன அழுத்தத்திற்கு சரியான மருந்தே. நிதானமாக கையாண்டால் சாபமே நமக்கு வரமாகி விடும்.

40

ஆணுக்கு சாதகமாக.. பெண்ணுக்கு பாதகமாக... சமுதாய நியதிகள்

ஆண் சம்பாதிக்க வெளியே சென்று விடுகிறார்கள். வீட்டு வேலைகள் எல்லாம் பெண்கள்தான் காலங்காலமாய் செய்து வருகிறார்கள். சமைப்பது, பாத்திரம் கழுவுவது, துணி துவைப்பது உள்ளிட்ட வேலைகளை வேலைக்கு செல்லும் இன்றைய தலைமுறை பெண்களுடன் ஆண் பகிர்ந்து கொள்ளாவிட்டால் இரட்டிப்பு பணிச்சுமையாகி விடுகிறது.

அளவான குடும்பத்திற்கு கருத்தடை நடவடிக்கையில் பெரும்பாலான குடும்பங்களில் பெண்கள்தான் உள்ளாக்கப்பட்டு இருக்கிறார்கள். புதிய கருத்தடை சோதனை முயற்சிகள் யாவும் பெண்கள் மீதுதான் நடத்தப்பட்டு வருகிறது.

கணவன் குடிகாரனாக, சூதாடியாக, ஊதாரியாக, குடும்பப் பொறுப்பற்றவனாக இருக்கும் பட்சத்தில் மனைவிதான் அனுசரித்து போக வேண்டும் என சமூகம் எதிர்பார்க்கிறது. மனைவியை இழுத்துப் போட்டு அடிப்பது உலகம் முழுவதும் பெண்களுக்கு மட்டுமே நிகழும் துயரம்.

பாலுறவு வன்கொடுமைக்குள்ளாக்கப்படுவது பெண்கள் எதிர்கொள்ளும் முக்கிய பிரச்சனை. சண்டைகளில் வாய்த்தகராறுகளில் வசவுச் சொற்கள் பெண்களை மையப்படுத்தியே வெளிப்படுகிறது. இனக்கலவரம், மோதல்களில் முதல் இலக்கு தாக்குதல் பெண்கள் மீதுதான் நடக்கிறது. ஆபாச படத்தை இணைய தளத்தில் வெளியிடுவேன் என மிரட்டலுக்கு ஆளாகிறவர்கள்

அப்பாவிப் பெண்கள்தான். அதிகார துஷ்பிரயோகம் செய்பவர்களால் விபசார வழக்கில் கைது செய்வேன், அவமானப்படுத்துவேன், இழிவு படுத்துவேன் என மிரட்டப்படுபவர்கள் பெண்கள்தான்.

சதி, உடன்கட்டை ஏறுதல் என்ற பெயரில் கணவர் இறந்தபின் மனைவியை உயிரோடு எரித்தது இந்த சமூகம். கிரேக்க ரோமானிய வரலாற்றில் வெளியூர் செல்லும் கணவர்கள் தங்கள் மனைவிமார்களின் உடலில் பூட்டுப்போட்டு சாவியை எடுத்துக் கொண்டு போய் விடுவார்களாம். அவர்கள் ஊர் திரும்பி வந்து விட்டால்தான் பிறகு எதுவும்.

ஒரு காலத்தில் மேலாடை அணிய விடாது தடுக்கப்பட்டவர்கள் பெண்கள். தாலியறுத்தான் சந்தையில் மேலாடை அணிந்த பெண்களின் ரவிக்கை அறுக்கப் பட்டுள்ளது தொடர்பான வரலாற்று குறிப்பு உள்ளது.

கணவனால் வரதட்சனை உள்ளிட்ட பல காரணங்களால் புறக்கணிக்கப்பட்டு இருந்தாலும், "வாழாவெட்டி" என சாடப்படுபவள் பெண்தான்.

இந்திரனை மகிழ்விக்க ரம்பை, ஊர்வசி, மேனகை, திலோத்தமை போன்ற ஆடல் மகளிர் குறிப்பிடப்படுகிறார்கள். இன்றும், மும்பை அருந்தகங்களில் ஆண்களை மகிழ்விக்க நடன மங்கையர் உள்ளனர்.

சாலை போடுதல், கட்டுமான வேலை, விவசாயப் பணிகளில் ஆண் செய்யும் அதே வேலையை பெண் செய்தாலும் ஆணைவிட குறைந்த கூலி தரப்படுவது பெண்ணுக்குதான். ஆணைவிட கூடுதலாக சுரண்டலுக்குள்ளாக்கப்படுவதும் பெண்கள்தான்.

ஈவ் டீசிங் உள்ளிட்ட தொல்லைகளுக்கு ஆளாவது பெண்கள்தான். உடன் படிப்பவராலோ, வேலை செய்பவராலோ காதலிக்கப்பட்டு, திருமணம் செய்து கொள்வதாக சொல்லும் வாக்குறுதியை நம்பி தன்னை இழந்து ஏமாற்றப்பட்டு மனச்சஞ்சலத்திற்கு உள்ளாகி வெளியில் சொல்ல முடியாமல் காதலனால் இழைக்கப்பட்ட அநீதியை நினைத்து மனஉளைச்சலுக்கு ஆளாவது பெண்கள்தான். திரையுலகில், சின்னத்திரையில் காதல் தோல்வியால் ஏமாற்றத்தால் தற்கொலை செய்து கொண்டவர்கள் பெண்கள்தான்.

வாழ்க்கைத் தருவான், மணமாலை சூடுவான் என நம்பி தவறான காதலனிடம் வாழ்வை இழப்பது பெண்கள்தான். திரையுலகில் கதாநாயகி வாய்ப்பு கிடைக்கும் என தவறானவர்களிடம் சிக்கி சீரழிந்தவர்களும் பெண்கள்தான்.

பலநாடுகளில் வெகுகாலமாக வாக்குரிமை மறுக்கப்பட்டவர்கள் பெண்கள்தான். இன்றும் வாக்களிப்பவர்கள் பெண்கள். வேட்பாளர்கள் பெரும்பாலும் ஆண்களே.

பெண்ணாசை என்றுமண், பொன் போன்ற பொருட்களோடு சேர்த்து உயிரற்றதாக சமூகத்தால் வைக்கப்பட்டவர்கள் பெண்கள்தான்.

மறுமணம் செய்து கொள்ளும் பெண் ஏதோ அதிசயபிறவி போல ஏன் பார்க்கப்பட வேண்டும். ஆண்களுக்கு அங்கீகரித்து உரிமைகளை தரும் சமூகம் ஏன் பெண்களுக்கு மறுக்கிறது? தவறு செய்தது பெண் என்றால் கொந்தளிக்கும் சமூகம் அதே தவறு செய்த ஆணை மட்டும் லேசான முணுமுணுப்புடன், முகச்சுளிப்புடன் ஏன் ஏற்றுக் கொள்கிறது?

கருப்பு நிற ஆண் சிவப்பான பெண்ணை மணந்து கொள்வதை சாதாரணமாக எடுத்துக் கொள்ளும் சமுதாயம், சிவப்பு நிற ஆண் கருப்பான பெண்ணை மணந்து கொள்ளுவதை ஏற்றுக் கொள்ள சற்று தடுமாறுகிறது.

மன உறவுக்கு அப்பால், ஓர் ஆண் தன் மனைவியையத் தாண்டி வேறொரு பெண்ணிடம் தொடர்பு ஏற்பட்டுவிட்டால் பொருளாதார சுதந்திரம் இன்மையால் பெண் சகித்து ஏற்றுக் கொள்ள வேண்டும் என எதிர்பர்ப்பது நியாயமா?

தனக்கு மனைவியாக வாய்ப்பவள் இதற்குமுன் வேறு எந்த ஆணோடும் தொடர்பற்றவளாக இருக்க வேண்டும் என விரும்புகிறான். சரி. அதே நேரத்தில் திருமணத்திற்கு முன் ஆண் தவறுகளில் ஈடுபட்டு இருந்தால் யாரும் கேட்டுக் கொண்டு இருப்பதில்லை. ஆண்களால் வரும் பிரச்சினையை அற்பமாகவும், அதே தவறை பெண் செய்யும் போது கடுமையாகவும் சமூகம் கையாள்கிறது.

மேலை நாடுகளிலும் நிலை முற்றிலுமாக மாறிவிடவில்லை. பல நூறு ஆண்டுகளாக கடைப்பிடிக்கப்பட்டு வரும் நியதிகள் உடனடியாக

மாற்றி விட முடியாதுதான். ஆண்கள் விஷயத்தில் நெகிழ்ச்சி தன்மை இருக்கவே செய்கிறது.

மன்னர்கள் காலத்தில் பட்டத்து ராணி ஒருத்தி, அந்தபுரத்தில் இளையராணிகள் பலர் என்ற நடைமுறை இருந்துள்ளது. இல்லக்கிழத்தி ஒருத்தி, ஆசைநாயகி பலர் என்று ஆண் கற்பு நெறி பிறழ்ந்தாலும் ஏற்றுக் கொள்ளப்படுகிறது.

கணவனுக்கு மட்டுமே சொந்தமும், விசுவாசமும் கொண்டவளாக இருக்க வேண்டும் என்று வழியுறுத்தப்படுவது போல ஒரு ஆண் ஒருவனுக்கு ஒருத்தி என்ற நெறியிலிருந்து இம்மியளவும் பிசகக் கூடாது என ஏன் எதிர்பார்க்கப்படுவதில்லை?

பெண் புனிதமானவளாக, கட்டுப்பாடுள்ளவளாக இருக்க வேண்டும் என எதிர்ப்பார்ப்பது தவறில்லை. ஆனால் தான் மட்டும் எப்படி வேண்டுமானாலும் இருக்கலாம் என்பது என்ன நியதி? அலைகள் ஓய்வதில்லை என்ற தமிழ்த் திரைப்படத்தில் "நான் ஆம்பள ஆயிரம் பன்னுவேன்" என்ற வசனம்தான் நினைவுக்கு வருகிறது.

புதிது புதிதாக கண்டு பிடிக்கப்படும் உற்பத்திக் கருவிகளிலெல்லாம் ஆணே பயிற்சிப் பெற்று இயக்குபவனாக விளங்குகிறான். பெண்களுக்கு திறமை இருந்தும் வாய்ப்பு எளிதில் வழங்கப்படுவதில்லை.

பெண்ணின் தவறை பெரிதுபடுத்தி பார்க்கும் சமூகம், அதே தவறை ஆண் செய்யும் போது இயல்பானதாக ஏற்றுக் கொண்டு விடுகிறது. யாரை திருமணம் செய்து கொள்வது என்பதில் தேர்வு சுதந்திரம் ஆண்களுக்கு இருப்பது போல அடித்தட்டுப் பெண்களுக்கு பெரும்பாலும் இருப்பதில்லை. பெண்ணின் மீது மட்டும் குடும்பத்தினரால் கட்டுப்பாடு விதிக்கப்படுகிறது எதை உடுத்துவது, எங்கு செய்வது, யாரை சந்திப்பது எல்லாம் கட்டாயமாக திணிக்கப்படுகிறது. அடங்கி நடக்கக் கட்டுப்பட்ட ஜீவன். பெண்ணின் மனமறிந்து, கருத்தறிந்து அவளது விரும்பத்தோடு நிகழ்வது இல்லை.

பெண்கள் ஏலம் விடப்படுவது மிக மோசமான கொடூரம். உலக அளவில் பாலியல் தொழிலில் உள்ளது. உலகில் பல்வேறு பேரங்களில் விலை மகளிரை பகடை காயாக்கி காரியம் சாதித்தவர்கள் உள்ளனர்.

பாலியல் வன்முறைக்கு பலியான அப்பாவி பெண்ணை ஏளனமாக பார்த்து, ஒதுக்கிக் தள்ளும், கைவிடும் இரக்கமற்ற சமூகம் கொடுஞ்செயல் புரிந்த ஆடவனை கடுமையாக கண்டிக்க தவறி விடுகிறது.

இயற்கையில் கருவில் சுமந்து, உயிர் மரணப் போராட்டம் நடத்தி, பெற்றெடுத்து, பாலூட்டி வளர்க்கிறாள் பெண். இதில் ஆணின் பங்கு என்ன?

மலடி என குற்றம் சுமத்தப்படுபவர்கள் பெண்கள்தான், மகப்பேறு வாய்ப்பு இல்லையெனில் சோதனைக்குட்படுத்தப்படுவது பெண்கள்தான். மனைவி மலடாக இருக்கும் பட்சத்தில் இன்னொரு பெண்ணை திருமணம் செய்து கொள்ள ஆணை அறிவுறுத்துகிறது சமூகம். ஆண் மலடாக இருக்கும் பட்சத்தில் இன்னொரு ஆணைத் தேடாமல் குழந்தையைத் தத்தெடுக்க முடிவெடுப்பவர்கள் பெண்களே.

மாதவிலக்கு சிரமம் பெண்களுக்கு மட்டுமே. குடும்ப விழாக்களின் மனைவியை இழந்த ஆண் புறக்கணிக்கப்படுவதில்லை. புதுமனை புகு விழாவில் விளக்கேற்றுதல், பால் காய்ச்சுதல், மன விழாவில் மங்கள நாண் எடுத்துத்தருதல் போன்ற விஷயங்களில் கணவனை இழந்த பெண் புறக்கணிக்கப்படுவது மூட நம்பிக்கையே காரணம்.

ஆண்கள் ஆசிர்வதிக்கப்பட்டவர்கள். பெண்களுக்கு நிகழும் இதுபோன்ற பல அவலங்கள் ஆண்களுக்கு இல்லை.

நாட்டுக்கு ராணியானாலும், வீட்டுக்கு நீ அடிமைதான் என்ற நிலையில் மாற்றம் இல்லை. எல்லா துறைகளிலும் ஆணுக்கு இணையாக புகுந்து வெற்றிக் காண்பதற்கு இன்னும் பெண்ணுக்கு கதவுகள் திறக்கப்படவில்லை.

வண்டியின் ஓட்டத்திற்கு இரு சக்கரங்கள் தேவை. ஒருவர் இல்லாமல் மற்றொருவரின் இயக்கம் என்பது சாத்தியப்படாத ஒன்று. இன்றைக்கு இருவரும் பொருள் ஈட்டினால்தான் குடும்பம் நடத்த இயலும் என்றாகி விட்டது. ஆண்களின் பார்வையில் மாற்றம் தேவை.

பெண் நதி போன்றவள். மலை, கற்பாறைகளை கடந்து லட்சியத்தை அடையும் ஆற்றல் இருக்கிறது. சேவல் கூவலாம். முட்டையிட முடியாது.

ஆண் பிள்ளைகள் பெண்களுக்கு தீங்கிழைக்கக் கூடாது எனச் சொல்லி வளர்க்கப் பட வேண்டும். பெண்களுக்கு வெளியில் ஆபத்து அதிகம் என உணர்ந்துள்ள சமூகம் ஏன் அந்த ஆபத்திற்கு காரணமானவர்களை நல்ல முறையில் வளர்க்கத் தவறியது?

41

படர முடியாத கொடிகள்

கிரிக்கெட் போட்டியில் நிலைத்து நின்று சதம் அடிப்பவர்களும் உண்டு. வந்த வேகத்திலேயே ஒரு ரன் கூட எடுக்காமல் "அவுட்டாகி" பெவிலியனுக்கு திரும்புவர்களும் உண்டு. சிலரது திருமண வாழ்வும் அப்படித்தான் ஆகி விடுகிறது. மணமாலை வாடுவதற்கு முன்னரே துணையை இழந்து நிற்கும் சோகங்களும் உண்டு. விபத்து, நோய், மணமுறிவு போன்ற பல காரணங்களால் கண் மூடி திறப்பதற்குள் சிலரது வாழ்வு முடிந்து போய் விடுகிறது. படித்த, பல இளம்பெண்கள் துரதிர்ஷ்டவசமாக இளம் வயதிலேயே 25 - 40 வயதிற்குள் விதவைகளாகி விடுகின்றனர். புடவையின் நிறத்திற்கு பொருத்தமான "பிளவுஸ் பிட்" தேடுவதற்கு சலிக்காமல் பல கடைகள் ஏறி இறங்குபவர்கள் அந்த அக்கறையை பிள்ளைகள் திருமணத்தில் காட்ட தவறி விடுவதும் உண்டு. பெண்ணை வீட்டை விட்டு அனுப்பினால் போதும் என்ற வேகத்தில் சிலர் நிரந்தர வேலையில்லாத, குடிப்பழக்கம், போதைப்பழக்கம் உடையவர்களை சரியாக விசாரிக்காமல் திருமணம் செய்து வைத்து விடுகிறார்கள். கார் ஓட்டுபவர் பிரேக்கை அழுத்துவதற்குப் பதிலாக அவசரத்தில் தவறுதலாக அக்ஸ்ஸெ லேட்டரை அழுத்தி விட்டால் என்னவாகுமோ அப்படியாகி விடுகிறது பலரது வாழ்வு. ஆணோ, பெண்ணோ வாழ வேண்டிய வயதில் துணையை இழந்து நிற்பது வேதனையானது.

சர்ச்சைக்குரிய விஷயமாகவே விதவைகள் மறுமணம்:

ஒரு பெண் இன்று ஆணுக்கு இணையாக சம்பாதிக்கும் காலமிது. விதவை திருமணம் ஒரு சமுக புரட்சி என்ற நிலை மாறி இன்று

"

சாதாரணமாகிவிட்டாலும் விதவைகள் மறுமணம் செய்து கொள்வது நடைமுறையில் சுலபமில்லை. பொதுவாக இளம் விதவையாக இருந்தாலும் குழந்தைகள் இருப்பவர்களை மணமுடிக்க ஆண்கள் முன்வருவதில்லை. குழந்தைகள் இருந்தால் பெண்களும் மறுமணத்தை தவிர்த்து விடுகிறார்கள். இன்று பெண்களுக்கு பல தளங்களில் சம வாய்ப்பு உள்ளது. இளம் விதவைகளுக்கு இழைக்கப்படும் கடுமையான சமூக அநீதி பற்றி பெரிதாக எடுத்துக் கொள்ள நேரமில்லாமல் காலம் ஓடுகிறது. இளம் விதவைகள் சமூகத்தில் அனுபவிக்கும் துன்பங்கள் ஏராளம். அவர்களது வாழ்க்கை வறண்ட பாலைவனமாகி விடுகிறது. தொற்றி படர்வதற்கு பந்தல் இல்லாத கொடிகளாய் நிற்கும் பரிதாபம். அவர்களின் மறுவாழ்வைப் பற்றி யோசிக்க பல தடைகள் உள்ளது. மணமகள் மீது சுண்டுவிரல் கூட பட்டிருக்காது. மணகோலத்தில் விபத்தில் பலியான மணமகன்கள் உண்டு. உடைந்து பட்ட புதுக்கண்ணாடி போல, இலையுதிர் காலத்திற்கு முன்னரே இலைகளை இழந்து நிற்கும் மரங்களை போலாகி விடுகிறது சில பெண்களின் வாழ்வு. இதில் உதிர்ந்த இலைகள் காய்ந்து போவது போலாகி விடுகிறது. மரண அவஸ்தை படுகிறார்கள். அவர்கள் ஆண்களுடன் நட்பாக பேசுவதை சமூகம் சந்தேகிக்கிறது. ஆடு நனைகிறதே என சில ஓநாய்களும் கவலைப்படுகிறது. விதவையை மணப்பது தவறல்ல. மறுமணம் கூடாது என்று சொல்ல முடியாது. தனித்து விடப்பட்ட அரவணைக்கப்படாத உள்ளங்கள் சத்தமின்றி மௌனமாக அழுகின்றன. வலியும் ரணமும் கண்ணுக்கு தெரிவதில்லை.

பாகனுக்குக் கட்டுப்பட்டு அடங்கி நடக்கும் ஐந்தறிவு படைத்த யானை கூட தன் பாலியல் தேவை பூர்த்தி அடையாமல் போகும்போது மதமாக கொடூரமாக வெளிப்படுகிறது. மதம் பிடித்த யானை துவம்சம் செய்கிறது. இது தனிமையின் வெளிப்பாடு. ஆணோ, பெண்ணோ இளம் வயதில் துணை இல்லாமல் வதைப்படும் தனி மரங்கள் ஏராளம். அவப்பெயருக்கு ஆளாகாமல் வாழ வேண்டும் என்ற அச்சம் பெண்களுக்கு உண்டு. ஆண்களின் மறுமணம் அதிசயமல்ல. பெண்களின் மறுமணமோ நடக்கக்கூடாத, மரபு மீறிய, கலாச்சாரம் கெட்ட, பண்பில்லாத செயலாக இன்னமும் சிலர் நினைக்கிறார்கள். குடும்ப கௌரவம் கெட்டு விடும் என வாதிடுகிறார்கள். ஆண்-பெண் எல்லாம் மனிதப்பிறவிகளே. சிதறிக் கிடக்கும் இறைச்சி துண்டுகளை

பருந்துகள் கொத்துவது போல பாதுகாப்பு இல்லாத, துணை இல்லாத பெண்களுக்கு ஆபத்து இருக்கிறது. பெற்றோரால் ஒரு குறிப்பிட்ட காலம் வரைதான் பாதுகாப்பும் அரவணைப்பும் தர முடியும். கணவனை இழந்தபின் எல்லா பொறுப்புகளையும் பெண்ணே ஏற்கிறாள்.

அமெரிக்க நடிகை எலிசபெத் டைலர் எட்டு கணவர்களை மாற்றிக்கொண்டு வாழ்ந்ததாக கூறுவார்கள். அது மேல்நாட்டு கலாச்சாரம். நம் நாட்டில் பெண்கள் பொதுவாக வெளிப்படையாக பேசுவதில்லை. விருப்பு, வெறுப்புகளை வெளிப்படுத்துவதில்லை. முடிவை பெற்றோரிடம் விட்டு விடுகிறார்கள். இருப்பினும் மறுமண மறுப்பு கொடுரமானதே. தன் பிள்ளைகள் நன்றாக வளர வேண்டும் என்பதே நம் நாட்டு விதவை பெண்களின் ஒரே கனவாக உள்ளது. மறுமணம் செய்து கொள்ள மறுத்து விடும் விதவைகள் ஏராளமாக உள்ளனர். குழந்தைகள் சாப்பிட்டு விட்டு மீதி வைக்கும் தட்டில் சாப்பிடும் தாய்மார்கள் நிறைந்த நாடு. பிள்ளைகளின் கல்விச் செலவிற்காக ஓய்வின்றி உழைக்கும் தாய்மார்கள் உண்டு.

கணவனால் கைவிடப்பட்டாலும், கணவனை பறிகொடுத்தாலும் அந்த துயரம், வலி தரையில் விழுந்த மீன் போல, சுவாசிக்க அக்ஸ ஜென் இன்றி தவிப்பது போல வாழ்வு இருந்தாலும் பிள்ளைகளுக்காக அர்ப்பணிப்புடன் வாழும் தாய்மார்கள் உண்டு. கணவனின் மரணம் மகிழ்ச்சியான காலத்தின் கடைசி பக்கமாகி விடுகிறது. வாழ்வதற்கு பொருள் போதுமானதாக இல்லாத நிலையிலும் வாழ்வை அர்த்தமுள்ளதாக மாற்றும் தாய்மார்கள் உண்டு. அவர்கள் வைர நெஞ்சம் படைத்தவர்கள்.

துணை இழந்த கணவனின் நிலை:

இளமையில் மனைவியை இழக்கும் ஆண்களும் உண்டு. குழந்தைகளை பராமரிப்பது, சமையல், வீட்டுநிர்வாகம், தனிமையெல்லாம் நிம்மதி இழக்கச் செய்கிறது. மன அழுத்தம் ஏற்படுகிறது. நடமாடும் பிணமாகிறான். முன்பெல்லாம் மனைவி இறந்தால் அவள் தங்கையை கட்டாயப்படுத்தி அவனுக்கு மணமுடித்து வைக்கும் பழக்கம் உண்டு. அது குடும்ப கட்டுப்பாடு பற்றிய சிந்தனை இல்லாத காலம். கணவனை இழந்தால்

அவள் சகோதரனை மணம் முடித்து வைக்க சிந்தித்தது இல்லை என்பது வேறு விஷயம். இன்று நடைமுறையில் சிறுகுடும்பங்களே ஏராளம். நாம் இருவர். நமக்கு இருவர் என்றாகி விட்டது. பிள்ளைகளை தாயில்லாத குறை தெரியாமல் வளர்த்து விடும் தந்தைமார்களும் இருக்கவே செய்கின்றனர். பிள்ளைகளுக்கு வாழ்வில் எதிர் நீச்சல் அடிக்க கற்று தருவதில் தந்தையரின் பங்கு மகத்தானது. அவர்கள் உற்ற தோழனாக, வழிகாட்டியாக, குடும்ப பாரத்தை சுமப்பவர்கள். பண்டித ஜவஹர்லால் நேரு அவர்கள் தனது மனைவி கமலாவின் இறப்பிற்கு பின், மறுமணம் செய்து கொள்ள வில்லை. அப்படிப்பட்டவர்களும் உண்டு.

துணையை இழந்த ஆண்களுக்கு புதிய வாழ்க்கை. புது வெளிச்சம் சாத்தியமே. ஒரு பக்கம் குளித்து முடித்தவன் கூவத்தில் விழுவது போல கட்டிய மனைவி இருக்கும் போது சட்டத்திற்கு புறம்பாக வேறொரு பெண்ணை திருமணம் செய்து கொள்ளும் கணவன்மார்கள் உள்ளனர். இன்னொரு பக்கம் மனைவியை இழந்த ஆண்கள் சிலர் ஒரு கை இல்லாதது போலவே தவிக்கிறார்கள். நல்ல உணவின்றி பொலிவிழந்து மெலிந்து உற்சாகமின்றி பரிதாபமாய் திரிகிறார்கள். மது, சிகரெட், பான்பராக் போன்ற பழக்கங்கள் இவர்களை மேலும் பலவீனப்படுத்துகிறது.மறுமணம் என்று வரும் போது பெண்களைவிட, ஆணின் விருப்புகள், உணர்வுகளுக்கு அதிக முக்கியத்துவம் அளிக்கப்பட்டு வருகிறது. குழந்தைகளை பராமரிக்க ஒரு தாய் தேவை என ஆணின் மறுமணத்தின் போது மட்டும் சொல்லப்படுகிறது.

நண்பர் ஒருவர், படித்தவர், இரண்டு பெண் குழந்தைகள், மனைவி மூன்றாவது பிரசவத்தில் மரணமடைய குழந்தை பிறந்து விட்டது. குழந்தைகளை பராமரிக்க தாய் வேண்டும். பெண் குழந்தைகளின் எதிர்காலமும் பாதிக்கக் கூடாது. என்ன செய்வது? அறிவு கூர்மை வாய்ந்த பெண் மருத்துவரின் ஆலோசனைப்படி, அவரது உதவியுடன், ஆசியுடன், கர்ப்பப்பை இல்லாத (Uterus) பெண்ணை மணந்து கொண்டார். கர்ப்பப்பை இல்லாத பெண்ணுக்கும் வாழ்வு கிடைத்தது. (தாம்பத்திய வாழ்விற்கு தடையில்லை, குழந்தை பாக்கியம் கிடையாது) முதல் தாரத்தின் குழந்தைகளின் எதிர்காலமும் பாதிக்க வில்லை. இவருக்கும் புது வாழ்வு மலர்ந்தது. மைனசும், மைனசும் பிளஸ்ஸாகி விட்டது.

குழந்தைகளின் உலகம்:

சில குடும்பங்களில் விவாகரத்தால் பெற்றோர் பிரிந்து விடுகிறார்கள். குழந்தைகள் தாயிடம் வளர்ந்து பெரியவர்களாகி விடுகிறார்கள். திருமணம் முடித்து, குழந்தைகள் பெற்று ஒரு கட்டத்தில் நல்ல நிலையில் இருக்கும் போது விவாகரத்தால் பிரிந்து போன தன் தந்தையை பார்க்க விரும்புகிறார்கள். அது ஒரு கட்டம். ஒற்றை பெற்றோரால் வளர்க்கப்படும் குழந்தைகள் ஒழுங்கற்று நடந்து கொள்வது, குறைந்த மதிப்பெண் பெறுவது, உடல்நல, மனநல சிக்கல்களுக்கு ஆளாவது, பருவ வயதில் தாயாவது, பள்ளிப்படிப்பை பாதியில் நிறுத்தி விடுவது போன்ற அசம்பாவிதங்களுக்கு அதிக வாய்ப்பு இருக்கவே செய்கிறது. மறுமணத்தால் புதிய உறவை அப்பாவாக/அம்மாவாக ஏற்றுக் கொள்ள நடைமுறையில் பிள்ளைகள் பெரிதும் தயங்குகிறார்கள். இதனால் 20 வயதிற்குள் வீட்டை விட்டு வெளியேறுபவர்களும் உண்டு. பெண் குழந்தைகள் சித்திக் கொடுமையை சந்திக்கிறார்கள். வயதானவருக்கு இரண்டாம் தாரமாக வாழ்க்கைப்படும் சூழல் ஏற்படலாம்.

பொதுவாக வாழ்க்கை துணையை இழந்தவர்கள் பிள்ளைகளின் ஒப்புதலோடு மறுமணம் செய்வது நல்லது. பாரபட்சம் காட்டுவதாக பிள்ளைகள் நினைக்கிறார்கள். தன்னம்பிக்கை இழக்கிறார்கள். சித்தி மற்றும் அவரது பிள்ளைகளுடன் விருப்பமின்றி வாழ்கிறார்கள். பெற்றோரின் தவறான ஆசைகளால், தொடர்புகளால் சபலத்தால் குழந்தைகளின் அமைதியான வாழ்வு சிதைந்த கதைகள் ஏராளம். மறுமணங்களில் உள்ள சிக்கல் யாருக்கு முக்கியத்துவம் தருவது என்பதில் எழுகிறது. ஆழகாக சமமாக பேலன்ஸ் செய்யமுடிந்தவர்களின் வாழ்க்கை நலமாகிறது. மறுமணம் செய்து கொண்டால், பெண் குழந்தையின் வாழ்க்கை எதிர்காலம் கேள்விக்குறியாகிறது. திருமணமான புதிதில் சித்தி பாசத்துடன் கவனித்து வரலாம். பள்ளிப்படிப்பை சிரமப்பட்டு முடிக்க வேண்டிய நிலை. மேல்படிப்பை வீண் செலவு என தடுத்து விடும் வாய்ப்புள்ளது. வீட்டில் எல்லா வேலைகளையும் செய்து துன்புறும் தாயற்ற பெண்கள் உண்டு. அனுதாபம் காட்ட யாருமில்லை. அவர்களுக்கு செய்யத் தவறிய கடமைகள் பல உண்டு.

குழந்தைகளின் உலகமே தனி, தன் தாயின் இளமை, எதிர்பார்ப்பு, வருங்காலம் போன்றவற்றை புரிந்து கொள்கிற முதிர்ச்சி இருப்பதில்லை. வளர்ந்த பின் தாயின் சந்தோஷ வாய்ப்பை கெடுத்து விட்ட குற்றச் சுமையை நெஞ்சில் தாங்கி தாய் மறைந்த பின், புகைப்படத்தை பார்த்து மௌனமாய் கலங்குகிறார்கள். வேரினை விழுது வெறுத்தாலும் அந்த வெறுப்பு நிரந்தரமற்றது. எப்படியோ அதிக பாதிப்புக்குள்ளாவது குழந்தைகள்தான். தந்தையை விட்டு தாயுடன் வாழும் குழந்தைகள் ஒரு வழிகாட்டியை இழந்து விடுகிறார்கள். பிரிவுக்கு காரணம் கேட்கும் சமூகத்திற்கு பதில் சொல்ல திணறுகிறார்கள். மறுமணத்தில் புது உறவை மனதார அங்கீகரிப்பதில்லை பிள்ளைகள்.

கணவன் மனைவியையோ, மனைவி கணவனையோ, குழந்தைகள் பெற்றோர்களையோ, இழக்காமல் வாழ்ந்தால் அது கடவுளின் ஆசிர்வாதம். சமுதாயத்தில் பற்றி படர்வதற்கு பந்தலில்லாத மனித கொடிகளின் நிலை பரிதாபகரமானது. நமது அக்கரையும், அனுதாபமும், பரிவும் அவர்களுக்கு அவசியம் தேவை.

42

நவீன தொழில்நுட்பங்களால் நைந்து போகும் இல்லற வாழ்வு

காதல் பல சாம்ராஜ்யங்களை அழித்திருக்கிறது. பல சாதாரண மனிதர்களை சாதனையாளராக உயர்த்துவதற்கும் தூண்டுகோலாக இருந்திருக்கிறது. தாம்பத்ய உறவு என்பது அற்புதமான விஷயம். திருமணமான துவக்கத்தில் பாலியல் கவர்ச்சி கூட இல்லையெனில் அந்த உறவு நீடித்து நிற்க வாய்ப்பில்லை. மேலும், நல்ல உறவுகள் வாழ்நாள் முழுவதும் தொடரக் கூடியது. ஆனால், தாம்பத்ய ஆர்வம் மட்டுமே அவ்வளவு தூரம் தொடராது என்கிறார்கள். கணவன்-மனைவி உறவு தாம்பத்ய உறவை மட்டுமே அடிப்படையாகக் கொண்டு உருவாக்கப்பட்டிருந்தால், சில வருடங்களுக்குப்பின், குழந்தைகள் வளர்ப்பு, பொருளாதாரப் பிரச்னைகள், வயதான பெற்றோர், அலுவலகத்தில் சந்திக்கும் பிரச்சனைகள், உறவினர் பிரச்சனைகள் என்று எண்ணற்ற பிரச்சனைகள் வரும்போது சமாளிக்க முடியாது.

அளவுக்கு மிஞ்சினால் அமிர்தமும் நஞ்சு என்ற கருத்து இதற்கும் பொருந்தும். படிப்பு, வேலை, விளையாட்டு, பொழுதுபோக்குகள் என்று வேறு பணிகளில் ஈடுபடாமல் பாலியல் கவர்ச்சியிலேயே மூழ்கிக் கிடப்பதுதான் தவறானது. வாழ்க்கையில் எந்த ஒரு ஒற்றை விஷயத்தில் மட்டும் ஆழ்ந்து போவது என்பது உடல் நலத்திற்கு கேடானது.

வெறும் தோற்றக் கவர்ச்சியை முன்மாதிரியாக ஊடகங்கள் முன்னிருத்துகின்றன. இப்போது இணையதளத்தில் கொட்டிக் கிடக்கின்றன நீலப்படங்கள், சில பத்திரிக்கைகளைத் திறந்தால் கவர்ச்சிப் படங்கள், தொலைக்காட்சியை ஓட விட்டால் கவர்ச்சி

நடனங்கள், விரல் நுனியில் மொபைலில் பதுங்கியிருக்கும் போர்னோக்கள் என்று இன்றைய தலைமுறையை திசைதிருப்பும் வாய்ப்புகள் ஆயிரமாயிரம் என்றால் மிகையில்லை.

நடிகைகளை முன்னிறுத்திதான் கூட்டம் சேர்க்க வேண்டிய நிலை உள்ளது. இந்த உலகில் கவர்ச்சியாக இருக்க விரும்பவில்லை என்று கூறுபவர்கள் யாரும் கிடையாது. ஒப்பனைக்கு, அலங்காரம் செய்வதற்கு அழகுப்படுத்திக் கொள்வதற்கு மிகுந்த நேரத்தையும், பணத்தையும் நிறையவே செலவிடுகிறோம். இன்றைக்கு தெருவுக்குத் தெரு பியூட்டி பார்லர்கள் பெருகி விட்டது.

திருமணம் இணக்கமானதாக அமையாவிட்டால் வாழ்க்கையில் வெற்றி பெறுவது இயலாத ஒன்றாகி விடும். மணவாழ்வில் பொருளாதார வசதிகள் அதிகமாக பங்கு பெறுவதில்லை.

தம்பதியினரின் வயது வேறுபாட்டால் மணவாழ்வு பாதிக்கப்படுவதில்லை. இருபது வயதுக்கு முன் மணம் செய்பவர்களது மணவாழ்வு வெற்றி பெறுதல் அரிதாகவே உள்ளது. அதே போல் முப்பது வயதிற்கு மேல் மணம் புரியும் பெண்களும் முப்பத்தைந்து வயதிற்கு மேல் மணம் புரியும் ஆண்களும் பெரும்பாலும் நீடித்து மகிழ்வான மணவாழ்வு நடத்துவதில்லை.

பொதுவாக, ஆணுக்கு அழகான பெண்ணை பார்த்தவுடனேயே பாலியல் தூண்டுதல் கிடைத்து விடுகிறது. பெண்ணுக்கு அப்படியல்ல. மனம் ஒரு ஆணை விரும்பினால்தான் அகத்தூண்டுதல் கிடைக்கும்.

பெண்கள் நாற்பது வயதைக் கடக்கும் போது அவர்களின் இளமைத் தோற்றம் மற்றும் கவர்ச்சி குறைய ஆரம்பிக்கும். விவாதங்கள், பொறாமை, ஒழுக்கமின்மை, போன்றவற்றால் மண வாழ்வில் துன்பமே மிகுதியாக இருக்கிறது.

கணவன்-மனைவி யாராக இருந்தாலும் சுயக்கட்டுப்பாடுகள் தேவை. தன்னையே தொலைக்காமல் இருப்பதற்கு மூன்றாவது நபர்களிடம் பழகும்போது எல்லை மீறக்கூடாது. பெண்களோ, ஆண்களோ ஒருவரை ஒருவர் தொட்டு பேசுவதை தவிர்க்க வேண்டும். மீறினால் இல்லற வாழ்வு சிதையும். இல்லறம் சிதைந்தால்

குழந்தைகள்தான் பெரிதும் பாதிக்கப்படுவார்கள். அவர்களது படிப்பு, எதிர்காலம் கேள்விக்குறியாகி விடுகிறது.

கணவன்-மனைவி இருவரும் வேலைக்கு செல்லும் காலமாகி விட்டது. தன்னுடன் மட்டுமே பேசிப் பழக வேண்டும். தனக்கு மட்டுமே உரியவராக இருக்க வேண்டும். என்பதெல்லாம் இன்றைக்கு முற்றிலும் சாத்தியமில்லை. இதற்கு இணங்காதவரை நோகடிக்கின்றனர். வசைப்பாடுகின்றனர். சில சமயம் கொடுமைப்படுத்துகிறார்கள். மெல்ல நட்புறவு மறைந்து உரிமையாளர் உடைமைப் பொருள் என்ற நிலை உருவாகின்றது. வசதியின்மையோ, வறுமையோ உறவுகளை உடைப்பது கிடையாது. மாறாக, வஞ்சனை வார்த்தைகளும், வீம்புக்கு விட்டுக்கொடுக்காமல் ஒருவரின் இதயத்தில் மற்றவர் ஆறாத இரணத்தையும் மாறாத வடுக்களையும் ஏற்படுத்துவதும்தான் உறவுகளை உடைக்கிறது.

ஆழமான உறவுகள் காற்றாடியாய் அறுந்து கொண்டு செல்வதற்கு காரணம் மற்றவர்களை ஏற்றுக் கொள்ளாமல் பாராட்டாமல் இருப்பதாகும். வீணாண சந்தேகமும் மற்றவரைப் பற்றிய எதிர்மறையான எண்ணங்களும் எத்தனையோ அருமையான உறவுகளையெல்லாம் அழித்திருக்கின்றன. எந்தவொரு உறவும் நம்பிக்கையைதான் அடிப்படையாகக் கொண்டுள்ளது. சிறிய வயதிலிருந்தே நிறைய கொடுமைகளுக்கு ஆட்படுத்தப்பட்டு வன்முறையிலும் வெறுப்பிலும் வளர்க்கப்பட்டவர்கள் குடும்ப வாழ்வில் கடுமையாக நடந்து கொள்கிறார்கள். அன்பு பாதுகாப்பு கொடுக்கிறது. வாழ்க்கையில் அன்பு மறுக்கப்படுவதுதான் உலகிலேயே நடக்கும் எல்லாக் குற்றங்களிலும் கொடுமையானது. யாரோ ஒருவரின் அன்புக்காக ஏங்கும் பலர் எத்தனையோ பேரின் அன்பை நிராகரிக்கிறார்கள். பொருட்படுத்தாமல் விட்டு விடுகிறார்கள். சில சமயம் அவமதிக்கவும் செய்கிறார்கள். மற்றவர்களை தாக்கி இழிவுபடுத்துவதன் காரணமாக தான் உயர்ந்தவன் என்ற காட்டி கொள்வது அற்பமான செயலாகும். இப்படிப்பட்டவர்கள் மனைவி, குழந்தைகள், நண்பர்கள், உடன்பணிபுரிவோர் என அனைவரிடமும் வார்த்தைக் காயங்களை உருவாக்கி உறவுகளை உருக்குழைத்து விடுகிறார்கள். வாழ்க்கையின் முதல் சிக்கலிலேயே சிதறுண்டு போகிறார்கள். தெளிவான நீரோடை போன்று மனத்தில் விகல்பமில்லாத உறவுகள் நங்கூரமிட்டு நிலைத்து

நிற்கின்றன. அன்பு செய்தவர்களை அலட்சியப்படுத்துவதும், தியாகம் செய்தவர்களை திட்டித் தீர்ப்பதும், பிரதிபலன் எதிர்பாராமல் உதவி செய்தவர்களை உதாசீனப்படுத்துவதும் அழிவு காலம் வந்து கொண்டு இருப்பதற்கான அறிகுறியாகும். நாளடைவில் இல்லற பந்தம் என்ற மரத்தையே பட்டு போகச் செய்து விடுகிறது.

மண வாழ்வில் வெற்றி சுலபமாய் கிடைத்து விடுவதில்லை. மோகம் முப்பது நாள் ஆசை அறுபது நாள் என்பார்கள். வயதான காலத்தில் துணையை தாம்பத்ய உறவில் ஈடுபட வற்புறுத்தும் குணம் இல்லறத்தை சிதைக்கும் செயலாகும். மன அழுத்தம், கோபம் போன்றவைதான் குடும்பங்களை சீர்குலைக்கும் கருவியாக உள்ளது.

துணையை பல விஷயங்களில் தேவையின்றி கட்டாயப்படுத்துவது தவறானது. இல்லத்தில் கடமைகள் பல உள்ளன. குடும்பத்தை பார்த்துக் கொள்ள வேண்டும். குழந்தைகளை வளர்க்க வேண்டும். வாழ்க்கையை அடுத்த கட்டத்திற்கு கொண்டு செல்ல வேண்டும்.

சில சமயங்களில் மன அழுத்தம் காரணமாக கோபம் அதிகரிக்கலாம். வீடு, அலுவலகம் போன்றவற்றில் இந்த கோபத்தின் வெளிப்பாடு உங்கள் பெயரை சீர்குலைக்கும். உங்களது அன்றாட வேலையில் இருந்து அலுவலக வேலை வரை செயல்திறன் குறைபாடுகள் ஏற்படும். எல்லாம் சேர்ந்து ஒரு நாள் விவாகரத்து வரை செல்லலாம்.

இன்றைய நவீன தொழில்நுட்பங்கள் இல்லற உறவுகளை அழிக்கிறது. உங்கள் துணை அதிக நேரம் மொபைலில் கேம் விளையாடுவதில் செலவழித்தால் அது ஒரு எச்சரிக்கை அறிகுறி. பெண்களும்கூட நாளடைவில் மொபைலில் வீடியோ கேம்களில் அடிமையாகி விடுகிறார்கள். இதிலிருந்து தப்பிக்க நீங்களும், உங்கள் வாழ்க்கைத்துணையும் சேர்ந்து நடைப்பயிற்சி மேற்கொள்ளலாம். கோயிலுக்கு சேர்ந்து செல்லுங்கள். சினிமா, பார்க் அல்லது ஒரு சிறிய சுற்றுலா ஏற்பாடு செய்து நீண்ட நேரம் மனம் விட்டு பேசுங்கள். செல்போனை ஒதுக்கி வையுங்கள். இந்த முறையைப் பின்பற்றுவதில் செல்போன் மீதான போதை உங்களை விட்டு சிறிது சிறிதாக விலகும் மற்றும் உங்கள் இருவருக்குமான உறவு மேம்படும். உங்களது வாழ்க்கை துணை தொலைபேசியில் அதிக நேரம் செலவிடுகிறாரா? தொலைபேசி போதைக்கு அடிமையாகி விட்டால் நம் உறவுகளை அது

அழிக்கிறது. இளையதளம் மற்றும் சமூக ஊடகங்கள் உறவுகளை அழிக்கும் புற்று நோயாக உள்ளன. உங்களை மாயை உலகத்தில் சஞ்சரிக்க வைத்து உங்களை கிட்டத்தட்ட விழுங்கி விடுகிறது. உங்கள் துணை உங்களுடன் பேச விரும்பும் தருணத்தில் நீங்கள் இணையதளத்தில் தொடர்பில் உள்ளவர்களிடம் பேசுகிறிர்கள். உங்கள் துணையிடம் நேரில் பேச விருப்பம் காட்டாத நீங்கள் கணினித் திரையில் தோன்றும் எழுத்துக்களை பெரிதும் விரும்புகிறிர்கள். நேரம் விரயமாகிறது. புதிய நண்பர்கள் உருவாக முக்கிய காரணம் இருப்பினும் வலுவான மற்றும் மகிழ்ச்சியான உறவுகள் அழிக்கப்படுகிறது. தனிப்பட்ட மற்றும் அந்தரங்க விஷயங்களை ஊடகங்களில் பகிர்ந்து கொள்வதால் உறவுகளுக்கிடையே நிறைய சிக்கல்கள் ஏற்படுகிறது. உங்கள் சண்டைகளின் விபரங்களை மற்றவர்களிடம் பகிர்ந்து கொள்வதை அறவே தவிர்க்கவும். இன்றைய தொழில்நுட்பம் உங்கள் நெருக்கத்தை பழிவாங்குகிறது. உங்கள் துணை உங்களுடன் அன்பு காட்ட விரும்பும் நேரத்தில் நீங்கள் கணினியை பயன்படுத்துவதில் நேரத்தை செலவிடுகிறிர்கள். இந்த மாதிரியான நெருக்க குறைவு தம்பதிகளுக்கு இடையே உடல்ரீதியான மன ரீதியான தொடர்பை இழக்க வழி வகுக்கிறது. உங்கள் துணையுடன் அழகான அன்பு மற்றும் நீங்கள் இருவரும் இணைந்திருப்பதற்கான வாய்ப்புகள் உங்கள் தொழில்நுட்ப பயன்பாடு கொஞ்சம் கொஞ்சமாக குறைத்து வருகிறது. இவைகள் அனைத்தும் உறவுகளில் விரிசல் உண்டாக்கும். நாம் செய்ய வேண்டியதெல்லாம் நம் உறவுகளை மேம்பாட்டிற்காக இந்த மாதிரியான மாய வலைக்குள் சிக்காமல் இருப்பதே ஆகும். உங்கள் பொன்னான நேரத்தை குடும்பத்துடனும் துணையுடனும் செலவிடுங்கள்.

சண்டை சச்சரவு இல்லாத குடும்பங்களே இல்லை எனலாம். குறைபாடுகள் இல்லாத மனிதர்களே கிடையாது. மிகவும் அன்னியோன்மாக இருக்கும் தம்பதிகள் கூட நாளடைவில் கருத்து வேறுபாடு எற்பட்டு உறவில் விரிசல் விடுகிறது. முதலில் ஏற்படும் சிறு சிறு பிரச்சனைகள்தான் நாளடைவில் மிகப் பெரிதாக வெடிக்கிறது. நீயா நானா? என மோதும்போது பாதிக்கப்படுவது பெரும்பாலும் குழந்தைகள்தான்.

பெற்றோரின் அரவணைப்பு இல்லாமல் வளரும் குழந்தைகள் மிகவும் பரிதாபகரமானவர்கள். குடிப்பழக்கம், வேறு பெண்களிடம் தொடர்பு,

மனைவியின் நடத்தையில் சந்தேகப்படுவது போன்றவைகளால்தான் இன்றைக்கு பல குடும்பங்கள் சீர்குலைத்து கொண்டு இருக்கிறது. மகளிர் காவல் நிலையங்கள், நீதி மன்றங்களில் குடும்ப பிரச்சனைகள் விவாகரத்து தொடர்பான பிரச்னைகள் பெருகி உள்ளன.

வயது மூத்த பெண்ணிடம் ஆண் மோகம் கொள்வது, வயது மிக குறைவான ஆணை பெண் விரும்புவது எல்லாம் வெகு காலம் நீடிப்பது இல்லை. திருமணமாகி இரண்டு குழந்தைகள் என்றாகி பத்து பதினைந்து வருடங்கள் கடந்த பிறகு தம்பதிகள் கருத்து வேறுபாடு ஏற்பட்டு பிரிவது அதிகரித்து வருகிறது. ஒற்றுமையாய் இருந்த தம்பதிகள் சாலை விபத்துகளில் சிக்கி பலியாகி தனி மரமானவர்கள் உண்டு.

துவக்கத்தில் இனிதாய்த்தான் எல்லோர்க்கும் இல்லற வாழ்வு துவங்குகிறது. பெரும் குறைபாடுகளை மறைத்து திருமணம் செய்யும் போது, மணமாலை காய்வதற்குள் பிரிந்த தம்பதியினர் உண்டு. ஆரம்பத்தில் மகிழ்ச்சியாய் சந்தோஷமாய் இருப்பவர்கள் நாளடைவில் குழந்தைகள் என்றான பிறகு சிறு சிறு சச்சரவுகள் தோன்றுவது இயற்கையே. ஒருவரை ஒருவர் தாக்குவது, புகார் கொடுப்பது அவை சரி செய்யப் படாமல் போகும் போது சேர்ந்து வாழவே முடியாது என்ற நிலையை அடைகிறார்கள்.

பணத்திற்க்காக ஆசைப்பட்டு மணம் செய்து கொள்பவர்களின் மண வாழ்வும் பலருக்கு பெரும்பாலும் நீடிப்பது இல்லை. மணவாழ்வு என்ற கப்பலில் ஏற்படும் சிறு ஓட்டைதான் சரி செய்யப்படாமல் அலட்சியப்படுத்தும் போது வாழ்க்கை என்ற கப்பலையே மூழ்கடித்து விடுகிறது.

செல்போன் பெருகி விட்டது. இன்று செல்போன் இல்லாதவர்களே அரிது. குடும்ப உறுப்பினர்கள் வெகு நேரம் செல்போனில் செலவிடுபவர்களாய் உள்ளனர். யாருடன் பேசிக் கொண்டிருந்தாய் என்ற பிரச்சனை எழுகிறது. குடும்ப பிரச்சனையில் சுற்றி இருப்பவர்கள் தலையிட்டு விரிசலை இன்னும் பெரிதாக்கி விடுகிறார்கள். இன்றைக்கு நீடித்தமணவாழ்வுஎன்பதுபெரும்சவாலாகவேஉள்ளது.திருமணத்திற்கு பிறகு மூன்றாவது நபருடன் எல்லை மீறி பழகுவது, சேர்ந்து சுற்றுவது எல்லாம் ஆபத்தில் முடிகிறது. துவக்கத்தில் தனிக்குடித்தனம் தொடங்கி

பெற்றோரை பேணாமல் தவிக்க விடுகிறார்கள். பின்னாளில் இவர்கள் பிரிந்து தவிப்பதுடன் குழந்தைகளை தவிக்க விடுகிறார்கள்.

வெளிப்படைத்தன்மை இல்லாமல் பொய் பேசுவது தம்பதிகளுக்கிடையே நெருக்கத்தைக் குறைக்கிறது. மனைவியை அடிப்பது மண வாழ்வில் விரிசலை ஏற்படுத்தும். மணவாழ்வில் வெற்றி பெறுவது இன்றைய காலகட்ட்தில் அவ்வளவு எளிதானதல்ல. மிகுந்த பொறுமையும், விட்டுக் கொடுத்து செல்லும் பண்பும் அவசியம் வேண்டும்.

43

வட்டி வளர்ந்து கொண்டிருக்கிறது

கடன் தொல்லை தாங்க முடியாமல் குடும்பத்தோடு தற்கொலை என பத்திரிக்கை செய்திகளில் பார்க்கின்றோம். இந்த சமூகத்தில் அது ஒரு சாதாரண செய்திதானா? கடளாளிகளும் சகமனிதர்கள்தானே? இன்றைய தேவை இதற்கு நிரந்தர தீர்வு.

முடிந்த அளவுக்கு கடன் வாங்குவதை தவிர்க்க வேண்டும். அது நம்மை மட்டும் அல்ல நம் சந்ததியினரையும் பெரிதும் பாதிக்கும். தவிர்க்க முடியாத பட்சத்தில், அரசு வங்கிகளையே நாட வேண்டும். கந்து வட்டிக்கு கடன் வாங்கி விட்டு நம் நாட்டில் கடன் சுமையால் தள்ளாடும் குடும்பங்கள் ஏராளம். கந்து வட்டிக்கு கடன் வாங்கியவர்களின் வாழ்க்கை அதளபாதாளத்தை நோக்கியும், கடன் வழங்கியவர்களின் வாழ்க்கைத்தரம் சிகரத்தை நோக்கியும் பயணிக்கிறது.

கடன் ஏன் வாங்குகிறார்கள்? ஏழைகள் நிலையான வருமானம் இல்லாத நிலையில் அன்றாட உணவுக்கே போராட்டமான சூழலில் கடன் வாங்குகிறார்கள், நடுத்தர பிரிவினர் தம் வீட்டுத் திருமணம், குழந்தைகளின் படிப்பு, திடீர் மருத்துவ செலவு, பருவமழை பொய்த்து போதல், வாகனம் வாங்க, விவசாய செலவுகளுக்கு, சொந்த வீடு கட்ட, வியாபாரம் செய்ய என அவசர தேவைகளுக்கும், உயர்தட்டு மக்கள் தொழில் முதலீட்டுக்காகவும் கடன் வாங்குகிறார்கள்.

யாரிடம் அதிகம் வாங்குகிறார்கள்? அவசர தேவைகளுக்கு உடன் பிணையின்றி ஏழைகளை/நடுத்தர மக்களை நம்பி யாரும் உதவ முன்வராத நிலையில், அரசிடம் பதிவு செய்யப்படாத தனி நபர்களிடம் கடன் பெறுகிறார்கள். வங்கி பாஸ்புக், ஏ.டி.எம். கார்டுகளை பெற்றுக்

கொண்டும், வெற்றுகாசோலைகளில் வீடு/நிலங்கள் உள்ளிட்ட சொத்துப் பத்திரங்களில், மற்றும் புரோ நோட்டில் கையெழுத்து பெற்றுக் கொண்டும் தனி நபர்களால் உடனடியாக கடன் தரப்படுகிறது.

வட்டி விகிதம் எவ்வளவு?"முதல்" என்பதை PV (Principal Value) என்கிறோம். வட்டி வீதம் என்பதை R என்கிறோம். காலம் என்பதை T ஆண்டுகள் என்கிறோம். வட்டியில் இருவகை உண்டு. 1. எளிய வட்டி. 2. கூட்டு வட்டி PV என்ற மூலதனம் T ஆண்டுகளுக்குப்பின் அடையும் மதிப்பை FV (Final Value) என்கிறோம். பொதுவாக ஆண்டிற்கு வட்டி எத்தனை சதவீதம் என RBI நிர்ணயிப்பதை விட அதிகமாக வட்டி வசூலிப்பதை சட்டம் அனுமதிக்கவில்லை. தனியார் நிறுவனமோ, தனியாரோ, வட்டிக்கு பணம் கொடுத்து வாங்குவது பற்றி, வரைவுச் சட்டம் ஏற்கனவே அமலில் உள்ளது. அதன்படி, சொத்து பத்திரங்களை கொடுத்து கடன்பெற்றால் ஆண்டிற்கு 9 சதவீதம் வட்டி வசூலித்துக் கொள்ளலாம். சொத்துப் பத்திரங்கள் கொடுக்காமல் நம்பிக்கையின் அடிப்படையில் கடன் பெற்றால் ஆண்டுக்கு 12 சதவீதம் வட்டி வசூலித்துக் கொள்ளலாம். அவ்வப்போது பணவீக்கத்திற்கு தகுந்தாற் போல் சிறிய மாற்றம் அறிவிக்கப்படுகிறது. வட்டிக்கு பணம் கொடுப்பவர்கள் இந்த நடைமுறையை பின்பற்றினால் நியாயமான குறைவான லாபமே கிடைக்கும். ஆனால், சமுதாயத்திற்கு தீங்கில்லை. பிணயமில்லாத, வங்கிக் கணக்கு இல்லாத, கியாரண்டி கையெழுத்து போட்டுத் தர ஆளில்லாதவர்களுக்கு வங்கிகளில் வரவேற்பு இல்லை. இதனால் ஒரு அங்குலம் இடத்தைக்கூட விட்டுவிடாமல் நாடு முழுவதும் தனிநபர்கள் பரவி விட்டார்கள். தனிநபர்களிடம் கடன் பெறும் நடைமுறை எளிதாக உள்ளது.

கடன் பெற்றவர்களிடம் இருந்து எவ்வளவு அதிகமாக பணத்தை பறிக்க முடியுமோ, அந்தளவுக்கு பணம் பறிக்கும் முறையைத்தான் கந்துவட்டி என்கிறோம். நாள் வட்டி, ராக்கெட் வட்டி, வார வட்டி, கம்ப்யூட்டர் வட்டி, மீட்டர் வட்டி, ரன் வட்டி, ஹவர் வட்டி, மாத வட்டி, டபுள் வட்டி, நிமிட வட்டி, ஸ்பீடு வட்டி, தண்டல் வட்டி என இன்றும் ஏராளமான வட்டி முறைகள் நாடு முழுவதும் இருக்கின்றன. மக்களை சுரண்டி வதைத்து, கடனை வசூலிப்பதற்காக சில தனிநபர்கள் திட்டுவது, மிரட்டல், கடத்தல், சித்திரவதை போன்ற கடுமையான நடவடிக்கைகளில் இறங்கி தற்கொலைக்கு கூட கடனாளிகளை

தள்ளிவிடுகிறார்கள். இந்த தனி நபர்களை கட்டுப்படுத்த 2003-ல் கந்து வட்டி தடைச் சட்டம் நிறைவேற்றப்பட்டது. Tamil Nadu Prohibition of Exorbitant Interest (Ordinance) Act – 2003. இதன்படி, கந்துவட்டி வாங்குவோருக்கு 3 ஆண்டு சிறைத் தண்டனையும் ரூ. 30000/- அபராதமும் விதிக்கப்படும்.

கடனாளியின் முடிவு: கந்து வட்டிக்கு கடன் பெற்று தொழில் செய்பவர்கள் இன்று நாளை, நாளை மறுநாள், அடுத்த வருடம், இன்னும் பத்து வருடம் கழித்து பார்த்தாலும் வளர்ச்சியின்றியே இருப்பார்கள். பயிர் கடன் பெற்ற குத்தகைதாரர் அறுவடை முடிந்ததும் அடிமாட்டு விலைக்கு விலைச்சலை விற்க வேண்டிய நிலை ஏற்படுகிறது. கடன் வழங்கும் சில தனிநபர்கள் மாத சம்பள கடனாளியின் ஏ.டி.எம். கார்டு மூலம் தனது வட்டிப்பணத்தை எடுத்துக் கொண்டு மீதம் இருந்தால் செலவுக்கு கடனாளிக்கு தருவார்கள். மொத்தக் கடன் தொகையையும் உரிய காலக் கெடுவில் செலுத்தாவிட்டால் சொத்துக்களை இழக்கும் அபாயம் ஏற்படுகிறது. கடன் வாங்கிய நபர் திருப்பிச் செலுத்தத் தவறினால் வீட்டுக்குச் சென்று மிரட்டி, வாகனம் பொருட்களை அபகரித்து சென்று விடுகின்றனர். ஆண்டுதோறும் நடக்கும் தற்கொலை சம்பவங்களில் 10 சதவீதம் பணப்பிரச்சினைகளால் நிகழ்கின்றன. வருமானம் நின்று விடும்போது எஞ்சியிருக்கும் மிச்ச சொச்ச நில புலன்களையும், கையில் இருக்கும் உடைமைகளையும், விற்று தேவைப்பட்டால் உடல் உறுப்புகளை விற்று, வாய்ப்பு கிடைத்தால் வாடகைத் தாயாக மாறி கர்ப்பப்பையை விற்று கடன்களை அடைக்க வேண்டிய அவலத்திற்கு ஆளாகின்றனர். தம் குழந்தைகளை, குழந்தை இல்லாதவர்களுக்கு தத்து கொடுத்தும், படிக்க வேண்டிய வயதில் வெளி மாநிலங்களில் வேலைக்கு அனுப்பியும் சிலர் சமாளிக்க முயற்சிக்கின்றனர். எல்லா முயற்சிகளும் தோற்றுப் போகும் போது, குடும்பத்தோடு உயிரை போக்கிக் கொண்டு மானத்தை காக்க முயற்சிக்கிறார்கள். அப்பாவி மக்கள் சிலர் அழிந்து போகிறார்கள். உண்மை செத்து போகிறது.

பாதிக்கப்பட்டோரில் பலர் காவல்துறையில் புகார் அளிப்பதில்லை. காரணம் கடன் வழங்கும்போது வாங்கி வைத்துள்ள வெற்று காசோலைகள் கடனாளி போலீஸில் புகார் அளித்தால், வெற்று காசோலைகளில் பல மடங்கு தொகையை நிரப்பி வங்கியில்

செலுத்தி விடும் அபாயம் உள்ளது. கணக்கில் பணம் இல்லை என வங்கியில் இருந்து எழுத்து மூலமான பதில் வந்ததும், செக் மோசடி வழக்கில் கடனாளியை சிக்க வைத்து கோர்ட்டில் வழக்கு தொடர்ந்து அலைக்கழித்து விடும் அபாயம் உள்ளது. இதனால் யாரும் மோதுவதில்லை. பொதுவாக, கந்து வட்டியில் விழுந்து மீண்டவர்கள் அபூர்வம்தான். "அட்டிகை செய்வதற்கு வட்டிக்கு வாங்கினேன். வட்டியை கட்ட முடியாமல் அட்டிகையை விற்று கட்டினேன்" இதுதான் இந்தியக் குடிமக்களின் பெரும்பாலோரின் அவலநிலை.

வாங்கியக் கடனைக் கொண்டு வீடு கட்டி முடிப்பதற்குள் வட்டித் தொகையைகட்ட வேண்டிய காலம் வந்துவிடும். அதனை கட்ட முடியாமல் சிரமப்பட்டுக் கொண்டிருப்பவர் கட்ட முடியாமல் அரை குறையாக இருக்கும் தனது வீட்டினை அடிமாட்டு விலைக்கு விற்று வட்டியைக் கட்ட வேண்டிய நிர்பந்த நிலைக்கு தள்ளப்படுகிறார்கள். "பட்டு வேட்டி கட்டி கௌரவமாக வாழலாம் என்ற கனவில் அதிக வட்டிக்கு கடன் வாங்கியவர் இறுதியில் அவர் கட்டியிருக்கும் கோவனத்தையே இழந்து சூனி குறுகி நிற்க வேண்டிய அவலத்திற்கு அளாகிறார். வட்டிக்கும், வாழ்க்கைக்கும் நடுவே போராடிக் கொண்டிருப்பவர்கள் காப்பாற்றப்பட வேண்டும். பிழைக்க வழி புரியாமல் இருளில் நிற்கின்ற எளியவர்களை கை பிடித்து கூட்டி வரும் பொறுப்பு சமுதாயத்திற்கு உள்ளது.

இன்று நடத்தும் ராஜ வாழ்க்கை நாளை நம்மையும், நம் குடும்பத்தினரையும் கஷ்ட ஜீவனத்திற்கு தள்ளி விடக் கூடாது. கந்து வட்டியால் நேரிடப்போகும் ஆபத்து குறித்த விழிப்புணர்வு அனைத்து தரப்பினருக்கும் ஏற்பட வேண்டும். தன் தகுதிக்கு மீறி அதிக வட்டிக்கு கடன் பெறுவது ஆபத்தானது. கந்து வட்டி கொடூரமானது. கந்து வட்டி அநியாயத்தின் உச்சக்கட்டம். கழுத்துக்கு கத்தி வந்து விடும். அதிலிருந்து விடுபட வழி அறியாது விழி பிதுங்கி நிற்பவர் பலர். அதிக வட்டிக்கு கடன் வாங்குபவர்கள் இருக்கும் வரை, வட்டிக்கு கொடுப்பவர் ஏழைகளின் இரத்தத்தை அட்டைபோல உறிஞ்சிக் கொண்டுதான் இருப்பார்கள். மனித சமூகத்தில் ஊடுருவியுள்ள புற்று நோயான இந்த கந்து வட்டியை அடியோடு வேரறுக்க வேண்டும். தகுதியை விட கூடுதலான தேவைகளை தவிர்த்து, போதும் என்ற மனநிலை பெற வேண்டும். வட்டி இல்லாத பழைய கைமாற்று முறை தற்போது குறைந்து விட்டது. அநியாய வட்டி வாங்குவதும், கொடுப்பதும்,

சமுதாயத்தை மிகவும் பாதிக்கிறது. சட்டத்தால் தண்டிக்கப்பட்ட கந்து வட்டிக்காரர்களைவிட வட்டிச் சுரண்டலால் சீரழிந்த குடுபங்களே அதிகம்.

தன் சொத்து பிறரால் அழிக்கப்பட்டு தன்னை நிற்கதியாய் ஆக்கி விடக் கூடாது என்பதில் ஒருவர் எவ்வளவு எச்சரிக்கையாக இருக்க வேண்டுமோ அதே போன்று பிறரை அழிக்க தனது செல்வமோ, செயலோ எந்த வகையிலும் துணை போகக் கூடாது என்பதிலும் எச்சரிக்கையாக இருக்க வேண்டும்.

பொருளாதார முன்னேற்றத்திற்கு அரசால் நடத்தப்படும் தொழில் பயிற்சி வகுப்புகளில் பங்கேற்று பலன் பெற வேண்டும். வீட்டில் இருக்கும் தாய்மார்கள் ஆடு-மாடுகள் வாங்கி, பால் பண்ணை நடத்தினால் வருமானம் நிச்சயம் பெருகும். ஏற்கனவே விவசாயக்கடனுக்கு வட்டி 4% மட்டுமே. மேலும் மகளிர் சுய உதவிக்குழு கடன் வழங்கப்படுகிறது. பெண்களுக்கு என "பாரதிய மகிளா பேங்க்" துவங்கப்பட்டுள்ளது. பெண்களுக்காக நடத்தப்படும் இந்த வங்கி மூலம் பெண்கள் நடத்தும் வர்த்தகம், மகளிர் சுய உதவிக் குழுக்கள், பெண்களின் வாழ்வாதார பணிகள் மற்றும் நிரந்தர வேலைகளில் இருக்கும் பெண்கள் ஆகியோருக்கு சுலபத்தவணையில் கடன் வழங்கப்படும்.

"குறுங்கடன்களின் தந்தை" எனப் புகழப்படும் பங்களாதேஷ் பொருளாதார மேதை முகமது யூனுஸ் அறிமுகப்படுத்தியுள்ள "மைக்ரோ கிரடிட்" என்கிற திட்டப்படி, மிக குறைந்த அளவிலான பணத்தை மிக குறைந்த வட்டிக்கு தகுதி வாய்ந்தவர்களுக்கு கடனாக கொடுத்து பின் தவணை முறையில் வசூலிப்பது வெற்றிகரமாக நடைமுறைபடுத்தப்பட்டுள்ளது. இந்த கடனுக்கு எந்த ஒரு பிணையமும் இல்லை.

நிரந்தர தீர்வு - மைக்ரோ கிரடிட்: இன்று உலகம் அதிகம் உச்சரிக்கும் வார்த்தை. ஏழைகளுக்கு வழங்கப்படும் குறுங்கடன் என்பது இதன் அர்த்தம். கடன் வழங்க முடியாது என யாரையெல்லாம் ஒரு வங்கி ஒதுக்கி வைக்கின்றதோ அவர்களுக்கு கடன் வழங்குவதே இதன் தனிச்சிறப்பு. நிதித்தேவைகளுக்கு கணவனை சார்ந்தே வாழும் பெண்களுக்கு இது ஒரு வரப்பிரசாதம். இது நம் நாட்டில் வெற்றி பெற்றால் ஏழைகளை பிணைத்திருக்கும் கடன் சங்கிலிகள்

அறுபடும். புதிய அத்தியாயம் தொடங்கப்படும். கடனாளியின் வாழ்வில் மறுமலர்ச்சி ஏற்படும். அதே நேரத்தில் உதவிக்கரம் நீட்டுபவர்களுக்கு வாங்கிய கடனை ஒழுங்காக திருப்பி தந்தால்தான் வங்கி மட்டுமல்ல, நாடும் வளரும் என்பதையும் மறந்து விடக்கூடாது.

44

செல்போன் வில்லன்கள்

1983-ல் முதன்முதலாக செல்போன் அறிமுகப்படுத்தப்பட்டது. சுமார் 1 கிலோ எடையுடன் கூடியதாக அப்போது இருந்தது. இன்று டபுள் சிம் கார்டு SMS, MMS, CAMERA, E-Mail உள்ளிட்ட பல்வேறு வசதிகளுடன் குறைந்த எடையுடன் தாராளமாகக் கிடைக்கிறது. உலக அளவில் சுமார் 6 பில்லியன் இணைப்புகள் உள்ளன. சுமார் 87 சதவீத மக்கள் உலக அளவில் செல்போன் பயன்படுத்த தொடங்கிவிட்டனர். மாலை வாக்கிங் போய்க் கொண்டிருந்தேன். கிராமத்தில் ஆடு மேய்த்துக் கொண்டிருந்த பெண் சர்வ சாதாரணமாக செல்போனில் பேசிக் கொண்டிருந்தார்.

ரைட் சகோதரர்கள் ஆகாய விமானத்தை மனித ஆக்கபூர்வ செயல்பாட்டிற்காக கண்டுபிடித்தார்கள். பின்னர், சில மனிதர்கள் விமானத்தை கடத்துவதைப்பற்றி எதிர்மறையாக சிந்தித்தார்கள். அது போல செல்போன் நல்ல பயன்பாட்டிற்காக கண்டுபிடிக்கப்பட்ட போதிலும் தவறான நபர்கள் பெண்களையும், சபலபுத்தியுள்ள ஆண்களையும் சிக்க வைக்க ஒரு தூண்டிலாக பயன்படுத்துகிறார்கள். நாம் செல் மூலம் பேச முயலும்போது அது தவறுதலாக யாரோ ஒருவரின் செல்லின் இணைப்பு கிடைத்து பேசும் அனுபவம் அனைவருக்கு ஏற்பட்டு இருக்கலாம். பத்து இலக்க எண்ணை டைரியில் குறித்து வைத்திருப்போம். ஏதாவது ஒரு இலக்கம் மாறியிருந்தால் போதும் தவறாகி விடும். செல் வைத்திருக்கும் அனைவருக்கும் இந்த அனுபவம் நிறைய இருக்கும். ரொம்ப தொல்லையாக மாறி சிலர் நம்பரைக் கூட மாற்றி இருப்பார்கள். ஏதோ ஒரு நம்பர் மாற்றி டயல் செய்து விட்டால் ராங் நம்பராக மாறி விடும். நன்றாக தூங்கி கொண்டிருப்போம் அல்லது முக்கிய பணியில் ஈடுபட்டுருக்கையில் செல்போன் அடிக்கும். யாரோ?

எவரோ? என அவசர அவசரமாய் எடுத்துக் கேட்டால் அது ராங் நம்பராக இருக்கும். வெறுத்து போய்விடும்.

ஒரு இளம்பெண்ணுக்கு அழைப்பு வந்தது. பிரியா இருக்கிறாளா? என அடிக்கடி வந்தது. நான் பிரியா இல்லை. கீதா என்றார். மேலும் சில விவரங்களை தற்செயலாக சொல்ல ராங் நம்பர் ரைட் நம்பராகி, காதலாகி, மோதலை சந்தித்து நல்ல வேளையாக திருமணத்தில் முடிந்தது. தவறுதலாக நமது எண்களை டயல் செய்தவர்களை கூட மன்னித்து விடலாம். குத்துமதிப்பாக ஒரு நம்பரை டயல் செய்து வலை வீசுபவர்கள் இம்சை செய்பவர்களை என்ன செய்வது?.

மணிக்கணக்கில் பேசும் பழக்கம் உள்ளவர்கள் சிலர் ராங் நம்பர் வந்தால்கூட நிதானமாக எல்லா விவரங்களையும் கேட்டுவிட்டு கடைசியில் ராங் நம்பர் என வெறுக்கடிப்பார்கள். மொழி தெரியாவிட்டால்கூட மணிக்கணக்கில் பேசுவது... பிளேடு போடுவது..... என்ற கொள்கைபிடிப்பு உள்ள நபர்களும் உள்ளனர்.

போன் வந்தால் உடனே எடுத்து கர்ம சிரத்தையாக பொறுப்பாக, அமைதியாக பதில் சொல்பவர்களும் உள்ளனர். சிலர் தவிர்க்கமுடியாத சூழ்நிலையில் வேண்டாவெறுப்பாக தப்பான நம்பரை தருகிறார்கள். தெரியவா போகிறது என நினைப்பவர்களும் உண்டு. இன்றைய உலகில் செல்போன் பலரது பொன்னான நேரத்தை அசராமல் குடித்துக் கொண்டிருக்கிறது. அலுவலகங்களில் தரப்படும் எண், சொந்த பயன்பாட்டிற்கு ஒரு எண் என இரண்டு சிம்கார்டுகளை பலர் பயன்படுத்துகிறார்கள். ஒரு நிறுவனத்திலிருந்து வேறொரு நிறுவனத்திற்கு செல்லும் போது சிம் கார்டை திருப்பி ஒப்படைக்க வேண்டும். இந்த நம்பரை யாருக்காவது நிறுவனம் கொடுத்திருந்தால் ராங் கால் வருவதற்கு வாய்ப்பு உள்ளது.

அதிர்ஷ்டலட்சுமி செல்போன் வழியாக பல நேரங்களில் பல நல்ல தகவல்களை நமக்கு தந்து மகிழ்வடைய செய்ததுண்டு. ராங் நம்பரில் தொடர்பு கொள்பவர் சரியான நபரா? தவறான நபரா? என்பதில் எச்சரிக்கை தேவை. நேர்மறை எண்ணத்துடன் கணினியை ஆக்கப்பணிக்காக கண்டுபிடித்தவர்கள் உள்ள இவ்வுலகில்தான் எதிர்மறை சிந்தனையில் அழிவுக்காக வைரஸ் சாப்ட்வேர் எழுதுபவர்களும் உள்ளனர். வைரஸ் கணினியை முடக்குவது போல,

ராங்கால் மூலம் பலரது வாழ்வை கபளிகரம் செய்பவர்கள் உள்ளனர். நாம் புதிதாக செல்போன் சிம்கார்டு வாங்கும்போது யாரோ ஒரு பிரச்சினைக்குரிய நபர் உபயோகித்த நம்பரை செல்போன் நிறுவனங்கள் நமக்கு மாற்றிக் கொடுத்து விடும் நிகழ்வுகளும் உண்டு. நெறைய மெசேஜ் அனுப்பியே வெறுப்பேற்றுபவர்கள் உள்ளனர். நாகரிகமற்ற ஜோக் அடிப்பவர்களும் உள்ளனர். இவற்றை தவிர்க்க பலர் நம்பரை மாற்றி விடுகின்றனர். அலுவலக நிமித்தமாகவும் நண்பர்களிடமிருந்தும் முக்கியமான போன் வரும் நிலையில் சுவிட்ச் ஆப் செய்து வைக்கவும் முடியாது. ராங் நம்பரால் பல குடும்பங்களில் குழப்பம் எற்படுகிறது. இது தவிர 108-க்கு தவறான தகவல் தருவது. குண்டு வைக்கப்பட்டுள்ளதாக புரளி கிளப்புவது என பல சம்பவங்கள் நடந்துள்ளது.

மெசேஜ், ரிங்டோன் சத்தம் கேட்டாலே மனம் பதைப்பவர்கள் பலர் உள்ளனர். இன்றைக்கு இந்த மாதிரியான ராங் நம்பரால் பல பெண்களுக்கு பிரச்சினைகள் வருகிறது. இதனால் அப்பாவிகள் பலர் மன உளைச்சலுக்கு ஆளாகிறார்கள் என்பதை சம்பந்தப்பட்டவர்களும் யோசிக்க வேண்டும். இன்று நகரங்களில் பல இடங்களில் பல வகைகளில் நடைபெறும் அன்றாட நிகழ்ச்சிகளில் ஒரு சிலவற்றைப் பார்ப்போம். ஒரு பானை சோற்றுக்கு ஒரு சோறு பதம் அல்லவா.

சம்பவம் 1 :நாடாளுமன்றத்தில் காரசாரமாக விவாதம் நடந்து கொண்டிருந்த போது மொபைல் ஒலித்தது. ஏதாவது முக்கிய அழைப்பாக இருக்குமோ என்று எண்ணி எடுத்து பேசினார் மத்திய அமைச்சர். ஒரு வங்கியிலிருந்து கடன் வேண்டுமா? என்று கேட்கும் அழைப்பு அது. வெறுத்து போய்விட்டார். பல்க் எஸ்.எம்.எஸ். முறையில் தட்டி விடுகிறார்கள். தினம் குறைந்தது 4 குறுஞ் செய்திகளாவது தவறாமல் வருகின்றன.

சம்பவம் 2 :எம்.டெக். பட்டதாரியான 23 வயது இளம்பெண்ணுக்கு ராங் நம்பர் மூலம் அறிமுகமானார் ஒரு ராங் நபர். காதல் வயப்பட்ட அந்த பெண் காதலனை நேரில் பார்த்து விட துடித்தார். இரவு பஸ் ஏறி அதிகாலை காதலன் ஊருக்கு வந்துவிட்டார். பஸ் நிலையத்தில் சுற்றித் திரிந்த அவரை போலீஸ் விசாரிக்க விபரம் சொன்னாள். செல்லில் பேசிய காதலனை வரவழைத்தனர். வந்தவரோ 70 வயதான முதியவர். இளைஞன் போல பேசி, பெயரை மாற்றி சொல்லி காதலை

வளர்த்திருக்கிறார். நல்ல வேலை போலீஸ் தலையீட்டால் தப்பினார் இளம்பெண்.

சம்பவம் 3:ராங் நம்பரில் சிக்கும் நபர்களை பேசிப்பேசி வசீகரித்து ஏமாற்றி விட மறுமுனை காத்துக் கொண்டிருக்கிறது என்பதற்கு சில உதாரணங்கள். சில மிஸ்டு கால்கள் மிகுந்த பாதிப்புகளை உண்டாக்கி விடுகின்றன. ஒரு பெண் பேசினார். உங்க வாய்ஸ் இனிமையாக இருக்கு. உங்களை பத்தி தெரிஞ்சிக்கலாமா? என கொஞ்சும் குரலில் கேட்க, வசதியான குடும்பத்தைச் சேர்ந்த இளம் வங்கி அதிகாரி வகையாக சிக்கிக் கொண்டார். அந்த பெண் தந்திரமாக கேட்க, கேட்க, இவர் நிதானம் இழந்து வரம்பு மீறி பேசிவிட்டார். ஒரு கும்பல் வங்கிக்கு வந்தது. நீ பேசினது போனில் பதிவாகி உள்ளது. வா போலீஸ் ஸ்டேசனுக்கு என்று மிரட்டியது. அரண்டு போய் அவர்கள் கேட்ட பெருந்தொகையை தண்டம் அழ, பறித்துச் சென்றது கும்பல். பெண்களை வைத்து வலை விரிச்சு ஒரு கூட்டமே பகற்கொள்ளை அடிக்கிறது. "பச்சைக்கிளி முத்துச்சரம்" என்ற தமிழ்படத்தில் கூட இது போன்ற சம்பவம்தான் கதையின் கரு.

சம்பவம் 4:ஒரு பெண் ராங் நம்பரில் ஒரு இளைஞருக்கு அறிமுகமானாள். என் கணவர் வெளிநாட்டில் உள்ளார். நான் தனிமையில் உள்ளேன் என வஞ்சகமாக புலம்பி சபலப்படுத்த நாளடைவில் இருவரும் சேர்ந்து சுற்ற, சொல்லி வைத்தாற் போல ஒரு கும்பல் வந்து ஏண்டா? என்ன தைரியம் இருந்தா எங்க ஊர் பொண்ணை லாட்ஜுக்கு கூட்டிட்டு வருவேன்னு அடித்து, பையில் இருந்த பணம் கழுத்தில் இருக்கும் செயின், மோதிரம், செல்போன் எல்லாவற்றையும் பிடுங்கி சென்றது.

இன்றைய காலகட்டத்தில் சில நல்ல குடும்பப்பிண்ணனி உள்ள பெண்களே இப்படிப்பட்ட செல்போன் வில்லன்களிடம் சிக்கி சிரமப்படுகிறார்கள். ஆறுதலாக பேச ஆரம்பித்து, ரொமான்ஸ் என்ற பெயரில் சிலப் பெண்களை தூண்டிவிட்டு, அவர்களை எல்லை மீறி பேச வைத்து அதை ரெகார்ட் பண்ணி இளைய தளங்களில் உலாவிடும் நிகழ்வுகளும் உள்ளது. கல்யாணமாலை அல்லது மணமக்கள் தேவை விளம்பரங்களில் உள்ள செல் எண்களை தொடர்பு கொண்டு, விதவையை/முதிர் கண்ணிகளை/விவாகரத்தான பெண்ணை தொடர்பு கொண்டு ஏமாற்றும் திருமண மன்னன்கள் உள்ளனர்.

நடுத்தர வயதான நல்ல வரன் அமையாத வசதியான பெண்களிடம் தொடர்பு கொண்டு நூதனமாக பணம் பறிப்பவர்கள் உள்ளனர். பெரிய உயர் பதவியில் உள்ளவர்களே ஏமாற்றப்பட்டுள்ளனர். சமீபத்தில் 17 திருமணம் செய்த மோசடி நபர் சிக்கினார். தெளிவாக திட்டமிட்டு வலையில் வீழ்த்துகிறார்கள்.

தெரியாத மொபைல் நம்பரில் இருந்து போன்கால்கள் வந்தால் கண்டு பிடிக்க எளிய வழி உள்ளது. மொபைல் நம்பரை ட்ரேஸ் செய்ய நிறைய வளைத்தளங்கள் உள்ளன. "மொபைல் டிரெக்டரி இண்டியா" என்ற வளைத்தளத்திற்கு நுழைந்து, இதில் டிரேஸ் மொபைல் நம்பர் என வரும் கிளிக் செய்து மொபைல் எண்ணை டைப் செய்தால் சில அடிப்படைத்தகவல்கள் எளிதாக பெறலாம்.

Blocked Callers List-ல் போட்டுவிட்டால் அவர்கள் தொடர்பு கொள்ள முடியாது. சில வகை மொபைல்களில் மட்டும் இந்த வசதி உள்ளது. சில மாதங்கள் அலைபேசி எண்ணைப் தொடர்ந்து பயன்படுத்தாமல் இருந்து விட்டாலோ, இணைப்பை துண்டித்து விட்டாலோ, அந்த எண் வேறொருவருக்கு கொடுத்து விடுகிறார்கள். ஒரு எண் முடங்கி போவதற்கு பதிலாக வேறொருவருக்கு தருகிறோம் என்கிறார்கள். தெரியாத எண்ணிலிருந்து மிஸ்டுகால் வந்தால், அந்த எண்ணுக்கு திரும்ப அழைக்காமல் இருப்பதுதான் உசிதம். முக்கிய தகவல் எனில் மீண்டும் அழைப்பார்கள் என காத்திருப்பது நல்லது. கணவரிடமோ, தந்தையிடமோ கொடுத்து பேச சொல்லலாம்.

தெரியாத இடங்களில் மொபைலை சர்வீஸுக்கு தரக் கூடாது. ஒரு புத்திசாலி வியாபாரி ஒருவர் தவறாக அழைத்தாலும், அதைப் பயன்படுத்தி அவரை வாடிக்கையாளரமாக மாற்றி விடுகிறார். எல்லோருக்கும் இது சாத்தியமில்லை. மிகவும்

பிடித்தவர்களிடம் அழைப்பு வந்தால் மூச்சு விடாமல் பேசுகிறோம். பிடிக்கர்தவர் கூப்பிட்டால் பேச்சு மூச்சு நின்றுவிடுகிறது. எல்லைமீறி, நிதானம் இழந்து அந்தரங்க விஷயங்களை பேசாதீர்கள். வழுக்கி விழுந்துவிட்டால் வாழ்க்கை நொறுங்கிவிடுகிறது. புகார் தரவோ, கணவரிடம் சொல்லவோ பயப்பட்டால் குற்றம் செய்பவருக்கு சாதகமாக அமைகிறது. எந்த ஒரு குற்றமாக இருந்தாலும் முறையான புகார்இன்றி நடவடிக்கை எடுக்க இயலாது.

45

தங்க பூட்டு

முதல் பெண் ஐ.ஏ.எஸ் அதிகாரி அண்ணா ஜார்ஜ். முதல் பெண் ஐ.பி.எஸ் அதிகாரி கிரண்பேடி(1972). உச்ச நீதிமன்ற முதல் பெண் நீதிபதி பாத்திமா பீவி(1989). பிரிட்டனின் முதல் பெண் பிரதமர் மார்க்ரெட் தாட்சர்(1979). பிரிட்டானியா நிறுவனத்தின் முதல் பெண் தலைமை அதிகாரி வினிதா பாலி எனப்பட்டியல் பார்க்கின்றோம். ஆனால் எங்குமே முதல் ஆண் அதிகாரி, முதல் ஆண் கவர்னர், ஆண் மருத்துவர் என்றெல்லாம் பட்டியலிடுவெதில்லை. ஏனெனில் எல்லா துறைகளிலும் ஆண்கள்தான் நீக்கமற நிறைந்து இருக்கிறார்கள். அதாவது உலகமெங்கும் பெண்களையெல்லாம் வெகு தூரத்தில் நிறுத்தி விட்டு உயரப் பறந்து கொண்டிருக்கிறது ஆண்களின் கொடி. உலக வரலாறு நெடுக ஆண்கள் பதித்த சுவடுகளே ஏராளம். பெண்கள் இன்னமும் கால் பதிக்காத துறைகள் நிறையவே உள்ளன. தொழில் அதிபர் உயிர் காக்கும் மருத்துவர், விஞ்ஞானிகள், வழக்கறிஞர், சாகசம் நிறைந்த பத்திரிக்கையாளர் என அனைத்து துறைகளிலும் தேசிய அளவில் எண்ணிக்கையில் ஆண்களே மிக அதிகமாக உள்ளனர். மிகப்பெரிய சர்வதேச/தனியார்/அரசு சார்ந்த நிறுவனங்களில் தலைமை அதிகாரிகளாக பெரும்பாலும் ஆண்களே உள்ளனர்.

மாலை நேரம். ஒரு வீட்டின் கொல்லைபுறத்தில் பசுமாடு கட்டப்பட்டிருந்தது. திடிரென மழைப் பெய்யத் தொடங்கியது. மழைக்கு ஒதுங்க நினைத்த பசுமாடு சட்டென எழுந்தது. அப்போதுதான் அதன் நினைவிற்கு வந்திருக்க வேண்டும். தனக்கு மூக்கணாங்கயிறு கட்டப்பட்டுள்ளது. கயிறால் பிணைக்கப்பட்டுள்ளோம். கயிற்றின் நீளத்திற்குட்பட்ட 2 மீட்டர் பரப்பளவிற்குள்தான் தனது உலகம் என்பதை

உணர்ந்து, மழையைப் பொருட்படுத்தாமல், வேறு வழியின்றி மீண்டும் கால்களை மடக்கி தரையில் சாய்ந்து கொண்டது. மழை பெய்து முடியும் வரை யாரும் வரவும் இல்லை. மாட்டை அப்புறப்படுத்தவும் இல்லை. இந்த மாட்டின் நிலைக்கும், நமது சமுதாயத்தில் உள்ள பெண்களின் நிலைக்கும் என்ன பெரிய வேறுபாடு உள்ளது? பஜ்ஜி, சொஜ்ஜி சாப்பிட்டுவிட்டு, மாப்பிள்ளை வீட்டார் பெண் பிடித்திருக்கிறது என்று சொல்லிவிட்டு போகிறார்கள். பெண்கள் கழுத்தில் திருமாங்கல்யத்துடன் மஞ்சள் கயிறு கட்டப்படுகிறது. அடுப்பங்கரை, பெட்ரூம், ஹால், காம்பவுண்ட் சுவர் அவ்வளவுதான் அவர்களது உலகம். அதைத் தாண்டி வருவதற்கு வாழ்வில் சாதிப்பதற்கு பல்வேறு தடைகள் உள்ளன. சமைக்கலாம். பாத்திரங்கள் கழுவலாம். வீட்டு வேலை பார்க்கலாம். அவ்வளவுதான். அதைத்தாண்டி அவர்கள் சிறகுகளை விரிக்க முயன்றால் சமூகம் பல கட்டுப்பாடுகளை விதிக்கிறது. அவர்கள் மீது கட்டாயமாகத் திணிக்கிறது.

மத்திய அமைச்சரவையில், மாநிலங்களவை உறுப்பினர்களில், மாநில கவர்னர்கள், முதல்வர்கள், அமைச்சரவைப் பட்டியலில் தேடிப்பார்த்தால் ஒரிருவர்தான் பெண் பிரதிநிதிகளாக இருப்பர். மேலும் நாட்டின் முக்கியப்பதவிகளான திட்ட கமிஷன், தலைமை தேர்தல் ஆணையர், நிதி செயலர், யு.பி.எஸ்.சி-சேர்மன், சட்ட கமிஷ ன்-சேர்மன், சீப்- விஜிலன்ஸ் கமிஷனர், ரிசர்வ் பாங்க் ஆப் இந்தியா- கவர்னர் உள்ளிட்ட பல்வேறு துறைகளின் தலைமைப் பொறுப்பில் காலங்காலமாய் ஆண்களே உள்ளனர். பெண்கள் தமது முத்திரையை பதிக்கவே இல்லை என்பது பரிதாபம். குடும்ப பின்னனி செல்வாக்கு உள்ள ஒரிருவர் மட்டுமே ஆங்காங்கே அரிதாக உள்ளனர். பெண்களின் சமத்துவத்திற்கு உரக்கக் குரல் கொடுப்பவர்கள் யாருமில்லை.

காட்டில் சுதந்திரமாக திரிந்த பலமிக்க யானையை வஞ்சகமாக பள்ளம் பறித்து படுகுழியில் விழச் செய்து பட்டினிப் போட்டு அங்குசம் காட்டி அடக்கி, கால்களை சங்கிலியால் பிணைத்து கல்தூண்களில் கட்டி வைத்து, மௌனமாய் கண்கள் கலங்கி நிற்கையில், உணவு தருகிறார்கள். தனது உணவை தானாகவே தேடிக்கொள்ளும் திறமை யானைக்கு இருக்கிறது எனும்போது ஏன் இந்த அவலம்? அது போல பெண்களை இந்த சமுதாயம் நடத்தவில்லை என உரக்க சொல்ல முடியுமா? இன்று கேஸ் ஸ்டவ், மிக்ஸி, கிரைண்டர் வாசிங்மெசின்

என வந்துவிட்டதாலும், கூட்டுக் குடும்ப முறை மாறி தனிக்குடுத்தனம் பெருகிவிட்டதாலும், வீட்டு வேலையை இன்றைய காலக்கட்டத்தில் நாள்முழுவதும் செய்ய வேண்டியதில்லை. அடுக்களை மட்டுமே வாழ்க்கையல்ல. 58 கோடி பெண்கள் உள்ள நாட்டில் அவர்களது ஆற்றல், மனித சக்தி, திறமை, உழைப்பு, முழுமையாக நாட்டு முன்னேற்றத்திற்கு பயன்படுத்தப்படவில்லை. House-wife ஆக மட்டுமே இருப்பதால் அவர்களது வாழ்வில் இம்மியளவும் மாற்றமும் இல்லை. ஏற்றமும் இல்லை. திருமணம் என்பது பெண்களுக்கு அடிமை சாசனம் அல்ல. மணமாகி விட்டதால் அவர்கள் புறக்கணிக்கக் கூடாது. தங்கள் உரிமையை ஒரு போதும் விட்டுக் கொடுக்கக் கூடாது. நவீன காலத்தில் எல்லா துறைகளிலும் ஆண்களே நிறைந்து இருப்பது சமத்துவ தர்மத்திற்கு முரணானது.

கல்வியிலும், திறமையிலும் மட்டுமல்ல. அரசியல், படைத்தலைமை என்று எதுவாக இருந்தாலும் பெண்கள் ஆண்களுக்கு சற்றும் சளைத்தவர்களல்ல என்கிற விஷயத்தை நாம் மறந்து விடக்கூடாது. சாதனை புரிய, சரித்திரம் படைக்க பெண்களும் முன்வர வேண்டும். கடுமையாக முயற்சிக்க வேண்டும்.

ஆண்-பெண் யாராக இருந்தாலும், துன்பங்களுக்கிடையில்தான் வாய்ப்புகள் ஒளிந்திருக்கின்றன. சலித்து கொள்பவர் ஒவ்வொரு வாய்ப்பிலும் உள்ள ஆபத்தை மட்டுமே பார்க்கின்றார். சாதிப்பவர் ஒவ்வொரு ஆபத்திலும் உள்ள வாய்ப்புகளை பார்க்கின்றார். ஆணோ, பெண்ணோ நீங்கள் உங்கள் சிறகை விரிக்கும் வரை நீங்கள் எட்டும் உயரம் யாரறிவார்? பெண்களே விதைத்துக் கொண்டே இருங்கள். முளைத்தால் மரம். இல்லையேல் உரம். மொத்தத்தில் முடங்கிக் கிடக்கக் கூடாது. வெற்றிக்கு சில விலைகளை தர வேண்டியுள்ளது. ஆண்-பெண் யாராக இருந்தாலும் வாழ்வில் போராடுகிற துணிச்சல் வேண்டும். சமுதாயத்தில் பெண்களுக்கு விதிக்கப்படும் கட்டுப்பாடுகள், விதிமுறைகள், குழப்பமானவை, கஷ்டமானவை, கொடுமையானவை பெண்களிடம் ஆண்களுக்கு நிகராக அபரிதமான, ஆற்றலும், திறமையும் இருந்தாலும் அனுமதிக்க மறுத்து, அடுப்படியிலேயே அடைக்கப்படுவதால் மிகவும் நொந்து போயிருக்கிறார்கள். அற்ப விஷயங்களுக்குக்கூட குடும்ப உறுப்பினர்களிடம் கெஞ்சி கூத்தாட வேண்டியுள்ளது. விமர்சனங்களுக்கு, அபாண்டமான

குற்றச்சாட்டுகளுக்கு அவர்களுடைய மென்மையான தோல்கள் பழகுவதில்லை. பெண்களின் மிகப்பெரிய எதிரிகள் சமுதாயத்தின் கட்டுப்பாடுகள்தான். ஒரே நேரத்தில் பெண்கள் உடல்ரீதியாக, மன ரீதியாக பல்வேறு தாக்குதலுக்கு ஆளாகிறார்கள்.

எல்லா துறைகளிலும் சிகரமேறிக் கொண்டிருக்கும் ஆண்கள் அத்தனை சுலபத்தில் பெண்களுக்கு விட்டு விடத் தயாராக இல்லை. தந்தை, சகோதரன், கணவன், மகன் ஆகியோரின் வெளிச்சத்தில் அவர்கள் உழைப்பில் சேர்த்து வைத்த செல்வத்தில் காலம் தள்ளுவது பெருமையில்லை. அதிலிருந்து விடுபட்டு தன்னுடைய வெளிச்சத்தை தானே உண்டாக்கி கொள்ள வேண்டும். எல்லா துறைகளிலும் ஆண்கள் பெரும்பான்மையாகவும், பெண்கள் சிறுபான்மையாகவும் இருக்கிறார்கள். எல்லா காலங்களிலும் பெண்கள் ஆண்களின் கருணைக்காகவே காத்து கொண்டிருக்க வேண்டியுள்ளது. சாதிக்க துடிக்கும் பெண்கள் ஏராளமான வேகத்தடைகளை சந்திக்க வேண்டியுள்ளது. இருப்பினும் எந்த ஆண்களும் கற்பனையில்கூட எண்ணிப் பார்த்திராத பல சாதனைகளை சில பெண்கள் சாதித்திருக்கிறார்கள் என்பதும் வரலாற்று உண்மை. சமைப்பது, பாத்திரங்கள் கழுவுவது மட்டுமே பெண்களின் முழு நேரப்பணியல்ல. பெண்களின் முன்னேற்றம், ஒரு நாட்டின் வளர்ச்சிக்கும், குடும்பத்தின் வளர்ச்சிக்கும் முதுகெலும்பாக அமையும். உலக அரங்கில் நம்நாடு ஒரு பொருளாதார வல்லரசாக மலர்வது புதிய தலைமுறையின் ஆண்-பெண் இருபாலரின் கூட்டு உழைப்பில்தான் இருக்கிறது. ஆண்களால் ஒரு விஷயம் முடிகிறதென்றால் அது ஏன் பெண்களால் முடியாது?

நம்முடைய சமுதாயம் இனியும் பெண்களை முடக்கினால், கட்டுப்படுத்தினால், அவர்களின் முயற்சிகளுக்கு முட்டுக் கட்டையாக இருந்தால், இந்த மனப்பான்மை தொடர்ந்தால் நாம் என்றைக்குமே முன்னேற்றமின்றி வளர்ச்சியின்றி இருக்க வேண்டியதுதான். ஆண்-பெண் யாராக இருந்தாலும் இந்த துறையில் இறங்கி சாதிக்கலாம் வா என்று உங்களை யாரும் அழைக்கப் போவதில்லை. அந்த முதல் அடியை நீங்களாகத்தான் எடுத்து வைக்க வேண்டும்.

நம் நாட்டில் பெண்கள் தங்களுடைய சக்தியை தாங்களே உணராமல் இருக்கிறார்கள். தங்களுக்குள் ஒளிந்திருக்கும் ஆற்றலை

தங்கப்பூட்டு போட்டு பூட்டி வைத்திருக்கிறார்கள். பெண்கள் செய்ய வேண்டியதெல்லாம் அந்த தங்கப் பூட்டை திறந்து வந்து படிப்படியாக ஏதாவது ஒரு துறையில் பயணிக்க வேண்டியதுதான்.

சோதனை இல்லாமல் சாதனை இல்லை. மன உறுதியும், விடாமுயற்சியும் மட்டுமே சாதனை செய்ய அவசியம். கோடானு கோடி பெண்கள் எல்லா நிலையிலும் இன்னும் கொடிய அடிமைத்தளத்தில் சிக்கியுள்ளனர். துறைமுகத்தில் நிறுத்தப்பட்ட கப்பல்கள் பாதுகாப்பாக இருக்கலாம். ஆனால் அதற்காக கப்பல்கள் கட்டப்பட்டதில்லை. அடுப்பங்கரையில் பெண்கள் பாதுகாப்பாக இருக்கலாம். அதற்காக கடவுள் அவர்களை படைக்கவில்லை. அன்னை தெரசா அப்படி நினைத்திருந்தால் என்னவாகி இருக்கும். தற்காப்பு கலையை கற்றுக் கொள்ளுங்கள். யாருடைய உதவியும் இன்றி தங்களை தாங்களே காப்பாற்றிக் கொள்ளும் அளவிற்கு மன வலிமையையும், உடல் வலிமையையும் பெற்றுக் கொள்ள வேண்டும். ஆண்களின் பெரிய பெரிய சாதனைகளுக்கு பின்னால் ஒரு பெண் உள்ளதாக சொல்லி முடக்கி விடுவார்கள். அந்த வஞ்சப்புகழ்ச்சி மட்டும் போதுமென்று இருந்துவிடக்கூடாது.

ஒரு ஆணை சிகரத்திற்கு ஏற்றி விடும் அளவிற்கு துணிவு இருக்கும்போது அந்த சிகரத்தில் தான் ஏறி சாதனை படைக்க எவ்வளவு நாளிகை ஆகும்? பெண்ணே எண்ணித்துணிக கருமம் துணிந்தபின் எண்ணுவம் என்பது இழுக்கு- என்றார் வள்ளுவர். எந்த துறையில் துணிவது என்பது மட்டுமே தற்போதைய கேள்வியாக உள்ளது.

46
மௌன அநீதி

இன்றைக்கு கல்வி, வேலைவாய்ப்பு, நகரமயமாக்கல், உலகமயமாக்கல், கணினி, பேஸ்புக், செல்போன் எல்லாம் சேர்ந்து ஆணும், பெண்ணும் பழகுவதற்கு நிறைய வாய்ப்புகளை வாரி வழங்கியிருக்கிறது. தவிர்க்கவோ, தடுக்கவோ முடியாத அளவுக்கு காதல் திருமணங்கள் அதிகரிக்கத் துவங்கியுள்ளது. வயது வந்த ஆணும், பெண்ணும் சேர்ந்து வாழ நிச்சயமாக உரிமை உள்ளது. ஆனால், காதல் மணம் புரிபவர்கள் அதற்கு கொடுக்கும் விலை மிகவும் அவலமானது என்பதற்கு பல உதாரணங்களை சொல்ல முடியும்.

25.05.2014 அன்று 25 வயது இளம்பெண் காதல் திருமணம் செய்து கொண்டதற்காக, லாகூர் உயர்நீதி மன்றத்துக்கு வெளியே சொந்த குடும்பத்தாரால் கல்லால் அடித்துக் கொல்லப்பட்ட சம்பவம் உலக கவனத்தை பெரிதும் ஈர்த்தது. குடும்பத்தினரின் விருப்பத்திற்கு எதிராக காதல் திருமணம் செய்து கொள்பவர்கள் பல்வேறு பிரச்சினைகளை சந்திக்க வேண்டியுள்ளது. பெண் உயர்ந்த சாதியாகவும், ஆண் தாழ்ந்த சாதியாகவும் இருந்து விட்டால் தம்பதிகளை பிரித்து வைக்கவும், ஊர் நீக்கம் செய்யவும், தற்கொலைக்கு தூண்டவும் கூட சிலர் தயாராகி விடுகின்றனர். சில நிகழ்வுகளில் பல அப்பாவிகள் கௌரவ கொலைக்கு ஆளாகின்றனர்.

உலகில் நடக்கும் கௌரவ கொலைகளில் ஐந்தில் ஒன்று இந்தியாவில் நடைபெறுகிறது என ஐ.நா. சபை தெரிவித்துள்ளது. கோவிலில் திருமணம் செய்து கொண்டு, பதிவாளர் அலுவலகத்தில் பதிவுத் திருமணம் செய்துகொண்டு வாழ்வைத் துவங்கினாலும் சொந்த குடும்பத்தாரால் புறக்கணிக்கப்படுதல் போன்ற கௌரவ

சித்ரவதைகளை சந்திக்க நேருகிறது. சில பெற்றோர் தங்களுக்கும், மகளுக்கும் எந்த உறவும் இல்லை எனவும், சொத்தில் பங்கு தர மாட்டோம் எனவும் காவல் துறையில் எழுதித் தருபவர்களும் உள்ளனர். நாகரீக நிலையை நமது சமூகம் இன்றும் அடையவில்லை. வாழ்க்கைத் துணையை தேர்ந்தெடுப்பது ஒரு மனிதனின் அடிப்படை உரிமை. அந்த உரிமையில் தலையிட வேறு யாருக்கும் உரிமை இல்லை என்ற நிஜத்தை ஏற்க மனப்பக்குவமில்லை.

இன்னமும் பெண்கள் ஆண்களைவிட கீழானவர்களாகவே சமூகத்தில் பார்க்கப்படுகிறார்கள். இந்தியச் சட்டப்படி திருமண வயதில் இருக்கும் ஒரு ஆணும், ஒரு பெண்ணும் தங்கள் வாழ்க்கைத் துணையை சுயமாகத் தேர்ந்தெடுக்க முழு உரிமை உள்ளது. இதில் யாருமே சட்டப்படி தலையிட முடியாது. பிள்ளைகளுக்கு ஆலோசனை சொல்லலாம். தோழமையோடு அறிவுரை சொல்லலாம். மற்றபடி, கொலை செய்யவும், தண்டிக்கவும் பெற்றோருக்கு உரிமையில்லை. மருத்துவமனையில் உயிருக்குப் போராடும் நம் குடும்ப உறுப்பினர்க்கு (நோயாளிக்கு) ரத்தம் தந்தவர் யார் என்று பார்ப்பதில்லை. ஆனால் திருமணத்தில் மட்டும் மனம் ஏற்றுக் கொள்வதில்லை. கௌரவ கொலைகள் மிகவும் காட்டுமிராண்டித்தனமானது. பெரும்பாலும் ஜாதி, மதம் காரணமாகவே கௌரவ கொலைகள் செய்யப்படுகின்றன. மகனோ, மகளோ செய்தது பிடிக்கவில்லை என்றால் அதிகபட்சம் உறவை முறித்துக் கொள்ளலாம். அவ்வளவுதான். இது ஒரு உளவியல் சார்ந்த பிரச்சினை. உலகம் முழுவதும் இந்த சிக்கல் உள்ளது.

மனிதன் தனது சமூக அந்தஸ்துக்கு பங்கம் வரும்போது கொலை செய்யும் அளவுக்கு போய்விடுகிறான். சில இடங்களில் காதல் திருமணம் செய்பவர்கள் காதலுக்காக மதம் மாற சம்மதித்தால் காதல் அங்கு அனுமதிக்கப்படுகிறது. அது கூட ஒரு வழி பாதைதான். உள்ளே வரலாம். வெளியே போக முடியாது. கடல் போல நிறைந்திருக்கும் சாதி மத நச்சுகளில் இருந்து பல இளம் காதலர்களை காப்பாற்ற முடிவதில்லை.

நம்நாட்டில், ஹரியானாவில் உள்ள காப் பஞ்சாயத்துக்கள்தான் கௌரவ கொலைகள் செய்வதில் முன்னணியில் இருக்கிறது. சமயங்களின் அடிப்படை நோக்கங்கள் சிதைந்துவிட்டன. எந்த நாடும்

இதற்கு விதிவிலக்கல்ல. உலகம் தடுமாறி தறிகெட்டு செல்கிறது. மதத்தின் பெயரால், இனத்தின் பெயரால், சாதியின் பெயரால் மனிதக் கொலைகள் மலிந்துவிட்டன. கௌரவ கொலை என்பது பழைய சமுதாய வழக்கம். ஆனால், இன்னும் நடைமுறையில் உள்ளது. காதலால் குடும்பத்திற்கு அவமானம் ஏற்படுவதாகவும், குடும்பத்தின் களங்கத்தை துடைக்க தங்கள் பிள்ளையை குடும்பத்தினரே கொன்று விடுகின்றனர்.

இது போன்ற கௌரவ கொலைகள் தடை செய்யப்படவேண்டும். மனித உயிர் விலை மதிப்பற்றது. பெற்றோர் ஏற்பாடு செய்த திருமணத்தை மறுப்பது, சாதி மத எல்லைகளைத் தாண்டி திருமணம் செய்து கொல்வதை சமூகத்தால் ஜீரணிக்க முடியவில்லை. சில இடங்களில் பாலியல் பலாத்காரத்திற்கு ஆளான அப்பாவிப் பெண்ணை கற்பழித்தவனையே திருமணம் செய்து கொள்ளுமாறு கட்டாயப்படுத்துகிறார்கள்.

ஒவ்வொரு மதத்திலும் பல்வேறு நல்ல விஷயங்களும், அதே நேரத்தில் காலத்திற்கு ஒவ்வாத சில வழக்கங்களும் இருக்கவே செய்கின்றன. மனிதனின் தவறான புரிதலும் குற்றங்களுக்கு காரணமாகிறது. வருடந்தோறும் சுமார் 5000 பெண்கள் கௌரவ கொலைகளுக்கு ஆளாகின்றனர் என ஐ.நா. தெரிவிக்கிறது. உண்மையில் கொலை செய்வதில் எந்த கௌரவமும் இருக்க வாய்ப்பில்லை. சுயமாக தனது வாழ்க்கைத் துணையை தேர்ந்தெடுக்கும் உரிமை இன்றைய பெண்களுக்கு உள்ளதா? என்பது கேள்விக்குறியதாக உள்ளது. மனிதாபிமானமற்ற, ஈவிரக்கமற்றவர்களால் அப்பாவி காதலர்கள் கொல்லப்படுவது தொடர்கதையாக உள்ளது

நல்ல கல்வி இந்த தீமையை குணமாக்கும். வட இந்தியாவில் கௌரவ கொலை இன்றைக்கு முக்கிய பிரச்சினையாக உள்ளது. எந்த மதமும், நாடும் கௌரவ கொலைக்கு விதி விலக்கல்ல. தென் அமெரிக்கா முதல் ஆசியா கண்டம் வரை உலகம் முழுவதும் கௌரவ கொலை நடைபெறுகிறது. இது ஒரு பண்பாட்டு சிக்கல். மனிதனுக்கு தனது சாதி, மத, இன அந்தஸ்து பறிக்கப்பட்டு விடுமோ என்கிற அச்சம் ஏற்படுவதால் தான் பெற்று வளர்த்த பிள்ளையை கொல்லவும், அதனால், தானே பிள்ளையை இழந்து, அனாதையாகவும் தயாராகி

விடுகிறான். பிள்ளைகளின் விருப்பத்திற்கேற்ப வாழ்க்கைத் துணையை தேர்வு செய்யவும், ஏற்றுக் கொள்ளும் மனநிலை பெற்றோருக்கு வர வேண்டும். கடுமையான சட்டங்கள் கெளரவ கொலைகளுக்கு எதிராக இயற்றப்பட வேண்டும். புகார் தரப்படாமலும், தண்டிக்கப்படாமலும் உள்ள அவல நிலை மாற வேண்டும்.

வயதுக்கு வந்த ஒவ்வொரு தனி மனிதனுக்கும் தங்கள் வாழ்க்கையை தங்கள் விருப்பம் போல் அமைத்துக் கொள்ள முழு உரிமை உள்ளது. பெரும்பாலான குடும்பங்களில் தமது பிள்ளைகளைவிட சமூக நிலை, அந்தஸ்து ரொம்ப முக்கியமானதாக கருதுகிறார்கள். அந்தஸ்துக்காக தங்கள் பிள்ளைகளை இழக்கவும் துணிந்து விடுகிறார்கள். தீவிரவாதிகள் கூட முன்பின் தெரியாதவர்களைத்தான் கொல்கிறார்கள். இதயமற்ற சிலர் தங்கள் பிள்ளைகளையே கெளரவத்திற்காக கொன்று விடுகிறார்கள்.

ஒவ்வொரு மாநிலத்திலும் இதற்தெனத் தனிப்பிரிவு தொடங்கப்பட வேண்டும். கெளரவ கொலைகளில் அப்பாவிகள் பாதுகாக்கப்பட வேண்டும். நம் பிள்ளைகள் நாம் சொல்வதை அப்படியே ஏற்றுக்கொண்டு செயல்பட வேண்டும் என எதிர்பார்ப்பது இயல்புதான். அன்பான, இனிய வார்த்தைகளுக்கு நிச்சயம் கட்டுப்படுவார்கள். அழுத்த அழுத்த காதல் அழுங்கிப் போய்விடுவதில்லை. வெட்ட வெட்ட முன்னிலும் வேகமாய் துளிர்க்கிறது. இளம் காதலர்கள் மீது பூக்களை வீசுவோம். கற்களை அல்ல. அவர்கள் சாதி, மத சுவர்களை தகர்க்கிறார்கள். வரதட்சனை இன்றி, சாதி மத பேதங்களை பொருட்படுத்தாமல் புது சமுதாயம், சமத்துவம் மலர முதல் அடி எடுத்து வைக்கிறார்கள். பெற்றோராகிய நாம் ஏன் அதற்கு தடையாக இருக்க வேண்டும்.

பெற்றோர் ஆசீர்வாதத்தோடு, முழுச்சம்மதத்தோடு வாழ்வை தொடங்குவதுதான் சிறந்தது. ஆண்களில் ராமன் என்று யாருமே இல்லை என்பதுதான் யதார்த்தம். பெண்களும் கல்லானாலும் கணவன், புல்லானாலும் புருஷன் என்ற மனநிலையில் பெண்கள் இல்லை.

47

மெல்ல கொல்லும் விஷம் - கலப்படம்

ஜூலை 2011-ல் 925 உணவுப்பொருட்களின் மாதிரிகள் ஆய்விடப்பட்டன. அவற்றில் 12 பொருட்களில் கலப்படம் இருந்தது கண்டறியப்பட்டது. இன்றைய கால கட்டத்தில் காசு கொடுத்தாலும் நல்ல குடிநீர், சுகாதாரமான உணவு கிடைப்பது அரிதாகத்தான் இருக்கின்றது. தேசிய அளவில் 25 சதவீதம் உணவுப் பொருட்களில் கலப்படம் உள்ளதாக ஆய்வுகள் எச்சரிக்கின்றன.

பால் கலப்படம் என்பது முன்பெல்லாம் பாலில் தண்ணீர் கலப்பதுதான். வட மாநிலங்களில் "சிந்தெட்டிக் மில்க்" என அழைக்கப்படும் பாலில் காஸ்டிக் சோடா, தண்ணீர், ரீவெண்ட் ஆயில், உப்பு, சர்க்கரை, யூரியா போன்றவை சேர்த்து தயாரிக்கப்படுகிறது. இந்த பாலை நிஜமான பாலுடன் கலந்து விட்டால் வித்தியாசம் காண முடியாது என்பதே அதிர்ச்சி தரும் உண்மையாகும்.

அவ்வப்போது, தேதி அச்சிடப்படாத தண்ணீர் பாக்கெட்டுகள், கார்பைடு மூலம் செயற்கையாக பழுக்க வைக்கப்பட்ட மாம்பழங்கள், போலி டீ-த்தூள், போலி மருந்து, காலாவதியான குளிர் பானங்கள், அதிகளவு கலர் சேர்க்கப்பட்ட ரோஸ் மில்க், பாதாம்கீர், லெமன் ஜூஸ் ஆகியவை பல ஊர்களில் பஸ்ஸ்டாண்ட் உள்ளிட்ட பகுதிகளில் சுகாதார ஆய்வாளர்களால் பறிமுதல் செய்யப்பட்டு, அபராதம் விதிக்கப்படும் செய்திகள் ஊடகங்களில் வெளியாகின்றன.

சில இடங்களில், ஆப்பிள் பழங்களின் மேல் பகுதிகளில் மெழுகு தடவி, பளப்பளப்பாகி கூடுதல் விலை வைத்து விற்கப்படுகிறது. கரும்புச் சாறில் சாக்ரின் கலப்பது, சில இடங்களில் தரக்குறைவான

எண்ணெயில் மிக்சர், முறுக்கு, சிப்ஸ் தயாரிப்பதுடன் அவற்றில் தரக்குறைவான நிறமூட்டிகள் சேர்க்கப்படுகின்றன. அரிசியில் சலவைக் கற்கள், மைதாவில் விலை மலிவான மரவள்ளி கிழங்கு மாவு என கலப்படம், எங்கும் கலப்படம், எதிலும் கலப்படம். அதை எடுத்துச் சொன்னால்தான் புலப்படும் என்றாகிவிட்டது.

கனடா நாட்டில் உள்ள ஒண்டாரியா மற்றம் நியுவரப்ஸ் ஆகிய நகரங்களில் உள்ள 5 மருத்துவமனைகளில் புற்று நோய்க்கு பிரத்யோகமாக சிகிச்சை அளிக்கப்பட்டுவந்தது. புற்று நோயால் பாதிக்கப்பட்டு சிகிச்சை பெற்று வந்த பலர் திடீரென இறந்து விட்டனர். கடந்த 1 ஆண்டில் மட்டும் அங்கு சுமார் 150 பேர் இவ்வாறு இறந்தனர். நோய் முற்றிய நிலையில் யாரும் இறக்கவில்லை. சிகிச்சையின் போது இடையிலேயே திடீரென இறந்தனர். இது தொடர்பாக ஒரு குழு அமைக்கப்பட்டு ஆய்வு செய்ததில் புற்று நோயால் பாதிக்கப்பட்ட நோயாளிகளுக்கு வழங்கப்பட்ட மருந்தில் கலப்படம் இருந்தது ஆய்வில் கண்டறியப்பட்டது. புற்று நோய் மருந்தில் உப்பு நீரை கலப்படம் செய்து விற்பனைக்கு அனுப்பி இருந்தனர். இந்த மருந்தை உட்கொண்டதால் நோயாளிகள் இறந்தது தெரியவந்தது.

இலங்கையில் இறக்குமதி செய்யப்பட்ட வென்சீனியில் காட்மியம் எனப்படும் விஷ ரசாயனம் கலக்கப்பட்டிருந்தது கண்டறியப்பட்டது. சமீபத்தில் சீனாவில் ஆட்டு இறைச்சிக்கு பதில், எலி, நரி, கீரி போன்ற விலங்குகளின் இறைச்சியைப் கலப்படம் செய்து விற்பனை செய்ததை சுகாதார ஆய்வாளர்கள் கண்டு பிடித்தார்கள். சுமார் 8 கோடி அளவிற்கு இந்த கலப்பட இறைச்சி விற்பனையாகிருந்தது சோதனையில் தெரிய வந்தது. நம் நாட்டில் 1984-ல் கண்டு பிடிக்கப்பட்ட பழைய கலப்பட பட்டியல்படி, டீத்துளில்-புளியங்கொட்டை, சமையல் எண்ணெயில்-கடுகு எண்ணெய், மிளகாய்தூளில்- செங்கற்பொடி, மல்லித்தூளில்-மரத்தூள், மிளகில்-பப்பாளி விதை, கடலைப்பருப்பில்-கேசரிப்பருப்பு, நெய்யில்-வனஸ்பதி, அரிசியில்-கல் அல்லது தரம் குறைந்த அரிசி, காபித்தூளில்-சிக்கரி அல்லது பேரீட்சைப் பொடி, பெருங்காயத்தில்-மண் அல்லது பிசின், கடுகில்-ஆர்ஜிமோன் விதைகள், சீரகத்தில்-புல்விதை, பச்சைப்பட்டாணியில்-ரசாயணப்பொடி, வெல்லத்தில்-மெட்டானில் என்ற ரசாயண நிறமி, தேனில் - சர்க்கரைப்பாகு போன்றவை ஆகும். இது பழைய பட்டியல். நவீன காலத்தில் கலப்படத்துக்கு பயன்படுத்தும்

பொருட்கள் மிகவும் ஆபத்தானவை. மெல்ல கொல்லும் விஷம் போன்றவை. கலப்பட எண்ணெய் பயன்படுத்துவதால் பார்வைத்திறன் இழப்பு, வயிற்றுப் போக்கு, இதய நோய்கள், கல்லீரல் கோளாறுகள் ஏற்பட வாய்ப்புண்டு. ரசாயண பொடிகளை சேர்ப்பதால் புற்று நோய் ஏற்படும் வாய்ப்புகள் உண்டு. பருப்புகளில் கலக்கப்படும் கேசரி பருப்பால் முடக்கு வாதம் வரலாம் என எச்சரிக்கின்றனர். விழிப்புணர்வு மூலம் மட்டும்தான் இந்த தீமையை வேருடன் ஒழிக்க முடியும். கலப்படத்தை கண்டறிய எளிய வழிகள் சில உள்ளன.

சிறிது சர்க்கரையை எடுத்து ஒரு கிளாஸ் நீரில் கரைத்தால் அதில் சுண்ணாம்பு இருந்தால் கிளாசில் அடிப்பகுதியில் படியும். கலப்பட ஏலக்காயில் மனமிருக்காது. மிளகாய்த்தூளை நீரில் கரைத்தால் மரத்தூ ள் நீரில் மிதக்கும். செங்கல்பொடி, மிளகாய்பொடியை விட சீக்கிரம் கிளாசின் அடியில் தங்கி விடும். சீரகத்தில் புல்விதை நிலக்கரித்தூ ள் கொண்டு வண்ணம் ஊட்டப்பட்டு இருந்தால், கைகளில் வைத்து தேய்த்துப் பார்க்கும்போது விரல்களில் கருமை படியும். ரவையில் இரும்புத்தூள் கலக்கப்பட்டு இருந்தால், காந்தத்தை அருகே காட்டினால், இரும்புத்தூள் ஒட்டிக் கொள்ளும்.

ஒரு துளி பாலை வழவழப்பான செங்குத்துத் தளத்தில் வழிய விட்டால், தூய பால் வெள்ளை கோடிட்டது போல் வழியும். கலப்பட பால் எந்த அடையாளமும் ஏற்படுத்தாது. உடனடியாக வழிந்து விடும். சுத்தமான தேங்காய் எண்ணெய் ::பிரிட்ஜில் வைத்தால் முழுவதும் உறையும். பிற எண்ணெய் கலக்கப்பட்டிருந்தால் கலப்பட எண்ணெய் உறையாது. தனித்து இருக்கும். அதுபோல, தூய தேனில் நனைத்த பஞ்சுத்திரியை தீயில் காட்டினால் எரியும். சர்க்கரைபாகு கலக்கப்பட்ட தேனில் நனைத்த பஞ்சுத்திரியை தீயில் காட்டினால் எரியாது. வெடி ஒலி உண்டாகும். தேன் சுத்தமான தண்ணீரில் கறையாது. அடியில் தங்கும். பொதுவாக, கலப்படம் செய்தவர்களை பிடித்தால் அவர்களுக்கு அபராதம் மட்டுமே விதிக்கப்படுகிறது. பெரிதாக தண்டனை ஏதுமில்லாதது சிந்திக்க வேண்டியது.

பாலில் நீர் சேர்ப்பதுதான் மனிதன் செய்த முதல் கலப்படமாக இருக்கும். இன்று நவீன யுகத்தில் புற்றுநோயை உண்டாக்கும் பொருட்கள் உணவு பண்டங்களில் காணப்பட்ட செய்திகள் ஆய்வுகளில்

சோதனைகளில் தெரிய வந்துள்ளது. பொதுவாக லேபில்களில் சரியான விபரங்கள் தெரிவிக்கப்பட வேண்டும். தெரிந்த கடைகளில் தரத்தைப் பார்த்து ரெடிமேட் உணவு வகைகளை வாங்க வேண்டும். இல்லாவிட்டால் காசை கொடுத்து வியாதியை வாங்கிக் கொள்வதாக ஆகிவிடும். ஒரு பொருளுடன் மலிவான அல்லது தரம் குறைந்த பொருளை சிலர் இலாப நோக்கத்திற்காக கலந்து விடுகின்றனர். சிலர் தவறான வழிகளில் காசு சேர்க்க மக்கள் உயிரோடு விளையாடுகிறார்கள்.

உணவு பாதுகாப்பு மற்றும் தரச் சட்டப்படி கலப்படம் செய்வது கடுமையான குற்றம். நாம் வாங்கும் பொருளில் கலப்படம் இருப்பதாக சந்தேகித்தால் அந்தப் பொருளோடு உங்கள் பகுதியில் உள்ள சுகாதார அலுவலரையோ, நுகர்வோர் அமைப்பையோ அணுகலாம். இன்று ::புட் பாய்சனால் உடனடி வியாதிகள் மட்டுமின்றி, நீண்ட கால நோய்கள் மிக வேகமாக அதிகரித்து வருகின்றன. உணவுப் பொருட்களின் தயாரிப்பு தேதியைப் (Expiry date) பார்த்து வாங்க வேண்டும். இளம் வயதிலேயே நிறைய பேர் எடை அதிகமாவது, நீரிழிவு போன்ற வியாதிகளுக்கு ஆளாவதில் இந்த கலப்படங்கள் பங்கு வகிப்பதால், இயன்ற வரை இதுபோன்ற துரித உணவுப் பொருட்களை தவிர்ப்பது நல்லது. துரித உணவுகள் நம் உடல் நலத்தை குறி வைத்து தாக்கும் அணுகுண்டுகள்.

கூட்டம் அதிகம் இல்லாத பெட்ரோல் பங்க்-களில் பெட்ரோல் நிரப்புவதை தவிர்க்க வேண்டும். விலை குறைவு என்பதற்காக தரமற்ற ஹெல்மெட்டுகளை வாங்காதீர்கள். அது உயிருக்கே ஆபத்தாகி விடும். கலப்பட தேங்காய் எண்ணெய் பயன் படுத்தினால் தலைமுடி கொட்டும். தங்க நகைகள் வாங்கும்போது, அதில் (BIS)பி.ஐ.எஸ். ஹால்மார்க் முத்திரை பதியப்பட்டுள்ளதா? என்பதை கவனிக்க வேண்டும். உணவுப் பொருட்களை நீங்கள் நம்பும் கடைகளில் நல்ல பிராண்ட் பார்த்து வாங்க வேண்டும்.

உணவுப் பொருட்களில் கலப்படம்-உடலுக்கு கேடு விளைவிப்பதோடு உயிருக்கே ஆபத்தாகி விடுகிறது. எச்சரிக்கை தேவை.

48

"பெண்ணுரிமை"

பெண் சிசுக் கருக்கலைப்பு

பெண்ணுக்கு மட்டும்தான் கடவுள் கருப்பையை, அடுத்த சந்ததியை ஈன்றெடுக்கும் உபாயத்தை கடவுள் அருளியுள்ளார். கருவில் இருப்பது ஆணா? பெண்ணா? பெண் என்றால் கலைத்து விடு என்ற போக்கு அதிகரித்ததன் காரணமாகவே, ஸ்கேன் பண்ணும்போது, கருவில் இருப்பது ஆணா? பெண்ணா? எனச் சொல்லக் கூடாது என்ற சட்டம் உருவாக்கப்பட்டது.

பெண் சிசுக் கொலை.

பெண்சிசுவைக் கலைப்பதும், கொல்வதும் பாவகரமானது. ஆண் குழந்தை பிறப்பதையே பெரிதும் விரும்பும் போக்கு, பின்னாளில் பெரும் பாதிப்பை ஏற்படுத்தும். எல்லோரும் ஆண் குழந்தையை மட்டும் பெற்றெடுத்தால் ஆண் -ஆணையே திருமணம் செய்து கொள்ள முடியுமா? கடந்த 50 ஆண்டுகளாக கல்வித் துறையிலும், மருத்துவத் துறையிலும் பெண்களின் பங்களிப்பு, முதன்மையாக உள்ளது. ஒரு பெண் தாயாக, சகோதரியாக, தோழியாக, மனைவியாக, மகளாக பரிணமிக்கிறாள். ஒரு பெண் சிசுவை கொல்லும்போது இத்தனை பரிணாமங்களும் அழிக்கப்படுகிறது. பெண்ணைப் படிக்க வைத்தால், கல்வி வழங்கப்பட்டால், ஒரு தலைமுறைக்கே கல்வி கிடைத்துவிடும். பெண் குழந்தை பிறந்தால், முகம் சுளிப்பவர்கள் ஏராளம். ஆண் குழந்தை பிறந்தால், "ஹய்யா"-என உற்சாகம் அடைபவர்கள் பெண் குழந்தை பிறந்தால் "ஐயோ" என அலறுகிறார்கள். கள்ளிப்பால்

285

கொடுத்து பெண் குழந்தையை கொன்று விடுகிறார்கள் என்பதால்தான் அரசால் தொட்டில் குழந்தை திட்டம் உருவானது. கள்ளிப்பால் ஊற்றிக் கொன்றால் பிரேத பரிசோதனையில் சிக்கிக் கொள்வோம் என்று இட்லிப்பானையில் பெண் குழந்தையை வைத்து கொன்ற கொடுமை செய்தித்தாள்களில் படிக்க நேர்கையில் பதற வைக்கின்றது.

குழந்தை திருமணம்.

பெண் வயதுக்கு வந்து விட்டாள். வயிற்றில் நெருப்பைக் கட்டிக் கொண்டு இருப்பதாகச் சொல்லாத தாய்மார்கள் உண்டா? வயிற்றில் நெருப்பைக் கட்டிக்கொண்டால் எவ்வளவு அவஸ்தையாக இருக்குமோ அவ்வளவு அவஸ்தை வயதுக்கு வந்த "பெண்" வீட்டில் இருப்பது என நினைக்கிறார்கள். குழந்தை திருமண தடுப்புச் சட்டம்-1929-ல் அரசால் கொண்டுவரப்பட்டது குழந்தை திருமணம் செய்வதற்கு பெற்றோர் சொல்லும் முக்கியக் காரணம்-பாலியல் வன்முறைக்கு தன் மகள் ஆளாகி விடாமல் பத்திரமாய் இருக்க ஒருவன் கையில் பிடித்துத் தந்துவிட வேண்டும். அதுவும் 18-க்கு உட்பட்ட வயதில். பெற்றோர் காட்டும் மணமகன், பிடிக்கிறதோ, இல்லையோ, ஏற்றுக் கொள்ள வேண்டிய நெருக்கடி நிறையப் பெண்களுக்கு உள்ளது. பெண்ணின் சம்மதமில்லாமல், வலுக்கட்டாயமாக, குழந்தை திருமணங்கள் நடக்கவே செய்கிறது. அதனால் 18- வயதுக்கு முன் கர்ப்பம் தரிக்கும் பெண்கள் நம் நாட்டில் ஏராளம். தன் படிப்பை பாதியில் நிறுத்திவிட்டு, கல்யாணம் செய்து வைத்து விட்டார்கள் என வருந்தும் பெண்கள் ஏராளம்.

பெண் கேலி

ஈவ் டீசிங்-க்கு ஆளாகும் பெண்கள் மௌனமாய் பெரும்பாலும் சகித்துக் கொண்டு சென்று விடுகிறார்கள். வெட்கம் மற்றும் பயம் காரணமாக புகார் செய்வதில்லை. ஈவ் டீசிங்-க்கு எதிராகவும் சட்டம் வந்து விட்டது.

பாலியல் முறைகேடு

"Women are the weaker sex" என்கிறார்கள். அவள்தான் பத்து மாதம் சுமந்து பெற்றுத்தருகிறாள். பெண்ணாக பிறந்தவள் தன் வாழ்நாள் முழுவதும் பாலியல் வன்முறைக்கு ஆளாகி விடுவோமோ என்கிற அச்சத்திலேயே வாழவேண்டியுள்ளது. பாலியல் தொந்தரவு தடுப்புச் சட்டம்-2005-ல் வந்துள்ளது.

இனப்பாகுபாடு

ஆண் குழந்தையை ஆங்கிலப் பள்ளிக்கு, தரமான தனியார் கல்விநிலையத்திற்கு, தொழில் நுட்ப படிப்புக்கு படிக்க வைக்கும் பெற்றோர் பெண் குழந்தைகளை செலவு செய்து தனியார் பள்ளிக் கூடங்களில் சேர்க்க விரும்புவது இல்லை. ஆணின் பிறந்த நாளைப் போல, பெண்ணின் பிறந்த நாள் கொண்டாடப்படுவதும் இல்லை. நல்ல உணவோ, குடும்பச் சொத்தோ, சரிபங்கு பெண்ணுக்கு பெரும்பாலும் கிடைப்பதில்லை. தன்னைத்தானே காப்பாற்றிக் கொள்ள பெரும்பாலான பெண்களால் முடிவதில்லை. குழந்தைப் பருவத்தில் தந்தையால் வளர்க்கப்படும் பெண், திருமணத்திற்குபின் கணவனாலும், கடைசிக் காலத்தில் மகனாலும் காப்பாற்றப்படுகிறாள். அதுமட்டுமல்ல, அவர்களால் கட்டுப்படுத்தவும், கண்காணிப்புக்கும் ஆளாகிறாள். விருப்பப்பட்ட மணமகனை மட்டுமல்ல விருப்பப்பட்ட ஆடையை அணிவதில் கூட உரிமையில்லை. ஆணுக்கு அப்படியல்ல.

33 சதவீதம் இட ஒதுக்கீடு கோரிக்கை, ஏற்கப்பட்டு உள்ளாட்சி தேர்தலில் நடைமுறைப்படுத்தப்பட்ட போதிலும், திரை மறைவில் ஆண்களால் இயக்கப்படும் பெண்கள் ஏராளம். தன்னம்பிக்கையும், திறமையை, தகுதியை வளர்த்துக் கொள்ளாதவர்கள்தான் இட ஒதுக்கீடு கோருவார்கள். கடின உழைப்பால் திறமையை தகுதியை வளர்த்துக் கொண்டால் 100 சதத்திலும் போட்டியிடலாம். அத்தகைய தன்னம்பிக்கை பெண்களுக்கு வளர வேண்டும். அழகாக இருக்க வேண்டும் என்பதற்காக 50 வயதிலும் பியூட்டி பார்லர் செல்பவர்கள் இருக்கிறார்கள். அறிவை வளர்த்துக் கொள்ள நூலகம் செல்பவர்கள் குறைவே. அறிவை கூர் தீட்டிக் கொள்ள தயாராக வேண்டும்.

நூலகங்களில் பெண்வாசகர்களின் எண்ணிக்கை குறைவாகவே உள்ளது. அடுப்பங்கரையில் அடைபட்டு கிடக்கிறார்கள்.

ஒரு ரகசியத்தை பெண்ணிடம் சொன்னால், பத்து பேரிடம் சொல்லிவிட்டுதான் மறுவேலை பார்ப்பார்கள் என்ற குற்றச்சாட்டு பொய்யாக்கப்பட வேண்டும். பெரிய மிருகங்கள், சிறிய மிருகங்களை வேட்டையாட உடல் பலம்தான் காரணம். மனபலம் இருந்தால் தப்பித்துக் கொள்ள முடியும். ஒரு பெண்ணை பல வாலிபர்கள் சூழ்ந்து பாலியல் வன்முறை செய்ய முயன்ற போது தனக்கு "எய்ட்ஸ்" உள்ளது என சமயோகிதமாக பொய் சொல்லி தப்பித்தாள் ஒரு புத்திசாலி பெண்.

அடுத்த ஜென்மத்திலும் நீ பெண்ணாக பிறக்க விரும்புகிறாயா? என கேட்கப்பட்ட போது, பெண்ணாய் பிறந்து கஷடப்பட்டது போதும், ஆணாகவே பிறக்க விருப்பம் என தெரிவித்த பெண்கள் ஏராளம். உலகில் நோபல் பரிசு பெற்றவர்கள் இதுவரை 470 பேர். அதில் பெண்களின் எண்ணிக்கை வெறும் 35 மட்டுமே. ஒரு சராசரிப் பெண்ணுக்கு நல்ல கணவன் அமைய வேண்டும் என்று மட்டுமே எதிர்ப்பார்ப்பு உள்ளது. வாழ்வில் சாதிக்க வேண்டும். சரித்திரம் படைக்க வேண்டும் என்றெல்லாம் கனவு காண வேண்டும். ஆக்கப்பூர்வமாக சிந்திப்பவர்கள் அதிகரிக்க வேண்டும்.

நாள் ஒன்றுக்கு பத்து தொலைக் காட்சி தொடர் பார்க்கும் பெண்கள் உள்ளார்கள். தங்கள் பொன்னான நேரத்தினை பாழடிக்கிறோம் என்கிற விழிப்புணர்வு வேண்டும்.

சிலப்பதிகாரத்தில், தவறான தீர்ப்பால் தண்டனைக்குள்ளான கணவனுக்காக, பொங்கியெழுந்து, சபையில் கோவலனுக்கு ஏற்பட்ட பழியைப் போக்கினாள் கண்ணகி - அரசனை எதிர்ப்பது, அவையில் பேசுவது எளிதான, சாதாரண செயலா? பெண்ணிடம் மனவலிமை, தன்னம்பிக்கை உள்ளது.

நிரப்பப்பட்ட கேஸ் சிலிண்டர் போல பெண் சக்தி மிக்கவள்தான் சந்தேகமே இல்லை. ஆனால், பெரும்பாலும் கேஸ் சிலிண்டரின் நாசில் ஆண் வர்க்கத்தால் அடைக்கப்பட்டே இருப்பதால், அவளது அபாரமான சக்தி வெளிப்படுவது இல்லை. சாதனை படைத்த பெண்களின் எண்ணிக்கை ஆண்களைவிட குறைவாகவே உள்ளது.

அன்னை தெரஸாவின் அர்ப்பணிப்பு அளப்பறியது. தொழு நோயாளிகளை சகிப்புத்தன்மையுடன் காப்பது சாதாரண செயலா? ஒவ்வொரு வீட்டிலும் அன்னையாக, ஒவ்வொரு மருத்துவமனையிலும் நர்ஸாக ஒரு அன்னை தெரஸா இருக்கவே செய்கிறாள். அந்த சகிப்புத் தன்மை, பொறுமை போற்றுதலுக்குரியது. சம்சாரம் போனால் சகலமும் போச்சு- என ஏன் சொல்கிறார்கள்.

எந்த நதிகளுக்கும் ஆண் பெயர் சூட்டப்பட்டதில்லை. கங்கா, காவேரி, சிந்து, நர்மதா என இந்தப் பூமியை வளமாக்க வந்தவள். ஆற்றல் மிக்கவள். சக்தி வாய்ந்தவள் பெண்தான்.

விபச்சாரத் தடுப்புச் சட்டம் 1961-ல் வந்தது. பெண்களை இழிவாக சித்தரிப்பதைத் தடுக்கும் சட்டம் 1986-ல் வந்தது.

54 நிமிடங்களுக்கு ஒரு முறை ஒரு பெண் இந்தியாவில் கற்பழிக்கப்படுகிறாள் என புள்ளிவிவரம் தெரிவிக்கின்றது. மருத்துவரிடம் சிகிச்சைக்கு வந்த பெண்கள் தெரிவித்தது. தனது உதட்டில் பச்சை மிளகாயை தேய்த்து விட்டனர். யோனியில் மிளகாய் பொடியை தூவினர். சிகரெட்டால் சுட்டார்கள், கட்டிலில் கட்டி வைத்து சவுக்கால் அடித்தனர், பேய் ஓட்டுவதாக சித்ரவதை செய்தனர்- வரதட்சணை வாங்கி வரச்சொல்லி வற்புறுத்தினர்- என வெளிவராத புதைக்கப்பட்ட கொடுரங்கள் ஏராளம். இலங்கை தமிழச்சியின் யோனியை ஆணுருப்பு மட்டுமல்ல, துப்பாக்கியும், லத்தியும் ரணப்படுத்திய கொடுரங்கள் நடக்கத்தான் செய்கிறது. தாழ்த்தப்பட்ட மற்றும் பழங்குடியினர் கூலித்தொழில் செய்தே வயிற்றை கழுவுகிறார்கள். அவர்களின் பொருளாதாரம் அவலமானது. சமுதாயத்தில் அவர்களது அந்தஸ்து படுபாதளத்தில் உள்ளது.

இருந்தபோதிலும், இவ்வளவு சிக்கல்களுக்கு நடுவே போராடி வென்ற பெண்மணிகள் இருக்கவே செய்கிறார்கள். நமது முன்னாள் முதலமைச்சர் பெண் தான். நாட்டையே ஆட்சி செய்தார். அவர் சந்திக்காத சவாலா? எவ்வளவு அவலங்களுக்கு மத்தியில் சாதனை படைத்தார்.

தமிழிசை சௌந்திரராஜன் இரு மாநிலங்களுக்கு கவர்னராக உள்ளார். நிர்மலா சீதாராமன் மத்திய அரசில் நிதி மந்திரியாக உயர்ந்து உள்ளார்.

விளையாட்டுத்துறையில், பி.டி.உஷா,சானியா மிர்ஷா, சாய்னா மிளிர வி**ல்லையா? குடியரசுத் தலைவராக பிரதீபா பாட்டில் உயரவில்லையா? பெண் பிரதமராக அன்னை இந்திரா காந்தி ஜொலிக்க வில்லையா? சபாநாயகராக மீரா குமார், கவர்னராக சரோஜினி நாயுடு, காங்கிரஸ் தலைவராக அன்னிபெசன்ட், புக்கர் பரிசு பெற்ற அருந்ததிராய், உச்சநீதி மன்ற நீதிபதியாய் பாத்திமாபீவி, ஐ. நா. பொதுச் சபை தலைவராக விஜயலட்சுமி பண்டிட், ஐ.பி.எஸ். அதிகாரியாக கிரண்பேடி, விண்வெளி வீராங்கணையாக கல்பனா சாவ்லா, எவரெஸ்ட்டில் ஏறிய பச்சேந்திரிபால், ஆங்கிலக் கால்வாயை நீந்திக் கடந்த ஆர்த்தி, பளு தூக்குதலில் பதக்கம் பெற்ற கர்ணம் மல்லேஸ்வரி, மற்றும் பல மாநிலங்களில் முதன்மைச் செயலராக, சிறப்பு ஆணையராக பெண்கள் சிறப்பாக திகழ்கிறார்கள். நிர்வகிக்கிறார்கள். அதுபோல நீங்களும் சாதனை செய்யுங்கள். சரித்திரம் படையுங்கள். மன பலம், உடல் பலம், தன்னம்பிக்கை, விடாமுயற்சி, பொறுமை எல்லாம் உங்களிடம் உள்ளது.

ஒரு கையை மட்டும் தட்டினால் ஓசை எழும்புமா? ஒரு சிறகு மட்டும் இருந்தால் பறவையால் பறக்க முடியுமா? ஒரு சக்கரம் மட்டும் இருந்தால் மிதிவண்டி ஓட்ட முடியுமா? ஆண்பால் மட்டும் இருந்தால் மனித இனம் ஜீவிக்க முடியுமா? மனைவி இருந்தால் தான் கணவன் ஹீரோ. மனைவி இல்லாவிட்டால் கணவன் வெறும் ஜீரோ. மனைவி இல்லாத கணவன் உயிரற்ற உடல் போன்றவன். பெண்ணுக்கு சம உரிமை, சம ஊதியம், சம சுதந்திரம், இன்னமும் எட்டாக் கனியாகவே உள்ளது. இன்றைய உலகத்திற்கு பணமே பிரதானமாக உள்ளது. பெணகளை, குழந்தைப் பிறப்பிலிருந்து திருமணம் வரை சுமையாகவே சமுதாயம் கருதுகிறது. வாய்ப்பு வழங்கப்பட்டால் இமாலய சாதனைகளை பெண்கள் எட்டிப்பிடிப்பார்கள். திருமணமாகி, குழந்தைப்பெற்றுக் கொண்டு சமையல் செய்யப் போகிற பெண்ணுக்கு படிப்பு எதற்கு? என்ற எண்ணம் தவறானது மாற வேண்டும்.

பெண் கல்விக்குவட்டியில்லாக்கடன் வழங்கப்பட வேண்டும். பாலியல் இணைய தளங்களை அரசு முற்றிலும் தடை செய்ய வேண்டும். பாலியல் குற்றங்களுக்கு காவல் துறையில் தனிப்பிரிவு ஏற்படுத்த வேண்டும். பெண்களுக்கு கல்வியும், தற்காப்பு கலையும் கற்றுத்தர வேண்டும். பெண்ணுக்கு, ஆண்களால் வரும் துன்பங்களையும், அதை எதிர்த்துப் போராடும் வல்லமையினையும், பெண்ணின் முக்கியத்துவத்தையும்,

அவர்களின் புனிதத்தையும், பெற்றோர்களாகிய நாம்தான் அவர்களுக்கு எடுத்துக் கூறி தைரியத்தையும், மனவலிமையையும் உருவாக்குவதோடு சாதனைப் படைக்கவும் வழிநடத்த வேண்டும். இது நமது உரிமை மட்டுமல்ல, கடமையும் கூட. புறப்படுங்கள் சசோதரிகளே, இந்தியாவை வல்லரசாக்குங்கள்.

49

"ஐக்கிய அரபு அமீரகத்தின் அன்னை"- பாத்திமா

"ஐக்கிய அரபு அமீரகத்தின் அன்னை" என்று அழைக்கப்படும் பாத்திமா பின்ட முபாரக் அல் கெட்பி 1943-ல் அபுதாபியில் பிறந்தவர். 1960-ல் சுல்தானை மணந்தார்.

சேக் சயத் பின் சுல்தான் அல் நகியான் என்கிற அரபு தேச மன்னரின் மூன்றாவது மனைவியாவார். சேக் சயத் பின் சுல்தான் (UAE) ஐக்கிய அரபு அமீரகத்தை நிறுவி, அதன் முதல் தலைவராக பொறுப்பேற்றவர். இவர் அபுதாபியின் முன்னாள் ஆட்சியாளர்.

பாத்திமா பெடோயினில் பாரம்பரியமிக்க மதப்பற்று கொண்ட குடும்பத்தில் பிறந்த ஒரே பெண். இளம் வயதிலேயே பாத்திமா தனது தந்தையை இழந்தார். அவரது தாயார் மறுமணம் செய்து கொண்டார். அவருக்கு மூன்று மகன்கள் இருந்தனர்.

ஒரு முறை பாத்திமாவின் பாரம்பரிய நடனத்தை ரசித்த மன்னர் அவரை மணம் செய்து கொண்டார். சேக் சயத் பின் சுல்தானின் கடைசி காலம் வரை அவருடன் வாழ்ந்த ஒரே வாழ்க்கை துணைதான் இந்த பாத்திமா. 1966-ல் சுல்தான் ஆட்சிப் பொறுப்பேற்ற பின்னர் தலைநகர் அபுதாபிக்கு புலம் பெயர்ந்தனர். பாத்திமா சுல்தானுக்கு மிகவும் பிடித்தமான செல்வாக்கு மிக்க உற்ற துணைவியாக விளங்கினார். இதற்கு பாத்திமாவின் தனிப்பட்ட ஆளுமைத்திறன்தான் முக்கிய காரணம் எனலாம்.

பாத்திமாவுக்கு ஆறு மகன்களும் இரண்டு மகள்களும் உள்ளனர். பட்டத்து இளவரசரான மூத்த மகன் உள்ளிட்ட அனைவரும் சக்திமிக்க நாட்டை ஆளும் அரச குடும்பத்தில் முக்கிய ஆட்சிப் பொறுப்பில் உள்ளவர்கள். பாத்திமா தனது பெரும்பாலான நேரத்தை தனது கணவருக்காக அர்ப்பணிப்புடன் செலவிட்டார். தனது இளம் வயதில் கல்வி கற்பதின் அவசியத்தை உணர்ந்திருக்க வில்லை. ஆயினும் நேரம் கிடைக்கும் போதெல்லாம் குரான் படிப்பதில் செலவிட்டார். ஓய்வு நேரங்களில் இலக்கியம், வரலாறு, அரசியல் சமூகவியல் தொடர்பானவற்றை கற்றுத் தேர்ந்தார்.

அன்னை பாத்திமா அடக்கம், கருணை மற்றும் பெருந்தன்மை படைத்த குணமுடையவர். மற்றவர்கள் மீது நம்பிக்கையும் மற்றவர்களின் கருத்தை ஏற்றுக் கொள்ளும் நற்குணமும் நிறைந்தவர். நிகரற்ற மன உறுதியுடன் எல்லையற்ற அர்ப்பணிப்பு உணர்வுடன் சமூகத் தொண்டுகளில் தன்னை முழுமையாக அர்ப்பணித்துக் கொண்டார். ஐக்கிய அரபு அமீரகத்தின் எல்லையையும் கடந்தது இவரது பெண்கள் முன்னேற்றப் பணி.

அன்னை பாத்திமா தாய்மை, குழந்தைப்பருவம், குடும்பம் தொடர்பான சிக்கல்களுக்கு சிறப்பு கவனம் செலுத்தினார். எல்லா நிலைகளிலும் பெண் குழந்தைகள் மற்றும் தாய்மார்களின் அந்தஸ்தை உயர்த்துவதில் முன்னேற்றுவதில் மகத்தான வெற்றி கண்டுள்ளார்.

இவரது தொலைநோக்கு பார்வை மற்றும் இடைவிடாத தொடர் முயற்சிகளால் பெண்கள் ஆண்களுக்கு நிகரான சம வாய்ப்புகளை பெறுவதற்கும் சுயமாக வாழ்வை சந்திப்பதற்கும் உரிய ஆற்றலை பெற வழி வகை செய்தார். அரபுலகில் நிகரற்றவராக கருதப்படுகிறார்.

அரபு தேச அன்னையின் சாதனைகள்:

பெண்களுக்கான உரிமைகளுக்கு ஆதரவாளராக ஐக்கிய அரபு அமீரகத்தில் (UAE) திகழ்கிறார். முதன்முதலாக 1976-ல் பெண்கள் மேம்பாட்டிற்கான அமைப்புகள் உருவாக்கப்பட்டன. பெண்களிடம் விழிப்புணர்வு ஏற்படுத்த அபுதாபியில் பல அமைப்புகள் ஏற்படுத்தப்பட்டன. தேசிய அளவில் முகாம்களை அமைத்து பெண்

கல்வியை மேம்படுத்த முன்னின்று பணியாற்றினார். பல அமைப்புகளில் தலைமைப் பொறுப்பை ஏற்பதுடன் சிறப்பாக வழி நடத்துகிறார்.

1990-களில் பெண்கள் ஐக்கிய அரபு நாடுகளின் (UAE) மக்களவையில் உறுப்பினர்களாக வேண்டும் பெண்கள் அரசில் அங்கம் வகிக்க வேண்டும் என பகிரங்கமாக அறிவித்தார். வயது வந்தோர்க்கான எழுத்தறிவை வளர்க்கவும் முதியோர் கல்வியை முழுமையாக ஆதரித்தார். அரபு நாட்டில் பெண்களுக்கு இலவசக் கல்வியை வழங்க வழிவகை செய்தார். பெண்கள் முன்னேற்றத்திற்காக தன்னையே அர்ப்பணித்துக் கொண்டார்.

அன்னை பாத்திமா பிண்ட முபாரக் அல் கெட்பி சீராகவும், உறுதியாகவும் தடகள போட்டிகளில் பெண்களின் பங்கேற்பை ஊக்குவித்தார். சிறப்பான பெண் விளையாட்டு வீராங்கனைகளுக்கு இவரது பெயரில் விருதுகள் வழங்கப்படுகின்றது. பெண்களுக்கு பிரத்யேகமாக விளையாட்டு ஆணையத்தை அமைத்தார்.

பாகிஸ்தானில் உள்ள லாகூரில் அமைக்கப்பட்டுள்ள நர்ஷிங் மருத்துவ அறிவியல் நிறுவனத்திற்கு இவரது பெயர் வைக்கப்பட்டுள்ளது குறிப்பிடத்தக்கது. இன்று ஐக்கிய அரபு அமீரகத்தில் பெண்கள் முன்னேறியதற்கும், பெண்கள் உரிமைகளை பெறுவதற்கும் பணிகளுக்கு செல்வதற்கும் முன்னோடியாக இருந்தவர் பாத்திமா என்றால் அது மிகையாகாது.

இச்சைக்காக முகர்ந்து விட்டு கசக்கி வீசப்படும் காகிதமோ, மலரோ அல்ல பெண்கள். அவர்களது திறமையும் நாட்டின் முன்னேற்றத்திற்கு அவசியம் தேவை என வலியுறுத்தினார். பெண்கள் இன்று விமானத்தில் பைலட்டாகவும் பணியாற்றுகிறார்கள்.

பெண்களுக்கு அதிகாரமளிக்கப்பட்டால்தான் முழு அரபு சமுதாயத்திலும் மறுமலர்ச்சி ஏற்படும் என நம்பினார். உள்ளூர் அளவிலும், தேசிய அளவிலும், சர்வதேச அளவிலும் பெண்கள் முன்னேற்றத்திற்கு உறுதுணையாக நின்றார். பெண்கள் படிப்பதற்கும் பணிக்கு செல்வதற்கும் ஊக்கப்படுத்தினார். பொதுத்துறை மற்றும் தனியார் துறைகளில் பெண்களின் பங்களிப்பை அதிகரிக்க தயக்கமின்றி போராடியதுடன் சுமார் 40 ஆண்டுகளாக சளைக்காமல்

பாடுபடுகிறார். நாட்டை விட்டு வெளியேறி வெளிநாட்டில் வாழும் புலம் பெயர்ந்த பெண்களுக்கும் பெண் அகதிகளுக்கும் தனி நிதியை ஏற்படுத்தி அவர்கள் மறுவாழ்வு பெற ஒரு அமைப்பை ஏற்படுத்தி அதற்கு தலைமை தாங்கி வழி நடத்துகிறார்.

அரேபிய தீபகற்பத்திலும், வளைகுடா நாடுகளிலும் பணி செய்யும் பெண்களுக்கு அமைப்புகள் உள்ளன. சமுதாயத்தில் அமைதியையும் ஸ்திரத்தன்மையை ஏற்படுத்தவும் பெண்கள் தங்களது குறிக்கோள்களை இலக்குகளை அடைவதற்கும் பெண்களுக்கு உதவவும் ஏற்பாடுகள் செய்யப்பட்டு உள்ளன. நாட்டின் எதிர்காலத்திற்கு பெண்களின் மேம்பாடு மிகவும் அவசியம் என நம்புகிறார்கள். குழந்தைகள் வளர்ப்பு, சமையல், வீடு பராமரிப்பு என குறுகிய அளவில் திருப்தி அடைந்த நிலை மாறி சமுதாயத்தில் எல்லா துறைகளிலும் பெண்களின் பங்களிப்பை உறுதி செய்கிறார்கள்.

நாடு முழுவதிலும் பெண்கள் பண்பாடு சமூக, பொருளாதார, அரசியல் களங்களில் மேன்மையான, உன்னதமான உயர்நிலை அடைய வலுவான அடித்தளம் நாட்டப்பட்டு உள்ளது.

தாய்மார்கள், மாணவிகள், உடல் ஊனமுற்ற பெண்கள் மற்றும் உடல்நலம் பாதிக்கப்பட்ட பெண்களை சந்திப்பது இவரது அன்றாட பணிகளில் ஒன்று. ஆக்கப்பூர்வமான பணிகளில் பெண்களின் பங்களிப்பை உறுதி செய்ய இவர் பாடுபடுகிறார். தன் கணவருக்கு எல்லா கட்டங்களிலும் உறுதுணையாக இருந்தவர். மன்னரும் இவருக்கு ஊக்கமளிப்பவராகவும் வழிகாட்டியாகவும் இருந்தார். அரபு தேசத்தின் வரலாற்று முக்கியத்துவம் வாய்ந்த தருணங்களில் இவரது பங்களிப்பும் முயற்சிகளும் நிகரற்றது.

கல்லாமையே நமது முதல் எதிரி என தேசமெங்கும் முழங்கினார். படிப்பறிவு இன்மையை உணர்த்தவும் நாடு முழுவதும் சிறப்பு முகாம்கள் அமைத்து பெண் கல்வியின் அவசியத்தை வலியுறுத்தினார்.

அன்னை பாத்திமா பெற்ற விருதுகள்:

1997-ல் ஐ.நா சபையைச் (UNICEF, WHO,UNIFEM, UNFP, and UNFPA) சேர்ந்த ஐந்து அமைப்புகள் பாத்திமாவின் முக்கியத்துவம்

வாய்ந்த முயற்சிகளுக்கும் பெண் உரிமைகளுக்கு அவர் ஆற்றிய ஒப்பற்ற பணிகளுக்காக விருதுகள் வழங்கி கௌரவித்தன. பெண் உரிமைகளுக்கு பரிந்து போராடுபவர் என புகழ்ந்தன. அரபு பெண்களின் சமூக, பொருளாதார, அரசியல் அந்தஸ்து உயர்வதற்கு இவரது பங்களிப்பை அங்கீகரித்து விருதுகள் வழங்கி உள்ளன. குறிப்பிட்ட சில உயரிய விருதுகளைப் பெறுவதில் அரபு நாட்டில் முதன்மையாகவும், சர்வதேச அளவில் மூன்றாவது இடத்திலும் அன்னை பாத்திமா உள்ளார்.

அரபு தேசத்தின் அன்னை என்றும், ஷேக்குகளின் தாய் என்றும் அன்புடன் அழைக்கப்படுகிறார்.

உள்ளூரிலும், தேசிய அளவிலும், சர்வ தேச அளவிலும் எண்ணற்ற சான்றிதழ்களும், 500-க்கும் மேற்பட்ட விருதுகளும் வழங்கி கௌரவிக்கப்பட்டு உள்ளார்.

இன்று அரபு நாட்டில் மக்களவையில் கேபினட் அந்தஸ்தில் பெண் அமைச்சர்கள் அதிக அளவில் உள்ளனர். பொருளாதாரத்தில் அவர்களது பங்களிப்பு அளவற்றது. தொழில்துறையில் 12.5 பில்லியன் அளவு முதலீட்டை பெண்கள் செய்து உள்ளனர். வங்கி மற்றும் நிதி துறைகளில் மற்றும் தொழில் துறையில் பெருமளவு பெண்கள் ஈடுபட்டு உள்ளனர். சுமார் 11000 நிறுவனங்களை பெண்கள் நிர்வகிக்கிறார்கள்.

இன்று உலகிற்கே அரபு நாடு மிகச் சிறந்த எடுத்துக்காட்டாக திகழ்கிறது. அபுதாபியை தலைநகராக் கொண்ட ஐக்கிய அரபு அமீரகம் ஏழு மாநிலங்களைக் கொண்டது. உலகில் எங்கும் இல்லாத அளவிற்கு பெண்கல்வி விகிதம் வளர்ந்து உள்ளது. 15 மற்றும் அதற்கு மேற்பட்ட வயதுடைய பிரிவில் பெண் கல்வி விகிதம் 95.08 சதவீதமாக உள்ளது.

அமைச்சர் பொறுப்பு வகிப்பதில் பெண்களின் சதவீதம் 26.7 சதவீதமாக உள்ளது.

மொத்த மக்கள்தொகையில் பெண்கள் 49.3 சதவீத பெண்கள் பணிக்கு செல்கிறார்கள். பல்வேறு மட்டங்களில் உயர் பதவிகளில் பெண்கள் உள்ளனர். தேர்தலில் வாக்களிப்பதுடன் நேரடியாக வேட்பாளராக பெண்கள் தயக்கமின்றி களமிறங்குகிறார்கள்.

உலகிலேயே பெண்கள் வணிகத்தில் அதிகமாக ஈடுபட்டு இருக்கும் நாடு ஐக்கிய அரபு அமீரகம் என்பது குறிப்பிடத்தக்கது.

இத்தகைய சாதனைகளுக்கு பின் அன்னை பாத்திமா அவர்களின் அர்ப்பணிப்பும் கடினமான முயற்சியும் உள்ளது.

அரசகுடும்பத்தை சேர்ந்தவரை மணந்தால் விதவிதமான ஆடைகள், விலைமதிப்பற்ற அணிகலன்கள் அணிந்து மகிழ்வது, தன்னை அலங்காரம் செய்து கொள்வது, தரமான உணவு வகைகளை உண்டு மகிழ்வது, வாழ்வை அனுபவிப்பது, பல்வேறு நாடுகளுக்கு சுற்றுலா செல்வது என தனக்காக வாழாமல் தமது நாட்டின் ஒவ்வொரு பெண்ணும் வாழ்வில் உயர்நிலை அடைய, முன்னேற்றம் அடைய, உரிமைகளை பெற, கல்வி அறிவு பெற கடந்த நாற்பது ஆண்டு காலமாக பாடுபட்டு அதில் சாதனைகளை படைத்து உள்ளார் என்பதுதான் இவரது தனிச்சிறப்பு. இப்படிப்பட்டவர்கள்தான் உலகில் ஒவ்வொரு நாட்டிற்கும் தேவை.

இவரது காலம் அரபு தேச பெண்களின் பொற்காலம் எனலாம்.

50

ஆபாச வலைத்தளங்களுக்கு அடிமையாகும் இன்றைய இளைஞர்களை பாதுகாப்பது எப்படி?

இன்றைக்கு பள்ளி, கல்லூரி மாணவிகள் வேலைக்கு செல்லும் பெண்கள், நட்பு, காதல் என்ற பெயரில் அந்நிய ஆண் நண்பர்கள், மொபைல், பேஸ்புக், முகநூல் என சிக்கி சீரழிவை நோக்கி பயணிக்கிறார்கள். நெருப்புடன் விளையாடினால் சுடாமல் போகுமா? அதுபோல் இன்றைக்கு சிறுவர்கள், இளைஞர்கள், முதியவர்கள் என வயது வித்தியாசமின்றி மொபைலில் நேரத்தை விரயம் செய்வதுடன் ஆபாச வலைத்தளங்களுக்கு அடிமைகளாக மாறிக் கொண்டு இருக்கிறார்கள். அவர்களை விடுவிப்பது எப்படி என்பதைப் பார்ப்போம்.

இணையத்தில் ஆபாச வலைத்தளத்திற்கு அடிமையாகி விட்டோம் என்பதை முதலில் ஒப்புக் கொள்ள வேண்டும். இத்தகைய போதை வலையில் சிக்கி கொண்ட பலர் பிடிவாதமாக ஒப்புக் கொள்ள மறுக்கிறார்கள். நீங்கள் செய்வது தவறு என்பதை நீங்களே உணர வேண்டும். தவறை நியாயப் படுத்தி, உங்களை நீங்களே ஏமாற்றிக் கொள்ளக் கூடாது. இதற்க்காக மற்றவர்களை குறை கூறவும் கூடாது. உங்களை நீங்களே ஆன்மீக பாதைக்கு மெல்ல மெல்ல மாற்றிக் கொள்ளுங்கள். இன்றைய இளைஞர்கள் தங்கள் மனப் போராட்டங்களை பகிர்ந்து கொள்வதற்கு ஒரு பாதுகாப்பான நபரை தேடுகிறார்கள். நமக்கு நாமே இனி இவ்வாறு செய்யக் கூடாது என எடுத்துக் கொள்ளும் உறுதி மொழி எந்தப் பலனையும் தருவதில்லை.

நாம் நம்மை முழுமையாக விடுவித்துக் கொள்ள வேண்டும் என்றால் உறுதியான சில நடவடிக்கைகளை மேற்கொள்ள வேண்டும்.

ஆபாச வலைத்தள பிடியில் இருந்து எப்படி விடுபடுவது?

மன உறுதி. மனக்கட்டுப்பாடு மட்டுமே இதற்கு விடையல்ல. பலவீனமான நேரங்களில் நீங்கள் தளர்ந்து போகலாம். தோல்வி அடையலாம். இறைவனின் உதவி உங்களுக்கு தேவை என்பதை உணர வேண்டும். உங்கள் வாழ்க்கையில் இயற்கையிலேயே மொபைல் பழக்கத்தால் சில விஷயங்களில் நீங்கள் தலையிட வேண்டியுள்ளது. நிறுத்த வேண்டும் என்ற எண்ணம், அது எப்போது உங்கள் வாழ்க்கையில் தொடங்குகிறதோ அப்போது உங்கள் மூளையில் நுழைந்த கிருமிகள் வெளியேற்றப் படுகின்றன. உங்கள் மனம் தூய்மையடைகிறது. தீய சக்தியின் பிடியிலிருந்து விலகத் தொடங்கி விட்டீர்கள். புனிதமான வாழ்க்கையை மேற்கொள்ள முயற்சியுங்கள். உங்களிடம் இருக்கும் ஆபாச வலைத்தளம் அல்லது உணர்வை கிளர்ந்தெழச் செய்யும் கவர்ச்சி படங்களை அழித்துவிடுங்கள். நமது குடும்பத்தையும், திருமண வாழ்க்கையையும் சீரழிக்கும் இத்தகைய பழக்கத்தை முதலில் கைவிட வேண்டும். இவை நம்மிடம் ஒளிந்துக் கொண்டிருக்கும் வெடிக்க காத்திருக்கும் மனித வெடிகுண்டிற்கு சமம் என்பதை உணருங்கள்.

இணையதளத்தில் மூலிகைச் செடிகளும் உள்ளன. விஷ ச்செடிகளும் உள்ளன. சர்வ சாதாரணமாக உங்களை அவை சூழ்ந்து உள்ளன. அவற்றை புறந்தள்ள தவறினால் அவை உங்கள் வாழ்க்கையை நாசம் செய்து விடும். மனம் ஆபாச வலைத்தளம் என்கிற குப்பைகளால் நிரப்பப்படுகிறது. இன்று முன்னெப்போதும் கேள்விப்படாத அதிர வைக்கும் பாலியல் வன்முறைகள் சகஜமாக நடக்கின்றன. மனம் குப்பையாகி விட்டால் மனிதனது செயல்பாடும் பயனற்றதாக சமுதாயத்திற்கு தீங்கிழைப்பதாகத்தான் இருக்கும் என்பதில் சந்தேகமில்லை.

மனதை தூய்மையாக, புனிதமாக வைத்துக் கொள்ள கடவுளின் அருளை நாடுங்கள். உங்கள் பேஸ்புக் யூ-டியூப் ஏதாவதில் ஆபாசமான படங்கள் இருந்தால் முதல் வேலையாக அழித்து விடுங்கள். அத்தகைய

படங்கள் வராமல் இருப்பதற்கு ஸ்பின், பூமராங், ஷேப்சர்பர் உள்ளிட்ட (SPIN, BOOMERANG, Safesurfer) ஆப் -களை உங்கள் கணினியில் மொபைலில் பதிவு செய்து கொள்ளுங்கள். மனதை குப்பையாக்கும் ஆபாசப் படங்கள் தடை செய்யப்படும்.

உங்களை கவர்ந்து இழுக்காது. நெருப்புடன் விளையாடினால் எரிந்து சாம்பலாவதை தவிர்க்க இயலாது. தவறான பொல்லாதவர்களின் பாதைகளில் பயணிக்காதீர்கள். தீயவற்றை பணம் சம்பாதிப்பதற்காக காட்டுகிறார்கள். நீங்கள் பார்த்து உங்கள் மனதை கெடுத்துக் கொள்ளாதிர்கள். தொடர்ந்தால் குடும்பத்தை இழந்து தெருவில் நிற்க நேரிடும். ஒரு உண்மை சம்பவம். ஒரு தந்தை எப்போதும் அதாவது தினம் சுமார் இரண்டு மணி நேரம் வலைதளத்தில் ஆபாசப் படம் பார்ப்பதே வேலை. அடிமையாகி விட்டார். அவரது மகள்களுக்கு தெரிந்து விட்டது. மேலும், பெற்ற மகளிடம் தவறாக நடக்க துணிந்து விட, இதனால் வெறுத்த போன மகள் கொதிக்கின்ற எண்ணெய் சட்டியை அவரது இடுப்பில் ஊற்றி விட்டாள் என்கிற செய்தியை படித்தேன். அதிர்ச்சியாக இருந்தது.

இணையதளத்தில் ஆபாச வலைத்தளங்களில் வெகுநேரம் படங்கள் பார்ப்பதை தவிருங்கள். அதில் செல்லாதிர்கள். அதிலிருந்து உங்கள் கவனத்தை மாற்றுங்கள். ஆபாச வலைத்தள அடிமைப் பழக்கத்திலிருந்து விடுபட போதுமான அவகாசத்தை எடுத்துக் கொள்ளுங்கள். புகைப்பழக்கம், மதுப்பழக்கம் என்பது போல ஆபாச இணையதளங்களை பார்வையிடுவது ஒரு போதைப்பழக்கம் ஆகும். இதனால், ஆண்மை குறைவு ஏற்படுகிறது. மனைவிமார்கள் கணவனை விட்டு பிரிந்து செல்கின்றனர். இதிலிருந்து விடுபடுவது என்பது ஒரு நெடிய பயணம். மெதுவாகத்தான் துவங்க வேண்டும். முதலாவதாக ஆபாச படங்கள் நமது கணினியில் அல்லது மொபைலில் வருவதை அழிப்பதற்கு, வராமல் இருப்பதற்கு உரிய மென்பொருளை பதிய வேண்டும். கடவுள் நம்பிக்கை உள்ளவர்கள் மன உறுதியுடன் அடிமை பழக்கத்திலிருந்து விடுபட உதவி செய் என வேண்டுதல் வேண்டும். உன்னத லட்சியத்தை மனதில் வகுத்துக் கொண்டு அதற்காக பயனுள்ள காரியங்களில் நேரத்தை செலவிட வேண்டும்.

ஆபாச இணையதள முகவரிகளின் எண்ணிக்கை	24644172
ஒவ்வொரு நொடியும் இணையத்தில் ஆபாச படம் பார்ப்பவரின் எண்ணிக்கை	25258
ஒவ்வொரு நொடியும் ஆபாச வலைதளத்திற்க்காக செலவிடப்படும் தொகை	3.075.64 டாலர்
மொத்த வலைத்தளங்களில் ஆபாசப்படங்களின் சதவீதம்	12%
ஆபாச வலைத்தளங்களை பார்வையிடும் ஆண்களின் சதவீதம்	70%
ஆபாச வலைத்தளங்களை பார்வையிடும் பெண்களின் சதவீதம்	30%
ஆபாச வலைத்தளங்களால் உலகளவில் குவிக்கப்படும் வருவாய்	4.9 பில்லியன் டாலர்
தினம் இண்டர்நெட்டில் தேடப்படும் ஆபாச வலைத்தளங்களின் எண்ணிக்கை	11 மில்லியன்
ஆபாச வலைத்தளங்களுக்கு அடிமையானதால் ஆண்மை குன்றி விவாகரத்தாகி பிரியும் தம்பதியினர் சதவீதம்	68%

ஒரு தீய பழக்கத்தில் இருந்து விடுபட வேண்டும் என்றால் அது எளிதானது அல்ல. இதிலிருந்து விடுபட முயற்சிக்கும் போது கிடைக்கும் சிறு சிறு வெற்றிக்கும் மகிழ்ச்சியடையுங்கள். மனதில் உறுதியான எண்ணம் வர வேண்டும்.

துளித் துளி அளவாக அதிலிருந்து மீட்கப்படுவதும் சிறந்த முன்னேற்றமே. இன்றைக்கு பத்து வயது சிறுவர்கள் ஆபாச வலைத்தளங்களை பார்க்கத் தொடங்கி விட்டார்கள் என்பதுதான் அதிர்ச்சி தரும் உண்மை. இதை கடப்பது கடினமானதுதான். உலகத்தையே மறந்து விடுகிறார்கள். இத்தகைய வலைத்தளங்களுக்கு அடிமையாவது வாழ்வில் ஒரு பெரிய பிரச்னைதான். ஏனெனில், குடும்ப உறவுகளை மெதுவாக அழித்து விடுகிறது. கணினி மொபைல் கையாளும் போது வெளிப்படைத் தன்மை அவசியம். இத்தகைய அடிமைத்தனத்தை தகர்ப்பது, உடைப்பது மிகவும் சவாலானது. கடுமையானது. மனஅழுத்தம், பதட்டம், கட்டுப்படுத்த முடியாத உடல் ரீதியான சபல ஆசை எண்ணங்களை கைவிட வேண்டியதன் அவசியத்தை உணருங்கள். இல்லையெனில் ஒரு நாள் உங்கள் சாம்ராஜ்யம் சரிந்து விடும்.

அதாவது, கிழக்கிலிருந்து மேற்கு நோக்கி பயணம் செய்கிறோம். அப்படியெனில் கிழக்கிலிருந்து விலகுகிறோம் அல்லவா. ஆபாச வலைத்தள பழக்கத்திலிருந்து ஆன்மீகத்தை நோக்கி நகர்வதும் அப்படித்தான். நாம் பயன்படுத்தும் மொபைல் கணினியில் அவற்றை வடிகட்டுவதற்கு நிறைய வழிவகைகள் உள்ளன. ஏதாவது, உன்னதமான லட்சியத்தில் கவனம் செலுத்த வேண்டும். தனிமையில் இருப்பதை தவிர்ப்பது நல்லது. இன்றைக்கு கண்டிப்பாக பார்க்க மாட்டேன் என மன உறுதியுடன் இருந்து அந்த வெற்றியை மகிழ்வுடன் அனுபவிக்க வேண்டும். பலர் நிறுத்த வேண்டும் என்று நினைக்கிறார்கள். ஆனால், பலவீனத்தால் ரகசியமாக அத்தகைய வலைத்தளங்களை பார்க்கிறார்கள். வலைத்தளங்களில் (history) நீங்கள் எதைப் பார்க்கிறீர்கள் என்பது மிகவும் வெளிப்படையானது. பூனை கண்ணை மூடிக் கொள்வதால் உலகம் இருண்டு விடுவதில்லை. பலர் இந்த பழக்கத்தை அடித்து விரட்ட எண்ணுகிறார்கள். இத்தகைய வலைத்தளங்களுக்கு அடிமையாகி விட்டதை எண்ணி மனதளவில் வெட்கப் படுகிறார்கள். வாழ்க்கையில் ஒரு நல்ல நோக்கம் இருக்க வேண்டும். வாழ்வில் இந்தகைய வலைத்தளங்களுக்கு நம் மனதை நஞ்சாக்கி பணம் சம்பாதிப்பதுதான் பிரதான நோக்கம்.

என் கணவர் பல தடவை ஆபாச வலைத்தள அடிமைப் பழக்கத்தை நிறுத்தி விடுவதாக சொல்லி இருக்கிறார். ஆனால், இன்னும் திருந்தவில்லை என குடும்பத் தலைவிகள் புலம்புகிறார்கள். அவர் மீதான ஆசையை, காதலை இழந்து விட்டேன். விவாக ரத்து பெற விரும்புகிறேன். வாழ்க்கைத் துணை மீதான ஈர்ப்பு குறையத் தொடங்குகிறது. அவள் போதுமானதாக இல்லை என கணவன் நினைக்கிறான். தன் கணவன் வேறொரு பெண்ணை தொடுவதையோ, அல்லது வலைத்தளத்தில் தனது கணவனின் கண்கள் வேறொரு பெண்ணை பார்ப்பதையோ பெண்கள் சகித்துக் கொள்வதில்லை.

தனிப்பட்ட ஆலோசனையை நாடுங்கள். தேடுங்கள். இத்தகைய பழக்கத்தால் அழகான மனைவியையும் குடும்பத்தையும் இழந்து தவிக்கும் ஆடவர்கள் ஏராளம். இத்தகைய வலைத்தளங்கள் நமது கணினியில் வராமல் பாதுகாக்க உரிய நடவடிக்கை எடுங்கள். இத்தகைய அசிங்கமான அடிமைப்பழக்கத்திற்கு எதிராக நாம் இணைந்து போரிட வேண்டியுள்ளது. இத்தகைய விஷயங்கள் எங்கும் உள்ளன. தெருமுனை

சுவர்களில், நாம் பார்க்கும் திரைப்படங்களில் வலைத்தளங்களில் ஒரு "க்ளிக்" போதும். கொட்டத் துவங்கி விடுகின்றன.

மன்னன் சாலமன் தன்னுடைய 850 மனைவிகளுடன் மகிழ்ச்சியாக வாழவில்லை. இதை நல்ல யோசனையாக கருதவில்லை என்று கூறி இருக்கிறார். பெண்கள் மீதான போதையால் பெரும் விழ்ச்சியை சந்தித்தார். தனியறையில் அல்லது வீட்டில் மிகக் குறைந்த நேரத்தை மட்டும் ஒரு மொபைல் அல்லது ஒரு கணினி அல்லது ஒரு மடிக்கணினியுடம் செலவிட முயற்சியுங்கள். குடும்பத்துடன் நிறைய நேரத்தை செலவிடுங்கள். திடிரென ஆபாச வலைத்தளங்களை பார்க்க வேண்டும் என்று தோன்றினால் அந்த இடத்தை விட்டு வெளியேறி கவனத்தை திசை திருப்புங்கள். ஆபாச வலைத்தளத்தில் மூழ்கி இருக்கும் பழக்கம் என்னை விட்டு போக மாட்டேன் என்கிறது என் புலம்புபவர்கள் ஏராளம். ஆபாச வலைத்தள வியாபாரம் செழிப்பாக உள்ளது. தீவிரவாதத்தை போலவே இந்த பழக்கம் சமுதாயத்திற்கு தீவிர அச்சுறுத்தலாக உள்ளது. இன்று ஒவ்வொரு நாட்டிலும் ஒரு பெரிய இளைஞர் படை ஆபாச வலைத்தளங்களுக்கு அடிமையாகி முடங்கி கிடக்கிறது. இதே நிலை எதிர்காலத்தில் தொடர்ந்தால் எல்லா நாடுகளும் முற்றிலும் பாலியல் வன்முறையும், வக்கிரமான, கொடூரமான சம்பவங்களும் சர்வ சாதாரண அன்றாட நிகழ்வுகளாகி விடும் அபாயம் உள்ளது. கற்பழிப்பு குற்றங்கள் பெருகுவதற்கு ஆபாச வலைத்தளங்கள் முக்கிய காரணமாக உள்ளது. உறவுகள் மற்றும் திருமண முறிவுகளுக்கு ஆணி வேராக உள்ளது. உலகெங்கும் பாலியல் வன்முறைக்கு காரணமாக உள்ளது. உலகில் நடக்கும் செக்ஸ் தொடர்பான குற்றங்களுக்கு ஓரே காரணமாக உள்ளது.

இவற்றையெல்லாம் கட்டுப்படுத்துவதற்கு யாருக்கு அதிகாரம் உள்ளதோ அவர்கள் ஊமையாகவும், அமைதியாகவும் இருக்கக் கூடாது. இன்றைய சமுதாயத்தின் புற்றுநோயாக ஆபாச வலைத்தளங்கள் உள்ளன. உலக அரங்கில் நம் நாட்டிற்கு தனி மதிப்பு உண்டு. சமுதாயத்தில் உயர்ந்த தார்மீக மதிப்புகளை அடையாளமாக கொண்டது நம் நாடு. அதன் உன்னதமான நீதி நெறிமுறைகள் ஆழமாக பாதிக்கத் தொடங்கி உள்ளது. நமது நாட்டின் பண்டைய பெருமைகளை பண்பாடுகளை உலக நாடுகள் மதித்து வந்தன. அத்தகைய மதிப்பீடுகள் சரிவை நோக்கி பயணிக்கின்றன. கடந்த பத்து

வருடங்களாக மிக மோசமான ஈவு இரக்கமற்ற முறையில் பாலியல் வன்முறை சம்பவங்கள் அரங்கேறி உள்ளன. திருமண முறிவுகள் எண்ணிக்கை அதிகரிக்கிறது. குடும்பத் தலைவிகள் ஆண்மைக் குறைவு என்று கணவனை தூக்கி எரியத் தொடங்கி உள்ளனர். நாளும் விவாகரத்துகள் பெருகி வருகின்றன.

பெண்களுக்கு பாதுகாப்பற்ற நாடுகளின் வரிசையில் முன்னனியில் நம் நாடு இருக்கலாமா? மொபைல், கணினி, மடிக்கணினியில் இத்தகைய வலைத்தளங்களை தடை செய்யும் நடைமுறைகளை தடுக்கும் வழிமுறைகளையும் தீவிரமாக கையாள வேண்டும்.

ஆபாச வலைத்தளம் ஒரு பேய். அதன் கையில் சிக்கி விடாதிர்கள். இயற்கைக்கு மாறானது எதுவும் நல்லதல்ல.

51

தமிழகத்தின் பிளாரன்ஸ் நைட்டிங்கேல் - சாந்தி ரங்கநாதன்

இந்தியாவிலேயே முதன் முதலாக சென்னையில் குடிப்பழக்கத்திற்கு அடிமையானோரை மீட்கும் மருத்துவமனையை 1980-ல் தொடங்கி அதற்காக தன்னையே அர்ப்பணித்துக் கொண்டவர் சாந்தி ரங்கநாதன். இவர் சமூக கல்வி மையத்தில் முதுகலைப் பட்டம் பெற்றவர். குடிப்பழக்கச் சிகிச்சைத் திறன் பற்றிய ஆய்வில் டாக்டர் பட்டம் பெற்றவர் என்பது குறிப்பிடத்தக்கது. குடிபோதை மீள் சிகிச்சை ஆலோசகருக்கான சர்வ தேச அளவில் அங்கீகார சான்றிதழும் பெற்றுள்ளார்.

இளம் வயதிலேயே குடிநோயால் தன் கணவரை இழந்தவர். அந்த சோகத்திலிருந்து மீண்டெழுந்தவர் அமெரிக்கா சென்று "குடிப்பழக்க மீட்பு சிகிச்சை" குறித்த முறையான பயிற்சி பெற்றார். பின்னர், சென்னை இந்திரா நகரில் டி.டி ரங்கநாதன் போதை மீட்பு மருத்துவ சிகிச்சை மையத்தைத் தொடங்கினார். கிராமங்களில் குடிப்பழக்கதிற்கு அடிமையானவர்களை அப்பழக்கத்தில் இருந்து மீட்பதற்காக தமிழகத்தின் பல்வேறு கிராமங்களில் முகாம்களை டி.டி ரங்கநாதன் சிகிச்சை அமைப்பு நடத்தி வருகிறது. குடிப்பழக்கத்திற்கு அடிமையானவர்களை மீட்பதற்காக தன் வாழ்க்கையையே அர்ப்பணித்துக் கொண்டார். இவரது பயணம் 1980-ல் இருந்து தொடங்கியது.

பொதுவாக, கணவரை இழந்த சாதாரண பெண் மறுமணம் செய்து அடுத்த மணவாழ்க்கையை துவங்கவோ, அல்லது தன்

பிள்ளைகளுக்காகவோ வாழ்வை தியாக மனப்பான்மையோடு நகர்த்துவார். சாந்தி ரங்கநாதனோ, தன் கணவர் இறந்ததற்கு என்ன காரணம்? அது போல இன்னொரு பெண் பாதிக்கப்படக் கூடாது. அதற்கு தன்னால் என்ன முடியுமோ அதை செய்ய தீர்மானித்தார். அதற்கு செயல்வடிவம் கொடுத்தார். இவரது அரிய சேவையை பாராட்டி ஐ.நா அமைப்பு விருது வழங்கியுள்ளது. இந்திய அரசு பத்ம ஸ்ரீ விருது வழங்கி கௌரவித்துள்ளது. 2015-ல் தழிழக அரசு ஒளவையார் விருது வழங்கி இவரது ஓப்பற்ற சேவையை பாராட்டியுள்ளது.

முன்னாள் இந்திய நிதித்துறை அமைச்சர் டி.டி கிருஷ்ணமாச்சாரியாரின் பேரன் டி.டி ரங்கநாதனை மணந்தார். 1979-ல் தனது 33-வது வயதில் கணவனை இழந்து விதவையானார். மதுப்பழக்கத்தினால் இவரது கணவர் ஆரோக்கியம் இழந்து இயற்கை எய்தினார்.

ஒரு குடும்பத்தில் ஆண் குடிப்பழக்கத்திற்கு அடிமையானால் அதனால் பெரிதும் பாதிக்கப்படுவது அவரது மனைவியும் குழந்தைகளும்தான்.

ஒரு மாத கால சிகிச்சை:

ஒரு மாதம் பிரத்யேக சிகிச்சை அளிக்கப்படுகிறது. மதுப் பழக்கத்திற்கு அடிமையானவர்களால் சாப்பிட முடியாது. தூங்க முடியாது. கைகளில் நடுக்கம் என நிறைய பிரச்னை உள்ளது. ஒரு வாரத்திற்கு மருந்து கொடுத்து சரி செய்கிறார்கள். இவரது சிகிச்சை முறையால் சாப்பிட முடிகிறது. தூங்க முடிகிறது. படிப்படியாக கை நடுக்கம் குறைகிறது. அதற்குப் பிறகு மனோதத்துவ சிகிச்சை தரப்படுகிறது. தரமான வாழ்க்கையை வாழ வழிமுறையை கற்றுத்தருகிறார்கள். பெண்களுக்கும் பயிற்சி உள்ளது. பெண்கள் தங்களை எப்படி பாதுகாத்துக் கொள்ள முடியும், தான் எப்படி நல்ல வாழ்க்கை வாழ முடியும் தரமான வாழ்க்கை வாழ்வதற்கு வழிகாட்டுகிறார்கள். தொடர் சிகிச்சை, கவுன்சிலிங், மற்றும் பிரச்னை இருந்தால் ஆலோசனை மற்றும் உதவிகளை செய்கிறார்கள்.

1978-ல் தன் கணவருக்கு குடிநோய் பிரச்னை இருந்தது. அந்த சமயத்தில் நம் நாட்டில் குடிநோய்க்கு சிகிச்சை மையங்கள் ஏதும்

இல்லை. சிகிச்சை தரக்கூடிய மருத்துவர்கள் இல்லை. என் கணவரை அமெரிக்காவிற்கு அழைத்துச் சென்று சிகிச்சை தந்தோம். குடி என்பது ஒரு நோய். அதற்கு மற்ற நோய்களை போல சிகிச்சை தர வேண்டும் என புரிந்தது. விதவிதமான சிகிச்சைகள், கவுன்சிலிங் எல்லாம் வழங்கப்பட்டது. எனக்கும் பயிற்சி தந்தார்கள். குடிநோயால் குடிப்பவர் மட்டும் பாதிக்கப்படுவதில்லை. குடும்பமே சீர்கெட்டு போகிறது. நான் ஏன் சிகிச்சை மையம் ஆரம்பிக்கக் கூடாது என்று யோசித்தேன் என்கிறார்.

பதின்ம பருவத்தில் சிறுவர்கள் மாணவர்கள் தவறான நண்பர்களின் தூண்டுதலால் மதுவின் சுவையை உணர்கிறார்கள். சிலருக்கு தந்தை மதுப்பழக்கத்திற்கு அடிமையானவராக இருந்தால் மகனும் மது அருந்தத் துவங்குகிறார். மது பழக்கத்திற்கு அடிமையானவர்கள் தம் வருவாய் முழுவதையும் மது உள்ளிட்ட போதை வஸ்துகளுக்கே செலவு செய்கிறார்கள். தனது வருமானத்தின் கணிசமான ஒரு பகுதியை மதுவிற்க்காக செலவிடுகிறார்கள். இவர்களது வாரிசுகள் படித்து பெரிய ஆளாக வேண்டும் என்கிற கனவு பெரும்பாலும் கலைந்து விடுகிறது. குடிகாரனாக வேண்டுமானால் மாறலாம். பள்ளிக்கு கட்டணம் கட்டுவதற்கு பணம் இருப்பதில்லை. கவலையை மறக்க குடிப்பதாக சொல்வார்கள். நல்ல ஆடைகளை குடிபோதையில் அழுக்காக்கி கொள்கிறார்கள். குடிபோதைக்கு அடிமையான குடும்பங்களில் இருந்து வருபவர்கள் நல்ல ஆடைகளை உடுத்தி மகிழ்வதில்லை. நல்ல சத்தான உணவு வகைகள் அவர்களது பிள்ளைகளுக்கு கிடைப்பதில்லை. பிள்ளைகளின் எதிர்காலத்தை கட்டமைக்க திட்டமிடுவதில்லை. சாதாரண கூலித்தொழிலாளர்களாக வேலைக்கு போகிறார்கள். எவ்வளவு திறமை படைத்தவர்களாக இருந்தாலும் சம்பளப்பணம் கிடைத்ததும் குடிப்பதற்கு சென்று விடுகிறார்கள். எவ்வளவு முடியுமோ அவ்வளவு குடிக்கிறார்கள். விடுமுறை நாட்களில் காலையிலேயே குடிக்க ஆரம்பித்து விடுகிறார்கள். வேலை நாட்களில் வேலை முடிந்ததும் மாலை நேரங்களில் குடிக்க செல்கிறார்கள். நாள் ஒன்றுக்கு பத்து சிகரெட் குடிப்பவர்கள் உள்ளனர். பதினைந்து வயது வரை ஒழுங்காக இருக்கிறார்கள். காலப்போக்கில் தவறான நண்பர்கள் சேர்க்கையால் தீய பழக்கங்களுக்கு ஆளாகி விடுகிறார்கள். முதல் முறையாக புக பிடிக்கும் போது, மது அருந்தும் போது வித்தியாசமான

ஒரு உலகத்திற்கு சென்றது போல் உணர்கிறார்கள். வேலைக்கு சென்று கையில் பணம் புழங்கும் போது விளையாட்டாக அல்லது நண்பர்கள் வற்புறுத்தல்களால் தவறான பழக்கங்களை கற்றுக் கொள்கிறார்கள். வருமானத்தின் கணிசமான பகுதி மது மற்றும் புகைப்பழக்கத்திற்க்காக செலவிட வேண்டியுள்ளது. வாழ்க்கை என்கிற படகில் சிறு ஓட்டை விழுந்து விடுகிறது. அது ஒரு விரிசல். அது ஒரு குழப்பம். வாழ்நாள் முழுவதும் பணப்பற்றாகுறை ஏழ்மையிலேயே காலம் ஓடுகிறது. மதுச்செலவிற்க்காக சிலர் தவறான வழியில் பணம் ஈட்ட முனைகிறார்கள். மது அளவுக்கு அதிகமாக அருந்தும் போது குடும்பம் பிரிவதற்கு காரணமாகிறது. கணவன் மனைவி இடையே தகராறு ஏற்படுகிறது. கணவனோடு வாழ பிடிக்க வில்லை என்று மனைவி கூறும் நிலை ஏற்படுகிறது. வேலை பார்க்கும் இடங்களில், செய்யும் தொழிலில் தேக்கம் தடுமாற்றம் ஏற்படுகிறது. குடும்ப வாழ்க்கை தள்ளாடுகிறது. ஒழுங்காக சிறப்பாக கவனித்துக் கொண்டாலே மனைவிமார்கள் அதிருப்தியுடன் இருப்பார்கள். இதில் குடிப்பழக்கம் இருந்தால் சொல்லவே வேண்டாம். குடும்ப வாழ்வில் இருள் சூழ்கிறது.

இது போன்ற நிலையில் இருப்பவர்கள் சிகிச்சைக்காக டி.டி.கே மருத்துவமனைக்கு வருகிறார்கள். தொடர் சிகிச்சையால் குடி நோயில் இருந்து மீட்சி பெறுகிறார்கள். இனி இந்த பழக்கத்தில் இருந்து முற்றிலுமாக விடுதலையாகி விட்டதை நினைத்து மகிழ்கிறார்கள். அவர்களால் நம்ப முடியவில்லை. எப்படி சாத்தியமாயிற்று. குடிநோயில் இருந்து ஒருவரை குணமடையச் செய்ய முடியும் என்பதுதான் சாந்தி ரங்கநாதனின் சாதனை. இது அவர் சமூகத்திற்கு செய்யும் பெருந்தொண்டு.

இவர்களிடம் சிகிச்சை பெற்றவர்கள் சொல்கிறார்கள் நான் ஒரு துளி மது கூட அருந்துவதில்லை. உடன்பிறந்தவர்கள், உடன்பணிபுரிவோர்கள், நண்பர்கள், உறவினர்கள் மது அருந்துபவர்களாக இருந்தாலும் என்னால் கட்டுப்பாட்டுடன் இருக்க முடிகிறது என்கிறார்கள். புகை பிடிப்பதை விட்டு விட்டேன். மது அருந்துவதை விட்டு விட்டேன். இது வரை இந்தப் பழக்கங்களால் என் வாழ்க்கையில் பல ஆண்டுகள் வீணாகி விட்டன. இந்த டி.டி.கே மருத்துவமனைக்கு நன்றி சொல்கிறேன். தற்போது மகிழ்ச்சியாக இருக்கிறேன் என்கிறார்கள்.

குடிநோயால் என் கணவர் இறந்ததால் இளம் வயதில் விதவையாக நேர்ந்தது. அமெரிக்காவில் சிகிச்சைக்கு அழைத்து சென்றோம். காப்பாற்ற முடிய வில்லை. நம் நாட்டில் சிகிச்சை மையம் இல்லை. ஏன் நாம் ஆரம்பிக்கக் கூடாது என்று சிந்தித்ததால் வெளிநாட்டில் பயிற்சி பெற்று உறவினர்கள் உதவியால் ஊக்கத்தால் டி.டி.கே மருத்துவமனை நிறுவப்பட்டது. துவக்கத்தில் இதெல்லாம் சரிப்பட்டு வராது என்றவர்கள் உண்டு. முதலில் இடம் தேவைப்பட்டது. டி.டி.கே குடும்பத்தின் மருமகளாகிய எனக்கு என் கணவரின் குடும்பத்தினர் இடம் ஏற்பாடு செய்து கொடுத்தார்கள். சிறு குழுவாக துவங்கப்பட்டது. பின்னர் ஐந்து ஆறு பேர் கொண்ட குழுவாக மாறியது. தொழிற்சாலைகளுக்கு சென்று விழிப்புணர்வை ஏற்படுத்தினோம். தொழிற்சாலைகளில் குடிநோயால் பாதிக்கப்பட்டவர்களை பற்றிய பட்டியல் தந்தார்கள். அவர்களுக்கு சிகிச்சை அளித்தோம். சிகிச்சை மையத்தை பற்றிய தகவல் பரவியது. இது ஒரு குழு சார்ந்த முயற்சி. இங்கு சிகிச்சை பெற்றவர்களின் பரிந்துரையால் பலர் சிகிச்சைக்கு வரத்தொடங்கினர். இங்கு சிகிச்சை பெற்று பலன் அடைந்த நோயாளி மற்றவர்களிடம் சொல்லி இங்கு சிகிச்சைக்கு அழைத்து வருகிறார்கள். டி.டி.கே குடும்பத்தின் மருமகளாகிய எனக்கு 11 மில்லியன் நிதி என் கணவர் குடும்பத்தினர் கொடுத்தார்கள். 60 படுக்கைகள் கொண்ட மருத்துவனை நிறுவப்பட்டது. இதுதான் இந்தியாவின் முதல் குடிநோய் சிகிச்சை மையம் என்பது குறிப்பிடத்தக்கது. துவக்கத்தில் ஏன் இந்த வேண்டாத வேலை என்று விமர்சனம் செய்தவர்கள் உண்டு

பொதுவாக நோயாளிகள் அவர்களது பிரச்னையை மறைக்கவே முயல்வர். சிகிச்சையின் முதல்கட்டமாக அவர்களுடைய குடிநோய் பற்றிய விழிப்புணர்வை ஏற்படுத்துகிறோம். ஒரு மாதம் தங்கி சிகிச்சை தருகிறோம். மதுப் பழக்கத்திலிருந்து முற்றிலுமாக விடுபடும் போது சில உடல்நலக் பிரச்னைகள் ஏற்படுகிறது. நிறைய நோயாளிகளுக்கு இரைப்பை பாதிப்பு, அமிலத்தன்மை, தூக்கமின்மை உள்ளிட்ட பிரச்னைகள் உள்ளது. தொடர் சிகிச்சைக்கு பின்னர் குணமாகிறது. அதன் பிறகு கவுன்சிலிங் தரப்படுகிறது. குடும்ப உறுப்பினர்களும் பங்கேற்கிறார்கள். உளவியல் ரீதியிலான சிகிச்சை தரப்படுகிறது. ஒரு முறை குடிநோயில் இருந்து விடுபட்டு விட்டால் மீண்டும் ஏற்படாத வகையில் முற்றிலுமாக குடிப்பழக்கத்திலிருந்து விடுபடும் வகையில்

சிகிச்சை தரப்படுகிறது. நோயாளிகள் தங்கள் அனுபவங்களை பகிர்ந்து கொள்கிறார்கள். பொதுவாக ஒரு மாத கால சிகிச்சை தரப்படுகிறது. தாங்கள் மதுப்பழக்கத்திலிருந்து விடுபட்டு ஓராண்டு நிறைவு பெற்ற பின்னர் தங்களது பிறந்த நாள் அன்று இங்கு வந்து மகிழ்ச்சியுடன் கொண்டாடுகிறார்கள். நோயாளிகளிடம் தங்கள் அனுபவங்களை பகிர்ந்து கொள்கிறார்கள். இங்கு ஆயிரக்கணக்கானவர்கள் வந்து சிகிச்சை பெற்று பலனடைந்து செல்கிறார்கள். ஸ்ரீலங்கா, மாலத்தீவு, பங்களாதேஷ், நேபாளம், மியான்மர் உள்ளிட்ட நாடுகளிலிருந்து வந்து தங்கி சிகிச்சை பெறுகிறார்கள் என்பது குறிப்பிடத்தக்கது. அவர்கள் நாட்டில் இது போன்ற சிகிச்சை பெற மருத்துவ மையங்கள் இல்லை. சிகிச்சை தர விரும்புபவர்களுக்கு பயிற்சி வழங்கப்படுகிறது. பொதுவாக 25-35 வயதில்தான் குடிநோய்க்கு ஆளாகிறார்கள் என்கிறார் சாந்தி ரங்கநாதன்.

மது ஒரு சிறந்த கரைப்பான். திருமண வாழ்க்கையை, குடும்பங்களை, தொழிலை மது கரைத்து விடுகிறது. ஆல்கஹால் தற்காலிக வேடிக்கையையும் நிரந்தர துன்பங்களையும் தந்து விடுகிறது. மருத்துவ தன்மை கொண்ட மூலிகைகள் தேகத்தின் காயங்களை ஆற்றுகிறது. நச்சுத்தன்மை கொண்ட ஆல்கஹால் உடலை அழிக்கிறது. மனிதன் ஆல்காஹாலில் இருந்து எடுத்துக்கொள்வதை விட நிறையவே மனிதனிடம் இருந்து ஆல்கஹால் எடுத்துக் கொள்கிறது. ஆல்கஹால் மனநலத்தை, உடல்நலத்தை கெடுக்கிறது. குடிநோய்க்கு போதைக்கு ஆளானவர்கள் தங்களை தாங்களே மெதுவாக கொன்று கொள்கிறார்கள்.

போரில் காயப்பட்டவர்களை காப்பாற்றியவர் பிளாரன்ஸ் நைட்டிங்கேல். மதுப்பழக்கத்தால் பாதிக்கப்பட்டவர்களை காப்பாற்றுபவர் சாந்தி ரங்கநாதன். தொடரட்டும் இவரது சேவை.

52

அனிமேஷன் துறையில் சிகரம் தொட்ட சிந்துஜா ராஜமாறன்

சிந்துஜா ராஜமாறன் 21 வயதே ஆன இளம் தமிழச்சி. ராஜமாறன்-சுமதிராணி தம்பதியருக்கு பிறந்த இரண்டாவது மகளாவார். சென்னையைச் சேர்ந்த சிந்துஜா மாறன் 2010-ல் தனது 14-வது வயதில் "செப்பன்" (Seppan) என்கிற அனிமேஷன் நிறுவனத்தின் தலைமை செயல் அதிகாரியாக பொறுப்பேற்றார். உலகின் மிகவும் குறைந்த வயது தலைமை செயல் அதிகாரி என்கிற சாதனையாளராக கின்னஸ் நூலில் இடம் பிடித்துள்ளார்.

கணினியில் மிகவும் திறமை வாய்ந்த 2டி மற்றும் 3டி அனிமேட்டராக திகழ்கிறார். தற்போது இவரிடம் 10 பணியாளர்கள் உள்ளனர். மிகவும் இளம் வயதிலேயே டிஜிட்டல் கார்ட்டுன் தயாரிப்பதில் வல்லவராக உள்ள இவரது திறமையைப் பாராட்டி கோரல் மென்பொருள் நிறுவனம் தங்களது நிறுவன சின்னத்தின் தூதுவராக நியமித்து உள்ளது என்பது குறிப்பிடத்தக்கது.

இன்றைய இளம் தலைமுறையினர்க்கு சிந்துஜா ராஜமாறன் சொல்லும் செய்தி என்னவென்றால் "சாதிக்க வேண்டும் என்கிற பசியோடு இருங்கள்" என்பதுதான்.

கின்னஸ் சாதனை படைப்பதற்க்காக பத்து மணி நேரத்தில் 3 நிமிட அனிமேஷன் குறும்படத்தை உருவாக்குமாறு கேட்டுக் கொள்ளப்பட்டார். கணினியில் வரையத் தொடங்கிய சிந்துஜா ராஜமாறன் சுமார் 8 மணி நேரம் 30 நிமிடங்களில் துரிதமாக முடித்து உலக சாதனை படைத்து கின்னஸ் ரெக்கார்டு செய்துள்ளார்.

இன்று சிந்துஜா ராஜமாறன் ஒரு வளரும் வெற்றிகரமான அனிமேஷன் நிறுவனத்தின் ஒப்பற்ற தலைவர். இளம்வயதில் எல்லோருக்குமே ஆசை, கனவு, லட்சியம் இருக்கும். கலெக்டர் ஆக வேண்டும். டாக்டர் ஆக வேண்டும். நீதிபதி ஆக வேண்டும் என்று விரும்புவர். எல்லோருக்கும் வெற்றி பெற வேண்டும் என்கிற விருப்பம் இருக்கும். அந்த விருப்பம் நிறைவேறினால் கிடைக்கும் மகிழ்ச்சிக்கு அளவே இல்லை.

சிந்துஜா ராஜமாறன் இளம்வயதிலேயே சாதனை படைத்துள்ளார். வேலம்மாள் மெட்ரிக்குலேஷன் பள்ளியில் ஒன்பதாம் வகுப்பு படிக்கும் போதே "செப்பன்" (Seppan Entertainment Private Limited) நிறுவனத்தின் பொறுப்பு இவரைத் தேடி வந்தது. அதை வெற்றிகரமாக தக்க வைத்துக் கொண்டார்.

இவரது வயதை ஒத்த குழந்தைகள் அதிக மதிப்பெண் பெற வேண்டும் என ஓடிக்கொண்டிருக்கும் போது அவர்களையும் தாண்டி கின்னஸ் சாதனையாளராகவும், நாட்டின் இளம்வயது தலைமை செயல் அதிகாரியாகவும், ஈடுஇணையற்ற 2டி மற்றும் 3டி அனிமேட்டராகவும் தடம் பதித்தார்.

இவரது குடும்பமே சாதனையாளர் குடும்பம். இவரது தந்தை சிறந்த முறையில் கார்ட்டுன் மற்றும் டிஜிட்டல் தொழில் நுட்பத்தில் படம் வரைவதில் வல்லவர். இவரது சகோதரியும் ஜப்பானிய மொழியில் படைப்பாற்றல் மிக்கவர். சிந்துஜா அனைத்துவிதமான அனிமேஷன் மென்பொருள்களையும் கையாளும் திறன் படைத்தவர். குறிப்பாக, பிளாஷ், போட்டோஷாப், கோரல் பெயிண்டர் உள்ளிட்ட மென்பொருள்களை திறமையாக கையாள்பவர். உலகம் வெப்பமயமாதல், டியூபர்குளோசிஸ் பற்றிய இவரது குறும்படங்கள் ஈடு இணையற்றவை. இன்று 18-25 வயது பிரிவினரை உள்ளடக்கிய குழுவிற்கு இவர் வழிகாட்டியாக செயல்படுகிறார்.

தனது 10-வது வயதிலேயே ஆர்வமுடன் அனிமேஷன் கற்றுத் தேர்ந்தார். இவரது படைப்புகள் யு-டுயுப்பில் வெளியாகி உள்ளது. தான் ஒரு அனிமேட்டர் என்பதில் மிகவும் பெருமையடைவதாக சொல்கிறார். தலைமை செயல் அதிகாரி என்கிற பதவி நிறுவனம் எனக்கு தந்தது. அந்த பதவிக்கு தகுதி வாய்ந்தவளாக என்னை மாற்றிக்கொள்ள

நான் நிறைய கற்றுக் கொண்டிருக்கிறேன் என்கிறார். அனிமேஷன் துறைக்கு வயது ஒரு தடையே இல்லை. ஆர்வம் உள்ளவர்கள் யார் வேண்டுமானாலும் செய்யமுடியும். குமரன் மணி என்பவர் இவரது திறமையை அங்கீகரித்து இத்துறையில் வளர்வதற்கு தளம் அமைத்துக் கொடுத்ததுடன் சி.இ.ஓ-வாகவும் நியமித்தார். கார்ப்பரேட் நிர்வாக பயிற்சிகளையும் அளித்தார். பின்னர் பல பிராஜக்ட்-களை செய்யத் தொடங்கினார். இவரது வயது பிள்ளைகள் காலையில் பள்ளிக்கு செல்வதும், மாலையில் விளையாடுவதுமாக இருந்த போது சிந்துஜா ராஜமாறன் அலுவலகத் தலைமை இருக்கையில் அமர்ந்து வரைந்து கொண்டு இருந்தார். இளம் வயதில் இளம் வயது குழுவோடு செப்பன் என்கிற நிறுவனத்தை செம்மையாக தலைமை தாங்கி நடத்துகிறார். தனது பத்தாவது வயதிலேயே தனது பயணத்தை அனிமேஷனில் துவங்கிவிட்டார். இவரது தந்தை சிறந்த அனிமேட்டர், கார்ட்டுனிஸ்ட் மற்றும் அரசுப்பணியில் சுகாதார ஆய்வாளராக பணியாற்றியவர். தனது தந்தைதான் தனக்கு அனிமேஷன் துறையில் "குரு" என்கிறார். நுட்பமாக பல விஷயங்களை தனக்கு கற்றுத் தந்தார் என்கிறார்.

சிறுவயதில் இவரது தந்தை பல கதாபாத்திரங்களை உருவாக்கி அனிமேஷன் செய்யும்போது சிந்துஜா ராஜமாறன் அருகில் இருந்து கவனிப்பதும், பிரமிப்பு அடைவதும் வாடிக்கை. அடிப்படை விஷயங்களான அனிமேஷன் கருவிகளை எப்படி கையாள்வது என்பதை இவருக்கு சொல்லிக் கொடுத்தவர் இவரது தந்தைதான். பின்னர், எப்படி கதாபாத்திரங்களை உருவாக்குவது அதை அனிமேட் செய்வது என படிப்படியாக கற்றுத் தேர்ந்தார். இவையே பின்னாட்களில் இவருக்கு மிகவும் பிடித்தமான விஷயங்களாயிற்று. துவக்கத்தில் இவரது தந்தை உருவாக்கிய கதாபாத்திரங்களை அனிமேட் செய்து வந்தார். பின்னர் தானாகவே சுயமாக கதாபாத்திரங்களை உருவாக்கி அனிமேட் செய்து அனைவரையும் வியப்பில் ஆழ்த்தினார். சிறு வயதில் பள்ளி முடிந்ததும் விளையாட்டு என்பதே கிடையாது. பள்ளியிலிருந்து வீட்டுக்கு வந்ததும் தந்தையின் கணினி மையத்திற்கு நேராகச் சென்று பயிற்சி செய்ய ஆரம்பித்து விடுவார். பின்னர் இரவு 9 மணிக்கு பிறகுதான் பாடப் புத்தகங்களை எடுத்து வீட்டுப்பாடங்களை செய்யத் தொடங்குவார். கணினி மையத்தில் பயிற்சி செய்யும் போது தனக்கு நேரம் போவதே தெரியாது என்கிறார். எல்லாவற்றையும் மறந்து விடுவார். இவரது தந்தை

தான் சார்ந்த அரசுத்துறைக்காக டிபி நோய் குணமாகக் கூடியதுதான் என்கிற குறும்படம் ஒன்றை தயாரித்தார். அதில் சிந்துஜா தனது முதல் கதாபாத்திரமான பள்ளி மாணவனை படைத்தார். அந்த கதையில் ஒரு பள்ளி மாணவன், ஒரு டாக்டர் மற்றும் ஒரு வயதானவர் பாத்திரங்கள் உண்டு. அந்த புராஜக்ட் தயாரித்து முடிக்க ஆறு மாதங்களாயிற்று.

கடந்த வருடங்களில் எக்ஸ்னோரா, என்ஜிஓ சக்தி சேமிக்கும் விழிப்புணர்வு திட்டங்கள் ஆகியவற்றிற்கு குறும் படங்களை அனிமேஷன் படைப்புகளாக உருவாக்கி உள்ளார்.

ஒரு முறை தான் படித்த பள்ளிக்கு 3 நிமிட குறும்படம் தயாரித்து தந்தார். இதன் மூலம் இவருக்கு வேலை கிடைத்தது எனலாம். பள்ளிக்கு விடுப்பு எடுத்துக் கொண்டு வெகுகாலம் அனிமேஷன் பயிற்சி மேற்கொண்டார். அதுதான் கின்னஸ் சாதனை படைக்க உதவியது. பார்வையாளர்கள் மற்றும் ஊடகங்களுக்கு நடுவே நன்பகல் 12 மணிக்கு வரையத் தொடங்கினார். குறும்படத்தை 8.30 மணி நேரத்தில் முடித்தார். அப்போது தனக்கு சோர்வே ஏற்பட வில்லை என்கிறார். உரிய நேரத்தில் முடிக்க போகிறேன் என்பதை நினைத்து பிரமிப்பாக உணர்ந்ததாக நினைவு கூறுகிறார். என்னுடைய படைப்பை யார் கவனிக்கிறார்கள் என்றெல்லாம் நினைக்கவேயில்லை என்கிறார். எல்லோரும் அங்கிருந்தார்கள். ஆனால் நான் யாரையும் கவனிக்கவில்லை என்று இவரது தோழிகள் சொன்னார்கள். என்னுடைய கதாபாத்திரங்கள்தான் என் கண்முன்னால் இருந்தன என்கிறார். குறிப்பிட்ட நேரத்திற்குள் துரிதமாக முடித்ததும் தனக்கு ஏற்பட்ட மனமகிழ்ச்சி அளவற்றது என்கிறார். குறும்படத்தை முடித்ததும் அப்போதய தமிழக துணை முதல்வர் நினைவுப்பரிசு வழங்கினார் என்பது குறிப்பிடத்தக்கது.

இவர் துரிதமாகவும், திறமையாகவும் செயல்படுவதால் "மிகவும் வேகமான 2டி மற்றும் 3டி அனிமேட்டர்" என அறிவிக்கப்பட்டார். நாஸ்காம் என்கிற ஐடி நிறுவனம் இவரை கௌரவித்தது. கோரல் நிறுவன சின்னத்தின் தூதுவராக நியமிக்கப்பட்டார். அது இவருடைய மிகப் பெரிய சாதனை.

கோரல் மென்பொருளை மிக அதிகமாகப் பயன்படுத்தியதற்காக கோரல் நிறுவனத்தின் இந்திய பிரதிநிதிகள் இவரது தந்தையை நேரில்

பார்க்க வந்தார்கள். அப்போது சிந்துஜா ராஜமாறன் கணினியில் கோரல் மென்பொருளை லாவகமாக கையாள்வதைப் பார்த்து வியந்து போனார்கள். இவருடைய ஆற்றலால் மிகவும் கவரப்பட்டார்கள். இவரது படைப்புகளை பார்த்து பிரமித்த ஐடி நிறுவனம் இவரை அழைத்தது. அங்குதான் குமரன் மணி என்பவரை சந்தித்தார். அவருடைய அலுவலக அறைக்கு அழைத்து என்னையும் என் தந்தையையும் நலம் விசாரித்தார். சில நிமிடங்களில் தனது புதிய அனிமேஷன் நிறுவனத்திற்கு உங்கள் மகள்தான் CEO என்று தெரிவித்தார். அப்போது தன்னால் தன் வாயை திறக்க முடிந்ததே தவிர பேச்சே வரவில்லை. அந்த நொடி வானில் பறப்பது போல உணர்ந்தேன் என்கிறார். அந்த நேரத்தில் எனக்கு பேச்சே வரவில்லை அப்போது CEO என்றால் என்ன என்றே எனக்கு தெரியாது என்கிறார். எவ்வளவு முதலீடு செய்யப் போகிறார் என்று கூட தெரியாது. என்னை புதிதாக திறக்க உள்ள நிறுவனத்திற்கு பெயர் தேர்வு செய்யுமாறு கூறினார். எனது மூத்த சகோதரி அப்போது ஜப்பானிய மொழி கற்றுக் கொண்டிருந்தார். ஜப்பானிய மொழியில் கவிதைகள் எழுதும் அளவுக்கு தேர்ச்சி பெற்று இருந்தார். அவர்தான் "செப்பம்" என்கிற ஜப்பானிய வார்த்தையை அறிமுகப்படுத்தினார். செப்பம் என்றால் ஜப்பானிய மொழியில் பொழுதுபோக்கு என்று பொருளாகும். ஒரு மில்லியன் முதலீட்டு தொகையில் செப்பம் நிறுவனம் 2010-ல் தொடங்கப்பட்டது. சிந்துஜாதான் அதன் தலைவர். அப்போது 13 முடிந்து 14 வயதுதான் தொடங்கி இருந்தது. அப்போது தனக்கு எதுவும் ஓடவில்லை. பதட்டமாக இருந்தது என்கிறார். யாரையும் பார்க்க முடியவில்லை குமரன் மணி சாரைத் தவிர. மவுஸால் க்ளிக் செய்து "செப்பம்" தொடங்கப்பட்டது. அப்போது எனக்கு ஒரு உதவியாளர் மட்டுமே இருந்தார். அவருக்கு தனி வெப்சைட் இருந்தது. தற்போது 10 பேர் உள்ளனர். முதலில் என்னுடைய பணியை மட்டுமே செய்து வந்தேன். CEO பணியை எப்படி செய்ய வேண்டும் என்பதை படிப்படியாக கற்றுக் கொண்டேன் என்கிறார். ஆண்டிற்கு பத்து மில்லியன் வருவாய் ஈட்டுவதை இலக்காக கொண்டுள்ளார். எக்ஸ்னோரா, பிரபல ஜூவல்லரி கடை மற்றும் என்ஜிஓ போன்ற அமைப்புகளிடமிருந்து பிராஜக்ட் ஒர்க் கிடைத்தது. தலைமைப் பொறுப்பில் அமர்ந்ததும் தனக்கு முதல் இரண்டு மாதங்களுக்கு தனது பணி என்னவென்றே தெரிய வில்லை. குழுத்தலைமை என்பது என்ன என்று தெரியவில்லை. என்ன லாபம் என்று தெரியவில்லை. நாளடைவில் படிப்படியாக கற்றுக்

தேர்ந்தேன். நான் மகிழ்வாக உள்ளேன். எனது குழுவைச் சேர்ந்தவர்கள் என்னை குழந்தை போல நடத்தவில்லை. என்னிடம் ஆதிக்கம் செலுத்தவும் இல்லை. சமமாக பாவித்தார்கள். நன்கு ஒத்துழைத்தார்கள். எங்களுக்கு வாரந்திர கூட்டம் உண்டு. எங்கள் பிராஜக்ட் பணியைப் பற்றி கலந்துரையாடுவோம். என்னுடைய முதல் சம்பளத்தொகையை என்னுடைய தந்தையிடம் தந்து விட்டேன் என்கிறார். மேலும், சிறு பகுதியை எனக்கு பிடித்தமான முருகக்கடவுளுக்கு காணிக்கை செலுத்தியதை நினைவு கூறுகிறார். என்னுடைய தந்தை என் பெயரில் எனக்கு ஒரு வங்கிக் கணக்கைத் தொடங்கினார். இது உன்னுடைய பணம். உனது சேமிப்பு என்று கூறினார். தனது 18 வயதில் வான்கூவரில் அனிமேஷன் மேற்படிப்பு படிக்க வேண்டும் என்று விரும்பியதை நினைவு கூறுகிறார்.

வருங்காலங்களில் எவ்வளவு முடியுமோ அவ்வளவு அனிமேட்டர்களை தனது நிறுவனத்தில் பணியமர்த்த வேண்டும். என்னைப்பற்றிய கட்டுரையை படித்த சிறுவன் ஒருவன் தன் பெற்றோர்களிடம் சிந்துஜா ராஜமாறன் போல தானும் ஆக விரும்புவதாகச் சொன்னான். அது எனக்கு மிகவும் மகிழ்வாக இருந்தது என்கிறார். தான் இளம் சிறுவர்களுக்கும், சிறுமிகளுக்கும் நல்ல முன் மாதிரியாக இருக்க வேண்டும் என்பதே தனது ஆசை என்கிறார்.

சிந்துஜா ராஜமாறன் அனிமேஷன் துறையில் பல புரட்சிகளை செய்ய ஆர்வமாய் உள்ளார். அனிமேஷன் துறையில் இவர் ஒரு அபூர்வ சாதனையாளர். உலகில் எவருடனும் ஒப்பிட முடியாத அளவுக்கு அனிமேஷன் வானில் ஒளிவிளக்காக பிரகாசிக்க வாழ்த்துவோம்.

53

உலகம் வியக்கும் தமிழச்சி ஸ்வேதா பிரபாகரன்

கல்வி விழிப்புணர்வுக்காக தமிழ் பெண்ணான ஸ்வேதா பிரபாகரனை அமெரிக்க முன்னாள் அதிபர் ஒபாமாவின் மனைவி மிச்சல் ஒபாமா கல்வி விழிப்புணர்வு பிரச்சாரத்திற்காக 2015-ல் தேர்வு செய்தார்.

மிச்சல் ஒபாமா அமெரிக்க முன்னாள் அதிபர் ஒபாமாவின் மனைவியாவார். இவர் அமெரிக்க இளம் தலைமுறையினரிடையே கல்வியின் முக்கியத்துவத்தை உணர்த்துவதற்காக விழிப்புணர்வு பிரச்சாரத்தில் ஈடுபட்டு வருகிறார். இவர் அந்த விழிப்புணர்வு பிரச்சாரத்திற்காக இந்திய வம்சாவளி பெண்ணான ஸ்வேதா பிரபாகரன் உள்பட 17 பேரை தேர்வு செய்தார். அந்த பட்டியலில் இடம் பெற்ற இந்திய வம்சாவளியைச் சேர்ந்தவர் இவர் ஒருவரே ஆவார்.

ஸ்வேதா பிரபாகரனின் பூர்வீகம் தமிழ் நாட்டில் உள்ள திருநெல்வேலி மாவட்டம் ஆகும். இவரது பெற்றோர்கள் 1998-ல் அமெரிக்காவில் குடியேறினார்கள். ஸ்வேதா இளம் வயதிலேயே இளையவர்களுக்கு கணினி அறிவியல் கற்றுத் தருவதில் மிகவும் சிறந்தவராக இருந்ததால் தேர்வு செய்யப்பட்டுள்ளார்.

மாணவர் ஆலோசனைக் குழுவில் பணியாற்ற தேர்வு பெற்ற போது ஸ்வேதா பிரபாகரனுக்கு வயது 16 ஆகும். அமெரிக்காவில் பதின்ம பருவத்தினருக்கு கல்வி வாய்ப்புக்களை தர முற்படுவதற்கான சிறப்பு பிரச்சாரமாகும். 2016-ம் ஆண்டில் பள்ளிக்கல்வி ஆலோசகராக மிச்சல் இருந்த போது அமெரிக்க அதிபரின் வெள்ளை மாளிகையில் நடைபெற்ற விழாவிற்கு குழு உறுப்பினர்கள் அனைவரும் சென்று

பங்கேற்றனர். அதில் பள்ளி மாணவிகள் மற்றும் கல்லூரி மாணவிகள் மொத்தம் 17 பேர் ஆவார்கள்.

இந்த குழுவில் இடம் பெற்ற மூன்றில் இரண்டு பங்கினர் அவர்கள் குடும்பத்தில் முதலாவதாக பள்ளி இறுதிப்படிப்பை முடித்து பட்டப்படிப்பில் சேர்ந்தவர்களாவார்கள் என்பது குறிப்பிடத்தக்கது. கல்லூரி படிப்பை முடிப்பவர்களின் எண்ணிக்கையில் அமெரிக்கா மீண்டும் உலக அளவில் முன்னனி வகிக்க வேண்டும் என்ற இலக்கை அடைய இந்த குழுவைச் சேர்ந்த மாணவர்கள் உதவுவார்கள். தலைவர்கள், அமைப்பாளர்கள், உலகில் மாற்றத்தை உருவாக்குபவர்கள், மற்றும் கண்டுபிடிப்பாளர்கள் அமெரிக்காவில் நிறைய உருவாக வேண்டும் என்பதே இந்தக் குழுவின் இலக்கு.

இந்தக் குழுவைச் சேர்ந்தவர்கள் பள்ளியில் பயிலும் மாணவ சமுதாயத்திற்கு குறிப்பாக பெண்களுக்கு கல்லூரியில் சேர, கல்லூரிப் படிப்பை தொடர, பட்டப்படிப்பை பெறும் பண்பாட்டை மாணவர் மத்தியில் உருவாக்க உதவவும், ஒரு பாலமாக வழிகாட்டியாக அவர்களுக்கு தேவையான தகவல்களை மற்றும் உதவிகளை பெற்றுத்தர உறுதுணையாக இருப்பார்கள்.

ஸ்வேதா பிரபாகரன் இன்டியானாபொலிஸ் என்ற இடத்தில் பிறந்தவர். திருநெல்வேலியை பூர்வீகமாக கொண்ட இவருக்கு 15-வது வயதில் 2015-ல் அமெரிக்க அதிபரின் வெள்ளை மாளிகை நிர்வாகம் "சாம்பியன்ஸ் ஆப் சேஞ்ச்" (Champions of Change) என்ற விருதை வழங்கியுள்ளது. அமெரிக்க அதிபர் ஒபாமாவின்கரங்களால் விருது பெற்றவர் என்பது குறிப்பிடத்தக்கது. இவ்விருதுக்கு தேர்வு செய்யப்பட்ட 11 சிறுமியர்களில் அமெரிக்காவின் வெர்ஜீனியா மாகாணம் அஷ்பர்ன் நகரைச் சேர்ந்த ஸ்வேதா பிரபாகரனும் ஒருவர்.

தாமஸ் ஜெபர்சன் அறிவியல் மற்றும் தொழில் நுட்ப உயர்நிலைப்பள்ளி மாணவியான ஸ்வேதா பிரபாகரன் "எவரிபடி கோட் நவ்" (EVERYBODY CODE NOW) என்கிற லாப நோக்கமற்ற நிறுவனத்தை துவக்கி அதன் தலைமை செயல் அதிகாரியாக (CEO) உள்ளார். இந்நிறுவனம் புதிய தலைமுறையினரை பொறியாளர், விஞ்ஞானி, மற்றும் தொழில் முனைவோராக உருவாக்கும் முயற்சியில் ஈடுபட்டு உள்ளது. இதன்படி ஸ்வேதா பிரபாகரன் தன் நிறுவனத்தின்கீழ் நூற்றுக்கணக்கான பள்ளி

மாணவ-மாணவியருக்கு வலைதளங்களை உருவாக்கும் "புரோகிராம்" எழுத கற்றுக் கொடுத்து வருகிறார்.

"எவரிபடி கோட் நவ்" மூலமாக மாணவ சமுதாயத்தை கல்லூரி செல்லவும், பட்டப்படிப்பை பயிலும் பண்பாட்டை இளைஞர்கள் மத்தியில் உருவாக்கி அவர்களை ஊக்கப்படுத்தவும் வழிகாட்டவும் உதவி வருகிறார். மேலும், கல்விக் குழுவிலும் இடம் பெற்று கௌரவிக்கப்பட்டுள்ளார்.

பெண்கள் அதிகளவில் உயர்கல்வி பெற ஊக்கப் படுத்தப்பட வேண்டும். இந்தியாவிலும் அதிகளவில் மாணவிகள் உயர்நிலைக் கல்வி பெறவேண்டும் என்பதில் பேரார்வம் உள்ளவராக திகழ்கிறார் ஸ்வேதா பிரபாகரன்.

கல்வியில் பெண்கள் அதிக உயரத்தை அடைய வேண்டும் என்பது இவரது கனவாகும்.

ஸ்வேதா பிரபாகரன் பரத நாட்டியத்தில் சிறந்த பயிற்சி பெற்று அரங்கேற்றம் பெற்றவர் என்பது குறிப்பிடத்தக்கது. இவரது பெயர் சர்வதேச கல்வியறிவு சங்கத்தில் (International Literacy Association) கௌரவிப்பதற்க்காக பரிந்துரை செய்யப்பட்டுள்ளது.

ஸ்வேதா பிரபாகரனின் வழிகாட்டுதல் மற்றும் நிகழ்ச்சிகள் கூச்ச சுபாவமுடைய இளம் பெண்களை தன்னம்பிக்கை உடையவர்களாகவும், சமுதாயத்தில் தலைமைப்பண்பு உடையவர்களாகவும், புதிதாக அரும்பும் தொழில் நுட்ப வல்லுநர்களாகவும் உருவாக்கியுள்ளது. ஸ்வேதா பிரபாகரன் ஒரு பதின்ம பருவ தொழில் அதிபராக உள்ளார். வெள்ளை மாளிகையில் விருதுகள் வழங்கப்பட்டு கௌரவிக்கப்பட்டுள்ளார். வருங்கால இளையதலைமுறை குறிப்பாக பெண்கள் பொறியாளர்களாக, விஞ்ஞானிகளாக, தொழில்அதிபர்களாக உருவாக வழிகாட்டவும் தொடர்ந்து பணியாற்றி வருகிறார்.

பள்ளிகளில் இவரது அமைப்பு சேவைகட்டனமாக நிதி வசூலிக்கிறது. வரும் 2020-ம் ஆண்டில் அமெரிக்காவில் 14 லட்சம் தொழில்நுட்ப பணிகளுக்கான வேலை வாய்ப்புகள் உருவாக உள்ளதாக ஸ்வேதா பிரபாகரன் தெரிவிக்கிறார். பெண்கள் நவின பொறியியல் மற்றும் நவின தொழில்நுட்பம் சார்ந்த துறைகளில் நுழைய தயக்கமுள்ளவர்களாகவும்

அனைவரும் ஒரே மாதிரியான கல்வியையே தொடர்வதாகவும் கூறுகிறார். அவர்கள் குறிப்பாக பெண்கள் எதை விரும்புகிறார்களோ, அதை அடைவதற்கு அப்படி ஆவதற்கு இவர் உருவாக்கியுள்ள அமைப்பு "எவரிபடி கோட் நவ்" உதவும். இளம்பெண்களுக்கு நல்ல எதிர்காலத்தை உருவாக்குவதற்கு ஊக்குவிப்பதாக செயல்படும் என்கிறார்.

இவரது தந்தை பிரபாகரன் முத்தையா ஒரு நிறுவனத்தில் தலைமை செயல் அதிகாரியாக உள்ளார். இவர்களது குடும்பம் விர்ஜினியாவில் அஷ்பெர்ன் என்கிற பகுதியில் வசிக்கிறது.

அமெரிக்காவில் பதின்பருவத்தினருக்கு இளம் பெண்களுக்கு உயர்கல்வி வாய்ப்புக்களை பெற உறுதுணையாக செயல்படுவதே இவரது அமைப்பின் நோக்கமாகும்.

நான் முதன் முதலாக உயர்நிலைப்பள்ளியில் கணினி வகுப்பில் சேர்ந்தபோது, நானும் ஒருநாள் மற்ற குழந்தைகளுக்கும் பெண்களுக்கும் கணினி வகுப்பு எடுப்பேன் கற்பிப்பேன் என்று நான் நினைக்கவில்லை. நான் உண்மையிலேயே விரும்புவது என்னவென்றால் மற்ற பெண்களும் என்னை போலவே நல்ல வழிகாட்டியாகவும், கணினியில் சிறப்பாக புரோகிராம் எழுதக் கூடியவர்களாக உருவாக வேண்டும் என விரும்புவதாக கூறுகிறார்.

தற்போது இளம் பருவத்தினர் பெரும்பாலும் எதிர்பாலின கவர்ச்சி மற்றும் செல்போனில் கணினி கேம்ஸ் விளையாடுவதில் தீவிரமாக மூழ்கி இருக்கும் நிலையில், அவர்களது வயதை ஒத்த ஸ்வேதா பிரபாகரன் மற்றவர்களுக்கு சிறந்த வழிகாட்டியாக உள்ளதுடன் சிறு வயதில் வெள்ளை மாளிகையின் அங்கீகாரத்தையும் விருதையும் பெற்று கௌரவிக்கப் பட்டுள்ளது பெரும் சாதனையாகும்.

சமுதாயத்தில் மாற்றத்தை உருவாக்க அசாதாரண செயல்களை செய்பவர்களை கௌரவிப்பதற்காக வழங்கப்படும் விருதினை ஸ்வேதா பிரபாகரனுக்கு வெள்ளை மாளிகை வழங்கியுள்ளது. கணினியில் அடிப்படை புரோகிராம் எழுதுவதற்கு மாணவிகளுக்கு உதவும் வகையில் லாபநோக்கமின்றி சேவை நோக்கில் செயல்பட்டு வரும் இவரது அமைப்பிற்கு நல்ல வரவேற்பு கிடைத்துள்ளது. தனது முகாம்களில்

பயிற்சிபட்டறையில் நூற்றுக்கணக்கான மாணாக்கர்களுக்கு பயிற்சி அளித்து வருகிறார்.

சிறு வயதிலேயே இவ்வாறு பொறுப்புக்களை சுமந்து செயல்படுவது தொடர்பான வினாக்களுக்கு அழகாக பதிலளிக்கிறார். எனது தாயார் ஒரு கணினி பொறியாளர். என்னை சிறு வயதிலேயே கணினியில் பயில ஊக்கப்படுத்தியதுடன் பள்ளியில் கணினியை முக்கியப் பாடத்திட்டமாக பயிலச் செய்தார்.

பெண்கள் எப்படி தொழில்நுட்பங்களை உருவாக்க வேண்டும் என்பதை அறிந்து கொள்ள வேண்டும். தாம் சந்திக்கும் சிக்கல்களை தீர்ப்பதற்கு தயாராக வேண்டும். பெண்கள் சிறு வயதிலேயே கணினியில் பயிற்சி பெறுவது மிகவும் முக்கியம் என்கிறார். தொழில்நுட்பம் தொடர்பான உரையாடல்களில் பெண்களையும் பங்கு பெறச் செய்வது மிகவும் அவசியம் என்கிறார். தொழில்நுட்பத்தை பயன்படுத்துவது புதிய தொழில்நுட்பத்தை உருவாக்குவதற்கு சமமானதோ இணையானதோ அல்ல. புதிய தொழில்நுட்பங்களை பயன்படுத்துபவர்களில் பாதிப்பேர் பெண்கள்தான். ஆனால், அதை உருவாக்குபவர்களில் பாதிப்பேர் பெண்கள் அல்ல. தன்னை பாதிக்கும் சிக்கல்களுக்கு தீர்வு காண அவர்களுக்கு தெரிவதில்லை. என்னை போலவே மற்ற பெண்களும் தங்களது தொழில்நுட்ப அறிவை வளர்த்துக் கொண்டு அவற்றை வெளிப்படுத்த வேண்டும் என்கிறார்.

இந்திய தேசத்தில் குறிப்பாக, தமிழ்நாட்டில் உள்ள அரசு பள்ளிகளில் பயிலும் மாணவிகளுக்கு கணினி புரோகிராம் தொடர்பான தரமான பயிற்சியினை வழங்க எண்ணமும் திட்டமும் தம்மிடம் உள்ளதாக தெரிவிக்கிறார். ஸ்வேதா பிரபாகரனின் கனவு நிறைவேறவும் தமிழ்நாட்டை சேர்ந்தவர் என்ற முறையில் அவர் பணி சிறக்கவும் வாழ்த்துவோம்.

54

மலரட்டும் மாற்றுத் திறனாளிகளின் வாழ்வு

நம் சுற்றத்தில், உறவினர்களில், நட்பு வட்டாரத்தில், அலுவலகங்களில் நாம் குடியிருக்கும் பகுதிகளில் மாற்றுத் திறனாளிகளை பார்த்திருப்போம். அவர்களுக்கு நம்மால் ஆன பங்களிப்பாக என்ன செய்துள்ளோம் என சிந்தித்து நாம் அவர்களுக்கு உதவிக்கரம் நீட்ட முன்வந்தால் அவர்கள் வாழ்வு மலரும்.

நீர், நிலம் காற்று நஞ்சாகி சுற்றுச்சூழல் மாசுப்பட்டாலும் பிறவி ஊனம் ஏற்படுகிறது. மாற்றுத்திறனாளிகள் வாழ்க்கை என்பது எல்லா நிலைகளிலும் எதிர்நீச்சல் போட்டு போராடும் போர்க்களமாகவே உள்ளது. 1992-ஆம் ஆண்டு முதல் உலக மாற்றுத் திறனாளிகள் தினம் ஐ.நா.வின் ஆதரவுடன் உலகெங்கும் டிசம்பர்-3ந் தேதி அனுஷ்டிக்கப்படுகிறது. மாற்றுத் திறனாளிகளின் பிரச்சனைகளை புரிந்து கொள்வதற்க்கும் அவர்களின் கௌரவத்திற்கும் உரிமைகளுக்கும் நலன்களுக்கும் ஆதரவை திரட்டுதல் ஆகியவற்றை ஊக்குவிக்கும் நோக்குடன் இத்தினம் அனுஷ்டிக்கப் படுகிறது.

இளம்பிள்ளை வாதத்தால் பாதிக்கப்பட்டவர்கள் ஏராளம். அரசின் போலியோ சொட்டு மருந்து வழங்கும் திட்டத்தின் மூலம் தற்போது அறவே தவிர்க்கப்பட்டு உள்ளது. இப்பணியில் பங்கேற்பவர்கள் போற்றுதலுக்குரியவர்கள். சமுதாயத்திற்கு இவர்களின் சேவை ஈடுஇணையற்றது.

உடலளவில் பலவீனமாக இருந்தாலும் மனதளவில் தைரியமாக இருப்பவர்கள்தான் மாற்றுத்திறனாளிகள். இவர்களுக்குள் பல்வேறு திறமைகள் மறைந்து கிடக்கின்றன. மனநிலை பாதிக்கப்பட்ட மற்றும்

பார்வையிழந்த குழந்தைகள், வளரிளம் பெண்கள் உள்ளிட்டோரை வீட்டில் தனியாக விட்டுவிட்டு பெற்றோரால் வேலைக்கு செல்ல முடியாத நிலை உள்ளது. வயதான பெற்றோரின் பராமரிப்பில் நடமாற்றமின்றி உள்ள பல மாற்றுத் திறனாளிகளின் வாழ்க்கை தன்னை பராமரிக்கும் பெற்றோர்களின் மறைவுக்குப் பின்னர் கேள்விக்குறியாகி விடுகிறது.

ஆண்-பெண் மாற்று திறனாளிகளுக்கு திருமணம் நடைபெறுவதிலும் சிக்கல் உள்ளது. சுயவரங்கள் நடத்தலாம். வளரும் நாடுகளில் உள்ள மாற்றுத்திறனாளி குழந்தைகளில் 90 சதவீதம் பேர் பள்ளிக்கு செல்வதில்லை என யுனெஸ்கோ அமைப்பு தெரிவிக்கிறது.

ஊனம் என்பது ஒரு குறை அல்ல:

அனைத்து உறுப்புகளும் பெற்றிருந்தும் மனவலிமையில்லாதவர்களுக்கு மத்தியில் ஒரிரு புலன்கள் அதன் பணியைச் செய்யாவிட்டாலும்கூட மன உறுதியோடு மாற்றுத் திறனை வளர்த்துக் கொண்டு சாதனையாளர்களாய் இடம் பிடித்த மாற்றுத்திறனாளிகள் மகத்தானவர்கள். தடைகளை உடைத்தெறிந்தவர்களின் வாழ்க்கை நம்மை பிரமிக்க வைக்கிறது.

விடாமுயற்சியால் சிகரம் தொட்ட மாற்றுத்திறனாளிகளின் மகத்தான சாதனைகள் நம்பிக்கையை தருகிறது. சுயமாகவும், சுயமரியாதையுடன் வாழ்க்கையை அமைத்துக் கொள்ள வழி காட்டுதலாக உள்ளது.

பீதோவன் உலகின் பிரபலமான இசைமேதையாக திகழ்ந்தவர். சிம்பொனி பாடலில் வல்லவர். இசை ஞானி. தனது ஏராளமான ரசிகர்களின் கைத்தட்டலை கேட்கத் திறனற்றவராக இருந்தார்.

தாமஸ் ஆல்வா எடிசன் சிறு வயதில் மூளை வளர்ச்சி குறைந்தவரென்றும், காது கேட்கும் திறனற்றவரென்றும் ஆசிரியர்களால் குறை சொல்லப்பட்டவர். பின்னாளில் 1093 பொருள்களை கண்டறிந்து உலகம் போற்றும் மகத்தான அறிவியல் மேதையாக மாறினார். தாமஸ் ஆல்வா எடிசன் தனது 84வது வயதில் காலமான போது உலக நாடுகள் மின் விளக்கை நிறுத்தி அவருக்கு அஞ்சலி செலித்தின.

ஹெலன் கெல்லருக்கு வாய் பேச முடியாது. காது கேட்கும் திறனும் இல்லை. எல்லாக் கதவுகளும் மூடப்பட்ட நிலையிலும் மனம் தளரவில்லை. உச்சரிக்கும் போது உச்சரிப்பின் அதிர்வை உணர்ந்தார். செவித்திறன் குறைந்த ஆயிரக்கணக்கான குழந்தைகளைச் சாதனையாளராக உருவாக்கினார்.

பிரிபி காலோ (மெக்சிகோ) இளம்வயதில் போலியோவால் பாதிக்கப்பட்டவர். பின்னாளில் சர்வதேச அளவில் தன் ஓவியங்களை பேச வைத்த தலை சிறந்த ஓவியர்.

அருணிமா சின்ஹா விபத்தில் ஒரு காலை இழந்தவர். ஆனாலும் நம்பிக்கையை இழக்க வில்லை. 25 வயதில் ஒற்றைக் காலில் எவரெஸ்ட் சிகரத்தை எட்டினார். லட்சியப் பெண்மணி அருணிமா சின்ஹாவின் சாதனை மாற்றுத்திறனாளிகளுக்கு நம்பிக்கை ஒளியையத் தருகிறது.

சுதா சந்திரன் இளம் வயதில் பயங்கர விபத்தில் தனது வலது காலை இழந்தவர். இருப்பினும் மனம் தளராமல் தனது தீவிர முயற்சியால் நாட்டியத்தில் சாதனை புரிந்தார்.

மாரியப்பன் சிறு வயதில் எற்பட்ட எதிர்பாராத விபத்தின் காரணமாக அவருடைய காலில் பெரும் பகுதி சிதைந்து விட்டது. இருப்பினும் தனது விடாமுயற்சியால் உயரம் தாண்டுதலில் தங்கம் வென்றார்.

நாட்டின் ஒவ்வொரு தெருவிலும் எதோ ஒரு வகையில் பாதிக்கப்பட்ட மாற்றுத் திறனாளிகள் இருக்கவே செய்கிறார்கள். அவர்களுக்கு நம்மால் இயன்ற உதவியை செய்ய நாம் தவறாமல் முன் வர வேண்டும்.

உலக அளவில் சுமார் 70 கோடி மாற்றுத் திறனாளிகள் உள்ளனர். தமிழ்நாட்டில் மட்டும் 16.40 லட்சம் பேர் இருக்கிறார்கள். இந்தியாவில் 2.21 சதவீதம் பேர், தமிழகத்தில் 2.3 சதவீதம் பேர் மாற்றுத்திறனாளிகள் உள்ளனர். இந்தியாவில் உள்ள மாற்றுத்திறனாளிகளில் தமிழகத்தில் மட்டுமே ஆண்களைவிட (48.2%) பெண்கள் (51.8%) அதிகம் உள்ளனர் என்பது குறிப்பிடத்தக்கது. நமது நாட்டில் பலதரப்பட்ட உடல் ஊனமுற்றோர் உள்ளனர். இதில் கண் பார்வை தெரியாதவர்கள், நடக்க முடியாதவர்கள், மனநலம் குன்றியவர்கள், வாய் பேச முடியாதவர்கள், காது கேளாதவர்கள் என சுமார் 3.19 கோடி பேர் உள்ளனர். இவர்கள் பெரும்பாலும் வேலை அற்றவர்களாக உள்ளனர்.

மாற்றுத் திறனாளிகளுக்கு சலுகைகள்:

மாற்றுத்திறனாளிகளின் உரிமைகளைச் சட்டமாக்கி நடைமுறைப்படுத்த வேண்டும் என்று உலக பொது மன்றம் உலக நாடுகளைக் கேட்டுக் கொண்டுள்ளது.

மத்திய மாநில அரசு வேலை வாய்ப்பில் மாற்றுத் திறனாளிகளுக்கு 3 சதவீத இட ஒதுக்கீடு தரப்படுகிறது. மெரினா கடற்கரை சாலையில் விவேகானந்தர் நினைவு இல்லத்திற்கு அருகில் மாற்றுத் திறனாளிகள் தலைமை அலுவலகம் இயங்குகிறது. மனவளர்ச்சி குன்றியோர்க்கு மாதந்திர உதவித் தொகை வழங்கப்படுகிறது. உடல் ஊனமுற்றோர் சிகிச்சை முகாம்களில் காலிபர் என்று சொல்லக்கூடிய காலணிகள் வழங்கப்படுகிறது. மூன்று சக்கர சைக்கிள்கள் வழங்கப்படுகிறது. சிறப்புப்பள்ளிகளில் பயிலும் 12-ம் வகுப்பு மாணவ மாணவியருக்கு இலவச லேப் டாப் வழங்கப்படுகிறது. தமிழக பசுமை வீடு திட்டத்தில் மாற்றுத் திறனாளிகளுக்கு 3 சதவீத இட ஒதுக்கீடு செயல் படுத்தப்பட்டு வருகிறது.

மாற்றுத் திறனாளிகள் பயன் படுத்தும் வகையில் எல்லா அரசு கட்டிடங்களும் வாகன நிறுத்தம் உள்பட மாற்றி அமைக்கப்பட்டுள்ளது. மாற்றுத் திறனாளிகள் பள்ளிகளில் கட்டமைப்பு வசதிகள் எற்பாடு உள்ளது. தேர்வுகளில் வெற்றி பெறும் சூழல் உள்ளது. அடையாளச் சான்று வழங்கப்படுகிறது.

காந்தி கிராமம் கிராமிய பல்கலை கழகத்தில் மாற்றுத் திறனாளிகள் மேம்பாட்டு மையம் உள்ளது. மாற்றுத்திறனாளிகளுக்கு எடை குறைந்த செயற்கை அவயத்தை மறைந்த முன்னால் குடியரசு தலைவர் அப்துல் கலாம் வடிவமைத்துள்ளார் என்பது குறிப்பிடத்தக்கது. மாற்றுத் திறனாளிகளுக்கு உதவும் நோக்கில் அரசு சாராத் தொண்டு நிறுவனங்கள் நாடு முழுவதும் 11620 உள்ளது. பன்னாட்டு நிதி, மத்திய அரசு நிதி, மாநில அரசு நிதி, மாவட்ட ஆட்சியர் நிதி ஆண்டுதோறும் ஒதுக்கப்பட்டு செலவிடப் படுகிறது.

சுய வேலை வாய்ப்பு வங்கிக் கடன் உதவி வழங்கப்படுகிறது. கல்வி உதவித் தொகை மற்றும் வேலை வாய்ப்பற்ற மாற்றுதிறனாளிகளுக்கு நிவாரணத் தொகை வழங்கப் படுகிறது. இலவச பேருந்து சலுகை,

இணைப்பு சக்கரங்கள் பொருத்திய ஸ்கூட்டர், மோட்டார் பொருத்திய தையல் இயந்திரம், சக்கர நாற்காலி, காதொலி கருவி, பிரெய்லி கைக்கடியாரம், நவீன செயற்கை அவயம், ஆய்வுக் கூட தொழில் நுட்ப பயிற்சி, செல்போன் பயிற்சி, தொழில் கல்வி பட்ட படிப்பு விடுதி வசதியுடன் வழங்கப்படுகிறது. பணி புரிபவர்களுக்கு சொந்த ஊரிலேயே பணிபுரிய பணியிட மாறுதல் வாய்ப்பு வழங்கப் படுகிறது.

ஒவ்வொரு மாவட்டத்திலும் மாவட்ட ஆட்சியர் அலுவலகத்தில் மாற்றுத் திறனாளிகள் நல அலுவலகம் செயல்படுகிறது. மேலும் விபரங்களுக்கு: சமூக நீதி மற்றும் அதிகாரம் வழங்கல் அமைச்சகம், மாற்றுத்திறனாளிகள் நலன், கிழக்கு கடற்கரை சாலை, முட்டுக்காடு, கோவளம்(அஞ்சல்) சென்னை -603112 என்ற முகவரியில் அனுகலாம்.

மாற்றுத் திறனாளிகள் மனித நேயத்துடன் கையாளப்பட வேண்டும். அவர்களால் நம்மைப் போல எல்லாவற்றையும் செய்ய முடியாவிட்டாலும் அவர்களால் சிலவற்றை மிகச்சிறப்பாக செய்ய முடியும்.

மாணவராக இருந்த போது இரண்டு கால்களையும் இழந்த ஒருவரை பார்த்த போதுதான் புதிய காலணிகளுக்காக அடம் பிடித்து அழுவதை நிறுத்தினேன் என்று நாடக ஆசிரியர் ஷேக்ஸ்பியர் தெரிவித்துள்ளார். மாற்றுத் திறனாளிகளுக்கு சிறந்த சேவை செய்ததற்காக ஒடிஷா மாநிலம் கன்ஜம் மாவட்ட நிர்வாகத்திற்கு விருது வழங்கப்பட்டுள்ளது. நாட்டிலேயே இம்மாவட்டத்தில் அதிக அளவிலான மாற்றுத் திறனாளிகள் நலத்திட்ட உதவிகளை பெற்று பயனடைந்துள்ளனர். மாற்றுத் திறனாளிகளின் பங்களிப்பை ஏற்காமல் நம் நாட்டை வளர்ந்த நாடாக மாற்றி விட முடியாது.

அறியாமையில் இருப்பவர்களோடு ஒப்பிடும் போது உடல் ஊனம் ஒரு குறையே அல்ல. எல்லோர்க்கும் உள்ளது போல சம வாய்ப்பு உரிமைகள் அவர்களுக்கும் உண்டு. வாழ்வில் கெட்ட செய்கைகள் சிந்தனைகள்தான் சமூகத்தை முடமாக்குகிறது. நம்பிக்கையை தேர்வு செய்து விட்டால் மாற்றுத் திறனாளிகளுக்கு எல்லாம் சாத்தியம்தான். மற்றவர்களோடு தன்னை ஒப்பிட்டு தாழ்வாக குறைவாக மதிப்பிடுவது தவறு. மாற்றுத்திறனாளிகளால் சிலவற்றை சிறப்பாக செய்ய முடிகிறது என்றால் அதற்காக அவர்கள் மிகவும் சமூகத்திற்கு தேவைப்படுகிறார்கள்.

55
இந்து மதத்தின் தனிச்சிறப்புகள்

ஒவ்வொரு நாளும் உயிரினங்களின் படைப்பு ஒரு பக்கம் நிகழ்கிறது. மறுபக்கம் வாழ்வின் முடிவை எய்துகின்றன. இந்து மதம்தான் என்று எந்த வருடம் பிறந்தது என்று கூற முடியாதது. எம்மதமும் சம்மதம் என்கிற சகிப்புத்தன்மைதான் நம் பெரியோர்கள் சென்ற வழி. அதுவே நாம் பின்பற்ற வேண்டிய வழியாகும். இந்து மதத்தின் தனிச்சிறப்புகளை சொல்ல முயல்வது சமுத்திரத்தை நீந்தி கடந்து விட முயற்சிப்பதற்கு ஒப்பானதாகும்.

எல்லாம் தெரிந்தவர்களும், எதுவும் தெரியாதவர்களும் திருப்தியுடன் உள்ளனர். மிகக் குறைவாக தெரிந்து கொண்டு எல்லாம் தெரிந்தவர் போல் நினைத்துக் கொள்பவர்களால்தான் சிக்கல் ஏற்படுகிறது. இந்து மதம் எத்தகையது என்று சொல்லிவிட முடியாது. மனிதர்கள் அனைவரும் சமம் என்கிறது. பல தெய்வங்களைக் காட்டுகிறது இந்துமதம். இறுதி தத்துவம் ஒன்றுதான் என்கிறது. ஆக, பாதைகள் பலவாயினும் இலக்கு ஒன்றுதான்.

உலகம் முழுவதும் அறியத் துடிக்கிற யோகா நமது பாரம்பரியத்தைச் சேர்ந்தது என்பது மிகப்பெருமையான விஷயம். இந்து மதத்திற்கு ஒரு பெயர் இருந்திருக்க வில்லை. சிந்து நதியைக் கடந்து வந்த அன்னியர்கள் இங்கே மக்கள் பின்பற்றிய மதத்தை ஹிந்து மதம் என உச்சரித்தனர். அதுவே இந்து மதமாகியது. இந்து மதத்தில் சனாதனம் என்றால் தொன்று தொட்டு வந்து நிலைத்து நிற்பது எனப் பொருள். அதுவே சனாதன தர்மம் ஆகும். பெயரில்லா மதம் நம்முடையது. மதத்தின் ஸ்தாபகர் என்று ஒருவரும் கிடையாது. பெயரும் கிடையாது. ஆனால், உலகம் முழுவதும் பரவி இருந்தது. அதற்கு பெயர் தேவைப்படவில்லை.

வேத பாடசாலை:

வேத பாடசாலையில் சேர்கிற சிறுவர்கள் சுமார் எட்டு மணி நேரம் தினமும் ஓதி பயிற்சி பெறுகிறார்கள். ஒரு மாணவர் ஏழு வருடங்கள் படித்தால்தான் ஓரளவு தேர்ச்சி அடைந்து புரோகிதர் ஆக முடியும். வேத மந்திரங்களின் பொருளுக்கும் அவற்றின் ஒலிக்கும் ஒரு பெரும் சக்தி உண்டு. ரிக், யஜூர், ஸாம, அதர்வண வேதங்களில் 20000 மந்திரங்களுக்கு மேல் உள்ளது.

பிரார்த்தனை:

பெற்றோர்கள் தம் பிள்ளைகள் நன்றாக படிக்க வேண்டும், அலுவலர்கள் எந்த பிரச்னையும் இன்றி அலுவல் நடைபெறுவதற்கும், வியாபாரிகள் தம் தொழில் விருத்தியடைவதற்கும், விவசாயிகள் பயிர் நன்றாக வளர்வதற்கு, மழை பொழிவதற்கு, செல்வம் கிட்டுவதற்கு, மக்கட்பேறு பெறுவதற்கு, குடும்பத்தினர் நலமுடன் வாழ்வதற்கு, நல்ல ஆயுள் பெறுவதற்கு, கடன்தொல்லை நீங்குவதற்கு, தம் மகளுக்கு நல்ல வரன் அமைவதற்கு எனப்பல பலன்களை பெறுவதற்கு கடவுளை பிரார்த்திக்கிறோம். நியாயமான ஆசைகள் நிறைவேறுவதற்காக இறைவன் சந்நிதியில் மனமுருக பிரார்த்திப்பவர்கள் ஏராளம். நிகழ்கால துன்பங்களில் இருந்து நிவாரணம் வேண்டியயும் பிரார்த்திக்கிறோம்.

ஸோம பானம், சுராபானம்:

ஸோமபானம் மது அல்ல. சிறப்பு வாய்ந்த மருத்துவ தன்மை கொண்ட ஸோமச் செடியின் ரசமாகும். அமிர்தத்திற்கு இணையாக பேசப்படுகிறது. சுராபானம் என்பதுதான் மது. அதை உட்கொள்வது இகழப்பட்டு இருக்கிறது.

இயற்கை விதி:

இயற்கையில் ஒன்று மற்றொன்றிற்கு உணவாகிறது. இது இயற்கையின் விதி. படைப்பின் நியதி. படைப்புக்கு வழி செய்த சக்தி, அழிவுக்கும் வழி

செய்திருக்கிறது. இல்லாவிட்டால் பூமி தாங்காது. மனிதன் காலத்திற்கு உணவாகிறான்.

இந்துக்கள்தான் உணவை தெய்வத்திற்கு படைக்கிறார்கள்.

கெட்ட நடத்தை உடையவர்கள், மனதை அலைபாய விடுபவர்கள், கோபக்காரர்கள், பொய் பேசுபவர்கள், கள்ளம் கபடு உடையவர்கள் ஆகியோருக்கு என்றுமே கடவுளின் மேன்மை புலப்படுவதில்லை.

உயர்ந்தவர், தாழ்ந்தவர் என்று எவரும் இல்லை. அனைவரும் சகோதரர்களே. ஒன்றுபட்டு வாழ்ந்து மேன்மையை பெறுவீர் என ரிக் வேதம் கூறுகிறது. பகவான் அவதாரம் எடுத்து வருவது என்பது ஹிந்து மதத்தில் மட்டுமே காணப்படுகிற விஷயம். மற்ற மதங்கள் இறைவனை நெருங்க முடியாதவையாகப் பார்க்கின்றன. ஹிந்து மதத்திலோ, இறைவனை, நண்பனாக, சேவகனாக, அரசனாக, தளபதியாக, குருவாக, தந்தையாக, தாயாக, தனயனாக ஏன் காதலனாகக் கூட பார்த்த பக்தர்கள் உண்டு. மற்ற மதங்கள் மனித சமூகத்தைப் பார்த்துப் பேசுகின்றன.

ஒவ்வொரு தனி மனிதனும் தன்னைத்தானே உயர்த்திக் கொண்டால் சமூகம் தானாக உயர்ந்து விடும். ஒளியைத் தரும் சூரிய பகவான், உயிர்களுக்கு ஆதாரமான உயிர் மூச்சின் உருவமான வாயு பகவான், நதிகள், சமுத்திரம் ஆகியவற்றுடன் அளவற்ற விரிந்த பார்வையுடைய வருண பகவான், இறந்தவர்களின் உலகை ஆளும் யமன், கோபம் கொண்டு தீமையை அழிக்கிற புயல், காற்றின் தெய்வமான இந்திரன், பெண் தெய்வமாக பூமி வணங்கப்படுகிறது. இறந்தவன் பூமியின் மடியில் போய்ச் சேருகிறான். பிரம்மனுக்கு கோயில்கள் இல்லை.

பன்முகத்தன்மை:

ஒரு தனிமனிதன் மருத்துவ நிபுணராக பணியாற்றலாம். அதே சமயத்தில் சிறந்த பேச்சாளராகவும் இருக்கலாம். சமூக சேவகராக, எழுத்தாளராக, விளையாட்டு வீரராக திகழலாம். எல்லாமே அவர்தான்.

ஒரு மனிதனாலேயே இப்படி பன்முகங்கள் கொண்டு இருப்பது போல இறைவனுக்கு பல வடிவங்கள் வழிபாடுகள் உள்ளன. இரண்டு நாக்குடைய பாம்பை கருடன் கொத்திச் செல்வதைப் போல நேர்மையற்ற மனிதர்கள் அல்லலுக்குள்ளாகிறார்கள். உடலைத் தாங்கி நிற்பவை கால்கள். கால்கள் இழிவுடையவை அல்ல என்று சபா, சமிதி வேதத்தில் கூறப்பட்டு உள்ளது.

மூன்று வகை இடர்கள்:

மனிதர்கள் எதிர்கொள்ளும் இடர்பாடுகள் மூன்று வகையானவை. ஒன்று நம்மால் வருகிற தடை. உடல் நோய், மனக்கவலைகள் போன்றவை. அடுத்தது பிற உயிர்களினால் போட்டி. பொறாமையால் நமக்கு ஏற்படுகிற தடை. அடுத்து இயற்கையின் சக்திகளினால் வருகிற தடை, பெருமழை, புயல், தீ போன்றவற்றால் வருகிற தடைகள். இந்த மூன்று வகையான தடைகளிலிருந்து விடுபடுவதற்காகத்தான் ஓம் சாந்தி: சாந்தி: சாந்தி என்று சொல்லப்படுகிறது. "ஓம்" என்ற சொல் மிகவும் மகிமை பொருந்தியது. மனித வாழ்வு நிலையற்றது. அழியக் கூடியது. சுகம் தருவதையே நாடுகிறவன் வீழ்ச்சி அடைகிறான். அறிவுடையவன் மேலானதையே தேர்ந்தெடுக்கிறான். புலன்களாகிய குதிரைகளை மனமாகிய கடிவாளம்தான் ஒழுங்குப்படுத்துகிறது.

இறைவன் பல உருவங்களிலும் காட்சி தருகிறார். சிவன், விஷ்ணு, முருகன், விநாயகர், பார்வதி, லட்சுமி, சரஸ்வதி, அம்பிகை, காளி..... எனப்பல வடிவங்களில் தோற்றம் தருகிறார். பல தெய்வ நம்பிக்கை (Polytheism) கொண்டது ஹிந்து சமயமாகும். பக்தர்கள் மொட்டை அடித்துக் கொள்வது இந்து மதத்தில்தான் காணப்படுகிறது. இறைவன் எண்ணற்ற வடிவங்கள் உடையவர். என்றென்றும் இருப்பவர் எங்கும் நிறைந்தவர் அழிவற்றவர்.

உண்மையைப் பேசுங்கள், தர்ம வழியிலேயே செல்லுங்கள். கல்விப் பயிற்சியை விட்டு விடாதீர்கள். சந்ததிச் சங்கிலியை விட்டு விடாதீர்கள். நல்லவற்றிலிருந்து விலகி விடாதீர்கள். சமூகத்திற்கு நன்மை செய்யும் காரியங்களிலிருந்து விலகி விடாதீர்கள். முன்னோர்களுக்கு செய்ய வேண்டிய காரியங்களிலிருந்து விலகி விடாதீர்கள். விருந்தினரை

உபசரியுங்கள். தாயை, தந்தையை, குருவை தெய்வமாகப் போற்றுங்கள் என்கிறது.

தவறான வழிகளில் நடப்பவர்கள் மிக விரைவிலேயே இகழத்தக்க மனிதனாக ஆகிறார்கள். திருடர்கள், கருமிகள், குடிகாரர்கள், இறைவனை வணங்காதவர்கள், கல்விகற்காதவர்கள் போன்றவர்களும், மற்றும் விபச்சாரம் இல்லாத நிலையையும் ஒரு நாடு பெற வேண்டும். அடக்கமின்மை, கருமித்தனம், பிறரை ஹிம்சிக்கும் குறை, சுயநலம் ஆகியவை நீக்கப்பட வேண்டியவை. உலகில் தோன்றிய அனைத்து மதங்களிலும் மிகப் மிகப் பழமையானது இந்துமதம். நாம் அனைவரும் தர்ம வழியில் வாழ வேண்டும்.

சமயம்	நிறுவியவர்	புனிதநூல்	புனிதத்தலம்	பின் பற்றுபவர்களின் எண்ணிக்கை	உலக மக்கள் தொகையில் பின்பற்றுபவர்கள் சதவீதம்
கிருத்துவம்	ஏசு கிறிஸ்து	பைபிள்	ஜெருசலேம்	2.2 பில்லியன்	31.91%
இஸ்லாம்	முகம்மது நபி	குர்ஆன்	மெக்கா	1.6 பில்லியன்	17.77%
இந்து	எவரும் இல்லை சனாதன தர்மம்	வேதங்கள், உப நிஷ த்துக்கள், பகவத்கீதை	காசி, இராமேஸ்வரம்	1 பில்லியன்	13.25%

56
இந்திய விடுதலைப் போராட்டத்தில் பெண்களின் பங்கு

பெண்கள் வீட்டை விட்டு வெளியே வர தயங்கிய, அஞ்சிய அந்த காலத்திலேயே திருமணத்தை, அரச வாழ்வை, குடும்பத்தை, கணவரைத் துறந்து இந்திய சுதந்திரத்திற்காக தங்களை அர்ப்பணித்துக் கொண்ட தியாகப் பெண்கள் ஏராளம்.

இந்திய சுதந்திர போராட்ட வரலாற்றில் பெண்களின் பங்களிப்பை பற்றி கூறாவிட்டால் அது நிச்சயம் முழுமை அற்றதாகவே இருக்கும். இந்தியப் பெண்கள் செய்த தியாகம் சுதந்திர போரட்ட வரலாற்றில் மிக முக்கிய இடத்தை வகிக்கிறது. ஆண்களுக்கு நிகரான தைரியத்துடன் பெண்கள் போராட்டங்களில் ஈடுபட்டார்கள் என்பது வரலாற்று உண்மை.

நாம் இன்று அனுபவிக்கும் சுதந்திரத்தை நமக்கு பெற்றுத் தருவதற்காக பல்வேறு சித்ரவதைகளுக்கு ஆளானார்கள். ஆங்கிலேய ஆட்சியாளர்களால் சுரண்டலுக்கு ஆளானார்கள். எழுத்தில் வடிக்க முடியாத இன்னல்களுக்கு, துன்பங்களுக்கு கடின சூழ்நிலைகளுக்கு ஆளானார்கள். அந்நிய ஆட்சியாளர்களால் அளவுக்கு மீறிய உடல் வேதனையை மன வேதனையை தாங்கிக் கொண்ட பாரதப் பெண்கள் ஏராளம்.

பெரும்பாலான ஆண் சுதந்திர போராட்ட வீரர்கள் சிறையில் அடைக்கப்பட்ட சூழ்நிலைகளில் பெண்கள் கூட்டமாக பங்கேற்று போராட்டத்தின் போக்கையே மாற்றினார்கள். இந்திய தேசத்தின் சுதந்திரத்திற்காக தேச பக்தியுடன் ஈடுபட்ட பெண் தியாகிகளின் பட்டியல் மிகவும் நீளமானதாகும்.

வேலுநாச்சியார்:

சிவகங்கை இராணி வேலு நச்சியாரின் ஆட்சிக்காலம் கி.பி.1780 முதல் 1783 வரை ஆகும். சிவகங்கை தலைநகரான காளையார் கோயிலை கிழக்கிந்திய கம்பெனியின் படை முற்றுகை இட்ட போது சிவகங்கை மன்னர் முத்து வடுக நாத தேவரின் மனைவியான வேலு நாச்சியார் வீரத்தோடு எதிர்த்ததன் மூலம் தமிழக மகளிர் வீரத்தில் சற்றும் குறைந்தவர்கள் இல்லையென்பதை நிரூபித்தார். ஆங்கிலேய ஆதிக்கத்திற்கு எதிராக போராடிய முதல் தமிழ் பெண்மணி என்ற பெருமையும் வேலு நாச்சியாரையே சேரும்.

ராணி லட்சுமிபாய்:

வட இந்தியாவின் ஜான்சி நாட்டின் ராணி 1857ல் முதல் இந்திய சுதந்திரப் போரில் பெரும் பங்காற்றி இந்தியாவில் ஆங்கிலேயருக்கு எதிராக கிளர்ந்து எழுந்தவர்களில் முன்னோடியாக திகழ்ந்தார். இவர் 1857ல் முதல் விடுதலைப் போரில் தீவிரமாகக் குதித்தார். வாரிசு இல்லாததால் ஜான்சி நாட்டை பிரிட்டிஷ் அரசு கைப்பற்ற விரும்பியது. 1958ல் ஜான்சி நாட்டை முற்றுகையிட பிரிட்டிஷ் தளபதி சர் ஹக் ரோஸ் பெரும் படையுடன் வந்தார். ஆனால், சரணடைவதற்கு மாறாக சுதந்திரத்திற்காக போரிடப் போவதாக தைரியமிக்க ராணி இலக்குமி பாய் அறிவித்தார். தனது கணவர் உயிரோடு இருந்தால் ஒரு மன்னராக தனது நாட்டைக் காப்பாற்ற எந்த அளவுக்கு போராடுவாரோ அதற்கு சிறிதும் குறைவில்லாமல் போராடி உயிர் நீத்ததாலேயே சுதந்திர போராட்ட வரலாற்றில் மிக முக்கிய இடத்தை பெற்றுள்ளார் ஜான்சி ராணி லட்சுமி பாய்.

தன் கடைசி மூச்சு இருக்கும்வரை தன் எதிரியுடன் போரிட்டார். வீர மரணம் அடைந்தார். பெண் ஆண்களைக் காட்டிலும் வீரத்தில் சளைத்தவர்கள் அல்ல என்பதை உலகுக்கு நிரூபித்தார். 1857ல் நடைபெற்ற முதல் இந்திய சுதந்திரப் போரில் மிக முக்கிய தலைவர்களில் ஒருவராக வழிநடத்தினார். எதிரிகளுடன் வாள் பேசட்டும் என முழங்கினார்.

பீமாபாய் ஹோல்கர்:

பிரிட்டிஷ் தளபதி மால்கம் அவர்களுக்கு எதிராக கொரில்லா முறையில் போரிட்டு தோல்வியுறச் செய்தவர் பீமாபாய் ஹோல்கர் ஆவார்.

பேகம் ஹசரத் மகால்:

முதல் இந்திய சுதந்திரப் போரில் பெரும் பங்காற்றிய பெருமைக்குரியவர்களில் பேகம் ஹசரத் மகால் முக்கியமானவர். பிரிட்டிஷ் அரசு 12 லட்சம் ரூபாய் பென்ஷன் வழங்க முன் வந்ததை ஏற்க மறுத்து போராட்டத்தில் பங்கேற்றார் என்பது குறிப்பிடத்தக்கதாகும்.

சரோஜினி நாயுடு:

இந்தியாவில் பல்வேறு இடங்களுக்கு சென்று பல பொதுக் கூட்டங்களில் உரையாற்றி சுதந்திர போராட்டத்தில் இந்திய பெண்களுக்கு விழிப்புணர்வை ஏற்படுத்தினார்.

அருணா அசப் அலி:

வெள்ளையனே வெளியேறு இயக்கத்தில் கலந்து கொண்டு மிக சிறப்பான பங்கை வகித்தார்.

அன்னிபெசன்ட்:

இந்திய தேசிய காங்கிரசின் முதல் பெண் தலைவராக இருந்ததுடன் இந்தியாவில் பெண்கள் இயக்கத்திற்கு வலிமையான தலைமையைத் தந்தார்.

கஸ்தூரிபாகாந்தி:

பெண்கள் சத்தியாகிரக போராட்டத்திற்கு தலைமை ஏற்று நடத்தினார்.

ஜான்சிராணி படை :

ஜான்சிராணிபடை என்பது 1943-ம் ஆண்டு நேதாஜியால் தொடங்கப்பட்ட இந்திய தேசிய ராணுவம் என்ற இயக்கத்தின் பெண்கள் பிரிவாகும். இந்த ஜான்சிராணி படை முற்றிலும் வெளிநாட்டு இந்தியப் பெண்களை வைத்தே அமைக்கப்பட்டது. கேப்டன் லட்சுமி என்பவரின் தலைமையில் 1500 பெண்கள் வரை சேர்ந்தனர். இதில் உள்ள நிறைய பெண்கள் தங்களது தங்க நகைகளை படையின் பொருளாதாரத்திற்காக தானம் செய்தனர். இந்திய தேசிய ராணுவத்தில் துப்பாக்கி சுடும் பயிற்சி பெற்றனர்.

சிறைச்சாலையில் பெண்கள் :

சுதந்திரப் போராட்டத்தில் சிறையில் அடைக்கப்பட்ட பெண்கள் மிகவும் கொடுமைக்குள்ளானார்கள். அவர்களுக்கு அளிக்கப்பட்ட படுக்கைகள் மிகவும் அசுத்தமாக இருந்தன. நூறு பெண்கள் வரை ஒரு கழிப்பிடத்தைத்தான் பயன்படுத்த வேண்டிய நிலை இருந்தது. கல் உடைத்தல், கம்பளி நெய்தல் போன்ற கடின வேலைகள் செய்ய வேண்டும். சாப்பாட்டில் பூச்சிகள் நிரம்பி இருக்கும். கைக்குழந்தையுடன் சிறையில் இருந்த தாய்மார்கள் உண்டு. 1806-ம் ஆண்டு வேலூர் சிப்பாய் புரட்சியின் போது அந்நியர் கைகளில் சிக்கிவிடக் கூடாது என்று மானமே பிரதானம் என கருதிய நூற்றுக்கணக்கான பெண்கள் தற்கொலை செய்து கொண்டனர்.

சுதேசி இயக்கத்தில் பங்கேற்ற பாரதப் பெண்கள் அந்நியத் துணியை புறக்கணித்தனர். "வீடு பற்றி எரிகிறது. வெளியே வந்து தடுத்திட உதவுங்கள்" என ஆச்சாரமான குடும்பப் பெண்களிடம் பிரச்சாரம் செய்யப்பட்டது. பெண்கள் தேசபக்தி பாடல்களை பாடினர். வெளிநாட்டுத் துணிகளை தீயிட்டுக் கொளுத்தினர். தாய்நாட்டின் சுதந்திரத்திற்காக நடைபெற்ற போராட்டத்தில் பெண்கள் வீட்டில் தங்கி விடாமல் ஆணுக்கு நிகராகப் போராடினார்கள்.

நூற்றாண்டு கால போராட்டங்களுக்குப்பின், புரட்சிக்குப்பின், ரத்தம் சிந்தி, சத்தியாகிரக முறையில் தியாகங்கள் செய்து முடிவாக

ஆகஸ்ட் 15ம் தேதி 1947ம் ஆண்டு நம் நாடு அந்நியரிடம் இருந்து சுதந்திரமடைந்தது.

சுதந்திர இந்தியாவில் இந்திய ராணுவத்தில் பாரதப் பெண்கள் பணியாற்றுகிறார்கள் என்பது மகத்தானது.

இந்திய தரைப்படையில் பெண் அதிகாரிகளின் எண்ணிக்கை	இந்திய கப்பற்படையில் பெண் அதிகாரிகளின் எண்ணிக்கை	இந்திய விமானப்படையில் பெண் அதிகாரிகளின் எண்ணிக்கை
6807	704	1607

நமது தேசியக் கொடி இன்று கூட வெறும் காற்றினால் பறக்க வில்லை. அதை காப்பதற்காக உயிர் விடும் ஒவ்வொரு இந்திய ராணுவ வீரர்களின் கடைசி மூச்சுக் காற்றில்தான் நமது தேசியக் கொடி பறந்துக் கொண்டிருக்கிறது.

"ஜெய்ஹிந்த்"

57

பணியாளர்களின் குமுறல்கள்

உத்யோகம் புருஷலட்சனம் என்பார்கள். ஐயா, எங்கே வேலை பார்க்கிறீர்கள்? என்ற கேள்விக்கு நான் வெளிநாட்டில், மத்திய அரசில், மாநில அரசில், சர்வதேச நிறுவனத்தில் அல்லது புகழ்பெற்ற தனியார் நிறுவனத்தில் வேலை செய்வதாக பெருமையுடன் பலர் பதில் சொல்வர். உடுத்தும் உடை, பயன்படுத்தும் வாகனம் நவீன செல்போன் எல்லாம் பார்ப்பவர்களை பெரிதும் மதிக்கச் செய்யும். இன்னும் சொல்லப்போனால், வங்கிகளில் நிரந்தர வருமானம் உடையவர்கள் என்பதற்காக கடன் தரவும் முன்வருவார்கள். அதேநேரத்தில் சம்பந்தப்பட்ட நிறுவனத்தில் ஊழியரின் உண்மை நிலை என்ன?. வெளி உலகத்தில் மதிக்கப்படும் அதே நபர் தான் பணிபுரியும் சம்பந்தப்பட்ட நிறுவனத்தில் மதிக்கப்படுகிறாரா? என்னென்ன இடையூறுகளை, சிக்கல்களை, மனஉலைச்சலை, போராட்டங்களை சந்திக்கிறார் என்பது அவருக்குத்தான் தெரியும். இதற்கு அங்காடித்தெரு என்ற திரைப்படம் நல்ல உதாரணம்.

சில மேலாளர்கள் அல்லது அலுவலர்கள் தனக்குக் கீழ் பணிபுரிபவர்களிடம் எப்படி வேண்டுமானாலும் நடந்து கொள்ளலாம். துன்புறுத்தலாம் என நினைக்கிறார்கள். தான் சொல்வதை எந்த சூழ்நிலையிலும் கேட்டே ஆக வேண்டும் என எதிர்ப்பார்க்கிறார்கள். ஒவ்வொரு அலுவலகத்திலும் ஒரு சில ஊழியர்கள் மேல்நிலை அலுவலர் இழுத்த இழுப்புக்கு எல்லாம் ஈடு கொடுத்து சில சலுகைகளுக்காக மிக நெருங்கி பழுகுகிறார்கள். எல்லோராலும் இவ்வாறு முடிவதில்லை. இதனால் இவர்கள் மேல் உள்ள குறைபாடுகளை மேலாளர்கள் கண்டு கொள்வதில்லை. குறைபாடுகளே இல்லாத பணியாளர்களோ,

மேலாளர்களோ யாருமே இல்லை என்பதுதான் யதார்த்தமான உண்மை. தனக்கு பிடிக்காதவர்களை வசமாக மாட்டி விடும் பண்புள்ளவர்கள் உள்ளனர். அச்சம், வீண்பழி, பணியில் குறைபாடு, கையூட்டு, குடும்பச்சூழல், வேலையிழப்பு, பணிஇடமாறுதல், பொருளாதார சிக்கல்கள் போன்ற காரணங்களுக்காக நியாயமின்றி பாரபட்சமாக ஊழியர்களை துன்புறுத்தும் போக்குடன் நடந்து கொள்ளும் நிர்வாகிகளின் இம்சையை பெரும்பாலானவர்கள் மௌனமாக சகித்துக் கொள்கிறார்கள். அதே நேரத்தில் உடன் பணியாற்றும் சக பணியாளர்களை நிர்வாகத்திற்கு எதிராக தூண்டி விடுகிறார்கள்.

சக பணியாளர்களிடம் பரஸ்பர ஒற்றுமை, மரியாதை இருப்பதில்லை. எல்லாப் பணியாளர்களுக்கும் ஒரே மாதிரியான திறமை இருப்பதில்லை. சிலருக்கு நல்ல ஆங்கிலப் புலமை இருக்கும். சிலருக்கு கணினியை திறமையாக கையாள்வது எளிதானதாக இருக்கும். சிலர் மந்தமின்றி சுறுசுறுப்பாக செயலாற்றுவர். சிலர் வேலைகளை உடனுக்குடன் செய்வார்கள். சிலர் ஒத்திப்போடுவார்கள். தரமின்றி செய்வார்கள்.இன்று அலுவலகங்களில் மன உலைச்சலால் அவதிப்படுபவர்கள் ஏராளம். சிக்கனமாக, நேர்மையாக இருப்பவர்களுக்கும், நேர்மையற்றவர்களுக்கும், இடையே உறவு சீராக இருப்பதில்லை. அலுவலகங்களிலும், தனியார் நிறுவனங்களிலும் ஊழியர்கள் குழுவாக இருந்து கொண்டு ஒருவரை ஒருவர் வாரிக் கொண்டே இருப்பார்கள். இவர்கள் அடி வாங்கினால் அவர்களுக்கு மகிழ்ச்சி. அவர்கள் சிக்கிக்கொண்டால் இவர்களுக்கு பரம சந்தோசம். மொத்தத்தில் ஒற்றுமையில்லாத இவர்களை பதம் பார்த்துவிடும் நிர்வாகிகளும் உண்டு.

பிரச்சனைகள் இல்லாத அலுவலகங்களே இல்லை. சக பணியாளர்களின் வளர்ச்சியை தாங்கிக் கொள்ள முடியாதவர்களாக, சகித்துக் கொள்ள முடியாதவர்களாக சிலர் உள்ளனர். எவ்வளவு நல்ல விஷயங்கள் இருந்தாலும் அதைக் கண்டுக்கொள்ளாமல் ஏதாவது ஒரு அற்பத் தவறைத் தேடிக் கண்டுபிடித்து பெரிதுபடுத்தி அதையே சொல்லிக் காட்டிக் கொண்டு இருப்பவர்களும் உள்ளனர். சக ஊழியர்களை காட்டிக் கொடுக்கும் நபர்கள் அலுவலகங்களில் உண்டு. அடுத்தவர்களை புறம் பேசுபவர்கள் உண்டு.

சில அலுவலகங்களில் நமக்கு நியாயமாக கிடைக்க வேண்டியதை குறைக்கவும், முடிந்த அளவுக்கு தாமதப்படுத்துவதிலும் கை தேர்ந்த நல்ல மனிதர்கள் இருக்கிறார்கள். கீழ்நிலையில் பணியாற்றுபவர்கள் சொல்லும் நடைமுறை சிக்கல்களை நல்ல கருத்துக்களை ஏற்றுக் கொள்ள நிர்வாகம் தயங்குகிறது. அலுவலகங்களில் ஒரு நபர் தனிமைப்படுத்தப்பட்டால், தூற்றுவதற்கும், பழிவாங்குவதற்கும் ஒரு கூட்டம் ஒன்று சேர்ந்து விடும். ஏதாவது காரணம் சொல்லி பிறரது வளர்ச்சியை தடுக்கும் சிறிய உள்ளம் படைத்தவர்களும் நிறையவே உண்டு. நேர்மையை விட்டுக் கொடுக்காமல் பல சோதனைகளை சந்திப்பவர்கள் உள்ளனர். பணம் மீது பற்றுக் கொண்டு அடாவடி செய்யும் ஊழியர்களும் உள்ளனர். முதலாளியை வஞ்சித்து, நம்பிக்கைத் துரோகத்தால் உயர துடிப்பவர்களும் உண்டு. அலுவலகங்களில் தனிமைப்படுத்தப்படுபவர்கள் மீது வீண்பழி சுமத்தப்பட்டு, திடீர் பணியிடமாற்றம் செய்யப் படுவதுண்டு. நிறுவனத்தில் இருந்து வெளியேற்றப்படுவதுண்டு.

நிர்வாகிகளுடன் அனுசரித்து போக இயலாத போது, காரணமின்றி பல்வேறு வடிவங்களில் துன்பங்கள் தொல்லைகள் தரப்படுவதை எதிர்கொள்ள வேண்டியுள்ளது. தன்கீழ் பணிபுரியும் பெண்களிடம் அத்து மீறி நடந்து கொள்ளும் நபர்களும் உள்ளனர். அலுவலகங்களில் சில கோப்புகள் திடிரென மாயமாகும். சம்பந்தப்பட்டவர் அல்லாடுவதை ரசிப்பார்கள். முக்கிய கோப்புகளை நகல் எடுத்து வைத்துக் கொள்வது சாலச்சிறந்தது. முறைகேடுகளை கண்டும் காணாமலும் போகத் தெரிய வேண்டிய காலம். நமக்கேன் வம்பு என ஒதுங்கிக் கொள்ள வேண்டியே உள்ளது. உடன் பணியாற்றுபவர்களை தொல்லைகளுக்கு உட்படுத்துவது கீழ்த்தரமான செயலாகும்.

நமது வேண்டுகோள்கள் நிராகரிக்கப்படுகிறது. அதற்கு உரிய காரணம் சொல்லப்படுவதில்லை. தான் மட்டுமே திறமைசாலி மற்றவர்கள் திறமையற்றவர்கள் என்று நினைப்பவர்கள் உண்டு. பெரும்பாலும் தன் சொந்த வாழ்க்கையில் சிலரால் துன்பம் அடைந்தவர்களே தான் உயர் அதிகாரியாகும் போது தன் கீழ்நிலை அலுவலர்களை துன்புறுத்துவது வழக்கமாகி விடுகிறது. அலுவலகங்களில் அதிர்ச்சி

தரும் சில விஷயங்களும் உண்டு. தன் சமூகத்தைச் சார்ந்தவர் என்றால் எல்லா சலுகைகளும் தர முன் வருவது, குறைபாடுகளை கண்டு காணாமல் இருந்து கொள்வது சம்பந்தப்பட்ட நபர்களை திறமையற்றவற்றவர்களாகவே மாற்றும்.

குறைகளே இல்லாதவர்கள் எவருமே இல்லை என்பதே நிஜம். யாரும் யாரையும் மாற்றி விடவும் முடிவதில்லை. நிறைகளைக் கண்டுக்கொள்ளாமல் குறைகளைக் கூறுவதிலேயே வல்லவர்கள் உள்ளனர். இதனால் மன உளைச்சல், தூக்கமின்மை மற்றும் நிம்மதியின்றி அல்லாடும் ஊழியர்கள் ஏராளம். இன்றைக்கு வேலை பார்க்கும் இடங்களில் சக ஊழியர்களாலும், மேல் அலுவலராலும் வசவுக்கும், மனஉலைச்சலுக்கும் ஆளாக வேண்டியுள்ளது. பலர் முன்னிலையில் திட்டி அவமானத்திற்கு ஆளாகி நிற்கும் சூழலும் வரும். அதிகப் பணிச்சுமையை ஏற்க நேரிடும். கஷ்டப்பட்டு உழைத்தாலும் சிறு தவறு பூதாகரமாகி புயல் கிளம்பும். நமக்கு நியாயமாக கிடைக்க வேண்டியதை தடுப்பதிலும், தாமதம் செய்யும் உள்ளம் கொண்டவர்கள் இருக்கவே செய்வார்கள். தவறானவர்களுக்கு பரிந்து பேசி அதன் விளைவாக துன்பப்பட நேரிடலாம்.

அலுவலக வாழ்க்கை வெற்றிபெற:

முடியுமோ, முடியாதோ, விருப்பமோ, விருப்பம் இல்லையோ, நிர்வாகிகளுக்கு முதலில் ஆமாம் சாமி போட்டு விட வேண்டும். அடுத்தவர்களைப் பற்றி புறம் பேசவே கூடாது. அலுவலகத்தில் ஊழியர் யாராக இருந்தாலும் கோபம் தவிர்க்க வேண்டும். பணியை மற்றவர்களைவிட தரமாக செய்து ஆரோக்கியமான போட்டி சூழ்நிலையை உருவாக்க வேண்டும். கடின உழைப்பை நல்க வேண்டும். வேலையை ஆர்வமின்றி சரிவர செய்யாமல், சம்பளம் மட்டும் பெற நினைக்கக் கூடாது. நேர்மையாக இருக்க வேண்டும். அலுவலகத்தில் சிக்கல்கள் தொல்லைகள், ஏற்பட்டால் எளிதாக எதிர்கொள்வதற்கு அனுபவமிக்க கைதேர்ந்தவர்கள் துணையை நாட வேண்டும். நாம் செய்கிற வேலைதான் நம்மைக் காப்பாற்றும், சக ஊழியர்களிடம் இருந்து விலகி நம்மை தனிமைப்படுத்திக் கொள்ளக் கூடாது. நமக்கு கிடைக்கும் சம்பளம் மக்களிடமிருந்துதான் வருகிறது.

அதற்கு நிகராக உழைத்தால்தான் நம் குடும்பம் உயர்வடையும். அடுத்த தலைமுறை நன்றாக இருக்கும். ஒவ்வொரு துறையிலும் தொழில்களிலும் கைதேர்ந்தவர்கள். திறமைசாலிகள், தொழில் நுணுக்கம் தெரிந்தவர்கள் நிச்சயம் இருப்பார்கள். அவர்களுடன் நல்ல உறவு இருந்தால் அவர்களின் வழிகாட்டுதல்படி, பணியை சிறப்பாக செய்யமுடியும். நல்ல வேலையை தக்க வைத்துக் கொள்ள முடியும்.

58

அயல் நாடுகளுக்கு புலம் பெயர்ந்த தமிழர்களின் இன்றைய நிலை

பிரிட்டிஷ் ஆதிக்கத்தின் போது, காலனி நாடுகளில் கரும்புத் தோட்டங்களில் தேயிலை தோட்டங்களில் கடுமையாக உழைக்க நிறைய ஆட்கள் தேவைப்பட்டார்கள். நம் நாட்டில் இருந்து இந்தியர்கள் பலர் கப்பலில் அழைத்துச் செல்லப்பட்டனர். பஞ்சம், பொருளாதார சுரண்டல்களிலிருந்து விடுபடும் நோக்கிலும், சுய வேலை தேடியும், கைவினைத் தொழிலாளர்களாக, வியாபாரிகளாக, காலத்துக்குக் காலம் இந்தியர்கள் பல்வேறு காரணங்களுக்காக புலம் பெயர்ந்துள்ளார்கள். இவ்வாறு பிழைக்கச் சென்றவர்கள் 70-க்கும் மேற்பட்ட உலக நாடுகளில் வாழ்ந்து கொண்டிருக்கிறார்கள். மக்கள் கிராமப்புறங்களிலிருந்து நகர்புறங்களுக்கும் ஒரு மாநிலத்திலிருந்து மற்றொரு மாநிலத்திற்கும், ஒரு நாட்டிலிருந்து மற்றொரு நாட்டிற்கும் புலம் பெயர்வதற்குப் பல காரணங்கள் உள்ளது. இருப்பினும், பொருள் தேடல், புதிய தொழில் தொடங்குதல், உயர்தர வாழ்க்கை நாட்டம், தரமான கல்வி பெறும் எண்ணம் போன்றவை பொதுவானது. அவ்வாறு சென்றவர்களின் இன்றைய நிலையை தெரிந்து கொள்வது அவசியம். திரைக் கடலோடியும் திரவியம் தேடு என்ற முதுமொழிக்கு ஏற்ப பலநூறு ஆண்டுகளாக உலகம் முழுக்க தன் உழைப்பினை தந்து அந்தந்த நாட்டின் வளர்ச்சிக்கு துணையாய் இருந்தவர்களின் இன்றைய சூழல் நாடுகளின் ஜனநாயகத் தன்மைக்கு ஏற்றவாறு உலகம் முழுவதும் இன்பம், துன்பம், மகிழ்ச்சி, துயரம் கலந்தே உள்ளது. கடும் உழைப்பைக் கொடுத்தவர்கள் தங்கள் கலாச்சாரம் மொழி வளத்தை இழந்து விடும் அபாயச் சூழல் நிறைந்தது.

உலகம் முழுவதும் வாழும் தமிழர்களின் நிலை:

கடல்கடந்து ஆயிரம் மைல்களைத் தாண்டி அந்நிய தேசத்தில் வசிக்க நேர்ந்த சூழ்நிலையிலும், தங்கள் அடையாளங்களைத் தக்க வைத்துக் கொண்டிருக்கிறார்கள். பண்பாட்டு சீரழிவிலிருந்து முடிந்த வரை விலகி நிற்கிறார்கள். தங்கள் மரபைக் காப்பாற்றிக் கொள்ள உறுதி காட்டுகின்றனர். மொழி, இன உணர்வு, சமயம், இறை உணர்வு மற்ற நாட்டு கலாச்சார சீரழிவிற்கு இறையாகி விடாமல் தடுக்கிறது. திருமண உறவில், குடும்ப அமைப்பில் மரபு ரீதியாக பின்பற்றி வரும் பண்பாடுகளும், கலாச்சார பண்புகளும் எந்த நாட்டில் குடியேறினாலும் இந்தியர்களிடையே இன்றும் தொடர்கிறது.

மலேசியாவில் 20 லட்சம் தமிழர்கள் இருக்கிறார்கள். அரசு நிர்வாகத்திலும், தொழில் துறையிலும், ஒரு சில தமிழர்கள் உயர்ந்த அந்தஸ்த்தில் உள்ளனர். மிக குறைந்த கூலிக்கு அபாரமான உழைப்பை ரப்பர் தோட்டங்களில் தந்தவர்கள். மலையைக் குடைந்து ரயில் பாதை அமைத்தார்கள். மலேசியா ஒரு இஸ்லாமிய நாடாக இருந்த போதிலும் இங்கு ஆயிரத்திற்கும் மேற்பட்ட இந்துக் கோவில்கள் உள்ளன. கோயில்கள் கட்ட அரசாங்கமே மானியம் தருகிறது. கோலாலம்பூரில் மட்டும் சுமார் ஆறு தியேட்டர்களில் தமிழ்ப்படங்கள் ஓடிய வண்ணமிருக்கும் இன்றைய தழிழ் சந்ததியினர் மலேசியாவை தங்களது சொந்த நாடாக உணருகின்றனர்.

கனடாவில் ஒரு லட்சத்து எழுபதாயிரம் தமிழர்கள் உள்ளனர். இவர்களில் பெரும்பாலோர் இலங்கையிலிருந்து சென்ற தமிழர்கள்தான் அங்கே தேர்தலில் கூட போட்டியிடுகின்றனர். டொரண்டோ நகரத்தில் ஹோட்டல்களிலும், கேஸ் ஸ்டேஷனிலும், பெட்ரோல் நிலையங்களிலும், தொழிற்சாலைகளிலும் பரவலாக தமிழர்கள் வேலை பார்க்கிறார்கள். இது தவிர சிறு வியாபார நிறுவனங்கள் பலவும் தமிழர்களால் நடத்தப்படுகிறது. அங்கு தமிழர் உணவகங்கள் நிறைய உள்ளன. சம்பாத்தியத்தில் அறுபது சதவிகிதம் வீட்டு வாடகைக்கே செலவு செய்ய வேண்டியுள்ளது. 10 கோயில்கள் உள்ளன. தொலைக்காட்சியில் தமிழ் நிகழ்ச்சிகள் ஒளிபரப்பப்படுகிறது. தமிழ் பத்திரிக்கைகள் உள்ளன.

நாடு கடந்து வந்து முற்றிலும் புதிய நாட்டில் வாழ முற்படும் போது அவமானங்கள், துயரங்கள், சோதனைகள், சந்தேகங்கள்

மன உலைச்சல் பலவற்றை சந்திக்க வேண்டியுள்ளது யாவருக்கும் பொதுவானதே.

லண்டனில் சுமார் ஒன்றரை லட்சம் தமிழர்கள் வசிக்கிறார்கள். இதில் மிகப் பெரும்பாலோர் டாக்டர்கள், பொறியாளர்கள், பேராசிரியர்கள், தொழில்நுட்ப வல்லுநர்கள், என நல்ல அந்தஸ்த்தில் உள்ளனர். மிகப்பலரும் அரசாங்க உத்தியோகஸ்தர்களாக இருப்பது குறிப்பிடத்தக்கத்தாகும். தமிழ் தொலைக்காட்சி நிகழ்ச்சிகளும் உள்ளன. லண்டனில் ஒன்பது ஹிந்து கோயில்கள் உள்ளன. தமிழர்கள் தங்கள் வீட்டுத் திருமணங்கள் எல்லாவற்றையும் கோவில்களில்தான் நடத்துகின்றனர். தங்களது மரபு, மொழி, கலை, பண்பாடு, ஆன்மீக விஷயங்களில் சுதந்திரமாக செயல்பட எந்த விதத்தடையும் தமிழர்களுக்கு இங்கு இல்லை.

சிங்கப்பூரில் 1.5 லட்சம் தமிழர்கள் உள்ளனர். ஆட்சி மொழிகளில் தமிழும் ஒன்று. எஸ்.ஆர். நாதன் என்ற தமிழர் சிங்கப்பூரின் அதிபராக இருந்துள்ளார். உழைப்பாளர்களாக இங்கு வந்த தமிழர்களில் சலவை தொழிலாளி, முடி திருத்துவோர், சமையல்காரர் போன்றோர் நிறைய பேர் சென்றனர். இங்கு சாதாரண வேலை செய்பவருக்கே 1500 வெள்ளி சம்பளமாகக் கிடைக்கிறது. விடுமுறை வந்தால் பழனி திருப்பதி என்று தமிழகத்திற்கு வந்து செல்லவே தமிழர்கள் விரும்புகிறார்கள். குடும்ப அமைப்பு, பெரியவர்களிடம் மரியாதை, விருந்தினர்களை உபசரிப்பது போன்றவையெல்லாம் தமிழ் நாட்டிலுள்ளவர்களிடமிருந்து சிறிதும் வித்தியாசப் படுத்த முடியாமல் அப்படியே இங்குள்ளது. இங்கு 40 இந்துக் கோவில்கள் உள்ளன. அமைச்சர்களாக தமிழர்கள் உள்ளனர். பாலங்கள் கட்டும் வேலையில் கட்டுமானத் தொழிலாளர்களாக நிறைய தமிழர்கள் உள்ளனர்.

அமெரிக்காவில் ஏராளமான தமிழர்கள் பரவலாக வசிக்கின்றனர். மருத்துவர்கள், இன்ஜினியர்கள், சாப்ட்வேர் இன்ஜினியர்கள் ஆயிரக்கணக்கில் அமெரிக்கா சென்ற வண்ணமுள்ளனர். சென்னை ஐ.ஐ.டியில் உயர் தொழில் நுட்பம் படித்த பெரும்பாலானவர்கள் அப்படியே அமெரிக்காவிற்கு வந்து விடுகின்றனர். தகவல் தொழில்நுட்பம் விண்வெளி ஆராய்ச்சித்துறை உள்ளிட்ட பல உயர்ந்த இடங்களில் தமிழர்களின் அறிவாற்றல் கண்டு வியக்கும் நிலை உள்ளது. பல

அமெரிக்க நிறுவனங்கள் தகுதிக்கு திறமைக்கு வாய்ப்பு தருகிறது. தமிழ் வகுப்புகள், நடத்தப்படுகிறது. பொங்கல் விழா களை கட்டுகிறது. அமெரிக்காவில் இந்தியர்கள் மீது தனி மதிப்பு மரியாதை உள்ளது. நமது பெண்களைப் போல் பொட்டு வைப்பது இப்போது லேட்டஸ்ட் பேஷனாக உள்ளது. காதில் தோடு, கையில் வளையல் அணிவது, காலில் கொலுசு போட்டுக் கொள்வது என்று நம்மைப்பார்த்து அமெரிக்கர்கள் ஆர்வம் காட்டுகின்றனர். அமெரிக்காவில் நூற்றுக்கும் மேற்பட்ட ஹிந்துக் கோவில்கள் உள்ளன.

ஆஸ்திரேலியாவில் ஐம்பதாயிரம் தமிழர்கள் உள்ளனர். பிரிட்டிஷ் காலணியாதிக்கத்தின் போது தமிழர்கள் கைதிகளாக அழைத்துச் செல்லப்பட்டனர். கரும்பு மற்றும் வாழைத் தோட்டங்களில் கூலிகளாக வேலைக்கு அமர்த்தப்பட்டார்கள். இங்குள்ள தமிழர்கள் சொந்த வீடு மற்றும் சொத்துள்ளவர்கள் என்பது குறிப்பிடத்தக்கது. விடுமுறை நாட்களில் தமிழ் வகுப்புகள் நடத்தப்படுகிறது. காதலுக்கு எதிர்ப்பு காட்டுவதில்லை. பிரமாண்டமான இந்துக் கோவில்கள் ஆஸ்திரேலியாவில் நிறைய உள்ளது.

அரபு நாடுகளில் சுமார் ஒரு லட்சம் தமிழர்கள் உள்ளனர். அரபு நாடுகளில் நிரந்தரமாக தங்கி என்றுமே குடியுரிமை பெற்று விட முடியாது. இங்கு செல்லும்போதே திரும்பும் தேதியை தீர்மானித்து கொள்ள வேண்டும். பெரும்பாலும் சுமாரான படிப்புள்ளவர்களும், போதுமான படிப்பில்லாத உழைப்பாளிகளுமாகவே உள்ள நிறைய தமிழர்கள் தங்கள் ரத்தத்தை வேர்வையாக சிந்தி பாடுபடுகிறார்கள். அரபு நாடுகளில் கம்பீரமாக எழுந்து நிற்கும் கட்டிடங்களின் அஸ்திவாரத்தில் தமிழர்களின் உழைப்பு கண்ணுக்கு தெரியாமல் மறைந்துள்ளது. 70 சதவீத தமிழர்கள் கூலி வேலைகள், சாதாரண பணிகள், கழிவறையை சுத்தம் செய்பவர்கள், வீட்டுப்பணியாளர்கள் என பலதரப்பட்ட பணிகளில் வேலை பார்க்கிறார்கள். அதிகமாக செலவழித்து அரபு நாடுகளுக்கு வந்து அதிகமாக வேலைகளை செய்து, அதிகமான பாதிப்புகளை அனுபவிப்பவர்களும் இவர்கள்தான். அரபு நாடுகளுக்கு வருபவர்கள் வர முயற்சிப்பவர்கள் முதலில் தெரிந்து கொள்ள வேண்டிய ஒரு விஷயம் என்னவெனில் நீங்கள் எந்த நிறுவனத்திற்காக வேலைக்கு வருகிறீர்களோ அந்த நிறுவனம்தான் உங்கள் விசா மற்றும் போக்குவரத்திற்கான செலவுகளை ஏற்க

வேண்டும் என்பதுதான் அரபு நாடுகளில் சட்டமாகும். குறைந்தபட்சம் 3 ஆண்டுகளிலிருந்து அதிகபட்சம் 30 ஆண்டுகள் வரையில் பணி புரிகிறார்கள் பிறகு தமிழகம் திரும்பி விடுகிறார்கள். அரபு நாட்டு மக்களில் சிலருக்கு தொழில் நூட்பத்தையும் வேலை நுணுக்கங்களையும் கற்றுத்தந்து அப்படி கற்றுக் கொண்டவர்களுக்கே கீழேயே வேலை செய்ய தமிழர்கள் நிர்பந்திக்கப்படுகிறார்கள்.

ஜெர்மனியில் சுமார் ஐம்பதாயிரம் தமிழர்கள் வாழ்கிறார்கள். தென் இந்தியர்களை மிகவும் புத்திசாலிகள் என கருதும் போக்கு ஜெர்மனியில் உள்ளது. ஜெர்மன் நாட்டில் பணிபுரியக் கூடியவர் ஜெர்மன் மொழியை மிக நன்றாக அறிந்திருக்க வேண்டியது அவசியம். மொத்த தமிழர்களில் 10 சதவிகிதத்தினர் கட்டிடத் தொழில், சாலை போடுதல், ஹோட்டல் வேலை போன்றவற்றில் உள்ளனர். ஜெர்மனியில் அதிகபட்ச ஜனநாயகத்திற்கு இடமில்லை. ஆகவே, மற்ற நாட்டில் நம்மவர்களால் கோயில்களை கட்டியது போல இங்கு கட்ட முடியாது. ஆனால் அவரவர்கள் வீட்டில் வழிபாடு செய்து கொள்ளத் தடை கிடையாது.

பிரான்ஸ் நாட்டில் ஐந்து லட்சம் தமிழர்கள் உள்ளனர். பிரான்ஸில் தமிழர்கள் பெரும்பாலும் பாண்டிச்சேரி வாழ் மக்கள்தான். பாண்டிச்சேரி விடுதலை பெற்ற நிலையில், எப்போது வேண்டுமோனாலும் நீங்கள் பிரான்ஸ் வந்து குடியிருக்கலாம் என்ற உத்தரவாதத்தை பிரான்ஸ் வழங்கிச் சென்றது. தமிழர்கள் பலர் பிரான்ஸ் ராணுவத்தில், அரசு உத்தியோகங்களில், நல்ல சம்பளத்துடன் உள்ளனர். வணிகர்களாகவும் உள்ளனர். காது குத்துதல், மொட்டையடித்தல், மஞ்சள் நீராட்டு விழா, நிச்சயதார்த்தம், திருமணம் போன்ற பல விழாக்கள் தமிழ்நாட்டில் நடப்பதைப் போலவே இங்கேயும் நடக்கின்றன. இங்கு வறுமை கிடையாது. அனைவருக்கும் வேலை கிடைத்து விடுகிறது. மதசார்பற்ற நாடு. கோயில், மசூதி கட்டிக் கொள்ள அரசு இடம் தந்து உதவுகிறது. இஸ்லாமிய மார்க்கத்தை பின்பற்றுபவர்களுக்கு என்று எந்த தனிச் சட்டமும் இந்நாட்டில் கிடையாது.

தென்னாப்பிரிக்காவில் விவசாயம் என்றால் என்னவென்று சரிவர அறிந்திராத அந்த நாடுகளுக்கு சென்ற தமிழர்கள் பசுமை செழித்தோங்கும் வளமான பூமியாக மாற்ற வியர்வை சிந்தி

உழைத்தவர்கள். கரும்பு, தேயிலை, காப்பித் தோட்டங்களிலும், தங்க சுரங்கக்களிலும். தமிழர்கள் வேலைக்கு அமர்த்தப்பட்டார்கள். சுமார் 12 லட்சம் இந்தியர்கள் உள்ளனர். இன்று நல்ல நிலையில் உள்ளனர். கோயில்கள் உள்ளன. பொங்கல், தீபாவளி, கொண்டாடுகிறார்கள்.

செசல்ஸ் நாட்டில் 6000 இந்தியர்கள் உள்ளனர். தமிழர்கள் மிக நல்ல நிலையில் வாழும் நாடுகளில் செசலும் ஒன்று. மொரீஷியஸ் தீவில் 1 லட்சம் தமிழர்கள் உள்ளனர். கரும்பு தோட்டத்தில் வேலை பார்க்க 250 ஆண்டுகளுக்கு முன் சென்றவர்கள் இவர்களுடைய சந்ததியினர்களுக்கு இன்று தமிழ் பேச தெரியவில்லை என்றாலும் பொருளாதார ரீதியாக நன்றாகவே உள்ளனர் என்பது ஆறுதலளிக்கிறது. இலங்கை தமிழர்களின் இன்றைய நிலை அனைவருக்கும் தெரிந்ததே.

59
"ஆசிட் வீச்சு அவலங்கள்"

உலகம் முழுவதும் பெண்கள் மீது ஆசிட் வீசும் சம்பவங்கள் நடக்கின்றன. கடந்த வருடங்களில் காரைக்கால் வினோதினி, சென்னை வித்யா ஆகியோர் ஆசிட் வீச்சால் கொடூரமாக பாதிக்கப்பட்டு பரிதாபமாக மரணமடைந்தனர். முன்பு பெண் ஐ.ஏ.எஸ். அதிகாரி, முன்னால் அமைச்சர் மீதும் ஆசிட் வீசப்பட்டது. மனிதாபிமானமற்ற குற்றங்களைச் செய்யும் மனித விலங்குகள், மன நோயாளிகள் சிலர் நம்மிடையே வெளியில் தெரியாமல் நடமாடிக் கொண்டிருக்கிறார்கள் என்பதையும், ஆசிட் வீச்சு சம்பவங்கள் திரும்ப திரும்ப நிகழ்வது குற்றவாளிகள் குறைந்து விடுவார்கள் என்பதற்கு உத்தரவாதமில்லை என்பதையுமே காட்டுகிறது. தான் ஆசையாய் காதலித்த பெண்ணின் மீதே ஆசிட் வீசி துடிக்க துடிக்க அவள் முகத்தை சிதைப்பது, அழிப்பது என்ன வகையான காதலென்று தெரியவில்லை. சமீப காலங்களில் பெண்கள் சந்தித்து வரும் இன்னல்களில் முக்கியமானதாக ஆசிட் வீச்சு கருதப்படுகிறது. பெண்களுக்கு எதிரான குற்றங்கள் சற்றும் குறைந்தபாடில்லை. படுபாதக வன்முறையில் ஈடுபடும் கொடூர உள்ளங்கொண்ட வஞ்சகர்கள் களை எடுக்கப்பட வேண்டும். சட்டத்திற்கு, நீதிமன்றத்திற்கு காவல்துறைக்கு அஞ்சாமல் பெண்ணினத்தை காலில் போட்டு மிதிப்பவர்களை தண்டிக்க சட்டங்கள் மட்டும் போதுமானதாக இருப்பதில்லை. அதிகச் சட்டங்கள் மட்டும் குற்றங்களை குறைத்து விடும் என்பதும் நடைமுறையில் உண்மையாக இருப்பதில்லை. தண்டனை பற்றிய அச்சமே இல்லாமல் தாக்குதல்கள் நடக்கின்றன.

நாடு	2009-ம் ஆண்டில் பதிவான ஆசிட் வீச்சு சம்பவங்களின் எண்ணிக்கை
பங்களாதேஷ்	116
கம்போடியா	28
இந்தியா	24

நைட்ரிக் ஆசிட், சல்பியூரிக் ஆசிட், ஹைட்ரோ குளோரிக் ஆசிட் எல்லாம் பெண்களை வெறுக்கும், பழிவாங்கத் துடிக்கும் நபர்களின் இன்றைய நவீன ஆயுதமாக உள்ளது. ஒரே நொடியில் ஒரு பெண்ணின் வாழ்க்கை அழிக்கப்படுகிறது. இது பழிவாங்கும் எண்ணத்தின் உச்சக் கட்டம். கோழைத்தனமான குற்றம்.

ஆசிட் வீச்சிற்கு காரணங்கள்:

திருமணம் செய்து கொள்ள சம்மதிக்க மறுப்பது, தன்னைக் காதலித்து விட்டு வேறு நபரை மணக்க முயலும் போது, ஒரு தலைகாதல், பலாத்காரத்திற்கு உடன்பட மறுக்கும் பெண் மீதான கோபம், காதலை ஏற்க மறுப்பது, பிரிந்துவிட்ட காதலிக்கு பாடம் புகட்ட, நடத்தையில் சந்தேகம், பணம் தொடர்பான பிரச்சினை, தனக்கு கிடைக்காத காதலி யாருக்கும் கிடைக்கக் கூடாது. அழகிய முக தோற்றத்தை சிதைக்க வேண்டும் போன்றவையே காரணமாக உள்ளது.

தன் காதலை ஏற்றுக் கொள்ளவில்லை என்பதற்காக அந்தப் பெண்ணை வேறு யாரும் காதலித்து விடக் கூடாது. அப்பெண்கள் வாழ்க்கை முழுவதும் தங்களை நிராகரித்து விட்டதற்காக கஷ்டத்தை அனுபவிக்க வேண்டும் என துடிக்கிறார்கள். கோபத்தில் பெண்ணின் முகத்தை சிதைக்க முடிந்தவர்களால் அவளது மனதை என்றுமே மாற்ற முடிவதில்லை.

ஒரு பாட்டில் ஹைட்ரோ குளோரிக் ஆசிட்டின் விலை வெறும் 25 ரூபாய் மட்டுமே. ஆசிட் ஆயுதம் போல தெரியாது. தண்ணீர் பாட்டில் போல எளிதாக எடுத்துச் செல்ல முடிகிறது. எளிதாக வாங்க முடிகிறது. எளிதாக மறைத்து வைக்க முடிகிறது. எளிதாக வீச முடிகிறது. ஆசிட் வீசும்போது சத்தம் ஏற்படுவதில்லை. தனக்கு என்ன நேர்ந்தது என்பதை

சம்பந்தப்பட்டவர் உடனடியாக உணர முடிவதில்லை. சுடுதண்ணீர், வீசப்பட்டதாகவே முதலில் நினைக்கிறார்கள். எரிச்சல் அதிகரிக்கும் போதுதான் உணர முடிகிறது. எளிதில் வீசிவிட்டு குற்றவாளியால் தப்பித்துவிட முடிகிறது. நிரந்தரமான தழும்பை ஏற்படுத்த வேண்டும் என்பதே முக்கிய காரணமாகும். எந்த பெண்ணின் அழகை இந்த சமுதாயம் மிகச் சிறப்பானதாக கருதுகிறதோ அதை சிதைக்க வேண்டும். அழிக்க வேண்டும் என்ற கொடிய எண்ணம்.

ஆசிட் வீச்சுக்கு பலியானவரின் பரிதாப நிலை:

கண் பார்வை சேதமாகிறது. முகம் முழுவதும் வெந்து விடுகிறது. ஆசிட் வீச்சினால் ஏற்படும் காயம் முற்றிலும் குணமாவதில்லை. பாதிக்கப்பட்டவர்களுக்கு நிவாரண நிதியோ மறுவாழ்வோ கிடைப்பதில் காலதாமதம் ஏற்படுகிறது. ஆசிட் வீச்சால் ஏற்படும் இழப்புகள் நிரந்தரமானவை. ஹைட்ரோ குளோரிக் ஆசிட்டை விட கந்தக அமிலமும் நைட்ரிக் ஆசிட்டும்தான் பெரும் தீங்கை விளைவிக்கின்றன. நிரந்தர பாதிப்பு, அன்றாட வாழ்விற்கே போராட வேண்டியுள்ளது. மனப்போராட்டங்கள் தொடர்கிறது. முன்போல உலாவ முடிவதில்லை. தன்னைப்பார்ப்பவர்கள் உடனடியாக வெளிப்படுத்தும் அதிர்ச்சியை தொடர்ந்து தாங்கிக் கொண்டு வாழ வேண்டியுள்ளது. படிப்பை, வேலையை தொடர முடிவதில்லை. திருமணம் நடப்பது மிகவும் அபூர்வம். கொலையை விட, பாலியல் பலாத்காரத்தை விடவும் மிக அதிக பாதிப்பை ஏற்படுத்துகிறது. உருவம் சிதைக்கப்படுகிறது. உறுப்புகள் செயல் இழக்கின்றன. நடைப்பிணமாகிறார்கள். சாதனை பெண்களாக வலம் வர வேண்டியவர்கள் கோரத் தாக்குதலால் தங்கள் முகவரியை தொலைத்து கொண்டு இருக்கிறார்கள். ஆசிட் முகத்தை உருக்கி விடுகிறது. குறுகிய கால விளைவாக தாங்க முடியாத உடல் வலி ஏற்படுகிறது. நீண்ட கால பாதிப்புகளாக அகோர முகமாற்றம், கடுமையான மன வேதனைக்கு ஆளாகிறார்கள். மாதாந்திர மருத்துவச் செலவுக்கு கணிசமான தொகை செலவிட வேண்டியுள்ளது. ஆசிட் வீச்சு சில நொடிகளில் முகத்தை உடனடியாக சேதப்படுத்துகிறது. முதலில் தண்ணீர் வீசப்பட்டது போல இருக்கும். ஆனால், சில நொடிகளில் எரிச்சல் ஏற்பட்டு வேகமாக அதிகரிக்கும். உடனடியாக குளிர்ந்த

நீரில் முகத்தை கழுவி விட்டால் 90 சதவீதம் பாதிப்பிலிருந்து நிச்சயம் தப்பிக்கலாம். துரதிர்ஷ்டவசமாக சுற்றி நிற்பவர்கள் சமயோசிதமாக செயல்படாமல் விட்டுவிடுகிறார்கள்.

குறி தவறும் பட்சத்தில் சுற்றி இருப்பவர்களும் ஆசிட் வீச்சுக்கு ஆளாகிறார்கள். பாதிக்கப்பட்டவரின் குடும்பம் மருத்துவ செலவுக்கு போதிய நிதி இன்றி தவிக்கிறார்கள். நமது நாட்டில் பிளாஸ்டிக் சர்ஜன்கள் பற்றாக்குறையாகவே உள்ளனர். போதிய மருத்துவ வசதியின்மையால் ஆசிட் வீச்சால் பாதிக்கப்பட்டவர்களுக்கு சில மருத்துவமனைகளில் சேர்க்க இயலாத நிலை உள்ளது. சிகிச்சை செலவுக்கு பல லட்ச ரூபாய் தேவைப்படுகிறது. போலீஸ் பாதுகாப்பு கிடைப்பதில்லை. இதுவரை பார்த்து வந்த வேலை/தொழிலை இழந்து கையேந்தும் அவல நிலைக்கு ஆளாகிறார்கள். தலைமுடி பொசுங்கி விடுகிறது. முகரும் சக்தியை, கேட்கும் சக்தியை இழந்து விடுகிறார்கள். குடும்பத்திற்கு சுமையாகிறார்கள்.

ஆசிட் வீசிய குற்றவாளியின் நிலை:

ஆசிட் வீச்சு குற்றம் நிரூபிக்கப்பட்டால் குற்றவாளிக்கு அதிகபட்சமாக 10 ஆண்டுகள் சிறை அல்லது ஆயுள் தண்டனை கிடைக்கும். அபராதம் விதிக்கப்படலாம். பெரும்பாலும் உடனடியாக பிடிபடுகிறார்கள். வழக்கறிஞுரை நாடுகிறார்கள். ஜாமீன் பெற முயற்சிப்பர். போதிய சாட்சியம் இல்லாத பட்சத்தில் ஜாமீன் பெற முடிகிறது. வழக்கு விசாரணை பல வருடங்கள் நீடிக்கிறது. தண்டணையும் விதிக்கப்படுகிறது. அப்பீலுக்கு போகின்றனர். நீண்ட காலத்தில் சாட்சி பிறழாமல் இருக்கும்பட்சத்தில் தண்டனை உறுதியாகும். விசாரணை கைதியாக சிறையில் இருந்த காலத்தை சொல்லி விடுதலை பெற முயற்சிப்பர். தீர்ப்பு வருமுன்னரே இறந்து போன குற்றவாளிகளும் உள்ளனர். வட மாநிலங்களில் தங்களுக்கு எதிராக வாக்குமூலம் அளிக்கக் கூடாது என பாதிக்கப்பட்டவர்களை மிரட்டும் அவலம் உள்ளது. உடன் பிறந்தவர்களை கடத்தி வைத்துக் கொண்டு, தன் மீது தவறுதலாக ஆசிட் பட்டுவிட்டதாக தெரிவிக்கச் சொல்லி மிரட்டும் நிகழ்வுகளும் உள்ளது. சட்டத்தின் பிடியிலிருந்து தப்பிக்க முயல்வர். கொலை முயற்சி, பெண் கொடுமை தடுப்பு சட்டப்பிரிவுகளில் வழக்கு

பதிவு செய்யப்படுகிறது. இதுவரை ஆசிட் வீசிய குற்றவாளிகள் அனைவரும் பிடிபட்டே உள்ளனர். வழக்கினை திரும்ப பெறுமாறு சிலர் மிரட்டுகின்றனர். பாதிக்கப்பட்டவர்கள் மிகுந்த வறுமை நிலையில் இருப்பதால் இவர்களை எதிர்த்து நிற்க முடிவதில்லை. ஆசிட் வீசிய ஆண் சில ஆண்டு தண்டனைக்கு பிறகு மீண்டும் தனது வாழ்க்கையை அமைத்துக் கொண்டு விட வாய்ப்பு உள்ளது. போதிய சாட்சிகள் இல்லாவிட்டால் விடுதலையாகலாம் என்பதே கசப்பான உண்மை.

தடுப்பு நடவடிக்கைகள் மற்றும் சட்டவிதிமுறைகள்:

ஆசிட் வீச்சு தொடர்பான வழக்கு விசாரணைகள் 60 நாட்களுக்குள் முடிக்கப்பட வேண்டும் என்ற விதிமுறை உள்ளது. ஆசிட் விற்பனை முறைப்படுத்தப்பட்டுள்ளது. இழப்பீடு தொகை உயர்த்தப்பட உள்ளது. அடையாள அட்டை மற்றும் உரிய காரணங்கள் இருந்தால் மட்டுமே ஆசிட் பெறமுடியும்.

வர்மாகமிட்டி பரிந்துரைப்படி 5 முதல் 10 ஆண்டுகள் சிறைதண்டனை என அறிவிக்கப்பட்டு உள்ளது. ஆசிட் வீச்சில் பாதிக்கப்படும் பெண்ணுக்கு உடனடியாக 1 லட்சம் வழங்கப்படும் என பீகார் அரசு அறிவித்துள்ளது. பொது இடங்களில் சிசிடிவி கேமரா அமைக்கப்படுகிறது. ஜாமீனில் வெளிவரவியலாத குற்றமாக கருதப்படுகிறது. ஆசிட் சிறுவர்களுக்கு விற்கக்கூடாது என உச்ச நீதிமன்றம் அறிவுறுத்தியுள்ளது. மேலும், மருத்துவ செலவை அரசே ஏற்க வேண்டும். நிவாரணத்தொகை அதிகரிக்கப்பட வேண்டும் என அறிவுறுத்தியுள்ளது. IPC 326-B பிரிவின்படி கடுமையான நடவடிக்கை எடுக்கலாம். பெண்கள் தங்களை தற்காத்துக் கொள்ள பயிற்சி அளிக்கப்பட வேண்டும். அனுமதியின்றி விற்பனைக்கு ஆசிட் வைத்திருந்தால் பறிமுதல் செய்யப்படுகிறது, கெமிக்கல் கடைகளுக்கு சீல் வைக்கப்படுகிறது. ஆசிட் வெடி மருந்து சட்டத்தின் கீழ் ஆசிட் தடை செய்யப்பட்ட பொருளாகும். பிளாஸ்டிக் அறுவை சிகிச்சை செய்ய உதவவேண்டும். ஆசிட் பாட்டிலின் பதிவான கைரேகை மற்றும் பாதிக்கப்பட்டவரின் செல்போனில் இருந்த எண்கள் ஆகியவற்றின் அடிப்படையில் விசாரணை நடக்கிறது. ஆசிட் வீச்சை பொறுத்தவரை முதலுதவியே 90 சதவீதம் வீரியத்தைக் குறைக்கும். ஆசிட்

வீசப்பட்டவரின் மேல் தண்ணீரை உடனடியாக பாய்ச்ச வேண்டும். வேகமாக செயல்பட்டால் ஆசிட்டின் வீரியத்தை தவிர்க்கலாம். துணிகள் மீது ஆசிட் பட்டு இருந்தால் உடனே அத்துணியை மாற்றி விடுவது நல்லது. சுற்றி இருப்பவர்கள் திறம்பட செயல்பட்டால் பாதிப்பை பெருமளவு குறைக்கலாம். காதலை நிராகரித்தவர்கள் ஆசிட் ப்ரூப் ஆடை அணிந்துதான் வர வேண்டும் போல் உள்ளது. ஆசிட் பாட்டில், எரிந்த துணிகள், சிகிச்சையளித்த மருத்துவரின் சான்றிதழ் ஆகியவை முக்கிய சாட்சியங்களாகும்.

இறுதியாக:

பெண்கள் துன்புறுத்தப்படுகிறார்கள், சுரண்டப்படுகிறார்கள், கடத்தப்படுகிறார்கள், வன்முறைக்கு, தொல்லைகளுக்கு ஆளாகிறார்கள். யாரால், அந்நியர்களால் அல்ல. மிகவும் தெரிந்தவர்களால்தான். ஆனாலும் விழிப்புணர்வு இன்றி அவர்களின் வலையில் தொடர்ந்து வீழ்ந்து வருகிறார்கள். பெண்களுக்கு காதலை மறுக்கும் உரிமை உள்ளது. பெண்ணியம் பாதுகாக்கப்பட வேண்டும். மனித இனத்தில் சரிசம பங்கும் பாத்தியமும் உடையவர்கள். வற்புறுத்துவதால், துன்புறுத்துவதால் காதல் வந்துவிடப் போவதில்லை. அவரவர் தனிப்பட்ட விருப்பம். சட்டங்கள் கோப்புகளால் இயங்காமல் இதயத்தால் இயங்க வேண்டும். ஆண்களின் மனோபாவம் மாற வேண்டும். முடிவெடுக்கும் உரிமை பெண்களுக்கு உள்ளது.

60

தங்கத்தில் முதலீடு லாபகரமானதா?

தங்க நகைகள் வாங்குவது இந்தியர்களின் தவிர்க்க முடியாத பழக்கங்களில் ஒன்று. உலகின் மொத்த தங்கத்தில் 25 சதவீதத்தை இந்தியர்கள்தான் நுகர்வு செய்கிறார்கள். 2010-11-ஆம் ஆண்டில் மட்டும் நமது நாட்டின் தங்கத்தின் இறக்குமதி மதிப்பு சுமார் 1.66 லட்சம் கோடியாகும். கடந்த ஆண்டில் சராசரியாக ஒவ்வொரு மாதமும் 70 டன் தங்கம் இறக்குமதி செய்யப்பட்டுள்ளது. நம் பாரம்பரியத்தோடு தொடர்புடைய தங்கத்தின் மீதான நமது முதலீடு ரிஸ்க் குறைவான பாதுகாப்பான சிறந்த முதலீடு. நமது சேமிப்பை இரட்டிப்பாக்கும். மண்ணிலும், பொன்னிலும் செய்த முதலீடு என்றும் வீணாவதில்லை. தங்கத்தை ஆபரணமாக அணிபவர்கள் இந்தியர்கள் மட்டுமே. தங்கத்தின் பயன்பாடு மிகவும் தொன்மையானது. தங்க நகைகள் சேர்ப்பதில் அதிக ஆர்வம் காட்டுவதிலும், தங்க நகை அணிவதில் முதலிடம் வகிப்பதும் நம் நாட்டுப்பெண்கள்தான். இந்திய குடும்பங்கள் தற்போது 20000 டன் தங்கம் வைத்துள்ளதாக மதிப்பிடப்பட்டு உள்ளது. இதன் சந்தை மதிப்பு 66.50 லட்சம் கோடி ரூபாயாகும். அட்சய திருதியை அன்று மட்டும் சுமார் 3000 கிலோ தங்கநகைகள் விற்பனையாகிறது. அதன் மதிப்பு 600 கோடியாகும்.

தங்கம் துருப்பிடிக்காது. கருக்காது. தங்கம் காலத்தால் அழியாதது. சுலபமாக ஓரிடத்திலிருந்து இன்னொரு இடத்திற்கு எடுத்துச் செல்ல முடியும். அனைவரையும் ஈர்க்கும். மதிப்பு வாய்ந்த செல்வத்தின் அடையாளம். தங்கத்தின் மதிப்பு ஒருபோதும் குறைவதில்லை. தங்கம் உலகம் முழுவதும் செல்லுபடியாகும். காகித கரன்சிக்குக்கூட இந்த மதிப்பு இல்லை. இராஜ திராவகத்தில் மட்டுமே கரையக்கூடியது.

10 கிராம் தங்கத்தின் சராசரி மதிப்பு

வருடம்	ரூபாய்
1970-71	184.96
1980-81	1522.44
1990-91	3451.52
2000-01	4473.60
2009-10	16300.00
2019-20	39100.00

வசதி படைத்த நடுத்தர குடும்பத்தைச் சேர்ந்த இந்தியப் பெண்கள் வழக்கமாக 40 முதல் 50 கிராம் தங்க நகைகள் அணிகிறார்கள். உலக அளவில் ஆண்டிற்கு சுமார் 3000 டன் தங்கம் வெட்டி எடுக்கப்படுகிறது. லண்டன் உலோகச் சந்தையில்தான் தங்கத்தின் விலை முடிவு செய்யப்படுகிறது. தங்கத்தை வெட்டி எடுக்க ஆகும் செலவு பொதுவாக தங்கத்தின் விலையை நிர்ணயிப்பதில்லை. ஹால்மார்க் செய்யப்பட்ட நகைகளையே வாங்குவது உத்தமம். அமெரிக்க நாட்டின் வங்கித் தங்கத்தின் கையிருப்பு 8133.5 டன் ஆகும். நம் நாட்டு தங்கத்தின் (RBI) கையிருப்பு 2009-ல் 558 டன் ஆகும். 2021-ல் 748 டன் ஆகும். 1 டன் என்பது 1000 கிலோவாகும். நம் நாட்டில் தங்கமில்லாமல் திருமணமில்லை. நம் நாட்டில் ஆண்டிற்கு சுமார் 85000 திருமணங்கள் நடைபெறுகிறது. தங்கத்தின் மதிப்பு வளர்ந்து கொண்டேதான் இருக்கிறது. கடந்த 10 ஆண்டுகளில் இதன் வளர்ச்சி 10 சதவீதமாகும். தங்கத்தில் சேமிப்பது எப்போதும் உத்தரவாதமிக்கது.

தங்கத்தின் இன்னொரு பக்கம்:

தங்க நகைகளில் குறிப்பாக கல் பதித்த நகைகளில் முதலீடு உண்மையில் பாதுகாப்பானது அல்ல. தேவைக்கேற்ப மட்டுமே வாங்கிக் கொள்ளலாம். தங்க நகையாக வாங்கும் போது செய்கூலி, சேதாரம், இறக்குமதி வரி, வாட் வரி போன்றவற்றை பலர் கவனிப்பதில்லை. பாதுகாக்க வேண்டிய

பிரச்னை உள்ளது. அது ஒரு சவால். சவரனுக்கு 10 சதவீதம் விலை குறைந்தால் 30 சதவீதம் கூடுவதுதான் காலகாலமாய் நடக்கிறது. பொதுவாக தங்க நகை ஒரு லாபகரமான நீண்டகால முதலீடு. தங்க நகைகளை நாம் வாங்கும் போதும், விற்கும் போதும், மாற்றும் போதும் லாபம் கடைக்காரர்களுக்கே. தங்க நகை பெண்களின் அழகுக்கு அழகு சேர்க்கிறது. கடைக்காரரின் லாபத்திற்கு லாபம் சேர்க்கிறது.

திருமணம் மற்றும் விழா காலங்களில் தங்கத்தின் தேவை இருப்பதால் விலை அதிகரிக்கிறது. தங்க நகைகளில் முதலீடு செய்தால் விற்பனை செய்யும் போது, சேதாரம், கழிவு, விற்பனைவரி போன்றவைகளை விலையில் கழிப்பதால் வாங்கிய விலையை விட சில இழப்பீடுகளை அடைய வேண்டியுள்ளது. நமது பழைய நகைகளை சந்தை விலைக்கு ஒரு போதும் விற்க முடியாது. இன்றைக்கு தங்க நகைகளை பாதுகாப்பது கஷ்டமான காரியமே. என்னதான் பீரோவில் பூட்டி வைத்தாலும் திருடர்கள் சர்வ சாதாரணமாக புகுந்து நகைகளை கொள்ளை அடிக்கிறார்கள். தங்க நகைகளின் மீது இந்தியர்களுக்கு உள்ள ஆர்வம் என்றும் குறைவதில்லை. சிலர் தங்கத்தை கோயிலில் காணிக்கையாக செலுத்துகிறார்கள். அடகு கடைக்கு போகிறது. மகளின் திருமணத்திற்கு பயன்படுகிறது.

நமது பாட்டனார் காலத்தில் சவரன் 300 ரூபாய் விற்கப்பட்டது. நமது தகப்பனார் காலத்தில் சவரன் 3000 ஆனது. நம் காலத்தில் சவரன் சராசரியாக 30000 ஆகியுள்ளது. நம் பிள்ளைகள் காலத்தில் சவரன் 3 லட்சம் ஆகலாம். எனவே விலை குறையும் போது தேவைக்கேற்ப தங்க நகைகள் வாங்கலாம். வீட்டில் உள்ள எல்லா நகைகளையும் தினமும் போட்டுக் கொண்டிருக்க முடியாது. நம் நாட்டில் பெரிய தங்க சுரங்கம் கிடையாது. தங்க நகையின் மொத்த மதிப்பில் 60-70 சதவீதம்தான் கடன் கொடுக்கிறார்கள்.. மெஷினில் செய்த நகைகளை விட கையால் செய்த நகைகள் பத்து ஆண்டுகளுக்கு மேல் நன்கு உழைக்கும். செய்கூலி சற்று அதிகமே. பெரிய கடைகளில் விளம்பரம் ஏ.சி. போன்றவற்றிற்கு நிறைய செல்வாகிறது. எப்படிப்பார்த்தாலும் நகைக்கடைக்காரர்களுக்கு ஒரு பவுனுக்கு ஒரு கிராம் தங்கத்தின் விலை லாபமாக கிடைத்தால்தான் தொழிலில் தாக்கு பிடிக்க முடியும். தங்கத்தின் விலை கல்யாண சீசனில் ஏறுகிறது. அமெரிக்க டாலரின் மதிப்பு குறைந்தால் அல்லது டாலரின் மதிப்பு ஏறினால் உலக சந்தையில் கச்சா எண்ணெயின் விலை ஏறினால்

அல்லது இறங்கினால் தங்கத்தின் விலையை பாதிக்கிறது. முடிந்த வரையில் கல் வைக்காத அதிக வேலைப்பாடுகள் இல்லாத நகைகளை வாங்குவதே புத்திசாலித்தனமானது.

தங்கம் ஒரு ஆபத்தான உலோகம்:

வரலாறு நெடுக கணக்கிட முடியாத எண்ணிக்கையிலான உயிர்களை பறித்திருக்கிறது. தங்க நகைகளை காப்பதற்கு போராடி உயிர் இழந்தவர்கள் ஏராளம். உலகில் பெரும்பாலான போர்கள் தங்கத்தை கைப்பற்றுவதற்காகவே நடந்திருக்கிறது. உலகிலேயே ஒரு பொருளை உற்பத்தியே செய்யாமல் அதே பொருளை உலகிலேயே அதிகமாகப் பயன்படுத்தும் நாடு இந்தியாதான். தங்கம் வாங்குவதை 1 வருடம் இந்தியர்கள் நிறுத்தினால் போதும் தங்கம் விலை சரிந்துவிடும். தங்கத்தில் போடப்படும் பணம் எல்லாம் தூங்கும் பணமே. தங்க நகைகளை அவசரத்திற்கு விற்கும்போது அவர்கள் கேட்கும் விலைக்கு விற்க வேண்டிய கட்டாயம் ஏற்படுகிறது.

தங்கத்தில் (காயின்களில்) முதலீடு செய்வது லாபகரமானதா?

தங்க நகையோடு ஒப்பிடும்போது அதிகளவு சேதாரம் இல்லாமல் முதலீடுசெய்யகாயின்கள்சிறந்தவழியாகும்.லாபகரமானது.1980களில் 1 கிராம் தங்கம் ரூ. 140 மட்டுமே. இன்று 1 கிராம் தங்கம் சராசரியாக ரூ.2500 ஆகும். சுமார் 20 மடங்கு விலை உயர்வு. வங்கிகளில், தபால் அலுவலகங்களில் தங்க காசுகள் வாங்கினால் விலை அதிகம். வரியும் அதிகமாக இருக்கும். அந்த தங்கக் காசுகளை ஒரு அவசரத்திற்கு எந்த வங்கியிலும் அடகு வைக்க முடியாது. அவர்களே திரும்பவும் வாங்க மாட்டார்கள். தங்க காயின்களை வங்கிகள், தபால் நிலையங்கள் நகைக்கடைகள் ஒவ்வொன்றும் ஒவ்வொரு விலையில் விற்பனை செய்வதாக எண்ணலாம். நகைக்கடைகளுடன் ஒப்பிடும்போது வங்கிகள், தபால் நிலையங்களில விலை அதிகமாக இருக்கக் காரணம் வரி மற்றும் கேரட் வித்தியாசம்தான். நகைக்கடைகளில் வாங்கிய தங்கக்காசுகளை விற்பது, அடகு வைப்பது எளிது.

கோல்டு ஈ.டி.எப்/. திட்டங்கள் நிச்சயம் லாபகரமானவை. அது ஈ-கோல்டு திட்டங்களும் அதிக வருவாய் வழங்கக் கூடியவை. இரண்டுமே சிறந்த முதலீடுதான். இவற்றில் மாதம் 1000 ரூபாய் என்ற அளவில் கூட முதலீடு செய்யலாம். இதற்கு டீமேட் கணக்கு வேண்டும். இந்த டீமேட் கணக்கிற்கு ஆண்டுக்கு சுமார் ரூ. 500 கட்டணம் செலுத்த வேண்டும். இந்த முதலீட்டுத் திட்டத்தில் ஒரு யூனிட் என்பது 1 கிராம் தங்கத்தை குறிக்கும். பங்குச் சந்தை போன்றே இதில் தங்கத்தை வாங்கலாம். விற்கலாம். இதில் லாபம் என்பது தங்கத்தின் விலை மாற்றத்தைப் பொருத்தது. செய்கூலி, சேதாரம் இல்லை. பாதுகாக்க வேண்டிய பிரச்னையில்லை.

தங்க சான்றிதழ்கள்:

வங்கிகள், மத்திய நிதி நிறுவனங்கள் தங்க சான்றிதழ்களை வழங்குகின்றன. தங்க சான்றிதழ் வைத்திருத்தல் மூலம் திருட்டு போகுதல், தேக்கி வைத்தல் செலவு, போன்ற பல இடர்பாடுகளை தவிர்க்கலாம். பெட்டக செலவு குறைகிறது. திருடர்கள் பயமின்றி நிம்மதியாக தங்கத்தை சேமிக்க ஆன்லைன் டிரேடிங் மிகச் சிறந்த வழியாகும். செபியிடம் அனுமதி பெற்ற நிதி நிறுவனங்களில முதலீடு செய்வது பாதுகாப்பானது. தங்கம் இ.டி.எ/ப் (Gold ETFs) அதாவது பேப்பர் தங்கம் என்பதை ஒரு பரஸ்பர நிதியாகக் கருதலாம். தங்கத்தின் தரம் 99.5 சதவீதம் சுத்தமானது ஆகும். வாங்கவோ, விற்கவோ மிகவும் எளிதானது. சிறுக, சிறுக சேமிக்கலாம். இதில் வாட், சேவை வரி கிடையாது. வருங்காலங்களில் கோல்டு இ.டி.எ/ப் மிகவும் பிரபலமாக வாய்ப்பு உள்ளது. தயங்காமல் முதலீடு செய்யலாம்.

வங்கி சேமிப்பில் ரிஸ்க் இல்லையே தவிர பண வீக்கத்தை தாண்டிய வருமானம் இல்லை. வங்கிகளில் முதலீடு முதலுக்கு மோசமில்லை. (ETF – Exchange Traded Funds) மியுச்சுவல்/பண்ட் மூலமாக தங்கத்தில் முதலீடு செய்தாலும் லாபமே. மிகக்குறைந்த தொகைக்கு (100/500/1000) மாதம் தோறும் தங்கம் வாங்கக்கூடிய வசதி உள்ளது. தங்க நகைகளை விற்கும் போது வாங்கிய விலையை விட குறைவாகவே மதிப்பிடுகிறார்கள். Gold ETF ல் இந்த பிரச்னை இல்லை. பான் நம்பர் வைத்திருக்கும் யார் வேண்டுமானாலும் கோல்ட் மியூச்சுவல்/பண்ட்-ல்

முதலீடு செய்யலாம். உங்களுக்கு பணம் வேண்டும் என்கிற போது ஏற்கனவே வாங்கிய யூனிட்களை திரும்பத்தந்து பணத்தைப் பெற்றுக் கொள்ளலாம்.

தங்கத்தை வாங்கி, விற்று லாபம் பார்க்க, Gold ETF, E-Gold, Gold Mutual Fund ஆகியவை தங்க நகைகளை விட மிகவும் சிறந்தது. நிலத்திலும், தங்கத்திலும் முதலீடு செய்பவர்களுக்கு எப்போதும் ஏறுமுகம்தான். தங்கத்தில் முதலீடு செய்வதில் உள்ள சாதக – பாதகங்கள் தெரிந்து கொண்டு முடிவெடுக்க வேண்டியது உங்கள் கையில்தான் உள்ளது. வெளிநாடுகளில் பணத்தை நிறுவனத்தில் தொழிலில் முதலீடு செய்கிறார்கள். அதன் மூலம் உற்பத்தி கூடுகிறது. வேலை வாய்ப்பு பெருகுகிறது. தேசத்தின் பொருளாதார வளர்ச்சிக்கு உதவுகிறது. இலாபமும் கிடைக்கிறது. நாடு வளர்ச்சி அடைகிறது. நாம் தங்கத்தில் முதலீடு செய்வது மாற்ற முடியாத பாரம்பரிய பழக்கமாகி விட்டது.

61

சைபர் க்ரைம் - "கண்ணுக்குத் தெரியாத எதிரி"

சைபர் க்ரைம் என்பது வெள்ளை காலர் கிரிமினல்களின் நவீன தொழில் நுட்ப மோசடி என சுருக்கமாக சொல்லலாம். நம் நாட்டில் 2004-ல் சில நூறுகளாக இருந்த சைபர் குற்றங்களின் எண்ணிக்கை தற்போது பல ஆயிரங்களாக பல மடங்கு உயர்ந்துள்ளது. சைபர் குற்றங்களில் உலகளவில் இந்தியா 5-வது இடத்தில் உள்ளது. இன்று மிக வேகமாகப் பரவி வருகிற குற்றங்களில் சைபர் குற்றங்கள் முதலிடம் வகிக்கிறது. போலி கிரடிட் கார்டு கும்பல் சமீபத்தில் பிடிபட்டது. இண்டர்நெட் மூலமாக பண மோசடிகள் நடக்கின்றன. சைபர் போர் தாக்குதலில் இணையங்களில் மோதிக் கொள்ளும் நிலை இன்று வல்லரசு நாடுகளுக்கு ஏற்பட்டுள்ளது. எதிரி நாட்டினால் வங்கிகள், ஊடகங்கள், வர்த்தக நிறுவனங்களில் சைபர் தாக்குதலுக்கு ஆளாகும் அபாயம் உள்ளது. அமெரிக்க விண்வெளி அமைப்பான நாசாவின் சில கணினிகள் சமீபத்தில் தாக்கப்பட்டது குறிப்பிடத்தக்கதாகும். சைபர் குற்றங்கள் மூலமாக பல மில்லியன் டாலர் அளவில் நாட்டிற்கு பெரும் நிதி இழப்பு ஏற்பட்டு இருக்கிறது. இது ஒரு உலகலாவிய சிக்கல். இது தேசிய பாதுகாப்பையே கேள்விக்குறியாக்கி நிற்கிறது.

உதாரணத்திற்கு 2007-ம் ஆண்டு டிசம்பரில் கிர்கிஸ்தான் நாட்டில் தேர்தல் நடந்தது. அந்த தேர்தல் சமயத்தில் அந்த நாட்டின் தேர்தல் ஆணையத்தின் இணையத்தளம் 'ஹேக்' செய்யப்பட்டுவிட்டதால், பெரும் குழப்பத்தில் சிக்கி தவித்தது. இதெல்லாம் ஒரு பாடம் மட்டுமல்ல-எச்சரிக்கையும்கூட. தரைப்படை, கப்பற்படை, விமானப்படை போல, இனி சைபர் படை ஒன்றும் தேவை.

2013-ல் தேசிய குற்ற ஆணை அமைப்பு வெளியிட்டுள்ள அறிக்கைப்படி, வழக்கு பதிவான சைபர் குற்றங்களின் எண்ணிக்கை விபரம்.

மகாராஷ்டிரா:681

(ஒன்றுபட்ட) ஆந்திரா:635

உத்திரபிரதேசம்:513

இந்தியாவில் சுமார் 30 லட்சம் பேர் ஐ.டி. மற்றும் பி.பி.ஓ. துறைகளில் நேரடியாக ஈடுபட்டு இருக்கிறார்கள். 100 பில்லியன் டாலர் புழங்கும் துறை இது. நம் நாட்டு சாப்ட்வேர் நிறுவனங்களை நம்பி வெளிநாட்டு கம்பெனிகள் ரகசியங்களைத் தருகின்றன. அதை காப்பாற்றுவதுதான் நமது கடமை.

விலை உயர்ந்த கார் உங்களுக்கு காத்திருக்கிறது. லாட்டரியில் நீங்கள் பரிசு வென்று இருக்கிறீர்கள். இணையத்தளத்தில் 'க்ளிக்' என்று தூண்டில் போடுகிறார்கள் அதை திறந்து பார்த்தால் வைரஸ் பரவும் ஆபத்து இருக்கலாம்.

வாழ்த்துக்கள். இப்போதுதான் உங்களை நாங்கள் 50000 பரிசுக்கான வெற்றியாளராக தேர்வு செய்து இருக்கிறோம். 'கிளிக்' செய்யவும் என கேட்கும். கிளிக் செய்து விட்டால், பாம்பு புற்றில் கைவிட்டது போலாகி விடும். சிலர் குறுகிய காலத்தில் கோடிகளை சம்பாதிக்கும் உத்தியாக சைபர் க்ரைமை நினைக்கிறார்கள். இண்டர்போல் போலீஸ் கண்காணிக்கிறது. மோசடியில் ஈடுபட்டு மாட்டிக்கொண்டால் சங்கு கண்பார்ம்.

இணையத்தை தவறாக பயன்படுத்தும் நபர்களும் உள்ளதால், பெண்களுக்கு தேவையற்ற நபர்களின் அறிமுகம், அவர்களுடன் நட்பு எப்போதும் ஆபத்துதான் என்பதை உணர வேண்டும். கண்ணுக்குத் தெரியாத எதிரி உங்களை சுற்றியும் இருக்கலாம். எச்சரிக்கை தேவை.

கடந்த இருபது ஆண்டுகளில் எல்லாம் அடியோடு மாறிவிட்டது. இன்றைய தலைமுறைக்கு இணையம் ஒரு வரப்பிரசாதம்தான். எல்லையற்ற வசதிகளைத் தருகிறது. கடந்த தலைமுறையினருக்கு நம் பெற்றோர் காலத்தில் இவ்வளவு தொழில்நுட்ப வசதிகள் இல்லை.

நமக்கு கிடைத்த வசதிகளை மகிழ்ச்சி தருவதாகவும் நல்லதாகவும் இருக்கிறது. இதை எதிர்மறையாக ஏன் பயன்படுத்த வேண்டும்? சமூக வளைத்தளங்ககளில் பெண்களை இழிவுபடுத்தும் செயல்கள் அதிகரித்து வருகின்றன. ஆண் நண்பர்கள் வீடியோ எடுப்பதன் விபரிதம் தெரியாமல் தடுப்பதற்கு பதிலாக சில பெண்கள் அமைதியாக இருந்துவிடுகிறார்கள். சம்பந்தப்பட்டவரின் அனுமதியில்லாமல் புகைப்படத்தை இணையத்தில் வெளியிடுகிறார்கள். இதில் மார்பிங் வேறு. சம்பந்தப்பட்டவருக்கு மன நிம்மதி போய் விடுகிறது. குடும்பத்தில் தேவை இல்லாத பிரச்னை எற்படுகிறது. பிளேடு, பிக்பாக்கெட் எல்லாம் பழசாகி விட்டது. நமது கடன் அட்டையில் உள்ள மைக்ரோசிப்பில் உள்ள தகவல்களை எலக்ட்ரானிக் ரீடர்கள் மூலம் தகவல்களை களவாடுகிறார்கள். சுருக்குப்பை உபயோகித்த பாட்டி காலத்தில் இந்த சிக்கலில்லை.

பரவலான இணைய குற்றங்கள்:

ஸ்பாம் (SPAM) எனப்படும் தேவையில்லாத ஈமெயில்கள் அனுப்புவது. கிரெடிட் கார்டு, டெபிட்கார்டு மூலம் இணையத்தில் பணமாற்றங்கள் நடக்கும்பொழுது பாஸ்வேர்டு உள்பட கணக்கு விபரங்களை திருடுவது, பெண்களை படம்பிடித்து அதனை இணையத்தில் வெளியிடுவது, மேலும் அதனைக் கொண்டே அப்பாவிப் பெண்களை மிரட்டுவது, இணைய தளங்களை ஹேக் செய்வது, உள்ளிட்டவையாகும்.

பாதுகாப்பு நடவடிக்கைகள்:

எந்த நிலையிலும் முகம் தெரியாத நபர்களிடம் நமது தொலைபேசி எண். வீட்டு முகவரி, குறிப்பாக பெண்கள் தங்களது புகைப்படங்களை, தோழியின் புகைப்படத்தை இணையத்தில் பகிர்வதை தவிர்க்கவும். உங்கள் பாஸ்வேர்டுகளை யாருக்கும் தெரிவிக்க வேண்டாம். இன்றைய உங்கள் நண்பர் நாளை உங்கள் எதிரியாக மாறலாம். பணபரிமாற்றங்கள் செய்யும் போது அந்த பக்கத்தின் முகவரியைப் பார்க்கவும். https:// என்று இருந்தால் மட்டும் உங்கள் கார்டு விவரங்களை கொடுத்து பணப்பரிமாற்றம் செய்யுங்கள். @ என்பதற்கு

முன்னும் பின்னும் வார்த்தைகள் இருந்தால் அதனை ஈமெயில் ஐ.டி. என்பதை கண்டுபிடிக்கும் சாப்ட்வேர் உள்ளன. நமது ஈமெயில் ஐ.டி.யை பாதுகாக்க உங்கள் தளங்களிலோ, வேறு தளங்களிலோ பதிவு செய்யாதீர்கள். அப்படி பதிவுசெய்ய விரும்பினால் username@gmail.com என்பது போல் கொடுக்காமல் username(at)gmail.com என வேறுவிதமாக கொடுக்கலாம்.

Nimbuzz, Fring போன்றவற்றை பயன்படுத்தினால் எந்நேரமும் நமது கணக்கு திருடப்படும் அபாயம் உள்ளது. லாட்டரியில் பரிசு விழுந்துள்ளது என ஈமெயில் வரும். உங்களது வங்கிக் கணக்கு உள்ளிட்ட தகவல்களை கேட்கும். அப்படி நாம் கொடுத்து விட்டால் நமது பணம் களவாடப்படலாம். அது போன்ற ஈமெயில்களை அழித்துவிடுவது நல்லது. ஈமெயில்களை பார்த்துவிட்டு வெளிவரும்போது signout செய்ய மறக்காதீர்கள். பல்வேறு மோசடிகள் உலகம் முழுவதும் நடந்துகொண்டுதான் இருக்கின்றன. அசிங்கப்படுவதை ஏமாறுவதை தவிர்க்க சைபர் குற்றங்களுக்கு இரையாகாமல் தப்பிக்க எச்சரிக்கை தேவை. அதுவும் ஆன்லைன் வர்த்தகம் மூலம் முதலீடு செய்யும் போது மிகவும் கவனம் தேவை.

தற்போது வெளியாகும் திரைப்படங்களுக்கு வில்லனாக இருப்பது திருட்டு வி.சி.டி.தான். பழைய செல்போன்களை வாங்க நேர்ந்தால் பில்லை கேட்டு வாங்குங்கள். திருட்டு போனை வாங்கிய வழக்கில் சிக்கிக் கொள்ளும் அபாயம் உள்ளது. தங்கள் செல்போனில் *#06# என்று அழுத்தினால் கிடைக்கும் செல்போனின் தனி அடையாள எண்களை குறித்து வைத்துக் கொள்ளவும். செல்போன் திருட்டு தடுப்பு சாப்ட்வேர் - கார்டியன் வந்துள்ளது. அதை செல்போனில் பதிந்து கொள்ளலாம். செல்போன் திருட்டிலிருந்து தப்பிக்க முடியும். எல்லை மீறிய அந்தரங்க விஷயங்களை செல்லில் பேசுவதும் நல்லதல்ல. இந்த பேச்சுக்களை ஒட்டு கேட்க முடியும். நமது சிம் கார்டு தொலைந்து விட்டால், புகார் கொடுத்து உடனடியாக 'லாக்' பண்ணிவிட வேண்டும்.

நீண்ட காலமாக பயன்படுத்தாத வங்கிக் கணக்குகள் இருந்தால் கணக்கில் பணம் சரியாக உள்ளதா? என கவனிக்கவும். மக்களிடம் முதலீடு திரட்ட செபியிடம் அனுமதி பெறவேண்டும். செபியிடம்

அனுமதி பெறாமல் பொதுமக்களிடம் பணத்தைத் திரட்டினால் அந்த முதலீட்டுக்கு அரசிடம் இருந்து எந்த பாதுகாப்பும் பெற முடியாது.

கஷ்டப்பட்டு சம்பாதித்த பணத்தை இழக்காமல் இருக்க எச்சரிக்கை தேவை. ஹேக்கிங் செய்வது, 66 செக்ஷன் படியும், ஆபாசமாக மெசேஜ் அனுப்புவது 66ஏ செக்ஷன்படியும், பாஸ்வேர்டுகளை திருடுவது 66 சி செக்ஷன்படியும், போலி ஐ.டி. உருவாக்கி தன்னை வேறு ஒருவர் போல காட்டி மோசடி செய்வது 66டி செக்ஷன்படியும் குற்றமாகும். இ-கவர்ண்ஸ் முறை நம் நாட்டில் வளர இருக்கிறது. பாதுகாப்பான சேவைக்காக பீகார் அரசு முதன் முறையாக சைபர் க்ரைம் காவல் நிலையங்கள் அமைக்க முடிவு செய்துள்ளது. சைபர் க்ரைம் குற்றம் செய்தவர்களை குண்டர் சட்டத்தில் சிறையில் அடைக்க முடியும். இப்போதல்லாம் முற்பகல் பேஸ்புக்-ட்வீட், பிற்பகல் ஜெயில்-கலி என்றாகி விட்டது. சைபர் குற்றங்களில் ஈடுபடுவர்கள் ஐ.டி. சட்டம் 2008-ன்படி ஜாமீனில் வெளிவர முடியாமல் உடனடியாக கைது செய்யப்படலாம். குற்றம் நிரூபிக்கப்பட்டால் 3 ஆண்டுகள் சிறை தண்டனை.

கருத்து சுதந்திரத்தை தவறாக பயன்படுத்த வேண்டாம். எந்த ஒரு தவறான செயலையும் முதல்முறை செய்யும் போது பயங்கரமான தவறாக தோன்றும். அதுவே ஒரு தடவை செய்து விட்டால் அடுத்த முறை தவறை செய்ய தவறாக தோன்றாது மனம் பழகி விடும். முதன் முறையே தவிர்த்து விட வேண்டும். சைபர் குற்றங்கள் என்பது களவாணிகளுக்கும், அப்பிராணிகளுக்கும் இடையேயான போராட்டம்.

யாரைப் பற்றியும் எதை வேண்டுமானாலும் சொல்லலாம். அப்படி செய்வதை யாரும் கண்டு பிடிக்க முடியாது என்றும் நினைக்கக் கூடாது. எந்த தொழில்நுட்பமானாலும் அதில் நன்மையும், தீமையும் கலந்தே உள்ளது. நல்லதையே எடுத்துக் கொள்வோம். அல்லதை தவிர்ப்போம்.

62

நகரங்களில் பரவி வரும் பப் - கலாச்சாரம்

மதுக்கடைகளை, பார்களை இரண்டு வகையாக பிரிக்கலாம். உள்ளூர்களில் ஆண்கள் கூட்டம் நிரம்பி வழியும் பார்கள் ஒரு வகை. வளர்ந்துவரும் நடுத்தர பிரிவினர் மற்றும் உயர் தட்டு மக்களுக்குக்காக நகரங்களில் மட்டும் இயங்கும் (Pub) பப்-கள் இன்னொரு வகை.

நம் நாட்டு பப்-களில் ஒரு ஜோடிக்கு நுழைவு கட்டணமாக சராசரியாக ரூ. 3000/- அல்லது $70 டாலர்கள் வசூலிக்கப்படுகிறது. வார இறுதி நாட்களில் ஒரு பப்பில் சராசரியாக 150 ஜோடிகளை காணலாம்.

பப்-புக்கு செல்லும் வாடிக்கையாளர்களின் வயது சராசரியாக இருபதிலிருந்து, நாற்பத்தி ஐந்து வரை உள்ளது. ஆயிரக்கணக்கில் செலவிட முடிந்தவர்களுக்கு மட்டுமே இந்த பப் வகை இயங்குகிறது. பெங்களூரில் மட்டுமே 3000-த்திற்கும் மேற்பட்ட பப்கள் உள்ளன. சனிக்கிழமை இரவுகளில் குறிப்பாக கோடைக்காலங்களில் நகரங்களில் பப்புகள் நிரம்பி வழிகின்றன. இதற்காகவே, இந்தியா வரும் சில சுற்றுலா பயணிகளும் உள்ளனர். பப் உரிமையாளர்கள் லைசன்ஸ் கட்டணமாக அதிகம் செலுத்த வேண்டியுள்ளது. பப்புகளுக்கு வரும் வாடிக்கையாளர்கள் கேமராவை எடுத்துச் செல்ல அனுமதிப்பதில்லை. இங்கு பொதுவாக கல்லூரி மாணவர்கள், BPO, IT Professionals அதிகமாக வருகிறார்கள். ஆண் இல்லாமல் பெண்கள் போனால் பப்-ல் அனுமதிக்கிறார்கள். பெண் இல்லாமல் ஆண்கள் போக முடியாது. புடவையில் யாரும் வருவதில்லை. ஸ்கர்ட் அணிந்து வரும் நவீன பெண்கள் சிகரெட் புகைப்பதையும், மெதுவாக மது அருந்துவதையும்

காண முடிகிறது. டிஸ்கோ ஜாக்கியாக பிரபல டிஸ்கொதே பப்புகளில் பகுதி நேர வேலை செய்யும் மாணவர்களும் உண்டு. இங்கு வருபவர்களில் நிறைய பேர் மிகவும் செல்வாக்கானவர்கள். கோடிகளில்தான் இவர்களின் சொத்துக் கணக்கு ஆரம்பிக்கும். சாதாரணமானவர்கள் போவது அவ்வளவு சுலபமில்லை. போதை வஸ்துகளை புகைக்கலாம். முதலில் சரக்கு அடுத்து ஆட்டம். சட்டப்படி காலை 11 மணியில் இருந்து இரவு 11 மணி வரை மட்டுமே பப் திறந்து இருக்க வேண்டும். 21 வயதுக்கு குறைவானவர்களை அனுமதிக்கக் கூடாது. அரசு அனுமதித்துள்ள மது வகைகளை மட்டுமே ஏற்க வேண்டும். இல்லையெனில் பப்பின் லைசென்ஸ் ரத்து செய்யப்படும்.

இங்கு பெண்களிடம் சில்மிஷம், அடிதடி கைகலப்பு எல்லாம் சகஜம். நடனம் ஆட அழைப்பது வராவிட்டால் தகராறுதான். பெண்களுக்கு சில இடங்களில் மது வகைகள் இலவசம். பப்-கலாச்சாரம் மேலை நாடுகளின் பாதிப்பு. உலகமயமாக்கலுக்குப் பிறகு சமீப காலங்களில் நம் நாட்டில் மிக வேகமாக பரவிய நகர்புற மேல்தட்டு கலாச்சார வியாதி. மேலை நாடுகளில் பப் கலாச்சாரம் இயல்பானது. அங்கு பெண்கள் விரும்பினால் பாருக்குச் சென்று குடிக்கலாம். ஆட்டம் போடலாம். நம் நாட்டில் ஆண்களின் பொழுது போக்கிற்காக, வியாபார நோக்கத்திற்காக பெண்களை இழுக்கத் தொடங்கியுள்ளது. விடுமுறை நாட்களில் நகரங்களில் வேலை பார்க்கும் சில திருமணமாகாத இளைஞர்கள் பப்-பார் (Pub-Bar) என சுற்றுகிறார்கள், அதிக போதை தரக் கூடிய மதுவகைகளை பரிமாறும் பப்-களில் எப்போதும் கூட்டம் நிரம்பி வழிகிறது.

பப்-களில் "லேடிஸ் நைட்" (Ladies Night) அன்று பெண்களுக்கு சிறப்பு சலுகைகள் உண்டு. வார நாட்களான செவ்வாய், புதன் கிழமைகளில் மட்டுமே நடத்தப்படும், லேடிஸ் நைட்டில் பெண்களுக்கு இலவச அனுமதியோடு அளவில்லா மதுபானம் முற்றிலும் இலவசமாக வழங்கப்படுகிறது. சில ஓட்டல்களில் மதுவுடன் இலவசமாக கூடுதல் உணவு வகைகளையும் வழங்குகிறார்கள். மொத்தத்தில் டில்லி, மும்பை, பெங்களூர், ஹைதராபாத் என்று எல்லா நகரங்களும் பிரபலமாகி வரும் லேடிஸ் நைட் - பப்புக்கு பெண்களை அதிக அளவில் வரவழைக்க கையாளப்படும் வியாபார தந்திரமாகும். பெண்கள் வருவதால் ஆண்கள் தானாகவே குவிந்து விடுகிறார்கள். நம் நாட்டில் மது அருந்துவதற்கு

சட்டப்பூர்வமாக வயது வரம்பு மாநிலத்திற்கு மாநிலம் வேறுபடுகிறது. டெல்லியில் 25 வயது நிரம்பியிருக்க வேண்டும். மது அருந்துவதற்கு கோவா, உத்திரப்பிரதேசம் மற்றும் கர்நாடகாவில் 18 வயது பூர்த்தியாகி இருக்க வேண்டும். பொதுவாக மற்ற மாநிலங்களில் 21 வயது நிரம்பியவர்கள் மது அருந்த அனுமதிக்கப்படுகிறார்கள். குஜராத்தில் மட்டும் லைசென்ஸ் இல்லாமல் மது அருந்த அனுமதியில்லை. போலீஸ் ரெய்டு போகிறார்கள். சிறார்களை வெளியேற்றுகிறார்கள்.

ஆந்திராவில் 10 மணிக்கு மேல் பப்களில் பெண்களை அனுமதிப்பதில்லை. குற்றங்கள் அதிகரிக்கிறது. நாளுக்கு நாள் நகரங்களில் பப்புகளின் எண்ணிக்கை அதிகரித்து வருகிறது. மேனாட்டு நாகரீக போர்வையில் இந்திய சமூகம் தள்ளாடத் துவங்கியுள்ளது. குடிப்பதும், போதையில் ஆடுவதும் பெண்களின் தனிப்பட்ட ஒழுக்கம் சீர்கெட்டு வருவதன் அறிகுறி. வெளிநாட்டு நிறுவனங்களும், ஐ.டி. அவுட்சோர்சிங் வேலைகளும், இன்றைக்கு இளம் பெண்களையும், இளைஞர்களையும் பல்வேறு விதமான தவறான வழியில் கொண்டு சேர்த்துக் கொண்டிருக்கின்றன. மதுக்கடைகளும், சிறைச்சாலைகளும் நிரம்பி வழிவது பல குடும்பங்களின் அடித்தளம் தகர்க்கப்படுவதன் அடையாளம். சேமிப்பை பாதிக்கிறது. செலவாளியாகவும், கடனாளியாகவும் மாற்றுகிறது குடிப்பழக்கம்.

பப் போகும் பெண்களின் குழந்தைகள் வாரிசுகள் எப்படி வளர்க்கப்படுகிறார்கள் எதிர்காலத்தில் எப்படி செயல்பாடுவார்கள் என்பது கேள்விக்குறி. எப்படி வேண்டுமானாலும் வாழலாம் என்பது வெளிநாட்டவர் பாணி, மண்ணில் இப்படித்தான் வாழ வேண்டும் என்பதே நமது பாணி. விவாகரத்துக்கள் இதனால் பெருகுகிறது. முதியவர்களை பராமரிப்பது பெரும் சவாலாக உள்ளது. மேலை நாட்டு பழக்க வழக்கங்களுக்கும், நமக்கும் என்றுமே ஒத்து வருவதில்லை. எதிர்ப்பதால் மட்டும் இவை போய் விடுவதில்லை.

சகோதரியை, மனைவியை, மகளை பப்புக்கு அனுப்ப நமக்கு மனம் ஒப்புமா? மற்றவர்கள் என்றால் மட்டும் பரவாயில்லையா? அதாவது, அசைவ உணவு விரும்புபவர்கள், ஆடு, கோழி, மீன் வெட்டப்படுவதை, கொல்லப்படுவதை, உயிருக்கு துடிப்பதை பொருட்படுத்துவதில்லை அதுபோலத்தான்.

சாலையை கடக்கும் முன் இருபக்கமும் வாகனங்கள் ஏதும் செல்கிறதா என்பதை கவனித்து உறுதி செய்த பின்னரே கடந்தால்தான் பாதுகாப்பு. அது போல இளரத்தம் பாயும் டீன் ஏஜ் பருவத்தினர், இளஞ்சிறார்கள் பருவ வயதில் வாழ்க்கைப் பாதையை கடக்கும் போது, எச்சரிக்கை மிகவும் தேவை. தீய பழக்கத்திற்கு இடம் கொடுத்து விட்டால் அதை விட்டு வாழ்நாள் முழுவதும் வெளி வர முடியாத நிலை ஏற்பட்டு விடும்.

வாழ்வில் அடிக்க வேண்டிய பந்தை அடிக்காமலும், அடிக்கக் கூடாத பந்துகளை அடித்தும் கிளீன் போல்டு ஆனவர்கள் ஏராளம். என் பணம், என் வாழ்க்கை-தடுப்பதற்கு நீங்கள் யார்? எனக்கேட்கலாம். சாத்வீக முறையில் எச்சரிக்க வேண்டிய சமுகக்கடமை உள்ளது. வரலாற்றில் கேளிக்கைகளில் அளவுக்கு அதிகமாக ஈடுபட்டதால் சரிந்து போன சாம்ராஜ்யங்கள் ஏராளம். பட்டங்கள் உயர பறக்க நூலின் கட்டுப்பாடு தேவை.

63
"இதயத்தைப் பிழிய வைக்கும் இன்னல்களும் -இந்தியப் பெண்களும்"

சட்டப்படி உரிமைகள் ஆணுக்கும், பெண்ணுக்கும் பொதுவானது. சமமானது. பெண்களுக்கு சம உரிமையில்லை என ஒதுக்கி வைத்து கொடுமைப் படுத்துவது மிகவும் பாரபட்சமானது ஆகும். இந்திய அரசியலமைப்பு பகுதி 3-ல் கூறப்படும் அடிப்படை உரிமைகள் பெண்களுக்கும் சேர்த்துதான் சொல்லப்பட்டுள்ளது. சமீபத்தில் காதலை ஏற்க மறுத்த திருக்கடையூர் இளம் பெண் மீது ஆசிட் வீசப்பட்டதும், மூன்று மாத சிகிச்சை பலனின்றி இறந்து போன செய்தியும் நெஞ்சை பதற வைக்கின்றது. குழந்தைகள் பலூனில் காற்று ஊதும் போது பலூன் நெகிழ்வுத்தன்மையுடன் மென்மையாக விரிவடைகிறது. அளவுக்கு அதிகமாக காற்று ஊதப்பட்டால் பலூன் வெடித்து சிதறுகிறது. பலூன்களை போலவே பல பெண்களின் வாழ்க்கை அவ்வப்போது அழுத்தம் தாள முடியாமல் வெடித்து சிதறிக் கொண்டுதான் இருக்கின்றது என்பது பரிதாபகரமானது. நம் நாட்டில் சித்திரவதைக்குள்ளாகி சாகும் பெண்களை வெகு காலமாக யாரும் கண்டு கொள்ளாத நிலையில் சற்று மாற்றம் ஏற்பட்டுள்ளது ஆறுதலாக உள்ளது. கைக்குழந்தையுடன் கட்டிய மனைவியை கைகழுவுபவர்கள் இந்தியாவில் ஏராளமாக உள்ளனர். கருவில் இருப்பது பெண் சிசு எனில் சிதைக்கப்படும் நிகழ்வுகள் முற்றிலுமாக குறையவில்லை. மீறி பிறந்தால் கள்ளிப்பால் காத்திருக்கின்றது. நமது நாட்டில் ஒவ்வொரு நாளும் கணக்கிலடங்காத பெண்கள் பாலியல் வன்முறைக்கு ஆளாகிறார்கள். உத்திரப்பிரதேசம், பீஹார் போன்ற மாநிலங்களில் தாழ்த்தப்பட்ட இனத்தைச் சேர்ந்த பெண்கள் பாலியல் வன்முறைக்கு

பலியாகின்றார்கள். அமெரிக்காவில் வசிக்கும் இந்திய உயர்தட்டு குடும்ப பெண்களும் இதற்கு விதிவிலக்கல்ல. வெளிப்படுத்த இயலாத சித்திரவதைக்கும், கொடுமைக்கும் ஆளாகும் செய்திகளை ஊடகங்களில் பார்க்கின்றோம்.

இரண்டாவது பிரசவத்திலும் பெண் குழந்தைப் பிறந்தால், சில இனத்தைச் சேர்ந்தவர்கள் 10 தினங்களுக்குள் கொன்று விடுகின்றனர். சிசு மரணங்களுக்கு உரிய காரணங்கள் சொல்லப்படுவதில்லை. இதனால், இந்தியாவில் ஆண், பெண் விகிதம் சமமாக இல்லை. ஆயிரம் ஆண்களுக்கு 940 பெண்களே உள்ளதாக புள்ளிவிவரம் தெரிவிக்கின்றது. ஆண் பெண் விகிதம் மிக அதிகமாகவுள்ள மாநிலம் கேரளம் மட்டுமே. இங்கே 1000 ஆண்களுக்கு 1084 பெண்கள் உள்ளனர். அதே போல ஆண், பெண் விகிதம் மிகக் குறைவாக உள்ள மாநிலம் ஹரியானா (926:1000) ஆகும்.

வ.எண்.	மாநிலம் / மத்திய ஆட்சிப் பகுதி	ஆண்-பெண் விகிதம் 1000 ஆண்களுக்கு
1.	தில்லி	933
2.	தாத்ரா நாகர் ஹவேலி	812
3.	டாமன் மற்றும் டையு	618
4.	சண்டிகர்	838
5.	இலட்சத்தீவு	946
6.	அந்தமான் மற்றும் நிகோபர்	878
7.	ஜம்மு-காஷ்மீர்	883
8.	ராஜஸ்தான்	926
9.	பீகார்	916
10.	மகாராஷ்டிரம்	925
11.	பஞ்சாப்	893
12.	சிக்கிம்	889
13.	குஜராத்	918
14.	உத்திரப்பிரதேசம்	908

பெண் குழந்தைகள் இறப்பு விகிதத்தை குறைத்தல் மிக மிக அவசியம். போதுமான சீர், செனத்தி கொடுக்கவில்லை என பெண்களை எரித்துக் கொள்ளும் அவலங்கள் குறையவில்லை. பொதுவாக பெண் குழந்தை

இறப்பு விகிதம் அதிகமாக உள்ளது. திருமணமான 10 பெண்களில் 3 பேர் கணவனால் சித்திரவதைக்கு ஆளாகிறார்கள். இதை வெளியே சொல்லப் பயப்படுகிறார்கள். தயங்குகிறார்கள். சிறையில் கைதியாக உள்ளப் பெண்களில் பெரும்பாலோர் பாலியல் கொடுமைக்கு ஆளாகிறார்கள். எரியும் சிகரெட்டால் உடல் உறுப்புகளில் சூடு வைக்கப்பட்ட பெண்களின் சோகக்கதையை அறிந்து சிகிச்சை தரும் பெண் மருத்துவர்களே பதறுகிறார்கள். பெண்களின் உள்ளுறுப்பை அறுவை சிகிச்சைக்குள்ளாக்கி பெண்களுக்கு பாலியல் உணர்வற்றுப் போக செய்யும் செயல் ஆப்பிரிக்கக் கண்டத்தில் நடைமுறையில் உள்ளது. இது எவ்வளவு கொடூரமான செயல். மிருகங்களைவிட இழிவாக நடத்தப்படுவதற்கு இவை சில உதாரணங்கள்.

சர்வதேச பெண்கள் ஆண்டு தொடர்ச்சியாக 25 ஆண்டு கால கட்டத்திற்கு அறிவித்து உலகம் முழுவதும் கடைப்பிடிக்க வேண்டும். மேலும் அடிப்படை உரிமைகளை பெண்கள் பெறவும், உயரவும் வழிவகை செய்யப்பட வேண்டும். மகளிரின் முன்னேற்றமே தேசத்தின் வளர்ச்சி என்பதை உணர வேண்டும். பீஹார் மற்றும் உத்திரப்பிரதேசத்தில் தாழ்த்தப்பட்ட இனத்தைச் சேர்ந்த பெண்கள் ஆயிரக்கணக்கில் ஆண்டுதோறும் கற்பழிக்கப் படுகின்றனர் என்ற புள்ளி விவரம் அதிர வைக்கின்றது. வளர்ச்சி அடைந்த நாடு, வளர்ந்து வரும் நாடு, ஏழை நாடு என எந்த பேதமும் இல்லாமல் எல்லா நாடுகளிலும் பெண்கள் கொடுமைக்குள்ளாக்கப்படுகிறார்கள். பெண்களை அடித்தல், சித்திரவதை செய்தல், கட்டாய உடலுறவு கொள்ளுதல், மானபங்கம் செய்தல், பெண்களை கடத்துதல், விபச்சாரத்திற்காக பெண்களை விற்றல் -என எத்தனையோ கொடுமைகள் பெண்களுக்கு காலங்காலமாக இழைக்கப்படுகின்றன.

பெண்களுக்கு தங்கள் பெற்றோரின் பெயரில் உள்ள சொத்துக்களின் மீது சட்டப்படி முழு உரிமை உண்டு. திருமணம் நல்ல அமைதியான வாழ்க்கையைத் தரத் தவறினால் கணவன் ஆண்மையற்றவனாக, பைத்தியமாக, கொலைகாரனாக இருந்தால் இவற்றைக் காரணம் காட்டி பெண் விவகாரத்துக் கோரலாம் என சட்டம் சொல்கிறது. விதவை/விவாகரத்தான பெண் மறுமணம் செய்து கொள்ள சட்டம் அனுமதிக்கின்றது. ஆண்கள் இவ்வுரிமையைக் காலங்காலமாக அனுபவித்து வருகின்றனர் என்பது குறிப்பி த்தக்கது.

பெண்கள் நாட்டின் கண்களாகவும், மனித இனமாகவும் கருதப்பட வேண்டும். அரிசியிலிருந்து கல்லை பிரித்து எடுக்கின்றோம். தேநீரை வடிகட்டி டித்தூளை பிரித்தெடுக்கின்றோம். கோதுமை மாவை சலித்து திப்பி, தூசு, தும்பட்டை பிரித்து எடுக்கின்றோம். அது போல பெண்கள் வாழ்வில் பிண்ணிப் பிணைந்துள்ள துன்பங்களை, துயரங்களை பிரித்து எடுக்க, சலித்தெடுக்க உருவாக்கப்பட்ட சட்டங்கள் வெறும் சல்லடைகள் மட்டுமே ஆகும். கல்வியறிவும் விழிப்புணர்வும்தான் சட்டங்களுக்கு உயிர் கொடுக்க முடியும். நடைமுறை படுத்த முடியும். பெண்களை துன்பங்களிலிருந்து பிரித்தெடுக்க முடியும்.

ஆண்களுக்கு சமமாக எல்லா கல்விகளும் பெண்களுக்கும் வழங்கப்பட வேண்டும். கடந்த நூற்றாண்டுடன் ஒப்பிடும்போது, பெண்களின் நிலை மேம்பட்டு வருவது ஆறுதலாக உள்ளது. ஒரு வீட்டின்/நாட்டின் பொருளாதார நிலை உயரவும், பெண்கள் மற்றவர்களுக்கு சுமையாக இருப்பது தவிர்க்கப்படவும் உரிய வேலைவாய்ப்பு மற்றும் பயிற்சி அளிக்கப்பட வேண்டும். கால் சென்டர், மருத்துவமனை போன்ற இரவு நேரப்பணிகளில் ஈடுபடும் பெண்களுக்கு பாதுகாப்பு குறைவாகவே உள்ளது. விபச்சாரத்தில் கட்டாயமாக ஈடுபடுத்துதலை தவிர்க்க திவிரமாக கண்காணிக்கப்பட வேண்டும். போர் மற்றும் கலவரங்களில் பெண்கள் அதிக துன்புறுத்தலுக்கு ஆளாகின்றனர். நம் மண்ணில் சதி, பால்ய விவாகம், பெண் சிசுவதை பலதாரமணம் -ஆகிய கொடிய பழக்கங்களுக்கு எதிராக சட்டங்கள் இயற்றப்பட்டுள்ளது. நாடு விடுதலை அடைந்த பிறகும், நம் நாட்டில் கட்டாயத் திருமணங்கள், வரதட்சணைக் கொடுமைகள், விதவை மறுமணத்திற்கு எதிர்ப்பு, கலப்புத் திருமணத்திற்கு எதிர்ப்பு, கற்பழிப்பு, பெண் அடிமை முறை, கட்டாயக் கருக்கலைப்பு-சம்பவங்கள் ஆங்காங்கு நடைபெற்றுக் கொண்டுத்தான் இருக்கின்றன. இந்தியா சுதந்திரம் அடைந்த போதிலும் இந்தியாப் பெண்கள் இன்னும் முழு சுதந்திரம் அடைய வில்லை. விவரிக்க இயலாத அளவுக்கு பல கொடுமைகளுக்கு ஆளாகி வருகின்றனர்.

பெண் என்றாலே செலவு அதிகம். பெண் குழந்தையை பெற்றெடுத்தால் குடும்பத்தினரே வெறுக்கும் சூழ்நிலையைக் காண்கிறோம். பெண்ணுக்கு பெண்ணே எதிரியாக இருப்பது துரதிர்ஷ்டமே. பெண் சிசுக் கொலை பற்றிய விவரம் தெரிந்தால்

தயங்காமல் உடன் காவல் துறையில் தெரிவிக்க பொதுமக்கள் ஊக்குவிக்கப்பட வேண்டும். மணிப்பூர், அஸ்ஸாம் போன்ற பகுதிகளில் அதிகப்படியாக பலதார முறை தாழ்த்தப்பட்ட இனத்தவரிடையேயும், மலைவாழ் மக்களிடையேயும், இன்றளவும் காணப்படுகிறது. கல்வியறிவும், சட்ட விழிப்புணர்ச்சியும் பரவலாக்கப்பட வேண்டும். மாமியார் கொடுமைகள், நாத்தனார் கொடுமைகள், கணவரின் புறக்கணிப்பு, உயிருக்கு உத்தரவாதமின்மை, உயிரோடு எரிக்கப்படுதல், பிறந்த வீட்டிற்கு விரட்டியடித்தல், விவாகரத்து, வாழாவெட்டியாக மாறும் நிலை இதுபோன்று எண்ணற்ற அவல நிலைக்கு வரதட்சனை முறையும் ஒரு காரணமாக உள்ளது.

கணவனை இழந்தால்-விதவை/கைம்பெண் என்கிறார்கள். மனைவியை இழந்த ஆண்களை என்னவென்று சொல்கிறார்கள்? கணவனை இழந்த பெண்களுக்கு சமூகத்தில் அங்கீகாரமின்மை, தரக்குறைவாக மதித்தல், ஒதுக்கி வைத்தல், கேவலப்படுத்துதல், முக்கியப் பொது நிகழ்ச்சிகளில் பங்கு கொள்ள இயலாமை. தன்னைச் சார்ந்தவர்களாலேயே புறந்தள்ளப்படுதல் போன்ற பெண்களுக்கு இழைக்கப்படும் வலிகள், வேதனைகளை சமூகம் உணர மறுக்கின்றது. பெண்ணின் உடல்சந்தைப்பொருளாக்கப்படுகிறது.பெண்களை ஏமாற்றி பலவந்தமாகப் பாலியல் தொழிலில் ஈடுபடுத்தப்படுவது கொடுரமானது. ஏழ்மையும், வறுமையும் பெண்களை குற்றவாளிகளாக்கி விடுகிறது. சில இடங்களில் சிறைச்சாலைகளில் பெண் கைதிகள் பல்வேறு கொடுமைகளுக்கும், சித்திரவதைக்கும், பாலியல் பலாத்காரத்துக்கும் ஆளாகின்றார்கள். சிறைச்சாலைகளில் ஆரோக்கியமான சூழல் உருவாக வேண்டும்.

பாலியல் வன்முறை நாளுக்கு நாள் அதிகரித்து வருகின்றன. ஆசியாவின் பெரும்பகுதிகளில் குழந்தை விபச்சாரம் மற்றும் வன்முறை பெருகி வருகின்றன. கிராமப்புறங்களில் பெரும்பாலான கணவன்மார்கள் தன் வருமானத்தை குடிக்கு செலவிட்டுவிட்டு, மனைவியை அழித்து துன்புறுத்தல், பிறந்த வீட்டிலிருந்து பொருள் கொண்டுவருமாறு கட்டாயப்படுத்துதல் போன்றவை பெண்களுக்கு இழைக்கப்படும் அநீதிகளாகும்.

ஆண்டுதோறும் சுமார் லட்சக்கணக்கான பெண்கள் ஆதரவற்றவர்களாகின்றனர். ஆதரவற்ற பெண்களின் எண்ணிக்கை -ஏழ்மை, வேலைவாய்ப்பின்மை, குடும்பச் சிக்கல்கள், குடும்பச் சிதைவு, கணவனால் கைவிடப்படல் போன்ற காரணங்களால் நாள்தோறும் அதிகரித்து வருகிறது. மனைவியை இழந்த ஆணை மணக்க பெண்கள் முன்வருகிறார்கள். ஆனால் கணவனை இழந்த பெண்ணை மணக்க எத்தனை ஆணகள் முன் வருகிறார்கள்? சில எத்தர்களின் ஆசை வார்த்தைகளில் தங்களை பலிகொடுத்து, பின் தனித்து வாழும் நிலைக்கு தள்ளப்பட்ட பெண்கள் ஏராளம். மாடலிங், நடிப்பு, அழகிப்போட்டி என்ற பெயரில் பணத்திற்காக பெண்கள் தங்களின் அந்தரங்க அழகினை வெளிப்படுத்துவது ஏற்புடையதல்ல. சம்பந்தப்பட்ட பெண்கள் தாங்களாகவே தங்களுக்கு தடை விதித்துக் கொள்ள வேண்டும்.

பெண்களுக்கு அரசியலில் அதிக முக்கியத்துவம் தரப்படவில்லை. வளர்இளம் பெண்கள் தங்கள் படிப்பை பாதியில் விட்டுவிட்டு திருமணத்திற்கு தயார் படுத்தப்படுகின்றனர். பெண்களுக்கு 33மூ இட ஒதுக்கீடு மசோதா நிறைவேற்றப்படாமல் பல ஆண்டுகளாக மசோதாவாகவே நிலுவையில் உள்ளது. சமுக தடைகள் நீக்கப்பட வேண்டும். இந்தியாவில் மகாராஷ்டிரா (மகர்கள்) மத்தியப்பிரதேசம் (பாழியர்கள்) கேரளா (பனியர்கள், புளையர்கள், பெட்டூனியர்கள்) வடக்கு மற்றும் கிழக்கிந்தியாவில் (சாந்தலர்கள்,பாங்கிகள்) என பல பெயர்களில் தலித்துகள் இன்றளவும் காணப்படுகின்றனர். தலித் பெண்களின் நிலை கவலைப்படக் கூடிய பரிதாபத்திற்குரிய ஒன்றாகும். இவர்களில் பலர் இன்னமும் கடைநிலை வேலைகளே செய்கின்றனர். மனிதக் கழிவுகளைக் அகற்றும் நிலையிலுள்ள பெண்களின் நிலை மிகவும் பரிதாபகரமானது. இன்றளவும் சில இடங்களில் இத்தொழில் நீடிக்கின்றது.

பெண்களின் பிரச்சினைகள் தீர, அறியாமை அகல, கல்விதான் ஒரே வழி. அறிவுக்கண் திறக்கப்பட வேண்டும். சட்ட விழிப்புணர்வு பெற வேண்டும். சமத்துவம் மலர வேண்டும். ஆண்-பெண் பாகுபாடு ஒழிய வேண்டும். மனைவியை, தோழியாக, ஆசானாக, கருத வேண்டும். மனித நாகரீகம் வளர சமுகத்திற்கு ஆதாரமாகிறாள்- பெண். மகளிர் மட்டுமே செய்ய வேண்டும் என்று வீட்டு வேலைகள் எதுவும் இல்லை.

வீட்டில் செய்யும் பணியில் பெண்களுக்கு ஆண்கள் துணை புரிய முன்வர வேண்டும். மகளிர் தினம் கொண்டாடினால் மட்டும் போதாது. அவர்களது உணர்வுகள் மதிக்கப்பட வேண்டும்.

மகளிர் தினம் கொண்டாடுவதுடன் விட்டுவிடாமல் மகளிர் முன்னேற்றத்திற்கு தடையாக உள்ள முட்டுக்கட்டைகள் அகல முயற்சிக்க வேண்டும். துன்பமயமான வாழ்வு இன்பமயமானதாக மாற்றி அமைக்கப்பட வேண்டும்.

64

பெண்களின் பிரச்னைகள்

மராட்டிய பேரரசைத் தோற்றுவித்த வீரசிவாஜியை உருவாக்கியது அவரது தாய் ஜீஜாபாய். இந்திய மண்ணை, இந்துக்களின் சொந்த பூமியின் வீர வரலாற்றை சொல்லி, சொல்லி வளர்த்தார். மேல்படிப்புக்கு லண்டன் புறப்பட்ட மகனிடம், மது, மாது, மாமிசத்தை தொடக்கூடாது என்ற உறுதியை மோகன்தாஸ் காந்தியிடம் அவரது தாய் புட்லிபாய் வாங்கினார். நேரு, நேதாஜி, லால் பகதூர் சாஸ்திரி, திலகர், அசோகர், அப்துல்கலாம், விவேகானந்தர் வல்லபபாய் படேல் ராமனுஜன், வ.உ.சிதம்பரம் பிள்ளை போன்ற பல நல்ல தலைவர்களின் வரலாற்றை, குடும்ப பராம்பரியத்தை, நாட்டுப்பற்றை, நற்பண்புகளை தன் பிள்ளைகளுக்கு ஊட்டி வளர்க்க தவறி விடுகிறோம். நம் பெண் குழந்தைகளுக்கு ராணி மங்கம்மாள், வீரபெண்மணி ஜான்சிராணி, இந்தூர் அரசி அகல்யா பாய், அன்னை தெரசா, அன்னை இந்திரா, கிரண் பேடி, போன்றவர்களின் வரலாற்றை சொல்லி வளர்க்க தவறி விடுகிறோம் அதன் விளைவு.

டில்லியில், தியேட்டரில் படம் பார்த்துவிட்டு, தன் காதலனுடன் வீடு திரும்பிக் கொண்டிருந்த 23 வயது பிசியோதெரபி மாணவியை ஓடும் பஸ்ஸில் வைத்து ஒரு கும்பல் கற்பழித்தது. காதலனையும் அடித்து உதைத்தது. பின் இருவரும் பஸ்ஸில் இருந்து கீழே தூக்கி வீசப்பட்டனர். அந்தப் பெண் ஆபத்தான நிலையில் மருத்துவமனையில் சிகிச்சை பெற்றும் பலனின்றி இறந்தார்.. இது மட்டுமா? நம் நாட்டில் பெண்களுக்கு இழைக்கப்படும் கொடுமைகள்.

1. இனப்பாகுபாடு (Gender Bias/ Discrimination)

2. பெண்கேலி (Eve Teasing)

3. பால்முறைகேடு (Sexual abuse)

4. கற்பழிப்பு (Rape)

5. விபச்சாரத்தில் ஈடுபடுத்தல் (Forcing into prostitution)

6. வரதட்சனைக் கொடுமை (Dowry harassment)

7. சம்மதமில்லாத திருமணம் (Involuntary Marriage)

8. வலுக்கட்டாயத் திருமணம் (Forced Marriage)

9. குழந்தைத் திருமணம் (Female Child Marriage)

10. குழந்தைத் தொழில் (Female Child Labour)

11. தனிமை வாழ்க்கையில் பிரச்னைகள் (Single Women Problems)

12. ஆதரவற்ற நிலை (Destitute Women Problems)

13. விவாகரத்தின் விளைவுகள் (Women Forcibly Divorced)

14. வேலையில்லாக் கொடுமை (Unemployed Women's Problems)

15. விதவைகளின் வேதனைகள் (Widow's Sufferings)

16. எழுத்தறியாமை (Women illitetacy)

17. கருத்தறிக்க முடியாத பிரச்னைகள் (Problems of infertile Women)

18. கணவனால் எய்ட்ஸ் பெறுதல் (Aids from husband)

19. கல்வி மறுத்தலின் கவலைகள் (Denial of Education to Women)

20. உடல் நலமின்மை/சுகவீனம் (Women's ill health)

21. பணியாற்றும் சுழ்நிலை (Women's working conditions)

22. அனாதையாக்கப்படுதலின் அவலம் (Destitute Women)

23. தொழில் ஆபத்துகள் (Occupational Hazards)

24. ஏற்றத்தாழ்வு (Women's Inequality)

25. சிசுக்கொலை (Female baby infanticide)

26. முதுமைப் பிரச்னைகள் (Problems old Age)

27. பெண் சிசுக் கருக்கலைப்பு (Female baby Foeticide)

28. அரசில் குறைவான பிரதிநிதித்துவம் (Inequal Representation in Gov.t)

29. உடன்கட்டை ஏறுதல் (Sati)

30. ஆபாசமாக விளம்பரப் படுத்துதல் (Vulgar Display in Advertisement)

31. கேட்பாரற்று கிடக்கும் கீழ்மை (Left Uncared For)

32. இழிவுபடுத்தும் அழகுப் போட்டிகள் (Degrading Beauty Contests)

33. வாழ்வுரிமை மீறல் (Women's Rights Violation)

34. சொத்துரிமை மறுப்பு (Denial of Women's right to Property)

35. பெண் கொத்தடிமைகள் (Bonded Labour)

36. உடல் ஊனமுற்ற பெண்களின் பிரச்னைகள் (Handicapped Women)

37. மனநோயுள்ள பெண்களின் பிரச்னைகள் (Mental Retardation Problems)

- எனபட்டியல் நீண்டு கொண்டே போகிறது.

பஸ்ஸில், ரயிலில் பொது மக்களுக்கு பாதுகாப்பு இல்லை. பெண்களுக்கு எதிரான குற்றங்கள் அதிகரித்து வருகிறது. 108 ஆம்புலன்ஸ் போல, பெண்களைப் பாதுகாக்க (Help line) பரவாலக்கப்பட வேண்டும். பாலியல் வன்முறைக்கான காரணங்கள் கண்டறியப்பட்டு தடுக்கப்பட வேண்டும். நம்மிடம் நிறையவே சட்டங்கள் உள்ளன. துரதிர்ஷ்டவசமாக நடைமுறையில் சக்தியற்றவையாக வெறும்

காகித சட்டங்களாகவே பல உள்ளன. பாலியல் வன்முறையால் பாதிக்கப்படுபவருக்கு வாழ்நாள் முழுவதும் மறக்கமுடியாத ரணம் அவர்கள் மனதில் ஆழமாக பதிந்துவிடும். நாகரீகமற்ற, காட்டுமிராண்டித்தனமான தாக்குதல்கள் பயமின்றி, காலகாலமாய் தொடர்ச்சியாக நடைபெற்று வருகிறது. குற்றவாளிகளுக்கு கடுமையான தண்டனை தரப்படுவதால் மட்டும் பாதிக்கப்பட்ட பெண்களுக்கு இழப்பை ஈடுகட்டிவிடப்போவதில்லை. ஆனால் பாலியல் வன்முறையில் ஈடுபடுவர்கள் சட்டத்தின் பிடியிலிருந்து தப்பிக்க முடியாது என்ற அச்சம் ஏற்படும். பாலியல் வன்முறையால் பாதிக்கப்படும் பெண்ணுக்கு வாழ்வில் நம்பிக்கை நொறுங்கி போவது மட்டுமல்ல, மனம் உடைந்து சுக்கு நூறாக உடைந்து விடுகிறது.

பாலியல் வன்முறையால் பாதிக்கப்பட்ட பெண்ணின் பொறுக்க முடியாத கடுந்துயரத்திலிருந்து, வேதனையிலிருந்து மீண்டுவர உதவ வேண்டியது ஆறுதலாக நடந்து கொள்ள வேண்டியது அவசியம்.

ஒரு பாலியல் வன்முறை சம்பவம் வெளிச்சத்திற்கு வந்தால், காவல் துறையில் பதிவு செய்யப்பட்டால், நூற்றுக்கணக்கான பாலியல் வன்முறை சம்பவங்கள் வெளியே தெரியாமல் புதைக்கப்பட்டிருக்கும். டெல்லியில் மட்டும்- 2012-ல் இதுவரை 656 வழக்குகள் பதிவாகியுள்ளன. (பதிவாகாததை கற்பனையால் பல மடங்கு பெருக்கிக் கொள்ளலாம்) பதிவு செய்யப்படும் வழக்குகளில் 70 சதவீத குற்றவாளிகள் தண்டிக்கப்படுவதில்லை. வழக்கு விசாரணை விரைவு படுத்தப்படுவதில்லை. நீண்ட காலம் நடைபெறும் வழக்கு விசாரணை குற்றவாளிக்கு சாதகமாக, சட்டத்தின் ஓட்டைகளிலிருந்து, தப்பித்து கொள்ள வாய்ப்பாக அமைந்து விடும் அபாயம் உள்ளது.

சட்டத்துறை, காவல்துறை, நீதித்துறை மற்றும் பொதுமக்களைப் பற்றி அச்சமில்லாத, ஒழுக்கமற்ற, நீதி நெறியற்ற கும்பல் நாள்தோறும் அதிகரித்து வருகிறது. பாதிக்கப்படுபவரை காப்பாற்ற யாரும் துணிந்தால், தாக்கப்படுவது மட்டுமல்ல. உயிரிழப்பு ஏற்படுத்தவும் குற்றவாளிகள் யாரும் தயங்குவதில்லை என்பது இன்னொரு அவமானம். இது இந்திய அரசுக்கே விடப்படும் சவால். தீய வழியில் சேர்க்கப்பட்ட பணபலம் சிலரிடம் உள்ளது. எல்லாவற்றையும் வளைத்து விடலாம் என உறுதியாக குற்றவாளிகள் எண்ணுகிறார்கள்.

தற்போதைய திரைப்படங்களில் அரை டவுசரில் பெண்களை ஆடவிடுவது, பெண்களை கேவலப்படுத்தும் செயல் பாலின உணர்வை தூண்டுகிறது. கைகுட்டை அளவு துணியில் உடையணிந்து பாடல்காட்சிகளில் காட்டப்படுவது பெண்களை இழிவுபடுத்துவது மட்டுமல்லை. பெண்களை எப்படி வேண்டுமானாலும், இழிவு செய்யலாம் என எண்ணத்தை விதைக்கின்றது. தேவையற்ற 5 நிமிடம் சண்டைக் காட்சிகள் வன்முறையைத் தூண்டுகிறது. யாரோ ஒருவர் அல்ல. நம் வீட்டில், நாம் நேசிக்கும் ஒருவருக்கும் பாலியல் வன்முறைக்கு பலியாகும் சந்தர்ப்பங்களுக்கு இடங்கொடுக்காமல், எச்சரிக்கையாக இருக்க வேண்டும். இரவில் பாதுகாப்பற்ற பயணத்தை தவிர்க்க வேண்டும்.

பாலியல் வன்முறைகள் தொடர்கதையாகி விடக் கூடாது. முற்றுப்புள்ளி வைக்கப்பட வேண்டும். தடயங்கள் பற்றி ஆய்வு முறைகள் நவீனப்படுத்தப்பட வேண்டும். காவல் துறையினருக்கு பயிற்சி தர வேண்டும். பெண்கள் மிளகு அல்லது மிளகாய் பவுடர் கைவசம் வைத்துக் கொள்ள வேண்டும். பெண்களுக்கு தற்காப்பு கலை கற்றுத் தரப்பட வேண்டும். ஒவ்வொரு நாளும் எண்ணிலடங்காத இந்தியப் பெண்கள் தொடர்ச்சியான வன்முறைகளை சந்திக்கின்றார்கள். ஒரு பெண் தன் வாழ்நாள் முழுவதும் பாலியல் தாக்குதலுக்கு உள்ளாகி விடுவோமோ, என்ற அச்சத்திலேயே வாழ வேண்டியுள்ளது.

ஆண், பெண் குழந்தைகள் சமமாக நடத்தப்படுகிறார்களா? ஆண், பெண் பிறப்பு விகிதம் சமமாக உள்ளதா? இல்லையே. பெண் குழந்தைகள் கருக்கலைப்புக்கு ஆளாகிறார்கள். பெண் குழந்தைகளுக்கு போதுமான ஊட்டச்சத்து உணவு தரப்படாததால், இந்திய பெண்கள் இரத்த சோகையால் 80 சதவீதம் பேர் பாதிக்கப்படுகின்றனர்.

பல குடும்பங்களில் ஆங்கிலவழியில் கல்வி கற்க தனியார் பள்ளிக்கு மகன் அனுப்பப்படும் போது, தமிழ்வழியில் கல்வி கற்க அரசுப்பள்ளிக்கு மகள் அனுப்பப்படுகிறாள். ஆண் குழந்தையின் பிறப்பையும், பிறந்த நாளையும் பெருமிதத்துடன் கொண்டாடுபவர்கள். பெண் குழந்தை பிறப்பையோ, வரதட்சனை காரணமாக பெருஞ் செலவீனமாக கருதுகிறார்கள். மகன் பொறியியல் கல்லூரிக்கு அனுப்பப்படும்போது, பெரும்பாலான குடும்பங்களில் மகள் அரசினர் கலை கல்லூரிக்கு

அனுப்பப்படுகிறாள். ஈவ்டீசிங், வரதட்சணை, குடும்ப வன்முறை, விபச்சாரத்திற்கு கடத்துதல், நடந்து கொண்டுதான் இருக்கிறது. நல்ல வேளை, உடன்கட்டை ஏறுதல் தடுக்கப்பட்டு விட்டது.

காட்டில் வேட்டையாடும் புலியிடம் வசமாக சிக்கி கொள்வது பெரும்பாலும் ஓட முடியாத வயதான மான்களும், குட்டி மான்களுமே. ஓட முடிந்த மான்கள் தப்பித்துக் கொள்கின்றன. அதுபோலவே, எச்சரிக்கையாக இருக்கும் பெண்கள் கயவர்களிடமிருந்து தப்பித்துக் கொள்கிறார்கள். கட்டுப்படுத்த முடியாத உணர்வால் உந்தப்பட்டு பொது இடங்களில் பேருந்துகளில், நேரம் தவறிய வேலைகளில் அத்து மீறி நடந்து கொள்ளும் திருமணமாகாத காதலர்களை பிடித்து, விசாரித்து பெற்றோருக்கு தகவல் தர வேண்டும். பொது இடங்களில் காதல் ஜோடிகள் பைக்கில் பறக்கின்றன. எதைப்பற்றியும் கவலைப்படாமல் நகரங்களில் முகத்தை முக்காடு போட்டு மூடிக்கொண்டு, இறுக தழுவிக் கொண்டு செல்வது முகம் சுளிக்க வைக்கிறது.

சிசிடிவி மற்றும் அலாரம் பொருத்தப்பட்ட வங்கிகள் பல நேரங்களில் கொள்ளையரிடமிருந்து தப்பித்துள்ளன. இந்த விசயம் நமக்கு தரும் பாடம். சட்டம், காவல் துறையை விட, நம் பொருளை பாதுகாக்க நாம் மேற்கொள்ளும் முன்னெச்சரிக்கை நடவடிக்கை முக்கியமானது. பயிருக்கு வேலி போடாமல் ஆடு மேய்ந்து விட்டது என அரசை குறை சொல்லலாமா? அதுபோலவே ஒரு பெண் தன் கற்பை காத்துக் கொள்ள வேண்டும் என்பதில் உறுதியாக இருந்தால், முன்னெச்சரிக்கையாக செயல்பட்டால், சட்டங்கள், காவலர்கள் தர முடியாத பாதுகாப்பை பெற முடியும். டில்லியில் மட்டுமல்ல, இந்தியாவில் எல்லா இடங்களிலும் பாலியல் வன்முறை சம்பவங்கள் நடந்துகொண்டேதான் இருக்கின்றன. நூல் இடம் கொடுத்தால் தான் ஊசி நுழைய முடியும் என்பார்கள். நேரம் கெட்ட வேளையில் ஆண் நண்பர்களுடன், பொது இடங்களில், பேருந்துகளில் கட்டுப்பாடின்றி சுற்றுபவர்கள் சமூக விரோதிகளிடம் சிக்கிக் கொள்கிறார்கள். நம் பண்பாடு, கலாச்சாரம் ஆண் நண்பர்களுடன் "பப்" -க்கு செல்வதல்ல. குற்றவாளிகளுக்கு கடுமையான தண்டனை-தூக்கு தண்டனை தரப்பட வேண்டும் என உரத்த குரல் ஒலிக்கின்றது. ஆனால், நடைமுறையில்

பாலியல் வன்முறை சம்பவங்கள் பல மூடி மறைக்கப்படுகின்றன. பதிவு செய்யப்பட்ட வழக்குகளில் குற்றம் நிரூபிக்க முடியாத சூழலில் பெரும்பாலும் சட்டத்தின் ஓட்டைகளிலிருந்து தப்பி விடுகின்றனர். கடந்த ஆண்டு வன்முறையால் பாதிக்கப்பட்ட நபரே வழக்கை வாபஸ் பெற்ற சம்பவங்கள் மட்டும் நம் நாட்டில் 166 ஆகும்.

பொறுப்பு, கடமை முழுக்க முழுக்க அரசுக்கு மட்டுமல்ல. பெற்றோர்களுக்கும் உள்ளது. நம் பெண்களை செல்லமாக சீராட்டி வளர்க்கின்றோம். கட்டுபாடுகள் விதிக்க தவறி விடுகிறோம். நமது பண்பாடு, கலாச்சாரம், நீதிநெறி, ஒழுக்கம் பற்றி கட்டுப்பாடு விதிக்கப்படாமல் வளர்க்கப்படுகிறார்கள். ஆண் பிள்ளைகளுக்கும் நல்ல பண்புகளை பெற்றோர் கற்றுத் தர வேண்டும்.

ஆண்-பெண் பாலின விகிதம் 2011 -மக்கள் தொகை கணக்கெடுப்புப்படி 1000 ஆண்களுக்கு 940 ஆக உள்ளது. இது ஹரியானாவில் 877 ஆகும். கருக்கலைப்புகள் நடைபெறுகிறது என்பதற்கு இதுவே உதாரணம். கேரளாவில் மட்டும் 2011-ல் பாலின விகிதம் 1084 ஆக உள்ளது எப்படி?

நம் சமுதாயத்தில் பாலியல் வன்முறைகள் அன்னியர்களால், தெரியாதவர்களால் நடைபெறுவதில்லை. 90 சதவிகிதம் பாதிக்கப்பட்டவருக்கு நன்கு தெரிந்தவராகவே உறவினராகவோ, குடும்ப நண்பராகவோ, குற்றவாளிகள் உள்ளனர்.

பெற்றோர் மற்றும் குடும்ப உறுப்பினர்கள் 1 சதவீதமும், அக்கம் பக்கத்து வீட்டார்கள் 35 சதவீதமும், உறவினர்கள் 7 சதவீதமும் மற்றும் குடும்ப நண்பர்களாலும் பாலியல் குற்றங்கள் நடைபெறுகிறது என புள்ளிவிபரம் தெரிவிக்கின்றது. கிராமங்களில் பெரும்பாலும் கற்பழிப்பு சம்பவங்கள் பற்றி புகார் தரப்படுவதில்லை. பாதிக்கப்பட்ட பெண்கள் கிரிமினல் போல நடத்தப்படுகிறார்கள். இரவு வேளையில் வெளியே செல்லும் பெண்களுக்கு ஆபத்து அதிகம்.

ஆண் பிள்ளைகளுக்கு பெண்களிடம் மரியாதையாக பழக கற்றுத்தர வேண்டும். சாதரணமாக நம் நாட்டில் வழக்கு விசாரணை 10 வருடங்களுக்கு தொடர்கிறது.

கடவுள் நம்பிக்கையின்மை, பயமின்மை, சட்டத்தைப் பொருட்படுத்தாமை, மதுப்பழக்கம் போன்றவை காட்டுமிராண்டித் தனமாக செயல்களுக்கு வழி வகுக்கிறது. நாம் நமது சொந்த தேசத்தில் பாதுகாப்பாக இல்லை என்பதை பெண்கள் உணர வேண்டும்.

சர்வதேச பொது மன்னிப்புச் சபையின் ஆய்வில், பாகிஸ்தானில் பெண்கள் மீதான பல கொடூரமான தாக்குதல்களும், பெருமை (கௌரவ கொலைகள்) கொலைகளும் அதிக அளவில் நடைபெறும் நாடுகளில் ஒன்றாக சுட்டிக் காட்டப்படுகிறது.

பெண்களின் மிக முக்கியமான வாழ்க்கைப் பிரச்சினை கற்பைக் காத்துக் கொள்ளுதலாகவே உள்ளது. ஆண்களுக்கு அப்படியல்ல. கிராமங்களில் சொல்வார்கள். என்ன பட்டம் வேண்டுமானாலும் வாங்கலாம். ஆனால், ஒரு பெண் "அவுசாரி" பட்டம் வாங்கக் கூடாது என்று. அதாவது "நடத்தை சரியில்லாதவர்" என்று.

பேருந்துநிலையத்தில், கல்லூரியில், திரைப்பட அரங்கில், வாய்க்கால் வரப்புகளில், மருத்துவமனையில் போன்ற எல்லாப் பொதுஇடங்களிலும் பாலியல் வன்முறை நடைபெறலாம். தன்னை யாரேனும் பலவந்தப்படுத்தி விடுவார்களோ என்ற அச்சத்திலேயே எப்போதும் பெண்கள் வாழ வேண்டியுள்ளது. வெளிநாட்டு பெண்பயணிகளும் சில நேரங்களில் எக்குத்தப்பாக சிக்கிக் கொள்கின்றனர். வெறி நாய் போல வெறியர்கள் நடந்து கொள்கின்றனர்.

தாழ்த்தப்பட்ட பெண்களும், பழங்குடிப் பெண்களும் பரவலாக அனுபவிக்கும் பாலியல் கொடுமைகளில் நூற்றுக்கு ஒன்றுதான் வெளிவருகிறது. பெரும்பாலும் மூடி மறைக்கப் படுகிறது.

வெறும் சட்டம் இயற்றுவதன் மூலம் மட்டும் கொடுமைகளை பாலியல் வன்முறைகளை தடுத்துவிட முடிவதில்லை. தொடர்ச்சியான சட்டங்கள் இயற்றப்பட்டும் ஒவ்வொரு ஆண்டும், பெண்கள் பாலியல் வன்முறைக்கு (கற்பழிப்பு) உள்ளானது பற்றிய குற்ற அறிக்கைகள் அதிகரித்த வண்ணமே உள்ளன. கடுமையான சட்டங்கள் இயற்றப்பட்டு விட்டதாக பெருமைப்படுகிறோம். அதன்கீழ் தண்டிக்கப்பட்டவர்கள் எண்ணிக்கை நம்பிக்கை தருவதாக இல்லை. வெகு குறைவாக உள்ளது.

பாலியல் வன்முறை என்பது பெண்ணுக்கு எதிரான "உச்சபட்ச அத்து மீறல்" அதனால் அப்பெண் மரணத்தைக் காட்டிலும் மோசமான நிலைக்கு தள்ளப்படுகிறார். பாதிக்கப்பட்டவருக்கு நஷ்ட ஈடு வழங்குவது போன்ற நடவடிக்கை எடுக்கப்பட வேண்டும். பெண்கள் பலவீனமானவர்கள். ஆணாதிக்க வன்முறைக்கு இரையாகாமல் தவிர்க்க எச்சரிக்கை உணர்வோடு இருக்க வேண்டும்.

தடயவியல் வல்லுநர்கள், நவீன வசதிகள், துரிதமான நீதிமன்ற நடவடிக்கைகளும், ஊடகங்களில் தொடர்ச்சியான பெண்களுக்கு எதிரான வன்முறை குறித்த விழிப்புணர்வு எச்சரிக்கைகளும் இது போன்ற குற்றங்களை குறைக்க உதவும்.

இந்திய மக்கள் தொகை 2012ன் படி 1.22 பில்லியன் ஆகும். அதில் பெண்கள் 591.4 மில்லியன் உள்ளார்கள். டெல்லியில் மட்டும் பெண்களின் எண்ணிக்கை 7776825 ஆகும். அவ்வளவு பேருக்கும் பாதுகாக்கும் பொறுப்பை அரசு ஏற்க வேண்டியிள்ளது.

நடைமுறையில் இது சாத்தியமா? 108 ஆம்புலன்ஸ் போல.

"சாக்லெட்" தருவதாக ஆசைக்காட்டி அறியா சிறுமியிடம் அருவருப்பாக நடந்துக் கொண்ட அயோக்கியன். மூப்படைந்த மூதாட்டியிடம் மூர்க்கத்தனமாக நடந்து கொண்ட மனிதமிருகம், செய்முறைத் தேர்வில் மதிப்பெண்ணை குறைத்து விடுவேன் என மிரட்டி பணிய வைத்த ஆசிரியர். உடலுறவுக்கு அழைத்த உடற்கல்லி ஆசிரியர், மாணவியிடம் தகாத முறையில் நடந்து கொண்ட தலைமை ஆசிரியர், நடிப்பதற்கு வாய்ப்பு கேட்டு வந்த நடிகையிடம், "அட்ஜெஸ்ட்மென்ட்" பண்ணிக் கொள்ளக் கூடாதா என கேட்டுப் "பளார்" வாங்கிய இயக்குநர், வேலை வாங்கித் தருவதாக ஏமாற்றி இணங்க வைத்த எத்தர், விதவைப் பெண்ணை துரத்தும் வில்லன், வேலைக்காரியை வீட்டுக்காரியாக்கிய கணவர், கட்டிட வேலைக்கு வந்த பெண்ணை கட்டுப்பாட்டுக்குள் கொண்டு வந்த மேஸ்திரி, தட்டச்சு, கணினி படிக்க வந்த பெண்ணை கணக்கு பண்ணிய மாணவர், திருமணம் செய்து கொள்வதாக ஆசைக் காட்டி, கர்ப்பிணியாக்கி விட்டு கம்பி நீட்டிய காதலன், ஓடும் ரெயிலில், பஸ்ஸில், விமானத்தில், சினிமா தியேட்டரில் சில்மிஷம் செய்த சிகாமணிகள், கஸ்டியில் கற்பழித்த காவலர், தனியாக காட்டுப்பாதையில் வந்த கன்னிப்பெண்

கற்பழிப்பு என பத்திரிக்கையை எடுத்தால் எவ்வளவோ செய்திகள் பார்க்கின்றோம். ஒரு துறையைச் சேர்ந்த ஒருவர் தப்பு செய்தால் மற்ற அனைவரையும் சந்தேகக்கண்ணோடு சமுதாயம் பார்க்கின்றது. எல்லா துறையிலும் நல்லவர்கள் இருப்பது போல, சில கெட்டவர்களும் இருக்கிறார்கள். வெளிச்சத்துக்கு வராத விபரீதங்களின் புள்ளி விவரங்கள் எண்ணிலடங்காதவை. கடந்த 10 ஆண்டுகளின் 30 லட்சம் பெண் குழந்தைகள் நம் நாட்டில் குறைந்துள்ளார்கள்.

"சிறைகாக்குங் காப்புஎவன் செய்யும் மகளிர்
நிறைகாக்கும் காப்பே தலை."

மகளிரை சிறை வைத்து காத்தலால் பயன் ஏதுமில்லை. அவர்கள் ஒழுக்கத்தால் தம் கற்பைக் காத்து கொள்ளும் காவலே சிறந்தது என்பதே இதன் பொருள்.

தாய், தனது மகளுக்கு கட்டாயம் எடுத்துச் சொல்ல வேண்டும். எச்சரிக்க வேண்டும். முதுகு தெரியும்படி சட்டை தைக்காதே. டிரான்ஸ்ப்ராண்டாக ஆடையணியாதே. இரவு நேரத்தில் தனியாக செல்லாதே. ஆடவர்களுக்கு ரொம்ப இடம் கொடுக்காதே. அளவோடு பழகு என அறிவுறுத்த வேண்டும்.

பல நாடுகளில் உள்ள காவல் துறைகள் - நீதித்துறை போல் தனித்துவம் கொண்டதல்ல. புகாரை எடுத்துக் கொள்ளாமல் விரட்டுகிறார்கள் என முணுமுணுக்கின்றோம். தவறுதான். நடைமுறையில், மாத சம்பளத்தில் காலம் தள்ளும் சாதாரண அலுவலர், கோடியில் புரளும் குடும்பத்தைச் சேர்ந்த வாரிசின் மீது வந்த குற்றச்சாட்டை பதிவுசெய்தால் சில வேளைகளில் அவர் நடைமுறையில் பல இன்னல்களை, தரங்குன்றிய, இழிவினை, அவமதிப்புகளை சந்திக்க வேண்டி வருகிறது. சம்பந்தப்பட்டவரே சமாதானமாக வழக்கை வாபஸ் வாங்கி அலுவலரின் முகத்தில் கரி பூசி விடுகின்றனர். அவமதிப்புக்கு ஆளான அலுவலரை ஆறுதல் சொல்லக் கூட எவரும் முன்வர மாட்டார்கள் என்பதுதான் இன்றைய உலகின் யதார்த்தமான நிலை.

பாலியல் வன்முறை சம்பவத்திற்காக அரசையோ, காவல் துறையையோ, நீதித்துறையையோ குற்றம் சாட்டி பயனில்லை. புதிய சட்டங்கள் இயற்றுவதாலோ, காவலர்களை நியமிப்பதாலோ,

புதிய சிறப்பு நீதிமன்றங்களை திறப்பதால் மட்டும் தீர்வு ஏற்பட்டு விடப்போவதில்லை. நமது நாட்டில் ஆண் பிள்ளையே பிறக்க வேண்டும் என்ற எதிர்பார்ப்பும், குடும்ப கௌரவத்தின் கருவூலமாக பெண்களை எண்ணும் மனப்போக்கும் நமது சமுதாயத்தில் ஆழமாக பதிந்துவிட்டது.

பெண்கள் விழிப்புடன், எச்சரிக்கையாக, எப்போதும் இருந்தால் பாலியல் வன்முறையில் சிக்கிக்கொள்ளாமல் தப்பிக்கலாம்.

புதிய சிறப்பு நீதிமன்றங்களை திறப்பதால் மட்டும் தீர்வு ஏற்பட்டு விடப்போவதில்லை. நமது நாட்டில் ஆண் பிள்ளையே பிறக்க வேண்டும் என்ற எதிர்பார்ப்பும், குடும்ப கௌரவத்தின் கருவூலமாக பெண்களை எண்ணும் மனப்போக்கும் நமது சமுதாயத்தில் ஆழமாக பதிந்துவிட்டது.

65

பி.பீ.ஓ வேலையும், தூங்காத இரவுகளும்

பி.பீ.ஓ வேலையில் சேர்ந்து கை நிறைய சம்பளம் பெற்று ராக்கோழிகளாக நகரங்களில் சுற்றுபவர்களை பார்க்கிறோம். எனக்கு பரிச்சயமான நண்பர்களுடன் பேசிய போது நிறைய தகவல்களை பெற முடிந்தது.

ஆண் பெண் வித்தியாசமில்லாமல் பழகுகிறார்கள். (BPO-JOB) பி.பீ.ஓ வேலையில் சேர்பவர்களுக்கு குறைந்தது ரூ.20000/- சம்பளம் கிட்டுகிறது. நம் பிள்ளைகள் அங்கு பணியில் சேர்ந்தால் உலக கெட்ட பழங்கங்களுக்கு எல்லாம் ஆளாகி விடுவார்களோ என்கிற அச்சம் இன்றைய பெற்றோர்களுக்கு இருக்கவே செய்கிறது. குழுத் தலைவரை டீம் லீடர் (Team Leader) என்கின்றனர். கம்பெனி கார்களில் பேருந்துகளில் அலுவலக அடையாள அட்டையுடன் இளைஞர்கள் பயணம் செய்வதை நகரங்களில் பார்க்கலாம். இரவு சரியாக தூங்காததால் அவர்களின் கண்களில் களைப்பும் சோர்வும் தெரிவதை பார்க்கலாம். சரியான நேரத்திற்கு சாப்பிட முடியாதவர்கள். அற்ப சந்தோஷங்களில் மூழ்கி உண்மையான சந்தோஷங்களை தொலைத்து கொண்டிருப்பவர்களில் இவர்களும் உண்டு. கம்பெனி கார் வீட்டு வாசலுக்கு வந்து அழைத்து செல்கிறது. வெண்டிங் மெஷ ீன் வைத்து அதில் காபி தேநீர், சாக்லேட் பானம் பணியாளர்களுக்கு தரப்படுகிறது. எங்கே நுழைய வேண்டுமானாலும் சரி, (இங்கு கழிப்பறை உள்பட) வெளியேற வேண்டுமானாலும் சரி ஒரு அக்சஸ் கார்டு வேண்டும். வயது பதவிகளைத் தாண்டி இங்கே எல்லோரையும் பெயர் சொல்லியழைக்கும் கலாச்சாரம் உள்ளது. எல்லோரும் அறிவாற்றல் உடையவர்களாக தெரிகிறார்கள். பெண்களிடம் கண்ணியமின்றி நடந்து கொண்டால் வேலை போய்விடும். வாங்கும்

சம்பளத்திற்கு வரி சரியாக செலுத்தி விடுகின்றனர். இத்தகைய நிறுவனங்களால் நம் நாட்டிற்கு பில்லியன்களில் வருமானம் கிடைக்கிறது. கால் சென்டர் பி.பீ.ஓ என அழைக்கிறார்கள். இவற்றில் சிற்சில வித்தியாசம் உள்ளது. ஜாப் வொர்க் எனலாம். தனியே சொந்த யூனிட் அமைத்தால் நடைமுறைச் சிக்கல்கள் உள்ளன. வெளி நாட்டில் உள்ள நிறுவனங்களுக்கு இங்கே கணக்கு எழுதுவது, பணம் வசூல் செய்வது, நிதித் தணிக்கை செய்வது (Balance Sheet) இங்கிருந்தபடியே அங்கிருக்கும் நோயாளிகளுக்கு மருந்து சிபாரிசு செய்வது, இங்கிருந்தபடியே, அங்கே நடக்கும் வழக்குகளுக்கு அங்கிருக்கும் வழக்கறிஞர்களுக்கு பழைய வழக்குகளிலிருந்து மேற்கோள்கள் எடுத்து தருவது என பல்வேறு பணிகள் உள்ளன. உலகில் உள்ள அத்தனை துறைகளுக்கும் வேலை பார்க்கிறார்கள். அனைத்து துறை சார்ந்த வல்லுநர்களும் உண்டு. மருத்துவர்கள், ஆடிட்டர்கள். கணக்கர்கள், பயோ-மெடிசின் படித்தவர்கள், வழக்கறிஞர்கள், பிசியோதெரபிஸ்ட்கள், என எல்லாவித வேலை செய்பவர்களும் உள்ளனர். பிளஸ் டு முடித்தவர்கள் முதல் பெரிய பட்ட படிப்பு படித்தவர்கள் வரை அனைவருக்கும் இங்கே வேலை வாய்ப்பு உள்ளது. நேரம் தவறாமை முக்கியம். பொது இடங்களில் வரிசையை பின்பற்ற வேண்டும். பாஸ்-பணியாளர்கள் வேறுபாடு இல்லை. உண்டு என்றால் உண்டு, இல்லை என்றால் இல்லைதான். கலாச்சார வித்தியாசங்கள் உள்ளன. ஆங்கில மொழி உச்சரிப்பு புரியாமல் நாம் பேசுவது தவறாக புரிந்து கொள்ளப்பட்டால் பின்னர் ஆர்டர்கள் கையை விட்டு போய் விடும் அபாயம் உள்ளது. வேலையில் சேர்பவர்களுக்கு பயிற்சி தரப்படுகிறது. இன்போசிஸ் நிறுவனம் மட்டும் பயிற்சிக்கு ஒதுக்கும் தொகை ஆயிரம் கோடி ரூபாய்கள். அமெரிக்கர்களுக்கு, ஆஸ்திரேலியர்களுக்கு, ஐரோப்பியர்களுக்கு, என வகை வகையாக வேலை பார்ப்பதால் வேலை நள்ளிரவு தொடங்கி நண்பகலில்தான் முடியும். இரவை தவிர்க்காமல் வேலைக்கு போகவோ, அல்லது திரும்பவோ முடியாது. ஊரே தூங்கிக் கொண்டிருக்கும் போது இவர்கள் வேலைக்கு கிளம்புகிறார்கள். அல்லது இவர்கள் வீட்டுக்கு வரும் போது வீடே தூங்கி கொண்டிருக்கும். சிலர் ஹேர் கலரிங் செய்து கொள்கிறார்கள், தவனை கட்ட முடியும் என்ற தைரியத்தில் புதிய வாகனங்கள் வாங்குகிறார்கள்.

வார இறுதி நாட்களில் ஆதரவற்றோர் இல்லம், மறுவாழ்வு இல்லம், மனநலம் குன்றிய குழந்தைகளை பராமரிக்கும் இல்லங்கள் செல்கிறார்கள். நேரத்தை செலவிடுகிறார்கள்.

ஆண்-பெண் என இருபாலருக்கும் சரிசம வேலைவாய்ப்பு உள்ளது. நம் நாட்டில் இத்துறையில் வேலை வாய்ப்பு அபரிதமாக அதிகரித்து வருகிறது. நம் நாட்டில் பற்பல நடைமுறைச் சிக்கல்களை கடந்தே ஒரு பெண்ணால் வேலைக்கு வர முடிகிறது. பெண்கள் என்பதால் வேலை நேர சலுகைகள் எதிர் நோக்க இயலாது. வேலைக்கு சென்று குடும்ப பொருளாதாரத்தை உயர்த்தும் பெண்கள் இருக்கின்றனர். தம்பி தங்கைகளை படிக்க வைக்கிறார்கள். வயதான பெற்றோரை காப்பாற்றுகிறார்கள். பகல் நேரத்தில் தொந்தரவு இல்லாமல் தூங்கி பழக வேண்டும். யாரையும் பகைத்துக் கொள்ளாமல் எல்லோர்க்கும் நல்ல முறையில் இணக்கமாக பழகத் தெரிய வேண்டும். ரொம்ப முரட்டுத்தனமாக இருந்தவர்கள் காணாமல் போன சம்பவங்கள் நிறைய உண்டு. சக ஊழியர்களுக்கிடையே உறவுகளை பலப்படுத்திக் கொள்ளுதல் வேண்டும். சம்பளம் பெறுதல்களில் வளர்ச்சி என்பது அபரிதமாக உள்ளது. கொடுத்த வேலையை செய்வதுடன் நிர்வாகத்திற்கு உதவும் முகமாக இருந்தால் இங்கு நன்கு வளர முடியும். தடுக்கி விழுந்தால் "ட்ரிட்" உண்டு. சின்ன சின்ன விஷயங்களுக்கும் "ட்ரிட்" உண்டு.

நைட் ஷிப்டில் வேலை செய்த பெண் என்ற காரணத்தால் வரன் பார்த்து திருமணம் நின்றவர்கள் உண்டு. சமுதாயத்தில் சில பிரிவினரால் தவறாக பார்க்கப்படுகிறார்கள். கார்ப்பரேட் கம்பெனிகள் ஊழியர் சம்பளம். இதர நிர்வாக செலவுகளை குறைத்துக் கொள்ளவே நம் நாட்டில் இந்நிறுவனங்களை நடத்துகின்றன. அமெரிக்கர்களுக்கு தரும் ஊதியத்தில் ஐந்தில் ஒரு பங்குக்கும் குறைவாகக் கொடுத்தாலும் இந்தியர்கள் சந்தோஷமாக பணியாற்றுகிறார்கள். இந்தியாவில் செயல்படும் நிறுவனம் அமெரிக்க நிறுவனத்திடம் பேசி ஒரு லட்சம் பெற்று எனக்கு அறுபது உனக்கு நாற்பது என ஊழியர்களிடம் வேலை வாங்கிக் கொள்கிறது.

ஒபாமா போன்ற தலைவர்கள் இந்தியா போன்ற நடுத்தர நாடுகளுக்கு செல்லும் அவுட் சோர்சிங் வேலைகளை நிறுத்துவோம் என்றனர்.

இதனால் ஒட்டு எண்ணிக்கை வீதம் அதிகரிக்கும். ஒரு தேர்ந்த அரசியல்வாதி போல பேசுவதோடு சரி. நடைமுறை படுத்த இயலாது. அமெரிக்கர்கள் வயிற்றில் அடித்தால்தான் நமக்கு வேலை வாய்ப்பு. அவுட்சோர்சிங்கை நேரிடையாக நிறுத்த சட்டக் கூறுகள் இல்லை. உலகம் சின்னஞ்சிறு கிராமமாக வடிவெடுத்து குளோபல் வில்லேஜ் ஆகி விட்டது. அவுட்சோர்சிங் முறையிலான இத்துறை இன்னும் பல பரிமானங்களையும், வாய்ப்புகளையும் நம் நாட்டிற்கு கொண்டு வரும். இங்கு பணியாற்றுபவர்களால் விரைவில் உயர்வருமான நிலையை அடைய முடிகிறது. வேலை செய்யும் இடத்திலேயே பயிற்சி முறை உண்டு. பேசுதல், எழுதுதல், சார்ந்த மொழி பயிற்சிகள், கலாச்சார சீரமைப்பு பயிற்சிகள் நிர்வாகத் திறன் பயிற்சிகள் வழங்கப்படுகிறது.

Naukri, Monster போன்ற வேலை வாய்ப்பு சார்ந்த இணைய தளங்களில் உங்கள் விவரங்களை பதிவு செய்து வையுங்கள். உங்களுக்கு அழைப்பு வரும். இந்தியப் பொருளாதார முன்னேற்றத்தில் அதி முக்கிய காரணியாக இன்று செயல்பட்டு வரும் ஒரு துறை என்பதில் சந்தேகமில்லை.

பி.பீ.ஒ நிறுவனங்களில் வேலை பெற பிளஸ் டு, டிப்ளமா, பட்டப்படிப்பு முடித்தவர்கள், அரியர்ஸ் உள்ளவர்களும் தகுதியானவர்கள்தான். ஆங்கிலத்தில் சரளமாக உரையாடத் தெரிய வேண்டும். வேலை நேரம் பொதுவாக மாலை 6.30 முதல் இரவு 3.30 மணி வரை உள்ளது. வாரத்தில் ஐந்து நாட்கள் வேலை. சனி மற்றும் ஞாயிறு விடுமுறை. சம்பளம் துவக்கத்தில் ரூ.20000/- முதல் வழங்கப்படுகிறது. ஆண்டு சம்பளம் துவக்கத்திலேயே 150000 முதல் 200000 வரை தருகிறார்கள்.

பி.பீ.ஒ (BPO-Business Process Organization) என்பது குறிப்பாக அவுட்சோர்சிங் பணியாகும். ஒரு நிறுவனத்தின் ஒரு சில குறிப்பிட்ட பணிகளை மூன்றாம் நபர்களிடம் ஒப்பந்த அடிப்படையில் ஒப்படைத்து பெற்றுக் கொள்வது ஆகும். ஊழியர்களுக்கு சம்பளம் போடுதல், கணக்கு வழக்குகளை பராமரித்தல். வாடிக்கையாளர்களின் குறைகளை கேட்டறிதல் உள்ளிட்ட பல பணிகள் இதில் அடங்கும்.

கால் சென்டருக்கும் பி.பீ.ஒக்கும் வித்தியாசம் உள்ளது. (Business Process Outsourcing-BPO) உற்பத்தி செலவு குறைவு காரணமாக அவுட்சோர்சிங் முறை செய்யப்படுகிறது. தொலைபேசி வாயிலாக

அல்லாமல் வாடிக்கையாளர்களுக்காக சில பணிகளை செய்து தருகிறது. வாடிக்கையாளர்களின் சேவை சார்ந்த பணிகளைச் செய்கிறது.

கால் சென்டர் என்பது வாடிக்கையாளர்களின் பகுதிப் பணிகளை தொலைபேசி வாயிலாக மட்டும் பார்க்கிறது. முக்கியமாக வாடிக்கையாளர்களின் தொலை பேசி அழைப்புகளை எற்கிறது. தொலைபேசி வாயிலாக வாடிக்கையாளர்களின் புகார்களை பதிவு செய்கிறது. கால் சென்டர்கள் வாடிக்கையாளர்களின் சேவையை சார்ந்ததாக உள்ளது. இதிலும் இரு வகை உள்ளது. வாடிக்கையாளர்களிடம் வரும் அழைப்புகளை மட்டும் (Inpound) ஏற்பது ஒரு வகை. வாடிக்கையாளர்களுக்கு அழைப்பு விடுத்து தொடர்பு கொள்வது (Outpound) மற்றொரு வகை ஆகும்.

வெளிநாட்டு நிறுவனங்கள் தங்கள் உற்பத்தி செலவை குறைத்துக் கொள்ளவும், நிர்வாகச் செலவைக் குறைத்து சேமிப்பை அதிகரிக்கவே அவுட்சோர்சிங் முறையை நடைமுறைப் படுத்துகின்றன. அவர்களுக்கு செலவு குறைகிறது. சிக்கன முறையால் வருவாய் அதிகரிக்கிறது. பி.பீ.ஒ நிறுவனங்களுக்கு இந்தியா புகழ் பெற்றதாக உள்ளது. பல வருடங்களுக்கு ஒப்பந்தம் போடப்படுவதால் நம் நாட்டிற்கு பல நூறு மில்லியன் டாலர்களில் வருவாய் நம் நாட்டிற்கு கிடைக்கிறது. திறமை வாய்ந்த இந்திய வல்லுநர்களை குறைந்து சம்பளத்திற்கு அவுட்சோர்சிங் முறையில் பெற்று கொள்கிறது. வாடிக்கையாளர்களின் புகார்களை திறமையாகவும், திருப்திகரமாகவும் கையாள்கிறார்கள். வாடிக்கையாளர்களுக்கு சிறந்த சேவையை வழங்குவதற்கு ஒரு குழுவாக ஒருங்கினைந்து பி.பீ.ஒ நிறுவனங்கள் செயல்படுகின்றன. இங்கு பணியாற்ற ஆங்கிலம் தவிர கூடுதலாக சில மொழியறிவு இருத்தல் மிகவும் பயனுள்ளதாகும். குறிப்பாக அந்நிய நாட்டு மொழிகளை கற்று தேர்ச்சி பெற்று இருந்தால் பி.பீ.ஒ--வில் வேலை பெறுவதில் வாய்ப்புகள் அதிகம்.

புதிதாக சேர்பவர்கள் துவக்கத்தில் தொலைபேசி வாயிலாக வாடிக்கையாளர்களை கையாள்வது சவாலான விஷயமாக இருந்தாலும் நாளடைவில் கைதேர்ந்து விடுகிறார்கள். கணினி அறிவு மிகவும் முக்கியம். சில பணிகளுக்கு அடிப்படை கணினி

அறிவை விட கூடுதலாக தேவைப்படும் பட்சத்தில் செயல்முறை தேர்வு வைத்து பணியாளர்களின் கணினி அறிவை சோதித்து வேலையில் சேர்த்துக் கொள்கிறார்கள். பணியில் நிபுணத்துவம் பெற்று விட்டால் நிறுவனங்களில் உயர் பதவிகளை வகிக்க முடியும். கே.பி.ஓ என்பது (KPO-Knowledge Process Outsourcing) மருத்துவ ரசீதுகளை ஒருங்கிணைப்பது இன்சூரன்ஸ் பெற்றுத் தருவது உள்ளிட்ட பணிகளைச் செய்கிறது. வெகு தொலைவில் உள்ள நாடுகளுக்கு பிராஜக்ட் (Project) ஒதுக்கப்பட்டால் அதை Off shore Outsourcing என்றும், அருகாமையில் உள்ள நாடுகளுக்கு திட்டப் பணிகள் ஒதுக்கப்பட்டால் அதை Shore Outsourcing என்றும் கூறுகின்றனர்.

ஐ.டி. நிறுவனங்கள், தொலைதொடர்பு நிறுவனங்கள், மருத்துவத் துறை, உடல்நலத்துறை, இன்சூரன்ஸ், நிதி, சட்டம் உள்ளிட்ட துறைகள் அவுட்சோர்சிங் பணியில் முக்கியத்துவம் வாய்ந்ததாக உள்ளன. இரவு நேரத்தில் பணியாற்ற விருப்பம் தெரிவித்தால் மட்டுமே இங்கு வேலை கிடைக்கும். இந்தியாவிற்கு பில்லியன் கணக்கில் டாலர்களில் வருவாய் கிடைக்கிறது. நம் நாட்டில் சுமார் 865 நிறுவனங்கள் உள்ளன. இவற்றில் பல லட்சம் இந்தியர்கள் பணியாற்றுகிறார்கள். இந்தியாவில் இத்துறை மேலும் வளரும் என எதிர்பார்க்கப்படுகிறது. கோவை, பெங்களூர், குர்கான், சென்னை, கொல்கத்தா, மும்பை, புனே, மற்றும் டெல்லி உள்ளிட்ட நகரங்களில் இந்நிறுவனங்கள் செயல்படுகின்றன. கடின உழைப்பு, திறமை, நன்றாக உரையாடும் திறன், இரவு நேரத்தில் பணியாற்ற விருப்பம் இருந்தால் இத்துறையில் நல்ல எதிர்காலம் உள்ளது.

நமது அறிவை விரிவாக்கிக் கொள்ள வாய்ப்பு உள்ளது. வெளிநாடுகளுக்கு செல்லும் வாய்ப்பும் கிடைக்கிறது.

66

வாழ்வில் இருள் சூழும் தருணங்களில்...

இந்த மண்ணில் பிறக்கிறோம். பொறுப்பான பெற்றோர்களால் நன்றாக வளர்க்கப்படுகிறோம். மிக நல்ல சகோதரர்கள், சகோதரிகள் அன்பு பாராட்டுகிறார்கள். நல்ல ஆசிரியர் கல்வி கற்பிக்கிறார். நல்ல நண்பர்கள் கிடைக்கிறார்கள். சிறப்பான வேலை அல்லது தொழில் அமைகிறது. எல்லாவற்றிலும் முதன்மையாக விளங்குகிறோம். சிறந்த வாழ்க்கைத்துணை அமைகிறது. மிக நல்ல குழந்தைகள் பிறக்கிறார்கள். பிரபலமானவர்கள், புகழ் பெற்றவர்கள் நமக்கு நெருக்கமாக ஆதரவாக இருக்கிறார்கள். எல்லோரும் ஒழுக்கமானவர்களாக, மேன்மை தங்கியவர்களாக, நேர்மையானவர்களாக நடந்து கொள்கிறார்கள். ஆரோக்கியமாக இருக்கிறோம். நமது உடைமைகள் மிகவும் பாதுகாப்பாக இருக்கிறது. எல்லா நாடுகளும் ஒற்றுமையாக உள்ளது. சிறந்த உணவு கிடைக்கிறது. முதன்மையான, தரமான ஆடை அணிகலன்கள் தாராளமாக கிடைக்கிறது. வசதியான உறைவிடம் வாழ்நாள் முழுவதும் கிடைக்கிறது. எல்லாம் இன்பமயாக இருக்கிறது. சவால்களே இல்லை. நாட்டில் நன்றாக மழை பெய்கிறது. தொழில் லாபகரமாக இருக்கிறது. நாடும் வீடும் நாளுக்குநாள் ஏற்றம் அடைகிறது. நமக்கு பிடித்தமானவர்கள் நீண்ட ஆயுளுடன் வாழ்கிறார்கள். இயற்கை பேரிடர்கள், விபத்து ஏதுவும் இல்லை. பணி உத்தரவாதம் உள்ளது. திருமண வாழ்வு வெற்றிகரமானதாக எல்லோருக்கும் அமைகிறது. பசி என்பதே இல்லை. எல்லோரும் பணிவுடன் நடந்து கொள்கிறார்கள். மிகவும் இனிமையானவர்களாக இருக்கிறார்கள். புத்திசாலிகளாக இருக்கிறார்கள். ஏமாற்றுபவர்கள் இல்லை. ஏமாறுபவர்களும் இல்லை. இப்படி ஒருபோதும் வாழ்க்கை இருப்பதில்லை.

வாழ்வின் யதார்த்தம்:

இளமை மட்டும் அல்ல. முதுமையும் இங்கு உண்டு. ஏற்றம் இருந்தால் இறக்கமும் இங்கு உண்டு. உயர்வு மட்டுமல்ல தாழ்வும் இங்கு உண்டு. மழைக்காலம் மட்டும் அல்ல. கோடைக்காலமும் இங்கு உண்டு. பகல் மட்டும் அல்ல. இரவும் இங்கு உண்டு. இங்கு சவால்கள் உண்டு. சிரமங்கள் உண்டு. உடல் வலி, மனவேதனை இங்கு உண்டு. நமக்கு மிகவும் நெருக்கமானவர்களை இழக்க நேரிடும். பூகம்பம், புயல், சுனாமி, வெள்ளம் உள்ளிட்ட இயற்கை பேரிடர்கள் ஏற்படலாம். மோசமான விஷ யங்கள் யாருக்கு வேண்டுமானாலும் நடக்கலாம். விபத்து ஏற்படலாம். எவ்வளவு எச்சரிக்கையாக இருந்தாலும் நோய்வாய்படலாம். புற்று நோய் ஏற்படலாம். தலையில் கருமையான கேசங்கள் மாறி நரை விழலாம். ஒரு நாள் வழுக்கை விழலாம். உடலில் சுருக்கம் ஏற்படலாம். உடல் பலவீனமாக மாறலாம். நம் வேலையை இழக்க நேரிடலாம். தோல்விகளை சந்திக்க வேண்டி வரும். நட்புகள் நம்மை விட்டு விலகலாம். கணவன் மனைவி பிரியலாம். விவாகரத்து ஏற்படலாம். சக பணியாளர்களே, பக்கத்து வீட்டுக்காரரே உங்களுக்கு எதிராக நடந்து கொள்ளலாம். திமிர் பிடித்தவர்கள், எரிச்சலூட்டுபவர்கள், தவறானவர்கள், நச்சு மக்கள் உங்களை சூழ்ந்து இருக்கலாம். தொல்லைகளை தரலாம். உங்களுக்கு சங்கடங்களை, சிரமங்களை, பிரச்னைகளை தருபவர்களாக இருக்கலாம். வாழ்வில் பல பின்னடைவுகளை சந்திக்கலாம். உங்கள் உடைமைகள் கன்னமிடப்படலாம். கொரானா போன்ற புது வைரஸ் தாக்கலாம்.

பயங்கரமான நிலைமை:

மிக நல்ல மனிதர்களுக்கும் பயங்கரமான விஷயங்கள் நடக்கலாம். வாழ்க்கை நியாயமற்றதாக ஆகலாம். அது இதயத்தை திருகி பிழிவதாக இருக்கலாம். இருண்ட நாட்களை எதிர்கொள்ள வேண்டிய தருணங்கள் ஏற்படலாம். சவால்களும், பிரச்னைகளும் திரும்ப திரும்ப ஏற்படலாம். ஒன்று மாற்றி ஒன்று நமக்கு எதிராக அணி வகுத்துக் கொண்டே இருக்கலாம். ஏதோ ஒன்று மிக வலிமையான சக்தி நம்மை தாக்கலாம். நாம் நிலை குலைந்து போகலாம். வீழ்த்தப்படலாம். அது மற்றவர்களுக்கு ஒரு பாடமாக அமையலாம். அத்தகைய சூழ்நிலைகளில்

நீங்கள் எப்படி அதை கடக்கின்றீர்கள் என்பதுதான் முக்கியம். அதை கடக்க மனமுவந்து, இஷ்டத்துடன் தயாராகி விடுகிறீர்களா? அல்லது அதை ஏற்றுக் கொண்டு மூழ்கி விடுகிறீர்களா? என்பதுதான் வாழ்வை சுவாரஸ்யமாக்குகிறது. நீங்கள் யாராக வேண்டுமானாலும் இருக்கலாம். உங்களுக்கு கெட்ட விஷயங்கள் நடக்க நேரிடலாம். அதுதான் வாழ்க்கை. அத்தகைய பயங்கரமான சூழ்நிலைகளில் அதை எப்படி கையாள்கிறோம். அதன் பின்னர் எந்த பாதையில் பயணிக்கிறோம் என்பதுதான் வாழ்க்கை. சில தருணங்களில் அற்புதமான நல்ல விஷ யங்கள் நம்மை விட்டு நழுவுகிறது. கீழே விழுந்து விட்டோம். வீழ்ச்சியை தடுக்க முடிய வில்லை. அத்தகைய பயங்கரமான நிலைமையில் அதை எதிர்கொண்டு தீர்மானம் செய்கிறோம். அந்த இருளை தழுவிக் கொள்கிறோம். சவாலை ஏற்றுக் கொள்கிறோம். எத்தகைய பிரச்னையை அவமானத்தை நீங்கள் சந்தித்தீர்கள் என்பது விஷயமல்ல. அடுத்த அடி எப்படி எடுத்து வைக்கிறீர்கள் என்பதுதான் முக்கியம். அதுதான் வாழ்க்கையை வண்ணமயமாக்குகிறது.

உதாரண மனிதர்கள் :

பரந்த தேசத்தின் சக்கரவர்த்திதான் ஷாஜகான். சர்வ வல்லமை மிக்கவர். தான் மிகவும் நேசித்த தனது காதல் மனைவி மும்தாஜ் திடிரென மரணித்து விடுகிறாள். நிலை குலைந்து போய் விடுகிறார். தாங்க முடியாத சோகம். சகஜ நிலைக்கு வர முடியவில்லை. மாற்றமுடியாததை ஏற்றுக் கொள்ள வேண்டிய யதார்த்தம் புரிகிறது. மனம் திடப்படுகிறது. உலகமே அதிசயிக்கும் வண்ணம் ஒரு அற்புதமான தாஜ்மகால் என்ற நினைவுச் சின்னத்தை உருவாக்குகிறார். காலம் தாண்டி அது நிலைத்து நிற்கிறது.

முதல் வகுப்பில் பயணித்த மோகன் தாஸ் கரம் சந்த் காந்தி படித்தவர்கள், நாகரீகமானவர்கள் என்று கருதப்பட்டவர்களால்தான் "கருப்பர்" என ஓடும் ரயிலில் இருந்து தூக்கி வீசப்படுகிறார். அங்கிலேயர்களை எதிர்த்து எழுந்து நிற்கிறார். அவர் பின்னால் இந்தியர்கள் ஒன்று திரள்கிறார்கள். சுதந்திரத்திற்க்காக தனது வாழ்வை அர்ப்பணிக்கிறார். தேசத் தந்தையாகிறார். இந்திய ரூபாய் தாள்களில்

அஞ்சல் தலைகளில், மத்திய/மாநில அரசு அலுவலகங்களில் அவரது புகைப்படம் நம்மை சிலிர்க்க வைக்கிறது.

தான் ஒரு குறிப்பிட்ட பிரிவை சார்ந்தவன் என்ற உண்மையை சொன்னதால் வண்டிக்காரனால் இரக்கமின்றி கீழே தள்ளப்படுகிறான் அந்த சிறுவன். மனதில் ஏற்பட்ட அழமான காயம் வடுவாகி விடுகிறது. பின்னாளில் நூலகங்களில் தனது வாழ்வை செலவழிக்கிறார். இந்திய அரசியலமைப்பு சட்டத்தை வடிவமைத்த சிற்பியாய் அண்ணல் அம்பேத்கர் உருவெடுக்கிறார்.

முதல் சுற்றில் மோசமாக தோல்வியடைந்த முகம் தெரியாத மனிதர்கள்தான் இறுதி சுற்றில் விஸ்வரூபம் எடுக்கிறார்கள். சரணடையாமல் தொடர்ந்து நடக்கிறார்கள். தேங்கி விடாமல் நின்று தயங்காமல் உறுதியுடன் முதல் அடியை எடுத்து வைக்கிறார்கள். எதிர்த்து போராடுகிறார்கள். தவிர்க்க முடியாத தோல்வியை தழுவியவர்கள்தான் யுத்தத்தை எதிர் கொண்டு மாபெரும் வெற்றியை பெறுகிறார்கள்.

ஆட்டத்தை நிறுத்தி விடாதே. எல்லாவற்றிற்கும் பதில் உள்ளது. எவ்வளவு இருள் சூழ்ந்த நிலையில் இருந்தாலும் வெளியே வர பாதை இருக்கவே செய்கிறது. புற்று நோயை எதிர்கொண்டு போராடி பிழைத்து மறுவாழ்வு வாழும் நபர்களை பார்க்கிறோம்.

நம்பிக்கைதான் அடிப்படை தகுதி:

ஒரு பெண் கடுமையான பிரசவ வலியை கடந்த பின்னர்தான் ஒரு உயிர் ஜனிக்கிறது. வலிக்கு பின்னர் சிறந்த ஏதோ ஒன்று கிடைக்கிறது. இருளும் வாழ்வின் ஒர் அங்கம்தான். அது நம் நிழல் போலத்தான். நாம் சந்தேகிக்கப்படலாம். விமர்சிக்கப்படலாம். வெறுக்கப்படலாம். நிராகரிக்கப்படலாம். ஒரு காலத்தில் தடை விதித்தவர்கள்தான் பின்னாளில் சிவப்பு கம்பள வரவேற்பு தருகிறார்கள். தடுத்து நிறுத்தியவர்கள்தான் மனம் மாறி வரவேற்கவும் செய்கிறார்கள். புறக்கணித்தவர்கள்தான் நம் வருகைக்காக ஏங்குகிறார்கள். முகம் சுழித்தவர்கள்தான் நம் வருகைக்காக காத்திருக்கிறார்கள். மிகப்பெரிய இருள் மிகப்பெரிய ஒளியை உள்ளடக்கியே உள்ளது.

வாழ்வின் கடினமான தருணங்கள்தான் நம்மை உலகின் வலிமை மிக்க மனிதர்களாக மாற்றுகிறது. எவ்வளவுக்கு எவ்வளவு வியர்வை சிந்துகிறோமே, சுறுசுறுப்பாக, புத்திசாலித்தனமாக உழைக்கிறோமோ, அவ்வளவுக்கு அவ்வளவு நாம் பெறுகிறோம். அனைவருக்கும் "நாளை" என்ற ஒன்று இருக்கவே செய்கிறது. நம்மிடம் அளவற்ற திறன் இருக்கிறது. வாய்ப்புகள் இருக்கின்றன. இன்று முதல் சுற்றில் அடித்து நொறுக்கப்பட்ட நாம்தான் நாளை இறுதி சுற்றில் வலுவாக வெளியே வலம் வருவோம்.

67

சோம்பல் - நம் முன்னேற்றத்தின் முதல் எதிரி

பில்கேட்ஸ் பெருமையாக சொல்கிறார்: நான் பல்கலைக்கழகத்தில் முதலாவதாக தேறிய மாணவன் அல்ல. ஆனால் பல்கலைக்கழகத்தில் முதலாவதாக தேறியவர்கள் பலர் என்னுடைய ஊழியர்கள். மைக்ரோசாப்ட்-ன் இமாலய வெற்றிக்குப்பின் கண்ணுக்குத் தெரியாத கடுமையான உழைப்பும் வியர்வையும் மறைந்துள்ளது. ஒரு வேலையும் செய்யாமல் சும்மா இருந்திருந்தாலோ அல்லது செய்து கொண்டிருக்கும் வேலையை கால மாற்றத்திற்கும், தேவைக்கும் ஏற்ப சிறப்பாக சுறுசுறுப்பாக செய்ய தவறி இருந்தாலோ பில்கேட்ஸ் இந்த உயரத்தை நிச்சயம் தொட்டிருக்க முடியாது.

வாஷிங்டனில் உள்ள 'போர்ப்ஸ்' பத்திரிக்கை உலகின் டாப்-20 சோம்பேறி நாடுகளின் பட்டியலை வெளியிட்டுள்ளது. அதில் உலகிலேயே மிகப்பெரிய நம்பர்-1 நாடாக, தென் ஐரோப்பிய நாடான மால்டா உள்ளது. அங்குள்ள மக்களில் 71.9 சதவீதம் பேர் சோம்பேறிகளாக இருக்கிறார்கள். அந்த பட்டியலில் நம் நாடான இந்தியா இல்லை என்பது குறிப்பிடத்தக்கது.

அறிவியல் உலகின் அசூர வளர்ச்சி இன்றைய மனிதர்களை சற்று சோம்பேறிகளாக்கி உள்ளது. உடல் உழைப்பில்லாதவர்களுக்கு வியர்ப்பதேயில்லை. உடல் உழைப்பின்மையால் பலருக்கு வேகமாக நோய்கள் அதிகரித்தவண்ணம்உள்ளது.எல்லா கெட்ட குணங்களுக்கும் மூல காரணமாக சோம்பல் உள்ளது. சோம்பல் என்கிற சுழற்பந்து மனிதர்களை எளிதில் கிளின்போல்ட் ஆக்கிவிடுகிறது. சாப்பிடுவது,

உறங்குவது தவிர இன்று உருப்படியாய் என்ன செய்தோம்? ஒவ்வொரு நாளும் நமது வாழ்வின் இறுதி நாள். அதை எப்படி கழித்தோம்? எதிலும் அக்கறை இல்லாமல் இருப்பவர்களை சோம்பேறி பட்டம் தொற்றிக் கொள்கிறது. அவர்கள் தாழ்வு மனப்பான்மையால் புழுங்குகிறார்கள். பொதுவாக பொறுப்புணர்வு இல்லாதவர்களுக்கு பெரிய பொறுப்புகள் வழங்கப்படுவது இல்லை.

சிறு வயதில் படித்திருக்கிறோம். உப்பு மூட்டை சுமந்து சென்ற கழுதை ஆற்றைக் கடக்கையில் ஒரு முறை கால் இடறி தவறுதலாக விழுந்தது. உப்பு தண்ணீரில் கரைந்ததால், சுமை குறைந்துவிட்டது. இதனால், இதையே தொடர்ந்து செய்ய ஆரம்பித்தது சோம்பேறி கழுதை. அதற்கு பாடம் கற்பிக்க உப்பு வியாபாரி பஞ்சு மூட்டையை ஏற்றி விட்டான். எடை குறைவாக இருந்த பஞ்சு மூட்டையைக்கூட சுமக்க மனமின்றி வழக்கம் போல் கால் இடறி விழுவது போல் நடித்தது. எடை குறைவாக இருந்த பஞ்சு மூட்டையின் கனம் தண்ணிரில் விழுந்ததால் அதிகமாகிவிட்டது. பிறகு சுமக்கமுடியாமல் ரொம்பவே கஷ்டப்பட்டது. சோம்பல் காரணமாக ஏமாற்றுபவர்கள் எப்போதுமே தப்பி விட முடியாது. மீன்களால் நீந்த மட்டுமே முடியும். பூக்களால் மலர மட்டுமே முடியும். குருவிகளால் பறக்க மட்டுமே முடியும். மனிதனால் மட்டும்தான் எல்லாமே முடியும்-அவனிடம் கடின உழைப்பு மட்டும் இருந்தால். புரட்சித் தலைவரின் கல்லறையில் பொறிக்கப்பட்ட பொன்னான வாசகம் "உழைப்பே உயர்வு தரும்".

தகுதியை வளர்த்துக் கொள்ள தவறுபவர்கள், நவீன உலகில் உபயோக மற்றவர்களாகி விடுகிறார்கள். வெளியேற்றப்படுகிறார்கள். நல்வாழ்வை, வெற்றியை தொலைத்து விடுகிறார்கள். தகுதி இல்லாதவர்களை இந்த உலகம் திரும்பிப் பார்ப்பதில்லை. தனியார் நிறுவனங்களில் சீனியாரிட்டி பார்த்து பதவி உயர்வு தருவதில்லை. திறமை மிக அவசியம். மிக அதிக நேரத்தை டி.வி. சினிமா அரட்டையில் செலவிடுபவர்கள் குட்டை போல தேங்கிய நீராய் காட்சியளிக்கிறார்கள். நம் உயர்வுக்கு முட்டுக்கட்டையாய் நாமே இருப்பதுதான் மிகவும் பரிதாபம். இன்றைய பணிகளை நாளை, நாளைமறுநாள் என நாட்களை கடத்துகிறோம். சிலர் வேலைக்கும் செல்வதில்லை. வீட்டிற்கும் ஒத்தாசையாய் இருப்பதில்லை. அவர்கள் இரண்டு முட்களும் (மணியும், நிமிடமும் காட்டக்கூடிய) இல்லாத கடிகாரம் போன்றவர்கள். நம்

நாட்டில் சூரியன் எந்த திசையில் உதிக்கும் என்பதை பார்த்தறியாத காலை வெகு நேரம் படுக்கையில் புரள்பவர்களை எழுப்புவதற்காக பெற்றொராரல் ஒவ்வொரு நாளும் தெளிக்கப்படும் தண்ணீரை தென்னை மரத்திற்கு ஊற்றி இருந்தால் தேங்காயாவது கிடைத்து இருக்கும். விலையும் குறைந்து இருக்கும். கால தாமதமாக பணிக்கு செல்பவர்களின் எண்ணிக்கை எகிறுகிறது. உழைக்க வேண்டும் என்ற எண்ணம் இன்றி சுலபமான வழியில் சம்பாதிக்க யோசிப்பது. எந்த வேலையையும் தான் செய்யாமல் தட்டிக்கழிப்பது. வாய்ப்புகளை நழுவ விட்டுவிட்டு விதியை நொந்து கொள்வது. மற்றவர்கள் மும்முரமாய் பம்பரமாய் சுழலும் போது யாருக்கும் பயனில்லாமல் சும்மா உட்கார்ந்து இருப்பவர்கள் இகழப்படுவார்கள். இன்று பட்டன்களை தட்டினால் எல்லா இயந்திரங்களும் செயல்படுகின்றன. உழைக்க விரும்பாதவர்களுக்கு எதுவும் புரிவதுமில்லை. எதுவும் பிடிப்பதும் இல்லை. பசி மட்டும் வாட்டி வதைக்கிறது. முகத்தில் மலர்ச்சி இருப்பதில்லை. படுத்த பாயை சுருட்டுவது, பல் விளக்குவது, குளிப்பதெல்லாம் கூட கஷ்டமாகி விடுகிறது. குற்றம் காண்பதால் உறவுகள் சிதைகிறது. ஓட்டைக்குடம் போல வாய்ப்புகளை தவறவிட்டு விடுகிறார்கள். சாற்றை வடிய விட்டு விட்டு சக்கையை பற்றிக் கொள்பவர்களால் சமுதாயத்தில் குற்றங்கள் பெருகுகின்றன. குடும்பங்கள் சிதறுகின்றன. வசதியாய் கொடிகட்டிப் பறந்த குடும்பங்கள்கூட சோம்பல் வயப்பட்ட வாரிசுகளால் இருண்டு விடுகிறது. அளவுக்கு மீறிய தூக்கத்தினால் சோம்பல் ஏற்படுகிறது. முக்கியமான வேலையை மறதியால் காலம் தாழ்த்துகிறோம். சிலரை நல்ல டாக்டர் நல்லா பார்ப்பார். நல்ல பொறியாளர் நல்லா வீடு கட்டுவார் எனச் சொல்கிறோம். அது போல வேலை எதுவும் செய்யாதவர்களை "சோம்பேறியிலும் கடைந்தெடுத்த சோம்பேறி" என்கிறோம். இவர்களைத் தேடி வளமை வருவதில்லை. முயற்சியில்லாத நிலத்தில், முற்றிலும் தேவையற்ற களைகள்தான் முளைக்கும். கிரிக்கெட் மாட்ச் என்றால் அவசரப்பணிகளை மறந்துவிட்டு டி.வி. பார்ப்பதில் லயித்து விடுகிறோம். இதனால் முக்கிய பணிகள் தடைபடுகிறது. இன்று கிரிக்கெட் சூதாட்டமும், போதையும் இளைஞர்களை ரொம்பவே ஆட்டிப்படைக்கிறது. கிரிக்கெட் பார்க்கும் நேரத்தில் உலகத்தையே சுற்றி வந்து விடலாம். இதனால் சீனாவில், கியுபாவில் கிரிக்கெட் தடை செய்யப்பட்டுள்ளது. அலுவலகங்களில் வேலையில் கவனமின்றி இருந்து கொண்டு அதிகாரியை கண்டவுடன் பதறி எழுந்து போய், கை

கூப்பி வணங்கி, அவர் புகழ் பாடி, காக்கா பிடிக்கும் வல்லவர்களும், கடுமையாக உழைக்கும் சகப்பணியாளர்களைப்பற்றி "போட்டுக் கொடுத்து" கலகம் மூட்டும் நல்லவர்களும் நிறைந்த தேசமிது. வெல்லம் எடுத்தவன் ஒருவன். விரல் சூப்புவது இன்னொருத்தன் என்ற கதைதான். மழை பெய்கிறது, குளிர்கிறது, வெயில் அடிக்கிறது என ஏதாவது காரணம் கூறியே ஓரிரு நாளில் முடிக்க வேண்டிய வேலையை மாதக்கணக்கில் தட்டிக் கழிப்பவர்களும், தாமதப்படுத்தவர்களும் உள்ளனர்.

படுத்த பாயை மடிக்கக்கூட பலமுறை யோசிப்பவரது வீட்டில் வறுமையும், விடாமுயற்சியும், சுறுசுறுப்பும் கொண்டவரது வீட்டில் செல்வமும் சேர்கிறது. எறும்பு ஒரு நிமிடம்கூட ஓரிடத்தில் நில்லாமல் உணவைத் தேடி அலைந்து சென்று கொண்டே இருக்கிறது. ஆர்வமில்லாமல் வலுக்கட்டாயமாக வற்புறுத்துவதால் செயயப்படும் பணி ஒரு போதும் நிறைவைத் தருவதில்லை. எந்த துறையிலும் நம்பர்-1 நாற்காலியில் அமர்ந்தவர்களை சற்று கவனியுங்கள். நிச்சயம் சுறுசுறுப்பானவர்களாகவே இருப்பார்கள். நாம் இருக்கும் இடத்தை சோம்பல் காரணமாக குப்பையாகவும், எல்லாம் கலைந்த வண்ணமும் வைத்திருக்கலாமா? இன்று சாதாரண கணக்கு செய்யக்கூட மனித மூளையை பயன்படுத்தாமல் கால்குலேட்டரைத் தேடுகிற நிலை உள்ளது. சிறந்த முயற்சி உள்ள இடத்தில் அழிவோ, குற்றங்களோ நெருங்காது. உழைப்பில்லாமல் உருவாவது யாருக்கும் பயனற்ற களைகள் மட்டுமே. ஏராளமான தீமைகளுக்கு விளைநிலமாக சோம்பல் உள்ளது. சோம்பல் வயப்பட்டவரின் மூளை தீய எண்ணங்களின் தொழிற்சாலை. தேங்கிய நீரில் நோய்க் கிருமிகள் உருவாவது போல இயக்கமில்லாத சோம்பல்வயபட்டவரின் மூளையில் தீய சிந்தனைகள் முளைக்கின்றன. திருட்டு, கொள்ளை எல்லாம் உழைக்க தயங்கும் சோம்பேறித் தனத்தின் விளைவுகள்தான். உழைக்காதவர்களுக்கு வியர்ப்பதில்லை. ஒழுங்காய் குளிக்காமல், தலை வாராமல் இருந்தால் தலையில் பேன் பெருகுகிறது. மொட்டையடிக்க வேண்டிய நிலை ஏற்படுகிறது. உடல் உழைக்கக்தயங்கும் மணமகனுக்கு மகளை கட்டிக் கொடுத்துவிட்டு கண்ணீர் வடிப்பவர்கள் பலர். நமக்கு எதுவும் கிடைக்கவில்லையே என ஆதங்கப்படுவதில் அர்த்தமில்லை நாம் அதற்காக பாடுபடாத வரை.

சுறுசுறுப்பாக இருந்தால் நோயின்றி வாழலாம். தாழ்வு மனப்பான்மை இருக்காது. மண்ணில் மனிதர்களுக்கு மட்டுமே உழைக்கத் தெரியும் என்பதை மறந்து விடாதீர்கள். (No pain No gain) உழைப்பால் உயர்ந்தவனின் வாழ்க்கைதான் மற்றவர்களுக்கு பாடமாய் மாறுகிறது.

கடும் உழைப்பாளிகளே குடும்பத்தின் காவல் தெய்வங்கள், கதாநாயகர்கள். பயனுள்ள செயல்களை செய்பவர்களுக்கு எப்போதுமே மதிப்பு கூடுகிறது. கல் கட்டாத புடலை நேராய் வளர்வதில்லை. சும்மா- என்ற வார்த்தையை அதிகம் உபயோகிப்பது சோம்பேறிகளே. குந்தித் தின்றால் குன்றும் மாளும் என்பது பழமொழி.

நாடோடி மன்னன் படத்தில் பட்டுக் கோட்டையாரின் பாடல் வரிகள் - நீ தாங்கிய உடையும் ஆயுதமும் - பல சரித்திரக்கதை சொல்லும் சிறைக்கதவும் சக்தி இருந்தால் உனைக் கண்டு சிரிக்கும், சத்திரந்தான் உனக்கு இடங்கொடுக்கும். நல்ல பொழுதை எல்லாம் தூங்கிக் கெடுத்தவர்கள் நாட்டைக் கெடுத்ததுடன் தானும் கெட்டார். சிலர் அல்லும் பகலும் தெருக் கல்லாய் இருந்துவிட்டு அதிர்ஷ்டம் இல்லை என்று அலட்டிக் கொண்டார். விழித்துக் கொண்டோரெல்லாம் பிழைத்துக் கொண்டார். உன் போல் குறட்டை விட்டோரெல்லாம் கோட்டை விட்டார். போர் படைதனில் தூங்கியவன் வெற்றி இழந்தான். உயர் பள்ளியில் தூங்கியவன் கல்வி இழந்தான். கடைதனில் தூ ங்கியவன் முதல் இழந்தான். கொண்ட கடமையில் தூங்கியவன் புகழ் இழந்தான். இன்னும் பொறுப்புள்ள மனிதர்களின் தூக்கத்தினால் பல பொன்னான வேலையெல்லாம் தூங்குதப்பா -என்ற சாகாவரம் பெற்ற பாடல் வரிகள் பல உண்மைகளை உணர்த்துகின்றன.

பிழைக்கத்தெரிந்தவர்களாக, நல்லவர்களாக, கலகலப்பானவர்களாக, நேர்மையானவர்களாக, கைதேர்ந்தவர்களாக, கைராசிக்காரர்களாக, உழைப்பாளிகளாக, படைப்பாளிகளாக, பொறுமைசாலிகளாக, இலட்சியவாதிகளாக வலம் வருபவர்கள் எல்லாம் சுறுசுறுப்பானவர்கள்தான். நடப்பவர்களுக்கு நாடெல்லாம் உறவு. படுத்தவர்களுக்கோ பாயும் பகை. அதிகப்படியான ஓய்வு சோம்பலின் நண்பன்.

உடற்பயிற்சி சோம்பலை விரட்டும். தன் சொந்தக் காலில், யாரையும் சார்ந்து இராமல் சம்பாதித்து குடும்பத்தை காக்க வேண்டும். இரவில்

நேரத்திற்கு உறங்கச் சென்று காலையில் நேரத்தில் எழ வேண்டும். சோர்வாக இருந்தால் ஒரு கப் தேனீர் அருந்தலாம். உடலுக்கு புத்துணர்வு கிடைக்கும். குறைவாக உண்டால் தூக்கம் குறையும். விருப்பத்தோடு வேலை செய்வதுதான் வெற்றியின் முதல்படி. நூரையீரல் முழுவதும் காற்றை உள்ளிழுத்து செய்கின்ற யோகசன உடற்பயிற்சிகள் சோம்பலை விரட்ட உதவும். குறைவான உணவும், குறைவான பேச்சும் சோர்வுக்கு எதிரானது. நடைப்பயிற்சி நல்லது. குடும்ப உறுப்பினர்களின் திறமையை அடையாளம் கண்டறிந்து, உற்சாகப்படுத்தி, உண்மையான அக்கறை செலுத்தி, விட்டுக் கொடுக்காமல், பல கணவன்மார்களை, நல்ல நிலைக்கு உயர்த்திய நல்ல மனைவியர்களும், பல பிள்ளைகளை, செம்மைப்படுத்திய நல்ல தாய்மார்களும் நிறையவே உள்ளனர். அவர்களால் மட்டுமே நிச்சயம் முடியும். உத்தியோகம்தான் புருஷ லட்சனம்.

பேட்டரியில்லாத மின்னனு கடிகாரம் இயங்குவதில்லை, சுறுசுறுப்பு இல்லாதவனும் அப்படித்தான். உழைப்பவர்களே நாட்டின், வீட்டின் இதயமாக இருக்கிறார்கள்.

68

இரத்தத்தை சாலைகளில் சிந்தாதீர்கள்

சாலை விபத்தில் சிக்கி பலியாகும் இந்தியர்களின் எண்ணிக்கை ஆண்டுதோறும் ராட்சசத்தனமாக வளர்ந்து வருகிறது. வாகனச்சக்கரங்களில் சிக்கி நசுங்கி போன சடலங்களைப் பார்த்து கல்லறைகளே கதிகலங்கி நிற்கின்றன. கணவனை விபத்தில் பறிகொடுத்த இளம் விதவைகளின் கண்ணீரையும், கதறலையும், காதில் போட்டுக் கொள்ள நேரமின்றி காலச்சக்கரம் அசுர வேகத்தில் சுழன்றுக் கொண்டிருக்கிறது. இந்தியாவில் கடந்த பத்தாண்டுகளில் 1 மில்லியனுக்கும் அதிகமான இந்தியர்கள் சாலை விபத்துகளால் உயிரிழந்துள்ளனர். உலகிலேயே இந்தியாவில்தான் சாலை விபத்துக்களால் அதிக எண்ணிக்கையில் மரணமடைகிறார்கள். நம் நாட்டில் சாலை விபத்துக்களில் ஒரு மணி நேரத்திற்கு சராசரியாக 15 பேர் இறக்கிறார்கள். 60 பேர் பலத்த காயங்கள் அடைகிறார்கள். 2011ல் மட்டும் 4,97,000 சாலை விபத்துக்கள் பதிவாகியுள்ளன. அதில் உயிரிழந்தவர்களோ 1,42,485 பேர். ஜப்பானில் அணுகுண்டு வீசப்பட்ட போதுகூட இறந்த ஜப்பானியர்களின் எண்ணிக்கை 120000 பேர் மட்டுமே. ஆண்டிற்கு ஒரு அணுகுண்டு வீசப்பட்டால் பலியாவோரின் எண்ணிக்கைக்குக்கும் அதிகமாக சாலை விபத்தில் நம் நாட்டில் பலியாகி வருகிறார்கள். வருடந்தோறும் சாலை விபத்துக்களினால் ஏற்படும் உயிர்பலிகள் 8 சதவீதம் அதிகரித்து வருகிறது. இது மிகவும் கவலையளிக்கும் போக்காகும்.

நாடுகளின் பெயர்	சமீபத்திய ஆண்டுகளில் பெறப்பட்ட புள்ளிவிபரப்படி சாலை விபத்துக்களால் இறந்தவர்களின் மொத்த எண்ணிக்கை
இந்தியா	142485
சீனா	68000
அமெரிக்க ஐக்கிய நாடுகள்	33808

சாலை விபத்துக்களுக்கு பொதுவான காரணங்கள்

குடிபோதையில் வாகனம் ஓட்டுவது

போதிய பயிற்சியின்மை

தேவையில்லாத வேகம்

பழைய வாகனம் திடீரென பழுதாகி விடுதல்

செல்போனில் பேசிக் கொண்டே வண்டி ஓட்டுவது

நெடுஞ்சாலையில் நின்று கொண்டிருக்கும் வண்டி மீது பின்னால் மோதுவது

வாகனம் கட்டுப்பாட்டை இழந்து பாலத்தில் /சாலையில் கவிழ்ந்து விடுவது

பொது மக்கள் சாலையை கவனமின்றி கடப்பது

படிகட்டுகளில் தொங்கியவாறு பயணம் செய்தல்

இரவில் ஸ்பீட் பிரேக்கரை கவனிக்காமல், திடீர் பிரேக் அடித்தல்

ஓட்டுநரின் கவனக் குறைபாடுகள்

உடல் சோர்வு/தூக்கமின்மை/போதிய ஓய்வின்மை

இரவலாக பெற்ற வாகனத்தின் தன்மையை அறியாதிருத்தல்

அதிக பயணிகள் / அதிக பாரம் காரணமாக திருப்பங்களில் சாய்தல்

ஓவர் டேக் செய்ய வழிவிடாமை

திடீர் மாரடைப்பு

சாலை வடிவமைப்பு குறைபாடு

தரமற்ற தலைகவசம் அணிதல்

சாலை விதிகளை மதியாமை

வாகனங்களில் அனுமதிக்கப்பட்ட நபர்களுக்கு அதிகமாக ஏற்றிச்செல்வது

புதிய வாகனங்களின் எண்ணிக்கை நாளுக்கு நாள் அதிகரிப்பது

போன்ற காரணங்களால் சாலை விபத்து இல்லாத ஆண்டு நமது நாட்டில் சிறு மாநிலங்களில் கூட சாத்தியமற்றதாகி விட்டது. பொதுவாக தேசிய நெடுஞ்சாலைகளில் அதிகமான விபத்துகள் நிகழ்கின்றன. அதுபோல நகர்புறங்களில் இரு சக்கர வாகனங்களில் செல்பவர்களே அதிகமாக விபத்து சம்பவங்களில் பலியாகின்றனர். ஆக்கிரமிப்புகள் அகற்றப்படாத, வாகன போக்குவரத்து நெரிசல் உள்ள பகுதிகளில் அதிக விபத்துக்கள் நிகழ்கின்றன. போதிய ஓய்வின்றி ஓட்டுவதால் இரவு 12 மணியிலிருந்து அதிகாலை 5 மணிக்குள் அதிக அளவில் சாலை விபத்துக்கள் நடைபெறுகின்றன.

சமீபத்தில் மருத்துவமனைகளில் நோயாளிகள் பயன்படுத்தும் எரியும் திறனுடைய ஆக்ஸிஜன் வாயு சிலிண்டர் பாரம் ஏற்றிச்சென்ற ஒரு லாரியின் முன் சக்கரம் கழன்று சாலையில் தனியாக ஓடியது. நிலை தடுமாறிய லாரி சாலைதடுப்புகளில் பயங்கரமாக மோதி நின்றது.

விபத்துகளில் சிக்கி கை, கால் உறுப்புகளை இழந்து கஷ்டப்பட்டுக் கொண்டு இருக்கும் இளைஞர்கள் நம் நாட்டில் ஏராளம். அவர்களது எதிர்காலத்தை சீராக்க யார் இருக்கிறார்கள்? பைக்கில் சீறி பாய்ந்து சென்ற இளைஞர்கள் பலர் சிதறுண்டு தவிக்கிறார்கள். புற நகர் சாலைப்பகுதிகளில் கால்நடைகள் நடமாட்டம் சகஜமாக உள்ளது. அதிக சத்தத்துடன் சென்றவர்கள் பலர் இன்று அமைதியாகிவிட்டார்கள்.

எதிரே வருவர்களை பயமுறுத்தும் வகையில் தாறுமாறாக செல்வது, பொறி பறக்க வேண்டும் என்பதற்காக பைக் ஸ்டாண்டை தரையில் உரசி தீப்பொறியுடன் ஆபத்தான நிலையில் செல்வது போன்ற சாகசங்களில்

யாருக்கு என்ன லாபம்? அப்பளம் போல நொறுங்குவதும், உடல் நசுங்குவதும் தேவைதானா?

சீக்கிரம் போக வேண்டுமென்ற அவசரத்தில் வாகனங்களை வேகமாக ஓட்டும் போது தவறுகள் நிகழ்ந்து யமலோகத்திற்கு செல்ல நேரிடுகிறது.

அதிக ஊதியத்திற்கு ஆசைப்பட்டு தேவையற்ற ரிஸ்க் எடுத்து, உடலுக்கு ஓய்வு கொடுக்காமல், தொடர்ந்து தூக்கமின்றி வாகனம் ஓட்டுவதால், ஒரு கட்டத்தில் ஓட்டுநரையும் மீறி உடல் அசந்து விடுகிறது. இது உடலின் இயற்கை. போதிய ஓய்வின்றி ஓட்டுவது தவிர்க்கப்பட வேண்டும். போலீஸ்காரர்கள் இருக்கும்போது பய்யமாக இருப்பது, இல்லையென்றால் சாலை விதிகளை உதாசீனப்படுத்துவது சரியல்ல.

உலகில் மக்கள் தொகை அதிகம் கொண்ட சீனாவை விட நம் நாட்டில்தான் சாலை விபத்து அதிகம். தரமற்ற தலைக்கவசம் அணிந்து விபத்து ஏற்படுவது என்பது தலைக்கவசம் இல்லாத விபத்து காயத்தின் தன்மையை விட மிகவும் கொடியதாக உள்ளது. கண்முன்னால் விபத்தில் அடிபட்டவர்களை காப்பாற்ற முன்வராமல் அதைவிட சொந்த வேலையை நினைத்தபடியே கடந்து போகும் (93%) மனிதாபிமானமற்ற மானிடர்களும் நிறைந்த பூமி இது. விபத்தில் அடிப்பட்டவர்களின் உடைமைகளை அபகரிக்கும் மனிதநேயமற்ற அவலங்களும் உண்டு. இன்று உலகிலேயே மிக அதிகமான உயிர் இழப்பை உண்டாக்குகிற முக்கிய காரணியாக சாலை விபத்து உள்ளது. சம்பந்தப்பட்ட குடும்பங்களுக்கு பெருந்துயரம், சோகம், ஈடுசெய்ய முடியாத பேரிழப்பு. சாலை விபத்து நமக்கு நாமே விதித்துக் கொள்ளும் கொடுமையான மரண தண்டனை. இயற்கை வளங்களிலேயே மிகவும் விலை மதிப்புள்ள வளம் - மனித வளம்தான். அந்த ஒப்பற்ற வளத்தில் நாம் இரண்டாம் இடம். அது விரயமாகிறது.

வாகன ஓட்டிகள் தவறு செய்தாலும் அவர்களை காப்பாற்றும் வகையில் பாதுகாப்பான சாலைகள் வடிவமைக்கப்பட வேண்டும். எல்லா மாநிலங்களிலும் நடக்கும் விபத்துக்கள் அனைத்தும் உடனடியாகப் பதியப்பட வேண்டும்.

ஓட்டுநரின் கண் பார்வை நிலையினை பரிசோதிக்க வேண்டும். சாலை விபத்தில் உயிரிழந்த குடும்பங்களுக்கு மாநில அரசுடன், மத்திய அரசும் சேர்ந்து நிவாரண உதவி செய்ய வேண்டும்.

சாலை விதிகளை கடைப்பிடிக்காமல் போக்குவரத்து விதிகளை மீறி, முறையற்ற வகையில் வாகனம் ஓட்டுபவர்கள், ஹெல்மெட்டுக்குள் ஹெட்செட்டை வைத்துக் கொண்டு பாட்டு கேட்டு செல்பவர்கள், அதிவேகமாக ஓட்டுபவர்கள், குடிபோதையில், லைசென்ஸ் இல்லாமல், சீட் பெல்ட் போடாமல் பயணிப்பது -போன்ற குற்றச்சாட்டுகளால் லட்சக்கணக்கானவர்கள் மீது வழக்குப்பதிவு செய்யப்பட்டு கோடிக்கணக்கில் அபராத தொகை நாடு முழுவதும் வசூலிக்கப்படுகிறது.

அமெரிக்காவில் வேகமாக வாகனம் ஓட்டியதற்காக ஒருமுறை பில்கேட்ஸ் கைது செய்யப்பட்டு பெருந்தொகை கட்டி, ஜாமீனில் வெளிவந்துள்ளார். (strict enforcement of law). அங்கு சட்டத்தை கண்டிப்புடன் அமல்படுத்துகிறார்கள்.

நம் நாட்டில் அதிக விபத்து ஏற்படும் பகுதிகள் கண்டறிந்து விபத்துப்பகுதி என எச்சரிக்கை பலகை வைக்கப்படுகிறது. வேகத்தடை அமைக்கப்பட்டுள்ளது. நில், கவனி, செல், சிக்னல்கள், சுரங்கப்பாதைகள், புதிய மேம்பாலங்கள் அமைக்கப்பட்டுள்ளது. விபத்துக்களை தடுக்க எல்லா மாவட்டங்களிலும் சாலைபாதுகாப்புக் குழு அமைக்கப்பட்டுள்ளது. கேமரா, கண்காணிப்பு பதிவு கருவி, அதி நவீனமான விபத்து தடுப்பு நடைமுறை செயல்படுத்தப்பட்டு வருகிறது.

சாலை பாதுகாப்பு வார விழா சாலை விபத்து தடுப்பு குறித்து பொதுமக்களிடம் விழிப்புணர்வு ஏற்படுத்தும் வகையில் நடத்தப்படுகிறது. இருந்தபோதிலும் பொதுமக்கள் ஒத்துழைப்பு இன்றி அரசு மட்டுமே சரி செய்து விட முடியாது. கட்டுப்படுத்தி விட முடியாது.

தரமற்ற, தகுதியில்லாத வாகனங்களையும் சர்வீஸ் செய்து Old is Gold என ஓட்டும் பழக்கம் மாற வேண்டும்.

விபத்து நடந்தால் நஷ்ட ஈடு பெற சிறப்பு வழக்கறிஞுரை நாட வேண்டும். வாகன எண் தெரியாமல் வழக்கு போட முடியாது. வாகன

தகுதி சான்றிதழ் இல்லை எனில் இன்சூரன்ஸ் நிறுவனம் காப்பீடு தொகை தர மறுத்துவிடும்.

தரமற்ற தலைக்கவசங்கள் தடை செய்யப்பட வேண்டும். விபத்துக்களை குறைக்க ஐ.நா. சபை 10 ஆண்டுகளுக்கான செயல்திட்டம் (2011-2020) அறிவித்து இருக்கிறது. அது நம் நாட்டில் தீவிரப்படுத்தப்பட வேண்டும். சாலை விபத்துகளில் கடைசி மாநிலமாக மாற ஒவ்வொரு மாநிலமும் போட்டிப்போட்டுக் கொண்டு கடும் முயற்சி மேற்கொள்ள வேண்டும்.

10-ஆம் வகுப்பு தாண்டியதும் பைக் கேட்கும் சிறுவர்களுக்கு பெற்றோர் வாங்கித்தருவது இமாலயத் தவறு. சிறுவர்கள் பைக் ஓட்டுவது, கார் ஓட்டுவதை பெற்றோர் ஊக்குவிக்கக் கூடாது.

சாலை விபத்துக்களை குறைக்க ஒருங்கிணைந்த கூட்டு முயற்சி நமக்கு கட்டாயம் தேவை. லைசென்சு முறையில் மறுசீரமைப்பு தேவை. அதிக கவனம் - கூடுதல் முன்னேற்பாடு - புதிய சிந்தனைகள் - பல்நோக்கு திட்டம் - முன் எச்சரிக்கை நடவடிக்கை - அறிவியல் பூர்வமான அணுகுமுறை ஆகியவையே நமது உடனடி தேவை. உணர்வற்ற, மரத்து போன மனநிலை மாறி சாலை விபத்தை தவிர்க்க ஒத்துழைக்க வேண்டியது ஒவ்வொரு இந்தியரின் தார்மீக கடமை. கண்ணீரில் முழ்கும் பாதிக்கப்பட்ட குடும்பங்களுங்கு உதவ முன்வர வேண்டும். உயிரோடு விளையாடும் சாலை விபத்தை தவிர்க்க அயல்நாடுகள் கையாண்டு வெற்றி பெற்ற வழிமுறைகளை நாமும் கடைபிடிக்க வேண்டும்.

சாலை விபத்தில் சிக்கியவரை காப்பாற்ற உதவி செய்து மருத்துவ சிகிச்சைக்கு உடனடியாக அழைத்து செல்ல உதவி செய்பவருக்கு மத்திய அரசு ரூபாய் ஐயாயிரம் பரிசு வழங்கி கௌரவிக்கும் என்ற அறிவிப்பு பாராட்டுதலுக்குரியது.

69
"மெழுகுவர்த்திகளின் அணிவகுப்பு"

சமீபத்தில் எனக்கு தெரிந்த நடுத்தர வயது பெண்மணி ஒருவர் கடன் சுமை தாளாது திடிரென தற்கொலை செய்து கொண்டார். அதனால், அவர் ஆசையாய், பிரியமாய் வளர்த்த செல்லப்பிராணிகளான இளம் பெண் நாய்குட்டியும், குட்டிப் பூனையும் நிராதரவாகி விட்டன. வலுகட்டாயமாக வெளியேற்றப்பட்டன. மற்ற குடும்ப உறுப்பினர்களால் புறக்கணிக்கப்பட்டன.நாய் கூட பெண் என்பதால் அவர்களுக்குவளர்க்க பிடிக்கவில்லை போலும். அந்த வீட்டில் எலித்தொல்லையில்லாததால், குட்டிப் பூனையும் விரட்டப்பட்டது.

ஆதரவு இழந்த நிலையில், பிரிந்து தனித்தனியே புகலிடம் தேடி பசியுடன் பக்கத்து தெருக்களில் அலைந்தன. அங்கே திரிந்து கொண்டிருந்த மூன்று ஆண் தெருநாய்களின் கண்களில் இளம் பெண் நாய் துரதிர்ஷ்டவசமாக பட்டுவிட்டது. மூன்று தெருநாய்களுமே போட்டிப் போட்டுக் கொண்டு பெண் நாயை சிதைத்தன. அடுத்ததாக, மறுநாள் பசியுடன் புகலிடம் தேடியலைந்த குட்டிப் பூனை அவைகளிடம் எக்கச்சக்கமாக சிக்கிக் கொண்டது.

மூர்க்கத்தனமாக குட்டிப்பூனையை மூன்று தெருநாய்களும் துரத்தின. நேற்று இரவு உடற்பசி தீர்ந்தபின், வயிற்றுப்பசிக்காக இன்று காலை குட்டிப்பூனையை கொடூரமாக தாக்கத் துவங்கின. குட்டிப்பூனையின் மரண ஓலம் கேட்டு அந்தப்பக்கம் வந்த மனிதநேயமிக்க யாரோ ஒருவர் மூன்று தெருநாய்களையும் விரட்டிவிட்டார். அதற்குள்ளாக நடந்த போராட்டத்தில் குட்டிப் பூனையின் முன்னங்கால் முற்றிலுமாக முறிக்கப்பட்டுவிட்டது. 108-க்கு தகவல் தந்து மருத்துவச் சிகிச்சைக்கு ஏற்பாடு செய்ய அது

மனிதஇனமில்லையே? அசையாமல், பயத்தில் உறைந்து போயிருந்தது பூனை. அது பேயறை மீண்டும் விழுந்து விடுமோ என அச்சத்துடனும், தாங்க முடியாத கால்வலி வேதனையுடமும், தன் உடலை நகர்த்திக் கொண்டு தெருவொரமாய் ஒதுங்கவே மிகவும் தள்ளாடியது. இப்படி வேதனை தாங்க முடியாமல் துடிப்பதைவிட இறந்து போவதே மேல் என நமக்கு நினைக்கத் தோன்றுகிறது. மனிதர்களை பொருத்தவரை பொதுவாகக் கருணைக் கொலைதான் காப்பாற்ற முடியாத போது கடைசி தீர்வு. கருணை என்பது கொலை செய்வதற்கு எதிரானது. கொலை செய்வது என்பது கருணைக்கு எதிரானது. இருப்பினும் முடிவுதான் என்ன? அந்த பூனையை தற்காலிகமாக காப்பாற்றிய அந்த நபர் அலுவலகம் செல்வதற்காக அவ்விடத்தைவிட்டு வெளியேறியதும் யாருடைய எதிர்ப்பும் இல்லாததால் மீண்டும் தாக்குதலை தொடர்ந்தன. தடுத்து நிறுத்த யாருமில்லை. குட்டிப்பூணையின் தலையை ஒரு நாய் ரத்தம் சொட்ட சொட்ட ருசி பார்த்தது. உடலை கிழித்து மற்ற நாய்கள் பங்கு போட்டுக் கொண்டன. அக்கம் பக்கத்து வீடுகளில் உணவுப் பொருட்களை திருடுவது, அப்பாவி மிருகங்களை கொன்று தின்பது, கற்பழிப்பில் ஈடுபடும் அவைகள் வாலை தூக்கிக் கொண்டு எந்த பயமுமின்றி வலம் வருகின்றன. தங்களால் சிந்தப்பட்ட ரத்தத்திற்கெல்லாம் சரியான விதத்தில் பழி தீர்த்துக் கொள்ளும் நடவடிக்கை மேற்கொள்ளப்பட வாய்ப்பேதுமில்லை என்ற தைரியம். அந்த தெருநாய்கள் நன்றாகவே உள்ளன.

கடந்த நூற்றாண்டில் உலக வரலாற்றில் உச்சபட்ச கொடுமையான போர்களைத் தூண்டிய ஜெர்மனியும், ஜப்பானும் இன்று பொருளாதார ரீதியாக மிகவும் வளர்ச்சி அடைந்து விட்டன. மனிதகுல சரித்திரத்தில் ஹிட்லர் மேற்கொண்ட யூதப் படுகொலைகளைப் போல், உக்கிரமான இனப் படுகொலைச் சம்பவம் கிடையாது. கிட்டத்தட்ட அறுபது இலட்சம் யூதர்களை மிருகத்தனமாக அவர் கொன்றார். அப்போது யூதர்களை காப்பாற்ற போதுமான முயற்சிகளை மேற்கொள்ளாமல் உலகம் மௌனம் காத்தது. கொன்று குவித்த நாஜிப் படையினர் நன்றாகத்தான் இருந்தார்கள். ஆனால், மிருகமாக வசதியாக வாழ்வதை விட, மனிதநேயத்துடன் எளிமையாக வாழ்வதே மேலானது.

ஒரு சிறிய நாட்டின் இராணுவப் படையினரால் கூட இந்த 21-ம் நூற்றாண்டிலும், எந்தவித தண்டனைக்கோ குற்றச்சாட்டுக்கோ

ஆளாகாமல் ஈவுரமிக்கமின்றி கொன்று குவிக்க முடிகிறது. கொள்ளையடிக்க முடிகிறது. பாலியல் பலாத்காரத்தில் ஈடுபடமுடிகிறது.

மனிதர்களின் வெறுப்புணர்வுணர்வுகளுக்கு எல்லைகளே இல்லையா? சகோதரனாக நினைக்க வேண்டிய சக மனிதனை மத அடிப்படையில், வெறுக்கிறார்கள். நிற அடிப்படையில் வெறுக்கிறார்கள், மதப்பிரிவுகளின் அடிப்படையில் வெறுக்கிறார்கள். வெறுப்பதற்கென்றே, யாரையேனும் எப்பொழுதும் அவர்கள் கண்டுபிடித்துக் கொண்ட வண்ணமேயிருக்கிறார்கள். சாதி அடிப்படையில், பொருளாதார அடிப்படையில் வெறுக்கிறார்கள் இதைப் பார்த்துக் கொண்டு உலகம் பெரும்பாலும் மௌனமாக இருக்கிறது. இன்று வளர்ந்து நிற்கும் வல்லரசு நாடுகளில் ஒன்று ஒரேயொரு தவறைச் செய்தாலும், மனித இனம் காணாமல் போய் விடும் அபாயம் உள்ளது. கடந்த நூற்றாண்டுதான் மனித வரலாற்றில் உச்சபட்ச வன்முறைகள் நிறைந்த நூற்றாண்டு. உலகப்போர்கள், உள்நாட்டுப் போர்கள். மதம்சார்ந்த போர்கள், இனக் குழுக்கிடையேயான போர்கள்...... இன்னும் எத்தனையெத்தனையோ பட்டியலிட்டு மாளாது.

19-ம் நூற்றாண்டு, நெப்போலியனுடைய மேலாத்திக்கத்தின் கீழ் இருந்தது. நெப்போலியனின் இலக்கும், இலட்சியமும் என்னவாக இருந்தது? ஆக்கிரமிப்பு. ஸ்டாலினின் இலக்கு, கிழக்கு ஐரோப்பியாவை ஆக்கிரமிக்க வேண்டுமென்பது. அப்படியே செய்தார். ஹிட்லர் உலகம் முழுமையையும், கைப்பற்ற வேண்டுமென்று துடித்தார். ஏறத்தாழ அதில் வெற்றியும் கண்டார். இப்போது நாம் ஆகாயவெளியை கைப்பற்ற விரும்புகிறோம். முதலாளித்துவம் எப்போதுமே சந்தைகளில் பணத்தை கைப்பற்றிக் கொண்டுதான் இருக்கிறது. நம்மால் ஒருவரோடொருவர் அன்போடும், நல்லிணக்கத்தோடும் இணைந்து அமைதியாக சமாதானமாக வாழ்க்கை நடத்திவர இயலாத அளவு நமக்கு என்ன நேர்ந்து கொண்டிருக்கிறது? இன்று அக்கிரமங்கள், அராஜகங்களிலெல்லாம் நாம் பங்கேற்பது சரியல்ல என்ற எண்ணம் கொண்டவர்கள் நிறையவே பெருகி வருகிறார்கள். வன்முறையில் எந்த அழகையும், எந்தவிதமான விமோசனத்தையும் தீர்வையும் காண முடியாது எனப் புரிதல் எற்படத் தொடங்கியுள்ளது. மாமன்னர் அசோகர் காலத்திலேயே நாம் போருக்கு எதிரானவர்கள். போர் என்பது கொலை, கூட்டங்கூட்டமாக மனிதர்கள் கொலை செய்யப்படுவது, மனிதர்கள்

ஒருவரையொருவர் கொலை செய்து கொள்வது என்பது மிகவும் குரூரமானதாக, சகிக்க முடியாத ஒன்று. நாம் அகிம்சை வழியில் நடக்க உலகுக்கே பாதையமைத்தவர்கள். அநியாய அக்கிரமங்களுக்கு பலிகடா ஆனவர்களை, அநீதிகளால் பாதிக்கப்பட்டவர்களை மனசாட்சியுள்ள பண்பான, கண்ணியமான மனிதர்கள் எப்போதுமே கைவிட்டுவிட மாட்டார்கள். மதவெறியும், இனவெறியும் மிகவும் அறுவருக்கத்தக்க அவமானத்திற்குரிய விஷயங்கள்.

இன்றைய நாட்களில் நல்லவர்கள் இன்னும் மேலானவர்களாக மாறிவருகிறார்கள். ஆனால், மனம் மாசடைந்தவர்கள், கெட்டவர்கள் இன்னும் மோசமானவர்களாக மாறிவிடக் கூடாது. நாளைய உலகத்தை வடியமைக்கப்போகும் நம்முடைய குழந்தைகளை நம்பிக்கையின் பாதுகாவலர்களாக வளர்க்க வேண்டும். அப்போதுதான் நாம் வயதானவர்களாகபின் நம்மை உபயோகமற்றவர்களாக கருதி தூ க்கி எறிந்து விடமாட்டார்கள். உலகம் இப்போது இருப்பதைவிட மேலானதாக மாறுவதற்கு மனிதர்கள் ஒருவருக்கொருவர் முன்பைவிட அதிகம் நெருக்கமானவர்களாய் இருப்போம். சுதந்திரம், சமத்துவம், சகோதரத்துவம் மேலோங்க நாம் பாதையமைப்போம். சாதி, மத வேறுபாடு மறந்து மனிதநேயம் வளர்க்க வேண்டியது நம் கடமை. மனிதர்கள் மிருகங்களாக வாழ்ந்தால் இனியும் சிந்துவதற்கு கண்ணீர் மிச்சமில்லை. மனிதன் மனித நேயத்தோடு வாழ முடிவெடுத்தால் சிந்துவதற்கு இனியும் கண்ணீர் தேவையில்லை.

70
வாழ்வு மேம்பட கீதையை வாசியுங்கள்

பாரதத்தின் மேன்மை பகவத்கீதை எனலாம். சாதாரண மனிதர்களையும் உன்னதமானவர்களாக, மேன்மையானவர்களாக, அற்புதமானவர்களாக, தோற்கடிக்க முடியாதவர்களாக மாற்றியமைக்கும் வல்லமை உடையது கீதை. 18 அத்தியாயம் கொண்டது. 700 சுலோகங்களைக் கொண்டது. இன்றைய மனிதர்கள் பார்க்கக் கூடாதவற்றை விரும்பி பார்க்கிறார்கள். பார்க்க வேண்டியவற்றை தவிர்க்கிறார்கள். பகவத்கீதை என்ற அமிர்தத்தை ஆனந்தமாக பருக வேண்டும். சில வகை கடின மருந்துகளை தாய் அருந்தி தாய்ப்பால் வழியாக குழந்தைக்கு தருவது போன்றது கீதை. மனிதன் செய்ய வேண்டியதை செய்யத் தவறும் போதும், செய்யத்தகாததை தொடர்ந்து செய்யும் போதும் சிக்கல்கள் உருவாகிறது.

எது நம்மிடம் இல்லையோ, அதை அடைய வேண்டிய வேட்கை நம்மை துரத்துகிறது. பொருந்தாத செருப்பு காலை கடிக்கிறது அல்லது கவிழ்க்கிறது. பொருந்தாத வாழ்க்கைத் துணை என்பது வீட்டு உரிமையாளரிடம் வாடகைதாரர் அவஸ்தைபடுவது போன்றதொரு நிலை. குடும்பத்தில் ஒட்டுதல் தானாக வர வேண்டும். பிரச்சனைகள்தான் வாழ்வின் முதல்படி. அதர்மத்திலிருந்து தர்மத்திற்கு திரும்புவது வாழ்வின் ஒரு காலகட்டம். இப்போதெல்லாம் அவர் ரொம்பவும் மாறிவிட்டார் என்று கூறுகிறோம் அல்லவா. பார்வையின் கோணம் மாறுபடுகிறது. தாயின் கருவறை சிவப்பு. தந்தையின் விந்தணு வெண்மையானது. கோயில் சுவற்றில் சிவப்பு வெண்மை கோடுகளாக வர்ணம் பூசப்படுகிறது. புனிதமான இடங்கள் கூட போர்க்களங்களாக மாறுவது மனிதனின் தவறான சிந்தனைகளால்தான்.

கீதையை உணர்ந்தவர்கள் உயரத்தில் இருக்கிறார்கள். உணராதவர்கள் தாழ்வான இடத்தில் இருக்கிறார்கள். நாம் செய்த தீய செயல்களின் எதிர்வினைதான் நாம் அனுபவிக்கும் துன்பங்களும் துயரங்களும் வேதனைகளும். விஷ உணவு உண்டால் அது உடலை பாதிக்கவே செய்யும். நாம் செய்வது நற்செய்கையா? தீச்செய்கையா? என்பது அறிவை மாசுமருவின்றி வைத்திருந்தால்தான் உணர முடியும். பாவ நினைப்புகளை தவிர்க்க முடியும். இதயம் தூய்மையானால் புத்தி தோன்றும். எல்லா உயிர்களும் ஏதாவதொரு பணியை செய்து கொண்டுதான் இருக்கின்றன. தாமரை இலை மீது நீர் தங்காமல் நழுவி ஓடிவிடுவது போல உங்கள் மனதை பாவம் கவர்ந்து நிற்கும் வலிமையற்றதாய் உங்களைவிட்டு நழுவி ஓடிவிடுகிறது. நரகத்தின் வாயில்கள் மூன்று வகைப்படும். அதாவது காமம், குரோதம், லோபம். இவை மனிதனை நாசமடையச் செய்கின்றன. காமம் மோகம் மிகைப்பட்டால் புத்தி நாசமடைந்து அழிவு ஏற்படுகிறது. குரோதமும் கோபமும் குடியை கெடுத்து கொண்டவனையும் அவன் சுற்றத்தையும் அழித்து விடுகிறது. லோபம் என்பது பேராசை. பேராசைக்கு இடம் கொடுத்தால் இருப்பதும் போய்விடும்.

பரந்த மனம் உடையவர்கள் அற்புதங்களால் ஆட்கொள்ளப்படுகிறார்கள். பிரச்சனையில் உழலுபவர்கள் மனதை தளர விடாமல் இறைசக்தி தன்னை மீட்கும் என்று இறைவனிடம் சரணாகதி அடைகிறார்கள். தன் பிரச்னைக்கு பிறர்தான் காரணம் என்று தூற்றி கொண்டு இருக்கிறோம். நாம் செய்த தீச்செயலும் காரணமாகக் கூடும். எதிர்பார்ப்பு இல்லாத வாழ்க்கையே ஏற்றம் பெறுகிறது. நமக்கு இழைக்கப்படும் அநீதி, அவமானம், புறக்கணிப்பு இவற்றால் ஏற்பட்ட பாதிப்புகள் எல்லாம் மனதில் இருக்கிறது. பழிவாங்கினால் இரு தரப்பிலும் சேதம்தாம் மிச்சம் என அறிவு விழித்துக் கொள்கிறது. ஒரு நாள் நமக்கு அநீதி இழைத்தவர் மிகப்பெரிய சக்தியிடம் மோதி வீழ்வதை பார்க்க நேரிடுகிறது. நம்மை நிலைகுலைய செய்தவர், நம்மால் கனவில் கூட எதிர்க்கவே முடியாதவராய் வலம் வந்தவர் ஒரு நாள் பந்தாடப்படுவதை பார்க்கிறோம். அரசன் அன்று கொல்வான். தெய்வம் நின்று கொல்லும் என்பதை உணர்கிறோம். சூதாட்டம் பெரிய கொடிய அநீதியான பழக்கம் என்பதை மகாபாரதம் உணர்த்துகிறது. துரியோதனனுக்கு சகுனி உதவுகிறான். தர்மனுக்கு

ஸ்ரீகிருஷ்ணர் உதவுகிறார். தீய செயலுக்கு சகுனி தூபமிடுகிறான். தருமநெறி தழைத்தோங்க ஸ்ரீகிருஷ்ணர் நீர் ஊற்றுகிறார். வாழ்வில் ஏற்படும் பிரச்னைகளுக்கு நம் தவறான சிந்தனைதான் காரணம்.

அர்ஜீனவிஷாத யோகம்:

காட்டில் ராஜவாக வலம் வந்த சிங்கம் சர்க்கஸ் கூண்டுக்குள் அடைப்பட்டு பயிற்சியாளரின் சவுக்குக்கு பணிந்து செல்கிறது. சுதந்திரமாக சுற்றி திரிந்த யானை கோயிலில் தூணில் கட்டுண்டு பாகனிடன் அங்குசத்திற்கு அடங்கி நிற்கிறது. துரியோதனனிடம் 11 அக்ரோனிய சேனை இருந்தது. பாண்டவர்களிடம் 7 அக்ரோனிய சேனையே இருந்தது.

கண்பார்வையற்ற திருதராஷ்டிரன் சஞ்சயனிடம் குருஷேத்திரத்தில் என்ன நடக்கிறது என்று கேட்கிறார். அதற்கு சஞ்சயன் விளக்கத் தொடங்குகிறார். துரியோதனன் பாண்டர்களுடைய படையை பார்த்த பின்னர் தன்னுடைய ஆசிரியரான துரோணச்சாரியரிடம் பேசுகிறான். குருவே துருபத குமாரனாகிய உங்கள் சீடனால் மிகத் திறமையாக அணிவகுக்கப்பட்ட பாண்டு புத்திரரின் சிறந்த சேனையினை பாருங்கள் என்கிறான் துரியோதனன்.

துருபதனுடைய பிறப்பே தம்மை அழிப்பதற்காகத்தான் என்று தெரிந்தும், ஒரு ஆசாரியன் தன்னிடம் வருகின்ற சத்திரிய குமாரனுக்கு வில்வித்தை கற்றுத்தர வேண்டியது தன் கடமை என்று கற்றுத்தந்தவர் துரோணச்சாரியார். சீடனே அழிக்க துடிக்கிறான்.

துரியோதனன் சொல்கிறான். குருவே, பாண்டவர் படையில் யுயுதானன், விராடன், துருபதன், திருஷ்டகேது, சேகிதானன், காசிராஜன், புருஜித் குந்திபோகன், சைவியன் சுமத்திரை மகன், திரௌபதை மக்கள் எல்லோரும் மகாரதர் என்கிறான்.

துஷ்டத்துய்மனால் அணிவகுக்கப்பட்ட பீஷ்மர், கிருபர், சல்லியன், கர்ணன், அசுவத்தாமன், விகர்ணன், சோமதத்தன் மகன் இன்னும் பல சூரர்கள் உள்ளனர். எல்லோரும் ஆற்றல் வாய்ந்த பெரியவர்கள். எனக்காக வாழ்க்கையை துறந்தவர்கள். பலவிதமான அம்புகளும்

ஆயுதங்களும் உடையவர்கள். போரில் நிபுணர்கள். இருந்த போதிலும் பீஷ்மரால் காக்கப்படும் நமது படை கண்ணுக்கு நிறைந்திருக்க வில்லை. பீமனால் காக்கப்படும் பாண்டவர்களுடைய படை நிறைந்திருக்கிறது என்கிறான்.

பாண்டவர்களை அழிக்க அவர்கள் வாழ்ந்த அரக்கு குடிலில் தீ வைத்தவர்கள் பாண்டவர்கள். குடியிருக்கும் வீட்டிற்கு தீ வைப்பது, உணவில் விஷம் கலந்து வைத்து வழங்குவது, ஆயுதத்தை வாங்கிக் கொண்டு ஒருவனை கொல்ல பாய்வது, ஒருவனுடைய செல்வத்தை, நிலத்தை அல்லது மனைவியை திருடவும் அபகரிக்கவும் முயல்வது ஆகிய யாவும் மகாபாபங்கள். திருதராஷ்டிரனின் மக்கள் இத்தனை விதக்குற்றங்களையும் செய்தவர்கள். இருப்பினும், இளகிய நெஞ்சம் படைத்த அர்ஜுனன் அவர்களை போரில் கொல்லத் தயங்குகிறான்.

எது கிடைத்தாலும் திருப்தியற்ற மனம் படைத்தவன் துரியோதனன். பகவான் ஸ்ரீகிருஷ்ணர் மற்றும் பாண்டவர்களைத் தவிர குறிப்பிடத்தகுந்த ஆட்கள் கிடையாது என்ற போதிலும் துரியோதனன் நிறைவற்று இருக்கிறான். பீஷ்மரை பாதுகாக்குமாறு தளபதிகளுக்கு உத்தரவிடுகிறான் துரியோதனன்.

கௌரவ கிழவனாகிய பீஷ்மர் சிங்கநாதம் புரிந்து சங்கை ஊதுகிறான். அப்பால் சங்குகளும், தம்பட்டங்களும், பறைகளும், கொம்புகளும் ஒலிக்கத் தொடங்கின. கண்ணன் பாஞ்சஜன்யத்தை ஊதவே, தேவதத்தம் என்ற சங்கை தனஞ்ஜெயன் ஒலித்தான். பீமன் பௌண்ட்ரம் என்ற சங்கை ஒலித்தான். யுதிஸ்ட்ரன் அநந்த விஜயம் என்ற சங்கை ஊதினான். நகுலனும், சகாதேவனும் முறையே சுகோஷம் மணிபுஷ்பகம் என்ற சங்குகளை ஊதினர். காசிராஜன், சிகண்டி, திருஷ்டத்யுமநனும், விராடனும், துருபதனும், சுபத்திரை மகனும், தனித்தனியே தத்தம் சங்குகளை ஒலித்தனர். அந்த பெருமுழக்கம் திருதராஷ்டிர கூட்டத்தாரின் நெஞ்சுகளைப் பிளந்தது. இருதரத்து அம்புகளும் பறக்கத் தலைப்பட்டன.

படைகள் இரண்டிற்கும் இடையே என் தேரை நிறுத்துக என்று கண்ணனைப் பார்த்து சொல்லுகிறான் அர்ஜுனன். அநுமன் கொடியுடைய தேரில் நின்ற அர்ஜுனன் இங்கே திரண்டு நிற்கும் கௌரவர்களைப் பார் என்றான். பாட்டனார் பீஷ்மர், கிருபர், துரோணர்

போன்ற குருமார்கள், சல்லியன்,போன்ற மாமன்மார்கள், விகர்ணன் போன்ற சகோதரர்கள், அசுவத்தாமா போன்ற தோழர்கள் என உறவுமுறையிலுள்ளவர்களையும் பார்த்தான். உடல் வியர்த்தது. குழப்பமுற்றான். குமுறினான். மனதில் பதைபதைப்பு ஏற்படுகிறது. கலக்கம் தோன்றுகிறது. நல்லவர்களுக்கு தர்ம சங்கடம் ஏற்படுவது இப்படித்தான். உடல் சோர்வடைகிறது. வாய் உலர்கிறது. காண்டிபம் கையில் இருந்து நழுவுகிறது. மனம் குழம்புகிறது. போரிலே உறவினர்களை அழிப்பதால் என்ன நன்மை ஏற்படப் போகிறது? நான் வெற்றியை, அரசபோகத்தை, ஆனந்தத்தை விரும்பவில்லை. இவர்களை கொல்வதால் மூவுலகையும் ஆளும் பேறு கிடைத்தாலும் நான் இவர்களை கொல்ல மாட்டேன். அவ்வாறிருக்க வெறும் மண்ணுலகை ஆள்வதற்காகவா இவர்களைக் கொல்வேன்? பாவிகளையே கொல்வதாக இருந்தாலும் பாவம்தானே நமக்குப் பரிசாக கிடைக்கும்? உறவினர்களாகிய கௌரவர்களை கொல்வது தகாது மாதவா என்கிறான். குலநாசம் குற்றம் என்பதை அறிந்த நாம் அவர்களைப் போல இந்த பாவத்தில் இறங்கலாமா? அதர்மம் தலை தூக்கினால் குல மகளிர் கற்பிழப்பர். மறைந்த மூதாதையர்களுக்கு சோறும், நீரும் இன்றி வீழ்ச்சியடைவர். ஒழுக்கம் சிதைந்து போனால் நரகம்தான் கிட்டும். போர்க்களத்தில் இவ்வாறு கூறிய பார்த்தன் வில்லை ஒரு புறம் எறிந்துவிட்டு துயர் மிகுந்த உள்ளத்துடன் தேர்த்தட்டின் மீது அமர்ந்து விட்டான்.

நம்முடையவர்கள் பாண்டவர்கள் என்றும் திருதராஷ்டிரன் கூறுவதிலிருந்து அவனது பேத மனப்பான்மை நன்கு புலனாகிறது. தம்பி பிள்ளைகளை தன் பிள்ளைகளாக நினைக்க வேண்டியவன், இவ்வாறு பிரித்துப் பேசுவது, அவனது பாரபட்ச மனத்தைத் தெளிவுபடுத்துகிறது.

சஞ்சயன் என்ற வார்த்தைக்கு விருப்பு வெறுப்பற்றவன் என்று பொருள். அதனாலேயே போர்க்களத்தில் நடப்பவற்றைக் கண்டு சொல்லும்படியான ஞானக் கண்ணைப் பெற்றான்.

உம்முடைய சீடன், துருபத புத்திரன் என்ற வார்த்தை துரியோதனனுடைய அதிருப்தி மனநிலையைக் காட்டுகிறது. குருவின் மீது முழுமையான நம்பிக்கை வைக்கவில்லை என்பதைக் காட்டுகிறது. துரியோதனன் மறைமுகமாக தன் குருவை நிந்திக்கிறான்.

நல்லவர்களுக்கும் தீயவர்களுக்கும் உள்ள வேறுபாடு:

தனக்கு எதிராளிகளாக தனது உறவினர்களே இருக்கின்றனர் என்று அர்ஜுனன் வருந்துகிறான். பாச உணர்வு பார்த்தனுக்கு மேலோங்குகிறது. பகை உணர்வு துரியோதனனுக்கு மேலோங்குகிறது. எல்லோரும் பீஷ்மரைக் காக்கும் கவசமாக இருங்கள் என்கிறான் துரியோதனன். எதிரணியில் நிற்பவர்கள் தன் சகோதரர்கள், உறவினர்கள், என்ற பாச உணர்வு துரியோதனனுக்கு அறவே எழவில்லை.

நம்முடைய படைபலம் அளவு கடந்ததுதான். எனினும் பாண்டவர்களுடைய படைபலமும் போதுமானதாகத்தான் இருக்கிறது என்றான் துரியோதனன். தொடக்கத்திலேயே துரியோதனனுக்கு அச்சமும் ஜயமும் ஏற்பட்டு விட்டதை அவன் வார்த்தைகள் உணர்த்துகிறது.

அடுத்தவர் சொத்துக்களை அபகரிக்க துடிப்பவர்கள், கொலை செய்ய அஞ்சாதவர்கள், பிறர் மனையை அடைய எண்ணம் கொண்டவர்கள், உணவில் விஷம் கலப்பவர்கள் சூதாடுபவர்கள் அதன் விளைவான துன்பங்களின் நீட்சிதான் நீதிமன்ற விசாரணை, காவல் நிலைய விசாரணை எல்லாம். இன்று பஞ்சமாபாதகங்கள் செய்வர்களைப் பற்றிதான் செய்திகளும், தொலைக்காட்சி தொடர்கதைகளும் நிறையச் சொல்லுகின்றன.

பகவத்கீதையின் வரிகளை உணர்ந்து அதைப்பின்பற்றி செயல்பட்டால் நாம் மேன்மையானவர்களாக, உன்னதமானவர்களாக, உயர்வானவர்களாக வலம் வரலாம் என்பதில் ஜயமில்லை.

நம் பிள்ளைகளை பகவத் கீதை படிக்க சொல்லுங்கள். அவர்களுக்கு புரியவில்லை என்றால் தினம் ஒரு அத்தியாயத்தை அவர்களுக்கு சொல்லித் தந்தால் நல்ல குடிமக்களை நாட்டுக்கு தர முடியும். நமது வாழ்வு வளமாகும். நாடு நலமாகும். குற்றங்கள் குறையும். நீதிமன்றங்களில், காவல்நிலையங்களில், சிறைச்சாலைகளில் கூட்டம் குறையும். அமைதி நிலவும். உலகுக்கு நாம் வழிகாட்டிகளாக திகழலாம்.

https://iskcontamilgita.com-registration/indes_new

இந்த லிங்கில் தொடர்பு கொண்டால் 18 நாட்களில் 18 அத்தியாயங்கள் (ஹரே கிருஷ்ணா) இணைய வழி வகுப்புகளில் பங்கு பெறலாம். பயிற்சி கட்டணம் கிடையாது. இந்த விபரத்தை தங்கள் நண்பர்கள் குடும்பத்தினர் உறவினர்கள் மற்றும் அறிமுகமானவர்கள் அனைவரிடமும் பகிர்ந்து கொள்ள வேண்டுகிறோம்.

71

நமது கனவுகளை வலுப்படுத்தும் ஆன்மிகம்

ஆன்மிகம் என்பது ஆன்மாவுடன் தொடர்புடைய விஷயங்களைக் குறிக்கிறது. நமது வாழ்வில் ஆன்மீகத்தைப் பின்பற்றுதல் ஒரு பயனுள்ள செயல்பாடு ஆகும். சாத்தியமற்றதாக தோன்றும் அடையமுடியாத இலக்கை நிர்ணயிக்கும் போது இறைவனின் சந்நிதானத்திற்கு செல்கிறோம். பிரார்த்திக்கிறோம். வெற்றி வசப்படுமா? என்பது புரியாத புதிராக இருக்கிறது.

ஆன்மிக நம்பிக்கையுடன் களத்தில் நிற்கிறோம். நம்மை வீழ்த்த நம்மைச் சுற்றி உள்ளவர்களே நமக்கு எதிராக நிற்கிறார்கள். அவர்களது வியூகங்களை எதிர்கொள்கிறோம். இடையூறுகளை தவிடு பொடியாக்குகிறோம். வெற்றியால் நாம் தலை நிமிரும் போது, அவர்கள் தலைகுனிகிறார்கள். தூரத்தில் பல்லாயிரம் பேர் கரவொலி எழுப்புகிறார்கள். நாம் வென்றாலும் தோற்றாலும் அவர்கள் அப்படித்தான்.

கனவை நனவாக்கிய இறைவனுக்கு நேர்த்திக்கடன் செய்கிறோம். மதம் வேறானதாக இருக்கலாம். கடவுள் வேறானதாக இருக்கலாம். வழிபாட்டு முறை வேறானதாக இருக்கலாம். சமய நூல்கள் வேறானதாக இருக்கலாம். நாம் செல்லும் பாதையோ ஆன்மிகம். நம்மைப் போன்றவர்கள் வழிபடுவதற்க்காகத்தான் உலகமெங்கும் ஆலயங்கள் புனிதத்தலங்கள் வியாபித்து இருக்கிறது.

இறை வழிபாடு மற்றும் ஆன்மிகம் புனிதமானது. நம் மனதில் உள்ள தீய எண்ணங்களை நமக்கு சுட்டிக்காட்டுகிறது. பிறருக்கு நன்மை செய்யாவிட்டாலும், ஏன் தீமை செய்யவேண்டும் என

வினாக்களை நம்மிடையே எழுப்புகிறது. நம் மனதில் உள்ள மாசுக்களை சுத்திகரிக்கிறது.

மனதில் வேறு பல சிந்தனைகளுடன் தினம் பல மணி நேரம் பூஜை செய்வதைக் காட்டிலும், வாரம் ஒரு முறையோ, அல்லது மாதம் இரு முறையோ, தவறாமல் குறிப்பிட்ட தினத்தில், குறிப்பிட்ட நேரத்தில் ஆலயம் செல்வது, இறைவனிடம் நமது கனவுகளை மனதிற்குள் உரக்கச் சொல்வது ஒரு நாள் மிகவும் பலனளிக்கிறது. கனவு நனவாகிறது.

இறைவனது சந்நிதானத்தில் எவ்வித சிந்தனையுமின்றி அனைத்தும் நீயாக இருக்கிறாய். இந்த உடலை நீயே வழிநடத்தி செல் என சரணடைகிறோம். நமது கடமைகளை மிகச் சரியாக செய்வது மட்டுமே நமது பணி. பலனை இறைவனிடம் விட்டு விடுவதாகும்.

எந்த செயல் செய்தாலும், அது அவனால்தான் செய்யப்படுகிறது என்ற நினைவுடன் செய்து அந்த செயலின் பலனை இறைவனுக்கு சமர்ப்பணம் செய்து வாழ்ந்து வந்தால் அதுவே உச்சக்கட்ட ஆன்மிகமாகும்.

கடவுள் அனைத்திலும் இல்லை. ஆனால், அனைத்துமே கடவுளாக இருக்கிறார். பிரச்சனை, கஷ்டங்கள், சிக்கல்கள் இல்லாத மனிதர்களே இல்லை. அவற்றிற்கு தீர்வு புலப்படாத போது, ஆலயத்திற்கு செல்கிறோம். எவ்வித பிரதிபலனும் பாராமல் நம்மை சுற்றி உள்ளவர்களுக்கு நம்மால் இயன்ற உதவியை செய்து, வாழ்ந்து வந்தால் மிகச்சரியான பாதையில் இறைவனை நாம் நெருங்கிக் கொண்டு இருக்கிறோம் என்று பொருள்.

நமது நற்பண்புகளை வெளிக்கொணர்வதற்கு ஆன்மிகம் உதவியாக உள்ளது. நமது இலக்கை அடைவதற்கு, நமது கனவு நனவானதற்கு, நம் லட்சியம் கைகூடியதற்கு, நமது இன்னல்கள் களைந்ததற்கு ஆன்மிகம்தான் காரணம் என்கிறோம். அதை ஆதாரப்பூர்வமாக நிருபிக்க இயல்வதில்லை.

நம்பிக்கையற்றவர்களுக்கு அதை நிருபிக்க வேண்டிய அவசியமும் இல்லை. கண்ணுக்குப் புலப்படாதவற்றை உணர்வதுதான் ஆன்மிகம்.

உயிர்ப்புத்தன்மையுடன், மனிதத்தன்மையுடன் வாழ அது மிகவும் தேவையாக உள்ளது. உடல் கண்களுக்குத் தெரிகிறது. உயிர் கண்களுக்குத் தெரிவதில்லை.

இந்தியாவில் ஆன்மிகத் தலைவர்களில் முதலிடம் வகிப்பவர் சுவாமி விவேகானந்தர். மனித மனம் வலிமை பெற ஆன்மிக வழிபாடு தேவையாய் உள்ளது. ஒரு பெரிய ஆலமரத்தை சின்ன விதையில் அடக்கியவன் இறைவன் என்கிற பூரண நம்பிக்கையுடன் நீயே சரணம் என்று பற்றுவதே உண்மையான பக்தி. அது எப்படி முடியும்? அது என்ன நடக்கிற காரியமா? என்று கேட்பவர்கள் எல்லாம் இருந்தும் நிம்மதியின்றி வாழ்கிறார்கள். நமது கனவு சாத்தியப்படும். கடவுளே நம்முடன் இருக்கையில் அற்ப மானிடர்கள் நம்மை என்ன செய்து விட முடியும் என்ற தைரியம் ஏற்படுகிறது.

அன்புதான் ஆன்மிகம். நாம் சாப்பிடும் உணவில் ஒரு கைப்பிடி அடுத்தவருக்கு வழங்கும்போது, எரிச்சல், கோபமின்றி பிறருடன் இதமாய் பேசும்போது, பிறர் வளர நாம் இடையூறாக இல்லாமல், உதவியாக இருக்கும் போது ஆன்மிகம் நம்முள் துளிர்க்கிறது.

ஆன்மிகம் என்பது நாம் யார் என்பதை நம்முள்ளே தேடுவதாகும். (ஆன்மிகம்=ஆன்மா+இகம்) இங்கு ஆன்மா என்பது மனநிறைவைக் குறிக்கிறது. இகம் என்பது இவ்வுலக வாழ்வைக் குறிக்கிறது. மனநிறைவான வாழ்வை எப்படி வாழ்வது என்று தெரிந்து கொண்டு அதன்படி வாழ்வது ஆன்மிகமாகும்.

மனதில் அன்பு சுரக்கும் போது மனம் விசாலம் ஆகிறது. ஒரு செல் உயிரியாய் ஜனித்து பல்கி பெருகி விசுவரூபமெடுத்து மனிதனாய் வளர்ந்திருப்பது எப்படி சாத்தியமாயிற்று.

ஆன்மிகம் மகா சக்தியைத் தருகிறது. அது மதத்தின் அடையாளம் அல்ல. மனதின் அடையாளம். எது நம்மை இயக்குகிறதோ, அது எதுவென தேடி அறிவதே ஆன்மிகம்.

ஆசை, கோபம், களவு செய்து மிருகமாக உலா வரும் மானிடர் நடுவில், அன்பு, நன்றி, கருணை கொண்டு மனித வடிவில் தெய்வமாக உலாவச் செய்வது ஆன்மிகம்.

எந்த குடும்பத்தில் பெண்மை கொண்டாடப்பட வில்லையோ, அந்த வீடும் பாழ். அந்த நாடும் பாழ் என்கிறார் விவேகானந்தர். சேவையே முக்கிய குறிக்கோளாக கொண்டது ஆன்மிகம்.

குடிகாரனிடம் ஏன் இப்படி இருக்கிறாய் என்று கேட்டால் அதை நியாயப்படுத்த ஆயிரம் கதை சொல்வான். திருடனிடம் ஏன் இப்படி திருடுகிறாய் என்று கேட்டால் அதை நியாயப்படுத்த ஆயிரம் கதை சொல்வான். நாம் செய்வது தவறு. அதை மாற்றிக் கொள்வோம் என நம்மை உணரச் செய்வது ஆன்மிகம்.

கடலில் வாழும்மீன் கடலைத் தேடுவது போன்றது. நாம் ஆன்மிகத்தை தேடுவது. வலியை உணர்கிறோம். கண்களுக்கு வலி புலனாவதில்லை. உள்ளம் கண்களுக்கு புலனாவதில்லை. புவிஉருண்டையானது. ஆனால், நம் கண்களுக்கு தட்டையாகத் தெரிகிறது. புவி தன்னைத் தானே சுற்றிக்கொள்கிறது. நாம் உணர்வதில்லை. இங்கு நாம் பகல் என்று சொல்லும் போது அமெரிக்காவில் இரவு என்கிறார்கள்.

நம்மால் உணர முடியாதது எவ்வளவோ உள்ளது. நாம் யார்? நமக்கும் மற்ற உயிரினங்களுக்கும் உள்ள தொடர்பு என்ன? அதை உணரும் வழிமுறையே ஆன்மிகம். பிறரை அடக்கி ஒடுக்குவது அல்ல. அன்பால் அரவணைப்பதுதான் ஆன்மிகம்.

நாம் சந்திக்கும் சவால்களில் எல்லாம் நாம் வெற்றி பெற்று விடுவதில்லை. பெரும்பாலான சந்தர்ப்பங்களில் நாம் தோல்வியையே தழுவுகிறோம். ஒரு சிறு ஓட்டைத்தான் மிகப்பெரிய கப்பலையே மூழ்கச் செய்கிறது. நம்மிடம் உள்ள சிறு சிறு குறைபாடுகள்தான் நமக்கு தடைக்கல்லாக இருக்கிறது. அந்த குறைப்பாட்டை உணரச் செய்வதுடன் அதை நம்மிடம் இருந்து அகற்ற உறுதுணையாக இருக்கிறது ஆன்மிக வழிபாடு.

நம்மை சக்தி நிறைந்தவராக மாற்றுகிறது ஆன்மிகம். நமது எண்ணங்களை, குறிக்கோள்களை கடவுளிடம் பகிர்ந்து கொள்கிறோம். நமது மனம் இலகுவாகிறது. நமது எண்ணங்களுக்கு ஆன்மிகம் ஒரு வடிகால். மனம் தேறுதல் அடைகிறது. சந்நிதானத்தில் இறைவனிடம் நாம் பேசுகிறோம். புத்தி பேதலித்தவர்கள் தங்களுக்குள்ளேயே பேசிக் கொள்கிறார்கள்.

ஆன்மிக வழிபாட்டால் மனம் ஆரோக்கியமாகிறது. மனம் வீரியப்பட்டு அதன் சக்தி அதிகரிக்கிறது. உற்சாகம் பிறக்கிறது. நம்மில் பலர் பேசாது மௌனமாக இருக்கிறோம். வாய் பேசாது இருக்கலாம். மனம் இறைவனின் சந்நிதியில் பேசிக் கொண்டே இருக்கிறது. ஆலயம் தொழுவது சாலவும் நன்று என்றார்கள். நமது மனதிற்கு அமைதி கிடைக்கிறது.

இருளில் இரவு நேரத்தில்தான் நட்சத்திரங்கள் பிரகாசிக்கின்றன. நமது துன்பங்கள், துயரங்கள் ஆழமாகும் போதுதான் நாம் இறைவனிடம் நெருங்குகிறோம்.

நெருப்பு இன்றி மெழுகு எரிவதில்லை. அது போலத்தான், ஆன்மிகம் இன்றி மனிதன் வாழ்வு நிறைவு பெறுவதில்லை.

நமக்கு அவமானம் ஏன் ஏற்பட்டது? நம்மை ஏன் விழ வைத்தார்கள்? நம் அழகு மங்கத் தொடங்கியது ஏன்? இனி நம்மால் முன் போல வலுவானவனாக வலம் வர முடியுமா? தவறை உணரும் போது, அதை சரி செய்ய முனையும் போது, இழந்ததை பெற பாதை பிறக்கிறது. அது பரிகாரத்தின் மகத்துவம். மீண்டும் நம்மிடம் அழகும் செல்வமும் பெருகுகிறது.

ஆன்மிகத்தில் தொடர்ந்து வழிபடும் போது, அழகு, செல்வம், நீண்ட ஆயுள், குழந்தைகள்,வீடு ஆகிய வளங்கள் நம்மை அடைகின்றன.

நன்மைகளை அனுபவிக்கும் போது, மகிழ்ந்து திளைக்கும் மனித மனம் துன்பங்களை அனுபவிக்கும் போது வாட்டம் அடைகிறது. நமது சிறு தவறுகளால் வாழ்வு இருளாகிறது. எண்ணற்ற துன்பங்கள் சூழ்ந்து கொள்கிறது. நம் கடமைகளை மறந்து செயல்பட்டால் அது ஏற்பட்டது. வழி புலப்பட வில்லை. இறைவனை சரணாகதி அடைகிறோம். நல்ல மனிதர்கள் வருகிறார்கள். நல்வழி காட்டுகிறார்கள். காலப்போக்கில் பாதை சீராகிறது. இழந்தவைகளை மீளப் பெறுகிறோம். துன்பங்கள் மாறி இன்பங்களாகின்றன.

நீரில் இருக்கின்ற முதலைக்கு வலு அதிகம். அது பெரிய யானையை புரட்டிப் போட்டு அடித்துக் கொன்று விடும் ஆற்றல் மிக்கது. யானை அதிலிருந்து விடுபடவே முடியாது. வாழ்வில் உயர்நிலையில் இருப்பவர்கள், உன்னத நிலையில் இருப்பவர்கள் பலவீனத்தால் பாதை

தவறும் போது நீரில் இருக்கும் முதலையிடம் யானை சிக்கி சீரழிவது போலாகி விடுகிறார்கள்.

இறைவன் சந்நிதியில் மனம் சிந்திக்கிறது. இது சரியல்ல என்று உங்கள் மனம் வேறு பக்கம் போக வேண்டும் என்று நிமிர்கிறது. காமத்தை, கோபத்தை, பொறாமையை ஆன்மிகம் அழிக்கிறது.

இழந்தவனுக்கு ஏமாற்றமும், பரிதவிப்பும் ஏற்படுகிறது. அது அவனிடமிருந்து கபடமாய் பொருளைப் பெற்றவனை நிச்சயமாய் பாதிக்கிறது. கடின உழைப்பின்றி முயற்சியின்றி குறுக்கு வழியில் செல்வம் தேடுபவர்கள் ஒரு நாள் குறுகி போய்விடுகிறார்கள். நிலையான, நிச்சயமான, நிரந்தரமான உயர்வு கடின உழைப்பிலும் தெய்வ நம்பிக்கையிலும் உள்ளது.

72

வலிகள் நம்முடைய நண்பன்

மாணவ கண்மணிகளே, வாழ்வில் நாம் சந்திக்கும் போராட்டங்கள்தான் நம்மை உண்மையில் வலிமைமிக்கவர்களாக மாற்றுகிறது. போராட்டமே இல்லாமல் கடின உழைப்பு இல்லாமல், சவால்களே இல்லாமல் நமக்கு எதுவுமே கிடைக்காது. எல்லாவற்றிற்கும் ஒரு விலை உண்டு. விலையில்லாமல் குறுக்கு வழியில் ஏதாவது கிடைத்தால் நம்மிடம் இருப்பதையும் சேர்த்து கொண்டு போய்விடும்.

போராட்டமில்லாமல் நாம் வளர முடியாது. எதிர்ப்பு இல்லாமல், சவால்கள் இல்லாமல், நம்முடைய வலிமையை அதிகரிக்க முடியாது. வலிகள் நம்முடைய நண்பன்.

மாணவக் கண்மணிகளே, படிப்பது கஷ்டமாக இருக்கலாம். பள்ளி இறுதியில் சந்திக்கும் பொதுத் தேர்வில், நுழைவுத் தேர்வில், போட்டித் தேர்வுகளில் வெற்றி பெற்றால் கிடைக்கும் பலன் உங்கள் வாழ்நாள் முழுவதும் பலனளிக்கும்.

போட்டித் தேர்வில் வெற்றி பெற்று நிரந்தர அரசுப் பதவி பெற்று விட்டால் அதன் பலன் வாழ்நாள் முழுவதும் நீடிக்கும் அல்லவா.

நமக்கு தோல்விகளே இல்லையென்றால், நமக்கு போராட்டங்களே இல்லையென்றால், நமக்கு ஏமாற்றங்களே இல்லையென்றால் நாம் வலிமையானவர்களாக மாற முடியாது.

உங்களுக்கு இந்த அரிய அற்புதமான வாழ்க்கை கிடைத்து இருக்கிறது. அவன் சாதித்து இருக்கிறான். அவள் சாதித்து இருக்கிறாள். நமக்கும் சாதிக்க வலிமை இருக்கிறது. ஐ.ஏ.எஸ் தேர்வு

மிகவும் கடினம் என்கிறார்கள். அந்த தேர்விலும் வருடந்தோறும் முதலாவதாக வருபவர்கள் இருக்கத்தான் செய்கிறார்கள். நீட் தேர்வு மிகவும் கஷ்டம் என்கிறார்கள். அதிலும் தேசிய அளவில் முதலாவதாக வருபவர்கள் இருக்கத்தான் செய்கிறார்கள். விஜய் தொலைக்காட்சியில் பார்த்தேன். ஒரு சிறுமி திருக்குறளில் முதல் அல்லது கடைசி ஒரு வார்த்தையை சொன்னால் திக்காமல், திணராமல் அழகாக சொல்கிறாள். எல்லாமே விடாமுயற்சிதான். கடின உழைப்பு, பொறுமை, விடாமுயற்சி நம்மை மேன்மையானவர்களாக, உன்னதமானவர்களாக, சாதனையாளர்களாக மாற்றுகிறது.

மாணவச் செல்வங்களே, நீங்கள் நினைப்பதை விட நீங்கள் வலிமையானவர்கள் என்பதுதான் உண்மை. சவால்கள் எது வந்தாலும் நீங்கள் சமாளித்து நீடித்து நிற்பீர்கள். கரிய மேகக் கூட்டங்கள் எவ்வளவு காலத்திற்கு ஒளி விடும் நிலவை மறைத்து நிற்க முடியும். உங்களுக்கு வரும் சோதனைகள் தற்காலிகமானவை. இந்த உலகில் நீங்கள் வாழ்வதற்கு ஒரு அர்த்தம் உள்ளது. ஆம். உங்கள் வாழ்க்கையை அர்த்தமுள்ளதாக மாற்ற வேண்டாமா? அதற்கான பாதையை நீங்கள்தானே கண்டறிய வேண்டும்.

இளம் வயதில் தனது அன்புக் கணவரை இழந்தவர் சாந்திரங்கநாதன் என்கிற பெண்மணி. என் கணவருக்கு குடிநோய் இருந்தது. அந்த சமயத்தில் இந்தியாவில் குடிநோய்க்கு சிகிச்சை தரக்கூடிய டாக்டர்கள் இல்லை. அமெரிக்காவிற்கு அழைத்து சென்று சிகிச்சை தந்தோம். பலனில்லை. இறந்து விட்டார். குடிப்பது ஆண்கள் பாதிக்கப்படுவது பெண்கள். ஏதாவது செய்ய வேண்டும் என்று சிந்தித்தேன். குடிப்பழக்கத்திற்கு அடிமையானோரை மீட்கும் மருத்துவமனையை 1980-ல் இந்தியாவில் முதன் முதலாக சென்னையில் தொடங்கினேன் என்கிறார். இவருடைய சேவையை ஊக்குவிக்க, அங்கீகரிக்க ஐ.நா விருது, பத்ம ஸ்ரீ விருது தமிழக அரசின் ஒளவை விருது இவரைத் தேடி வந்தது. காசு கொடுத்து விருது வாங்குபவர்கள் சமுதாயத்தில் உள்ளனர். அது அற்ப ஆசை. இவரோ அற்புதமானவர். இவரது விலாசம் தேடி வந்து காசும் கொடுத்தும் விருதையும் கொடுக்கிறார்கள்.

நமது இலட்சியத்தை நோக்கி போய்க் கொண்டிருந்தால் நாம் வளர்ந்து கொண்டிருக்கிறோம். உங்கள் வாழ்க்கையின் ஒரு

பகுதியாக உங்கள் போராட்டம் உள்ளது. இன்று நீங்கள் என்னவாக இருக்கிறீர்களோ, அதை தீர்மானித்தது உங்கள் போராட்டம்தான். போராட்டம் என்றால் அரசுக்கு எதிராக குரல் கொடுப்பதை சொல்ல வில்லை. கடினமான கரடுமுரடான முட்கள் நிறைந்த வாழ்க்கைப் பாதையை கடந்து வெற்றியை சுவைக்கும் போராட்டம். நீங்கள் எதிர்நோக்கும் போராட்டங்களுக்கு நன்றியுடையவர்களாக இருங்கள். உங்கள் வாழ்க்கையில் புதிய அத்தியாயத்தை எழுத துவங்குங்கள். உங்கள் போராட்டம்தான் உங்கள் வாழ்க்கை. நீங்கள் எதிர்கொள்ளும் போராட்டம் உங்களுக்கு கிடைத்த ஒப்பற்ற பரிசு.

கொலைக்காரர்களாக, திருடர்களாக, பொய்யர்களாக, ஏமாற்றுக்காரர்களாக, ஒழுக்கமற்றவர்களாக, நியாயமற்றவர்களாக, மோசடிபேர்வழிகளாக, எத்தர்களாக,, நயவஞ்சகர்களாக, இரக்கமற்றவர்களாக, திரிவதற்க்காகத்தான் இந்த பிறவி கிடைத்துள்ளதா? ஏன் இவ்வளவு காவல் நிலையங்கள்? ஏன் இவ்வளவு சிறைச்சாலைகள்? ஏன் இவ்வளவு நீதிமன்றங்கள்?

இந்த உலகம் உங்களை பார்த்து பரிதாபப்பட வேண்டுமா? அல்லது வியந்து ஆச்சர்யப்பட வேண்டுமா? எப்படி சிலர் சிவப்பு குழல் விளக்கு பொருத்திய காரில் பவனி வருகிறார்கள்?. எப்படி சிலர் அரசு சின்னம் பொருத்திய அஞ்சல் உறைகளை பயன்படுத்துகிறார்கள்?. எப்படி சிலர் மேடையில் நடுநாயகமாக அமர்கிறார்கள்?

புகழ் பெற்ற மனிதர்களாக இன்று வலம் வருபவர்கள் போராட்ட பள்ளத்தாக்கில் பிறந்தவர்கள்தான். உங்களுக்கு என்ன துன்பங்கள் நடந்ததோ அவற்றையெல்லாம் விட நீங்கள் மிகவும் வலிமையானவர்கள். உங்கள் போராட்டம்தான் உங்களை தூக்கி நிறுத்துகிறது. உங்களுக்கு வலிமையான கருவிகளை வழங்குகிறது. உங்கள் வாழ்க்கையில் நீங்கள் சந்திக்கும் பிரச்னைகளுக்கு மற்றவர்கள் மீது பழி போடாதீர்கள்.

நம்முடைய போராட்டம்தான் நம்மை வலிமையானவராக மாற்றுகிறது. அதனால் அதற்கு நன்றியுடையவராக இருங்கள். இன்று நாம் என்னவாக இருக்கிறோமோ அதற்கு காரணமாக இருந்தது இந்த போராட்டம்தான். அதற்கு நன்றி சொல்லுங்கள்.

நம்மை துன்புறுத்துபவர்கள்தான் நம்மை வலிமை படைத்தவர்களாக மாற்றுகிறார்கள். அவர்களை பழிவாங்க நினைக்காதீர்கள். மன்னித்து விடுங்கள். முடிந்தால் நன்றி சொல்லுங்கள்.

நாம் போராடிக் கொண்டுதான் இருக்கிறோம். அது மிகவும் வலி மிகுந்ததுதான். நமக்கு ஆதரவாக யாரும் இல்லாமல் இருக்கலாம். நாம் தந்தை அல்லது தாயை இழந்து இருக்கலாம். உடன்பிறந்தவர்கள் நோய்வாய்ப்பட்டவர்களாக இருக்கலாம். அந்த வலி நமது மனதை வலிமையானதாக மாற்றும். நாம் என்னவாக வேண்டும் என்கிற கனவு நமக்கு இருக்கிறது. நமது அன்றாட வாழ்வில் போராட்டங்கள், சவால்கள், கடினமான நேரங்கள் நமது வாழ்வின் ஒரு அங்கமாகவே உள்ளது. நாம் அதை எப்படி கையாள்கிறோம் என்பதில்தான் நமது உயர்வு உள்ளது.

வாழ்க்கை எளிதானதல்ல. பிறவியிலேயே நோயோடு பிறப்பவர்கள் உள்ளனர். நம் வாழ்வில் சந்திக்கும் வலியை, காயங்களை சவால்களை ஏமாற்றங்களை நேசியுங்கள். அதுதான் உங்கள் வாழ்க்கையை ஒரு நாள் வண்ணமயமாக்குகிறது.

நாம் சோர்வடைந்து இருக்கலாம். நம் கண்களில் ரத்தம் கசிவதை உணரலாம். ஆனாலும், நாம் இறக்க வில்லை. நாம் இறக்கும் வரை போராடுவதை நிறுத்த வேண்டாம். ஒரு நாள் மிகுந்த மகிழ்ச்சியில் அந்த போராட்டங்கள் சுபமாக நிறைவடைகிறது. அந்த துன்பங்களை நீங்கள் சந்தித்திராவிட்டால், முகவரியற்றவர்களாக, யாரும் பொருட்படுத்தாதவர்களாகவே இருந்திருப்பீர்கள். உங்களுக்கு புதிய வாழ்க்கை காத்திருக்கிறது.

நமக்கு இரண்டு பாதைகள் மட்டுமே உள்ளன. நாம் எதை தேர்வு செய்ய போகிறோம்? இன்று போராடு, பின்னாளில் வாழ்வை அனுபவி அல்லது இன்றைய வாழ்வை அனுபவி வாழ்நாள் முழுவதும் போராடு என்பதுதான் அது.

படித்தவர்களுக்கு வேலை கிடைப்பதில்லை என்பார்கள். நீங்கள் செய்யும் தொழிலுக்கு எதிர்காலம் இல்லை என்பார்கள். எதிர்மறையாய் பேசுபவர்களின் பேச்சை புறந்தள்ளுங்கள்.

வலியது வாழும் என்பார்கள். வெறும் கல்லாக இருந்த நம்மை சிற்பமாக மாற்றியவர்கள். களிமண்ணாக இருந்த நம்மை அழகிய வடிவமாக மாற்றியவர்கள். நம்மை செம்மைபடுத்தியவர்கள் நம்மை பட்டை தீட்டியவர்கள் நம் எதிரிகள். வலி நம்மை நெழ்வானவர்களாக மாற்றுகிறது.

நாம் காணும் உலகம் அழகற்றதாக இருக்கலாம். உன்னிடம் இரக்கமற்றதாக நடந்து கொள்ளலாம். நரகத்தை காட்டலாம். வலி நம்மை வாழ்நாளும் முழுவதும் நினைவுப்படுத்திக் கொண்டே இருக்கிறது. வலிவு மிக்க மனம் உடையவர்களுக்கு வலிமைமிக்க வாழ்க்கை அமைகிறது.

வாழ்க்கையில் ஒரு போராட்டத்தை கடந்தால் மற்றொரு போராட்டம் புதிதாக முளைக்கிறது. புதிய சிக்கல் புதிய பிரச்னை புதிய போராட்டம் உங்கள் எதிர்காலத்தை வளமாக்க, செம்மைப்படுத்த உங்களை வலிமைபடைத்தவர்களாக மாற்றுவதற்க்காகத்தான் உங்களை நோக்கி அணி வகுக்கிறது.

போராட்டங்கள் வலிமைக்கு சமமானது. போராட தயாராக இருந்தால் நம்மை வலிமை படைத்தவர்களாக மாற்றுகிறது. புறமுதுகிட்டு ஓடினால் அழித்து விடுகிறது. நமக்கு யாரோ ஒரு எதிரி நமக்கு தொடர்ந்து தொல்லை தருகிறான். நமது வாழ்வின் ஒரு மோசமான ஒரு அங்கமாக இருக்கிறான். நமது வாழ்வை பறித்து நம்மை பூஜ்ய நிலைக்கு ஆளாக்குகிறான். மீண்டும் எழ வேண்டும். நம் எதிரியை அழிப்பதற்கு அல்ல. பழிவாங்குவதற்கு அல்ல. நம் எதிரி நலமுடன் வாழ பிரார்த்தனை செய்யுங்கள். நமக்கு நம் எதிரி செய்த துன்பங்களை, அவமானங்களை, துயரங்களை, இழப்புகளை கடந்து பல மடங்கு உயர்ந்து நிற்பதை காண நம் எதிரி உயிருடன் நலமுடன் இருக்கவேண்டும்.

நாம் போராடுவதை நிறுத்தும் போதுதான் நாம் தோற்கிறோம். சோகங்கள் நிறைந்த வாழ்க்கையை கடந்தவர்கள்தான் சாதனை மிக்க வாழ்க்கையை வாழ்கிறார்கள். நாம் மற்றவர்களை காட்டிலும் மாறுபட்டவர்கள் என்பதை உணரும்போது கிடைக்கும் உற்சாகம் நம்மை சிறுத்தை போல வேகமாக ஓட வைக்கிறது.

துரதிர்ஷ்டவசமான சூழ்நிலைகளை நீங்கள் கடக்க நேரிடும். போராட்டம் இல்லாதவர்கள் யாருமே இல்லை. இன்று சிகரத்தை தொட்டவர்கள் பலரும் ஒரு நாள் ஆதரிக்க அரவணைக்க யாரும் இல்லாது அல்லாடியவர்கள்தான். நம்மை நாமே ஆதரித்துக் கொள்ள வேண்டி உள்ளது. நாம் தனிமைப்படுத்தப்படும் போது, நமக்காக யாருமில்லை என்ற நிலையில் கடவுள் இருக்கிறார் நம்முடன். அவர் நம்மை வலிமைப்படுத்துகிறார். நமக்கு வழிகாட்டுகிறார். மனம் உடைந்து போகும் தருணங்கள் நம் வாழ்வில் வரலாம். நல்வாழ்விற்க்கான விலையை அந்த வலிதான் தீர்மானிக்கிறது.

திரு.சைலேந்திர பாபு ஐ.பி.எஸ் சொல்வார். மாணவர்களே, எல்லாவற்றிற்கும் ஒரு விலை உண்டு. உலகிலேயே எளிதானது படிப்பதுதான். பெற்றோர்க்கு விசுவாசமானவராக இருங்கள் என்பார்.

திரு.இறையன்பு ஐ.ஏ.எஸ். சொல்வார். பெண் என்பவள் ஆணின் இன்னொரு பரிமாணம் அவ்வளவுதான். மாணவர்களே கவனத்தை சிதற விடாதிர்கள் என்பார். திரு.கலியமூர்த்தி முன்னாள் காவல்துறை அதிகாரி சொல்வார். கல்வி வீட்டிற்கு விளக்கு, நாட்டிற்கு பாதுகாப்பு என்பார்.

நமது வாழ்க்கைப்பாதையில் நமக்கு இன்னல் தருபவர்கள் நம்மை சின்னாபின்னாமாக்க துடிப்பவர்கள் பொறுப்பற்ற நபர்களை கடக்க நேரிடலாம். அத்தகைய வலிகளை கடந்தவர்கள்தான் இன்று புன்னகையுடன் வாழ்வை நகர்த்துகிறார்கள்.

பூணை போல இருந்தவர்களை போராட்டங்கள்தான் புலிகளாக மாற்றியமைத்து இருக்கிறது. மிகவும் கடினமானவற்றை சாதிக்க மிகுந்த உற்சாகத்துடன் செயல்பட வல்லவர்களாக மாற்றுகிறது.

மன அழுத்தங்களில் இருந்து வெளியேறுங்கள். மறுமுதலீடு செய்யுங்கள். உங்களால் மிகவும் சிறந்தவற்றை தாருங்கள்.

நாம் எதிர்கொள்ளும் பிரச்னைகள். சிக்கல்கள், போராட்டங்களை மாறுபட்ட கோணத்தில் பார்க்கத் துவங்குங்கள். தேர்வுகளில் கேட்கப்படும் கேள்விகள் மிகவும் கஷ்டமானவைதான். அதை எதிர்கொள்ளும் போதுதான் நாம் வலிமையானவர்களாக சிறப்பானவர்களாக மாறுகிறோம். நம் வாழ்க்கை அர்த்தமுள்ளதாக

மாறுகிறது. நம் உள்ளே நெருப்பு எரிகிறது. நம் கனவுகளை அடைய நமக்கு கிடைத்த பயணச்சீட்டுதான் நமது போராட்டங்கள். நாம் வெல்ல பிறந்தவர்கள். வீழ்வதற்கு அல்ல. நீங்கள் பிறந்ததற்கு ஒரு அர்த்தம் இருக்கிறது. ஆழ மரமாய் வளருங்கள் பலருக்கும் நிழல் கொடுங்கள். வலிமைமிக்க போர்வீரர்களுக்குத்தான் கடவுள் கடினமான போர்க்களங்களை தருகிறார்.

73

ஆசிரியப்பணி அறப்பணி, அதற்கு உன்னை அர்ப்பணி

2016-ம் ஆண்டிற்கான சர்வதேச ஆசிரியர் விருதுக்கு இந்தியாவைச் சேர்ந்த இயற்பியல் ஆசிரியை பெயர் பரிந்துரை செய்யப்பட்டது. இந்த விருது பெறுவோர்க்கு ஒரு மில்லியன் அமெரிக்க டாலர் பரிசாக வழங்கப்படும். மும்பையில் உள்ள சர்வதேச பள்ளியில் இயற்பியல் ஆசிரியையான கவிதா சங்வி இயற்பியல் பாடத்தை கற்பிக்கும் முறைக்காக பரிந்துரை செய்யப்பட்டார். புத்தகத்தில் உள்ள பாடத்தை வாழ்க்கையில் நேரடியாக சந்திக்கும் அனுபவங்களுடன் ஒப்பிட்டு கவிதா சங்வி பாடம் கற்பித்து வந்தார். மாணவர்கள் அனைவரையும் பொறுப்பானவர்களாகவும் சமூக வளர்ச்சியில் அக்கறை உடையவர்களாகவும் மாற்றும் பொறுப்பும் கடமையும் ஆசிரியர்களுக்கு உள்ளது. மாணவர்களின் வெற்றிக்கு பின்னால் ஆசிரியரின் கடின உழைப்பு வழிகாட்டுதல் உள்ளது.

சர்வதேச அளவில் வர்கி அறக்கட்டளையால் வழங்கப்படும் சிறந்த ஆசிரியருக்கான விருதுப் பட்டியலில் நடப்பாண்டில் அகமதாபாத்தில் ரிவர்சைட் பள்ளிக்கூடத்தில் கல்வி புகட்டும் கிரண் பிர் சேத்தி .இடம் பெற்றார்.

முன்னாள் அமெரிக்க ஜனாதிபதி பில் கிளிண்டனை கௌரவ தலைவராகக் கொண்ட வர்கி அறக்கட்டளை ஆண்டுதோறும் உலக அளவில் தேர்ந்தெடுக்கப்படும் சிறந்த ஆசிரியருக்கு 1 மில்லியன் டாலர் (இந்திய மதிப்பில் 6 கோடியே 22 லட்ச ரூபாய்) பரிசுத் தொகையும் விருதும் வழங்குகிறது. ஆசிரியர் தொழிலில் ஈடுபடுவோர்க்கான

நோபல் பரிசாகக் கருதப்படும் இந்த சிறப்புக்குரிய சர்வதேச ஆசிரியர் பரிசு தங்கள் தொழிலில் ஆழ்ந்த ஈடுபாடு கொண்டு மிகச் சிறப்பாக சேவையாற்றிய ஆசிரியருக்கே வழங்கப்படும் என்பது குறிப்பிடத் தக்கது. இந்தியா, அமெரிக்கா, இங்கிலாந்து, இத்தாலி, கென்யா, ஆஸ்திரேலியா, அர்ஜென்டினா உட்பட 127 நாடுகளைச் சேர்ந்த 5000 பேர் இந்த பரிசுக்காக பரிந்துரைக்கப்பட்டனர். இதில் 1300 பரிந்துரைகள் தேர்வுக்கு எடுத்துக் கொள்ளப்பட்டது. அதில் சர்வதேச அளவில் சிறப்பாக பணியாற்றிய 50 பேர் முதல் கட்டமாக இறுதி செய்யப்பட்டனர். அதிலும் ஆசிரியர் தொழிலுக்கு பெருமை தேடித் தந்த 10 பேர் அடுத்த கட்டமாக தேர்வு செய்யப்பட்டனர். அதில் சிறந்த ஒருவருக்கே இந்த விருது வழங்கப் படுகிறது. இந்த 10 பேர் கொண்ட இறுதிப்பட்டியலில் இடம் பெற்றவர்தான் நமது கிரண் பிர் சேத்தி.

பிள்ளைகளுக்கு பாடம் கற்பிக்கும் கலையில் ஒவ்வொரு நாளும் வெவ்வேறு புத்தாக்கமிக்க அணுகுமுறைகளை கையாண்டு வருபவர் கிரண் பிர் சேத்தி. கல்வியை மாணவர்களுக்கு திணிக்கக் கூடாது என்பதுடன் புதுமையான முயற்சிகளை மேற்கொள்கிறார். அரசுப்பள்ளியில் பணியாற்றும் சிலர் தன் சொந்த செலவில் ஸ்மார்ட் வகுப்பறையை அமைப்பது, மாணவர்கள் பாடங்களை எளிதில் புரிந்து கொள்ளும் வகையில் டிஜிட்டல் தொழில் நுட்பத்தின் உதவியோடு மாணவர்களே வகுப்பெடுக்கும் சூழலை உருவாக்குவது புதிய தொழில் நுட்பங்களை பயன்படுத்துவதன் மூலம் மாணவர்களை ஆர்வத்துடன் வகுப்புகளை கவனிக்கச் செய்கின்றனர்.

மாணவர்களின் ஆசிரியர்கள்:

அர்ப்பணிப்பு, போரார்வம் இவைதான் கடன்பெற்றேனும் பள்ளிக்காக செலவு செய்து மாணவ சமுதாயத்திற்கு உதவத் தூண்டுகிறது. இவர்கள் ஆசிரியர்கள் மட்டுமல்ல நடமாடும் சரஸ்வதிகள் எனலாம். மாணவர்களின் வெளியுலக வளர்ச்சிக்கு தடையாக இருப்பது ஆங்கில மொழி அறிவு இல்லாமையாகும். மாணவர்களின் ஆங்கில மொழி அறிவை மேம்படுத்த பாடுபடும் ஆசிரியர்கள் உள்ளனர்.

கிராமபுறத்தில் படித்து விட்டு சரியான ஆங்கில அறிவு இல்லாமல் நகர்புறத்தில் உயர்கல்விக்காகவோ, வேலை வாய்ப்புக்காகவோ செல்லும்போது அவர்கள் படும் இன்னல்கள் அளவிட முடியாதது. தான் வேலைப் பார்க்கும் பள்ளிக்காகவும் கற்பிக்கும் மாணவர்களுக்காகவும் தனது முழுநேரத்தை செலவு செய்யும் ஆசிரியர்கள் உள்ளனர். கல்வித் தரத்தை மேம்படுத்துகிறார்கள். பொது அறிவை புகட்டுகிறார்கள். மனப்பாடம் செய்து மதிப்பெண்கள் பெறுவது மட்டுமே கல்வி அல்ல. நமது ஆயுதமே கல்வியும், அறிவும்தான் என்பதை மாணவர்களுக்கு சொல்லித் தருகிறார்கள்.

சர்வ தேச ஆசிரியர் விருது அர்ப்பணிப்புடன் பணியாற்றும் ஆசிரியர்களை கண்டறிந்து அவர்களை ஊக்குவிக்கவும் கௌரவிக்கவும்தான் வழங்கப்படுகிறது. தலைசிறந்த ஆசிரியர்களின் அனுபவங்களை பகிர்ந்து கொள்கிறது. அதே நேரத்தில் மிகச் சிறந்த ஆசிரியர்கள் இந்த துறையில் ஆர்வத்துடன் பணியாற்ற வர வேண்டும் என்பதை நோக்கமாக கொண்டுள்ளனர். இது உலக நாடுகளில் பரவலாக வெற்றிகரமாக பரவி வருகிறது. சர்வதேச அளவில் நல்லாசிரியராக தேர்வுக்கு பரிந்துரைக்கப் படுவதே கௌரவம்தான்.

மாகி மக்டொனால்டு என்கிற கனடாவைச் சேர்ந்த ஆசிரியை இந்த விருதை 2017-ல் பெற்றுள்ளார். இவர் உலகின் பெருந்தொலைவில் பனி மற்றும் ஐஸ்கட்டியால் சூழப்பட்ட பகுதியில் உள்ள பள்ளியில் சேர்ந்து தன் அர்ப்பணிப்பால், கடும் உழைப்பால், விடாமுயற்சியால் அங்குள்ள மாணவர்களின் வாழ்க்கை முறையினை முற்றிலுமாக மாற்றியுள்ளார். சர்வதேச ஆசிரியை விருதுக்கு 2017-ம் ஆண்டிற்கு தேர்வு செய்யப்பட்ட மாகி மக்டொனல்டு கனடாவின் ஆர்க்டிக் பகுதியில் பெருந்தொலைவில் அமைந்துள்ள சாலுட் என்கிற பகுதியில் வசிப்பதுடன் அங்கேயே பணியாற்றி வருகிறார். இங்கு விமானத்தில் மட்டுமே செல்ல முடியும். சாலை வசதிகள் கிடையாது. வடக்கின் ஒரப்பகுதியில் அமைந்துள்ள இவ்விடத்தில் வசிக்கும் ஒவ்வொரு குடும்பமும் இவரது உழைப்பால் மன உறுதியுடன் திறமையுடன் செயலாற்றும் விதத்தால் பலன் அடைந்துள்ளனர். இங்கு பணியாற்றுவது மிகப் பெரிய சவாலானது. மதியம் 3 மணிக்கெல்லாம் பள்ளி முடிவடைந்து விடும்.

இந்த சிறிய ஆர்க்டிக் சமுதாயத்தில் ஆசிரியரின் பணி பள்ளிக் கதவுகள் மூடியவுடன் முடிவடைவதில்லை. மாணவர்களுடனான நல்லுறவுடன் கூடிய தொடர்பு தொடர்கிறது. இந்த கிராமத்தில் வாழ்க்கை முறை அவ்வளவு எளிதானதல்ல. குளிர்காலத்தில் மைனஸ் 25 செல்சியஸ் என்பது சர்வசாதாரணம் ஆகும். பனிக்கட்டிகள் நிறைந்த உடலை உறைய வைக்கும் கடுங்குளிரான பகுதி. எளிதில் புகமுடியாத இப்பகுதியில் பணியில் சேருபவர்கள் நிலைத்து இருப்பதில்லை. அடிக்கடி விடுப்பு எடுப்பது ஒரு சில நாட்களிலேயே தாக்கு பிடிக்க முடியாமல் பணியை விட்டு விடுபவர்கள் அதிகம். இங்கு வசிப்பவர்கள் மிகப்பெரிய சவால்களை சந்திக்கிறார்கள். இங்கு வாழும் மக்களின் அன்றாட வாழ்க்கை போராட்டம் நிறைந்தது. 2015-ம் ஆண்டில் மட்டும் 6 தற்கொலைகள் நடைபெற்றுள்ளது. தற்கொலை செய்து கொண்டவர்கள் 18-25 வயதிற்கு உட்பட்டவர்கள் என்பது குறிப்பிடத்தக்கது. அடிக்கடி சந்திக்கும் இழப்புகள், தனிமைப்படுத்தப்படுதல் காரணமாக பருவ வயதினர் தங்களை தாங்களே துன்புறுத்திக் கொள்வது, மது மற்றும் போதைப் பொருட்களை நாடுதல் போன்ற செயல்களில் ஈடுபட்டனர். சிறுமிகள் கர்ப்பமடைவது சர்வசாதாரணமாக இருந்தது. பாலின வேறுபாடும் பாலியல் தொந்தரவுகளும் மிக அதிகமாக இருந்தது. குடும்பப் பணிச்சுமை பெண்களின் மீது அதிகம் காணப்பட்டது.

தீர்வுகள் ஏற்படுத்திய ஆசிரியர்:

இத்தகு சூழலில் பணியாற்றுவது மிகவும் கடினமானது. இங்கு பணிப்பொறுப்பேற்ற பின்னர் மாகி மக்டொனால்டு சற்றும் சளைக்காமல் மிகச்சிறப்பான அசாதாரணமான பணிகளை மேற்கொண்டார். மாணவர்களையே பிரச்சனையின் தீர்வாக மாற்றினார். சமுதாய சிக்கல்களை திறக்கும் சாவியாக அவர்களை மாற்றியமைத்தார். தன் முயற்சியில் வெற்றியும் பெற்றார்.

சமையல் கலை முதல் இயந்திர வல்லுநர் வரையிலான கல்வித்திட்டங்களைப் புகுத்தியதால் மாணவர்கள் சேர்க்கை படிப்படியாக அதிகரித்தது. இடையில் நின்றவர்களை மீண்டும் ஆர்வத்துடன் பள்ளியில் சேரச் செய்தது. சமுதாயத்தில் உள்ள சிக்கல்களை களைவதற்கு மாணவர்களின் திறமையும் விருப்பமும்

ஆக்கப்பூர்வமாக பயன்படுத்தப்பட்டது. இவரது மாணவர்களை பாராட்டி பரிசும் அங்கிகாரமும் வழங்கப்பட்டது.

இப்பகுதி மக்கள் நம்பிக்கையற்று இருந்தனர். எதிர்மறை சிந்தனையுடன் இருந்தவர்களுக்கு நம்பிக்கையை ஊட்டினார் மாகி. மாணவர்களுக்கும் சமுதாயத்திற்கும் நேர்மறை சிந்தனையை ஏற்படுத்தினார். குறிப்பாக பெண்களுக்கு உதவும் வாழ்க்கை கல்வித் திட்டத்தை அறிமுகப் படுத்தினார். இதன் விளைவாக மாணவிகளின் சேர்க்கை 500 சதவீதம் அதிகரித்தது. மாணவர்களுக்கு இணையாக மாணவியர்களும் பங்கேற்றனர். இப்பகுதியில் அதிகமாக காணப்பட்ட பெண்கள் சந்தித்த பிரச்சனைகள் குறையத் தொடங்கியது. வாகனங்களை பழுது பார்த்தல் முதல் கட்டுமானப்பணி வரை பயிற்சிகள் வழங்கப்பட்டது. பிட்னெஸ் சென்டர் உருவாக்கப்பட்டது. இச்சமுகத்தில் அரிதாக இருந்த ஆரோக்கியமான பொழுதுபோக்கு அம்சங்கள் அதிகரிக்கப்பட்டது. மாகியும் அவர்தம் மாணவர்களும் தொடக்க தொகையாக ஒரு லட்சம் டாலர் மதிப்புடைய உபகரணங்களுடன் பிட்னெஸ் சென்டர் தொடங்கினார். இத்திட்டத்திற்கு மாகியின் மாணவர்கள் பெரிதும் உதவினர். உடல்பருமன் மற்றும் சர்க்கரை நோய் அதிகமாக இருந்த இப்பகுதியில் இத்திட்டம் மிகுந்த வரவேற்பை பெற்றது. மாகியின் மாணவர்களுக்கு மட்டுமல்லாமல் அப்பகுதி மக்கள் அனைவரும் மிகப் பெரிய அளவில் ஆரோக்கியமான வாழ்வை பெற வழி அமைக்கப்பட்டது.

சமுதாய சமையல்: இவரது சமுதாய சமையல் திட்டம் சிறந்த வரவேற்பை பெற்றது. சமையல்கலை மாணவர்கள் சமைத்த உணவை அப்பகுதி மக்களும் உண்ணுவர். தங்களை காத்துக் கொள்ள முடியாத நிலையில் உள்ளவர்களுக்கு உணவு மாணவர்களால் வழங்கப்பட்டது. மாணவர்கள் மத்தியில் சமையல் கலையை மட்டும் வளர்க்க வில்லை. அப்பகுதியில் உணவு பாதுகாப்பு இன்மை மிகுந்து காணப்பட்ட நிலையில் செலவு மிக்க ஆரோக்கியமான உணவு பரவலாக கிடைக்க உதவியது.

மாகியின் மாணவர்கள் ஒரு கடையை நிறுவினர். வார இறுதியில் மட்டுமே இயங்கும். மாணவர்கள் நன்கொடை அளிக்கப்பட்ட பொருட்களால் கடையை நிறைத்தனர். வாடிக்கையாளரை கையாள்வது,

பணத்தை கையாள்வது, கடையை நடத்துவது உள்ளிட்ட பயிற்சி பெற்றனர். சமுதாயத்திற்கு பலனுள்ள வகையில் இது அமைந்தது. மேலும், சர்க்கரை நோய் தடுப்பிற்காக 40000 டாலர் தொகையை திரட்டியுள்ளனர். தங்கள் மாணவர்களுக்கு வளர்ப்பு தாய் போலவும் பாதுகாவலர் போலவும் மாகி போற்றப் படுகிறார். தங்கள் வாழ்க்கையை காப்பாற்றியதற்காக மாணவர்கள் நன்றி கூறுகிறார்கள். கடினமான சூழலில் நண்பர்களையும் குடும்பத்தினரையும் இழந்து பல்வேறு கடின சூழ்நிலையை சமாளிக்க முடியாமல் இருந்தனர். எல்லோருமே ஏதோ ஒரு வகையில் இவரை சந்தித்து பலன் பெற்றுள்ளனர். தற்கொலை முயற்சியை பலர் கைவிட்டுள்ளனர். இக்கிராமத்தில் உள்ள மாணவர்களுக்கும் மக்களுக்கும் இவர் ஆற்றிய பணி மிகச் சிறப்பானது. இவர் சர்வ தேச ஆசிரியர் விருது பெற முற்றிலும் தகுதி படைத்தவர்தான். தனக்கு கிடைத்த 1 மில்லியன் டாலர் தொகையை தொண்டு நிறுவனத்திற்காக செலவிட உள்ளார். இந்த சர்வதேச ஆசிரியர் விருது வழங்கும் வர்கி அமைப்பிற்கு அரபு நாட்டைச் சேர்ந்த அரசாங்கத்தினர் பொருளாதார ஆதரவை நல்குகிறார்கள் என்பது குறிப்பிடத் தக்கது.

ஆசிரியப் பணி அறப்பணி, அதற்கு உன்னை அர்ப்பணி.

74

வரலாற்றில் ஒளிவீசும் தைரியத் திலகங்கள்

வாழ்வில் துன்பங்கள், துயரங்கள், கஷ்டங்கள்தான் நமக்கு போராடும் எண்ணத்தைத் தருகிறது. ஒருவரின் மனதைரியத்தின் அளவுதான் அவர்களது வாழ்வு விரிவடைவதையோ, சுருங்கி விடுவதையோ தீர்மானிக்கிறது.

சிக்கலான தருணங்களில் வலி, வேதனை, ஆபத்து, பயம் யாவற்றையும் எதிர்த்து நிற்கும் திறனே தைரியமாகும். இடர்பாடுகளை பயமின்றி சந்திக்கத் தயாராகும் மனதைரியம் லட்சியத்தை வென்று முடிக்கிறது. 'ரிஸ்க்" எடுக்க போதுமான தைரியம் இல்லாதவர்கள் வாழ்வில் என்றும் எதையும் செய்து முடிப்பதில்லை. வேகமாக பாய்ந்து ஓடும் நீரில் செத்த மீன் கூட எளிதாக மிதந்து செல்லலாம். ஆனால், எதிர்நீச்சல் போட்டு செல்ல வேண்டும் என்கிற இலக்கிற்குத் தான் உறுதியும் முயற்சியும் தைரியமும் தேவை.

தைரியம் என்கிற நெருப்புதான் வாழ்வின் இடர்களை பொசுக்கி சாம்பலாக்குகிறது. தைரியம்தான் நம்மை எதிரியிடம் புறங்காட்டி ஓடாமல் போராடச் செய்கிறது. படை வலிமையைவிட வெற்றிக்கு முதலிடம் வகிப்பது போர் வீரனின் தைரியமே. பெண்களுக்கு சிறந்த பாதுகாப்பு அவர்களது தைரியம்தான். தைரியமிக்கவர்கள் சவாலை ஏற்றுக் கொள்கிறார்கள். அழுது புலம்புவதில்லை. புதிய பாதையில், வித்தியாசமாக சிந்தித்து, சிக்கலான சவால்களை வெல்கிறார்கள். தான் செய்த தவறை ஒத்துக் கொள்ளும் வருந்தும் தைரியம் ஒருவருக்கு இருந்தால் அந்த தவறு மன்னிக்கப்படக் கூடியதே.

நம்மைக் கடந்து செல்லும் ஒவ்வொரு வினாடியும் நல்ல விடியலுக்கான வாய்ப்புகள். சவால்களற்ற வாழ்க்கை சுவையற்ற உணவைப் போன்றது. விறுவிறுப்பில்லாத திரைப்படம் போன்றது. மன தைரியம் இல்லாதவர்களால் எந்த ஒரு வஷயத்தையும் எதிர் கொள்ள முடிவதில்லை. சங்கராபரணம் பாடினால் தைரியம் வரும் என்கிறார்கள். தன்னம்பிக்கையின் மறுபெயர் தைரியம். கோழையாக பல ஆண்டுகள் வாழ்வதை விட வீரனாக ஒரு நாள் வாழ்வதே மேலானது என்பர். நம் தந்தைதான் நமக்கு தைரியத்தைத் தருவது. உண்மையை உரக்கச் சொல்லும் தைரியம் பலருக்கும் இருப்பதில்லை. மனஉறுதி உடையவர்களே நிமிர்ந்து நிற்கிறார்கள்.

நிலவில் முதலில் காலடி வைத்தவர் ஆம்ஸ்ட்ராங். அவரது துணிச்சல் வெற்றியின் அடையாளமாகும். நிலவில் முதலில் காலடி வைத்திருக்க வேண்டிய ஆல்டிரின் அரிய வாய்ப்பை தைரியமின்மையால் தவறவிட்டார். பகைநாட்டின் ராணுவ ஊடுருவலை, ஆக்ரமிப்பை தடுக்கும், எதிர்க்கும் தைரியம் தாய்நாட்டு வீரர்களுக்கு, குடிமக்களுக்கு எப்போதும் தேவை. எதுவும் அழிந்து போவதில்லை. ஆனால் மாறும். மாற்றம் ஒன்றே மாறாதது. காலத்திற்கேற்ப மாறாதது எதுவும் நிலைப்பதில்லை. பல நேரங்களில் எனக்கு மட்டும் ஏன் இப்படியெல்லாம் நடக்கிறது என்று நொந்து கொள்பவர்கள் எப்போதாவது பல மகிழ்ச்சியான தருணங்களில் எப்படி இது சாத்தியமானது என சிந்தித்து பார்ப்பதில்லை. மனம் நிறைவடைவதில்லை.

தைரியம் என்பது விழாமல் போராடியவர்கள் பற்றியல்ல, வீழ்ந்தும் போராடி எழுந்தவர்களையே குறிக்கிறது. உங்கள் இலட்சியத்தை தைரியமாக பின்தொடரும்போது உங்கள் கனவுகள் எல்லாம் நிறைவேறும். இவ்வுலகில் நாம் எதையும் தைரியமின்றி சாதிக்க முடியாது. பத்தோடு பதிறோன்றாக, கூட்டத்தில் ஒருவராக நிற்பது எளிதானது. கூட்டத்திற்கு தலைமை தாங்கி வழிநடத்திச் செல்ல ஆற்றலும் தைரியமும் தேவை. நாம் கலங்குவதற்கு கண்ணீர் சிந்துவதற்கு சில சூழலைத் தரும் வாழ்வுதான் நாம் புன்னகைப்பதற்கு, மகிழ்வதற்கு பல வழிகளைக் காட்டி இருக்கிறது. நான் போட்டித் தேர்வில் வெற்றி பெற்றேன், பெரிய கட்டிடத்தை கட்டி முடித்தேன். பெரிய நிறுவனத்தை உருவாக்கி விட்டேன் என்பதல்ல அற்புதம். அதை

நம்பிக்கையுடன் தைரியமாக தொடங்கிய முதற்படியே அற்புதமான தருணமாகும்.

நாம் எதிர்த்து போராடும்போதெல்லாம் எப்போதுமே வெற்றி பெறுவதில்லை என்பது மறுப்பதற்கில்லை. ஆனால் எதிர்த்தே நிற்கவில்லையெனில் நாம் நிச்சயம் தோல்வியடைவோம் என்பதுதான் நிதர்சனமான உண்மை. நம்மில் எல்லோருக்குமே திறமை தனித்தன்மை நிச்சயமாக உள்ளது. இருளடைந்த, சிக்கலான, எதிர்பாராத, தருணங்களில், உடனடியாக தைரியமாக முடிவெடுத்து யாரொருவர் தலைமை தாங்குகிறார் வழி நடத்துகிறார் என்பதுதான் தைரியம். பயமும், தைரியமும் இரட்டை சகோதரர்கள். சில நேரங்களில் தீமையை வெல்வதைவிட, எதிர்த்து நிற்பதே மிக முக்கியமானதாகி விடுகிறது. வரலாற்றில் மிகப்பெரிய தலைவர்கள் பல துறைகளில் நின்றார்கள். நிற்கிறார்கள். ஏனெனில் அதுவே சரியானதாகும். தீமைகளைக் கண்டு எதிர்த்து நிற்கும் போது அவை பின்வாங்கி ஓடுகின்றன. அப்படி துணிவுடன் நிற்பவர்களை அதைரியப்படுத்தி நாம் இருக்கிற இடத்திற்கு அவர்களை இழுக்கக் கூடாது.

சூழ்நிலைபுயலில் சிக்கிக் கொண்ட பலரது அழகிய வாழ்க்கைக் கப்பல் உடைந்து சிதறி இருக்கிறது. தோல்விகள் வாழ்வில் சாதாரணமானது. அது தரும் பாடம் நமது வாழ்க்கையை அழகாக்குகிறது. போராட்டமே இல்லாத வாழ்வு வாழத் தகுந்ததாக ஒருபோதும் இருக்காது. வாழ்க்கை தைரியமற்ற கோழைகளுக்கு மகத்தான இடம் தருவதில்லை.

கிரேக்கத் தத்துவஞானி சாக்ரடிஸ் தனது கருத்துக்களை, நம்பிக்கைகளை கைவிடுவதற்கு, மாற்றிக் கொள்வதற்கு பதிலாக, அரச தண்டனையை சாவை ஏற்றுக் கொள்ள தயாராக இருந்ததால்தான் விஷக் கோப்பையை ஏந்தினார். சாக்ரடிஸ் போன்ற தைரியசாலிகள் உலக வரலாற்றில் மிகக் குறைவு.

துணிவுடன் பிரிட்டனை எதிர்த்து அமெரிக்க புரட்சிக்கு தலைமை தாங்கிய ஜார்ஜ் வாசிங்டன் தான் பின்னாளில் அமெரிக்காவின் முதல் அதிபரானார்.

பேரலைகள் போல் வந்த எதிர்ப்புகளை கண்டு அஞ்சாமல் தைரியமாக நின்று அடிமை முறையை ஒழித்தவர் அமெரிக்காவின் 16-வது அதிபர் ஆபிரகாம் லிங்கன்.

அபாயங்களைக் கண்டு அஞ்சி அநீதிக்கு எதிராக, மௌனமாக பலர் இருக்கலாம். எதிர்த்து தைரியமாக குரல் கொடுக்கும் போதுதான் மார்டின் லூதர் கிங், நெல்சன் மன்டேலா போன்ற தலைவர்கள் உருவாகுகிறார்கள். சூழ்நிலையை மாற்றுகிறார்கள். ஆங்கிலேயரின் காலனி ஆதிக்கத்தை எதிர்த்து, வலிமை வாய்ந்த பிரிட்டிஷாரை காந்தியடிகள் அகிம்சை, சத்தியாகிரக வழியில் தைரியமாக எதிர்த்து போராடியதால்தான் இந்தியாவுக்கு விடுதலை கிடைத்தது.

பெண்களும் ஆண்களுக்கு இணையான வீரத்தில் தாழ்ந்து போனதில்லை என்பதை வரலாறு உணர்த்தி இருக்கிறது. பிரிட்டிஷ ஆருக்கு எதிராக சிவகங்கை ராணி வேலு நாச்சியார், பேகம் ஹசரத் மகால், ஜான்சி ராணி லட்சுமிபாய் போன்றோர் போராடியது விவேகத்துடன் கூடிய தைரியமாகும். தன் நாட்டின் மீது அவர்களுக்கு இருந்த நாட்டுப்பற்றும் தைரியமும்தான் அவர்களை ஓய்வூதியம் பெற்றுக் கொண்டு அரண்மனையில் முடங்காமல் போராட வைத்தது. சுதந்திரம், உரிமைக்கு அவர்கள் கொடுத்த விலை அவர்களது வாழ்க்கை.

நாட்டை ஆளும் மன்னனாக இருந்தாலும் பாண்டிய நாட்டு மன்னன் அவையில் கையில் காற்சிலம்புடன் குற்றம் குற்றமே என்று உண்மைக்காக, நேர்மைக்காக துணிந்து தைரியமுடன் போராடிய கண்ணகி இலக்கியத்தில் போற்றப்படுகிறார். குழந்தைப் பருவத்தில் நோய் தாக்கியதால், குருடாகவும், செவிடாகவும், ஊமையாகவும் இருந்தே தீர வேண்டிய நிலையிலும், ஹெலன் கெல்லர் ஊனத்தையும் வெற்றி காண முடியும் என உலகுக்கு காட்டினார்.

ஆசிட் தாக்குதலுக்கு ஆளான லட்சுமி என்ற இந்திய பெண் அமெரிக்காவின் மதிப்பு மிகுந்த சர்வதேச மகளிர்க்கான தைரியசாலி விருதினை பெற சமீபத்தில் தேர்வு செய்யப்பட்டார். டெல்லி பஸ் நிறுத்தத்தில் பேருந்துக்கு காத்திருந்த போது அவளது முகம் ஆசிட் வீச்சால் நிரந்தரமாக அகோரமாகி போனது. பொதுவாக ஆசிட் வீச்சால் பாதிக்கப்பட்ட பலர் சகஜ நிலைக்கு திரும்புவதில்லை. முகத்தை

மறைத்துக் கொள்கிறார்கள். படிப்பை நிறுத்தி விடுகிறார்கள். வேலைக்கு போவதில்லை. வீட்டில் முடங்கி விடுகிறார்கள். பொது இடங்களுக்கு, நிகழ்ச்சிகளுக்கு வருவதில்லை. ஆனால் ஆசிட் வீச்சுக்கு ஆளான லட்சுமி ஒளிந்து கொள்ள வில்லை. தொலைக்காட்சியில் அடிக்கடி தோன்றினார். 27000 பேர்களிடம் கையெழுத்துப் பெற்று ஆசிட் விற்பனையை தடுக்க நீதி மன்றத்தில் மன உறுதியுடன் புகார் செய்தார். உச்சநீதிமன்றம் அதை ஏற்று, விசாரித்து, மத்திய, மாநில அரசுகள் ஆசிட் விற்பனையை ஒழுங்குப்படுத்த உடனடியாக உத்திரவிட்டது.

இந்தியாவின் முதல் பெண் பிரதமர் இந்திராகாந்தி வங்கிகளை தைரியமாக தேசியமயமாக்கினார். பாகிஸ்தானைச் சேர்ந்த பள்ளி மாணவி மலாலா பெண் கல்விக்காக சற்றும் தயங்காமல் தைரியமாக தாலிபான்களுக்கு எதிராக குரல் கொடுத்தார். அவரது மனித உரிமை போராட்டத்திற்கு தைரியத்திற்கு நோபல் பரிசு கிடைத்தது.

உயிரை துச்சமாக நினைத்து தைரியமாக போராடுபவர்கள் பயத்தை வெல்கிறார்கள். ஈரம் இருக்கும் வரை மரத்தை விட்டு இலைகள் உதிர்வதில்லை. மனதில் தைரியம் இருக்கும் வரை மனிதன் தோற்பதில்லை. வாழ்வின் இடர்களை தைரியமுடன் எதிர்கொண்டால் நம் வாழ்க்கையும் நாளை ஒரு புத்தகமாகலாம். அநீதி கண்டு சிங்கம் போல் சிலிர்த்தெழுந்தவர்கள் வரலாறு படைக்கிறார்கள். அவர்களது தைரியம் எப்போதும் மறக்கப்படுவதில்லை. எலி போல் வலைக்குள் பயந்து பதுங்கியவர்கள் புதைந்து போகிறார்கள். எவரெஸ்ட் சிகரத்தை மனிதனால் எப்படி தொட முடிந்தது? தைரியம் என்ற முதுகெலும்பு, வாழ்வில் மனிதனை நிமிர்ந்து நிற்க வைக்கிறது. முடிவெடுக்காமல் இருப்பதைவிட சில சமயங்களில் தவறான முடிவுகள் கூட மேலானதாக இருக்கிறது. தைரியத்திற்கு இணையான பொருள் உலகின் எந்த சந்தையிலும் இல்லை. தைரியசாலி காந்தக்கல் போல அனைவரையும் கவர்ந்து இழுக்கிறான். அவர்களது மகத்தான செயல்பாடுகளால் உலகெங்கும் அவர்களது புகழ் பரவுகிறது. என்றென்றும், எப்போதும் மக்களை நன்றியுடன் நினைக்க வைக்கிறது.

75
தாலி அன்பினால் இணைந்த வேலி

"தாலம்" என்ற பெயர்தான் காலப்போக்கில் தாலியாக மாறியிருக்கிறது. தாலம் பனை என்ற பனை ஓலையால் செய்த ஒன்றையே பல நூற்றாண்டுகளுக்கு முன்னர் மணமகன் மணமகள் கழுத்தில் கட்டி வந்த நிலை இருந்துள்ளது. பனை ஓலைத்தாலி அடிக்கடி பழுதுப்பட்டதால் நிரந்தரமாக இருக்க பிற்காலங்களில் உலோகத்தால் ஆன தாலி செய்து பயன்படுத்தத் தொடங்கினர்.

இன்றைய திருமாங்கல்யச் சரடானது ஒன்பது இழைகளைக் கொண்டது. ஒவ்வொரு இழைகளும் ஒவ்வொரு நற்குணங்களைக் குறிக்கின்றது. அவை தெய்வீகக் குணம், தாய்மை, மேன்மை, தொண்டுள்ளம், தன்னடக்கம், ஆற்றல், விவேகம், உண்மை, உள்ளதை உள்ளபடி புரிந்து கொள்ளுதல் ஆகும். ஒரு விரலி மஞ்சளை எடுத்து மஞ்சள் கயிற்றால் கட்டி கழுத்தில் முடிச்சுப் போடுவது கூடத் தாலிதான். இது காலம் காலமாய் நாம் பின்பற்றி வரும் சம்பிரதாயமாகும்.

12 வகை தாலிகள்:

தாலிக்கு மாப்பிள்ளை வீட்டார்தான் தங்கம் தருவார்கள் அல்லது தாலி செய்து தருவார்கள். தாலியில் 12 வகை உள்ளது. அவை முறையே பிள்ளையார்தாலி, அம்மன்தாலி, லட்சுமி தாலி, மூன்று கொம்புத் தாலி, லிங்கத் தாலி, புலிப்பல் தாலி, பாப்பயத் தாலி, பவளத்தாலி, பொட்டுத்தாலி, சிவதாலி, புறாத்தாலி, கிருஷ்ண தாலி ஆகியவைகளாகும். தென்னிந்தியாவில் இடத்திற்கு இடம் தாலியின் வகை மாறுபடுகிறது.

தாலி கட்டும் முறை:

சூறை புடவை உடுத்தி வந்த மணமகள் வலப்புறத்தில் கிழக்கே நோக்கி அமர, குறித்த சுப முகூர்த்தத்தில் மணமகன் எழுந்து மணமகளின் வலப்புறம் சென்று வடக்கு நோக்கி நின்று இறைவனைத் தியானித்து குருக்கள் ஆசிர்வதித்துக் கொடுக்கும் மாங்கல்யத்தை கெட்டி மேளம் முழங்க அட்சதைத்தூவி, பெண்ணின் கழுத்தில் திருமாங்கல்யம் பூட்டுவார். காரணம் தெரியாமலேயே பல சடங்குகள் நடக்கிறது. அதைப் புரிந்து நடக்கின்ற போது அதன் பலன் மேலும் அதிகரிக்கும். நம்நாட்டில் பல நூற்றாண்டுகளுக்கு முன்னர் அந்நியர்கள் படை எடுப்பு நடைபெற்ற பொழுது அவர்களிடமிருந்து தற்காத்துக் கொள்ளும் பொருட்டு பெண்கள் தாலி அணியத் தொடங்கினார்கள் என்று வரலாற்று ஆய்வுகள் தெரிவிக்கின்றன.

மூன்று முடிச்சின் தத்துவம்:

பிறந்த வீட்டின் மகத்துவம் காப்பதற்கும், புகுந்த வீட்டின் மகத்துவம் காப்பதற்கும், கொண்ட கணவனை போற்றுவதற்கும் மூன்று முடிச்சு போடப்படுவதாக பெரியவர்கள் தெரிவிக்கிறார்கள். ஒரு வீடு அழகாய் இருப்பதற்கு முக்கியக் காரணம் பெண்தான். தாலி நமது கலாச்சார சின்னம். ஒரு சிலர் தங்கத் தாலிக் கொடியின் உள்ளே மஞ்சள்நூ ல் வைத்திருப்பார்கள். 10 அல்லது 16 வருடங்களில் தாலியை புதுப்பிக்கலாம்.

கற்காலத்தில் குகைகளில் ஏனைய மிருகங்களோடு மனிதன் வாழ்ந்தான். படிப்படியாக எழுத்துக்கள் தோன்றியது. நாகரீக வளர்ச்சி ஏற்பட்டது. காலப்போக்கில் பல சடங்குகள் சம்பிரதாயங்கள் படிப்படியாக தோன்றின. அவைகளில் ஒன்றுதான் இந்த திருமாங்கல்யம் அணியும் பழக்கம். நம் நாட்டில் ஆயிரம் ஆண்டுகளாக தொடர்கிறது. உலக நாடுகளுடன் ஒப்பிடும்போது நமது முன்னோர்கள் தீர்க்கதரிசிகள், தனித்தன்மை வாய்ந்தவர்கள். நிகரற்றவர்கள். அவர்கள் வடிவமைத்து கொடுத்த பல கொடைகளில் இதுவும் ஒன்று.

கட்டாயத்தாலி கட்டுவது மிகவும் தவறானது. மணப்பெண்ணின் சும்மதமின்றி கட்டாயத்தாலி கட்ட முயற்சித்து பொதுமக்களிடம் தர்ம

அடி வாங்கி போலிஸ் நிலையத்தில் ஒப்படைக்கப்பட்ட வாலிபர்களும் உள்ளனர்.

அனைத்து சக்தியையும் கொடுப்பவள் பெண். சக்தி இருந்தால்தான் (சிவம்)மனிதன் செயல்பட முடியும். திருடர்களில் கூட தாலியைத் திருடுவதற்கு பறிப்பதற்கு தயங்குபவர்கள் உள்ளனர். திருடர்களின் கண்ணுக்கும் தாலி உயர்ந்ததாகப் படுகிறது.

தாலியின் மகத்துவம்:

தாலி அணிந்த பெண் திருமணமானவள் என்பது தாலியின் முக்கிய குறியீடாகும். கணவன் வாழும்வரை மனைவி மார்பில் எப்பொழுதும் இத்தாலி தவழ வேண்டும். அவனை நெஞ்சோடு தான் தாங்கி வாழும் தன்மையை காலம் முழுவதும் அப்பெண் எடுத்துக் காட்டுகிறாள். ஆடவர் ஒரு பெண்ணின் கழுத்தில் தாலியைப் பார்க்கும் போது இவள் மற்றவனுக்கு உரியவள் என ஒதுங்கிப் போய் விடுவர். தாலி என்பது பெண்ணுக்கு அன்பினால் இணைந்த வேலியாக உள்ளது. தாலி அணிந்த பெண் விவாகமாகியவள். அவள் ஒரு சுமங்கலி என்பதைக் காட்டுகிறது.

இதர அணிகலன்கள் வேண்டும்போது, அணியப்படுவது. தேவை இல்லாத போது கழற்றி வைக்கப்படுவது. ஆனால் திருமாங்கல்யம் கட்டப்படுவது, அது கணவன் உயிருள்ளவரை மனைவி கழுத்தில் இருக்க வேண்டியது ஆகும். நம் நாட்டு பெண்கள் தாலியை தன் உயிருக்கு நேராக நேசிக்கின்றனர். தினம் குளிக்கும் போது முகத்திற்கும், தாலி கயிற்றிற்கும் மஞ்சள் தடவும் போது நிறம் மாறாமல் இருக்கும். சீதா தேவியார் இராவணனால் கவரப்பட்ட பொழுது எல்லா அணிகலன்களையும் கழற்றி எறிந்தார். திருமாங்கல்யம் மட்டும் சீதாதேவியின் கழுத்தில் அணி செய்து கொண்டிருந்தது என ராமாயணம் தெரிவிக்கிறது. எந்த ஒரு சூழ்நிலையிலும் தாலியை பெண்கள் உயர்வாக நிகரற்றதாகவே கருதுகிறார்கள்.

ஒரு நாட்டின் தேசியக் கொடியை வெறும் துணியால் ஆனதாக நம் மனம் பார்ப்பதில்லை. உயர்வாக, உன்னதமானதாக நம் உயிராகக் கருதுகிறோம். அது போலவே நம் பெண்களும் திருமாங்கல்யம் விவரிக்க இயலாத உயர்வைத் தருவதாக கருதுகிறார்கள்.

திருமணத்தில் மட்டுமல்ல, அறுபதாம் கல்யாணத்திலும், சதாபிஷே கத்திலும் தாலி கட்டுவது உண்டு. அவள் சுமங்கலியாக இயற்கை எய்தியபிறகு, உடலை சிதையில் சேர்க்கிறோம். இறந்த பிறகு அந்தத் தாலியின் பயன்பாடு நிறைவு பெற்ற பிறகு, தாலியை உருக்கி வேறு அணிகலனாகப் பயன்படுத்துவது பொருந்தும். அது தவறல்ல என பெரியவர்கள் தெரிவிக்கிறார்கள்.

ஒரு ரூபாய் மஞ்சள் கயிறாக இருந்தாலும் ஒரு பெண்ணுக்கு தாலிதான் மிகப்பெரிய சொத்து. ஒரு பெண்ணின் பாதுகாப்பையும் சமூகத்தில் மரியாதையையும் கொடுக்கிறது. இந்தியப் பெண்கள் தாலியை புனிதமாகக் கருதுகிறார்கள். பஞ்சபூதங்களின் சக்தியாக பெண்களுக்கு தாலி விளங்குகிறது. திருமாங்கல்யம் என்றும் மகத்துவம் வாய்ந்த சொல். குடும்ப உறவுகளை மங்களகரமான மஞ்சள் கயிற்றில் பின்னிப் பினைந்திடும் என்கின்றனர்.

தம்பதிகளின் வாழ்விற்கான அச்சாரமாக தாலியை கருதுகிறார்கள். அனைத்து உறவுகளையும்விட தாலியின் உறவு வலிமையானது. தாலி மூலமே பல புதிய உறவுகள் உதயமாகின்றன. பெண் எவ்வளவு நகை அணிந்திருந்தாலும் அது தாலிக்கு இணையாகாது. தாலியை பெண்களிடமிருந்து பிரிக்கவே முடியாது. பெண்கள் தாலியை புனிதமாக நினைத்து குங்குமம் வைத்து போற்றி வருவதை கண்ணில் ஒற்றிக் கொள்வதை பார்க்க முடிகிறது. சுமங்கலி பூஜை செய்யும் பெண்கள் உள்ளனர். நம் நாட்டில் நகைக்கடைகளில் தாலி இல்லாத கடைகளே பார்க்க முடியாது.

மாற்றுக் கருத்து உடையவர்கள்:

தாலி வேண்டாம் என்று மாற்றுக்கருத்து சொல்பவர்களும் நம்மிடையே உள்ளனர். அது தவிர்க்க முடியாதது. பண்பாட்டை சிதைக்கச் செய்யும் தேவையற்ற வாதமாகவே பார்க்கப்படுகிறது. அவர்கள் மாற்று மதத்தவர்கள் பர்தா அணிவதை, சிலுவை போடுவதை துணிவுடன் பேச முடியாதவர்கள் என்ற கருத்து ஆழமாக நிலவுகிறது. அவர்கள் சொல்வது போல் நடைமுறையில் தாலியை அடிமைச் சின்னமாக எந்த பெண்மணியும் பார்ப்பதில்லை. கற்காலத்தில் மிருகங்களின்

வாழ்க்கையை வாழ்ந்த நாட்களில் நாகரீகம் வளராத காலகட்டத்தில் தாலி அணியும் பழக்கம் இல்லை.

மாற்று மதத்தவர்களின் சமயப் பண்பாடுகளை அமைதியாக ஏற்றுக் கொள்வது போல நமது யாருக்கும் துன்பமற்ற கலாச்சார, பண்பாட்டு பழக்கங்களை விமர்சிப்பதை தவிர்த்து, நமது முன்னேற்றத்திற்கு, நாட்டின் வளர்ச்சிக்கு நமது கவனத்தை திருப்பலாம். எப்பொழுதும் நமக்கு அருகிலேயே உள்ள பொருளின் மகத்துவத்தை நாம் உணர்வதில்லை. தாகம் எடுக்கும் போதுதான் ஒரு துளி தண்ணீரின் அருமை தெரியும். திருமண வாழ்வு அமையாத, இளம் வயதில் கணவனை இழந்த பெண்களுக்கு மிக நன்றாக தெரியும் தாலியின் அருமை.

சமுதாயத்தில் எப்பொழுதுமே ஏதாவது ஒரு தத்துவம் இருந்து கொண்டேதான் இருக்கும். ஏனென்றால் மனிதன் தத்துவத்தை சிருஷ்டி செய்து கொண்டிருக்கும் பிராணி. குடிப்பழக்கம், புகைப் பழக்கம், கொலை, கற்பழிப்பு போன்ற சமுக சீர்கெடுகளை கடுமையாக எதிர்க்கலாம். தவறில்லை. ஆனால் தாலி அணியும் பழக்கத்தால் நம் சமுகத்திற்கு எந்த பாதிப்பும் இல்லை. கணவர் உயிருடன் இருக்கும் போது எந்தப் பெண்ணும் தாலியை அகற்றமாட்டாள். நமது பண்பாடு, கலாச்சாரம், பாரம்பரியம் சிதையக் கூடாது என்பவர்களே மிகுதியாக உள்ளனர். தாலிக் கட்டுவதால் பெண்களுக்கு பெருமையே தவிர என்றுமே இழிவு கிடையாது என்றுதான் நமது இந்தியப் பெண்கள் கருதுகின்றனர்.

76
வெளிநாடுகளில் வேலைக்கு செல்வோர் கவனத்திற்கு....

இன்று பணி நிமித்தமாக கிராமத்திலிருந்து, நகரத்திற்கோ, வேறு மாநிலத்திற்கோ, அயல் நாடுகளுக்கோ செல்ல வேண்டி உள்ளது. குடும்பத்தை உறவுகளை விட்டு பிரிந்து செல்வதை தவிர்க்க இயலாது. நாம் செல்லுமிடங்களில் மொழி மாறுபடலாம். உணவு, தங்குமிடம், சம்பளம் போன்றவை நாம் எதிர்பார்ப்பிற்கு ஏற்பவோ, மாறுபட்டோ இருக்கலாம். பணியில் கவனக்குறைவாகவோ, நிறுவனத்துடன் மோதலோ ஏற்பட்டால் நமக்கு கிடைக்க வேண்டிய பலன்கள் தடைப்பட்டு விடும். குண்டு சட்டிக்குள் குதிரை ஓட்டுவதைவிட வேலைக்காக இடம் பெயர்வது வாழ்வில் முன்னேற நிச்சயம் வழி வகுக்கும்.

ஆசிரியர் வேலைக்கு செல்பவர்களிடம் அசல் சான்றிதழ்களை பிணையாக பெற்றுக் கொள்ளும் நடைமுறை கல்வி நிறுவனங்களில் உள்ளது. ஆசிரியர் பணிக்குச் செல்பவர்கள் மாணவிகளிடம் மிக கண்ணியமாக நடந்து கொள்ள வேண்டும். சிலருக்கு புது இடங்களில் தண்ணீர் ஒத்துக் கொள்வதில்லை. தலைமுடி கொட்டி விடும். வெளியூர்களில், வெளிமாநிலங்களில், வெளி நாடுகளில் வேலை செய்யும் போது முழுக்க, முழுக்க கவனமாக பணிகளில் ஈடுபடும் வாய்ப்பு உள்ளது. இதனால் திறமை அதிகரிக்கிறது. புதிய மொழியை கற்றுக்கொள்ளும் சூழல் உண்டாகிறது. அன்னிய செலாவணி பெருகுகிறது. ஒரு குறிப்பிட்ட காலத்திற்குப்பின் சேமிப்பதன் வாயிலாக சொந்த ஊரில் சுய தொழில் செய்ய முதலீடு கிடைக்கலாம். அம்பானி அவ்வாறுதான் தொழிலதிபர் ஆனார்.

உயிரைப் பறித்த சட்டம்:

அயர்லாந்து கத்தோலிக்க கிறஸ்துவ நாடு. அங்கு கருச்சிதைவு தடை செய்யப்பட்ட ஒன்றாகும். கர்நாடகா மாநிலத்தைச் சேர்ந்த கவிதா என்கிற இந்திய பல் டாக்டர் தன் கணவருடன் அங்கு பணி புரிந்தார். உயிருக்கு ஆபத்தான நிலையிலும் அவருக்கு கருச்சிதைவு செய்ய அந்நாட்டு மருத்துவர்கள் மறுத்து விட்டதால் கவிதா பரிதாபமாக உயிரிழந்தார். ஒரு உயிரைக் காப்பாற்ற அதைத்தவிர வேறு வழியில்லை என்ற நிலையிலும் அந்நாட்டு மதநம்பிக்கையின்படி சட்டத்தை சுட்டிக்காட்டி மருத்துவர்கள் மறுத்து விட்டார்கள் என்பது வேதனையானது. எனவே விழிப்புணர்வு தேவை.

சௌதியில் வேலைக்கு செல்கிறீர்களா?

சௌதி போன்ற நாடுகளுக்கு வீட்டுப் பணியாளர்கள் வேலைக்கு செல்வோர் ஒன்றுக்கு பலமுறை யோசித்துவிட்டு செல்வது நல்லது. பணியாளர்களுக்கு நலன்களோ, உரிமைகளோ, இன்ன பிற வசதிகளோ கிடைக்கிறதா என்பதை உறுதி செய்து கொள்ள வேண்டும். நம் நாட்டு சூழ்நிலை வேறு. அவர்கள் நாட்டு சூழ்நிலை வேறு. திருட்டு, கொலை, கொள்ளை, கற்பழிப்பு சம்பவங்கள் அதிகம் அங்கு இல்லை. ஏனெனில் சவுதி நாட்டின் கடுமையான சட்டங்கள்தான். சவுதி ஜனநாயக நாடு அல்ல. அங்கு மன்னராட்சி நடைபெறுகிறது. அங்கு ஊடக சுதந்திரம் கிடையாது. மரண தண்டனை சகஜம். எப்போதாவது மிக அரிதாக நடைபெறும் மரண தண்டனைகளுக்கு கூட நம் நாட்டில் கடும் எதிர்ப்பு தெரிவிப்பதை ஊடகங்களில் பார்க்க முடியும். பெண்கள் ஆண்களுக்கு சமமானவர்கள் அல்ல. சௌதியிலுள்ள வயதானவர்கள் ஏழை நாடுகளில் பணத்தை கொடுத்து ஏழைச்சிறுமிகளை திருமணம் என்ற பெயரில் விலைக்கு வாங்குகிறார்கள் என்ற குற்றச்சாட்டு இருந்தது. சவுதி நாட்டு வழக்கப்படி, திருமணத்திற்கு முன்பு மணமகனும், மணமகளும் நேரில் பார்க்கவோ, பேசவோ கூடாது. என்பது குறிப்பிடத்தக்கது. நமது பண்பாட்டிலும் இரண்டு தலைமுறைக்கு முன்னர் இது போன்ற பழக்கம் (திருமணத்திற்கு முன் மணப்பெண்ணை காட்ட மாட்டார்கள்). நடைமுறையில் இருந்துள்ளது என்பதை மறுக்க முடியாது. பெண்கள் கார் ஓட்ட சௌதியில் அனுமதி கிடையாது.

தடைவிதிக்கப்பட்டுள்ளது. சவுதி அரேபியாவில் கவர்ச்சியான கண்கள் உள்ள பெண்கள் அதை வெளியில் காட்டத் தடை விதித்து புதிய சட்டம் கொண்டு வரப்பட்டுள்ளது. இந்த புதிய சட்டத்தின்படி கவர்ச்சியாக கண்கள் உள்ள பெண்கள் அதை மறைக்கும் வகையில் பர்தா அணிய வேண்டும். சௌதியில் வேலைக்கு செல்லும் பெண் பணியாளர்கள் இதை உணர வேண்டும். ஆண்களுக்கு இந்த கட்டுப்பாடு இல்லை. இங்கு நம் நாட்டில் முத்தப் போராட்டம் நடக்கிறது என்பது வேறு விஷயம். இங்குள்ள சுதந்திரத்தை எல்லாம் நாம் வேலைக்கு செல்லும் நாடுகளில் எதிர்ப்பார்க்க முடியாது.

அங்கு பெண்கள் தனியாக கடைவீதிக்கு செல்லக் கூடாது. ஆண் துணையுடன்தான் செல்ல வேண்டும். சவுதி அரேபியா நாட்டின் பள்ளிகளில் மாணவிகள் விளையாட இருந்த தடை தற்போதுதான் நீக்கப்பட்டுள்ளது. முதல்முதலாக சௌதியில் ஆங்கில நாளேடு ஒன்றின் ஆசிரியராக சொமய்யாஜபந்தி என்ற பெண் ஒருவர் நியமிக்கப்பட்டுள்ளார். இப்போதுதான் கட்டுப்பெட்டித்தனம் என்ற கண்ணாடி மாளிகையில் மேற்கரை விரிசல் விட்டுள்ளது. விரைவில் வாசற்கதவும் விரிவடையும் என நம்புவதாக சொமய்யாஜபந்தி தெரிவித்துள்ளார். அங்கு விவாகரத்து சுலபமாக அனுமதிக்கப்படுகிறது. அதிக அளவில் விவாகரத்து சம்பவங்கள் நடக்கிறது. சவுதி அரேபியாவில் 2015 முதல் தேர்தலில் பெண்கள் போட்டியிடலாம். வாக்களிக்கலாம் என்ற புதிய சட்டத்திற்கு ஒப்புதல் வழங்கப்பட்டு உள்ளது.

சவுதி பள்ளிக் கூடங்களில் பயின்ற மாணவிகள் பள்ளிக்கூட (Group photos) புகைப்படங்களில் தான் எங்கு இருக்கிறோம்? என்பதை கண்டுபிடிக்க தடுமாறுவர். ஏனெனில் முகத்தை மறைத்து பர்தா அணிந்து இருப்பதால். சிறை என்றால் அங்கு மாமியார் வீடு இல்லை. நம் நாட்டைப் போல வருடக்கணக்கில் விசாரணை நடக்காது. உடனடி விசாரணை. சில வாரங்களில் உடனடி தீர்ப்பு.

சௌதியில் இகாமா (வொர்க் பர்மிட்) இல்லாமல் வெளியே சென்று பிடிபட்டால் சிறையில் அடைத்து விடுவார்கள். அதே நேரத்தில் நிலுவையில் உள்ள வழக்குகளை எல்லாம் கிடச்சவன் தலையில் எழுதும் பழக்கம் அங்கு இல்லை. மனிதன் அறிவியல் ரீதியாகவும், கலாச்சார

ரீதியாகவும் பண்பாட்டு ரீதியாகவும் மாறிக் கொண்டே இருக்கிறான். எல்லாம் மாறும் உலகில் எல்லாக் காலத்திலும் மாறாத ஒரே சட்டம் என்கிற நிலை சௌதியில் நடைமுறையில் உள்ளது.

சட்டத்தை திருத்துவதற்கு மனிதர்களுக்கு உரிமையில்லை என்கிறார்கள். பொதுவாக சம்பளம், விடுமுறை, தங்குமிடம் போன்ற விசூஷயங்களில் அநீதி என்றால் கேட்க இயலாது என்பதே யதார்த்தம். துரதிர்ஷ்டவசமாக, இந்திய பணியாளர்களிடம் வன்முறையாகவோ, அத்து மீறியோ நடந்தால், வேலை கொடுப்பவர்-வேலை செய்பவர்களிடம் உறவில் விரிசல் ஏற்பட்டால் நீதி பெறுவது அவ்வளவு சுலபமில்லை என்பதையும் மனதிற் கொள்ள வேண்டும். வறுமையினால் வீட்டு வேலைக்கு பெண்களும், டிரைவர் போன்ற சாதாரண வேலைகளுக்கு ஆண்களும் சௌதி போன்ற நாடுகளுக்கு செல்கிறார்கள். பணியில் மிக கவனமாக இருக்க வேண்டும். எளிய உழைப்பாளிகளிடம் சட்டம் என்ற தடி சூழலும். நாம் எந்த நாட்டில் பணிபுரிகிறோமோ அந்த நாட்டு சட்டதிட்டங்களுக்கு உட்பட்டே வாழ வேண்டும். இதே சவுதிதான் அமெரிக்கா முன் பணிந்து நிற்கிறது என்பது வேறு விஷயம்.

நாம் எப்படிப் பட்டவர்கள் என்பதற்கு ஒரு நகைச்சுவை உதாரணம்:

ஒரு ஜெர்மானியர். ஒரு பாகிஸ்தானியர், ஒரு இந்தியர் மூவரும் மது அருந்திய குற்றத்திற்காக கைது செய்யப்பட்டனர். அவர்களுக்கு முப்பது கசையடி அளிக்க உத்தரவிடப்பட்டது. ஆனால் அதற்கு முன் அவர்கள் வேண்டுவது ஒன்று சலுகையாக செய்யப்படும் என சொல்லப்பட்டது.

ஜெர்மானியர் தன் முதுகில் ஒரு தலையணையை கட்டுமாறு கேட்டுக்கொண்டார். அது பத்து கசையடி அடித்தவுடன் தலையணை கிழிந்து அவர் பலமான காயத்திற்கு ஆளானார்.

பாகிஸ்தானியர் தன் முதுகில் இரண்டு தலையணை கட்டச் சொன்னார். பதினைந்து அடிகளில் தலையணை பிய்ந்து அவர் முதுகு பிளந்தது.

மூன்றாவது இந்தியர்.

சேஷக் - இந்தியரிடம் சொன்னார். -எனக்கு இந்தியர்களைப் பிடிக்கும். எனவே நீ இரண்டு வேண்டியவை சலுகையாக கேட்கலாம் என்றார்.

இந்தியர் கேட்டார் - எனக்கு 30-க்கு பதில் 50 கசையடி வேண்டும். சேஷக் அவர் தைரியத்தை எண்ணி வியந்தார்.

'அடுத்தது"

இந்த நீதிபதியை என் முதுகில் கட்டுங்கள். இது எப்படி இருக்கு?. நம்ம ஆளுங்க எங்க போனாலும் பொளச்சுப்பாங்க என்பதற்காகச் சொல்லப்படும் நகைச்சுவை.

77

சரியான புரிதலின்மையும் தம்பதியர் பிரிவும்

மனிதர்கள் பலவிதம். சரியான புரிதல் இல்லாததால் தம்பதியர்களிடையே கருத்து வேறுபாடு ஏற்பட்டு இன்று நிறைய விவாகரத்து வழக்குகள் பெருகி வருகின்றன. இது மிகவும் வருந்தத்தக்கது. 1920-ல் கார்ல் ஜங் என்ற அறிஞர் மனிதர்களை அவர்களது குணாம்சங்களின் அடிப்படையில் பல வகையாக வரிசைப்படுத்தியுள்ளார். அதில் ஒன்றுதான் (Extrovert) புறமுகத்தினர் அல்லது அயல்நோக்கு தன்மையுடையவர்கள்.

அயல்நோக்கு தன்மையுள்ள ஒரு பெண் (Extrovert) எப்படி நடந்து கொள்வார் என்று பார்ப்போம். புறமுகத்தன்மை கொண்ட பெண் வெளியில் இருப்பதை பெரிதும் விரும்புவார். அலுவலகம் முடிந்தபின்னர் வீட்டிற்கு உடனே செல்வதில் அவ்வளவு ஆர்வம் இருக்காது. விடுமுறை நாட்களில் வீட்டில் ஓய்வாக இருக்காமல் வெளியே செல்ல விரும்புவார். பயணம் செல்வதில் அலாதி பிரியம் உடையவர். யார் கிடைத்தாலும் நிறைய பேசுவார். தானாகவே மொபைலில் சக ஊழியர்களை அழைப்பார். கணவன் தொழில் செய்பவராக இருந்தால் அவருக்கு வலதுகரமாக செயல்படுவார். இவர்களை வாயாடி எனலாம். மொத்த மக்கள்தொகையில் மூன்றில் ஒரு பங்கினர் இவ்வாறு இருக்கின்றனர் என்கிறது அய்வு. குடும்பத்தில் ஆண்கள் இப்படி இருந்தால் சிக்கல் இல்லை. இயல்பாக கருதப்படுகிறது. இதுவே பெண்கள் இப்படி இருக்கும்போதுதான் தவறான புரிதல் காரணமாக சில குடும்பங்களில் பிரச்னைகள் வெடிக்கிறது.

மற்றவர்களோடு வெகு நேரம் பேசிக் கொண்டு இருந்தால்தான் இவர்களுக்கு புத்துணர்வாகவும் உற்சாகமாகவும் இருக்கும். எவ்வளவு

முடியுமோ அவ்வளவு பேசிக் கொண்டு இருப்பார்கள். உதாரணமாக, விடுமுறையில் எங்கு போனீர்கள் என்று கேட்டால் போதும். ஆரம்பித்து விடுவார்கள். விலாவாரியாக விவரிப்பார்கள். இவர்களால் தனிமையில் ஒருபோதும் இருக்க முடியாது.

புறமுகத்தன்மை கொண்டவர்களின் குணாதியசங்கள் நபருக்கு நபர் சிறிது மாறுபட்டாலும் பொதுவான தன்மை ஒன்றுதான். மனைவி யாருடனாவது சதா சர்வகாலமும் பேசிக் கொண்டிருந்தால் கணவனுக்கு கோபம் வரலாம். பிள்ளைகளுக்கு பள்ளிப்பாடம் சொல்லித் தரலாம். ஏன் வெட்டிப்பேச்சி பேசிக் கொண்டு இருக்கிறாள் என்று நினைப்பார்கள். அவர்களால் சகித்துக் கொள்ள முடியாது. இதனால் பல திருமண உறவுகளில் விரிசல் ஏற்பட்டு நல்ல குடும்பங்கள் பிரிந்து சிதைந்து விடுகின்றன.

அயல்நோக்கு தன்மையில் சில நன்மைகளும் உள்ளன. தீமைகளும் உள்ளன. இத்தகைய குணம் படைத்தவர்களுக்கு அரசியல், பொழுதுபோக்கு போன்ற துறைகளில் நேரம் காலம் இன்றி வேலை இருக்கும். இவர்களுக்கு ஏற்புடையதாக இருக்கும். அயல் நோக்கு தன்மை உடையவர்களுக்கு நெருக்கமான நட்பு அதிகம் இருக்கும். எல்லை தாண்ட மாட்டார்கள். வரம்பு மீற மாட்டார்கள். ஆண் நண்பர்கள் இவர்கள் சகஜமாக பேசுவதை சாதகமாக எடுத்துக் கொண்டு அத்துமீறி நடக்க முயன்றால் புயலாக மாறிவிடுவார்கள். அத்தகையவர்களை உண்டு இல்லையென்று செய்து விடுவார்கள். இவர்களுடைய கணவன்மார்கள் நம்மிடம் நம் மனைவி அதிகம் உரையாடுவதை விட மூன்றாவது நபர்களுடன் ஏன் இவ்வளவு நேரத்தை செலவழிக்க வேண்டும் என்ற கேள்விகள் அவர் மனதை குடையும். அவரிடம் பேசாதே. இவர்களிடம் பேசாதே என கட்டுப்பாடு விதித்தால் கணவனுக்கு தெரியாமல் பேச முற்படுவார்களே தவிர பேசுவதை ஒருபோதும் நிறுத்த மாட்டார்கள். இதனால் மேலும் குடும்பத்தில் குழப்பம் ஏற்படும்.

கணவர் திட்டுவார் என்பதற்காக மறைந்து தெரியாமல் மொபைலில் பேச முற்படுவார்கள். நாளடைவில் அது மேலும் அதிக பிரச்னையில்தான் முடியும். கட்டுப்பாடுகள் விதிக்கப்பட்டால் ஆணாதிக்கம் என புலம்புவார்கள். கணவனை வெறுக்கத் தொடங்கி விடுவார்கள்.

அயல்நோக்கு தன்மை கொண்ட பெண்ணுக்கு புதிய நபர்களை காணும் போது அதிகம் பேச அலாதி ஆர்வம் ஏற்படும். அதையே பெரிதும் விரும்புவார்கள். பேச்சை முடித்துக் கொண்டு போக முற்படுபவர்களை கூட விடாமல் தொடர்ந்து ஏதாவது கேள்வி கேட்டு பேச்சை வளர்ப்பர். இது கணவர்மார்களுக்கு மிகுந்த எரிச்சலை ஏற்படுத்தும். குடும்ப விழாக்களில் அனைவரும் கூடும் போது இத்தகைய தன்மை கொண்ட பெண்கள் புதியவர்களுடன் ரொம்பவும் உற்சாகமாக பேசுவார்கள்.

மற்றவர்களை கவர்ந்து ஈர்க்கக்கூடிய வகையில் இவர்கள் செயல்பாடுகள் இருக்கும். இவர்களால் தனிமையில் நேரத்தை செலவிட முடியாது.

பல விஷயங்களை பகிர்ந்து கொள்ள விரும்புவார்கள். பேச்சு தொடர்பு வைத்துக் கொள்ள விரும்புவார்கள். தன்பால் எல்லோர் கவனமும் ஈர்க்கப்படுவதை மிகவும் விரும்புவார்கள். குழுவாக பணியாற்றுவதை விரும்புவார்கள். தனிமையில் வெகு நேரத்தை செலவிட நேர்ந்தால் தனிமைப்படுத்தப்பட்டதாக உணர்வார்கள். பல விஷயங்களை மற்றவர்களிடம் கலந்தாலோசித்து முடிவு செய்வார்கள். சிலர் பொது வேலைகளை எடுத்துப் போட்டுக் கொண்டு செய்வார்கள். இவர்களுக்கு நிறைய நண்பர்கள் இருப்பார்கள். அதனால் மகிழ்ச்சியுடன் இருப்பார்கள். (Risk Taking Behaviour) ஆபத்துக்களை எதிர்கொள்ள தயங்க மாட்டார்கள். தங்களது செயல்பாட்டினால் ஏற்படும் விளைவுகளை பற்றி சிறிதும் கவலைப்பட மாட்டார்கள்.

நண்பர்களுடன் குடும்ப உறுப்பினர்களுடன் உடன் பணிபுரிபவர்களிடம் புதிதாக அறிமுகமான அந்நியர்களிடம் பேசுவதை மிகவும் விரும்புவார்கள். புதியவர்களை சந்திப்பதில் அவர்களது வாழ்க்கை முறைகளை தெரிந்து கொள்வதில் அலாதி பிரியம் உடையவர்கள். இவர்களது இத்தைகைய குணம் கொச்சைப்படுத்தப்பட்டால் மனைவிமார்கள் கொந்தளித்து போய் விடுவார்கள். இதுவே தம்பதியர் பிரிவினைக்கு வழிவகுத்து விடும். பல குடும்ப நண்பர்கள், தொழில் பங்குதாரர்கள் (Business Partners) பிரிந்து விடுவார்கள். கணவன் தன் மீது சந்தேகப்படுவதாகவும் அதனால் சேர்ந்து வாழ விரும்ப வில்லை என்கிற கடினமான முடிவுக்கு மனைவி வந்து விடுவார். ஏனெனில் இவரால் யாருடனும் பேசாமல்

இருக்க முடியாது. தான் எப்படி பார்த்துக் கொள்கிறோம். துணி, நகை, வண்டி வாகனம் என தன் மனைவி ஆசைப்பட்டதை எல்லாம் வாங்கித் தருகிறோம் நம் மனைவியோ யாருடனோ சிரித்து பேசுவதையே பெரிதும் விரும்புகிறாளே என்று கணவன் குழுறுவான்.

இவர்களுக்கோ, பேசினால்தான் உற்சாகமாக உணர்வார்கள். பேட்டரி ரீசார்ஜ் பண்ணுவது போல் இவர்களுக்கு மற்ற ஆண்களுடன் பேசுவது புத்துணர்வு கிடைத்து போல இருக்கும். வெகு நேரத்தை மற்றவர்களிடம் பேசி செலவழிப்பார்கள். இவ்வாறு வெட்டி கதை பேசுவதற்கு பதிலாக பிள்ளைகளுக்கு பாடம் எடுக்கலாம் அல்லவா என்று கணவன் வேதனைப்படுவார். பணி புரியும் பெண்களுக்கு பல்வேறு பணிப்பளு இருக்கும். புதிய தொழில்நுட்பத்திற்கு ஈடு கொடுக்க முடியாத தருணங்களில் சக பணியாளர்களான ஆண் நண்பர்களின் உதவி தேவை. நட்புக்காக உதவி செய்ய பல ஆண் நண்பர்கள் இருப்பார்கள். சரியான புரிதல் இல்லாத கணவன்மார்களின் குறுக்கீடு மனைவிக்கு எரிச்சலை ஏற்படுத்தும் என்பதில் சந்தேகமில்லை.

பெண்கள் மற்றவர்களிடம் பேசுவதன் மூலம் பிரச்சனைக்கு தீர்வு காண விரும்புவார்கள். இது அவர்களுக்கு மன அழுத்தத்தை பெரிதும் குறைக்க உதவும். அலுவலகத்தில் சந்திக்கும் பிரச்னைகளின் ஆழத்தையும் அவற்றை சரியாக எதிர்கொள்ளும் வழிமுறைகளையும் காண்பார்கள். இவர்களுடைய அலுவலக பிரச்னைகளுக்கு கணவர்மார்களால் தீர்வு காண முடியாது.

இவர்கள் எளிதில் அணுகக் கூடியவர்கள். மற்றவர்களால் பெரிதும் விரும்பப்படுபவர்கள். சரியோ தவறோ வெளிப்படைத்தன்மையுடன் நடந்து கொள்வார்கள். கலகலப்பாக பேசக் கூடியவர்கள் நாளடைவில் கணவர்மார்களிடம் வாக்கு வாதம் ஏற்பட்டு குடும்ப வாழ்வை இழந்து கணவனை பிரிந்து பிள்ளைகளை தனியாக வளர்க்க வேண்டிய நிலைக்கு தள்ளப்படுவார்கள். இவர்களிடம் நட்பாக இருந்தவர்களுக்கும் அவப்பெயர் ஏற்பட வாய்ப்பு உள்ளது. இதனால் பெரிதும் பாதிக்கப்படுவது பெண்களும் குழந்தைகளும்தான். இவர்களுக்கு பெண் தோழியர் மிக அரிதே. தங்கள் முடிவில் உறுதியாக இருப்பார்கள். மற்றவர்களை தனக்கு ஆதரவாக எளிதில் தூண்டி விடுவார்கள். இவர்களுக்கு பலரும் உதவ முன்வருபவர்கள்

இவரது விருப்பம் போல நடந்து கொள்வார்கள். இவரிடம் பேச இவருக்கு மாறான குணம் படைத்த மற்றவர்கள் தயங்குவர். கூடி வாழும் தன்மை உடையவர்கள். உற்சாகத்தை விரும்புபவர்கள். இத்தகைய குணம் இவர்களுக்கு மரபு ரீதியாக வருவதாக ஆய்வுகள் தெரிவிக்கின்றன. நபருக்கு நபர் சற்று வேறுபடலாம். ஒரு காரியத்தை செய்ய வெளியில் இருந்து தூண்டுதல் இருந்தால்தான் சிறப்பாக செய்வார்கள். இவர்களிடம் தலைமைப்பண்பு இருக்கும். மற்றவர்கள் இவர்களிடம் ஆதிக்கம் செலுத்த முடியாது. குழுவில் இவர்களுக்கு நல்ல செல்வாக்கு இருக்கும். சரியான புரிதல் இல்லையெனில் கணவனிடம் இருந்து பிரிந்து தனித்து வாழ்வர். மற்றவர்களோடு இணைந்து பணியாற்றும்போது இவர்கள்தான் தலைமை தாங்குவார்கள். வழிநடத்துவார்கள். அதே நேரத்தில் இவருக்கு மாறான குணம் படைத்த ஆண்கள் இவர்களிடம் நெருங்கவே தயங்குவர்.

ஒரு பெண் ஆசிரியையாகவோ, விற்பனையாளராகவோ, மார்க்கெட்டிங் பணியிலோ, தகவல் தொடர்பு அலுவலராகவோ. அரசியல்வாதியாகவோ பணிபுரிய நேரிடலாம். இன்று பெண்கள் வேலைக்கு செல்ல வேண்டியுள்ளது. மற்றவர்களோடு கலந்துரையாட வேண்டிய அவசியம் உள்ளது. வேலை நிமித்தமாக பலரை தொடர்பு கொண்டு கலந்துரையாட வேண்டியுள்ளது. இது தவிர்க்க முடியாதது. இத்தகைய பணிகளில் சிறப்பாக செயல்படுவார்கள்.

மகளிர் காவல் நிலையங்களில் வரும் குடும்பத் தகராறுகளில் இத்தகைய சச்சரவுகளும் அடக்கம். கணவன் தன் மனைவி மீது மிகுந்த அன்புடன்தான் இருப்பார். மனைவியும் கணவர் மீது அன்புடன்தான் இருப்பார். வேலை நிமித்தமாக தன் மனைவி சக பணியாளர்களோடு தொலைபேசியில் வெகு நேரம் பேசுவது, வெளியூர்களுக்கு சேர்ந்து செல்வது, வாகனங்களில் ஒன்றாக சேர்ந்து செல்வது, பயிற்சி வகுப்புகளில் சேர்ந்து கலந்து கொள்வது போன்றவை இன்றைக்கு தவிர்க்க முடியாதவை. இத்தகைய பெண்கள் தன்னை விட வயது குறைந்த ஆண்களுக்கு உதவி முற்படுவர். இது பல கணவன்மார்களுக்கு எரிச்சலை ஏற்படுத்தும். சரியான புரிதல் இல்லையென்றால் குடும்பத்தில் குழப்பம் ஏற்பட்டு விடும். இன்று ஆண்களுக்கு நிகராக பெண்களும் களப்பணிக்கு செல்ல வேண்டியுள்ளது. ஆணுக்கு நிகராக சம்பளம்

தருகிறோம். பெண் என்பதற்க்காக சலுகைகள் ஏதும் எதிர்ப்பார்ப்பதை இன்றைய நிறுவனங்கள் விரும்புவதில்லை.

நர்ஸாக பணிபுரியும் பெண்ணை விரும்பி திருமணம் செய்து கொண்டார் ஒரு வாலிபர். அரசு மருத்துவமனையில் மருந்து கொடுத்து கொண்டு இருந்தார். அது தவிர ஊசி போடுவது, அறுவை சிகிச்சைகளில் மருத்துவருடன் இணைந்து பங்கேற்பது உள்ளிட்ட விஷயங்களை அவரால் ஏனோ சிறிது காலத்திற்கு ஏற்றுக் கொள்ள முடியவில்லை. மனைவி தனக்கு உடைமையானவள் என்கிற எண்ணம் இந்திய ஆண்களிடம் ஆழமாக இருக்கிறது. இன்று பெண்கள் ஆண்களுக்கு நிகராக பொருளாதார சுமைகளை சுமக்க தொடங்கி விட்டார்கள். சரிவர புரிதல் இல்லாத கணவர்மார்களோடு நிம்மதியின்றி வாழ்வதைவிட பிரிந்து தனித்து வாழ்வதே சிறந்தது என முடிவு எடுக்கிறார்கள்.

குழந்தைகள் தாயோடு வாழவே விரும்புகிறார்கள். கணவன் மனைவியை விட்டு பிரிந்து விட்டால் நிராதரவாகி விடுகிறான். மனைவியின் எதிர்தாக்குதலை எதிர்பார்க்காத கணவன் நிலைகுலைந்து போய் விடுகிறான்.

உண்மையில் மனைவிமார்கள் வரம்பு மீறாமல் பழகத் தெரிந்தவர்கள். எல்லை மீறாமல் பழகத் தெரிந்தவர்கள். சக ஆண்களை கையாளத் தெரிந்தவர்கள். அலுவலகப்பணிக்காக சக பணியாளர்களை உதவிக்கு பயன்படுத்தத் தெரிந்தவர்கள்.

மனைவியோடு கொஞ்ச நேரம் மனம் விட்டு பேச வேண்டும். திருமணம் ஆன முதல் ஆண்டில் இருந்த நெருக்கம் நாளடைவில் குறைந்து விடுவது இயற்கை. மனைவியர் கணவன்மார்களின் அன்புக்காக ஏங்குபவர்கள் அளவற்ற அன்பை காட்ட வேண்டும். மனைவி என்பவள் கணவனுக்கு கண்ணாடியை போன்றவள் ஆவாள். கணவனாகிய நீங்கள் சிரித்தால் அவளும் சிரிப்பாள். நீங்கள் அழுதால் அவளும் அழுவாள். ஆனால், நீங்கள் முறைத்தாலோ அல்லது ஏசினாலோ அவள் உடைந்து விடுவாள். தயவு செய்து உங்களின் கவலைகளை கண்ணாடியுடன் பரிமாறுங்கள். கோபத்தை காட்டி அதனை உடைத்து விடாதீர்கள்.

அது பெண்களும் கணவன் தன் தவறை உணர்ந்து வருந்தி வரும் போது ஏற்றுக்கொள்ளுங்கள். சேர்ந்து வாழ வேண்டும் என்றால் இருவரும் விட்டுக் கொடுத்துப் போக வேண்டும். பிரிந்த தம்பதிகளில் பலர் ஒருவர் வாழ விருப்பம் தெரிவிப்பார். மற்றொருவர் தன் நண்பர்கள் உறவினர்கள் பேச்சை கேட்டுக் கொண்டு பிரிவதில் உறுதியாக இருப்பார். இதில் குழந்தைகள்தான் பெரிதும் பாதிக்கப்படுகிறார்கள். நாம் ஒன்றும் 1000 ஆண்டுகள் வாழப்போவதில்லை. தவறு செய்யாத மனிதர்கள் இல்லை. பேசக் கூடாதவற்றை பேசி விட்டு கோபத்தில் முரட்டுத்தனமாக நடந்து கொண்டு பிரிந்தவர்களின் எண்ணிக்கை வானில் உள்ள நட்சத்திரங்களின் எண்ணிக்கையை விட அதிகம். பிரிந்து சென்ற பெண்களுக்கு புது வாழ்வு என்பது கானல் நீர்தான். தனிமையால் உடல் ஆரோக்கியம் கெடும். கொடிகள் படர முடியாத நிலை மிகவும் துயரமானது. ஆணுக்கு பெண் துணை வேண்டும். பெண்ணுக்கு ஆண் துணை வேண்டும். சிவன் இல்லையேல் சக்தி இல்லை. சக்தி இல்லையேல் சிவம் இல்லை. மனைவியை இழந்தவன் எல்லாவற்றையும் இழந்தவன் ஆவான். கணவனை இழந்தவள் பாடும் திண்டாட்டம்தான்.

78

உடல் பருமனைக் குறைக்க வேண்டுமா?

இன்று ஆணோ, பெண்ணோ, யாராக இருந்தாலும் பெரும்பான்மையானவர்கள் உடல் பருமனாகத்தான் இருக்கிறார்கள் என்பதை மறுக்க முடியாது. தட்டையான வயிறு உடையவர்களை பார்ப்பதே அரிதாக இருக்கிறது. நடுத்தர மக்களில் குறைந்த வருமானம் கொண்ட பிரிவினர் தனியார் நிறுவனங்களில் குறைந்த சம்பளத்திற்கு பணிபுரிபவர்கள் அதுவும் நாள் முழுவதும் நின்று கொண்டு நடந்து கொண்டே இருப்பவர்கள் உடல் பருமன் இல்லாமல் இருக்கிறார்கள். உதாரணத்திற்கு ஒரு ஹோட்டலில் சர்வராக பணியாற்றுபவருக்கு பனிரெண்டு மணி நேர வேலை. வாடிக்கையாளர்களிடம் ஆர்டர் வாங்குவதும், கிச்சனுக்கு சென்று உணவுப் பொருட்களைக் கொண்டு வந்து கொடுப்பதுமாகவே இருப்பார். உடல் மெலிந்து காணப்படுவார். போதிய உடல் உழைப்பு இல்லாமல் அதிகமாக சாப்பிடுவது அலுவலகத்தில் உட்கார்ந்து வெகு நேரம் கணினியில் வேலைப் பார்ப்பவர்கள் உடல் இயக்கம் குறைவாக இருப்பவர்கள் நாளடைவில் இடையின் சுற்றளவு அதிகமாகி அடி வயிறு பெருத்து கர்ப்பவதி பெண் போன்ற தோற்றத்தை அடைகிறார்கள்.

உடல் எவ்வளவு எடை இருக்க வேண்டும்:

இடை அல்லது வயிற்று சுற்றளவு ஆண்களுக்கு 35 செ.மீ பெண்களுக்கு 28 செ.மீ இருக்க வேண்டும். உடல் எடை நமது உயரம் 170 செ.மீ என்றால் அதில் நூறை கழித்து விட வேண்டும். நமது உடல் எடை எழுபது கிலோ இருக்கலாம். நமது உயரம் 160 செ.மீ எனில் நமது உடல் எடை 60 கிலோ வரை இருக்கலாம். அதிகரிக்கக் கூடாது. தட்டையான

வயிறு கொண்ட ஆணும், சிலிம்மாக சிம்ரன் போல் இருப்பவர்கள்தான் அழகானவர்கள் மற்றும் ஆரோக்கியமானவர்கள்.

அதிக உடல் எடையால் ஏற்படும் அவஸ்தைகள்:

மாடிப்படி ஏறினால் மூச்சிறைக்கும். புதிய துணிகள் தைத்து போட்டு இருப்போம். சீக்கிரம் இறுக்கமாகி விடும். பத்தாது. பெண்கள் பிளவுஸ் போட முடியாமல் திணறுவார்கள். உடல் உழைப்பு இன்மையால் தூக்கமின்மையால் அவதிப்படுவர். உடல் செரிமான குறைபாடுகளால் துன்புறுவர். பெண்களுக்கு முன்னழகைவிட வயிறு பெருத்து இருந்தால் பார்க்க சகிக்காது. இதயநோய், நீரிழிவு மற்றும் ரத்த அழுத்த குறைபாடுகளுக்கு உடல் பருமன் ஒரு காரணம்.

உடல் எடையைக் குறைக்க என்ன செய்யக் கூடாது:

டயட்டில் இருப்பது சரியானதல்ல. காலை உணவைத் தவிர்ப்பது கூடாது. கொலைப் பட்டினியாக இருப்பது எடையைக் குறைக்க உதவும் என நம்புகிறார்கள். மாறாக, உடல் பருமனை அதிகரிக்கவே உதவுகிறது. பட்டினி கிடந்தவர்கள் சாப்பாடு கிடைக்கும் போது, வழக்கமாக சாப்பிடுவதைவிட கட்டுப்பாடு தளர்ந்து வயிறு புடைக்க சாப்பிடுகிறார்கள். ஒரே வாரத்தில் பத்து கிலோ குறைக்க போகிறேன் என்பதெல்லாம் சாத்தியமே இல்லை.

மெதுவாகத்தான் எடை அதிகரிக்கிறது. அதுபோல, படிப்படியாகத்தான் குறைக்க முடியும். பசித்து சாப்பிடுவதைவிட சாப்பாட்டை பார்த்ததும் ஆசைக்கு அளவில்லாமல் சாப்பிடுவது கலோரியை அதிகரிக்கவே செய்யும். அடிக்கடி தேனீர் அருந்துவது, ஸ் நாக்ஸ் சாப்பிடுவது, சாலையோரக் கடைகளில் தினம் சாப்பிடுவதை வழக்கமாக்கி கொள்வது உடல் பருமனை அதிகரிக்கச் செய்யும். கட்டுப்பாடற்ற உணவு பழக்கம், உடற்பயிற்சியின்மை வீட்டு வேலைகள் செய்வதை கௌரவக் குறைவாக நினைப்பது, முதல் மாடிக்கு போவதாக இருந்தாலும் லிப்ட் பயன்படுத்துவது, அரைக்கிலோ மீட்டர் தூரம் கூட நடக்கத் தயங்குவது போன்றவை தவறு. இவற்றை மாற்றிக் கொள்ள வேண்டும். பன்னீர் சோடா அடிக்கடி வாங்கி குடிப்பதை

தவிர்க்க வேண்டும். கணவன்-மனைவி சேர்ந்து வாக்கிங் போவது நல்ல விஷயம். ஒற்றுமையின்மையால் தவிர்ப்பவர்கள் உள்ளனர். வீட்டில் மிக்ஸி, கிரைண்டர், வாசிங்மிஷின் வீட்டு வேலையை வெகுவாக குறைத்து விட்டது. மிக அருகில் உள்ள இடத்திற்கு செல்வதற்கே இரு சக்கர வாகனங்கள் பயன்படுத்துவது தவறு. உடல் உழைப்பை தவிர்ப்பதால் உடல் பருமன் அதிகரிக்கிறது. உட்கார்ந்தே இருப்பதுடன் மூன்று வேளை வயிறு முட்ட உணவு மேலும், நொறுக்குத்தீனி என சாப்பிட்டால் உடல் பருமன் அதிகரிக்காமல் என்ன ஆகும்.

உடல் பருமனைக் குறைக்க என்ன வழிகள் உள்ளன:

வெளியில் நொறுக்குத்தீனி சாப்பிடுவது, சாலையோரக் கடைகளில் பான்பூரி, வடை, என கண்டவற்றையும் உள்ளே தள்ளுவதை நிறுத்த வேண்டும். பைக் ஓட்டும் பழக்கம் இருந்தால் சைக்கிளுக்கு மாறினால் உடல் வியர்க்கும். எடை அதிகரிப்பது முற்றிலும் நின்று விடும். பைக் ஓட்டுபவர்களே இன்று அதிகம். எங்கும் சைக்கிள் ஓட்டுபவர்களையோ, சைக்கிள் ரிப்பேர் கடைகளோ முன்பு போல் அதிகம் இல்லை. நீங்கள் 50000 கிலோ மீட்டர் வரை பைக் ஓட்டி இருப்பீர்கள். இதே அளவு சைக்கிள் ஓட்டி இருந்தால் உடல் எடை உங்களுக்கு அதிகரித்து இருக்காது. மாதத்திற்கு குறைந்தது 200 கிலோ மீட்டர் தூரம் சைக்கிள் ஓட்ட முயற்சி செய்யுங்கள். நல்ல பலன் கிடைக்கும்.

தினம் 30 முதல் 60 நிமிடங்கள் நடைப்பயிற்சியை பழக்கமாக்கி கொள்ளலாம். மேற்கொண்டு எடை அதிகரிக்காமல் இருக்கும். தினம் தவறாமல் நடைப்பயிற்சி மேற்கொள்ள வேண்டும். குளிர் காலங்களில் மழைக்காலங்களிலும் முடிந்தவரை நடைப்பயிறசியை தவிர்க்க கூடாது.

வயிறு முட்ட சாப்பிடுவது, உணவை சரியாக மெல்லாமல் அப்படியே முழுங்குவது எல்லாம் தவிர்க்க வேண்டும். தண்ணீர் குடித்து விட்டு சாப்பிடத் தொடங்கினால் 6 தோசை சாப்பிடுபவர் 4 தோசைதான் சாப்பிடுவர். சாப்பிடுவதற்கு முன் தண்ணீர் பருகுகினால் சாப்பாட்டின் அளவு 20 சதவீதம் குறையும். கணக்கு வழக்கில்லாமல் இட்லி, பூரி சாப்பிடுவதை விட 4 அல்லது 5 அவ்வளவுதான். எவ்வளவு வற்புறுத்தினாலும் வயிறு முட்ட சாப்பிடக் கூடாது.

காலை டிபன், மதியம் சாப்பாடு அவ்வளவுதான். இரவு பழங்கள் மற்றும் காய்கறிகள் மட்டுமே சாப்பிடுவதை பழக்கப் படுத்திக் கொள்ள வேண்டும்.

இஞ்ச் டேப் வாங்கி இடுப்பு சுற்றளவை அளந்து பார்க்க வேண்டும். ஒரு மீட்டர் இஞ்ச் டேப் சுமார் இருபது ரூபாய்க்கு கிடைக்கும். இடுப்பு சுற்றளவை 35 இஞ்ச் அல்லது 90 செ.மீ அளவுக்கு நிச்சயம் குறைத்து விடுவேன் என மன உறுதியுடன் வைராக்கியத்துடன் முடிவு செய்ய வேண்டும்.

உடல் எடை பார்க்கும் மெஷன் வாங்கி காலை வாங்கிங் செல்வதற்கு முன்னால் 6 மணிக்கு ஒரு தடவையும், மாலை 6 மணிக்கு ஒரு தடவையும் எடை போட்டு பார்க்கவும். எடை மெஷினில் ஏறி நின்று தலையை குனிந்து எடை அளவை பார்க்கலாம். நாம் எவ்வளவு எடை இருக்கிறோம்? எவ்வளவு இருக்க வேண்டும் என்பதை கணக்கிட வேண்டும்.

இரவு ஒரு வேளை பழங்கள் காய்கறிகள் மட்டுமே சாப்பிட பழக்கப்படுத்திக் கொள்ள வேண்டும். சீசனில் பப்பாளி, கொய்யா, சப்போட்டா, ஆப்பிள், மாதுளை, ஆரஞ்ச், சாத்துக்குடி, கருப்பு திராட்சை, கமலா ஆரஞ்ச் விலை மலிவாக கிடைக்கும். காய்கறிகளில் காரட், தக்காளி சேர்த்துக் கொள்ளலாம்.

பைக் ஓட்டுவதை தவிர்த்து விட்டு சைக்கிளுக்கு மாறினால் கை மேல் பலன் தெரியும்.

இளம் வயதில் உயரமாக வளர வேண்டும். பாடங்களில் நிறைய மதிப்பென் பெற வேண்டும். நல்ல கல்லூரியில் சேர்ந்து பட்டப்படிப்பு படிக்க வேண்டும். நல்ல வேலைக்கு செல்ல வேண்டும். நல்ல பிடித்தமான வாழ்க்கைத் துணையை மணக்க வேண்டும். அழகான குழந்தைகள் வேண்டும். சொந்தமாக வீடு கட்டி குடியேற வேண்டும். பிள்ளைகளை நன்றாக படிக்க வைக்க வேண்டும் என்று போய்க் கொண்டு இருப்போம். நம்மை அறியாமல் நமது உடல் பருமனாகி வயிறு பானை போல ஆகி இருக்கும். உடல் பருமனை குறைப்பது எளிதானதல்ல. அது ஒரு தவம். அது ஒரு தொடர் போராட்டம். தொடர்முயற்சி தேவை.

தினமும் வாக்கிங் போவது, நண்பர்களுடன் ஷட்டில்-காக் விளையாடுவது உடல் பருமனை குறைக்க சிறந்த வழிகள். நல்ல தூக்கம் வரும். மனஅழுத்தம், டென்ஷன் எல்லாம் கட்டுப்படும்.

இளம் வயதினர் ஏரோபிக்ஸ், சைக்கிளிங், மெதுவாக ஓடுவது, நீந்துவது, தோட்ட வேலை செய்வது பூப்பந்தாட்டம் விளையாடுவது போன்றவை நமது உடலில் உள்ள கலோரியை எரிக்கும். நமது அதிக எடைக்கு நமது உணவுப் பழக்கம்தான் முக்கிய காரணம்.

எந்த அளவுக்கு உடலை அசைக்கிறோமோ அந்த அளவுக்கு உடல் எடை குறையும். நடன இயக்குநர்கள் திரைப்படங்களில் ஒல்லியாக இருப்பதைக் காணலாம். அலுவலகத்திற்கு சைக்கிளில் சென்றால் உடல் பருமன் குறையும். பஸ்ஸில் சென்று அங்கிருந்து நடந்து அலுவலகம் செல்லலாம்.

ஜிம்-க்கு (GYM) சென்று ஒரு மணி நேரம் பயிற்சி செய்வதால் உடலில் உள்ள கொழுப்பு எரிக்கப்படுகிறது. உடல் நல்ல வடிவை பெற்று விடும். தினம் கண்ணாடியில் நம் உடலை பார்த்து உடல் பருமனைக் குறைக்க என்ன செய்யலாம் என சிந்திக்க வேண்டும். படிக்கட்டுகளில் ஏறிச்செல்ல பழக வேண்டும். லிப்ட்-டை தவிர்க்க வேண்டும். சின்ன வேலைகளை மற்றவர்களிடம் சொல்லாமல் நாமே செய்து பழக வேண்டும். உடல் அசைவு மிகவும் அவசியம். உடலில் ரத்த ஓட்டம் அதிகரிக்கும். நமக்கு வேண்டியதை மற்றவர்களிடம் கேட்காமல் நாமே போய் எடுத்துக் கொள்ள வேண்டும்.

நாம் சாப்பிடும் கேக் வகைகள், இனிப்பு வகைகள், நொறுக்குத் தீனிகளில் எவ்வளவு கலோரி உள்ளது என்ற விழிப்புணர்வு வேண்டும். நான் ஸ்டிக் தோசைக்கல், நான் ஸ்டிக் பான் பயன்படுத்தினால் அதிகம் எண்ணெய் தேவைப்படாது.

சந்தையில் கிடைக்கும் பல பொருட்கள் சுவையாக இருக்கும். ஆனால், ஆரோக்கியமற்றது. கெமிக்கல் கொஞ்சம் சேர்த்து இருப்பார்கள். உடல் பருமன் அதிகரிக்கும்.

உணவை நன்றாக மென்று சாப்பிட வேண்டும். கடகட வென்று மெல்லாமல் அவசர அவசரமாக உள்ளே தள்ளக் கூடாது. 8 முதல் 12 முறை மெல்ல வேண்டும். அப்போதுதான் தேவையான உமிழ்நீர்

சுரந்து செரிமானமாகும். உடனடியாக பலன் தெரியாது. தொடர்ந்து முயற்சி செய்தால்தான் பலன் தெரியும். நாளடைவில் நமது உடை இறுக்கமாக இல்லாமல் லேசாக தளரத் தொடங்கும். அடிக்கடி சிக்கன், மட்டன் வாங்கி சமைப்பது, சாப்பாட்டை விட அதாவது சாதத்தை விட சிக்கன் மட்டன் அதிகமாக சாப்பிடுபவர்கள் உள்ளனர். மாட்டுக்கறி சாப்பிடுவதை தவிர்க்கவும். அசைவத்தை எவ்வளவு குறைக்கிறோமோ அவ்வளவு உடல் பருமன் குறையும்.

உடல் பருமனாவது எளிதானது. உடல் எடையை குறைப்பதுதான் கஷ்டமானது. குழந்தைப் பருவத்திலேயே உடல் பருமன் அதிகரித்தால் ஒரு தலைமுறையையே பாதிக்கும்.

உடல் பருமன் பல நோய்களுக்கு முகவரியாக உள்ளது. உறவுகளையும், உடல் ஆரோக்கியத்தையும் உடல் பருமன் பாதிக்கிறது.

காத்திருப்பவர்களுக்கு நல்ல விஷயங்கள் தேடி வருகிறது. கெட்ட விஷயங்கள் உடல் பருமனானவர்களைத் தேடி வருகிறது. உடல் பருமனை குறைப்பது என்பது உடலுக்கான சவால் என்பதை விட மனதிற்கான சவால் எனலாம்.

தவறான உணவு பழக்கங்கள் உடல் பருமனை அதிகரிக்கிறது. சரியான உடல் பயிற்சி முறைகள் உடல் பருமனை குறைக்கிறது.

உடல் பருமனை குறைக்க விரும்புபவர்கள் தொடர்பு கொள்ளலாம்-7373491699

79

பிரிவு தரும் - வலி - வேதனை - துயரம்

வாழ்வில் பல பெண்களை கடந்து இருக்கிறோம். அவர்களை தாயாக, சகோதரியாக, மகளாக, எண்ணி பழகி இருக்கிறோம். வரம்பு மீறியதில்லை. வாய்ப்புகள் கிடைத்த போதும் தடம் புரண்டதில்லை. அடுத்தவள் கணவன் என்று தெரிந்தும், வலிய வந்து பணத்திற்க்காக அல்லது ஏதோ ஒன்றிற்க்காக நமக்கு காதல் வலையை வீசிய சூர்ப்பனகைகளை ஒதுக்கி தள்ளியுள்ளோம். ஏன்? யாரும் நம்மை கட்டுப்படுத்த வில்லை. நம் குழந்தைகளின் எதிர்காலம் பணயமாகி விடும். நம் செல்வம் சூரையாடப்படும். மனைவிக்கு துரோகம் செய்யக் கூடாது என நமக்கு நாமே விதித்துக் கொண்ட லஷ்மண கோடு அது. மீறினால் யாராலும் எதுவும் செய்ய முடியாதுதான். அது போலவே, அடுத்தவர் மனைவியை அடைய துடிக்கும் ராவணர்கள் நடமாடும் உலகில் கட்டுப்பாடுகள் எதுவும் விதிக்கப்படாமலேயே தாங்களாகவே சுயக்கட்டுபாட்டுடன் வாழும் சீதை போன்ற நற்குடி பெண்களை மணந்தவர்கள் தங்கள் துணையை வயது முதிர்வால் பிரிய நேரிடும் போது ஏற்படும் வலி, வேதனை, துயரம் அளவிட முடியாதது.

நரைத்த முடி, பார்வை மங்கிய கண்கள், தளர்ந்த நடை, வலு குன்றிய உடல், தனிமையில் நகரும் வாழ்வு. மறைந்த மனைவியின் நினைவுகள் மனதில் அலை மோதுகின்றன. இது எல்லோர்க்கும் பொதுவானது.

குடும்பச் சுமையை சுமப்பதில் சக ஊழியராகவும், குரு-சிஷ்யை போலவும், கணவனை உயர்த்தும் தூண்டுகோலாகவும், உடல் ஆரோக்கியத்தை பேணிக்காப்பதில் தாதியாகவும், இணைபிரியாது வாழ்ந்த இலட்சிய தம்பதிகளில் ஒருவர் மறையும் போது ஏற்படும் தனிமை கொடுமையானது.

மனைவி, கணவனுக்கு வாழ்வில் உறுதுணையாய் பொலிவும் வலிமையும் சேர்ப்பவள். முதல் முறையாக மனைவியை சந்தித்த பொழுது அவள் கேட்ட கேள்விகள், அதற்கு எனது பதில்கள். மனைவியை திருப்தி செய்த தருணங்கள் யாருக்கும் வாழ்வில் மறக்க முடியாதது. இதுவும் உற்ற துணையை இழந்து வாழ்பவர்களுக்கு பொதுவானதே.

வாழ்க்கைத் துணையை இழந்து பிரிந்து தன்னந்தனியாக வாழ்வது என்பது வேர் அறுக்கப்பட்ட மரம் போலத்தான். விரைவில் பட்டு விடும் என்பது மட்டும் நிச்சயம்.

மனிதனின் வாழ்வுக்கு வெளிச்சம் அளித்து வந்த மனைவி என்ற ஒளி விளக்கு ஒரு நாள் அணைந்து துக்க இருள் சூழ்ந்து விடுகிறது. ஆண் வெளிப்படையாக அழுவதில்லை. சோக உணர்வுகளை புலம்பல்களை வெளிப்படுத்துவதில்லை.

முதன் முதலில் துணையின் கரங்களைப் பற்றும் போது, அவை எவ்வளவு உஷ்ணமாயிருந்தன. மணநாள் ஒவ்வொருவருக்கும் மறக்க முடியாத நாள். நம்மால் வெகுவாக நேசிக்கப்படுகிறவர்கள் நம்மை விட்டு பிரிந்து விட்டால்தான் பிரிவின் அர்த்தத்தை புரிந்து கொள்ள முடியும்.

நாம் வாழ்வில் யாரை மிக அதிகமாக நேசிக்கிறோமோ, அவர்களை விரைவில் பிரிய நேரிடுவது துரதிருஷ்டம். அது மனைவியாக இருந்தால் மிகவும் கஷ்டம்தான்.

நமது வாழ்க்கைக்கு வெளிச்சம் அளித்து வந்த ஒளி விளக்கு ஒரு நாள் அணைந்து விடுகிறது. இவ்வளவு சீக்கிரத்தில் அணைந்து விடுமென்று நாம் சற்றும் எதிர்பார்த்திருக்க மாட்டோம். மனம் ஏற்க மறுக்கலாம். அதுதான் உண்மை. மங்கலாக எரிந்து கொண்டிருந்த போதே எச்சரிக்கையாக இருக்கத் தவறியது நமது தவறுதான். இன்று துணையை இழந்து அல்லது பிரிந்து வாழும் தம்பதியர் ஏராளம்.

ஒரே இருட்டு, அந்த இருட்டினால் திகைப்பு. புலம்புவதைத் தவிர வேறொன்றும் நமக்கு இப்பொழுது தெரிவதில்லை. நமது துயரை யாரிடம் பகிர்வது, வாழ்க்கை என்னும் கப்பல் இனி எப்படி இயங்கும் என்ற திகைப்பு உண்டாகி விடுகிறது.

நமது வாழ்க்கைத்துணை இறந்து விட்டாலோ, கோபித்துக் கொண்டு பிரிந்து விட்டாலோ அதனால் ஏற்படும் வலி அணைவருக்கும் பொதுவானதே. வாழ்க்கை என்பது ஒரு பாலைவனமாகி விடுகிறது. நாம் மனித இயந்திரமாகி விடுகிறோம். கணவனை இழந்த மனைவியாகட்டும், மனைவியை இழந்த கணவனாகட்டும் அரைப்புள்ளிதான். இனி உலகம் அவர்களை ஒரு முழுப்புள்ளியாக கணிக்காது.

கஷ்ட காலங்களில் ஆறுதலும் தேறுதலும் அளித்து வந்தவள் இனி இல்லை. ஆழமாகவும், பயங்கரமாகவும் உள்ள சோக சமுத்திரத்தை கடப்பதெப்படி? தனிமை என்னும் கடற்கரை கற்பாறையில் தவிக்கிறோம். சோக சமுத்திரத்திலிருந்து எழும் அலைகள் அடிக்கடியல்லவா வந்து நம்மை ஆவேசமாக தாக்குகிறது.

தனிமை நம்மால் சகிக்க முடிவதில்லை. உயிரற்ற ஜடம் போலாகி விடுகிறோம். நம் உடலின் பாதி நம்மை விட்டகன்று விட்டது. நமது உயிருக்குயிராய் உலவி வந்த ஒருத்தி மறைந்து விட்டாள்.

பிறரை நேசிக்காதவன் பிறரால் நேசிக்கப்பட மாட்டான். நமது இதயத்தோடு பேசி வந்த ஒரு நபர் நம்மை விட்டு பிரிந்து சென்று விட்டால் அது கொடுமையானது. அந்த துயரை, பிரிவை, வலியை அனுபவிப்பவர்களுக்குத்தான் தெரியும். மண்ணை ஆண்ட சக்கரவர்த்தியும் பிரிவுத்துயருக்கு விதிவிலக்கல்ல என்பதை தாஜ்மகால் உலகிற்கே உரக்கச் சொல்கிறது.

நமக்கு வாழ்க்கைத்துணை பக்கபலமாக இருந்த தைரியத்தில் வாழ்க்கைப் போராட்டங்கள் பலவற்றிலும் துணிந்து ஈடுபடுவோம். எந்தவிதமான போராட்டமாயிருந்தாலும் சளைப்பதில்லை. வெற்றியோ, தோல்வியோ கவலையில்லை.

நமது வாழ்வு என்னும் கிணற்றுக்கு ஊற்றுக்கண்ணாய் இருந்தவள் நமது வாழ்க்கைத்துணை. அந்த ஊற்றே ஒரு நாள் வற்றிப் போய் விட்டால் அந்த கிணற்றால் யாருக்கும் பயனில்லை. வற்றிப்போன ஊற்றிலிருந்து இனி நீர் சுரக்காது. நம் வாழ்க்கைத் துணையை நினைத்துக் கொண்டால் ஓர் எரிமலை நமது அடி வயிற்றிலிருந்து கிளம்புகிறது. அதை அடக்கப் பார்க்கிறோம். அந்த நொடி அடங்கினாற்போல் உள்ளது. திரும்பவும் பழைய நினைவுகள் துரத்துகிறது. மறுபடியும் எரிமலை கிளம்புகிறது.

நமது ரோமங்கள் நரைப்பதை, உடல் பலவீனமாவதை அவள் ஒரு நாளும் சகித்ததில்லை. நாம் கண்ணியமான, பாரம்பரிய குடும்பத்தைச் சேர்ந்தவர்கள். பொருள் ஈட்டுவதில் நேர்மையான முறைகளை கடைபிடிப்பவர்கள். நெறி தவறி நடக்கிறவர்களை கண்டால் அஞ்சி ஒதுங்கி விடுபவர்கள்.

பசுவும், வாழையும் இருந்து விட்டால் விருந்தினருக்கு பயப்படத் தேவையில்லை என்பார்கள். முகம் வாடி வரும் விருந்தினர்கள் அவளது உபசரிப்பால் முகம் மலர்ந்து செல்வார்கள்.

உடல் வலிமையற்றவள்தான். மனவலிமை உடையவளாக இருந்தாள். மணமாகும்வரை தாயை விட்டு பிரிந்தவளல்ல. மணமானபின் பிறந்தகம் சென்று சிறிது காலம் தங்க வேண்டுமென்று ஆசைப்பட்டு இருக்கிறாள். ஒரு பொருளை பார்த்த மாத்திரத்தில் அதன் தன்மை இதுதான் என்று கூறி விடுவாள். யாரையும் அவர்கள் பார்வையிலிருந்து அவர்களிடமிருந்து வெளிப்படும் இரண்டொரு வார்த்தைகளிலிருந்து எப்படிப்பட்டவர்கள் என்று மதிப்பிட்டு விடுவாள். அவளை யாரும் ஏமாற்ற முடியாது. குடும்ப நலனிற்க்காக, சாதுர்யமாக நம்மையும் பலமுறை ஏமாற்றி இருப்பாள். அதில் வருத்தமில்லை.

திருமணத்திற்க்காக தான் பார்த்து வந்த வேலையை விட்டுவிட்டவள். ஒன்றாக நடைப்பயிற்சி சென்ற நாட்கள், பூப்பந்து விளையாடிய நாட்கள், அந்த நாட்கள் இனி திரும்பி வருமோ? திரும்பி வர முடியாத உலகிற்கு அல்லவா சென்று விட்டாள்.

வெகுகாலம் நெருக்கமாய் இருந்த நாட்கள். இங்கு அவள் ஒரு பாதி, நான் ஒரு பாதி யார் பிரிந்தாலும் வேதனை துக்கம், துயரம் பாதி. அவள் மறைந்து விட்டாள். நான் நாதியற்றவனாகி விட்டேன். தெய்வம் இல்லாமல் ஒரு கோவிலும் இல்லை. அவள் இல்லாத இல்லம் இல்லமும் இல்லை.

படித்த பெண் கணவரிடம் பேசுவதற்க்கும் சுற்றுவதற்க்கும்தான் அவளுக்கு நேரம் சரியாக இருக்குமென்று உறவினர்கள் குறை சொன்ன நாட்கள் உண்டு.

கோவிலுக்கு சென்றால் மெதுவாக நடந்து அடி சுற்று சுற்றுவாள். கோவில் நந்தியின் காதில் பேசுவாள். எத்தனையோ மேடு பள்ளங்கள்

கடந்திருக்கிறோம். மகிழ்ச்சியில் பொங்கியதுமில்லை. துக்கத்தில் தலை குனிந்ததுமில்லை. அவளுக்காக நான் கலங்கியிருக்கலாம். அவளே தனக்காக கலங்கியதில்லை. ஒவ்வொரு பிரசவமும் அவளுக்கு மறுபிறவிதான். சில சமயங்களில் பெரும் மழையால் தெருக்கள் தண்ணீரில் மூழ்கி இருக்கும். பாம்புகள் அலையும். மின்சாரம் துண்டிக்கப்பட்டு இருட்டாக இருக்கும். போக்குவரத்து வசதி இருக்காது. மழை நீரில் சாலைகள் மூழ்கி இருக்கும். பணி முடிந்து வார விடுமுறையில் நடு இரவில் வீடு வந்து சேர்வேன். காத்திருப்பாள். யாருக்காக? எனக்காக அல்லவா ஒரு ஜீவன் காத்திருந்தது. இனி அந்த இடம் வெற்றிடம். இனி காத்திருக்க யாருமில்லை எனக்கு.

நான் உடல் நலமில்லாத போது நன்றாக கவனித்துக் கொள்வாள். பார்க்கும் வேலை காரணமாக அவளை விட்டு நான் நகரங்களில் பிரிந்து இருந்த காலங்களில், அவள் கர்ப்பமாக இருந்த நாட்களில் தனியாக இருந்துள்ளாள். கால்நடையாக திருத்தலங்களுக்கு சென்று உள்ளோம். மகன்கள் வேகமாக சென்று விடுவார்கள். மனைவியின் கையைப் பிடித்து அழைத்துச் செல்வேன். எப்போது துணை நம்மை விட்டு பிரிந்து சென்று விட்டதோ அப்பொழுதே நாம் இருக்குமிடம் புன்சிரிப்பு என்ற வெளிச்சம் படராத குகையாகி விடுகிறது. குடும்பம் இல்லையென்றால் சமுதாயமில்லை. நாடில்லை. உலகமேயில்லை. அன்பு சுரக்கும் இடம் குடும்பம். அது நாகரீகத்தின் பிறப்பிடம். நமக்கு ஆற்றலை அளிப்பது குடும்பம். எங்களுக்குள் பிணக்கு என்பது தலைகாட்டியதே இல்லை. நாங்கள் கருத்து வேற்றுமை கொண்டதே இல்லை. பெரும்பாலும் நான் விட்டுக் கொடுத்துதான் சென்றேன். இன்றோ அவள் என்னை விட்டே சென்று விட்டாள்.

தாயையும், மனைவியையும் இழந்தவர்கள் நாவை அடிமைப்படுத்திக் கொள்ள வேண்டிய கட்டாயத்திற்குட்பட்டு விடுகிறார்கள். என் பணம், உன் பணம் என்று பேச்சு எழுகிறதோ, அப்பொழுதே நான் வேறு, நீ வேறு என்ற பிரிவினை ஏற்பட்டு விடுகிறது. குடும்பம் முட்செடிகள் நிறைந்த புதராகி விடுகிறது. இந்தப் புதரில் வளரும் குழந்தைகள் சுயநல உருவங்களாய் உலவிக் கொண்டிருக்குமென்பதில் சந்தேகமில்லை. எங்களைப் பொறுத்தவரையில் நாங்கள் இருவரும் சமமாகவே பழகினோம். எங்களுக்குள் ஏற்றத்தாழ்வுகளே இல்லை. ஒருவர்

மனமறிந்து மற்றொருவர் நடந்து கொள்கிற போது, வாய்ப்பேச்சுக்கே அதிக இடம் இல்லையல்லவா.

எங்களிடையே நிலவி வந்த நேசத்தைச் சாதாரண மனிதர்களால் சுலபமாய் உணர முடியாது. நாங்கள் ஒருவர் மீது ஒருவர் வைத்திருந்த கனிவும் கருத்தும் மிக மௌனமாக பிறரால் எளிதிலே புரிந்து கொள்ள இயலாததாகவே இருந்தன.

சுமார் 40 ஆண்டுகளுக்கு மேலாக எங்களிடையே உறுதியோடு நிலவி வந்த அன்பும் ஒருமைப்பாடும் மரணத்தின் கையினால் கடுமையாகத் தகர்க்கப்பட்டு போயின.

எங்களிருவருடைய இதயங்களும் ஒரே குரலில் பேசியது. நாங்கள் ஒருவராகவே வாழ்ந்தோம். அவள் என்னிடத்தில் வைத்திருந்த பக்தியும் விசுவாசமும் இந்தியப் பண்பாட்டிற்கு இயைந்ததாக இருந்தது. எனக்கு எல்லாமுமாக அவள் இருந்தாள். என் வாழ்க்கையின் எல்லா அம்சங்களிலும் பூரண பங்கு கொண்டிருந்தாள். எங்கள் இருவரையும் போல ஒரு சிலர்தான் இருக்கக்கூடும். எங்களுடைய உயிர் ஒன்றாகவும், உடல் இரண்டாகவும் இருந்தது. உற்ற துணையாயிருந்த நளாயினி, வாசுகி போன்ற ஒரு புண்ணியாத்மா மறைந்து விட்டது. பண்டிகை காலங்களில் வீட்டு வாயிலில் கோலமிடல் தன் கையாலேயே செய்தால்தான் அவளுக்கு திருப்தி.

எனது வாழ்க்கைக்கு வெளிச்சம் தந்து கொண்டிருந்த விளக்கு இன்னும் சில காலம் எரிந்து கொண்டிருக்குமென்று எண்ணிக் கொண்டிருந்தேன். என் எண்ணத்தில் மண் விழுந்து விட்டது. இதற்காக யாரையேனும் நொந்து கொள்ள முடியுமா?

இன்பங்களும், துன்பங்களும் எங்கள் வாழ்க்கைக்கு மெருகு கொடுத்தன. வாழ்ந்தால் இப்படி வாழ வேண்டும்.

வீட்டுக்கு வரும் விருந்தாளிகளை உபசரித்து அனுப்புவதில் மகிழ்ச்சி உடைய கணவனுக்கு காக்கைக்கு கூட அன்னமிட மனமில்லாத மனைவி வாய்த்து விடுவாள். இத்தகைய தம்பதிகளிடம் மன ஒற்றுமையென்பதை எப்படிக் காண முடியம். இவர்களிருக்குமிடம் எப்பொழுதும் ஒரு போர்க்களமாகவே இருக்கும். இன்று செல்போன், வாகனங்கள் நவீன வசதிகள் பெருகி விட்டன. மணவாழ்வு

பத்தாண்டுகள் முடிவதற்குள், பெற்ற குழந்தைகள் இருந்தும், அற்ப இன்பத்திற்காக கிளை விட்டு கிளை பாயும் குரங்கு போல, அற்பமான ஏதோ ஒன்றிற்காக கட்டிய கணவனை, பெற்ற குழந்தைகளை துச்சமாக தூக்கி எறிந்து விட்டு செல்லத் துணியும் அபிராமிகளும் சமுதாயத்தில் இருக்கிறார்கள். கேட்டால் எனக்கு உன்னுடன் வாழ பிடிக்கவில்லை என்கிற வசனம். அதாவது ஒழுக்கமாக ஒருவனுக்கு மட்டும் மனைவியாக வாழ பிடிக்க வில்லை என்பதே அதன் உள் அர்த்தம். அடுத்தவன் மனைவியை, அடுத்தவள் கணவரை அடைய துடிப்பது, கழுத்தில் தொங்கும் தாலி, நெற்றியில் திலகம், கால் விரலில் மெட்டி இருப்பதையும் பொருட்படுத்தாமல், தன்னை நம்பி குடும்பம், வாழ்க்கைத் துணை குழந்தைகள் இருக்கிறார்கள் என்பதையெல்லாம் கவலைப்படாமல் மாற்றான் மனைவியை அடைய பிரியாணியை காட்டி வலை வீசும் ஒழுக்கமற்ற தறுதலைகள், கயவர்கள் உள்ளனர். முறையற்ற தொடர்புகளால் ஏற்படும் கொலைச்செய்திகள் இல்லாத நாளுமில்லை. வெளியிடாத பத்திரிக்கைகளுமில்லை. குழந்தைகள்தான் பாவம். அதிகம் பாதிப்பு அடைபவர்கள். ஒழுக்கமற்றவர்களுக்கு பிறந்ததது அவர்கள் செய்த தவறா?

ஒரு பெண் தனது பருவ வயதில் ஹார்மோன் ஆதிக்கத்தால் காதல் வசப்படுகிறாள். காதலுக்காக தன் பெற்றோரை எதிர்க்கவும் துணிகிறாள். ஆது ஒரு கட்டம். அவ்வளவுதான். அவளது தேவை. அன்பு, அரவணைப்பு, பாதுகாப்பு தரக்கூடிய ஒரு வாழ்க்கைத்துணை அவ்வளவுதான். அவளுக்கு பாலியல் தூண்டுதல் இல்லை. ஆனால் ஆணுக்கு பாலியல் தூண்டுதல் தவிர்க்க முடியாதது. ஆண் வெளித்தோற்றத்தைப் பார்க்கிறான். அவள் புறத்தோற்றத்தைப் பார்க்கிறாள். உடல் வேட்கையை பெரிதுபடுத்துபவள் அல்ல. குழந்தை வளர்ப்பில் அவளது நாட்கள் செல்கின்றது.

இரண்டு குழந்தைகள் பிறந்து வளர்ந்து திருமணமாகி சுமார் 10-15 வருடங்களாகிய நிலையில் முப்பதுகளில் இளமையின் உச்சத்தில் இருப்பாள். முப்பதிற்க்கும் நாற்பதுக்கும் இடையிலான காலக்கட்டத்தில் ஹார்மோனின் தாக்கம் அவளை ஆட்டிப்படைக்கிறது. கணவனோடு முரண்படுகிறாள். கணவன் அன்பு அரவணைப்பு அதிகம் தேவை. மூன்றாவது நபர் வலை வீசினால் சிக்கிக் சீரழிய வாய்ப்புகள் அதிகம். கணவன் எச்சரிக்கையாக இருக்க வேண்டும். பின்னர் புயல் ஓய்ந்து

விடும். குழந்தைகளுக்காக வாழ்வாள். ஆண் எப்போதும் உடல் தேவை அதிகம் உள்ளவன். பலவீனமானவன். பெண்ணின் சமிக்ஞையில் வீழ்ந்து விடுபவன். பல குடும்பப் பிரச்னைகளுக்கு இது முக்கிய காரணமாக உள்ளது

80

கணவன்-மனைவி உறவு பலவீனமாவது ஏன்?

100 திருமணங்கள் நடைபெற்றால் 100 தம்பதியர்களுமே வெற்றிகரமான மணவாழ்வை பெறுவதில்லை. சமீப காலங்களில் குடும்ப உறவுகள் அதிகம் சிதைகின்றன. நாளும் விவாகரத்துகள் பெருகுகின்றன. அதைவிட கொடுமை அக்கம் பக்கத்தினர், உற்றார் உறவினர், நண்பர்கள் கணவன்-மனைவி உறவு விரிசல்களை மிகுந்த ஆவலுடன் தெரிந்து கொள்ள விரும்புகிறார்கள். அந்த விரிசலை சரி செய்ய ஆலோசனை தருவதாக எண்ணி அதை மேலும் பெரியதாக்கி விடுகிறார்கள். சிலர் உள்ளூர மணமகிழ்வு அடைகிறார்கள். மணவாழ்வு அனைவருக்குமே வெற்றிகரமாக அமைந்து விடுவதில்லை. கல்யாணமான புதிதில் வாழ்வு தேனாக இனிக்கிறது. நீ பாதி, நான் பாதி, என் அன்யோன்யமாக வாழும் தம்பதியரிடம் கூட நாளடைவில் மோதல், பிரச்சனை, சிக்கல் எற்படவே செய்கிறது.

கணவன் மனைவி உறவு பலவீனமாக காரணங்கள்:

ஒருவரை ஒருவர் மதித்து பாசத்தோடு அன்போடு நடந்து கொள்ள எல்லா தருணங்களிலும் முடிவதில்லை. மனைவி விரும்புவதையெல்லாம் எதிர்பார்ப்பதை எல்லாம் கணவனால் வாங்கித் தர இயலுவதில்லை. துணையின் முடிவுக்கு மாறான எண்ணங்கள் மனதில் தோன்றவே செய்கிறது. ஆரம்ப தருணங்களில் மனைவியின் பார்வையில் வைரமாய் ஜொலித்த கணவன் கூட நாளடைவில் செல்லாக் காசாகி விடுகிறான். பொறுமை தவறுகிறோம். நல்ல கணவனாக அல்லது நல்ல மனைவியாக இருக்க ஒரு போதும் முயற்சி செய்வதே இல்லை.

வாய்க்கு வந்தபடி கோபத்தில் பேசி விடுவதுண்டு. கணவரின் விருப்பு வெறுப்புகளுக்கு முக்கியத்துவம் தராமல் மனைவி முடிவெடுக்கலாம். மென்மையின்றி முரட்டுத்தனமாக நடந்து கொண்டு உறவை ரணப்படுத்திக் கொள்பவர்கள் உண்டு. எதையும் சுயேச்சையாக தீர்மானம் செய்து பிடிவாதமாக இருக்கும் பொழுதுதான் பிரச்சனை அதிகம் ஏற்படுகிறது. கணவரிடம் அல்லது மனைவியிடம் கலந்து ஆலோசிக்காமல் முடிவெடுக்கும் போது பிரச்சனை பெரிதாக வெடிக்கிறது. எதையும் முழுமையாக சிறப்பாக சரியாக எப்போதுமே யாராலும் செய்ய முடிவதில்லை. மிகச்சரியாகவே செய்ய வேண்டும் என எதிர்பார்ப்பதும் சரியானதல்ல.

தம்பதியர் ஒருவர் மீது ஒருவர் அக்கறை இன்றி இருப்பது மிகவும் வருந்தக்கக்க விஷயம். வெறுப்புடனும், மரியாதை குறைவாகவும் பேசும் பொழுது நல்லுறவு சிக்கலாகிறது. கணவன்-மனைவி இணைந்து இருப்பதை பொறுக்காமல் பிரிக்க முற்படுபவர்கள் உள்ளனர். கணவனும் மனைவியும் உண்மையாக நடந்து கொள்ளாமல் இருப்பது, அடிக்கடி பொய் பேசுவது அவநம்பிக்கையை ஏற்படுத்தி விடுகிறது. மணவாழ்வில் விரிசல் விழுவதற்கு முக்கிய காரணமாகி விடுகிறது.

கணவனும் மனைவியும் ஒருவருக்கொருவர் உண்மையாக இல்லாததால் அநேக குடும்பங்கள் சிதைகின்றன. வாழ்க்கைத் துணையை அலட்சியம் செய்வது, உதாசீனப்படுத்துவது மனதை ஆழமாக காயப்படுத்துகிறது. இரண்டு பேரும் மனம் விட்டு பேசுவதற்கு நேரத்தை செலவிடத் தவறுவது ஆபத்தானது. நாம் என யோசிக்காமல் நான் என சிந்திப்பது சரியானதல்ல.

தவறான உறவு தொடர்பாகவே சிந்தித்துக் கொண்டு இருந்தால் உறவு சீர்கெடுகிறது. மூன்றாவது நபருடன் கணவனோ, மனைவியோ நெருங்கி பழகுவது தன் வாழ்க்கை துணையை விட உயர்வாக கருதிக் கொண்டு மிகுந்த முக்கியத்துவம் கொடுப்பது, சிக்கலுக்கு வழி வகுக்கிறது.

எதிர்பாராத சம்பவங்களால் கல்யாணமான கொஞ்ச நாட்களிலேயே பிரச்சனைக்கு மேல் பிரச்சனை ஏற்பட்டு விவாகரத்து வரை போய் விடுபவர்கள் ஏராளம். நீயா, நானா? என்ற போட்டியில் சமாளிக்க

முடிவதில்லை. கோபம் தலைக்கேறி சண்டை போடும்போது பூதாகரமாகி விடுகிறது மணவாழ்வு. கணவன்-மனைவி மனம் விட்டு பேசாமல் இருப்பது மணவாழ்வை மேலும் சிக்கலாக்கும். மனைவி சொல்வதை காது கொடுத்து கேட்காமல் இருப்பது சரியானதல்ல.

திருமண வாழ்வில் தென்றல் வீசுவதும், புயல் அடிப்பதும் சகஜமே. முடிந்து போன விஷயங்களுக்கு முற்றுப்புள்ளி வைக்காமல் அதையே கிளறுவது ஆபத்தானது.

சிக்கனமாக இருப்பது நல்லது. பணம் பாதுகாப்பு தரும். பணத்தை செலவிட இருவரும் சேர்ந்து ஒருமித்த முடிவெடுக்க வேண்டும். ஊதாரித்தனமாக செலவு செய்வது பிரச்சனையை ஏற்படுத்தும். செலவுகளை அதிகரிப்பது பண நெருக்கடியை உண்டாக்கும். வருமானத்தையும், செலவீனத்தையும் உங்கள் கணவரிடம் அல்லது மனைவியுடன் மூடி மறைப்பது நல்லதல்ல.

பணத்தை குடும்பத்துப் பணமாக நினைப்பதுதான் பெருந்தன்மை. தன்னுடைய பணமாக பார்ப்பது நெருக்கத்தை குறைக்கும். பண விஷ யத்தில் பிரச்சனை வருவது இயல்பே.

துணைதான் நமது உலகம். தாம்பத்திய உறவை ஒருவர் மட்டும் தவிர்க்க முயலுவது பிரச்சனைக்கு வழி வகுக்கும். பிள்ளைகளுக்கு நல்ல முன்மாதிரியாக இருக்க தவறுவதும், அவர்கள் நம்மிடம் ஆவலுடன் பேச வரும் போது, அவர்கள் சொல்வதை காது கொடுத்து கேட்காமல் பிஸியாக இருப்பதும் தவறானது.

சில நேரங்களில் நம் வாழ்வில் எதிர்பாராத சோக சம்பவங்கள் நடக்கவே செய்கிறது. இடிந்து போய் விடுகிறோம். உதவி செய்ய யாருமின்றி கைவிடப்படுகிறோம். மோசமான சூழ்நிலையை சமாளிக்க முடியாமல் திணறுகிறோம். ஒருவருக்கொருவர்தான் ஆறுதலாக இருக்க வேண்டும்.

கணவன் மனைவி மோதல் கண்ணீரை ஏற்படுத்துகிறது. அழுகையை வேதனையை அதிகரிக்கிறது. நோயை ஏற்படுத்துகிறது. மகிழ்ச்சியை சிதைக்கிறது.

நல்ல கணவராகவோ, மனைவியாகவோ இருப்பது எப்படி?

அன்பாக நடந்து கொள்ள வேண்டும். வாழ்க்கைத் துணையை மதிப்பு மரியாதையோடு நடத்த வேண்டும். புண்படுத்தும் வார்த்தைகளை பேசக் கூடாது. ஒன்றாக யோசித்து முடிவெடுத்து செயல்பட வேண்டும். குற்றங்குறைகளை பெரிது படுத்தக் கூடாது. சம்பாத்தியத்தை மறைக்க கூடாது. என் பணம் என்று நினைக்காமல் செலவு செய்ய வேண்டும். சிக்கனமாக இருப்பது நல்லது. ஆடம்பரத்தை தவிர்த்து அத்தியாவசிய தேவைகளுக்கு முன்னுரிமை கொடுக்க வேண்டும். ஒருவருக்கொருவர் உண்மையாக இருக்க வேண்டும்.

மூன்றாவது நபருடன் அதாவது கணவன் சக வயதுடைய வேறொரு பெண்ணுடனோ, மனைவி வேறொரு ஆணுடனோ நட்பு என்ற பெயரில் அளவுக்கு அதிகமாக நெருக்கமாக பழகுவது குடும்பத்திற்கு நல்லதல்ல. குழந்தைகள் எதிர்காலம் கருதி தவிர்க்க வேண்டும். ஆண்களில் இராமன்கள் என்று யாரும் இல்லை என்பதே யதார்த்தம்.

கணவன் மனைவி உறவு என்பது மனரீதியானது. எது நம்மை தூரமாக பிரித்து உறவை கிழித்து ரணமாக்குகிறது, எது நம்மை ஒன்றாக பின்னி பினைக்கிறது என்கிற புரிதல் இருவருக்கும் வேண்டும். மனைவியின் மன உலைச்சலுக்கு காரணமாக இருப்பதை தவிர்த்து, மனைவியின் துன்பங்களுக்கு தீர்வாக ஆறுதலாக இருக்க வேண்டும். திருமணம் என்பது இருப்பது எல்லாவற்றையும் சரிபாதியாக பிரித்து கொள்வதற்கல்ல, இருப்பதை எல்லாம் முழுமையாக கொடுப்பதற்க்காகத்தான்.

நம் நாட்டில் பல தம்பதியர் அடிக்கடி வாக்குவாதங்கள் செய்கிறார்கள். எல்லா விஷயங்களிலும் ஒத்துப் போவதில்லைதான். ஆனால், இன்னமும் அவர்களால் ஒருவர் இன்றி ஒருவர் பிரிந்து வாழ்வதை கற்பனை செய்து கூட பார்க்க முடியாது.

வெற்றிகரமான மணவாழ்க்கைக்கு தேவைப்படுவது அடிக்கடி காதலில் விழுவதுதான். அதுவும் எப்போதும் மனைவியாகிய ஒரே நபரிடம் என்பதை தயவு செய்து மறந்து விடக் கூடாது.

அற்புதமான மணவாழ்வு அதிர்ஷ்டத்தாலோ, எதிர்பாராமலோ அமைவதில்லை. நேரம், சிந்தனை, அன்பு, மன்னிக்கும்தன்மை, பரஸ்பர மரியாதை, பிரார்த்தனை, அர்ப்பணிப்பு போன்ற விஷயங்களில் கணவன் மற்றும் மனைவியின் தொடர் முதலீட்டின் விளைவாக அமைவதுதான் அற்புதமான மணவாழ்வு.

திருமண பந்தம் நான் உன்னுடையவனாகவும், நீ என்னுடையவளாகவும் மாற்றியது. நாம் கண்ணீரிலும், புன்னகையிலும் ஒன்றாகவே இருந்தோம். அதனால்தான் நம்மை அன்யோன்யமான தம்பதிகள் என்கிறது உலகம்.

மகிழ்வான திருமண வாழ்வை அழிப்பதற்கு வலுவான சவால்கள் இல்லை. நீங்கள் ஒருவருக்கொருவர் சண்டையிடுவதை நிறுத்துவது மட்டுமல்ல, ஒருவருக்காக ஒருவர் சண்டையிடுவதை தொடர்வதும் ஆகும்.

நல்ல கணவனை ஒரு மனைவி அடைந்து இருக்கிறாள் என்பதை அவளது முகத்திலிருந்தே தெரிந்து கொள்ளலாம். என்னை "மன்னித்து விடு" என்று சொல்வதில் முதலாவதாக இருக்க முயல வேண்டும்.

மண வாழ்வு உடல்ரீதியான உறவல்ல. மனரீதியான உறவே மண வாழ்க்கை உறவு. இது மனதில் இருந்தும் இதயத்தில் இருந்தும்தான் தொடங்குகிறது. படுக்கையறையிலிருந்தல்ல.

கணவன் மனைவி இருவரும் ஒரே சமயத்தில் கோபப் படக்கூடாது. வாக்குவாதத்தில் யாராவது ஒருவர்தான் வெற்றி பெற முடியும். தமது துணை வெல்லட்டுமே என்கிற மனப் பக்குவம் வேண்டும். பழைய மனஸ்தாபங்களை நினைவுப் படுத்தக் கூடாது. மறப்போம், மன்னிப்போம் என்பதே நல்லது. ஒருவருக்கொருவர் முழுமையாக விசுவாசமாக இருக்க வேண்டும்.

பிழைகளை பொறுத்துக் கொள்ளும், மன்னிக்கும், ஒன்றிணைந்த இரண்டு இதயங்கள்தான் மகிழ்வான திருமண வாழ்வின் பலமான அஸ்திவாரம். உங்கள் மணவாழ்க்கை மகிழ்வற்றதாகி விட்டால் அதில் அதிகம் பாதிப்புக்குள்ளாவது உங்கள் குழந்தைகள்தான்.

மனைவியிடம் அன்பு செலுத்துவது, அவளுக்காக வாழ்வில் எந்த சிரமத்தையும் பொறுத்து கொள்வது, நல்ல உணவகத்திற்கு அழைத்துச் செல்வது, அவளுக்கு அவ்வப்போது ஆபரணங்கள் வாங்குவது, எல்லாவற்றையும் விட அவள் உங்களிடம் சொல்ல வருவதை காது கொடுத்து ஆர்வமாக கேட்பது போன்றவையே மனைவியை அதிகம் மகிழ்விக்கச் செய்யும் ரகசியங்களாகும். மேலும், எப்படி மனைவியை காதலிப்பது என்பதை கற்றுக் கொள்வதை நிறுத்தவே நிறுத்தாதீர்கள்.

81

இன்றைய பெற்றோர் எதிர்கொள்ளும் சிக்கல்கள்

குழந்தைகளிடம் மனம் விட்டு பேச நேரமில்லை:

பரபரப்பான இன்றைய காலக்கட்டத்தில் பெற்றோர்களால் பிள்ளைகளுடன் கழிக்க முடிவதில்லை. நேரம் ஒதுக்க தவறிவிடுகிறார்கள். ஆசிரியர்கள் பிள்ளைகளுடன் அதிக நேரம் இருக்கிறார்கள். பிள்ளைகள் நல்ல நிலைக்கு வர வேண்டும் என்பதே பெற்றோரின் சிந்தனையாக உள்ளது. இளமையில் படித்து பெரிய வேலைக்கு போக முடியாத ஏக்கம் நிறைய பெற்றோருக்கு உள்ளது. தம் பிள்ளைகளாவது நன்கு படித்து உயரட்டும் என விரும்புகிறார்கள்.

பிள்ளைகளின் தவறுகளை பள்ளி நிர்வாகம் சுட்டிக்காட்டினால் பெற்றோரால் ஏற்க முடியவில்லை. பிள்ளைகளைப் பற்றி தவறாகக் கேள்விப்பட நேர்ந்தால் பெற்றோர் மனம் உடைந்து போகிறார்கள். தன்பிள்ளைகளை அடிப்பதுடன் தன் பிள்ளை மீதுள்ள பாசத்தால் மற்றவர்கள் மீது குற்றம் சாட்டி திசை திருப்புகிறார்கள். அதே நேரத்தில் பொறுப்பாய் படிப்பில் சாதிக்கும் பிள்ளைகளால் உற்சாகம் அடைகிறார்கள். அதற்கு மட்டும் தன்வளர்ப்பு என நம்புகிறார்கள்.

ஒரு கட்டத்தில் பிள்ளைக்கு சொத்தில் பங்கு தர வேண்டும். மகளுக்கு சீதனம் தர வேண்டும். படித்த படிப்பிற்கு ஏற்ற நல்ல வேலை எப்போது கிடைக்கும் என அலைந்து சோர்ந்து, தளர்ந்து போவது பிள்ளைகளின் கால்கள் மட்டுமல்ல. பெற்றோரின் மனமும்தான். சீனா, ஜப்பான் போல நம் நாட்டில் அசூர வளர்ச்சியில்லை. வேலை வாய்ப்புகள் பெருக வில்லை.

இன்றைய பிள்ளைகள் பெற்றோரை விட நவீன கருவிகளை, எலக்ரானிக் பொருட்களை அழகாக இயக்குகிறார்கள். சொல்லித் தருகிறார்கள். வியர்வையை, உழைப்பை, நல்ல பண்புகளை மட்டும் பிள்ளைகளுக்கு பெற்றோர்தான் சொல்லித் தர வேண்டியுள்ளது.

இன்று திரைப்படங்களை தொலைக்காட்சியை பிள்ளைகளுடன் சேர்ந்து பார்க்க முடியவில்லை. புகை, மது, சினிமா, தொலைக்காட்சி, (கிரிக்கெட்) விளையாட்டு, சாதி, மதம், கட்சி, சந்தையில் அறிமுகப்படுத்தப்படும் புதிய பொருள்கள் எல்லாம் இன்றைய பிள்ளைகளை தடம் மாற்றும் அபாயம் உள்ளது.

விடுதிகளில் சேர்ந்ததும் சில பிள்ளைகள் பாதை மாறி விடுவதும் உண்டு. புகை, மதுப்பழக்கம் நண்பர்கள் கற்றுத் தருகிறார்கள். பிள்ளைகளுக்கு புதிய அனுபவத்தைக் கற்றுத் தருகிற சுழல் நட்பு வட்டாரத்தில் உள்ளது. நம் பிள்ளைகளின் நண்பர்கள் நல்லவர்களா என கண்காணிப்பது அவசியம்.

இன்று தாத்தா - பாட்டி பாசம் தெரியாமல் ஒற்றையாய் வளரும் பிள்ளைகளே ஏராளம். மதிப்பெண்கள் எவ்வளவு பெறப்போகிறார்கள் என்ற பதட்டம் ஏற்படுகிறது. மற்ற பிள்ளைகளுடன் ஒப்பிட்டு கடிந்து கொள்வதே பெற்றோருக்கு பழக்கமாகி விட்டது. பெற்றோரின் மிரட்டல், பயமுறுத்தல் அவர்களை பொய் பேச வைக்கிறது. பொய் பேசும் பிள்ளைகளை என்ன செய்வது?

குழந்தைகளை பள்ளிக்குக் கிளப்ப, துரிதப்படுத்த கடிந்து கொள்கிறார்கள். சலிக்காமல் வெகுநேரம் தொலைக்காட்சி பார்த்துக் கொண்டே இருக்கிறார்கள். கணினியில் கேம்ஸ் விளையாடிக் கொண்டே இருக்கிறான். பொறுப்பின்றி இருப்பதாக பெற்றோர் போடும் சப்தம் எங்கும் ஒலிக்கிறது.

தம் தவறுகளை "அப்பாக்கிட்ட சொல்லதடா" என சிறு பிள்ளைகள் நண்பர்களுடன் ஒப்பந்தம் செய்து கொள்கிறார்கள்.

தினம் தினம் தம் கனவுகளை பிள்ளைகளிடம் பெற்றோர் திணிக்கிறார்கள். காலையில் பள்ளிக்குச் செல்லும் பிள்ளைகள் பள்ளி முடிந்து டியூசன் முடிந்து மாலையில்தான் திரும்புகிறார்கள். விளையாட நேரமில்லை. அவர்களை அதட்டுவது, திட்டுவது, சாப்பிடுவதில்லை,

உணவை வீணாக்குவதாக குற்றம் சாட்டுவது குறையவில்லை. தம் பிள்ளைகள் ஒரு நாளைக்கு எத்தனை பாடம் படிக்கிறார்கள் என்பது பல பெற்றோர்க்கு தெரிவதில்லை.

உறவுகளைப் பார்க்க நேரமில்லை:

இன்றைய அவசர உலகில் நல்லது கெட்டதில் பங்கேற்பதே மிகப் பெரிய விஷயமாக உள்ளது. இன்று உறவுகளை பார்க்க விசாரிக்க நேரமில்லை. சந்தோஷமான வாழ்வை பொறுக்க முடியாமல் பொறாமை படுபவர்களும் குருவிக் கூட்டைக் கலைத்துவிட்டு மகிழ்பவர்களும் நிறைந்த உலகமிது. நம் துக்கத்தில், தயரத்தில், கஷ்டத்தில் பங்கு கேட்க உதவி செய்ய, வழிகாட்ட யார் வருவர்?

உடல்நிலை பாதிக்கப்பட்டால் பார்த்துக்கொள்ள யாருக்கும் யாருமில்லை. துக்கம் விசாரிக்க வந்தவர் சுடுகாடு வரை வர நேரமில்லை. அவசர உலகில் அடிபட்டு விழுந்தவர்களை விசாரிக்க நேரமில்லை. எளிய உறவுகளை மதிக்க பிடிக்கவில்லை.

காதல் ஒருபுறம், தனிக்குடும்பம் மறுபுறம்:

காசில்லதவர்களை உதறித்தள்ளிவிட்டு ஓட்டம் பிடிக்கும் சுயநலம்தான் தனிக்குடும்பமாய் மாறுகிறது. காதலி கர்ப்பமாகி விட்டாள். காதலித்தவனை கரம்பிடிக்க, மாலையுடன் காதலி நெருக்குகிறாள். பெற்றவர்களை நம்ப வைத்து ஏமாற்றும் பிள்ளைகள் பெருகி விட்டனர். பணத்தேவைகள் ஏராளம். மனைவியின்/காதலியின் பிரசவம் சிக்கலானால் உதவிக்கு யாருமில்லை. செல்லாத காசுகளாய் வாழ்வு, செல்வாக்கு பெறும் நாள் எப்போது? ஏன் இந்தக் காலப் பிள்ளைகள் பெற்றோரைப் பார்க்க மனமின்றி முகத்தைத் திருப்பிக் கொள்கிறார்கள். இங்கு குறையில்லாத மனிதன் யாருமில்லை. அன்பு, அனுசரணை, தோழமை, பாதுகாப்பு எல்லாம் கேள்விக்குறியாய் மாறி வருகிறது.

காதலர்களை பிரித்து வைப்பதால் சிக்கல் தீர்வதில்லை. பெற்றோர் "தொலைந்து போ" என்கிறார்கள். மன்னிக்க மனதில்லை. பெற்றோர்

எப்படி இருக்கிறார்கள் எனக் கூட பார்க்க பராமரிக்க நேரமில்லாத கடமை தவறிய பிள்ளைகள் பெருகி வருகின்றனர்.

உறவிருந்தும் ஒற்றையாய் நிற்கிறார்கள். வாசல் தேடி வந்தவர்களுக்கு குடிக்க தண்ணீர் கொடுக்கக்கூட தெரியவில்லை. மனமில்லை. வெட்டிக் கொள்வதில்தான் நிற்கிறார்கள்.

பருவமடைந்த மகளை எச்சரிக்கும் தாய்மார்கள். வருவாய்க்குள் குடும்பம் நடத்த முடியாமல் திணறுகிறது இன்றைய தலைமுறை. நேரில் பேசுவதற்கு யாருமில்லை. இன்றைய உலகம் அலைபேசியில்தான் நிறைய பேசுகிறது.

அன்பாக பேச நேரமில்லை:

பெரிய பதவியில் இருப்பவர்களுக்கும் சிக்கல்கள் இருக்கவே செய்கிறது. சோகங்கள் இருக்கவே செய்கிறது. கடந்த முப்பது ஆண்டுகளில் எவ்வளவோ மாற்றங்கள் ஏற்பட்டு விட்டது. புதிய கண்டுபிடிப்பு சாதனங்களை பெற்றோர்களால் சரியாக உச்சரிக்கக்கூட முடியவில்லை. தொலைக்காட்சித் தொடர்களில் காலம் தள்ளும் பெற்றோர் பெருகிவிட்டனர். அன்பாக பேச நேரமில்லை. முன்பு கணினி, தொலைக்காட்சி பெட்டி இல்லை. பள்ளிப் படிப்பிற்கு அதிக நேரம் செலவிட்டதில்லை. சிறு வயதினரை அடித்துக் கண்டிக்கலாம். வளர்ந்து விட்டவர்களை பிடிவாதம் பிடிப்பவர்களை என்ன செல்வது? பிள்ளைகளுக்கு பிடித்தமான சேனல்கள் பார்ப்பதை தடுக்கும் போதே சிக்கல் ஆரம்பமாகி விடுகிறது. செல்போனில் பேசவும், தொலைக்காட்சி பார்க்கவும் அதிக நேரம் செலவிடும் நிலை ஏற்பட்டு விட்டது. குழந்தைகளுடன் உறவுகளுடன் பேச பெற்றோர்க்கு நேரமில்லை. பிள்ளைகளுக்கு பெற்றோரை பராமரிக்க பொறுமை இல்லை. எவ்வளவு காலம் நிலைத்து நின்று வாழ்ந்து விட முடியும் எனத் தெரியவில்லை. போதக்குறைக்கு கொரானா தொற்று அபாயம் வேறு.

நம் குழந்தைகளுடன் மனம் விட்டு பேசுவதும், அவர்களுடன் நேரம் ஒதுக்குவதும் மிக அவசியம்.

82

விதவைப் பெண்களின் நிலை

ஒவ்வொரு ஆண்டும் உலக விதவைகள் தினம் ஜூன் மாதம் 26ந் தேதி கடைப்பிடிக்கப்படுகிறது. உலகம் முழுவதும் தற்போது சுமார் 58 மில்லியன் விதவை பெண்கள் உள்ளதாக புள்ளிவிவரம் தெரிவிக்கிறது. இராஜாராம் மோகன்ராய், ஈஸ்வர சந்திர வித்யாசாகர் போன்ற சமூக சீர்திருத்தவாதிகள் இந்தியாவில் விதவை மறுமணத்தை ஆதரித்து பிரச்சாரத்தில் ஈடுபட்டனர். அதன் விளைவாக, (Sati system) "சதி" ஒழிந்தது. 1856-ம் ஆண்டு விதவை மறுமணச் சட்டம் இந்தியாவில் நிறைவேற்றப்பட்டது.

காதரைன் மேயோ என்ற அமெரிக்கப் பெண்மணி இந்தியாவை சுற்றிப் பார்க்க வந்தபோது, 1928-ல் "இந்திய மாதா" என்ற நூலில் இந்திய விதவை பெண்களின் அவல நிலையை உலகிற்கு வெளிப்படுத்தினார்.

சிறகை இழந்த பறவைகள்:

இளம் விதவையை திருமணம் செய்து கொள்வதாக ஆசை வார்த்தை கூறி, காதல் வலை வீசி, எரிகிற வீட்டில் பிடுங்கிய வரை ஆதாயம் என ஏமாற்றிவிட்டு கம்பி நீட்டும் இரக்கமற்றவர்கள் பற்றி காவல் நிலையத்தில் பதியப்பட்ட புகார்கள் உண்டு.

விதவை என்பதால் சொந்த தாய் வீட்டில் திருமண நிகழ்ச்சி நடக்கும் போது, அந்த வீட்டின் ஒரு ஓரத்தில் அவளது குடும்பத்தாரால் மறைவாக நிறுத்தி வைக்கப்படும் நிகழ்வுகள் உண்டு. சுப நிகழ்ச்சிகளை கண்ணால்கூட பார்க்க முடியாத அவலநிலை விதவைகளுக்கு உள்ளது. மணமக்களின் முகம் தெரியாதபடி ஒரு இருக்கை ஒதுக்கித்

தருபவர்கள் உள்ளனர். உடன்கட்டை ஏறினால் கூட வலியும், உயிரும் ஒரே நாளில் போய்விடும். மூளியாக முடக்கப்படும் வேதனையான வாழ்வு. கல்யாண வீட்டில் கடைசியாய் நிறுத்தப்படுகிறார்கள். இது இனி மேலாவது தவிர்க்கப்பட வேண்டும்.

"மவராசி வந்தவுடன் (மருமகள்) என் மகனை முழுங்கி விட்டாள்" என்கிற மாமியார்களின் வார்த்தைகள் உச்சக்கட்ட வசவுகள் சிறிதும் பகுத்தறிவற்றது.

திருமணமோ, திருவிழாவோ, சீமந்தமோ எதுவாயினும் அவள் முகத்தில் விழித்திட வேண்டாம் என இங்கிதம் இன்றி காதுபடவே பேசுபவர்களும், கண்டதும் ஒதுங்கி செல்பவர்களும் உண்டு. தவறியேனும் முகம் பார்த்து விட்டால் தரித்திரம் என்ற சாடல்கள் கொடுமையானது. இரக்கமற்றது.

கணவன் என்கிற உறவு பிரிந்திடவே சிறகை இழந்த பறவைகளாய் கண்ணீர் சிந்துகிறார்கள். வேலியற்ற பயிர் என பரிவற்ற ஆணின் அத்துமீறிய பார்வை விதவையின் மனதை மேலும் ரணப்படுத்துகிறது.

வர்ணங்கள் இல்லாத வானவில்தான் விதவை. இசையை ரசித்தவள் வசைகளை கேட்கிறாள். வாழத்துடிக்கும் வண்ணங்கள் கலைந்த இளம் வண்ணத்துப்பூச்சி.

தரையில் விடப்பட்ட மீனாய் தவிப்பது புரியாமல் முள்ளாய் குத்தும் வார்த்தைகளை சமூகம் வீசுகிறது. மனைவியர்க்கு எல்லாமே கணவன் இருக்கும்வரைதான். கணவனை இழந்தால் நடைபிணமாய் வாழ்க்கை அவளை கொல்லாமல் கொல்லுகிறது. தனிமைச் சிறை. மனதிற்குள் தினம் கதறி அழுபவர்களை கண்டு கொள்ள யாருமில்லை.

மலர் உதிர்ந்த மாலையை நாடுவதற்கு நாதியில்லை. கலை இழந்த சிலையாய் மரத்துப்போன வாழ்க்கை. வயதான விதவையையோ, பாலூட்டி சீராட்டி வளர்த்த மகனே மனைவியின் பேச்சைக் கேட்டு பரிதவிக்க விடுகிறான். கணவனை இழந்தவளை சமூகம் விதவை, கைம்பெண், அமங்கலி என்கிறது. மனைவியை இழந்தவனுக்கு சமூகம் வைத்த பெயர் என்ன?

25-30 வயதிற்குள் விதவையானவர்களை கண்டால் கண்ணீர் உலுக்க வில்லையா? கழுத்தில் தாலியில்லை. கூந்தலில் மலர்கள் இல்லை. கைகளில் வளையல் இல்லை. அவளுடைய சோகத்தில் பங்கு கொள்ள யாருக்கும் விருப்பமில்லை. சொந்தக்காரர்கள் ஒதுங்கிப் போகிறார்கள். விதவை தனித்துப் போகிறாள். சாலை விபத்தில் கணவனை இழந்ததால், திடிரென நோய்வாய்ப்பட்டு கணவன் அகால மரணமடைந்ததால் இளம் வயதில் விதவையானவர்கள் ஏராளம்.

கோவில்களில் விதவையென்பதால் அவளது கையில் குங்குமத்தையும், பூவையும் கொடுப்பதை தவிர்ப்பவர்கள் உண்டு. கணவனின் மறைவிற்குப்பின் பொருளாதார பாதுகாப்பு கேள்விக்குறியாகிறது.

அவளுக்கு பிடித்தமான வண்ணப்பொட்டு கணவனின் புகைப்படத்தில் இருக்கிறது.

வாடிய பூக்களை கண்டு வாடுகிறது ஏற்கனவே வாடிய பூ என்பதுதான் சோகம். அறுந்து போன பட்டமென அந்தரத்தில் அல்லாடுகிறது. கூந்தல் நரைக்கு முன்னே ஆசைகளுக்கு நரை போட வேண்டிய கட்டாயம்.

பூந்தோட்டக் காவல்காரனின் மூச்சு நின்றதற்கு பூவிற்கு ஏன் இந்த தண்டனை? வளையல் உடைந்து குருதி வருகிறது. நீரு பூத்த நெருப்பாய் மனம் கனல்கிறது. பார்க்கவோ, அதை கேட்கவோ யாரும் இல்லை. மனைவியின் விதவைக்கோலம் கணவனால் பார்க்க முடியாதது.

மறுமணம் செய்து கொள்ளாமல் கணவன் வீட்டிலேயே தங்கி விடுபவர்கள் உண்டு. விதவையை வேலைக்காரியாய் சிலர் நடத்துகிறார்கள். கடினமான வேலைகளையே அவள் செய்ய நேரிடுகிறது. அவளுடைய செளகரியத்தை எவரும் கவனிப்பதில்லை. பிழைப்பு தேடி நகரத்திற்கு தனியாக சென்று ஆபத்தில் சிக்கியவர்கள் உண்டு.

இதழ் இழந்த மலராய் மலர் இழந்த மங்கை இருளில் தேடுகிறாள் விடியலை. ஏற்ற விரும்பிய விளக்கை அணைத்து அணைக்கவே ஆர்வம் கொண்ட சில ஆடவர்கள், குறுக்குப் பாதையில் ஆதரவு தருவதாய் வெந்த புண்ணில் வேல் பாய்ச்சுபவர்களும் உண்டு.

மழை நின்ற வானமாய் வளமையற்று வறண்டு போகிறது விதவையின் வாழ்க்கை. வறுமையில் தள்ளுகிறது. அடிப்படை உரிமைகள் மறுக்கப்படுகிறது. வாழ்வாதாரம் கேள்விக்குறியாகிறது. பாலியல் வன்முறைக்கு உள்ளாக்கப்படுகின்றனர். கூட்டுக் குடும்பம் ஒழிந்த பின், சிறு குடும்பங்களில் விதவையான சகோதரியை வைத்து காப்பாற்ற முன்போல் அண்ணன் தம்பிகள் இல்லை. இருந்தாலும் ஆதரிக்க முன் வருவதில்லை.

அபசகுணங்கள் பற்றி பேசுவார்கள். மொட்டையடித்து, ரவிக்கையை கழற்றி காவி உடை உடுத்தி மூலையில் உட்கார வைத்த காலம் தொலைந்தது. விதவைகளுக்கு வெள்ளை சீருடை நிறுத்தப்பட்டுள்ளது வரவேற்கத்தக்கது.

பூவே பூக்காத காலம் அவலமானது. அழகற்றது. உலகமே இருண்டது போலாகி விடுகிறது. இதில் பெண்களின் குற்றம் எங்கே இருக்கிறது? விதவைகள் படும் கஷ்டங்களுக்கு அளவேயில்லை.

ஆதரவுக்கரம்:

கல்வித் தகுதி உடைய ஆதரவற்ற விதவைகளுக்கு அரசு வேலை வாய்ப்பில் இட ஒதுக்கீடு உள்ளது. விதவைகள் மறுமணத்திற்கு ஊக்கத்தொகை அரசு வழங்குகிறது. விதவைகள் சமுதாயத்தில் நல்ல முறையில் வாழ விதவைகள் மறுமணத்தை அரசு ஊக்குவிக்கிறது. ஆதரவற்ற விதவைகளுக்கு மாதந்தோறும் உதவித் தொகை அரசு வழங்குகிறது.

விதவை மனைவிக்கு சொத்தில் ஒரு பங்கு உண்டு என்கிறது சட்டம்.

"நேச்சர் கேர்"(Nature care) என்கிற அமைப்பு சத்தீஸ்கரில் உள்ளது. விதவையை திருமணம் செய்தால் ஹனிமூன் செலவை இலவசமாய் செய்கிறது. ஏதாவது ஒரு நாட்டிற்கு 5 நாட்கள் தேனிலவு பயணம் மேற்கொள்ள விமான டிக்கெட், தங்குமிடம் வசதி உள்ளிட்ட அனைத்து செலவுகளையும் ஏற்கிறது.

இறந்தவர் அரசு ஊழியர் எனில் விதவைக்கு குடும்ப பென்ஷன் கிடைக்கும். கருணை அடிப்படையில் அரசு வேலை கிடைக்கும். கற்ற கல்வி வேலை பெற உதவுகிறது.

பிறந்த பிள்ளை அழும்போது விதவையின் பிறவி புதிதாய் பிறக்கிறது. பிள்ளைகளுக்காக வாழ்கிறாள். வாழ்வில் விரக்தி அடைய வேண்டாம். மரணம் என்பது எவருக்கும் எந்த நேரத்திலும், எந்த குடும்பத்திலும் வரலாம். அதை சவாலாக ஏற்று வாழத் தெரிய வேண்டும்.

கணவனுடன் அன்பான இல்லறம் நடத்தியவர்கள் மறுமணத்தைப் பற்றிநினைப்பதில்லை. அவ்வகையான ஆண்களும் தாயுமானவர்களாக சமூகத்தில் இருக்கவே செய்கிறார்கள். அவர்களை பிள்ளைகள் வணங்கவேண்டும்.

வலிமையான இதயமே வாழ்வதற்கு தேவை. வாழத்தான் பிறந்திருக்கிறோம். வழிந்தோடும் கண்ணீரை துடைத்துக் கொண்டு வலிமையுடன் வாகை சூட, வாழ்வில் போராட வேண்டும். நம்பிக்கையுடன் எழுந்து நலமோடு வாழ்ந்து, நாட்டையே வெல்லலாம். உணர்ச்சியற்ற உள்ளங்களுக்கு ஒடுங்கி இருந்தது போதும். விதவைகளின் மறுமணம் பல சமூகப் பிரச்சினைகளுக்கு நிரந்தர தீர்வாகும்.

விதவை என்ற சொல் காயப்படுத்தும் வலி மிகுந்த வார்த்தை.

கூரையற்ற வீடு போன்றது விதவையின் வாழ்வு. அதை சமூகம் புரிந்து கொள்ள வேண்டும். விதவைகளிடம் இரக்கமுடன் ஆதரவுடன் கண்ணியமுடன் நடந்து கொள்ள வேண்டும்.

83

"இல்லந்தோறும் நெல்லிக்கனி"

நமது நாட்டு மருத்துவ முறைகளில் அதிகமாக பயன்படுத்தப்படுவது நெல்லிக்காய் ஆகும். இதில் அடங்கியுள்ள சத்துக்களோ ஏராளம். ரொம்ப தாராளம். புரதம் 0.4 கி., கொழுப்பு 0.5கி., மாச்சத்து 14கி., கால்சியம் 15.மி.கி., பாஸ்பரஸ் 21.மி.கி., இரும்பு 1மி.கி., நியாசின் 0.4 மி.கி., வைட்டமின் பி1 28.மி.கி., வைட்டமின் சி 720 மி.கி., கரிச்சத்து, சுண்ணாம்பு, தாதுப்பொருட்கள், கலோரிகள் 60 மி.கி. ஆகும்.

நெல்லியில் எந்தப் பழங்களிலும் இல்லாத அளவுக்கு அதிகளவில் வைட்டமின் "சி" உள்ளது. சுட்டெரிக்கும் கோடைக் காலத்தில் நமக்கு ஏற்படக்கூடிய தாகம், நாவறட்சி, வாந்தி மற்றும் அஜீரணம் ஆகியவற்றுக்கு நெல்லிக்காய் அருமருந்தாகும். உடலுக்கு வலிமை தருகிறது. சிறுநீரகக் கோளாறு, இரத்தச்சோகை, மஞ்சள்காமலை ஆகிய நோய்களுக்கு நன்மருந்தாகிறது. சர்க்கரை நோயாளிகளின் கணையத்தை வலுவேற்றுகிறது. மூப்பினை ஏற்படுத்தும் தொல்லைகளைப் போக்குகிறது. உடல் உறுப்புகளை நல்ல நிலையில் வைக்கும் திறன் படைத்தது. வாழ்நாளை நீடிக்கச் செய்கிறது. ஆரஞ்சுப்பழம் ஒன்றில் இருப்பதைப் போல இருபது மடங்கு வைட்டமின் "சி" சத்து இதில் அடங்கியிருக்கிறது. இச்சத்து குறைவினால்தான் "ஸ்கர்வி" என்ற நோய் ஏற்படுகிறது. ரத்தத்தில் கொலஸ்ட்ரால் படிதலை வைட்டமின் "சி" தடுக்கிறது. தோல் வியாதிகளை குணப்படுத்துவதில் நெல்லிக்கனியின் பங்கு முக்கியத்துவம் வாய்ந்தது. இது ரத்த சுத்திகரிப்பிற்கு பெரிதும் உதவுகிறது. பருக்கள் கொப்புளங்கள் போன்றவை வராமல் தடுக்கிறது. என்றும் இளமையோடு இருக்கச் செய்கிறது.

தலைமுடி உதிர்வை தடுத்து அதன் வளர்ச்சிக்கு காரணமாக இருக்கும் செல்களைத் தூண்டுகிறது. பொடுகு, பேன் தொல்லைகளை போக்குகிறது. உடலின் நோய் எதிர்ப்பு சக்தியைத் தூண்டுகிறது. கண் பார்வைத் திறனை அதிகரிக்கிறது. ரத்தத்தில் குளுக்கோசின் அளவைக் கட்டுப்படுத்தி சர்க்கரை நோய் ஏற்படாமல் பாதுகாக்கிறது. நம் உடலுக்கு நோய் எதிர்ப்பாற்றலை தந்து ஆரோக்கியத்தை மேம்படுத்துகிறது. பல் சம்பந்தமான பிரச்சினைகள், வாய்துர்நாற்றம், மாதவிலக்கு தொல்லைகளுக்கும் மருந்தாக உள்ளது. மூட்டுவலி குறைகிறது. தினம் நெல்லிக்காய் சாப்பிட்டு வந்தால் உடலுக்கு புத்துணர்ச்சியைத் தருகிறது. உயிராற்றலை வளர்க்கும் ஒர் ஒப்பற்ற உணவு. காயகல்ப தயாரிப்பு நெல்லிக்காயால்தான் உருவாகிறது.

நீண்ட ஆயுள் பெற தினமும் நெல்லிச்சாறு அருந்தலாம். மலச்சிக்கல், மூலம் சரியாகிறது. முதுமையைத் தடுக்கும் குணம் நெல்லிக்கனிக்கு இருக்கிறது. இருதய அடைப்பை தடுக்கிறது. நரை, திரை, மூப்பு, மரணம் இவற்றை தள்ளிப்போட்டு நீண்டகாலம் ஆரோக்கியமாக வாழ வழி வகுக்கிறது. சத்துக்களிலும் சரி, நோய் தீர்க்கும் குணங்களிலும் சரி நெல்லியை மிஞ்ச வேறெதுவும் இல்லை. தினம் 2 நெல்லிக்காய் சாப்பிட்டு வந்தால் நாளடைவில் உடலின் வைட்டமின் "சி" பெருகும். கண் பார்வை கூர்மையாகும். மாலைக்கண் வியாதி நீங்குகிறது. வாயுப் பிரச்சனைகளை தீர்க்கிறது. ரத்தத்திலுள்ள சிவப்பணுக்களை பெருகச் செய்து ரத்தம் சுத்தமடையவும். மாணவர்களின் நினைவாற்றல் அதிகரிக்கவும் உதவுகிறது. உடலுக்கும், மனதிற்கும் புதிய சக்தி ஊற்றெடுப்பதை உணர முடியும். அல்சர் வராமல் தடுக்கிறது. சீரான ரத்த ஓட்டம் நடைபெற உதவுகிறது. சளியை வெளியேற்றி சுவாச மண்டலத்தை சீராக்குகிறது. பக்கவாதம், நரம்பு தளர்ச்சி வராமல் தடுக்கிறது. கர்ப்பப்பையை உறுதிப்படுத்துகிறது. நம் உடலில் ஊடுருவியுள்ள நாள்பட்ட நோய்களை கடுமையாக எதிர்த்து நிற்கிறது. குடலியக்கம் சீராகிறது. ஆயுள் விருத்திக்கு நெல்லிக்காய் சஞ்சீவி போன்றது.

கர்ப்பிணிப் பெண்களும், காய்ச்சல் உள்ளவர்களும் நெல்லிக்காயை உண்ணக் கூடாது. நலமான நல்வாழ்விற்கு நெல்லிச்சாறு நல்ல நண்பன். இதை ஏழைகளின் ஆப்பிள் எனலாம். "நெல்லியால் நெடும்பகை போகும்" என்பது அற்புதமான பழமொழி. நெடும்பகை

என்பது நாள்பட்ட உடல் நோயாகும். எனவே நெல்லிக்கனி என்பது நமது நல்வாழ்வுக்கனி. ஒரு சிறிய கனியில் நூற்றுக்கு மேற்பட்ட பலன்கள் என்பதுதான் நெல்லிக்கனியின் மகத்துவமாகும். நெல்லி கனிவதில்லை. நன்கு முற்றிய காயையே கனி என்கிறோம். நீர்ச்சத்து மிகுந்தது. எவ்வகையில் உபயோகப்படுத்தினாலும் பயன் தரும். மரணத்தை வெல்லத்தக்க மருத்துவகுணம் நெல்லிக்கனிக்கு உண்டு. நெல்லிக்கனியை பச்சையாக கடித்து தின்பதால் பல் ஈறுகளில் வரும் நோய்கள் விலகும்.

நமது உடல் நலனை பிரதிநிதித்துவப்படுத்துவது நெல்லிக்கனியின் சாறு என்பது முற்றிலும் உண்மை. உடல்நலம் பேண விரும்புபவர்களுக்கு நெல்லிக்கனியே அஸ்திவாரம். இதன் பலன்களை தெரிந்து கொண்டால் பிரமிப்பும், ஆச்சர்யமும் ஏற்படும். தொடர்ந்து நெல்லிக்கனி சாப்பிட்டு வருபவர்களுக்கு அவர்கள் உடலில் பாடாய்படுத்தி வந்த நாள்பட்ட நோய்கள் எல்லாம் பயந்து உடலை காலி செய்து விட்டு ஓடுவதை உணர முடியும். பழைய உடையை கழற்றி எறிந்து விட்டு, புத்தாடை அணிந்த உணர்வு நிச்சயம் ஏற்படும். வசந்த காலத்தில் நெல்லிக்காய் எல்லா இடங்களிலும் கிடைக்கிறது. நெல்லி நமது உடலுக்கு குளிர்ச்சியைத் தருகிறது. இது ஒரு ஆரோக்கிய கனி ஆகும்.

நெல்லிக்காயை வாங்கியவுடன் தண்ணீர்விட்டு சுத்தம் செய்யவும். ஒரு பாத்திரத்தில் போட்டு மூழ்கும் அளவிற்கு மேலாக தண்ணீர் விட்டு வேக வைக்கவும். தேவையான அளவு உப்பும், சிறிது மஞ்சள்தூளும் போடவும். ஒரு காயை எடுத்து அழுத்திப்பார்த்தால் அழகாக உடையும். உடனே இறக்கி வைத்து ஆறிய பிறகு பாட்டிலில் நீரோடு எடுத்து வைத்துக் கொள்ளவும். தினம் 2 சாப்பிடலாம். நெல்லிக்காய் ஊறுகாய் செய்யலாம்.

நெல்லிச்சாறு செய்து காலையில் வெறும் வயிற்றில் குடிக்கலாம். நெல்லிக்காய் இரண்டை எடுத்து விதையை நீக்கிவிட்டு சிறு துண்டுகளாக அரிந்து கொள்ளவும். மிக்சியில் சிறிது நீர் விட்டு நன்றாக அரைக்கவும். தண்ணீர் கலந்து டம்பளரில் ஊற்றி குடிக்கலாம். முதல் சில நாட்கள் சிரமமாக இருக்கும். போக போக பழகி விடும். ஆங்கிலத்தில் (gooseberry) கூஸ்பெர்ரி என்கிறார்கள். குஜராத்தில் நெல்லிக்காயை அம்லா என்கின்றனர். எல்லோரும் நாள்தோறும்

நெல்லிக்காயை சாப்பிட ஆரம்பித்தால் மருத்துவர்கள் நோயாளிகளை தேட வேண்டிய சூழ்நிலை உருவாகி விடும்.

நம் முன்னோர்கள் நோயின்றி நூறாண்டு வாழ இயற்கைப் பொருட்களையே பயன்படுத்தினர். நாமும் செயற்கைப் பொருட்கள் பயன்படுத்துவதை குறைத்துக் கொள்ள வேண்டும். நம் உடலின் நோய்க்கூறுகளை நெல்லிக்காய் அகற்றுகிறது. அடக்குகிறது. ஒடுக்குகிறது. விழுங்குகிறது, இது ஆரோக்கியத்தின் ஊற்று ஆகும். அளவற்ற ஆரோக்கியம் கிடைக்கிறது. நெல்லிக்கனி ஒரு தற்காப்பு ஆயுதமாகும். நெல்லி மரத்தை தெய்வீக மரம் எனலாம். மலை நெல்லிக்காய் உடலுக்கு மிகவும் சிறந்தது. துவர்ப்புடன் உள்ளது என்பதற்காக சாப்பிடுவதை தவிர்க்க வேண்டாம். என்றும் குன்றாத இளமை தரும் அமிர்தமான, ஆரோக்கியத்தின் செளபாக்யமான, விலை மலிவான நெல்லிக்காயை எல்லா வயதினரும் தினமும் சாப்பிடுவோம். இன்றைய காலகட்டத்தில் புதிய புதிய நோய்கள் மனித இனத்தை ஒழித்துக் கட்டவும், துடைத்தெரியவும் உருவாகி வருகின்றன. நெல்லிக்காய் உடல் நச்சுக்களை வேரறுக்கிறது. மலிவானது. ஈடு இணையற்றது என்பது சந்தேகமற்ற உண்மை.

ஒளவையும், அதியமானும் நெல்லிக்கனியை உயர்த்திப் பிடித்தார்கள் என இலக்கியத்தில் சொல்லப்படுகிறது. அயல்நாடுகளில் கூட நெல்லிக்கனிக்கு மரியாதை நிலவுகிறது. இதன் மகோன்னதம் பேசப்படுகிறது. தொடர்ந்து சாப்பிட்டு வந்தால் மிகை படுத்துவதாக தோன்றாது.

வாழ்வை இருளாக்கும் நோய்களின் கூட்டணியை விரட்டி வாழ்வை நீடிக்கச் செய்யும் ஒளி விளக்குதான் நெல்லிக்கனி. கோவலன் இறந்துவிட்டான் என்பதற்காக கணவனோடு சேர்ந்து எரிந்து போகவில்லை கண்ணகி. கொல்லப்பட்ட கணவனுக்காக மன்னனிடம் நீதி கேட்டார் என்கிறது சிலப்பதிகாரம். அது போல போராட்டக் குணத்துடன் நமது நோயை எதிர்த்து போராட வேண்டுமே தவிர நடைபிணமாய் இருக்கலாமா? இன்றைக்கு நோய்கள் மெல்ல மெல்ல ஆனால் உறுதியாக நம்மை நோக்கி வருகின்றன. நம்மளவில் திமிறிக் கொண்டேயிருக்கிறோம். அவை ஒரு நாளும் முடங்கிப் போவதில்லை. பதுங்கியும், பாய்ந்தும் தன்னைத் தக்க வைத்துக் கொள்ளும் சாகாவரம்

பெற்றவை. அதற்கு நீரூற்றி வளர்க்கலாமா? அதை களைய அரைகுறை மனதுடன் செயல்படுவதா? நெல்லிச்சாறு நம் உடலில் சங்கமமாகும் போது நம் உடல் பலப்படுகிறது. சூரியன் இருக்கும் இடத்தை எளிதில் இருளாக்க முடியாது. நெல்லிக்கனி உண்பவரிடம் எளிதில் நோய் புக முடியாது. நெல்லிக்கனி மிகப் பழமையானதுதான். அதுவே இன்றுவரை மகத்தானது. புனிதமானது. நெல்லிக்கனியால் உடல் முழுவதும் நோய் எதிர்ப்புச்சக்தி பற்றி பரவுகிறது. வெற்றி தேவதை நம் பக்கமே.

84

எப்படிப்பட்ட ஆண்கள் பெண்களால் கொண்டாடப்படுகிறார்கள்?

இவ்வுலகில் மனிதருக்கு மனிதர் குணங்கள் மாறுபடுகிறது. ஒவ்வொருவரிடமும் வித்தியாசமான குணங்கள் உண்டு. பொதுவாக காலங்காலமாக ஆண்களிடம் பெண்கள் எதிர்பார்ப்பது என்ன? எந்த மாதிரியான அம்சங்கள் பெண்களின் கவனத்தை பெரிதும் ஈர்க்கிறது? ஆண்களிடம் பெண்களுக்கு பிடித்தது என்ன? தந்தையாக, சகோதரனாக, நண்பனாக, காதலனாக, கணவனாக, கதாநாயகனாக, தலைவனாக என பல பரிமானங்களில் விளங்கும் ஆண்களிடம் எதிர்ப்பார்ப்பது என்ன? எவ்விதமான ஆண்களை கண்டு முகம் சுழிக்கிறார்கள்? வெறுக்கிறார்கள்? பெண்களின் மனதை புரிந்து கொள்வது எல்லாம் பெரிய கஷ்டமோ, ரொம்ப சிரமமோ இல்லை. எந்த நாடாக இருந்தாலும், நகரமாக இருந்தாலும், ஊராக இருந்தாலும், குக்கிராமமாக இருந்தாலும் சரி எல்லா பெண்களும் இந்த விஷயத்தில் ஒன்றுதான். பெண்களின் மனக்கதவைத் திறக்க வைக்கலாம்.

☐ பிடித்த மாதிரி நாலு நல்ல வார்த்தை பேசுவது,

☐ பெண்கள் விசயத்தில் கிசுகிசுவில் அடிபடாத பலவீனமற்ற நபராக இருத்தல்.

☐ பெண்ணை ஆணுக்கு நிகராக நடத்துவது.

☐ குடிக்காதவராக இருப்பது.

☐ சுறுசுறுப்பாக செயல்படும் நபராக இருப்பது.

☐ நீங்கள் சிவப்பாக இல்லையா கவலையே வேண்டாம். பெரும்பாலான பெண்களுக்கு அழகு ஒரு பொருட்டே அல்ல. மேலும், ஒரு ஆணின் வசீகரம் நிறத்தில் இல்லை.

☐ பொருத்தமான ஆடை அணிபவராக இருந்தால் பெண்களுக்கு பிடிக்கும்.

☐ முகத்தை பார்த்து பேசும் ஆணையே அநேக பெண்கள் விரும்புகிறார்கள்.

☐ தன்னம்பிக்கை, வலிமை, நேர்மைத்தன்மை கொண்ட கணவனை விரும்புகிறார்கள்.

☐ நகைச்சுவை உணர்வுடன், அறிவுப்பூர்வமான பேச்சை மிகவும் ரசிக்கிறார்கள்.

☐ தாடி ஆசாமிகளை விட, கம்பீரமாக, மீசை வைத்த ஆண்களையே அழகானவராக நினைக்கிறார்கள்.

☐ மனைவி என்பவள் அடிமை போல சேவை செய்ய வந்தவள் என்ற எண்ணமின்றி மரியாதையாக நடத்தும் கணவனையே விரும்புகிறார்கள்.

☐ உணர்வுகளை புரிந்து கொண்டு குறிப்பறிந்து நடந்து கொள்ளும் கணவனை பெரிதும் விரும்புகிறார்கள்.

☐ குடும்ப முன்னேற்றம் குறித்து திட்டமிட்டு செயல்படும் கணவனை விரும்புகிறார்கள்.

☐ மனைவி செய்யும் நல்ல விஷயத்தை பாராட்டி ஊக்குவிக்கும் கணவனை விரும்புகிறார்கள்.

☐ மென்மையாக கண்டிக்கும் கணவனை விரும்புவதுடன் பிடிவாதமின்றி தவறையும் திருத்திக் கொள்கிறார்கள்.

☐ காதலனின் காந்தக் கண்களில் மயங்குகிறார்கள்.

☐ தீனுக்கு ஆதரவாக, கதாநாயகன் போல வந்து தவறை நாகரிகமாக தட்டிக் கேட்பது - மிகவும் பிடிக்கும்.

- நல்ல தொழில், படிப்பு, பாதுகாப்பான வேலை, கை நிறைய சம்பாத்தியம் உள்ள ஆண்களுக்கு அமோக ஆதரவு உள்ளது.

- நவீன ஆடை உடுத்துபவர்கள், உடற்பயிற்சி செய்பவர்களை ரசிக்கிறார்கள்.

- எதையும் தைரியமாக சொல்லத் துணிந்த, செய்யத் துணிந்த ஆண்களை கவனிக்கிறார்கள்.

- ரொம்ப குள்ளமாக இல்லாமல் சராசரி உயரம் உள்ள ரொமான்ஸ் பண்ணும் கணவனையே ரொம்ப பெண்களுக்கு பிடிக்கிறது.

- நேசம் மிகுந்த வார்த்தைகளையே பெண்கள் அதிகம் எதிர்பார்க்கிறார்கள். மொத்தத்தில் ஜென்டில்மேன்களை உற்றுப் பார்க்கிறார்கள். உருகிப் போகிறார்கள். மேற்கண்ட குணங்கள் உங்களுக்கு இருந்தால் பெண்களின் குட்புக்கில் நிச்சயம் இடம் பெற முடியும். மனதில் இடம் நிரந்தரமாக இடம் பிடிக்கலாம்.

பெண்களுக்கு ஆண்களிடம் பிடிக்காத அம்சங்கள்:

- தங்கள் உடல் அமைப்பை கிண்டல் செய்பவர்களை பெண்களுக்கு பிடிப்பதில்லை.

- மதுவுக்கு அடிமையான கணவனை வலியுடன் சகித்துக் கொள்கிறார்கள்.

- மற்ற பெண்களை புகழ்ந்தோ, அதிகம் பாராட்டியோ பேசுவதை ஏற்கும் மனநிலை இல்லை.

- புகை பிடித்துவிட்டு வரும் ஆணிடம் துர்நாற்றம் வீசினால் முகம் சுளிக்கிறார்கள்.

- கவனக்குறைவு, பொறுப்புணர்வுமின்மை, சோம்பேறித்தனம் எதிலும் ஆர்வம் இல்லாத ஆசாமிகளை பெண்கள் கண்டு கொள்வதில்லை.

- அடிக்கும் ஆண்களை மிகவும் வெறுக்கிறார்கள்.

◻ சிடுமூஞ்சி, கடுகடு ஆண்களையும், சுடு சொல் பேசுபவர்களையும் பெண்களுக்கு பிடிப்பதில்லை.

◻ தொப்பை, தொந்தியுடையவர்களை கண்டால் முகம் சுளிக்கிறார்கள்.

◻ சந்தேகப்படுபவர்கள், அடிக்கடி வெளியூர் பயணம் செய்பவர்கள், வேலை முடிந்த பின் வீட்டிற்கு வராமல் வெளியே சுற்றும் ஆண்களை வெறுக்கிறார்கள்.

புகை, மது, சூது போன்ற கெட்ட விஷயங்கள் நம் நாட்டு பெண்களுக்கு இல்லாததால் அவர்களின் முன்னேற்றத்திற்கு எந்த தடையும் இல்லை. பலர் தனி முத்திரை பதிக்கிறார்கள்.

பெண்களுக்கு பொதுவாக ஆணின் அழகு ஒரு பொருட்டல்ல. தன்னுடைய அறிவுக்கு, அனுபவத்திற்கு தகுந்த ஆணையே விரும்புவர். நீண்ட இறகுகளை திடகாத்திரமாகக் கொண்டிருக்கும் ஆண் மயில்களைத்தான் பெண் மயில் தேர்ந்தெடுத்து நெருங்குகிறது.

பொருத்தமில்லாதவர்கள் நெருங்கினால், ஜொல்லு, கடி, லூசு-ன்னு சொல்லி விலகி விடுகிறார்கள். எதிர்பார்ப்பும், ஆசைகளும் கனவும் பெண்ணுக்கு பெண் நிறைய வேறுபடுகிறது. தன்னைக் கைப்பிடிப்பவன் உள்ளங்கையில் வைத்து தாங்குபவனாக, கண்ணுக்குள் வைத்து காப்பாற்றுபவனாக இருக்க வேண்டும் என்று எதிர்ப்பார்க்கிறார்கள்.

பெற்றோரின் அன்பும், அரவணைப்பும் கிடைக்கப் பெறாத பெண் பருவ வயதை அடைந்ததும், அந்த அன்பும், அரவணைப்பும் கிடைக்கும் போது அவனிடம் தன்னையே இழக்கிறாள். இதையே காதலுக்கு கண்ணில்லை என்கிறோம்.

காதல் இல்லையென்றால் மனிதகுலமே அழிந்து விடும் என்ற உண்மையை நாம் மறந்து விடக்கூடாது. சாகும்வரை காதலோடும், சந்தோசத்தோடும் வாழ்வது வரம். எப்போதும் எதிரெதிர் துருவங்கள் தானே விரைவில் ஈர்க்கும். தாஜ்மகால் எழுப்பப்பட்டது எதனால்?

வேலைதான் புருஷலட்சனம், வெற்றி பெற்ற ஆணின் பின்னால் ஒளிந்து கொள்ள பலர் தயாராக இருக்கிறார்கள். வேலை, சம்பாத்தியம்

இல்லாதவர்களை திருப்பிக்கூட பார்க்க தயாராக இல்லை. உண்மையில் பெண்கள்தான் ஆண்களிடம் எளிதில் மடிந்து விடுகின்றனர்.

பெண்கள் மனச்சோர்வையும், நம்பிக்கையின்மையும், கோபத்தையும், அச்சத்தையும், சுமந்து கொண்டேதான் வாழ்கிறார்கள். சமூக மிருகங்களால் அப்பாவித்தனமாக சாக்கடைக்குள் தள்ளப்பட்ட பெண்களின் பட்டியல் மிக அதிகம். குறைந்தபட்ச உத்தரவாதமற்ற சூழலில் பாதுகாப்பின்றி மனதுக்குள் கொதிக்கும் பெண்கள் பாழுங்கிணற்றில் தள்ளப்பட்டு விட்டதாக வருந்துகிறார்கள். நம் நாட்டில் இன்னமும் இரவு வேளையில் அச்சத்தோடுதான் பெண்கள் பயணிக்கிறார்கள். பணிபுரியும் இடத்தில் சிலர் இம்சிக்கப்படுகிறார்கள்.

குடும்பபெண் என்று பெயர் எடுக்க, அடிமையாக வதைபடுகிறார்கள். மலடி, திமிர் பிடித்தவள், கெட்டுப் போனவள் என்ற முத்திரை குத்தி சிலரை நித்தம் நித்தம் சமூகம் இன்னல் படுத்துகிறது.

ஆண்பிள்ளை பொறியியல் கல்லூரிக்கு அனுப்பும் அதே பெற்றோர் பெண் பிள்ளைகளை கலைக் கல்லூரிக்கு அனுப்பும் நிலை மாற வேண்டும். ஆண்-பெண் சமத்துவத்தில் பின்தங்கிய நாடாக இந்தியா இனியும் இருக்கலாமா? பெண்கள் விஷயத்தில் உலகம் இன்னும் கண் விழிக்கவில்லை. உறவுகள் வலுப்பட, விரிசல்கள் மறைய முயற்சிக்க வேண்டும்.

காலுக்குச் சரியான அளவில் காலனி தேர்வு செய்ய வேண்டும். சிறியதாக இருந்தால் காலில் புண் ஏற்படும். பெரியதாக இருந்தால் நடக்க முடியாது. ஆண்களின் கடந்த காலத்தை பெண்கள் சுமைதாங்கிகளாக தாங்கிக் கொள்கிறார்கள். அதன் சுவடு சிறிதும் தெரியாமல் ஒரு நல்ல எதிர்காலத்தை அமைத்துக் கொடுக்கும் மனப்பக்குவம் இந்திய பெண்களுக்கு அதிகமாகவே இருக்கிறது.

கடந்த காலத்தை விட நிகழ்காலம் முக்கியமானது. ஆண்கள் பெண்களிடம் விரும்புவதையும் சொல்ல வேண்டும் அல்லவா? திருமணம் செய்து கொள்ளப்போகும் பெண் அழகாக இருக்கனும்னு அநேக ஆண்கள் எதிர்பார்க்கிறார்கள். அதே நேரத்தில் தன் அப்பா, அம்மாவை நல்ல முறையில் பார்த்துக் கொள்பவராக நாம் மனதில்

நினைப்பதை புரிந்து கொண்டு செயல்படுபவராக இருந்தால் வாழ்வே சொர்க்கம். இதைத்தான் மனைவி அமைவதெல்லாம் இறைவன் கொடுத்த வரம் என்கிறோமா?

நினைப்பதை புரிந்து கொண்டு செயல்படுபவராக இருந்தால் வாழ்வே சொர்க்கம். இதைத்தான் மனைவி அமைவதெல்லாம் இறைவன் கொடுத்த வரம் என்கிறோமா?

85

பூச்சரங்களை தாக்கும் அணுகுண்டுகள்

பாலியல் வன்முறை செய்திகள் நாளும் பெருகி வருகிறது. நிர்பயா வழக்கு, நிர்மலா தேவி வழக்கு, பொள்ளாச்சி சம்பவம், கோவை சிறுமி பலாத்காரம் செய்யப்பட்டு கொலை, சென்னையில் அபார்ட்மெண்டில் 12 வயது சிறுமி 17 பேர் கொண்ட கும்பலால் பாலியல் பலாத்காரம் செய்யப்பட்டது என மிகப்பெரிய பட்டியல் நீள்கிறது. ஆசிபா சம்பவம் கொடூரமானது. இதில் புகார் செய்யப்படாத குற்றங்கள் இன்னும் ஏராளம். இதைப்பற்றி பேசலாமா என தயங்கும் நிலை தவிர்க்கப்பட வேண்டும்.

தற்போது பெண்களுக்கு பாதுகாப்பு இருக்கிறதா? என்ற கேள்வி எழுகிறது. தாயை, சகோதரியை, மனைவியை, தோழியை பாலியல் வன்கொடுமைக்கு ஆளாகாமல் பாதுகாப்பது பற்றிய விழிப்புணர்வு மிகவும் தேவையானதாக உள்ளது.

முதலில் பாலியல் குற்றவாளிகளை சட்டத்தின் பிடியில் இருந்து தப்பிக்க யாரும் உதவக் கூடாது என்கிற நிலைப்பாடு வேண்டும். ஒரு பெண் பாலியல் கொடுமைக்கு ஆளாகும்போது அவளை வளர்த்த பெற்றோரின் வலி வார்த்தைகளால் விவரிக்க இயலாதது. நம் சமுதாயத்தில் கற்பழித்த கயவனை விட பாதிக்கப்பட்ட அப்பாவிக்குத்தான் தலைக்குனிவு, இழிவு, அவமானம் அதிகம் என்பது வருந்தத்தக்கது.

எய்ட்ஸ் உள்ளிட்ட பாலியல் நோய் தொற்று அபாயம் உள்ளது என்பது வேறு விஷயம். இன்றைக்கு முகநூல், டிக்டாக், போன்றவற்றை சரியாக பயன்படுத்த சொல்லித்தர வேண்டும்.

ஒரு பெண்ணிடம் எப்படி கண்ணியமாக நடந்து கொள்ள வேண்டும் என்று வீட்டில் தாய் தனது மகனுக்கு சொல்லித் தர வேண்டும். ஒரு பெண் ஒழுங்காக வளர்க்கப்பட்டால் அந்த பெண்ணுக்கு மட்டும்தான் பாதுகாப்பு. ஆனால், ஒவ்வொரு ஆணையும் ஒழுங்காக வளர்த்தால் ஊரில் இருக்கிற எல்லா பெண்களுக்கும் பாதுகாப்பு உறுதி செய்யப்படுகிறது.

இன்றைக்கு அதீத தொழில்நுட்ப வளர்ச்சி காரணமாகவும் வீட்டில் தனிமையாக இருப்பதாலும் மாறுபட்ட எதிர்மறை சிந்தனை எற்படுவதற்கு அதிக சாத்தியக் கூறுகள் உள்ளன என்பதை மறுக்க முடியாது.

இன்று குடும்பத்தில் ஒன்று அல்லது இரண்டு பிள்ளைகள் மட்டுமே உள்ளனர். முன்பு போல கூட்டுக் குடும்பம் இல்லை. தாய் தந்தை இருவரும் பணிக்குச் செல்கிறார்கள். ஒற்றை பெற்றோரிடம் வளரும் குழந்தைகள் அதிகம். அவர்கள் கையில் நவீன தொழில்நுட்பங்கள் உள்ள ஐ-போனை கொடுப்பது என்பது தேசிய நெடுஞ்சாலையில் சிறு குழந்தையை விளையாட விடுவதற்கு சமமானது. படிக்கும் பிள்ளைகளுக்கு பைக், செல்போன் மற்றும் லேப்-டாப் வாங்கித் தருவது அவர்கள் திசை மாற வழி வகுக்கலாம்.

நமது பிள்ளைகள் நல்லவர்களா, கெட்டவர்களா என்பதல்ல விஷயம். சாமன்ய மனிதனின் கையில் தவழும் நவீன தொழில் நுட்பம் அபாயகரமானதாக உள்ளது.

இணையத்தில் மற்றவரிடம் உடல் ரீதியான விருப்பங்களை அந்தரங்க விஷயங்களை பகிர்ந்து கொள்வது தவறானது. தனிப்பட்ட உடல் தொடர்பான ஆசைகளை நண்பர்களிடம் பகிர்ந்து கொள்வது தவறானது.

யாரையும் எளிதில் பெண்கள் நம்பக் கூடாது. பெற்றோர், மாமியார், கணவன் மற்றும் சகோதரனுக்கு தெரியாமல் ஆண் நண்பர்களுடன் பெண்கள் மொபைலில் வெளிப்படைத் தன்மை இல்லாமல் பதுங்கி பதுங்கி பேசுவது நாளடைவில் சிக்கலில் கொண்டு வந்து நிறுத்துகிறது. நேரம் காலமின்றி இரவு 8 மணிக்கு மேல் ஒரு பெண் ஒரு ஆண் நண்பரிடம் பேசினால் அவன் தவறாகத்தான் நினைப்பான்.

காலை 8 மணிக்கு மேல் இரவு 8 மணிக்குள் மொபைலில் பேசலாம். எல்லா ஆண்களும் தவறானவர்கள் அல்ல. எல்லா பெண்களும் தவறானவர்கள் அல்ல. ஒரு சிலர் அதாவது ஐந்து சதவீதம் பேர் செய்வது எல்லார்க்கும் கெட்ட பெயரைத் தருகிறது. முன்பின் தெரியாத ஆனால் ஈர்க்கப்பட்டு கொஞ்சி பேசுவது, ஊர் சுற்றுவது, ஆசை வார்த்தையில் மயங்குவது, என்று இருந்தால் முடிவில் வசமாக தொல்லையில் சிக்கிக் கொள்கிறார்கள்.

ஆண்-பெண் இருவரையும் ஒழுங்காக வளர்க்க வேண்டியது பெற்றோரின் கடமையாகும். ஒழுக்கம் என்பது எதிர்பாலினரிடம் கண்ணியமாக பேசுவது ஆகும். திருமணமான பெண்கள் எதிர்பாலின நட்பை கூடிய மட்டும் தவிர்ப்பதுதான் கணவன் மனைவி பிரிவினைகளை தவிர்க்கிறது. சுதந்திரம் என்பதற்கும் எல்லைகள் உள்ளது. எல்லை தாண்டி போகும் போது கேள்விகள் எழத்தான் செய்யும். அதை ஆணாதிக்கம் என்றோ, கணவன் சந்தேகிக்கிறார் என்றோ திசை திருப்பி விட்டு வாழ்வை தொலைத்து நிற்கும் பெண்கள் இன்று ஏராளம். நமது கலாச்சாரத்தில் ஒழுக்கம் தவறினால் குடும்பம் சிதறிப் போய் விடுகிறது. அன்றாடம் செய்தித்தாள்களில் பார்க்கிறோம். திருமணத்திற்கு பின்னர் ஏற்படும் எதிர்பாலின நட்பு எல்லை தாண்டும் போது வன்முறையில் முடிகிறது. குழந்தைகள் எதிர்காலம் சிதைக்கப்படுகிறது.

நல்லதை சொன்னால் கேட்கத் தயாராக இல்லை. பெண்கள் மீதான தவறை சுட்டிக் காட்டினால் கொந்தளிக்கிறார்கள். கோபப்படுகிறார்கள். எல்லா பெண்களும் சரியானவர்கள் என்று சொல்ல முடியாது. ஐந்து சதவீதம் பேர் தடம் மாறுகிறார்கள். காரணம் பெற்றோர் அரவணைப்பு இல்லாமை. அன்புக்கு அரவணைப்பிற்கு ஏங்குவது போன்றவையாகும். பெற்றோர் பிரிந்துவிட்டால் பெண்கள் திசைமாறிய பறவைகளாகிறார்கள். விதவைப் பெண், கணவனால் கைவிடப்பட்ட பெண், விவாகரத்தான பெண், கணவனை பிரிந்து வாழும் பெண் இவர்களின் வாரிசுகள் சுமார் 70 சதவிதம் பேர் தாறுமாறாக நடந்து கொள்கிறார்கள் என உளவியல் ஆய்வு தெரிவிக்கிறது. சமீபத்திய நிர்மலா தேவி வழக்கில் யாருக்காக பெண்களை தவறான பாதைக்கு அழைத்தார் என்பது விடுகதையாக உள்ளது. ஆதாரம் இல்லாமல் சட்டமும் நீதிமன்றமும் யாரையும் தண்டித்து விட முடிவதில்லை. பாலியல் குற்றவாளிகள்

அதிகபட்சம் குற்றச்சாட்டுக்கு ஆளாகலாம். அவ்வளவுதான். அதுவே அபூர்வமாகத்தான் உள்ளது. பாலியல் குற்றங்கள் வெளிச்சத்திற்கு வருவதில்லை. அன்பு, நம்பிக்கை வைத்து நம்மிடம் வரும் பெண்ணிடம் அந்த நம்பிக்கையை உடைத்து தவறாக நடந்து கொள்ளும் போதுதான் கயவனின் சுயரூபம் தெரிகிறது. முகநூலில் யார் என்று தெரியாமல் பெண்கள் பழகுவது தவறானது. இந்த பலவீனத்தை கயவர்கள் தவறாக பயன்படுத்திக் கொள்கிறார்கள்.

இன்றைய பெண்கள் பாதுகாப்பிற்கு பேனா, கூர்மையான பென்சில், மிளகாய் அல்லது மிளகுத்தூள் ஸ்பிரே உள்ளிட்டவற்றை கைவசம் வைத்துக் கொள்ளலாம். நல்ல தொடுதல், கெட்ட தொடுதல் குறித்து இன்றைய பெண் குழந்தைகளுக்கு சொல்லித்தர வேண்டும். தொடாமல் பேசுங்கள் என்பது சாலச் சிறந்தது. ஒழுங்கான பெண்ணால்தான் தன் மகனை ஒழுக்கமாக வளர்க்க முடியும். கெட்ட நடத்தையை நியாயப்படுத்தவும் ஊக்குவிக்கவும் கூடாது. சில பெண்கள் பணம், அந்தஸ்தில் மயங்கி காதல் வலையில் சிக்கி விடுகிறார்கள். நல்ல நண்பர்கள் தவறு நடக்க இடம் கொடுப்பது இல்லை.

இன்றைய நிலை பெண்களாய் பிறந்ததே ஒரு சாபக்கேடானது போலாகி விட்டது. முகநூலில் போலிகளை தவிர்க்க அடையாள அட்டை மற்றும் ஆதார் அட்டை இணைக்கப்பட வழிவகை செய்ய வேண்டும். வரம்பு மீறாத வரை பிரச்சனை இல்லை. நவீன தொழில் நுட்பங்களை தவறாக கையாள்வது கண்டிக்கத்தக்கது. ஐம்பது வயதைக் கடந்தாலும், புது மணப்பெண்ணை போல் தன்னைக் காட்டிக் கொள்ள ஷேர்-டை, பேஷியல், அழகு சாதனங்களைப் பயன்படுத்துவது, கவர்ச்சிகரமான ஆடைகள் அணிவதை சில பெண்கள் விரும்புகிறார்கள். இதனால் தூண்டப்பட்ட ஆண் ஆசைப்படுகிறான். இன்றைய பிள்ளைகள் எல்லாவற்றையும் கவனிக்கிறார்கள், எளிதில் கற்றுக் கொள்கிறார்கள். கேள்வி கேட்கிறார்கள். ஆணோ, பெண்ணோ கையில் இருக்கும் ஐ-போனில் என்னவாக இருக்கும் என்று பார்க்கத் தோன்றுகிறது.

தன்னை மிரட்டுபவனை அச்சமின்றி பெண்கள் எதிர்கொள்ள வேண்டும். பெற்றோர், கணவன், நண்பர்கள், காவல்துறை ஆகியோரின் உதவியை நாடத் தயங்க கூடாது. திருமணத்திற்கு முன்னர் ஏன் தவறான

காரியத்தை செய்ய வேண்டும் என யோசிக்க வேண்டும். தனியாக வரச் சொன்னால், ஆசை வார்த்தைக் காட்டினால், மயங்கக் கூடாது. ஒரு பெண்ணின் அனுமதியின்றி அவளை தொடக் கூடாது. யாருமற்ற இடத்திற்கு கூப்பிட்டால் அதைத் தவிர்க்க வேண்டும். இரண்டு பேர் நட்பு காரணமாக சேர்ந்து போட்டோ எடுத்துக் கொள்வதை தவிர்க்க வேண்டும்.

பாலியல் வன்கொடுமையால் பாதிக்கப்பட்ட பெண்னையே குற்றம் சொல்வதை தவிர்க்க வேண்டும். நடந்ததை வெளியில் சொல்லத் தயங்குவது இதனால்தான். பெண்களுக்கும் சுயக்கட்டுப்பாடு தேவை. பொள்ளாச்சி சம்பவங்கள் பெண்களுக்கு முக்கிய பாடமாகும். குடிப்பழக்கத்தை விட மோசமானதாக, போதை தருவதாக சாட்டிங் உள்ளது. மெல்ல மெல்ல நண்பனாகி விடுகிறார்கள். அத்து மீறி பேசுவதற்கு இடம் கொடுப்பது, குற்றங்களுக்கு வழிவகுக்கிறது. குடும்பத்து பெண்கள் கயவனிடம் சிக்கிக் கொள்கிறார்கள். வீட்டிற்கு அழைப்பது ஆபத்தானது. சுய அறிவை இழக்கச் செய்கிறது. கணவனை பிரிந்து வாழ்க்கையை தொலைத்து நிற்கிற நிலை ஏற்படுகிறது. விபரம் அறியாதவர்களே அதிகம் வீழ்கிறார்கள். இன்றைக்கு ஒரு பெண்ணை காதலிப்பது ஒரு சாதனை என்று சுற்றிக் கொண்டு திரியலாமா? படித்த படிப்புக்கு வேலையை தேடு. பெண் உன் பின்னால் வருவாள். படிப்பதற்க்காக கல்லூரியில் சேர்த்தால் படிக்கிற வேலையை விட்டு விட்டு காதல் என்று பெண் பின்னால் சுற்றுவது படிப்பை, வேலையை கோட்டை விடுவது. வாழ்நாள் முழுவதும் அவதிப்படுவது இவை ஆண்களின் சாபக்கேடு என்றால், நேர்மையான ஆண்களை அலட்சியம் செய்வது, கயவர்களை நம்பி வாழ்க்கையை தொலைப்பது பெண்களின் சாபக்கேடுதான்.

ரொம்ப நல்லவன் என்று ஒரு இளம்பெண் சான்றிதழ் கொடுத்தால் அவன் நிச்சயம் அயோக்கியனாகத்தான் இருப்பான். தன்னிடம் தவறாக நடப்பவனைப் பற்றி புகார் கொடுத்தால் அடுத்தடுத்த பெண்கள் பாதிக்கப்படுவது தவிர்க்கப் படும். பெண்ணின் பயம்தான் கயவர்களின் பலம். இன்றைய நவீன தொழில்நுட்பங்களை வளர்ச்சிக்கு பயன்படுத்த சிந்தியுங்கள். தமக்கு கிடைக்கும் சுதந்திரத்தை தவறாக பயன்படுத்தி சீரழிபவர்களின் கதையை தின்மும் பத்திரிக்கை செய்திகளில் பார்க்கிறோம். இன்றைக்கு மிருகங்கள்கூட செய்யாத

விஷயங்களை மனிதன் பணத்திற்காக செய்ய துணிந்து விட்டான் என்பதுதான் யதார்த்தம். தவறு செய்தவன் ஆதாரப்பூர்வமாக நிரூபிக்கப்படாததால் தப்பிக்கிறான். பாதிக்கப்பட்டவளின் வழக்கு நிலுவையில், வாழ்வோ இழுவையில் முடிவு தெரியாத பயணமாகி விட்டது.

மாட்டிக் கொள்ளாததால் இங்கு மானத்தோடு உத்தமர்களாக உலாவுகிறார்கள். யாருமே நூறு சதவீதம் தூய்மையானவர்களாக இருப்பது பெரும் சவாலானதாக உள்ளது.

தொட்டு பேசுவதை அனுமதிக்கக் கூடாது. பெண்கள் கண்டிப்பாக இருக்க வேண்டும். ஊசி இடம் கொடுக்காமல் நூல் நுழைய முடியாது. தவறாக நடந்து கொள்ளும் செல்வாக்கு மிக்கவர்கள் தங்களை காப்பாற்றிக் கொள்ள எந்த எல்லைக்கும் போவார்கள். புதியவர்களுக்கு, தெரியாதவர்களுக்கு மொபைல் நம்பர் தரக்கூடாது. இன்று அடுத்தவர்களுக்கு நடக்கும் வன்முறைகள் நம் குடும்பத்தில் ஒருவருக்கு நாளை ஏற்படலாம்.

பிரபல பாடகி ஒருவர் பாலியல் புகார் கூறிய போது, அவர் மீதே சேற்றை பூசினார்கள். யார் மீது தவறு என்று யாருக்கும் தெரியாது. பாதிக்கப்பட்டவரே கடுமையான வார்த்தைகளால் காயப்படுத்தப்படுகிறார். திரைத்துறையை விட்டு ஒதுக்கி விட்டார்கள். இதில் (ME TOO).வேறு.

தண்டிக்கப்படுவோம் என்கிற பயம் இல்லை. தைரியமாக செய்கிறார்கள். நல்ல குணங்களை உடையவனை விட, கார், பங்களா, அந்தஸ்து உள்ளவனிடம் எளிதில் மயங்கி விடுவது சில பெண்களின் பலவீனம். திருமணத்திற்கு முன் உறவு வைத்துக் கொள்வது, கொச்சையாக பேசுவது எல்லாம் பிரச்னையில்தான் முடிகிறது. இணையத்தில் மோசமானதை பார்த்து வளரும் குழந்தைகள் மோசமானதை வளர்ந்ததும் செய்கிறார்கள். எது உள்ளே போகிறதோ, அதுதான் வெளியே வரும் அல்லவா. இன்று பதினைந்து வயது குழந்தைகளே தடம் மாறும் அபாயம் உள்ளது என்பது யதார்த்தம். பாலியல் வன்முறைக்கு எதிராக புகார் தருபவர்கள் பாராட்டத் தகுந்தவர்கள்.

பள்ளிகளில், கல்லூரிகளில், அலுவலகங்களில், நிறுவனங்களில், கிராமங்களில் முகாம் ஏற்பாடு செய்து பெண்களிடம் பாலியல் வன்முறைக்கு ஆளாகி உள்ளார்களா என கேட்டு அறிய வேண்டும். ஒவ்வொரு பெண்களிடமும் யாரும் உங்களிடம் தவறாக நடக்க முயற்சிக்கிறார்களா? உங்கள் பகுதியில், உங்கள் தோழிகளுக்கு ஏதும் அசம்பாவிதம் ஏற்பட்டு உள்ளதா என்பதை கேட்டறிய வேண்டும். (Zero Sexual Abuse) எங்கள் கிராமத்தில், ஊரில், நகரத்தில், எங்கள் பள்ளியில், எங்கள் கல்லூரியில், எங்கள் அலுவலகத்தில், எங்கள் நிறுவனத்தில், எங்கள் குடும்பத்தில், எங்கள் வழிப்பாட்டு தலங்களில் பெண்கள் பாதுகாப்பாக இருக்கிறார்கள் என்பதை உறுதிப்படுத்த நடவடிக்கை மேற்கொள்ள வேண்டும். காசுக்கு ஒட்டு போட்டுவிட்டு எல்லா அமைப்பையும் குறை சொல்லக் கூடாது. நமது மொபைலில், கணினியில் குப்பையான ஆபாசமான விஷயங்கள் வந்தால் உடனே அவற்றை அழித்து விட வேண்டும். சரியான நேரத்தில் சரியான சிந்தனையை பகிர்ந்து கொள்வோம். ஒழுக்கமற்றவர்களை ஊக்குவிக்க, நியாயப்படுத்த முயலக் கூடாது. இதயமற்ற உலகத்தில்தான் பெண்களின் பாதுகாப்பு கேள்விக்குறியாகிறது. பாதிக்கப்பட்டவர்களை ஆதரிக்கவும், வன்முறையாளர்களை தண்டிக்கவும் வேண்டும்.

முதலில் நாம் மாற வேண்டும். பின்தான் சமூகத்திடம் மாற்றத்தை எதிர்பார்க்க முடியும். ஆன்ட்ராய்டு போன் தவறாக பயன்படுத்தும் போது மிகவும் ஆபத்தானதாகி விடுகிறது. பெண்களின் உடலை பெரிது படுத்திக் காட்டும் சினிமாக் (Close-up/Zoom) காட்சிகள் தடை செய்யப்பட வேண்டும். இது பிஞ்சு மனதில் நஞ்சை கலக்கிறது. ஒரு பெண் சரியாக இருந்தால் எந்த தவறும் நடக்காது. இந்த தலைமுறையில் எதற்கும் எல்லை இல்லாமல் போய்விட்டது. இன்றைக்கு ஆண் நண்பர்களுடன் பொழுது போக்குக்காக இருப்பது நவநாகரீகமாக மாறிவிட்டது. டிவி சீரியல்களில் அடுத்தவர் மனைவியை, கணவனை அடையத் துடிக்கும் கதாபாத்திரங்களின் தாக்கம் குடும்பப் பெண்களை மிகவும் பாதிக்கிறது. பெற்றோர்களுக்கு, கணவனுக்குத் தெரியாமல் ஆண் நண்பருடன் ஊர் சுற்றுவது பெண்களுக்கு பாதிப்பைத் தருகிறது. பெற்றோர்களை, கணவன்களை நம்பாமல் கயவனை நம்பும் பெண்கள்தான் சீரழிகிறார்கள்.

கற்பழித்தவனைவிட பாதிக்கப்பட்டவளைத்தான் இந்த சமூகம் அதிகமாக தூாற்றுகிறது. நான்கில் ஒரு பெண், ஆறில் ஒரு ஆண் தனது பதினெட்டு வயதிற்குள் பாலியல் வன்முறைக்கு ஆளாகிறார்கள் என்பதுதான் அதிர்ச்சியான செய்தியாக உள்ளது. இது மாற வேண்டும்.

86
நுரையீரல் தாங்காதப்பா....

புகைப்பழக்கம் ஐரோப்பியரால் நம்நாட்டிற்கு இறக்குமதி செய்யப்பட்டது. புகையிலை ஒரு பணப்பயிராகும். புகையிலையை "களை தங்கம்" என்கின்றனர். மேலை நாடுகளில் விருந்துகளில் பெண்கள் சர்வ சாதரணமாக புகை பிடிக்கிறார்கள். 17-ம் நூற்றாண்டின் பிற்பகுதியில்தான் புகையிலை சாகுபடி இந்தியாவிற்கு அறிமுகமானது. புகையிலையின் பிறப்பிடம் அமெரிக்கா ஆகும். 1881-ல் சிகரெட் என்ற முதல் தயாரிப்பை இயந்திரத்தில் தயாரித்து உலகுக்கு அறிமுகப்படுத்திய பெருமை அமெரிக்காவுக்கு உண்டு. சமுதாயத்தில் சட்டப் பூர்வமாக அனுமதிக்கப்படுகிற போதைப் பொருள் சிகரெட் ஆகும். சிகரெட் நிறுவனங்களின் தகவல்படி ஆசியாவில் மட்டும் மாதம் சுமார் 850 கோடி சிகரெட்டுகள் விற்கப்படுகின்றன. பள்ளிப்படிப்பின் போதே 40 சதவீதம் பேர் புகை பிடிக்கும் பழக்கத்திற்கு ஆளாகிறார்கள்.

புகைப்பிடிப்பவர்கள் இருவகை. ஓயாமல் அடிக்கடி புகைப்பவர்கள் (Chain Smokers) ஒரு வகை. அரிதாக (Occational) எப்போதாவது புகைப்பவர்கள் இரண்டாவது வகை. இந்தியாவில் வருடாந்திர தனிநபர் சிகரெட் நுகர்வு 1825 ஆகும். 16 வயது முதல் 25 வயதுக்குள் இந்தப் பழக்கம் நெருங்கிய நண்பர்களால் இளைஞர்களுக்கு ஏற்படுகிறது. உலகம் முழுவதும் சுமார் 110 கோடி பேர் புகை பிடிக்கிறார்கள். கொல்கத்தாவில் இயங்கும் ஐ.டி.சி. (Indian Tobacco Company) எனும் பன்னாட்டு நிறுவனத்தின் லாபம் மட்டுமே 2012-13-ல் 8694 கோடிகளாகும். சிகரெட்டின் எரிமுனையின் வெப்பநிலை 900 டிகிரி செல்சியஸ் ஆகும். இது நீரின் கொதிநிலையை விட 9 மடங்கு அதிகமானது. உலக சுகாதார நிறுவனம் (WHO) 2008-ம் ஆண்டினை Tobacco Free Youth ஆண்டாக அறிவித்தது.

தினம் புகைப்பிடித்தல் தவிர்க்க முடியாத ஒரு பழக்கமாகி விடுகிறது. நாளடைவில் நிகோடினுக்கு உடல் அடிமையாகி விடுகிறது. முதலில் புகைப்பழக்கம் பின்னர் மது அருந்துதல், சூதாடுதல் போன்ற பிற கெட்ட பழக்கங்களும் ஏற்பட வழிவகுக்கிறது. மன அழுத்தம், விரக்தி, தனிமை, பயம், எரிச்சல் மற்றும் குடும்பச் சண்டை போன்ற சூழ்நிலைகளே இளைஞர்களை புகைப்பிடிக்கத் தூண்டுகிறது. ஆண்டிற்கு 4.9 மில்லியன் பேர் இறப்புக்கு சிகரெட் மட்டுமே காரணமாக உள்ளது. பொதுவாக புகைப்பழக்கம் உள்ளவர்களில் 70 சதவீதம் பேர் அதிலிருந்து விடுபடவே விரும்புகிறார்கள். Tension-லிருந்து விடுபட, சுறுசுறுப்பு கிடைக்க, குறிப்பாக திரைத்துறையினர் கற்பனைத்திறன் மேம்பட புகைப்பதாக காரணம் சொல்கிறார்கள்.

ஒரு குடும்பத்தில் புகை பிடிக்கும் நபர் இருந்தால் ஆண்டிற்கு சராசரியாக 10,000/- கூடுதல் செலவாகிறது. உலக அளவில் புகைப்பழக்கத்திற்கு அடிமையானவர்களில் பத்து சதவீதம் பேர் இந்தியர்கள் உலகளவில் தினம் 15000 பேர் புகைப்பழக்கத்தினால் மடிந்து கொண்டு இருக்கிறார்கள். விழிப்புணர்வுக்காக "டொபாக்கோ கன்ட்ரோல்" என்ற பத்திரிக்கை பாரீஸில் வெளியிடப்படுகிறது. புகையிலை மூலம் உலகெங்கும் அரசுக்கு வரியாக சுமார் 88000 கோடி ரூபாய் கிடைக்கிறது.

உலகளவில் நாள்தோறும் 1 பில்லியனுக்கும் மேற்பட்டோர் புகை பிடிக்கிறார்கள். வருடந்தோறும் மே 31 புகையிலை மறுப்பு தினமாக அறிவிக்கப்பட்டுள்ளது. திடீரென சிகரெட் உற்பத்தியை விநியோகத்தை தடை செய்து விடுவது அவ்வளவு எளிதானதல்ல. பொதுவாக முன்பெல்லாம் பணக்காரர்கள் "கிங்ஸ்" சிகரெட்டும், பாமர ஏழைத் தொழிலாளர்கள் பீடியும் புகைத்தார்கள். இன்று பீடியிலிருந்து மெல்ல மெல்ல நவீனமாக சிகரெட்டுக்கு உலகம் மாறியுள்ளது. புதிய தலைமுறையினர் சிகரெட்டையே பெரிதும் விரும்புகிறார்கள்.

பொது இடங்களில் புகைக்க கூடாது என மத்திய அரசு மே-2004-ல் ஆணை பிறப்பித்துள்ளது. அதனை மீறுவோருக்கு ரூ. 200/- அபராதம் விதிக்கப்படும். சிகரெட் பார்ப்பதற்கு அழகாக வடிவமைத்து விற்கப்படுகிறது. புகைக்க கற்றுக் கொடுத்த நண்பர்கள் காலப்போக்கில் உங்களைவிட்டு பிரிந்து விட்டாலும்,

புகைபிடிப்பபவர்கள் புகைப்பழக்கத்தை விட்டு பிரிவதில்லை. எளிதில் விடுபட முடிவதில்லை. கெட்ட பழக்கம் முதலில் விருந்தினர் போல நம்மிடம் நுழைகிறது. நாளடைவில் எஜமானர் போலாகி விடுகிறது. கடைசியில் சர்வாதிகாரி போல நம்மை ஆட்டிப்படைக்கிறது. புகைப் பிடிப்பவர்கள் தங்களது வாழ்நாட்களை தாங்களே தினசரி தீ வைத்து கொல்கிறார்கள். அத்துடன் தங்களைச் சுற்றியுள்ள அப்பாவிகளையும் காவு வாங்குகிறார்கள். எப்போதாவது புகைப்பதும் உடல் நலத்திற்கு கேடுதான் என்பதை மறந்து விடாதீர்கள்.

உடலை முடக்கிப் போடும் பல வியாதிகளுக்கு உயிருக்கு ஆபத்து விளைவிக்கும் நோய்களுக்கு புகைப் பழக்கம் முக்கிய காரணமாகும். மேலை நாடுகளில் தாய்க்கு புகைப்பழக்கம் இருந்தால் குழந்தையின் இதயம் பாதிக்கப்படும் என எச்சரிக்கிறார்கள். பருவ வயதில் எச்சரிக்கையின்மையால் புகை அடிமைகள் உருவாகுகிறார்கள். அலைபாயும் மனமே புகையின் நண்பனாகும். பழகிவிட்டால் வேலையில் தொடர்ந்து கவனம் செலுத்த முடியாத நிலை ஏற்படுகிறது. பணியாளர்கள் புகைப்பதற்கு அடிக்கடி பணிபுரியும் இடத்தைவிட்டு வெளியே செல்கிறார்கள். இதனால் பணி பாதிக்கிறது. மேலும் இப்பழக்கத்தால் நுரையீரல் பலவீனமடைகிறது. துர்நாற்றம் வீசுகிறது. நரம்பு மண்டலம் பாதிக்கிறது. அதிகம் சம்பாதிக்கும் வாய்ப்புகள் உள்ள நடுத்தர வயதில் உயிரிழப்பதால் குடும்ப பொருளாதாரம் மிகவும் பாதிக்கப்படுகிறது. சுற்றுச் சூழல் சீர்கேடு அடைகிறது. புகையிலை எரிக்கப்பட்டு அதன் புகை உள்ளிழுக்கப்படுகிறது என்பதை மறக்க வேண்டாம். இதனால் பக்கவாதம், மாரடைப்பு, நுரையீரல் புற்றுநோய், ஆண்மையிழப்பு ஏற்படுகிறது. புகைப்பழக்கம் அகால மரணத்திற்கு வழி வகுக்கிறது. காற்று மாசடைகிறது. சமூகத்திற்கும் கேடு விளைவிக்கிறது. முதுமை தோற்றம் ஏற்படுகிறது. உயிருக்கு உலை வைக்கும் ஆபத்தான பழக்கம் இது. மனித உடல் ஒன்றும் புகை விடும் இயந்திரமல்ல. பெருமளவில் மனிதர்களை காவு வாங்குகிறது. புகையால் புகைந்து போகலாமா? கடவுளின் வரப்பிரசாதம் இந்த உடலும், தூய காற்றும், அதை மாசுப்படுத்தலாமா? புகையைக் கண்டு கொசு கூட ஓடி விடுகிறது. நம் வாழ்வை வறண்ட பாலைவனமாக்கிக் கொள்ளலாமா? புகையிலையின் நச்சுப் பொருட்கள் ரத்தத்தில் கலக்கலாமா? சிந்தியுங்கள்.

புகைப்பழக்கத்தால் குடும்பத் தலைவனை இழந்து பல குடும்பங்கள் வறுமை சூறாவளிகளால் தாக்கப்பட்டு, துன்ப அலைகளால் திசை மாறி இருக்கிறது. மரணம் தவிர்க்க முடியாதுதான். ஆனால் தள்ளிப்போடலாம். நண்பர்களிடம் உள்ள நல்ல விஷயத்தை பழகலாம். கெட்டதை விலக்க வேண்டும். தவிர்க்க வேண்டும். உலக சுகாதார நிறுவனத்தின் அறிவுறுத்தலால் சிகரெட் விளம்பரங்களுக்கு தடை உள்ளது. சிகரெட் பெட்டிகளில் அபாய எச்சரிக்கை வாசகங்கள் அச்சிட்டு வருகின்றன. புகைப்பழக்கம்-நம் நாடு எதிர் நோக்கியுள்ள மிகப்பெரிய சுகாதார சவால் ஆகும்.

ராஜஸ்தானில் அரசு வேலைகளில் சேருபவர்கள் புகை பிடிக்க மாட்டேன். குட்கா பயன்படுத்த மாட்டேன் என்ற உறுதிமொழியைத் தர வேண்டும் என குறிப்பிடப்பட்டுள்ளது.

இடையில் வந்தப் பழக்கத்தை சற்று மனது வைத்தால் போதும் புகைப் பிடிப்பதை நிறுத்தி விடலாம். புகைப் பிடிக்கும் நேரம் வந்துவிட்டால் கடலை மிட்டாய் அல்லது பர்பி சாப்பிடுங்கள். மனம் வேறு வழியில் திரும்பி விடும். மன உறுதியும், கட்டுப்பாடும் தேவை. உங்களுக்கு உடனடித் தேவை உள்ளத்தை வேறு வகையில் திசை திருப்ப உதவும் ஒரு மாற்று வழி மட்டுமே. உங்கள் தடம் மாறும். மிகப்பெரிய சிக்கல்களுக்கு கூட உண்மையில் எளிதான சின்ன விஷயமே தீர்வாகிறது என்பது உண்மை.

புகைப்பழக்கத்தை விட்டு விடுபட முயலும் போது லேசான குமட்டல் ஏற்படலாம். மருந்து கடைகளில் விற்கப்படும் துளசி அல்லது மூலிகை மிட்டாய்களை சாப்பிடலாம். உங்கள் போக்கை அடியோடு புரட்டி போட்டுவிடும். குறிப்பிட்ட கிழமையை தேர்ந்து எடுங்கள். அன்று முதல் புகைப்பழக்கத்தை விட்டுவிட வேண்டும் என முடிவு செய்யுங்கள். புத்தாண்டு தினம், பிறந்த நாள் ஆண்டிற்கு ஒரு முறையே வருகின்றன. வருடத்திற்கு ஒரு முறை முயற்சி செய்து பார்ப்பதை விட வாரம் ஒரு முறை முயற்சி செய்வது நல்லது. இந்த திங்கட்கிழமை தோல்வியடைந்தால் அடுத்த திங்கட்கிழமையிலிருந்து மீண்டும் தொடரலாம். லைட்டர், ஆஷ்டிரே, தீப்பெட்டிகள் மற்றும் கைவசம் உள்ள சிகரெட்டுகள் அனைத்தையும் தூக்கி வெளியில் வீசி விட வேண்டும்.

புகைப்பழக்கம் இல்லாதவர்களிடம் நெருங்கிப் பழகுங்கள். சாப்பிட்ட பிறகு புகைபிடிக்கும் பழக்கம் இருந்தால் பழங்கள், சூப், சாக்லேட், சுவிங்கம் என சிகரெட்டிற்கு பதிலாக மாற்று ஏற்பாடு செய்து கொள்ளுங்கள். பத்து, இருபது வருடப்பழக்கத்தை திடிரென நிறுத்தும்போது உடல் தடுமாறலாம். தளர்ச்சி, கவனமின்மை, தலைவலி என ஏதேனும் ஏற்படலாம். ஆனால் அவை தற்காலிகமானவையே. பத்து இருபது நாட்களில் சரியாகிவிடும். உடலில் இருந்து நிகோடின் வெளியேறி விடும். மாணவர்கள் கையில் அதிகம் பணம் வைத்துக் கொள்ள வேண்டாம். காலை எழுந்தவுடன் புகைப்பவராக இருந்தால் தண்ணீர் குடித்துவிட்டு, வாக்கிங் போகவும். உடற்பயிற்சி, சூடான நீரில் குளிப்பது, இந்த நேரத்தில் அலுவலகப் பணிச் சுமையை குறைத்துக் கொள்வது சிறந்தது. தண்ணீர் நிறைய குடிக்கவும். பாடல்கள் கேட்கலாம். புத்தகங்கள் படிக்கலாம். நண்பர்களுடன் விளையாடலாம். கையில் பேனா அல்லது பென்சிலை சிகரெட்டிற்கு மாற்றாக வைத்துக் கொள்ளவும்.

புகைப்பழக்கத்தை நிறுத்துவதால் சுவையுணர்வு அதிகரிக்கும் உடல்நலன் பாதுகாக்கப் படுகிறது. பணம் மிச்சமாகிறது. சுயமதிப்பு அதிகரிக்கிறது. புகைப்பிடிக்க வேண்டும் என்கிற ஆவல் மிகவும் சக்தி வாய்ந்ததுதான். சில நிமிட தடுமாற்றத்தில் கட்டுப்பாட்டை இழக்காமல் இருந்து விட்டால் வெற்றியின் முதல் படியை அடைந்துவிட்டீர்கள் என அர்த்தம். புகைப்பழக்கத்தை நிறுத்துவது மிகவும் கஷ்டம் போல தோன்றினாலும் முடியாததல்ல. கடினமானதல்ல. உதவிக்கு quitline – 1800 784 8669 இந்த எண்ணுக்கு தொடர்பு கொள்ளுங்கள். மருத்துவ ஆலோசனை பெறலாம். புகைக்க வேண்டும் எனத் தோன்றினால் இரண்டு வாழைப்பழங்கள் வாங்கி சாப்பிடலாம். சோம்பு, நட்ஸ் போன்றவற்றை வாயில் போட்டு மெல்லலாம். சிகரெட்டை மறக்க சூயிங்கத்தை மெல்லலாம். குறைந்தது மூன்று வாரம் கட்டுப்பாடாக இருந்துவிட்டால் சிகரெட்டை நிச்சயம் விட்டுவிடலாம். புகை பிடிக்க வேண்டும் என்கிற தூண்டுதலை, அடக்க யோகா, நடைபயிற்சி, மூச்சுப்பயிற்சி பழகுங்கள். நாள் ஒன்றுக்கு எத்தனை சிகரெட் பிடிக்கிறீர்கள்? நண்பருடனா? தனியாகவா? காலையில் அதிகமா? மாலையில் அதிகமா? டீ, காபி குடித்த பின், சாப்பிட்டபின் குடிக்கிறீர்களா? என்பதை கவனிக்கவும். சிகரெட்டிற்கு பதிலாக

காய்ந்த திராட்சை வாங்கி வைத்துக் கொள்ளுங்கள். புகைப் பிடிக்கும் எண்ணம் வரும்போது காய்ந்த திராட்சைகளை வாயில்போட்டு மெல்லுங்கள். திராட்சையின் சுவையுணர்வு புகை பிடிக்க வேண்டும் என்கிற ஆவலை கட்டுப்படுத்தி விடும். புதிய முயற்சி புதிய உலகை காட்டட்டும். புத்தொளியை மீட்டுத் தரட்டும்.

87
சாதி ஒழிப்பு சட்டம்

வன்கொடுமைதடுப்புச்சட்டம்என்பதுஇந்தியாவில்தாழ்த்தப்பட்டவர்கள் மற்றும் பழங்குடி மக்களுக்கு எதிரான கொடுமைகள், வன்முறைகள், துன்புறுத்தல்கள் செய்பவர்களை இந்தச் சட்டத்தின்கீழ் கைது செய்து தகுந்த நடவடிக்கை எடுத்து தண்டனை பெற்றுத் தருவதற்க்காக கொண்டு வரப்பட்ட சட்டமாகும்.

தீண்டாமை ஒழிப்புச் சட்டம்-1955:

இந்தியாவில் கடந்த 1955-ஆம் ஆண்டு "தீண்டாமை ஒழிப்புச் சட்டம்" கொண்டுவரப்பட்டது. 1976-ல் அது "குடியுரிமைபாதுகாப்புசட்டம்"என்று பெயர் மாற்றம் செய்யப்பட்டது. இந்த சட்டம் தாழ்த்தப்பட்ட மக்களுக்கு மட்டுமே பொருந்தும். பழங்குடியினருக்குப் பொருந்தவில்லை. இந்தச்சட்டம் சரியாக செயல்படாததால் இளையபெருமாள் என்பவரது தலைமையில் ஒரு குழுவை பாராளுமன்றம் அமைத்தது. அந்த குழுவின் பரிந்துரையின் பேரில் 1989-ல் "தாழ்த்தப்பட்டோர் மற்றும் பழங்குடியினர் மீதான வன்கொடுமை தடுப்புச் சட்டம்" கொண்டு வரப்பட்டது.

சட்டத்தின் விதிகள்:

கீழ்காணும் செயல்களுக்கு இச்சட்டத்தின்கீழ் தண்டனை வழங்கப்படும்.

- ☐ -பஞ்சமி நிலங்களை பிற சமூகத்தவர் ஆக்ரமித்தல்.

- ☐ -தேநீர் விடுதிகளில் இரட்டை குவளை(Tumbler) முறை மேற்கொள்ளுதல்.

☐ -குறிப்பிட்ட சாதி பெயரைச் சுட்டிக்காட்டி பேசுதல்.

☐ -சாதியை கொச்சைப்படுத்தி பேசுதல், சாதி பெயரை சொல்லி திட்டுவது, சாதியின் பெயரால் விலக்கி கொள்வது.

புதிய அம்சங்கள்:

இந்த சட்டத்தில் தொடக்க விசாரணை, வழக்கு தொடுத்தவுடன் கைது நடவடிக்கை நீக்கம் போன்றவற்றை உச்ச நீதி மன்றம் அறிமுகப்படுத்தியுள்ளது.

தனிப்பட்ட பகைமைகளை தீர்த்து கொள்வதற்கு இந்த சட்டம் தவறாக பயன் படுத்தப்பட்டுள்ளதாக குற்றச்சாட்டுகள் எழுந்ததால் இத்தகைய புதிய அம்சங்கள் அறிமுகப்படுத்தப்பட்டு உள்ளது.

வன்கொடுமை தடுப்பு சட்டத்தின்கீழ் பதிவு செய்யப்படும் வழக்குகளுக்கு தொடக்க விசாரணை நடத்தப்பட்டு 7 நாட்களுக்குள் முடிக்கப்பட வேண்டும் என்று நீதிமன்றம் தெரிவித்திருக்கிறது.

தொடக்க விசாரணை நடத்தப்பட்டு வழக்கு பதிவு செய்யப்பட்டாலும் கைது கட்டாயமல்ல.

குற்றஞ்சாட்டப்பட்டவர் அரசு ஊழியராக இருந்தால் அவன்/ அவளின் நியமன நிர்வாகத்தின் அனுமதியினை பெற்ற பின்னரே கைது செய்ய வேண்டும்.

அரசு ஊழியராக இல்லாதபட்சத்தில் அவன்/அவள் மூத்த காவல்துறை கண்காணிப்பாளரின் அனுமதியோடு மட்டுமே கைது செய்யப்படலாம்.

கைது செய்வதற்கு முன்கூட்டியே பிணை வழங்கப்படுவது இல்லை என்று இந்த சட்டத்தின் பிரிவு 18 கூறினாலும் இந்திய உச்சநீதி மன்றம் கைதுக்கு முன்னரே பிணை பெறுவதை அறிமுகப்படுத்தியுள்ளது.

தண்டனைக்குரிய குற்றங்கள்:

குறிப்பிட்ட மதத்தை சார்ந்த எல்லா பிரிவினர்க்கும் பொது வழிபாடு செய்ய உரிமை உண்டு. கடவுளை வணங்குவதற்கும், ஆலயத்திற்குள் சென்று வழிபடவும், பிரார்த்தனை செய்யவும், புனித தீர்த்த குளத்தில் நீராடவும், அனைத்து பிரிவினருக்கும் பாகுபாடு இன்றி உரிமை உண்டு. ஒரு குறிப்பிட்ட பிரிவினரை தடுத்தால் இந்த சட்டப்படி தண்டனைக்குரிய குற்றமாகும்.

அது போலவே, கடைகளில், பொது இடங்களில், உணவகங்களில் வைக்கப்பட்டிருக்கிற பாத்திரங்களை பயன்படுத்துவதற்கு தங்குதடையின்றி சமுதாயத்தின் அனைத்து பிரிவினரும் அனுமதிக்கப்பட வேண்டும். ஒரு குறிப்பிட்ட பிரிவினரை அனுமதிக்க மறுத்தால் அது இந்த சட்டப்படி தண்டனைக்குரிய குற்றமாகும்.

நதியை பயன்படுத்துவதற்கு, இறந்த உடலை சவ அடக்கம் செய்யவோ, சுடுகாட்டில் தகனம் செய்யவோ, ஏதேனும் சுகாதார வசதியை பெறவோ, ஏதேனும் சாலையை, நடைபாதையை அல்லது பொது இடங்களை பயன்படுத்துவதில் பாகுபாடின்றி சமுதாயத்தின் அனைத்து பிரிவினரும் அனுமதிக்கப்பட வேண்டும். ஒரு குறிப்பிட்ட பிரிவனரை அனுமதிக்க மறுத்தால் அது இந்த சட்டப்படி தண்டனைக்குரிய குற்றமாகும்.

கட்டுமானப்பணி செய்வதற்கு, நிலத்தை கையகப்படுத்துவதற்கு, குடியிருப்பு வளாகத்தில் வசிப்பதற்கு, வீட்டுமனை வாங்குவதற்கு சமுதாயத்தின் எல்லா பிரிவினரும் அனுமதிக்கப்பட வேண்டும். ஒரு குறிப்பிட்ட பிரிவினரை அனுமதிக்க மறுத்தால் அது இந்த சட்டப்படி தண்டனைக்குரிய குற்றமாகும்.

மருத்துவமனைகளில், கல்வி நிலையங்களில் அல்லது ஏதேனும் தங்கும் விடுதிகளில் அனுமதிக்க மறுப்பது, பொருட்களை விற்பதற்கோ, சேவைகள் வழங்குவதற்கோ மறுப்பது, விதிமுறைகள் மற்றும் நிபந்தனைகளில் சமுதாயத்தில் ஒரு பிரிவினருக்கு மட்டும் பாரபட்சம் காட்டுவது இந்த சட்டப்படி தண்டனைக்குரிய குற்றமாகும்.

சமுதாயத்தின் ஏதேனும் ஒரு பிரிவினரை பலவந்தப்படுத்துவது, தொந்தரவு செய்வது, வெறுப்பேற்றுவது, தடை செய்வது அல்லது

சமுதாயத்தின் ஒரு குறிப்பிட்ட பிரிவினரின் உரிமைகளை தடுப்பது இந்த சட்டப்படி தண்டனைக்குரிய குற்றமாகும்.

வார்த்தைகளால், எழுத்துக்களால், சைகைகளால் அவமானப்படுத்தும் வகையில் நடந்து கொள்வது அல்லது அவமானப்படுத்த முயற்சிப்பது, சட்ட விரோத கட்டாய உழைப்பை பெறுவது இந்த சட்டப்படி தண்டனைக்குரிய குற்றமாகும்.

இறந்த மனித உடல் அல்லது விலங்கின் உடலை அகற்றுவதற்கோ, விலங்கின் தோலை உரிப்பதற்கோ, தொப்புள் கொடியை அகற்றுவதற்கோ அல்லது அது போன்ற பணிகளை செய்ய யாரையும் கட்டாயப்படுத்துதல் கூடாது. அது இந்த சட்டப்படி தண்டனைக்குரிய குற்றமாகும்.

சாப்பிடக்கூடாத அருவருப்பான பொருட்களை வாயில் தினிப்பது, சாப்பிடவோ, குடிக்கவோ கட்டாயப்படுத்துவது அல்லது அருவருப்பான பொருட்களை சமுதாயத்தின் ஒரு குறிப்பிட்ட பிரிவினரின் வாசலில் அல்லது அருகில் வீசுவது இந்த சட்டப்படி தண்டனைக்குரிய குற்றமாகும்.

கட்டாயமாக ஆடைகளை களைவது, நிர்வாணமாகவோ, அரை நிர்வாணமாகவோ அல்லது செருப்பு மாலை அணிவித்தோ அல்லது கரும்புள்ளி செம்புள்ளி குத்தி ஊர்வலமாக அழைத்து செல்வதோ அல்லது கட்டாயமாக மொட்டையடிப்பதோ, மீசையை மழிப்பதோ கண்ணியமின்றி தரக்குறைவாக நடத்துவதோ இந்த சட்டப்படி தண்டனைக்குரிய குற்றமாகும்.

சமுதாயத்தின் குறிப்பிட்ட பிரிவினருக்கு சொந்தமான நிலத்தை ஆக்ரமிப்பது, கையகபடுத்துவது, அதில் விவசாயம் செய்வது கொத்தடிமையாக நடத்துவது, தேர்தலில் ஒரு குறிப்பிட்ட வேட்பாளருக்கு வாக்களிக்குமாறு கட்டாயப்படுத்துவது அல்லது வாக்களிக்கக் கூடாது என மிரட்டுவது இந்த சட்டப்படி தண்டனைக்குரிய குற்றமாகும்.

சமுதாயத்தின் ஒரு பிரிவினரை தேர்தலில் வேட்புமனு தாக்கல் செய்யவிடாமல் தடுப்பது அல்லது வேட்பு மனுவை வாபஸ் பெறச் சொல்லி கட்டாயப்படுத்துவது அல்லது தேர்ந்தெடுக்கப்பட்ட வேட்பாளர்

பஞ்சாயத்து பணிகளை செய்யவிடாமல் இடையூறு செய்வது இந்த சட்டப்படி தண்டனக்குரிய குற்றமாகும்.

பெயருக்கு பின்னால் சாதிப்பெயர்:

பெயருக்கு பின்னால் சாதி குறிப்பிடுவதை தவிர்க்க வேண்டும். சாதி உணர்வு தூண்டப்படுவதால் பகையுணர்வு அதிகரித்து பல்வேறு பிரச்னைகள் உருவாகிறது. அனைத்து சமுதாயத்தினருக்கும் பொதுவான சுடுகாடு அமைப்பது, ஒரே இடத்தில் சமுதாயத்தின் அனைத்து பிரிவினரும் வசிக்கும் வகையில் ஏற்பாடுகள் செய்வது, அனைவரும் சரிநிகர் சமானம். அனைவரும் சரிசமம் என்ற இலக்கை எட்ட வேண்டும்.

பிறப்பின் அடிப்படையில்தான் ஒருவரின் தகுதி திறமை அமையும் என்கிற எண்ணம் அகல வேண்டும். உரிய வாய்ப்பு கிடைக்கும் பட்சத்தில் யாரும் உயர முடியும். வாய்ப்பு மறுக்கும்போதுதான் ஒருவரின் கல்வியும், பொருளாதாரமும் பின்தங்கி இருக்கின்றன.

ஒரு மனிதனுக்கு உயிர் எவ்வளவு முக்கியமோ, அவ்வளவு முக்கியம் கல்வி.

இவ்வுலகில் பிறக்கும் போது அனைவரும் நிர்வாணம்தான்.

அதுபோல உண்மையான காதலுக்கு முன் சாதி ஒரு பொருட்டல்ல. பறவைகள் எல்லாம் எந்த சாதி? அவை சந்தோஷமாக பறக்க வில்லையா?

தேர்தலில் வேட்பாளர் தேர்வு முதல் அனைத்தும் சாதி ரீதியில் அல்லாது நடைபெறுவதே தேசத்திற்கு ஆரோக்கியமானது.

பாரபட்சமின்றி பாகுபாடின்றி பரிவட்டம் சூட்டப்படும் போது, நாட்டில் பிளவு மறைகிறது. இந்தியன் என்ற உணர்வில் ஒன்றுபடுகிறோம்.

பிளவுப்பட்டு கிடப்பதுதான் நமது பலவீனம். சமுதாயத்தின் அனைத்து பிரிவினரின் வளர்ச்சியில்தான் தேசத்தின் வளர்ச்சி இருக்கிறது. மனிதனை மனிதன் ஏமாற்றலாமா?

திருடுபவன், பொய் பேசுபவன், பாடுபடாமல் வயிறுவளர்க்க நினைப்பவனை சகித்துக் கொள்பவர்கள், சமுதாயத்தின் ஒரு பிரிவை சேர்ந்தவர் என்பதற்காக தவிர்ப்பது, மறுப்பது, ஒதுக்குவது ஊதாசினப்படுத்துவது கொடுமையானது.

அதுபோலவே, பொய் வழக்குகளால் பாதிப்பிற்குள்ளாகும் மக்களை பாதுகாக்க வேண்டும் என்பதில் மாற்று கருத்து இல்லை. மேலும், வன்கொடுமை தடைச் சட்டத்தை பழிவாங்கும் ஆயுதமாக பயன்படுத்துவதை அனுமதிக்க முடியாது என உச்ச நீதிமன்றம் எச்சரித்துள்ளது குறிப்பிடத்தக்கது.

பெற்றோருக்காக தங்கள் காதலை தூக்கி எறிய எவ்வளவோ பெண்கள் தயாராக உள்ளனர். ஆனால், எத்தனை பெற்றோர் தங்கள் மகள்களின் மகிழ்ச்சிக்காக தங்களது மதத்தை, சாதியை தூக்கி எறிய தயாராக உள்ளனர்?.

சாதி ஒரு தேங்கிய சாக்கடை. அதில் உழல்பவனை மிருகமாக்குகிறது.

மதமும் சாதியும் மக்களை பிரிக்கவே பயன்படுகிறது. அன்பும், நட்பும்தான் இதயங்களை பினைக்கிறது.

ஒரே ஒரு சாதிதான். அந்த சாதிதான் மனிதநேயம்.

ஒரே ஒரு மதம்தான். அந்த மதம்தான் அன்பு.

88

பணி இடமாற்றத்தை அரசு ஊழியர் ரத்து செய்ய முடியுமா?

ஒரே இடத்தில் தொடர்ந்து 3 ஆண்டு பணியாற்றிய அரசு ஊழியரை இடமாற்றம் செய்யலாம். சொந்த மாவட்டம் அல்லது அருகில் உள்ள மாவட்டங்களுக்கு பணி இடமாற்றம் கேட்டு அரசு ஊழியர்கள் பணியிடமாற்ற விண்ணப்ப மனு அளித்து இருந்தால் அவர்கள் கேட்ட மாவட்டங்களுக்கு கலந்தாய்வு செய்து பணியிட மாற்றம் வழங்குவதும் உண்டு. பதவி உயர்வு காரணமாக பணி இடமாற்றம் செய்யப்படுவதும் உண்டு. துறை தனது நிர்வாக வசதிக்காகவும், ஊழியரின் விருப்பத்தின் அடிப்படையிலும் பணியிடமாற்றம் செய்யப்படுவது உண்டு.

பணி இடமாற்ற அரசாணைகள்:

நாற்பது வயது முடிந்தவர்களை நீலகிரி போன்ற மலைப்பகுதியில் இடமாற்றம் செய்வதிலிருந்து தவிர்க்கலாம். உடல் ஊனமுற்ற ஊழியரை வாகன வசதி இல்லாத இடங்களுக்கு மாற்றக்கூடாது. ஒருவரின் மீது குற்றம் சுமத்தப்படுகிறது அல்லது புகார் வருகிறது என்பதாலேயே இடமாற்றம் செய்யக் கூடாது. கோடை விடுமுறைக் காலங்களில் மே-ஜூன் மாதங்களில்தான் பொதுமாறுதல் செய்ய வேண்டும். கணவன்-மனைவி இருவரும் பணி புரிகிறவர்களாக இருப்பின் அவர்களை ஒரே இடத்தில் பணி புரிய அனுமதிக்க வேண்டும் என அரசாணை உள்ளது.

அரசுப் பணியில் இருப்பவர்கள் சில நேரங்களில் எதிர்பாராதவிதமாக திடீர் பணியிடமாற்றத்திற்கு ஆளாவது உண்டு. அலுவலக நடைமுறை காரணமாக என்றே குறிப்பிடப்பட்டு இருக்கும். குறைந்தது 200 முதல்

350 கிலோ மீட்டர் தொலைவுக்கு கல்வி ஆண்டு (Academic Year) முடிவடையாத நிலையில் இடமாற்றம் செய்யப்படலாம். அதற்கு பல்வேறு காரணங்கள் இருக்கலாம். இதனால் பணியிடமாற்றம் பெற்றவர் குடும்பத்தினரை பிரிந்து வாடுவதுடன், தனியாக அறை எடுத்து தங்கிக் கொண்டு தனியார் உணவகங்களில் சாப்பிட்டுக் கொண்டு விடுப்பு நாட்களில் சொந்த ஊருக்கு வந்து செல்வர். இதனால் பணவிரயம், நேர விரயம். மனஉலைச்சல் ஏற்பட்டு அவதிப்படுவர். இதற்கு கடைநிலை ஊழியரிலிருந்து உயர் அதிகாரி வரை யாரும் விதிவிலக்கு அல்ல.

அரசு ஊழியருக்கு எப்போது வேண்டுமானாலும் எந்த ரூபத்திலும் பிரச்சனை வரலாம். இரண்டு அதிகார மையங்களுக்கு இடையே பணியாற்றுவது அதிகாரிகளுக்கு மிகப்பெரிய சவால். முதல்வருக்கும் ஆளுநருக்கும் இடையே மோதல் இருந்தால் ஒரு தரப்புக்கு ஆதரவாக அரசு அலுவலர்கள் இருந்தால் மறுதரப்பின் கோபத்திற்கு அளாக நேரிடும். இன்றைக்கு எதிர்கட்சியாக இருப்பவர்கள் நாளை ஆளுங்கட்சியாக மாறலாம். இன்று ஆளுங்கட்சியாக இருப்வர்கள் நாளை எதிர்கட்சியாக மாறலாம்.

அரசியல் அழுத்தத்திற்கு அடிபணியாத அதிகாரி தன்னிடம் வழங்கப்படும் துறையை சிறப்பாக நடத்த வேண்டும் என்பதில் ஸ்திரமாக இருப்பவர். எந்த ஒரு அரசியல் நெருக்கடிக்கும் தன்னை பலியாக விடாமல் மக்களுக்கான சேவையை சட்டத்தின்படி முடிப்பதில் அதிகம் நாட்டம் கொண்டவர் அரசியல்வாதிகளின் தலையீட்டை விரும்பாமல் திட்டங்களை செயல்படுத்துபவர்கள் உள்ளனர் முறைப்படி ஒப்பந்தம் (Tender) அழைக்கப்பட்டு தகுதியான நிறுவனத்திற்குத்தான் பணி ஒதுக்க வேண்டும் என்பதில் உறுதியாக இருப்பர். எடுத்த திட்டங்களில் இறுதி வரையில் பணியாற்ற முடியவில்லை என்றால் அவர்களது அனைத்து நேர்மையும் கடின உழைப்பும் வீணாகி விடும். அமைச்சரின் பேச்சுக்கு மதிப்பு கொடுப்பதில்லை. கட்சிக்கு சாதகமாக செயல்பட வில்லை என நிர்வாகிகள் புகார் கூறுவதும் உண்டு. எங்கு பணியிடமாற்றம் செய்யப்பட்டாலும் செல்லத்தயார் என்ற துணிவு உடையவர்கள் எது சரியோ அதை செய்ய தயங்குவது இல்லை. சில நேரங்களில் உயரதிகாரிகள் எந்த பணியும் ஒதுக்கப்படாமல் காத்திருப்போர் பட்டியலில் வைத்து இருக்கப்படுவதும் உண்டு.

விதிகளை மீறி ஊடகங்களுக்கு தகவல் வெளியிட்டால் அல்லது டுவிட்டரில் பதிவிட்டால் உடனடியாக பணியிட மாற்றம் செய்யப்படுவர். விதிமுறைகளை மீறி எந்தவித அனுமதியுமில்லாமல் கட்டப்பட்ட கட்டடங்களுக்கு நகர் ஊரமைப்பு சட்டம் 1971 பிரிவு 56 மற்றும் 57ன்கீழ் பூட்டி சீல் வைக்க நகராட்சி ஆணையருக்கு அதிகாரம் உண்டு. அதை நடைமுறைப்படுத்த துணிவு வேண்டும்.

உயர்அதிகாரியின் சினத்துக்கு ஆளாகி தண்டிக்கும் நோக்கில் பணியிட மாற்றம் பெற்றவர்கள் உண்டு. பணியில் ஒழுங்கீனமாக இருந்தாலும் திடீர் பணியிட மாற்றம் செய்யப்படுவர். ஒவ்வொரு வருடமும் ஏப்ரல் அல்லது மே மாதங்களில் பணிஇடமாற்றம் செய்வது வழக்கமான ஒன்று. அது பொது பணிமாறுதலாகும்.

குறிப்பிட்ட சத்துணவு அமைப்பாளர் சமைக்கிற உணவை எங்களது குழந்தைகளுக்கு கொடுக்கக் கூடாது. அந்தப் பெண் சமைக்கக் கூடாது. இடமாற்றம் செய்யப்பட வேண்டும் என்று கோரும் பொதுமக்கள் சில கிராமங்களில் உள்ளனர். இந்த பள்ளியை விட்டு வெளியேறு என சத்துணவு அமைப்பாளர் மிரட்டப்படுவதும் உண்டு. இது நியாயமற்ற செயல்.

பணியிட மாற்றம் வேண்டி கடவுளிடம் பிரார்த்தனை செய்பவர்கள் ஏராளம். பணியில் இருக்கும் போது மேலதிகாரியின் கோபத்திற்கு ஆளாகாமல் பணி ஆற்றுவதும், மேலதிகாரியின் நட்பினால் வேண்டிய இடத்திற்கு பணியிடமாற்றம் பெறுபவதும் ஒரு சிலருக்கு கைவந்த கலை.

கல்வித்துறையில் பணியிடமாற்றம்:

அரசுப்பள்ளியில் ஆசிரியராக பணிபுரிந்து வருபவர்கள் பணியிடமாற்றம் செய்யப்படும் போது சில இடங்களில் பாசப்போராட்டம் நடைபெறுவதை பார்க்கலாம். மாணவ-மாணவிகளிடம் மிகவும் பாசமாகவும் கனிவாகவும் நடந்து கொள்ளும் ஆசிரியர்கள் உள்ளனர். மேலும், அவர்களுக்கு ஏதேனும் பிரச்சினை என்றால் அவர்களிடம் பேசி அதை சுமுகமாக தீர்த்து வைப்பவர்கள் உள்ளனர். மாணவ-மாணவிகளுக்கு உடல்நிலை பாதிக்கப்பட்டால் அவர்களின் வீட்டிற்கு சென்று நலம் விசாரிப்பதை வழக்கமாக கொண்டுள்ளவர்கள் உள்ளனர். இதனால் நல்லுறவு

மேம்படுகிறது. மாணவ மாணவிகள் ஏதேனும் தவறு செய்தால் அவர்களை தண்டிக்காமல் அவர்களிடம் தவறை எடுத்து கூறி நல்வழிப்படுத்துகின்றனர். தம்மீது அக்கறையாக இருந்த ஆசிரியர் திடீரென பணியிடமாற்றம் செய்யப்படும் போது கண்ணீர் விட்டு தேம்பி அழுது பாசப் போராட்டம் நடத்தும் மாணவர்களைப் பற்றிய செய்திகளைப் பார்க்கிறோம்.

நீதித்துறையில் பணியிடமாற்றம்:

பொதுவாக, ஒரே இடத்தில் மூன்று ஆண்டுகள் பணியாற்றிய நீதிபதிகள் பணி இடமாற்றம் பெறுகின்றனர். இந்திய அரசியலமைப்பு சட்டத்தின் பிரிவு 222 மற்றும் உட்பிரிவு (1) வழங்கும் அதிகாரத்தின் மூலம் இந்தியாவின் உச்ச நீதிமன்ற நீதிபதியுடன் கலந்தாலோசித்து பின்னரே உயர்நீதி மன்ற நீதிபதிகளை பணியிட மாற்றம் செய்து குடியரசுத் தலைவர் உத்திரவிடுவார். நாட்டையே உலுக்கும் முக்கியத்துவம் பெற்ற வழக்குகள், ஊழல், வன்முறை தொடர்பான வழக்குகளை விசாரிக்க பிரத்யேகமாக கலந்தலோசித்தே பணியிட மாற்றம் செய்கிறார்கள்.

தேர்தல் சமயங்களில் பணியிடமாற்றம்:

மக்களவை தேர்தல் நடைபெற உள்ளதாக வைத்துக் கொள்வோம். தேர்தல் பணியில் ஈடுபடும் காவல்துறை, வருவாய்துறை, ஊரக வளர்ச்சி, நகராட்சிநிர்வாகம்உள்ளிட்ட துறைகளுக்குதேர்தல் ஆணையம்தொடர்பு கொண்டு ஒரே சட்டப்பேரவை தொகுதியில் அல்லது ஒரே மாவட்டத்தில் தொடர்ந்து பணியாற்றி வந்தால் அவர்கள் பணியிடமாற்றம் செய்யப்பட வேண்டும் என்று உத்திரவிடும். குறிப்பிட்ட தேதிக்குள் பணியிட மாற்றம் செய்து பெயர், பதவியை குறிப்பிட்டு தேர்தல் ஆணையத்திற்கு அறிக்கை அளிக்க வேண்டும் என்ற நடைமுறை உண்டு.

காவல்துறையில் பணியிடமாற்றம்:

குறிப்பிட்ட காவல் ஆய்வாளர் வந்தபிறகே எங்கள் பகுதியில் பல பிரச்னைகள் குறைந்து உள்ளன. ஆகவே, அவரது பணியிடமாற்றத்தை

ரத்து செய்ய வேண்டும் என்று பொதுமக்கள் சாலை மறியலில் ஈடுபட்ட சம்பவங்கள் உள்ளன. குறிப்பிட்ட இடத்திற்கு பணியிடமாற்றம் கேட்டு மனு அளித்து இருந்தால் அவர்கள் கேட்ட சொந்த மாவட்டங்களுக்கு அல்லது அருகில் உள்ள மாவட்டங்களுக்கு பணியிட மாற்றம் வழங்கப்படும்.

பணியில் ஒழுங்கீனமாக இருந்தாலோ, பணம் பெற்றுக்கொண்டு சட்ட விரோதமாக செயல்படும் குற்றவாளிகளுக்கு சாதகமாக இருந்தாலோ, மாவா, குட்கா, பான்மசாலா உள்ளிட்ட போதைப் பொருட்களை சட்ட விரோதமாக விற்பனை செய்பவர்களுக்கு உடந்தையாக இருப்பதாக புகார் எழுந்தால் அல்லது வர்த்தக நிறுவனத்தில் பொருத்தி இருக்கும் மறைகாணி (CCTV Camera) புகைப்பட கருவியில் காவலர் தகராறு உள்ளிட்ட விரும்பத்தகாத காட்சிகள் பதிவாகி அத்தகைய காட்சிகள் ஊடகங்களில் வெளியாகி சர்ச்சையாகும் போது திடீர் பணியிடமாற்றம் செய்யப்படுவதும் உண்டு.

மருத்துவத்துறையில் பணியிடமாற்றம்:

சமீபத்தில் போராட்டத்தில் ஈடுபட்ட அரசு மருத்துவர்கள் சிலர் பணியிட மாற்றம் செய்யப்பட்டனர். இதை எதிர்த்து நீதிமன்றத்தில் வழக்கு தொடர்ந்தனர். அரசு மருத்துவர்கள் சிலரை பணியிட மாற்றம் செய்து பிறப்பித்த உத்தரவை நீதிமன்றம் ரத்து செய்தது குறிப்பிடத்தக்கது.

விபத்தில் சிக்கி பலத்த காயமடைந்த ஒரு நபர் அரசு மருத்துவமனையில் சேர்க்கப்பட்டார். அந்த நேரத்தில் பணி மருத்துவர் இல்லாததால் மருத்துவமனை துப்புரவு பணியாளர் தையல் போட்டார். இந்த காட்சி வீடியோ சமூக வலைதளங்களில் வேகமாக பரவியது. மனிதாபிமான அடிப்படையில் தையல் போட்ட துப்புரவு பணியாளர் திடீர் பணியிட மாற்றம் செய்யப்பட்டார்.

நீதிமன்றம் தலையிட முடியுமா?

திடிரென அதிரடியாக அரசு ஊழியர் பணியிட மாற்றம் செய்யப்படும் போது நீதிமன்றத்தை அணுகினால் அதை ரத்து செய்ய முடியுமா? என்ற

கேள்வி பலருக்கும் உள்ளது. பணியிட மாறுதல் விஷயங்களில் நீதிமன்றம் பொதுவாக தலையிட முடியாது. தீய எண்ணத்தோடு, வஞ்சகமாக (Mala fide or Violation of Statutory provisions) சட்ட விதிமுறைகளை மீறி ஒரு அரசு ஊழியர் பணியிட மாற்றம் செய்யப்பட்டால் அதில் நீதி மன்றம் தலையிட முடியும்.

யாரை, எங்கே பணியிட மாற்றம் செய்ய வேண்டும் என்பதை பொருத்தமான அதிகாரத்தில் இருப்பவர்கள் முடிவு செய்ய வேண்டும். துன்புறுத்தும் நோக்கில் தொல்லை கொடுக்கும் நோக்கில் வெகு தொலைவான இடத்திற்கு பணியிட மாற்றம் செய்யப்பட்டதாக கருதலாம். எந்த அரசு ஊழியரும் பணியிட மாற்றத்தை தங்களது உரிமையாக கோர முடியாது. ஒருவரை எங்கு பணியமர்த்துவது என்பது அரசின் தனியுரிமை மற்றும் தனிச்சிறப்பும் ஆகும். நிர்வாக காரணத்திற்காக எங்கு வேண்டுமானாலும் பணியமர்த்தலாம்.

அரசு ஊழியர் தங்களது பணியிட மாற்றத்தை எதிர்த்து அரசியல் அழுத்தத்தை தந்தால் தற்காலிக பலன் கிடைக்கலாம். பின்னர் பணியை பாதிக்கும் நிலை உருவாகலாம். பணியிட மாற்றத்தை எதிர்த்து வழக்கு தொடர்ந்து விட்டு அனுமதியின்றி விடுப்பில் இருந்தால் துறை ரீதியான நடவடிக்கைக்கு ஆளாக நேரிடும். துறைத்தலைமையின் பணியிட மாற்ற உத்தரவுக்கு கீழ்படிய வேண்டும்.

ஒரிடத்தில் இருந்து வேறொரு இடத்திற்கு பணியிட மாற்றம் என்பது பொதுவான சேவையின் நிலையாகும். இந்த விஷயத்தில் ஊழியருக்கு கீழ்படிவதை விட வேறு தேர்வு இல்லை. ஆனால் தனது சூழ்நிலையை விளக்கி பணியிட மாற்ற உத்தரவை நிறுத்தி வைக்குமாறோ, ரத்து செய்யுமாறோ, சிறு மாறுதல் செய்யுமாறோ வேண்டுகோள் மனு தரலாம். அது பற்றி இறுதியாக முடிவெடுக்கும் அதிகாரம் துறைத் தலைமைக்கே உண்டு.

தீக்கொழுந்திற்கென்று ஒரு வீடு இல்லை. அது எங்கிருந்தாலும் ஒளியைப் பரப்பும்.

89
சிறகு முறிந்த கிளிகள்

இந்து விதவைகள் மறுமணச்சட்டம் 1856 பிரிவு XV என்பது 25-07-1856 அன்று இந்தியாவின் அனைத்து பகுதிகளிலும் இந்து விதவைகளின் மறுமணத்தைச் சட்டப்படி செல்லுபடியாக்கியது. இச்சட்டம் அக்காலத்தில் இந்தியாவை ஆண்ட பிரிட்டிஷ் கிழக்கிந்திய நிறுவனத்தால் கொண்டு வரப்பட்டது ஆகும்.

இந்து சமயத்தில் விதவைகள் ஒதுக்கப்பட்டவர்களாகவும், விதவைகள் மறுமணம் புறக்கணிக்கப்பட்டதாகவும் இருந்து வந்துள்ளது. குறிப்பாக, குடும்பத்தின் கௌரவத்தையும், சொத்தையும் பேண இது அவசியம் என்று இந்துக்களால் கருதப்பட்டது. இச்சட்டம் கொண்டு வரப்பட ஈஸ்வர சந்திர வித்யாசாகர் அவர்களின் பங்களிப்பு முக்கியமானது.

ராஜா ராம் மோகன் ராய் விதவைகள் மறுமணம் குறித்து மக்களிடையே விழிப்புணர்வை ஏற்படுத்தினார். 1856-ல் தலைமை ஆளுநர் ஆலோசனைக் குழுவின் உறுப்பினரான ஜே.பி கிராண்ட் என்பவர் விதவை மறுமணம் குறித்த சட்ட முன்வடிவை அறிமுகப்படுத்தினார். 1856-ல் நிறைவேற்றப்பட்டது.

கணவன் இறந்தால் உடன்கட்டை ஏறும் வழக்கம் நடைமுறையில் இருந்தது. இதனை மனிதத்தன்மை அற்றது என கூறிய ராஜாராம் மோகன் ராய் போன்றோரின் முயற்சியால் 1826-ல் ஆங்கில அரசு தடை செய்தது.

விதவைகள் மறுமணம் செய்து கொள்வதற்கு உள்ள உரிமையை அங்கீகரிக்கிறது. தன்னுடைய முன்னாள் கணவரின் சொத்துக்களில்

பங்குரிமை பெறுவதற்கான உரிமையையும் தற்போது சட்டம் அங்கீகரிக்கிறது என்பது கூடுதல் தகவல். உதாரணத்திற்கு தனது முதல் கணவர் இறந்ததற்கு பிறகு மறுமணம் செய்து கொண்ட இந்துப்பெண் முதல் கணவருக்கு வர வேண்டிய வைப்புநிதி (Provident Fund) தொகையில் பங்கு கோர முடியும். முதல் கணவரின் சட்டப்பூர்வமான பிரதிநிதி என்ற வகையில் வைப்பு நிதித் தொகையில் உரிமை கோர தகுதி உள்ளது என்று உச்சநீதி மன்றம் தீர்ப்பு வழங்கியுள்ளது.

கணவனை இழந்த பெண்கள் பல இன்னல்களை சந்திக்க நேர்ந்தது. குழந்தை திருமணம் நடைமுறையில் இருந்ததால் இள வயதில் கணவனை இழந்த பெண்கள் கூட மறுமணம் செய்ய சமூகம் அனுமதிக்க வில்லை.

1856-ஆம் ஆண்டே இந்து விதவைகள் மறுமணச்சட்டம் அமலுக்கு வந்திருந்தாலும் சமுதாய ரீதியாக இந்து விதவைகளின் மறுமணம் ஏற்றுக் கொள்ளப்படவில்லை. 19-ஆம் நூற்றாண்டின் இறுதியிலும் 20-ம் நூற்றாண்டின் தொடக்கத்திலும் இக்கருத்தை ஆதரித்தவர்களும், செயல்படுத்தியவர்களும் கடுமையாக சாடப்பட்டனர்.

ரோஜாக்களும், முல்லை அரும்புகளும் விதவையின் கூந்தலுக்கு அன்னியமாகி விடுகிறது. அவளது நெற்றியில் குங்குமம் காணாமல் போகிறது. அவளது கைகளில் வளையல்களின் குலுங்கல்கள் குறைந்து விடுகிறது. வண்ண வண்ண ஆடைகள் அவளுக்கு அன்னியமாகி விடுகிறது. அழகு மிச்சமாய் சொச்சமாய் இருக்கிறது. மாங்கல்யம் வீழ்ந்து விட்டதால் தன் அடையாளத்தை தொலைத்து நிற்கிறாள். இளமையை ஆராதிக்க, முதுமையில் தாங்கி பிடிக்க துணை இல்லை.

விதவை பெண்கள் திருமணத்திற்கு அனுமதி யாரிடமும் பெற வேண்டியதில்லை. அண்ணனோ, தந்தையோ, தாயோ, மாமியாரோ முனைந்து செய்ய பொதுவாக அக்கறை காட்டுவதில்லை. விதவையாய் வாழ்வதைவிட இறப்பதே மேல் என்று வருந்துகிறார்கள். இன்றைக்கும் விதவைகள் நிலைமை மாறவில்லை. உலகம் முழுவதும் விதவைகள் எண்ணிக்கையும், அவர்கள் மீதான வன்முறையும் நாளுக்கு நாள் அதிகரித்து வருகின்றன. நம் நாட்டில் விதவைகளின் எண்ணிக்கை 4.8 கோடி பேர் உள்ளனர். இது பெண்கள் எண்ணிக்கையில்

எட்டு சதவீதமாகும். விதவைகளில் 60 வயதிற்கு மேற்பட்டவர்கள், 70 வயதிற்கு மேற்பட்டவர்கள், எழுதப்படிக்கத் தெரியாதவர்கள், வேலைக்கு செல்பவர்கள், நல்ல வேலையில் உள்ளவர்கள், கிளார்க் வேளையில் உள்ளவர்கள், கூலி வேலை, வீட்டு வேலை பார்ப்பவர்கள், தனியாக வசிப்பவர்கள், நகர்புறத்தில் வாழ்பவர்கள், கிராமபுறங்களில் வாழ்பவர்கள் என பல பிரிவுகளில் உள்ளனர்.

இயற்கை மரணத்தைத் தவிர்த்து பெண்களை விதவையாக்குவதில் குடியும், இயற்கை சீற்றமும் முக்கிய காரணியாகிறது. தமிழகத்தில் ஏற்பட்ட சுனாமியால் அதிகம் பாதிக்கப்பட்டவர்கள் மீனவர்கள்தான். மனைவியரை இழந்த ஆண்களில் பெரும்பாலானவர்கள் இளம் வயதுக்குட்பட்ட பெண்களைத்தான் திருமணம் செய்து உள்ளனர். அதே சமயம் கணவர்களை இழந்த பெண்களுக்கு இந்த உரிமை பல இடங்களில் மறுக்கப்பட்டு உள்ளது. அல்லது அதற்குரிய வாய்ப்புகள் ஏற்படுத்தப்படாமலேயே உள்ளன.

கணவர்களை இழந்த பெண்கள் மறுமணம் செய்ய எந்த ஆதரவும் கிடைக்கவில்லை. பொருளாதார ரீதியாக கைம்பெண்கள், கணவனால் கைவிடப்பட்டவர்கள் வலிமையாக இல்லை என்றாலும் அவர்கள் மனரீதியாக வலிமையானவர்களாகவே இருக்கிறார்கள்.

திருமணம் நடந்து கைக்குழந்தை இருக்கும் போது அல்லது கர்ப்பமாக இருக்கும்போது கணவர் இறக்க நேரிடலாம். மாமனார், மாமியார் "வயதுப்பெண் நீ, உன்னை பாதுகாக்க எங்களால் முடியாது" என அதனால், வேறு இடம் பார்த்துக்கொள் என கைகழுவி விடுபவர்கள் உள்ளனர். கஷ்டப்பட்டு உழைத்து எது வாங்கினாலும் எவனையோ கையில் போட்டுக்கொண்டு வாங்கி இருக்கிறாள் என ஊர் ஏசும் நிலை உள்ளது. இத்தகைய நக்கல் பேச்சு மனதையும், உடலையும் துவண்டு விடச் செய்கின்றன.

கணவன் இறந்தவுடன் பிறந்த வீட்டாலும், புகுந்த வீட்டாலும் வெறுக்கப்படுகிறார்கள். கணவனை பறிகொடுத்து தவிப்பவர்களிடம் உன் புருஷனை அடக்கம் செய்தற்கான செலவினை தருமாறு கேட்கும் இரக்கமற்ற உலகமிது.

வேலைக்கு சென்றால் குழந்தைகளை யாரிடம் பாதுகாப்பாக விடுவது என்ற சிக்கல் உள்ளது. விதவைகளின் நிலைமை விவரிக்க முடியாதது. அது ஒரு கொடுரமான அனுபவம்.

கணவர் இறந்ததும் குழந்தைகளை காப்பாற்ற வழி தெரிவதில்லை. யாரோடு பேசினாலும் கள்ள உறவென்று சொல்வார்கள். விதவைப்பெண் தவறே செய்யவில்லை என்றாலும் அசிங்கமாக பேசப்படுகிறாள். விதவைப்பெண் தனித்து வாழ்வது அவ்வளவு சுலபமானதல்ல. சில வருடங்கள்தான் கணவனோடு வாழ்ந்து இருப்பார்கள். ராசி இல்லாதவள் என்று புகுந்த வீட்டிலும், பிறந்த வீட்டிலும் விரட்டி அடிக்கும் நிலை உள்ளது. பரிதாபமாக ஒதுங்க இடம் இல்லாமல் அலைய நேரிடுகிறது. குழந்தை மட்டும் இல்லையென்றால் செத்து போய் இருப்பேன் என்பார்கள்.

விதவைகளுக்கு குடும்பச் சொத்தில் பங்கு தரமாட்டார்கள். திரும்பிய பக்கமெல்லாம் வசவுதான். இவ்வளவையும் மீறி குழந்தைகளை படிக்க வைக்கிறார்கள். கணவனை இழந்தது அவர்களாக தேடிக்கொண்டது அல்ல. வார்த்தைகளால் வதைக்கப்படுகிறார்கள்.

அவர்களுக்கு உதவிகூட செய்ய வேண்டாம். தவறாக பேசாமல் இருந்தால் போதும். நான்கு வீடுகளுக்கு ஒரு வீட்டில் விதவை இருக்கிறாள். கணவனை இழந்ததோடு சமுதாயத்தால் வெறுக்கப்பட்டு புறக்கணிக்கப்படுகிறார்கள். பொருளாதார சிக்கல், கற்பிற்கு பாதுகாப்பின்மை, அன்புடன் அரவனைத்து ஆதரிப்போர் இல்லாத நிலை உள்ளது. புதிய வாழ்க்கையை அமைத்துக் கொள்ளவும் முடியாமல் சாகவும் முடியாமல் மனம் நொந்து வேதனை தீயில் வெந்து அழிகிறார்கள்.

உயர்ந்த ஆடை அணிகலன்கள் தவிர்க்க படுகிறது. அமலங்கமானவள் என்று விமர்சிப்பது மனதை ரணமாக்குகிறது.

அவள் சந்தோஷங்களுக்கெல்லாம் தள்ளுபடியாகிறாள். துக்கங்களுக்கெல்லாம் சொந்தக்காரியாகிறாள். வீண்பழிக்குள்ளாதல் துயரமானது, இளம் விதவைகளின் மானத்துடன் சிலர் விளையாடி வாழ்க்கையில் அவள் கிடைக்காததால் அவளின் மீது வீண்பழி சுமத்துதலும் சமூகத்தில் நிகழ்கிறது.

சலனமற்ற கற்பாறையை போல் தன்னை ஆக்கிக் கொள்ள அவள் முயன்றாலும் பாறையின் மேல் மோதும் அலைகளைப் போல் ஆண்களின் வேட்கையில் அவள் துன்பப்பட நேரிடுகிறது. இளம் விதவைகள் தங்களின் கற்புக்கு ஏற்படும் சோதனைகளைத் தாங்க வேண்டியவர்களாகிறார்கள். மிகுந்த மனவேதனைகளுக்கும் மனப்போராட்டங்களுக்கும் ஆளாகிறார்கள். ஆதரவற்று, ஒதுக்கப்பட்டவளாக, ஒரு தனித்தீவாக, தனிமையில் தத்தளிக்கிறார்கள்.

பொதுவாக, குழந்தைகள் இருந்தால் விதவைகளை மறுமணம் செய்ய முன்வருவதில்லை. நிறைய தடைகளை சந்திக்கிறார்கள். அது ஒரு நிரந்தர சாபக்கேடு. வாழ்விழந்து, நம்பிக்கைஇழந்து, மதிப்பை எல்லாம் இழந்து வாடுகிறார்கள். வயதானவர்கள் இறப்பு ஒன்றையே நாடும் நிலை உள்ளது. நல்ல காரியங்களில் விழாக்களில் புறக்கணிக்கப்படுதல் துயரமானது.

கணவனின் ஆதரவை இழந்து வாழ்வு வெறுமையாகிறது. சகஜ நிலைக்கு வருவதற்கு சுமார் ஒரு சில ஆண்டுகளாகிறது. சொந்த உறவினர்களே விதவையின் உடலை வேட்டையாட முயல்கிறார்கள்.

குழந்தைகளை ஆளாக்க வேண்டிய பொறுப்பு உள்ளது. குழந்தைகளுக்காக வாழ்கிறார்கள். அது ஒரு தியாக வாழ்க்கை. இறந்து போன கணவனின் நினைவு நாட்களில் சடங்குகள் செய்கிறார்கள். ஒரு வித விரக்தி மனப்பான்மை இருக்கவே செய்கிறது. வாழ்க்கை வெறுத்து கசந்து விடுகிறது. தான் வளர்த்த பிள்ளைகளே தன்னிடம் உள்ளவற்றை பிடுங்கிக்கொண்டு தவிக்க விடுவதும் நடக்கிறது.

கல்வியறிவு உள்ள பெண்கள் இட ஒதுக்கீட்டில் அரசு வேலைக்கு முயற்சிக்கிறார்கள். பொதுவாக உற்சாகம் குன்றியே காணப்படுவர். இவர்களின் கஷ்டத்தை உணர்ந்து வாரிசுகள் கடைசி காலத்தில் காப்பாற்ற வேண்டும். அப்போதுதான் வெளிச்சமாகும் இவர்களது வாழ்வு.

90

வீடு வாங்கும் முன் கவனிக்க வேண்டிய முக்கிய விஷயங்கள்

புதிய வீடு கட்டும் போதுதான் என்றில்லை, பழைய வீட்டை வாங்கும் போதும் நிறைய கவனம் தேவை. வீடு வாங்குவது அவ்வளவு எளிதானதல்ல. வீடு அமைந்துள்ள இடம், கட்டிடத்தின் வயது, கட்டிடத்தின் வலிமை, பராமரிப்பு, வீட்டை கட்டிய பில்டர் போன்ற காரணிகளை கொண்டு ஒரு வீட்டின் விலை மதிப்பிடப்படுகிறது.

பழைய வீடு வாங்கும் போது அந்த வீடு கட்டி எத்தனை வருடங்கள் ஆகிறது என்று பார்க்க வேண்டும். கட்டிடத்தின் ஆயுள் எவ்வளவு? அதாவது கட்டிடங்கள் கட்டப்பட்டு எத்தனை வருடங்கள் ஆகின்றன. அவற்றின் கட்டுமான தரம் வலிமையாக உள்ளதா என்பதை அனுபவமுள்ள சிவில் என்ஜினியரிடம் கேட்டு ஆலோசனை பெறுவது நல்லது.

வீட்டின் வயது	புதிய பிளாட்டை விட எவ்வளவு குறைவு
5 ஆண்டுகள் வரை	15% முதல் 20% வரை
5 ஆண்டுகள் முதல் 10 ஆண்டுகள்	20% முதல் 25% வரை
10ஆண்டுகள் முதல் 15 ஆண்டுகள்	25% முதல் 30% வரை
15ஆண்டுகள் முதல் 20 ஆண்டுகள்	40% முதல் 45% வரை

கவனிக்க வேண்டிய சட்ட சிக்கல்கள்:

சொத்திற்கான முன்பணமாக சொற்பத் தொகையை மட்டும் தருவது நல்லது. முதலில் வில்லங்கம் ஏதும் உள்ளதா என்று பார்க்க வேண்டும்.

தாய் பத்திரம் உள்ளிட்ட ஆவணங்களை பெற்று வழக்கறிஞரை கொண்டு ஆராய்வது நல்லது.

பத்திரம் தொலைந்து விட்டது. டூப்ளிகேட் பத்திரம் வாங்கி இருக்கிறோம் என்று சொன்னால் எச்சரிக்கையாக இருக்க வேண்டும். வங்கியில் அல்லது தனிநபர்கள் யாரிடமாவது கடன் வாங்கி விட்டு அதை கட்டாமல் டூப்ளிகேட் பத்திரம் வாங்க அதிக வாய்ப்பு உள்ளது. பின்னால் முதலுக்கே மோசம் வர அதிக வாய்ப்பு உள்ளது. விலை மலிவாக இருந்தாலும் இது போன்ற வீட்டை தவிர்ப்பது நல்லது. சொத்து கைமாறுவதற்கு முன் வீட்டு வரி, தண்ணீர் வரி போன்றவற்றை சரியாக கட்டி இருக்கிறார்களா என்பதை உறுதிப்படுத்திக் கொள்ள வேண்டும். மேலும், இவற்றிற்கான இணைப்பை உங்கள் பெயரில் மாற்றிக் கொள்ள பணம் கொடுக்கும் போதே கையெழுத்து வாங்கிக் கொள்வது அவசியம்.

தனி வீட்டை பொருத்தவரை அது அமைந்திருக்கும் மனையோடு சந்தை விலையோடு கட்டிடத்தில் அப்போதய மதிப்பை சேர்த்து வீட்டின் மொத்த மதிப்பு கிடைக்கும். பழைய தனி வீட்டின் மதிப்பை ஒரு என்ஜினியர் மூலம் மதிப்பீடு செய்வது நல்லது. குடிநீர் இணைப்பு, மின்சார இணைப்பு போன்றவற்றை ஏற்கனவே வாங்கி வைத்திருப்பதால் அவற்றிற்கு தனியாக அலைய வேண்டியதில்லை. செலவும் மிச்சம்.

முத்திரைத்தாள் மற்றும் பதிவுகட்டணம் எவ்வளவு என தெரிந்து கொள்ள வேண்டும். பழுதடைந்த 50 வருடங்கள் பழமையான கட்டிடங்கள் வாங்குவதை தவிர்க்கலாம். இப்போதய கட்டிடங்களின் ஆயுள் 40 வருடங்கள்தான். நல்ல கார்னர் இடம் என்றால் சற்று விலை அதிகம் சொல்லுவார்கள்.

புதிதாக கட்டப்பட்ட வீடு எனில் அந்த பில்டிங் கட்டுவதற்கான அங்கீகாரம் பெறப்பட்டதா எனப் பார்க்க வேண்டும். சொத்து வாங்குவது என்பது மிக டெக்னிக்கலான விஷயம். பல விஷயங்கள் சாதாரண மக்களால் படித்து புரிந்து கொள்ள முடியாது. சொத்து விஷயங்களை கையாளும் வழக்கறிஞராக பார்த்து அவரிடம் இந்த விஷயங்களை சரி பார்த்த பிறகே வாங்க முடிவெடுப்பது நல்லது. பல லட்சங்கள் செலவு செய்து ஒரு சொத்து வாங்கும் போது சில ஆயிரம் வழக்கறிஞருக்கு

செலவு செய்து அதில் வில்லங்கம் இருக்கிறதா என பார்த்து விடுவது நல்லது.

வீடு தொடர்பான ஆவணங்கள் அனைத்தையும் சரி பார்க்க வேண்டும். தாய் பத்திரம், பட்டா சிட்டா போன்ற முக்கிய ஆவணங்களை ஒரு வழக்கறிஞர் மூலம் சரி பார்க்க வேண்டும். பத்திரத்தில் உள்ள நீள அகல அளவுகள், பரப்பளவு ஆகியவை சரியாக இருக்கின்றனவா என அளந்து பார்த்து விடுவது நல்லது.

ஓயரிங் பாதுகாப்பாக செய்யப்பட்டுள்ளதா என்பதை உறுதி செய்து கொள்ள வேண்டும். கட்டிடம் முறையான அனுமதி பெறப்பட்டுள்ளதா என்பதை பார்க்க வேண்டும்.

மர வேலைப்பாடு கொண்ட ஜன்னல்கள் கதவுகளாக இருந்தால் எந்த வகையான மரத்தில் உருவாக்கப்பட்டன என்பதை தெரிந்து கொண்டு அதன் தரத்தை உறுதி செய்து கொள்ள வேண்டும்.

வீட்டு மனையை வாங்கி தாமே முன்னின்று கட்டுமான பணிகளை மேற்பார்வையிட்டு வீட்டை கட்டி முடிப்பது சவாலான விஷயமாக இருப்பதால் உடனடியாக குடியேறும் எண்ணத்தில் இருப்பவர்கள் கட்டி முடிக்கப்பட்ட வீடுகளை வாங்குவதற்கே ஆர்வம் காட்டுகிறார்கள்.

பொருட்களை இரண்டாம் விற்பனை செய்யும் போது தேய்மானம் எப்படிக் கணக்கில் எடுத்துக் கொள்ளப்பட்டு விலை குறைவாக கிடைக்கிறதோ அது போலத்தான் இதுவும். பழைய வீடு வாங்கும் போது கொஞ்சம் செலவு வைக்கவும் வாய்ப்புள்ளது. பழைய வீட்டில் எலெக்ட்ரிக் பொருட்கள், குழாய்கள், கழிவறை எனப் பலவும் பழுதடைந்து காணப்படலாம்.

குறைந்தபட்சம் 4 பேர் முதல் 6 பேர் வரை வசிக்க ஏற்ற வீடு என்பதால் 2 படுக்கையறை, ஹால் சமையலறை உள்ள வீட்டுக்கே முன்னுரிமை தரப்படுகிறது. இரண்டு படுக்கையறை கொண்ட வீடுகளே சிறந்தது. பெரு நகரங்கள், நகராட்சி சார்ந்த பகுதிகள் நகரின் மையப்பகுதியில் விலை அதிகமாகவே இருக்கும். புறநகர்ப்பகுதியில் விலை குறைவாக இருக்கும். பொருளாதார மந்தநிலை, மணல் தட்டுப்பாடு, ஜி.எஸ்.டியில் கட்டுமானப் பொருட்கள் விலை உயர்வு உள்ளிட்ட பிரச்சனைகளால்

தமிழகத்தில் பல நகரங்களிலும் வீட்டுத் திட்டங்கள் தற்போது குறைந்துள்ளதாக புரோமோட்டர்ஸ் சொல்கிறார்கள்.

அடிப்படை வசதிகள் குறைவான அல்லது போக்குவரத்து வசதியும் குறைவாக இருக்கும் பகுதிகளில் வீடுகளின் சொத்து மதிப்பு உயர பல ஆண்டுகள் பிடிக்கலாம். போக்கவரத்து வசதி, கட்டமைப்பு வசதியுள்ள பகுதிகளில் இருக்கும் 2 படுக்கை அறை வீடுகள் வாங்குவதிலேயே முதலீட்டாளர்கள் கவனம் செலுத்துகிறார்கள்.

சொந்த வீடு என்பது மனித வாழ்க்கையில் பெருங்கனவு. அதிக வருவாய் பிரிவினருக்கு அந்த கனவு எளிதாக நிறைவேறி விடும். ஏழை மற்றும் பொருளாதாரத்தில் நலிந்த பிரிவினர்க்கு பிரதம மந்திரி குடியிருப்புக் கட்டும் திட்டத்தின் கீழ் இரண்டு கோடிக்கும் அதிகமான வீடுகளை கட்ட மத்திய அரசு குறிக்கோளாக கொண்டுள்ளது. வீடு வாங்க மான்யம், வட்டியில் 6.5 சதவீதம் மான்யம் என அறிவிக்கப் பட்டுள்ளது.

வீடு வாங்க வேண்டும் எனில் முதல்கட்டமாக மொத்த மதிப்பில் 10 முதல் 20 சதவீதம் முன்பணமாக செலுத்த வேண்டும். பணம் சேமிக்க வேண்டும். விற்பனைக்கு உள்ள பல வீடுகளுக்கு சென்று வீடுகளை பார்க்க வேண்டும். அருகில் வசிப்பவர்களிடம் சில தகவல்களை விசாரிப்பது நல்லது. விற்பனைக்கு உள்ள பல வீடுகளைப் பார்த்து அதில் பிடித்த பிடிக்காத அம்சங்களை குறித்துக் கொள்ள வேண்டும்.

ஏலத்தில் வீடு வாங்கும் போதும் கவனம் தேவை. வீடு வாங்குவது என்பது இன்றைய கால நிலவரத்தில் மிகவும் கடினமான விஷ யம். நகரங்களில் வீட்டு வாடகை மிகவும் அதிகமாக உள்ளது. இப்போதெல்லாம் மாதந்திர செலவுகளை துல்லியமாக கணிக்க முடிய வில்லை. பல ஆண்டுகளுக்கு முன் "வீடு" என்ற திரைப்படம் வந்தது. நடுத்தர வர்க்கத்தினர் ஒரு வீட்டுக்காக ஏங்கும் ஏக்கத்தை அதில் காண முடியும். இன்றைக்கு மாதம் ஒரு லட்சம் சம்பாதிப்பவர்களுக்கு வீடு வாங்குவது சற்று எளிதானதாக உள்ளது. நடுத்தர வர்க்கத்தினருக்கு எட்டாக் கனிதான். ஐ.டி துறை அரசுத்துறையில் உயர் பணியில் இருப்பவர்களுக்கு ஒன்றுக்கு மேற்பட்ட வீடுகள் இருப்பது சர்வ சாதாரணம்.

வங்கியில் வீட்டுக்கடன் :

முதலில் தேசிய வங்கியில் விண்ணப்பிக்க வேண்டும். இ.எம்.ஐ என்ற மந்திரத்தின் மூலம் பல நடுத்தரக் குடும்பங்கள் வீட்டுக் கனவை நனவாக்கிக் கொண்டு இருக்கின்றன. வங்கியில் கடன் பெற பொறுமை வேண்டும். நாம் அவர்களிடம் பல ஆவணங்களை சமர்ப்பித்த பிறகுதான் கடன் கொடுப்பார்கள். குறைந்தது 90 நாட்கள் முதல் 120 நாட்கள் ஆகலாம்.

வங்கி மேலாளர் ஒரு பட்டியல் தருவார். மனை அமைந்துள்ள இடத்தின் மூல பத்திரம், வில்லங்க சான்று, கடன் வாங்குபவரின் அடையாள சான்று, வங்கி பாஸ்புக், மனை அப்ரூவல், கட்டிட பிளான் நகல், இன்ஜினியரின் மதிப்பீடு,(Valuation) ஊதிய சான்று, வருமான வரி படிவம்-16, இவையெல்லாம் கொடுக்க வேண்டும். அதை சூர்ந்தாய்வு செய்வார்கள். சிறு தவறு இருந்தாலும் கவனித்து விடுவார்கள். அதன் பிறகு வழக்கறிஞரிடம் லீகல் ஒப்பீனியன் (Legal Opinion) வாங்கித் தர வேண்டும். அதன் பின்னர் வங்கி மேலாளர் வீட்டை பார்வையிட வருவார். வீட்டைப் பற்றி ஏதேனும் சில கேள்விகள் கேட்பார். அடுத்த கட்டமாக வங்கியின் விண்ணப்பம் வழங்கப்படும். அதை நிரப்பித் தர வேண்டும். அதில் உங்களுக்கு வேறு அசையும் அசையா சொத்துக்கள் நகைகள் அனைத்து விபரங்களையும் குறித்துக் கொள்வார்கள். பிறகு நம் விண்ணப்பத்தையும் மேலே குறிப்பிட்ட சான்றுகளின் நகல்களையும் சேர்த்து மாவட்ட கிளைக்கு அனுப்பி அவர்களின் அனுமதிக்குப் பிறகு கடன் கிடைக்கும். நாம் கேட்ட தொகையில் 5 முதல் 20 சதவீதம் வரை குறைவாக கிடைக்கலாம். பற்றாக்குறையான தொகையை நாம் சமாளிக்க வேண்டும். தேசிய மயமாக்கப்பட்ட வங்கிகளில் கடன் வாங்குவது சாலச் சிறந்தது.

வீட்டுக் கடனுக்கு 2013-14-ல் 10.15% என்ற விகிதத்தில் வட்டி விகிதம் இருந்தது. தற்போது வீட்டுக் கடனுக்கு 8.35% என்ற விகிதத்தில் குறைந்து பின்னர் 6.70% என வட்டி விகிதம் குறைந்துள்ளது.

ஆண்டுதோறும் வீட்டு மனையின் சதுர அடி விலை உயரும். கட்டுமானப் பொருட்கள் விலை உயரும். கட்டிட தொழிலாளர்களின் கூலித்தொகை உயரும். வங்கிக்கு நாம் செலுத்தும் வட்டித் தொகை

அந்த விகிதத்தில்தான் இருக்கும் என்று மன ஆறுதல் பட்டுக் கொள்ளலாம்.

வீட்டுக்கடன் என்றால் தவனை முறையில் திருப்பிச் செலுத்தும் முறையில்தான் வாங்க முடியும். வீட்டுக்கடனை பொறுத்த வரையில் கடன் வாங்குபவரின் திருப்பிச் செலுத்தும் சக்திதான் கணக்கில் எடுத்துக் கொள்ளப்படுகிறது. உங்கள் மாத ஊதியம் எவ்வளவு என்பது முக்கியமானது. குறைவான வட்டி விகிதம் இருக்கும் போது நிலையான வட்டி விகிதத்தை தேர்ந்தெடுக்கலாம். வீட்டின் மதிப்பு வாங்கும் போது இருப்பதைவிட சில ஆண்டுகளில் மேலும் அதிகரிக்கும். முடிந்த வரை கணிசமாக தொகை கையில் வரும் போது கடனை கட்டி விடுவது உத்தமம்.

வீடு வாங்குவதற்கு முழுத்தொகையும் பெரும்பாலும் யாரிடமும் இருப்பதில்லை. மொத்த பட்ஜெட்டில் 20 சதவீதம் இருப்பது நல்லது. மீதத் தொகையை வங்கியில் கடன் பெறலாம். எவ்வளவுக்கு எவ்வளவு சீக்கிரமாக கடனை அடைக்கிறோமோ அவ்வளவுக்கும் வட்டித் தொகை குறையும். நாம் இ.எம்.ஐ அதிகமாக செலுத்தலாம். கடன் தொகை சீக்கிரம் கழியும்.

91

பெருகி வரும் பாலியல் குற்றங்களுக்கு கடிவாளம் போடுவது எப்படி?

எதை பாலியல் குற்றம் என்று சொல்கிறோம்?

ஒரு நபர் ஒரு பெண்ணுடன் பாலியல் தொடர்பு வைத்திருக்கிறார். கீழே பட்டியலிடப்பட்டுள்ள ஆறு விதமான சந்தர்ப்பங்களில் ஏதேனும் ஒன்றில் அவர் சம்பந்தப்பட்டு இருந்தாலும் அவர் கற்பழிப்பு குற்றச் சாட்டுக்கு ஆளாகிறார். இந்திய சட்டப்படி நீதி மன்ற தண்டனைக்கு உகந்தவர்.

1. ஒரு பெண்ணின் விருப்பத்திற்கு எதிராக உறவு கொண்டால் அது சட்டப்படி கற்பழிப்பு ஆகும். ஒரு பெண்ணின் இஷ்டமின்றி, சம்மதமின்றி உறவு கொண்டால் அது சட்டப்படி குற்றம் ஆகும்.

2. கொன்று விடுவார்கள் என்ற அச்சத்தாலோ, அடித்து காயப்படுத்தி விடுவார்கள் என்ற பயத்தினாலோ அந்த பெண்ணின் சம்மதத்தை மிரட்டி பெற்று இருந்தால் அது சட்டப்படி கற்பழிப்பு குற்றம் ஆகும்.

3. பெண்ணின் சம்மதத்தை பெற்று உடல் உறவு வைத்துக் கொள்ளும் நபருக்கு தெரியும் தான் அந்த பெண்ணின் கணவன் அல்ல என்பது. அந்த பெண்ணுக்கும் தெரியும் இந்த நபர் தன்னை சட்டப்படி திருமணம் செய்து கொள்வான் என்ற நம்பிக்கையில் சம்மதம் தெரிவிக்கிறார். ஏமாற்றி

விட்டான் என்று புகார் கொடுத்தால் கற்பழிப்பு வழக்கு பதிவு செய்யலாம்.

4. சம்மதம் தெரிவிக்கும் போது அந்த பெண்ணிற்கு உடல் நலமில்லாத நிலையில், மயக்க நிலைக்கு ஆளானவராகவோ, சோர்வான நிலையில் சிந்திக்கும் திறனற்ற நிலையிலோ, தனிப்பட்ட முறையில் மற்றவர்களின் நிர்வாகத்தில் கட்டுப்பாட்டில் இருக்கும் நிலையில், இதன் விளைவு என்னவாகும் என்று தெரியாத நிலையில் சம்மதித்து இருந்தால் அது சட்டப்படி கற்பழிப்பு குற்றமாகவே கருதப்படும்.

5. சம்மதத்துடன் அல்லது சம்மதமின்றியோ 16 வயதுக்கு குறைவான பெண்ணிடம் உறவு கொண்டால் அது சட்டப்படி கற்பழிப்பு குற்றமாகும்.

6. தன்னுடைய சம்மதத்தை தெரிவிக்க முடியாத நிலையில் இருக்கும் பட்சத்தில் அந்தபெண்ணுடன் உறவு கொண்டால் அது கற்பழிப்பு குற்றமாகும்.

சம்மதம் என்பது தெளிவான தன்னார்வத்துடன் வார்த்தையாலோ, சைகையாலோ, வாய்மொழியாலோ விருப்பத்துடன் பங்கு பெற்று இருக்க வேண்டும். உடல் ரீதியாக எதிர்ப்பு தெரிவிக்க வில்லை என்பதை மட்டும் சம்மதமாக எடுத்துக் கொள்ள முடியாது.

மருத்துவ பரிசோதனைக்காக உயிரை காப்பாற்றுவதற்க்காக பிள்ளை பேற்றுக்கு உதவுவதை பெண் நோயாளியின் நோய் நிலையை கண்டறிவதற்க்காக செய்யும் உடல் பரிசோதனையை கற்பழிப்பாக கூற முடியாது.

தனது சொந்த மனைவியிடம் உறவு வைத்துக் கொள்வதை மைனர் பெண்ணாக இருந்தாலும் அதை குற்றமல்ல என்றது பழைய சட்டம். தற்போது மைனர் பெண் மனைவியாக இருந்தாலும் உடல் உறவு வைத்து கொள்வதை கற்பழிப்பு குற்றம்தான் என்று சமீபத்தில் உச்ச நீதிமன்றம் தெரிவித்து உள்ளது. கற்பழிப்பு சட்டம் திருத்தப்பட்டு உள்ளது.

இந்தியாவில் பெண்களுக்கு எதிராக மிகச் சாதாரணமாக நடக்கும் மிகப் பெரிய குற்றமாக கற்பழிப்பு குற்றம் உள்ளது. 2002 ஆம் ஆண்டு

மட்டும் சுமார் 24923 வழக்குகள் நாடு முழுவதும் பதிவாகி உள்ளது. அதில் குற்றவாளிகளில் 98 சதவீதம் பேர் பாதிக்கப்பட்ட பெண்ணிற்கு மிகவும் பரிச்சயமானவர் என்பது குறிப்பிடத்தக்கது.

இந்தியாவில் நடக்கும் மிகப்பெரிய எண்ணிக்கையிலான கற்பழிப்பு குற்றங்கள் காவல் நிலையத்தில் புகார் செய்யப்படுவதில்லை.

மனைவிக்கு விருப்பமில்லாத நிலையில் கட்டாயப்படுத்தி உறவு கொண்டால் அது கற்பழிப்பு குற்றமாகவே கருதப்படும். அடித்து இருக்க வேண்டும் என்றில்லை. இந்தியா ஒரு ஜனநாயக நாடு. பெண்களுக்கு போதுமான பாதுகாப்பு சட்டங்கள் உள்ளன. பாலியல் குற்றங்களை விசாரிப்பதற்கு மட்டும் பிரத்யோகமாக சிறப்பு நீதி மன்றங்கள் அமைக்கப்பட வேண்டும் என்கிற நிலை விரைவில் வரலாம்.

18 வயதுக்கு குறைவான பெண் குழந்தையின் சம்மதத்துடன் அல்லது சம்மதமின்றியோ உடல் உறவு வைத்துக் கொண்டால் அது கற்பழிப்பு என்றே கருதப்படும் (Protection of Children from Sexual Offences Act -2012-POSCO) என்கிறது புதிய பாஸ்கோ சட்டம்.

திருமணம் என்பதன் அர்த்தம் தன் கணவனிடம் தன்னை விருப்பத்துடன் கொடுப்பதற்கோ அல்லது தான் கணவனின் இச்சைக்கு தான் தயார் என்பதற்கோ அல்ல என்று தெளிவாக நீதிமன்றம் குறிப்பிட்டு உள்ளது. கற்பழிப்பு கற்பழிப்புதான். திருமணமாகி விட்டாலும் விருப்பமில்லாத நிலையில் சம்மதம் தெரிவிக்காத நிலையில் கட்டாயமாக உறவு கொண்டால் அது கற்பழிப்பு என்கிறது இந்திய சட்டம்.

இந்திய தண்டனைச் சட்டம் 1860 பிரிவு 375 கற்பழிப்பு குற்றம் தொடர்பாக தெளிவாக கூறப்பட்டு உள்ளது.

பெண்கள் பாதுகாப்பாக இருப்பதைத்தான் விரும்புகிறார்கள். கற்பழிக்கப்படுவதை அல்ல. ஒரு பெண் நடத்தை சரியில்லாதவர் என்றும் அதனால் அவளை நான் கற்பழித்தது குற்றமல்ல என்று கூறமுடியாது.

சென்னை அடுக்கு மாடி குடியிருப்பில் வசித்து வந்த 12 வயது சிறுமி 17 பேர் கொண்ட கும்பலால் பாலியல் பலாத்காரத்திற்கு

ஆளானார். அதில் தொடர்புடைய 66 வயதான முக்கிய குற்றவாளி லிப்ட் ஆபரேட்டராக பணிபுரிந்துள்ளான். இதற்கு முன்னர் பிரபல மருத்துவமனையில் வார்டு பாயாக பணி புரிந்துள்ளான். அதன் பின்னரே அபார்ட்மென்டில் லிப்ட் ஆபரேட்டராகப் சேர்ந்துள்ளான். அங்கு பணி புரியும் போது பிரசவத்திற்கு வரும் கர்ப்பிணி பெண்களுக்கு ஏற்படும் வலிகளை குறைப்பதற்க்காக மருத்துவர்கள் கொடுக்கும் மருந்துகளையும் அதன் விபரங்களையும் தெரிந்து கொண்டுள்ளான். சிறுமியை பாலியல் வன்கொடுமை செய்ய அத்தகைய மருந்தை பயன்படுத்திய விபரத்தை விசாரணையில் தெரிவித்துள்ளான். 66 வயதில் எவ்வளவு விகாரமான கொடுர வக்கிர எண்ணங்களுடன் ஈவு இரக்கமில்லாமல் மிருகத்தனமாக செயல்பட்டு உள்ளான் என்பது அதிர்ச்சியைத் தருகிறது.

பாலியல் பேர வழக்கில் கல்லூரி பேராசிரியை சிக்கிய வழக்கு பெண்ணுக்கு பெண்ணே எதிரியாக செயல்படுவதை காட்டுகிறது. பிரியாணிக்கு மயங்கி பெற்ற பிள்ளைகளை கொன்று விட்டு கட்டிய கணவனை கொல்லவும் முயற்சி செய்து சிக்கிய அபிராமி வழக்கு அதிர்ச்சியை ஏற்படுத்தியது. வங்கி வேலையில் சேர கும்பகோணம் ரயில் நிலையத்தில் நள்ளிரவில் வந்து இறங்கிய இளம்பெண் ஆட்டோ ஓட்டுநர் உள்ளிட்ட பலரால் பலாத்காரத்திற்கு ஆளானது கொடுர சம்பவம்.

நண்பர்கள், உறவினர்கள், பழகியவர்கள், இவர்களால்தான் பெண்கள் பாலியல் கொடுமைக்கு ஆளாகி ஏமாற்றப் படுகிறார்கள். பேஸ்புக் மூலமாக நண்பர்களாக மாறுகிறார்கள். தனியாக வா- போகலாம் என கூப்பிடுகிறான். வீட்டிற்கு தெரியாமல் பெண்கள் போகிறார்கள். நண்பர்களுடன் வருகிறான். கூட்டாக பாலியல் பலாத்காரம் செய்யப் படுகிறாள். இப்படி பொள்ளாச்சி பாலியல் வழக்கில் சீரழிக்கப் பட்டவர்கள் ஏராளம். புகார் கொடுத்தவர் ஒரேயொரு பெண்.

கருவில் சுமந்து பெற்ற தாயை, தூக்கி வளர்த்த தந்தையை, கட்டிய கணவனை விட மூன்றாம் மனிதர்களை நம்பி அவர்களது பொய்களில் மயங்கி சீரழிகிறார்கள் இன்றைய பெண்கள்.

இன்றைய பெண்கள் தங்களை பெரிய திரைப்பட கதாநாயகி போல நினைத்துக் கொள்கிறார்கள். பெண்களே திருந்துங்கள் என்றால்

கோபப்படுகிறார்கள். சந்தேகப் படுகிறாயா? என்று சீறுகிறார்கள். ரொம்ப நல்லவன் என்று கயவர்களுக்கு சான்றிதழ் கொடுக்கிறார்கள். தொடக்கத்தில் அண்ணன், தம்பி என்று பேசி பழகுகிறார்கள். அந்த வார்த்தையை ஒரு கேடயமாக பயன்படுத்தி கொச்சைப் படுத்தக் கூடாது. பொள்ளாச்சி வீடியோவில் "அண்ணா" என்றுதான் அந்த பெண் கதறுகிறது. நீ அண்ணா என்றால் அவன் உன்னை தங்கையாக பார்க்கிறானா?. அப்பாவி பெண்களுக்கு நீதி கிடைப்பதில்லை. அவன் என்னை "டிரை" பன்றான். இவன் என்னை "பிரபோஸ்" பன்றான் என்று சகஜமாக பெண்கள் பேசிக் கொள்கிறார்கள். செல்போனில் மெதுவாக பேசிக் கொண்டு சாலையில் கடக்கும் இளம் பெண்களை காணலாம். கர்ச்சிப்பால் முகத்தை மூடிக் கொண்டு பைக்கில் அன்னிய ஆண்களுடன் சுற்றும் பெண்களைப் பார்க்கிறோம். பெண்களுக்கு விழிப்புணர்வு குறைவாக உள்ளது.

பெண்கள் முகம் தெரியாத எவனோ ஒருவனை விரும்புவதை காட்டிலும் பெற்றோர்களை, கணவனை மதியுங்கள். பெண் என்பவள் பாலியல் எந்திரமாக பார்க்கப்படுகிறாள். திரைப்படங்களில் இரட்டை வசனங்களும் பாலியல் சீண்டல்களையும் காட்டி இளைய சமுதாயத்தை கெடுக்கின்றனர். திரைப்படத்தில் பெண் புகை பிடிப்பது, பெண் மது அருந்துவது, பெண் ஆபாசமாக சைகை காட்டுவது எல்லாம் பிஞ்சு உள்ளங்களில் நஞ்சு கலக்கப்படுகிறது.

இங்கு பெண் என்பவள் கலவிக்கு பயன்படும் கருவியாக மட்டுமே பார்க்கப் படுகிறாள். ஒப்பனை செய்து ஒரு செக்ஸ் கருவியாகவே வளர்க்கப் படுகிறாள். கல்யாணத்திற்கு முன் காதல் என்ற பெயரில் நெருங்கி பழகுவது தவறு என்று தெரிய வேண்டாமா? அறிவுரையை ஏற்க மறுக்கிறார்கள். கட்டுப்பாடு இல்லை. ஊசி இடம் கொடுத்தால்தான் நூல் உள்ளே போக முடியும். ஆண்களுக்கு நம் சட்டம் நம்மை தண்டிக்காது என்கிற தைரியம். பெண்கள் வெளியே சொல்ல மாட்டார்கள் என்று நினைக்கிறார்கள். ஆசை, தகாத உறவு முறை, முக்கியமாக உறவு பற்றிய சிந்தனை இல்லாமல் இது நடக்க வாய்ப்பில்லை.

வேலியே பயிரை மேயும் கதைகள் ஏராளம். படிக்காதவர்களைவிட படித்தவர்கள்தான் அறியாமையில் இருக்கிறார்கள். ஒவ்வொரு பெண்ணும் நம்பிக்கையில் மட்டுமே ஆண்களிடம் பேசுகிறார்கள்.

அவர்களின் முகமூடி களையும் போதுதான் உண்மை புரிகிறது. பெண்கள் கையில் உள்ள செல்போன் பல குடும்பங்களை நாசம் செய்கிறது. இன்றைக்கு தனக்கு வரும் வாட்ஸ்-அப் மற்றும் மெசஞ்சர் செய்திகளை குடும்பத்தில் உள்ள உறவுகளின் ஷேர் பண்ணிக் கொள்வதில்லை.

பண பலம் மிக்கவர்களின் பிடியில் அப்பாவிகளுக்கு நீதி கிடைப்பது அரிதாகி வருகிறது. கலாச்சார சீரழிவு முக்கிய காரணமாக உள்ளது. எல்லா பெண்களையும் குற்றம் சொல்ல முடியாது.

அனைவரும் அவரவர் வீட்டில் உள்ள பெண்களை கண்காணிப்பது எவ்வளவு முக்கியம் என்பதை உணர வேண்டும். வழி தடுமாறும் பெண்களுக்கு யார் வழிகாட்டுவது?

கிடைத்த சுதந்திரத்தை சரியாக பயன்படுத்தினால் எந்த பிரச்னையும் இல்லை. யாரை நம்ப வேண்டும் என்று தெரியாமல் பெண்கள் சேற்றை பூசிக் கொள்கிறார்கள். தீதும் நன்றும் பிறர் தர வாரா.

எவ்வளவு சொன்னாலும் புரிந்து கொள்வது இல்லை. அழகு ஆபத்தானதாக உள்ளது. அழகான பெண்களுக்கு ஆபத்து எங்கும் உள்ளது.

இன்றைக்கு கொடூர குணம் மிக்கவர்களாகவும், இதயமற்றவர்களாகவும் ஒரு கூட்டம் திரிகிறது. தங்களது சொந்த நலனிற்க்காக யாரையும் சுரண்டவும் கொல்லவும் துணிகிறார்கள். எதிர்மறையான போக்கு சமுதாயத்தை பெரிதும் பாதிக்கிறது.

பெண்கள் அன்னிய ஆண்களுடன் பழகுவதை தவிர்க்க வேண்டும். வரம்பு மீறும் போது எல்லை தாண்டும் போது படி தாண்ட துணியும் போது சிக்கல் துவங்குகிறது. பெண்களை தனியே அனுப்புவது மிகவும் ஆபத்தானதாக மாறிக் கொண்டு இருக்கிறது. பெண்கள் தங்கள் கன்னித்தன்மையை ஏன்? எங்கே? எப்போது? யாரிடம்? இழக்க நேரிடுகிறது என்பதை சிந்தித்தால் புரியும்.

பெண்களின் கன்னித்தன்மையையும், பாதுகாப்பையும் பெரிதும் பேசுவதில்லை. ஒரே ஒரு தவறுக்கு பெண் சமரசம் செய்து கொள்ளும் போது அதனைத் தொடர்ந்து நூறு கெட்ட விஷயங்கள் நுழைந்து

விடுகின்றன. தடைதான் ஒரே தீர்வாக உள்ளது. பெண்கள் தங்கள் சுய புத்தியை பல நேரங்களில் இழந்து விடுகிறார்கள்.

காதலித்தால் ஏமாற்றப்படுகிறார்கள். காதலிக்க மறுத்தால் ஆசிட் வீச்சுக்கு ஆளாகிறார்கள். கண்டவர்களுடன் சுற்றாதே என்றால் காதல் நட்பு என்று பெண்கள் நம்மை மிரட்டுகிறார்கள். சீரழிஞ்சி ஒரு நாள் சித்திரவதை படுகிறார்கள். இந்த பையன் யார் ? பிரண்ட். எங்கே போகிறாய்? நாங்கள் எங்கே போனால் உங்களுக்கென்ன? உங்கள் வேலையை பாருங்கள். சரியம்மா. நாசமாய் போ என்று ஒதுங்க வேண்டி உள்ளது.

கொடிய மிருகங்கள் நிறைந்த உலகம் இது. பெண் வீட்டில் இருந்தால் உணவுக்கு வழியில்லை. வெளியே இருந்தால் பாதுகாப்புக்கு ஆள் இல்லை. பெண்கள் ஆணை நம்பி பின்னால் போகக் கூடாது. யார் வேண்டுமானாலும் எப்படி வேண்டுமானாலும் இருக்கலாம். தங்களுக்கு நடந்ததை வெளியே சொல்ல பெண்கள் பயப்படுகிறார்கள். அதுதான் ஆண்கள் பயம் இல்லாமல் செயல்பட காரணம். ஆண் நண்பர்கள் உங்களுக்கு எதற்கு? நீங்கள் உங்களை திரைப்பட கதாநாயகிகளாக நினைத்துக் கொள்ளாதிர்கள். அவர்கள் உலகம் வேறு. உங்கள் உலகம் வேறு. அப்படி நீங்கள் நினைத்து கொண்டால் உங்களை வேட்டையாட ஒரு கூட்டம் காத்து கொண்டு இருக்கிறது. நாகரீகம் என்ற பெயரில் தனக்கு ஆண் நண்பர்கள் கட்டாயம் இருக்க வேண்டும் என்பது மேற்கத்திய சிந்தனை. மாய வார்த்தைகளுக்கு மயங்காதிருக்க வேண்டும். சுய ஒழுக்கம் மற்றும் இலக்கைப் பற்றிய புரிதல் தெளிவு இருந்தால் வேறு எந்த சிற்றின்பங்களிலும் மனம் செல்லாது. ஆண்களில் ராமன் என்று யாருமே இல்லை.

92
சிறுமிகள் மீதான பாலியல் வன்முறைக்கு என்ன தண்டனை?

கற்பழிப்பு குற்றங்களுக்கு எழாண்டு சிறைதண்டனை முதல் 10 ஆண்டுகள் வரை விதிக்கப்படலாம். அது தவிர அபராதமும் விதிக்கலாம். 12 வயதிற்க்குட்பட்ட சிறுமியை பாலியல் வன்முறைக்கு இரையாக்கினால் 10 ஆண்டுகள் சிறைவாசம் அல்லது அபராதம் அல்லது இரண்டும் வழங்கலாம் என்கிறது IPC Section 376 பிரிவு. தற்போது அதில் திருத்தங்கள் மாற்றங்கள் செய்யப்பட்டு தண்டனை மேலும் கடுமையாக்கப்பட்டு உள்ளது.

குற்றவாளி யாராக இருந்தாலும் சட்டம் எல்லோருக்கும் ஒன்றுதான். கற்பழிப்பு குற்றத்தில் ஈடுபட்டவர் காவல்துறையை சேர்ந்த அதிகாரியாக இருந்தாலோ, காவல் துறையைச் சேர்ந்தவர் அவர் நியமிக்கப்பட்ட காவல்நிலையத்தில் பணி புரியும் இடத்தில் கற்பழிப்பு குற்றத்தை செய்தால், பணிபுரியும் இடம் அல்லாத வேறு எந்த காவல் நிலைய வளாகமாக இருந்தாலும், அவருடைய காவலில் அல்லது அவருக்கு கீழ் பணியாற்றுபவர் தம வசம் காவலில் இருக்கும் பெண்ணிடம் அல்லது அரசுப்பணியில் இருப்பவர் தன்னுடைய அரசுப்பதவியை சாதகமாக பயன்படுத்தி அதிகாரியோ அவருக்கு கீழ்ப்பணிபுரிபவரோ தம் காவலில் உள்ள பெண்ணிடம் பாலியல் வன்முறையில் ஈடுபட்டாலோ, அல்லது நிர்வாகமோ அல்லது சிறைத்துறையில் பணிபுரிபவர் சிறையில் அல்லது காவலில் இருக்கும் பெண்ணிடம் அல்லது சிறார் இல்லத்தில் இருக்கும் பெண்ணிடம் தன்னுடைய அதிகாரத்தை பயன்படுத்தி கற்பழித்தாலோ, மருத்துமனை நிர்வாகிகளோ, பணிபுரியும் பணியாளர்களோ தங்களது பதவியை சாதகமாக பயன்படுத்தி அந்த

மருத்துவனைக்கு பரிசோதனைக்கு வந்திருக்கும் பெண்ணிடம் மிரட்டி உறவு வைத்துக் கொண்டாலோ, அல்லது கர்ப்பிணி என்று தெரிந்தும் உறவு வைத்துக் கொண்டாலோ, பனிரெண்டு வயது பூர்த்தி அடையாத சிறுமியிடம் உடலுறவு வைத்துக் கொண்டாலோ அல்லது கூட்டாக பாலியல் வன்புனர்வு செய்தாலோ பத்து வருடங்களுக்கு குறையாமல் சிறைத் தண்டனை விதிக்கப்பட சட்டத்தில் இடம் உள்ளது. மேலும் அபராதமும் விதிக்கலாம். போதிய சிறப்புக் காரணங்களை முன்வைத்து பத்து வருடங்கள் கடுங்காவல் சிறைத்தண்டனை விதிக்க சட்டத்தில் வழிவகை உள்ளது. ஒரு பெண் ஒருவர் அல்லது ஒன்றுக்கு மேற்பட்ட நபர்களால் பாலியல் வன்புனர்வுக்கு ஆளானால் கடுமையான தண்டனை விதிக்கலாம். அனாதை இல்லங்களில் விடப்பட்ட சிறுமிகள், கணவனால் கைவிடப்பட்ட பெண்கள் விதவைகள் காவல் இல்லத்தில் உள்ள பெண்கள் மருத்துவ சிகிச்சைக்கு வரும் பெண்ணிடம் மருத்துவமனை நிர்வாகமோ அல்லது பணியாளர்களோ உடல் நிலை தேறி வரும் பெண்ணிடம் தவறாக நடந்து கொண்டாலோ கடுமையான தண்டனைக்கு வழிவகை உள்ளது.

பாலினத்தில் பெண்களை பலவீனமானவராக கருதி நடத்துவது பெண்களுக்கு ஆண்கள் செய்யும் அநீதியாகும். முரட்டுத்தனத்தை பலம் என்றால் உண்மையில் பெண்கள் ஆண்களைவிட பலவீனமானவர்கள்தான். ஆனால், நன்னெறிகள்தான் பலம் என்றால் அளவிடமுடியாத அளவிற்கு பெண்கள் ஆண்களைவிட மனவலிமை படைத்தவர்கள். அளவற்ற உள்ளுணர்வு மிக்கவர்கள். குடும்பத்தில் அதிக தியாகம் செய்பவர்கள். மனவலிமையும் தைரியமும் உடையவர்கள். அளவற்ற பொறுமையும் சக்தியும் மிக்கவர்கள். பெண் இல்லாத ஆண்களின் வாழ்வு வெறுமையானது.

காவல் நிலையங்களில் பெறப்படும் புகார்களில் பெண்கள் கூறும் பொதுவான குற்றச்சாட்டு திருமணம் செய்து கொள்வதாக உறுதி கூறி ஆசை வார்த்தை கூறி பல முறை உடலுறவு வைத்துக் கொண்டு பின்னர் ஏமாற்றி விட்டார். இதுதான் காலங்காலமாக தொடர்கிறது. பெண்ணை பெற்றவர்கள் பாதிக்கப்பட்ட பெண்ணுக்காக காவல் நிலையத்திற்கும் கோர்ட்டிற்கும் அலைகிறார்கள். சட்டப்படி குற்றவாளிக்கு தண்டனை வாங்கித் தருவதற்காக அலைகிறார்கள். குற்றத்தை நீதிமன்றத்தில் நிரூபிப்பதற்க்காக பாதிக்கப்பட்டவர் மருத்துவப் பரிசோதனை செய்து

மருத்துவச் சான்றிதழ் பெறுகிறார்கள். இது போன்ற விவகாரங்களில் காதலித்து விட்டு நெருங்கி பழகி விட்டு கைவிடும் ஆண்களுக்கு எதிராக சாட்சிகள் திரட்ட முடியாது. ஒரு பெண் கற்பழிக்கப்பட்டு விட்டால் உடன் காலம் தாழ்த்தாமல் மருத்துவ பரிசோதனைக்கு உட்படுவதுடன் மற்றும் அந்த பெண் அணிந்திருந்த ஆடைகள் பரிசோதனைக்கு தரப்பட வேண்டும். குற்றவாளிக்கு எதிராக தடயவியல் ஆதாரம் அவசியம் தேவை.

மற்ற நாடுகளை போல் அல்லாது இந்திய சமுதாயத்தில் கற்பழிப்பு குற்றங்கள் இருண்ட உண்மையாகவே உள்ளது. இதுதான் குற்றவாளிகளுக்கு சாதகமாக உள்ளது. ஒரு பெண்ணை பாலியல் ரீதியாக ஏமாற்றுபவர் உடல் வலிமையால் பலவந்தப்படுத்தி இருக்கலாம். பாதிக்கப்பட்டவரை பொருளாதார ரீதியாக அரசியல் ரீதியாக அரசுப் பதவி செல்வாக்கு அதிகாரம் காரணமாக தமக்கு உடன்பட அழுத்தம் தந்து இருக்கலாம்.

கற்பழிப்பு என்பது வெறுக்கத்தக்க, கோரமான குற்றச்செயல் ஆகும். சிறிதும் மனிதாபிமானமற்ற காட்டுமிராண்டித்தனமான செயல். பாலியல் வன்புணர்வு குற்றவாளிகள் பெரும்பாலும் பாதிக்கப்பட்ட பெண்ணுக்கு மிகவும் தெரிந்தவராக நன்கு அறிமுகமானவராகவே எல்லா வழக்குகளிலும் உள்ளனர்.

வயது, படிப்பு, மொழி, சாதி, மதம் எல்லாவற்றையும் கடந்து குடும்ப கவுரவம் காரணமாக வெளியில் பிறருடன் பகிர்ந்து கொள்ளாமல் காவல் நிலையத்தில் புகார் தராமல் பாதிக்கப்பட்டவர் அல்லது அவருடைய குடும்பத்தினர் இத்தகைய சம்பவங்களை மூடி மறைக்கின்றனர். இது குற்றவாளிகளுக்கு பெரிதும் சாதகமாக அமைந்து விடுகிறது.

பெரும்பாலான நிகழ்வுகளில் பாலியல் குற்றங்களில் ஈடுபடும் குற்றவாளிகள் பாதிக்கப்பட்ட பெண்ணிடம் இந்த சம்பவத்தை வெளியில் சொன்னால் உன் குடும்ப உறுப்பினர்களை கொன்று விடுவேன் என மிரட்டுகிறார்கள். ஆபாசப் படம் எடுத்து வைத்துக் கொண்டு அதை இணையதளத்தில் ஏற்றி விடுவதாக மிரட்டுவது போன்ற நிகழ்வுகளை பத்திரிக்கை செய்திகளில் பார்க்கின்றோம்.

பனிரெண்டு வயதிற்க்கும் குறைவான சிறுமிகளை கற்பழிக்கும் குற்றவாளிக்கு மரண தண்டனை விதிக்கும் வகையில் சமீபத்தில் அவசரச் சட்டம் இயற்றப்பட்டுள்ளது. பனிரெண்டு வயதுக்கு மேற்பட்ட பெண்ணை கற்பழித்தவருக்கு கடுமையான கடுங்காவல் தண்டனை வழங்க சட்டத்தில் வழிவகைகள் செய்யப்பட்டதை ஒட்டி நீதிமன்றங்களில் தற்போது நடைமுறைப் படுத்தப்பட்டு வருவதை சமீபத்திய தீர்ப்புகளில் காணலாம்.

டெல்லி நிர்பயா சம்பவத்திற்கு பிறகு இயற்றப்பட்ட புதிய சட்ட திருத்தங்களின்படி கற்பழிப்பு வழக்குகளில் குற்றவாளிகளுக்கு கடுமையாக தண்டனைகள் வழங்கப்பட்டு வருகின்றன. புதிய சட்டத்தின் சிறப்பு அம்சங்கள் சிலவற்றைப் பார்ப்போம்.

கற்பழிப்பு குற்றவாளிக்கு குறைந்தபட்ச தண்டனையாக 10 ஆண்டுகள் சிறைத் தண்டனை விதிக்க முடியும். பதினாறு வயதிற்கு குறைவான சிறுமியை கற்பழித்தால் குறைந்தபட்சமாக குற்றவாளிக்கு 20 ஆண்டுகள் சிறைத்தண்டனை வழங்க முடியும். பனிரெண்டு வயதிற்கும் குறைவான சிறுமியை கற்பழித்தால் குற்றவாளிக்கு குறைந்தபட்சமாக 20 ஆண்டுகள் கடுங்காவல் சிறைவாசம் அல்லது அதிகபட்சமாக ஆயுள்தண்டனை அல்லது மரண தண்டனை வழங்கலாம். மேலும், அபராதம் விதிக்கப்படுவது பாதிக்கப்பட்டவரின் நியாயமான மருத்துவச் செலவிற்கும் மற்றும் புனர்வாழ்விற்கும் வழங்க வழிவகை செய்கிறது.

கற்பழிப்பு குற்றத்தில் ஈடுபட்டவர் காவல்துறை அதிகாரி எனில் குறைந்தபட்சம் பத்து ஆண்டுகள் கடும் சிறைவாசம் தண்டனையாக வழங்கலாம் என்கிறது சட்டம். கற்பழிப்பு வழக்கு தொடர்பான விசாரணைகள் இரண்டு மாதங்களுக்குள் முடிக்கப்பட வேண்டும். பதினாறு வயதிற்கு குறைவான பெண்ணை கற்பழித்ததாக தொடரப்பட்ட வழக்குகளில் தொடர்புடைய குற்றவாளிகளுக்கு (Anticipatory bail) முன்ஜாமீன் பெற முடியாது. கற்பழிப்பு தொடர்பான வழங்குகளில் மேல்முறையீடு செய்யப்பட்டால் ஆறு மாதங்களுக்குள் முடிக்கப்பட வேண்டும். குறைந்த பட்ச தண்டனை ஏழாண்டு ஆக இருந்ததை தற்போதைய திருத்தத்தின்படி குறைந்தபட்ச தண்டனையாக 10 ஆண்டுகள் என மாற்றப்பட்டுள்ளது. சட்டத்தில் (IPC Section 376

-POSCO Act and Evidence Act) புதிய உட்கூறுகள் சேர்க்கப்பட்டுள்ளன. அதன்படி 16 வயதிற்குட்குட்பட்ட சிறுமியை பாலியல் பலாத்காரம் செய்பவருக்கு குறைந்தபட்சமாக 20 ஆண்டுகள் சிறைவாசம் வழங்க பரிந்துரை செய்கிறது. புதிய பிரிவின்படி (376AB) 12 வயதிற்க்கும் குறைவான பெண்ணை பாலியல் பலாத்காரம் செய்த குற்றவாளிக்கு மரண தண்டனை வழங்க பரிந்துரை செய்கிறது.

இந்திய தண்டனைச் சட்டத்தில் (Section 376DA and 376DB) புதிதாக சேர்க்கப்பட்ட பிரிவின்படி 16 மற்றும் 12 வயதிற்குட்பட் பெண்களை கூட்டு வன்புணர்வில் ஈடுபட்டவர்களுக்கு ஆயுள் தண்டனை வழங்கலாம் என்கிறது புதிய சட்டம். ஏற்கனவே நடைமுறையில் உள்ள சட்டம் திருத்தப்பட்டு அதில் புதிதாக IPC 376AB, Section 376 DA and 376 DB மற்றும் 53A Evidence Act இத்தகைய பிரிவுகள் சேர்க்கப்பட்டுள்ளது. பாதிக்கப்பட்டவரின் நடத்தையோ, முந்தைய செக்ஸ் அனுபவங்கள் குறித்த விஷயங்கள் சில வழக்குகளுக்கு தேவையில்லை.

மத சாதி கலவரங்களின் போது பாலியல் வன்முறை நடைபெறுகிறது. ஒப்புதல் வழங்கும் திறனற்ற பெண்ணிடம் பாலியல் வன்முறையில் ஈடுபடுவது தன் கட்டுப்பாட்டில் கீழ் உள்ள பெண்ணிடம் மற்றும் உடல்இயலாமை அல்லது மனநலம் பாதிக்கப்பட்ட பெண்ணிடம் பாலியல் வன்முறையில் ஈடுபடுவது மேலும் கற்பழிப்பால் உடலில் கடுமையான காயங்கள் ஏற்படுத்துவது உடல் ஊனத்தை ஏற்படுத்துவது அங்கங்களை விகாரமாக்குவது தொடர்ச்சியாக பாதிக்கப்பட்ட பெண்ணை திரும்ப திரும்ப கற்பழிப்பது போன்ற குற்றங்கள் பதிவு செய்யப்பட்டுள்ளன.

திருமணம் செய்து கொள்வதாக தவறான வாக்குறுதி கொடுத்து விட்டு ஏமாற்றி செல்வது கைவிடுவது போன்ற நிகழ்வுகள் ஏராளமாக உள்ளது.

செல்போனில் அரட்டை அடிப்பது வாட்ஸ்அப் செய்திகள் உள்ளிட்டவைகள் குறுக்கு விசாரணைக்கு எடுத்துக் கொள்ளப்படுகின்றன. வயது வந்த நபர்கள் எவ்வித தூண்டுதலும் இன்றி உடல் உறவுக்கு முழு ஒப்புதல் கொடுத்து இருந்தால் பின்னர் இவர்களுக்குள் ஏற்படும் மோதலின் போது கற்பழிப்பு புகார் கொடுத்தால் திருமணம் செய்து கொள்ளுமாறு மிரட்டுவது நற்பெயருக்கு களங்கம் ஏற்படுத்தும் நோக்கில் புகார் தருவது போன்ற வழக்குகள் தள்ளுபடியாக

வாய்ப்புகள் உள்ளன. தொடர்புடைய பெண்ணிடம் இருந்து உடலுறவுக்கு முழுசம்மதம் தெரிவிக்கும் வகையில் குறுஞ்செய்திகள் வாட்ஸ்அப் அனுப்பப்பட்ட செய்திகள் இருந்தால் அது குற்றவாளிக்கு சாதகமாக எடுத்துக் கொள்ளப்படும்.

சட்டங்கள் தற்போது கடுமையாக்கப்பட்டு உள்ளன. கற்பழிப்பு வழக்கில் சிக்கினால் அதுவும் பாதிக்கப்பட்டவர் 16 வயது அல்லது 12 வயதுக்குட்பட்டவராக இருந்து குற்றம் சந்தேகத்திற்கிடமின்றி நிரூபிக்கப்பட்டால் கடுமையான தண்டிக்க சட்டம் வழிவகை செய்கிறது என்பதுதான் இதன் சாரம்சம்.

ஒவ்வொரு மனிதரிடமும் குறைந்தபட்சம் ஒரு ரகசியம் உள்ளது. அது உங்களுடைய இதயத்தை உடைத்து விடும். நன்கு அறிமுகமான மிகவும் பரிட்சயமான நபரால்தான் 90 சதவீத கற்பழிப்பு குற்றங்கள் நடைபெறுகின்றன. கற்பழிப்பு என்பது பெண்கள் சம்பந்தப்பட்ட விஷயம் மாத்திரம் அல்ல. இது ஒரு ஆண் தனது மனிதத் தன்மையை இழந்து மிருகத் தன்மையுடன் நடக்கத் தொடங்கும் விஷயம் பற்றியது. நம் நாட்டில் மட்டும்தான் கற்பழிப்பு குற்றங்களில் பாதிக்கப்பட்ட நபரே குற்றவாளியாக பார்க்கப்படுகிறார். இது கொடுரமானது. பாதுகாப்பு பற்றி மகளிடமும் ஒரு பெண்ணிடம் எப்படி கண்ணியமாக நடந்து கொள்ள வேண்டும் என்பதை மகனிடமும் பெற்றோர்கள் பேச வேண்டும். நற்பண்புகளை தாய் தன் மகனின் மனதில் விதைக்க வேண்டும்.

93

ஒருவரை கடத்தி சென்று அடைத்து வைத்திருந்தால் என்ன தண்டனை?

இராமாயணத்தில் சீதாதேவியை இராவணன் கடத்திச் சென்று அவரின் விருப்பதிற்கு மாறாக சிறை பிடித்து வைத்ததாக காப்பியத்தில் சொல்லப்படுகிறது. நடைமுறை வாழ்க்கையில் சட்டப்படி தவறு என்று தெரிந்தோ, தெரியாமலோ இத்தகைய குற்றங்களில் ஈடுபடுபவர்கள் இருக்கவே செய்கின்றனர். இந்திய தண்டனை சட்டத்தின் பல பிரிவுகளின்படி, சந்தேகத்திற்கு இடமின்றி என்ன காரணத்திற்காக என்றாலும் செய்த குற்றம் நிரூபிக்கப்பட்டால் தண்டனைக்குரியவர்களே. இதில், சிறைவைப்பதை மட்டும் பார்ப்போம். மன்னராட்சியில் அதிகாரம் படைத்தவர் அரசர். அதனால் இராவணனை நீதி விசாரணைக்கு உட்படுத்த முடியாது. ஆனால், மக்களாட்சியில் அதிகாரத்தில் இருப்பவர்கள் தவறு செய்து சிக்கி தண்டிக்கப்பட்ட நிகழ்வுகள் ஏராளம். சாமான்யர்களுக்கு, பின்னனி இல்லாதவர்களுக்கு அடித்துப் போட்டால் ஏன் என்று கேட்க ஆள் இல்லாதவர்களுக்கு சட்டப் பாதுகாப்பு இல்லை என்ற மனப்பான்மையில் தைரியத்தில் சமுதாயத்தில் நிறைய குற்றங்கள் நடக்கின்றன.

இந்திய தண்டனைச் சட்டம் பிரிவு 343-ன்படி, ஒருவரை சட்டத்திற்குப் புறம்பாக, அவரின் விருப்பத்திற்கு மாறாக, மூன்று நாட்கள் அல்லது அதற்கு மேலாக சிறைபிடித்து வைத்திருந்தால் தவறான சிறைவாசம் காரணமாக, அடைத்து வைத்திருந்தவருக்கு இரண்டு ஆண்டுகள் சிறை தண்டனை அல்லது அபராதம் அல்லது இரண்டும் சேர்த்தோ வழங்கலாம் என்கிறது சட்டம்.

காவல்துறையைச் சேர்ந்தவர் தனது உறவினரின் எதிரியை காவல்நிலையத்தில் அடைத்து வைக்க முடியுமா?

1994-ல் வட மாநிலத்தில் நடந்த சம்பவம். மாவட்ட காவல்துறை கண்காணிப்பாளருக்கு ஒரு புகார் வந்தது. நான்கு நாட்களுக்குமுன் ராம் என்பவர் இரவு நேரத்தில் ஒதுக்குப்புறமான பகுதியில் சென்று கொண்டிருக்கிறார். அங்கு வந்த காவல்துறையைச் சேர்ந்த கிஷோர் என்பவர் ராமைப் பிடித்து விசாரிக்கிறார். பையில் என்ன வைத்திருக்கிறாய் என்று கேட்கிறார். ராமிடம் இருப்பது மதுப்பாட்டில் என தெரிய வருகிறது. யாரோ ஒருவருக்காக தான் வாங்கிச் செல்வதாக பதிலளிக்கிறார். மதுப்பாட்டிலை தன்னிடம் கொடு அல்லது மது வாங்கப் பணம் தா என்று ராமை கிஷோர் மிரட்டுகிறார். இருவருக்கும் வாக்குவாதம் முற்றி கைகலப்பு ஏற்பட, மதுப்பாட்டில் உடைந்து விடுகிறது. கோபமடைந்த காவலர் கிஷோர் ராமை பிடித்து காவல்நிலையத்திற்கு அழைத்துச் செல்கிறார். அங்கிருந்த உயரதிகாரிகள் ராமை லாக்-அப்பில் அடைத்து லத்தியால், அடித்து துன்புறுத்துகின்றனர். மறுநாள் காலை காவலர் கிஷோரின் உறவினர் காவல் நிலையத்திற்கு வருகிறார். அவரிடம்தான் ராம் முன்பு பணியாற்றியுள்ளார். ராமின் சந்தேகத்திற்கு இடமான நடவடிக்கைகளால் வேலையிலிருந்து நீக்கப்பட்டார். தன் உறவினருக்காக ராமை பழிவாங்க தன் அதிகாரத்தை தவறாக கிஷோர் பயன்படுத்துகிறார்.

கிஷோரின் உறவினர் ராமின் வாயை பொத்தி மற்றும் கைகளை இறுக்கமாக பிடித்துக் கொள்ள கோபத்தில் கிஷோர் ராமின் பிறப்புறுப்பை கூர்மையான ஆயுதத்தால் அறுத்து விடுகிறார். ஒரு போர்வை ராமின் மேல் போர்த்தப்படுகிறது. அதிகமான ரத்தப்போக்கு காரணமாக ராம் நினைவிழந்து மயங்கி விடுகிறார். வேறு சிலர் ராமை மருத்துவமனைக்கு அழைத்து செல்கின்றனர். விஷயம் கேள்விப்பட்டு ராமின் உடன்பிறந்த சகோதரர்கள் மருத்தவமனைக்கு வருகிறார்கள். இந்த செய்தி புகாராக மாவட்ட உயரதிகாரிகளுக்கு செல்கிறது. கிஷோர் மீது வழக்குப்பதிவு செய்யப்பட்டு விசாரணை மேற்கொள்ளப்படுகிறது. அதிகாரத்தில் உள்ளவர் தன் சொந்த விருப்பு வெறுப்புகளுக்காக, ஒருவரை பிடித்து அடைத்து வைப்பதற்கு காவல் நிலையம் உகந்த இடமில்லை. காவல் நிலையத்தில் சிந்தப்பட்ட ரத்தக்கறைகளும், கிஷோர் பயன்படுத்திய

பிளேடு உள்ளிட்ட கூர்மையான கருவிகளும் கிடைக்கின்றன. வழக்கின்போது குற்றவாளிகளுக்கு பெயில் மறுக்கப்படுகிறது. நடந்த குற்றத்தை மருத்துவ அறிக்கையும் உறுதி செய்கிறது. தக்க ஆதாரங்களுடன் குற்றம் நீரூபிக்கப்பட்டதால், குற்றவாளி கிஷே ஈருக்கு ரூபாய் 5000/- அபராதமும், ஓராண்டு கடுங்காவல் சிறை தண்டனையும் விதிக்கப்பட்டதுடன் ராமின் வங்கிக் கணக்கில் கிஷோர் ஒரு மாத அவகாசத்திற்குள் ஒரு லட்சம் நஷ்டஈடு செலுத்த வேண்டும் என நீதிமன்றம் தீர்ப்பு வழங்கியது குறிப்பிடத்தக்கது.

மைனர் பெண்ணை கடத்திச் சென்று அடைத்து வைத்தால்?

ஒரு இளைஞர் 15 வயது இளம் பெண்ணை ஆசை வார்த்தை கூறி, தன்னுடன் வரும்படி தூண்டி அவளது வீட்டிலிருந்து அழைத்துக் கொண்டு தன்னுடைய கிராமத்திற்கு கடத்தி சென்று விடுகிறார். மூன்று நாட்கள் அறையில் அடைத்து வைத்து இருக்கிறார். அதுமட்டுமல்லாது வலுக்கட்டாயமாக பாலியல் உறவு வைத்துக் கொள்கிறார். இளம் பெண்ணின் பெற்றோர் தேடுகின்றனர். இளைஞர் கடத்தி வைத்திருப்பதை அறிந்து காவல் நிலையத்தில் புகார் தருகின்றனர். இளம்பெண்ணின் விருப்பத்தின் பேரில்தான் அழைத்து சென்றதாகவும், உறவு வைத்துக் கொண்டதாகவும் குற்றவாளி சொல்கிறார். தான் அவ்வாறு விருப்பத்திற்கு மாறாக கடத்தி சென்று இருந்தால் இளம் பெண் கத்தி கூச்சலிட்டு இருப்பார் அல்லவா என அவர் தரப்பில் வாதிடப்படுகிறது. பாதிக்கப்பட்ட பெண் மைனர். அவரது விருப்பத்திற்கு மாறாகவே கடத்தி செல்லப்பட்டார் என நீதி மன்றத்தில் அவரது குடும்பத்தினர் முயற்சியால் சாட்சியத்துடன் குற்றச்சாட்டு நீரூபிக்கப்பட்டது. இதில் பல சட்டப்பிரிவுகளில் குற்றம் பதிவு செய்யப்பட்டாலும், குற்றம் சாட்டப்பட்டவர் கிராமத்தைச் சேர்ந்தவர் மற்றும் இளையவர் ஆயினும், ஓராண்டு சிறைத்தண்டனையும், மூவாயிரம் அபராதமும் விதிக்கப்பட்டதோடு, பாதிக்கப்பட்ட பெண்ணிற்கு நஷ்ட ஈடாக ரூ.55000/- மூன்று மாதத்திற்குள் வழங்க நீதிமன்றத்தால் உத்தரவிடப்பட்டது. இந்த சம்பவத்தில் கடத்தல் மற்றும் சிறைவைப்புடன் பல குற்றங்கள் நிகழ்ந்துள்ளன.

சந்தேகத்திற்கு இடமின்றி சாட்சியங்களுடன் குற்றம் நிரூபிக்கப்பட வேண்டும். கடத்திச் சென்றவர் வீட்டில் பாதிக்கப்பட்ட இளம்பெண் சுதந்திரமாகத்தான் உலாவினாரா?. அவரது சொந்த விருப்பத்தின் பேரில்தான் குற்றஞ்சாட்டப்பட்டவரின் வீட்டிற்கு அழைத்து செல்லப்பட்டரா?. அந்த இளம்பெண் எவ்வித சப்தமும் ஏன் எழுப்பவில்லை?. வழக்கமாக குற்றம் சாட்டப்பட்டவரின் வீட்டிற்கு வரும் நபர்களிடம் ஏதும் முறையிட முயற்சி செய்தாரா? அவரிடம் மொபைல் இருந்ததா? அதன் மூலமாக தான் கடத்தி வைக்கப்பட்டிருப்பதாக தனது பெற்றோருக்கு முறையிட முயற்சி செய்தாரா?. வேலை தேடி வந்துள்ளாரா? படித்தவரா? உலக விஷயங்கள் நன்கு அறிந்தவரா? பொதுமக்களை உதவிக்கு அழைத்து இருக்கலாம் அல்லவா? அவ்வாறு ஏதும் செய்யவில்லையா? என்பதெல்லாம் நீதி மன்றத்தில் விவாதிக்கப்படும். விசாரிக்கப்படும். முடிவில் சாட்சியங்களின் அடிப்படையில் தண்டனை உறுதி செய்யப்படுகிறது.

குழந்தையை கடத்தினால்?

தனது 8 வயது மகன் காணவில்லை. கடத்தப்பட்டிருக்கலாம் என தந்தை காவல் நிலையத்தில் புகார் தருகிறார். காணவில்லை என்ற புகாரில் தனது மகனின் வயதிற்கான ஆதாரத்தையும் இணைத்துள்ளார். குற்றவாளிகள் அக்கம்பக்கத்தினர்தான் என்பது தெரிய வருகிறது. குழந்தையை உயிரோடு மீட்க வேண்டுமானால், 2 லட்சம் பணம் தர வேண்டும். இல்லையெனில், சிறுவனை கொன்று விடுவதாக மிரட்டுகின்றனர். காவல் துறையினர் துரிதமாக செயல்பட்டு குழந்தையை உயிருடன் மீட்டு குற்றவாளிகளை நீதிமன்றத்தில் நிறுத்துகின்றனர். இந்த வழக்கில் குழந்தையின் வயதை கருத்தில் கொண்டால், குற்றவாளிகள் எவ்வித கருணையும் காட்டுவதற்கு உகந்தவர்களே அல்ல என வாதிடப்படுகிறது . குற்றவாளிகளுக்கு குழந்தையை கடத்தி அடைத்து வைத்ததற்காக ஓராண்டு சிறை தண்டனை வழங்கி நீதிமன்றம் உத்தரவிடுகிறது.

இளம்பெண் கடத்தப்பட்டு பாலியல் தொழிலில் தள்ளப்பட்டால்?

கட்டாய விபசாரத்தில் ஈடுபடுத்தப்படுவதாக ரகசிய தகவல் கிடைத்ததை தொடர்ந்து ரெய்டு நடக்கிறது. 26 வயது இளம்பெண் மீட்கப்பட்டார். மீட்கப்பட்ட பெண் தந்த தகவலின் அடிப்படையில் புகார் பதியப்பட்டது. தன் அண்டைவீட்டுக்கார பெண்ணின் தோழியோடு ரயில்வேயில் வேலை வாங்கித் தருவதாக கூறிய போலி வாக்குறுதியை நம்பி அவருடன் டெல்லி சென்றுள்ளார். அழைத்துச் சென்ற பெண்ணோ முன்பின் தெரியாத வேறொரு பெண்ணியிடம் ஒப்படைத்து விடுகிறார். அவர்தான் இந்த பெண்ணை பாலியல் தொழிலில் ஈடுபடுமாறு வற்புறுத்தினார் என்பது குற்றச்சாட்டு. குற்றஞ்சாட்டப்பட்டவர்கள் இருவரும் தயங்காமல் விசாரணைக்கு அஜராகி நீதி மன்றத்தில் தாங்கள் நிரபராதிகள் என வாதிடுகிறார்கள். குற்றத்தைச் சுட்டிக்காட்டுகிற, உறுதிப்படுத்துகிற வகையில் போதிய ஆவணங்கள் சமர்ப்பிக்கப்படாததால், புகாரின் உண்மைத்தன்மை சந்தேகத்திற்கு இடமின்றி நிரூபிக்கப்படாததால், சந்தேகத்தை குற்றவாளிகளுக்கு சாதகமாகாக்கி விடுவிக்கப்பட்டனர். அந்த பெண் எச்சரிக்கப்பட்டு சொந்த ஊருக்கு பாதுகாப்புடன் அனுப்பி வைக்கப்படுகிறார்.

கிராமத்தினர் ஒரு இளைஞரை கம்பத்தில் பிணைத்து கை கால்களை கட்டி வைத்து அடித்து துன்புறுத்துகின்றனர். பணம் திருடி கையும் களவுமாக சிக்கிக் கொண்டான் என்ற காரணம் சொல்லப்படுகிறது. ஊரார் தர்ம அடி கொடுக்கின்றனர். தகவல் அறிந்த காவல்துறை தவறே செய்து இருந்தாலும் இது மனித உரிமை மீறல். காட்டுமிராண்டித்தனம். காவல்துறையினரிடம் ஒப்படைத்து விடவேண்டுமே தவிர சட்டத்தை நீங்கள் கையில் எடுக்கக் கூடாது என ஊர்மக்களை எச்சரித்து திருடனை கைது செய்து அழைத்து சென்றது காவல்துறை.

மைனரின் சம்மதத்தின் பேரில் கடத்தி சென்று அடைத்து வைக்கலாமா?

மகளை காணவில்லை. தந்தை தேடுகிறார். பத்து நாட்கள் கழித்து மகளை சொந்த மாமன் முறை உறவினர் கொண்டு வந்து அவளது வீட்டிற்கு

அருகில் விட்டு விடுகிறார். காவல் நிலையத்தில் பெற்றோரால் புகார் தரப்படுகிறது. மகள் மருத்துவ பரிசோதனைக்கு உட்படுத்தப்படுகிறார். கன்னித்தன்மையை இழந்து விட்டதாக மருத்துவ அறிக்கை சொல்கிறது. 17 வயது மைனர் பெண். கடத்தி சென்ற மாமன் ஏற்கனவே திருமணமானவர். அவருக்கு இரண்டு குழந்தைகள் உள்ளனர். இந்த பெண்ணை திருமணம் செய்து கொள்வதாக கூறி சம்மதத்துடன்தான் அழைத்து சென்றுள்ளார். மைனர் பெண் சம்மதித்தாலும் இணக்கம் தெரிவித்து இருந்தாலும் அது ஏற்புடையதல்ல. இது முற்றிலும் குற்றம் சாட்டப்பட்டவரின் பொறுப்பற்ற தன்மையேயாகும். ஒவ்வாத விஷ யமாகும். நடைமுறைக்கு சாத்தியமற்றதாகும். தந்தையின் புகாரை ஏற்று வழக்கு பதிவு செய்து நீதிமன்றத்தில் விசாரணைக்கு உட்படுத்தப்பட்டு முடிவில் குற்றவாளி பல்வேறு பிரிவுகளில் தண்டிக்கப்பட்டார்.

சிதம்பரம் அண்ணாமலை காவல்நிலையத்தில் நந்தகோபால் என்பவர் விசாரணைக்கு அழைத்து செல்லப்பட்டு லாக்-அப்பில் இறந்து விடுகிறார். நியாயம் கேட்க சென்ற அவரது மனைவி பத்மினி பாலியல் வன்முறைக்கு ஆளாகிறார். பின்னனி இல்லாதவர்களுக்கு சாமாண்யர்களுக்கு பாதுகாப்பு இன்மையையே இந்த நிகழ்வுகள் தெரிவிக்கின்றன. சிதம்பரம் பத்மினி வழக்கு தமிழ் நாட்டை உலுக்கிய ஒன்றாகும். நந்தகோபாலின் பிரேத பரிசோதனை அறிக்கையில் லத்தி மற்றும் தடிகளால் கடுமையாக தாக்கப்பட்டு இறந்துள்ளார் என தெரிய வந்தது. நிகழ்வுகள் வெளிச்சத்திற்கு வந்தது. தொடர்புடையவர்கள் தண்டிக்கப்பட்டனர்.

கிராமத்தில் நடந்த சம்பவம். காலை நேரம் பள்ளிக்குச் சென்று கொண்டிருந்த மாணவியை வலுக்கட்டாயமாக ஆட்டோவில் ஏற்றி கோவிலுக்கு அழைத்துச் சென்று தாலி கட்டி பின்னர் வீட்டிற்கு அழைத்துச் சென்று அடைத்து வைத்து மூன்று நாட்களுக்கும் மேலாக பலவந்தமாக பாலியல் உறவுக்கு ஆளாக்கப்படுகிறார். குடும்பத்தினர் புகார் தருகின்றனர். வாலிபர் கைது செய்யப்படுகிறார். வழக்கு தொடுக்கப்பட்டுள்ளது.

நகரில் நடைபெற்ற சம்பவம். சி.பிஜ விசாரணைக்கு அழைத்து செல்லப்படுகிறார் ஒரு நபர். குற்றச்சாட்டுகள் முறையாக பதிவு செய்யப்பட வில்லை. சி.பி.ஐ கட்டுப்பாட்டில் அலுவலகத்தில் பத்து

நாட்களாக அடைத்து வைக்கப்படுகிறார். கடுமையான விசாரணை மற்றும் மன உலைச்சல் காரணமாக அந்த நபர் தற்கொலை செய்து கொள்கிறார். அலுவலக நடைமுறைகளை பின்பற்றாமல் மெத்தனமாக செயல்படுகின்றனர். தகவல்களை பெறுவதற்காக விசாரிக்கப்பட்டாலும் முறையாக குற்றச்சாட்டு பதிவு செய்த ஆவணங்களோ, உரிய அனுமதியோ இன்றி செயல்பட்டதால் தொடர்புயையவர்கள் மீதான வழக்கு நிலுவையில் உள்ளது.

தனியார் நிதி நிறுவனம் நடத்துபவர்கள், கந்து வட்டிகாரர்கள் சிலர் கடன் வாங்கியவர்களை திருப்பி செலுத்த வில்லை என்பதற்காக கடத்தி சென்று கட்டி வைப்பது, துன்புறுத்துவது, தேடி வருபவர்களிடம் பணம் கொடுத்தால் மீட்டுக் கொள்ளலாம் என்பதெல்லாம் சட்ட விரோதமானது. தண்டனைக்குரிய குற்றமாகும்.

தொலைக்காட்சி சீரியலில் நர்ஸாக நடித்து வருகிறார் மைனர் பெண். தனது மகளை காணவில்லை என்று காவல் துறையில் புகார் தருகிறார் அவரது தாய். சூட்டிங் நடைபெற உள்ளது. உடனே பேருந்து நிலையத்திற்கு வருமாறு சக நடிகர் அழைத்ததன் பேரில் அந்த பெண் சக நடிகரை நம்பி சென்று விடுகிறார். சூட்டிங் என்று கூறி ஏமாற்றி தனது சொந்த ஊருக்கு அழைத்துச் சென்று தன் வீட்டில் அடைத்து வைத்து தன்னை திருமணம் செய்து கொள்ளுமாறு வற்புறுத்துகிறார் சக நடிகர். அதற்கு அந்த பெண் சம்மதிக்கவில்லை. வீட்டில் அடைத்து வைத்து எங்கும் வெளியே செல்ல முடியாதவாறு தன் கட்டுப்பாட்டில் வைத்து இருக்கிறார். பல நாட்களுக்கு பின்னர், அந்த பெண்ணின் வீட்டிற்கு அருகில் விட்டுவிட்டு சென்று விடுகிறார். திருமணம் செய்து கொள்ள வேண்டும் என்ற நோக்கத்திற்காக சூட்டிங் என பொய் சொல்லி அழைத்து சென்றார் என்பதும், சட்டத்திற்கு புறம்பாக அடைத்து வைத்து இருந்தார் என்பதும் உறுதி செய்யப்படுகிறது. பாதிக்கப்பட்டவர் மைனர். வழக்கின் முடிவில் குற்றவாளி என தக்க சாட்சியங்களுடன் உறுதி செய்யப்பட்டு சிறையிலடைக்கப்பட்டார்.

உள்ளே ஆள் இருக்கிறார் என்று தெரியாமல் பூட்டி விடுபவர்களும் உண்டு. ஒருவரை அறையில் போட்டு அடைத்து வைப்பது சட்டப்படி குற்றம். விழிப்புணர்வுக்காக பல சம்பவங்கள் பெயரை மாற்றி வாசகர்களுடன் பகிர்ந்து கொள்ளப்படுகிறது.

அதிகாரி தன்கீழ் பணியாற்றுபவரிடம் ஆசிரியர் மாணவ-மாணவியரிடம், டாக்டர் நர்ஸிடம், காவல்துறை அலுவலர் குற்றவாளியிடம் வரம்பு மீறி தவறாக நடந்து கொண்டால் தண்டனை இரட்டிப்பாக வழங்கலாம் என நீதிமன்ற பரிந்துரை உள்ளது என்பது குறிப்பிடத்தக்கது.

காவல் துறையில் புகார் கொடுத்தால் எடுத்துக் கொள்ள மாட்டார்கள். சாமான்யர்களுக்கு நீதி கிடைக்காது. காவல்துறையினர் இரு தரப்பினரிடமும் பணம் வாங்கிக் கொண்டு செயல்படுவார்கள் என்கிற தவறான மனப்பான்மை பொது மக்கள் சிலரிடம் இருப்பது தவறானது. வேதனையானது. காவல்துறையில் மேன்மையான, நேர்மையான உன்னதமான கண்டிப்பான அதிகாரிகள் நிறையவே உள்ளனர்.

94

அடித்து காயப்படுத்துபவர்களுக்கு சட்டப்படி என்ன தண்டனை?

பல சந்தர்ப்பங்களில் இரு தரப்பினர்களுக்கு இடையே வாக்குவாதம் முற்றி உடன்படாத போது வலியவர் மெலியவரை அடித்து கடுமையாக துன்புறுத்தினால் சட்டப்படி என்ன தண்டனை என்று பார்க்கலாம்.

ஒருவர் வேண்டுமென்றே மற்றொருவரை கொடுங்காயம் ஏற்படும் வகையில் அடித்து துன்புறுத்தி இருந்தால் இந்திய தண்டனை சட்டப்பிரிவு 325-ன்படி தாக்கியவர்க்கு ஏழாண்டு சிறை தண்டனை மற்றும் அபராதம் விதித்து தண்டிக்கலாம் என்று சட்டம் கூறுகிறது.

தாக்குதலால் கொடுங்காயம் ஏற்படுத்திய புகார்களில் காவலர்கள் குற்றவாளியை வாரண்ட் இல்லாமல் கைது செய்யவும் நீதிமன்றத்தின் அனுமதி பெற்றோ, பெறாமலோ விசாரணையை தொடங்க முடியும்.

ஜாமீனில் வெளிவர முடிகின்ற, பிணையில் வெளிவர முடிகின்ற சிறுகுற்றங்களில் சம்பந்தப்பட்டவர் முறையாக தொடர்புடைய காவல் நிலையத்தில் குற்றம் சாட்டப்பட்டவர் பிணை பத்திரத்தை சமர்ப்பித்தால் அவரை பெயிலில் விடுவிக்க காவல்துறைக்கு அதிகாரம் உள்ளது.

பிணையில் வெளிவர முடியாத அளவிலான மிகப்பெரிய குற்றங்களில் கைது செய்யப்பட்ட நபர் பிணையில் வெளிவர நீதிமன்றத்தில் விண்ணப்பிக்க முயற்சிக்கலாம். வழக்கின் தன்மைக்கேற்ப ஜாமீன் கிடைப்பது முடிவு செய்யப்படுகிறது.

தாக்குதலுக்கு ஆளான பாதிக்கப்பட்டவரும், குற்றவாளியும் சமரசமாக பேசி ஒத்து போய்விட்டால் முதல் தகவல் அறிக்கை பதிவு

செய்யப்படாத பட்சத்தில் காவல்துறை விசாரனையை தவிர்க்க முடியும். பாதிக்கப்பட்டவருக்கும் குற்றவாளிக்கும் இடையே சமரசமாக முடித்துக் கொள்ளத்தகாத சில சூழ்நிலைகளில் குற்றத்தின் தன்மையை பொறுத்து உயர் நீதிமன்றமோ, உச்ச நீதிமன்றமோதான் சமரசமாக போவது தொடர்பாக முடிவெடுக்க அதிகாரம் உள்ளது.

முதல் தகவல் அறிக்கையை ரத்து செய்ய முடியுமா?

புகார்தாரரின் சம்மதத்துடன் முதல் தகவல் அறிக்கையை வாபஸ் பெறவோ ரத்து செய்யவோ முடியுமா என்ற கேள்வி எழலாம். சாதாரண கொடுங்காயம் விளைவிக்காத சிற்சிறு குற்றங்களில் இரு தரப்பினரும் ஒத்து போகும் பட்சத்தில் சமரசமாகி விட்டாலும் பதிவு செய்யப்பட்ட முதல் தகவல் அறிக்கையை நீதி மன்றம் வாயிலாகத்தான் சட்டப்படி ரத்து செய்ய முடியும்.

கொலை, கொள்ளை, பொதுமக்களை பெரிய அளவில் ஏமாற்றுதல் போன்ற குற்றங்களில் தொடர்புடையவர்கள் உயர்நீதி மன்றத்தில் முறையாக சட்டப்பிரிவு 482-ன் பிரிவின்படி விண்ணபிக்கலாம். நீதிமன்றம் பரிசீலனைக்கு எடுத்துக் கொள்ளும். தீவிரமான கொடிய தன்மை வாய்ந்த குற்றங்களில் சமரசமாக செல்லவும் முதல் தகவல் அறிக்கையை ரத்து செய்யவும் வாய்ப்பு அரிதானதே.

கிரிமினல் வழக்கில் சம்பந்தப்பட்டவர் அரசுப்பணி பெற போட்டி தேர்வு எழுத முடியுமா?

பட்டப்படிப்பு முடித்து இருப்பார்கள் அக்கம்பக்கத்தாருடன் தகராறு எற்பட்டு காவல் நிலையத்தில் புகார் அளிக்கப்பட்டு இருந்தால் புகார் சமரசத்தின் பேரில் தீர்வு செய்யப்பட்டு இருந்தால் வழக்கை திரும்ப பெற்றுவிடும் பட்சத்தில் சட்ட சிக்கல் ஏதுமில்லை. பிரச்னை ஏதுமில்லை. அதன் நகல் ஒன்றை வைத்துக் கொள்வது நல்லது. அரசுத் தேர்வில் தகுதிப் பெற்று நேர்முகத் தேர்வுக்கு ஆஜராகும்போது சமர்ப்பிக்குமாறு கோரினால் தேவைப்படும். முதல் தகவல் அறிக்கை போடப்பட்டு விட்டால் நீதிமன்ற தீர்ப்பைப் பொறுத்துத்தான் சம்பந்தப்பட்டவரின் எதிர்காலம் அமையும் என்பதை புரிந்து கொள்ள வேண்டும்.

குற்றஞ்சாட்டப்பட்டவருக்கு சாதகமான தீர்ப்பு கிடைத்து விட்டால் அரசுத் தேர்வுக்கு விண்ணப்பிக்கலாம். எழுதலாம். எதிர்கால

தேவைக்காக வழக்கு தொடர்பான ஆவணங்களை வைத்துக் கொள்ள வேண்டும். தொடர்புடைய காவல் நிலையத்தில் வழக்கு முடிக்கப்பட்ட விபரத்தை கேட்டு தெரிந்து கொள்வது நல்லது. அரசுத் தேர்வில் வெற்றி பெற்ற பின் காவல் துறையில் இருந்து கிளியரன்ஸ் சான்றிதழ் (Police Clearance Certificate) பெற்று, அரசுப்பணிக்கு தான் தேர்வு பெற்றுள்ள துறையில் சமர்ப்பிக்க வேண்டும்.

பொதுவாகவே, அரசுத் துறையில் வேலையில் சேரும் போது நன்னடத்தை சான்றிதழ் (Contact Certificate) சமர்ப்பிக்க வேண்டும். முடிந்த வரையில் அடிதடி தகராறு, வம்பு வழக்குகளில் மாணவர்கள் ஈடுபடாமல் இருப்பதுதான் எதிர்காலத்திற்கு நல்லது. சண்டை சச்சரவுகளை அடிதடி அளவுக்கு போகாமல் பார்த்துக் கொள்வது மிகவும் உத்தமமானது.

மாணவர் ஒருவர் தனது நண்பர்களுடன் இரு சக்கர வாகனம் ஒட்டிச் சென்றுள்ளார். திடிரென குறுக்கே வந்த மூதாட்டி மீது எதிர்பாராதவிதமாக மோதியதில் விபத்து ஏற்பட்டு விட்டது. அவரது உறவினர்கள் புகார் தந்து காவல் நிலையத்தில் பதிவு செய்யப்பட்டு விட்டது. முதல் தகவல் அறிக்கை (FIR) மாணவருக்கு எதிராக போடப்பட்டது. மாணவரின் எதிர்கால நலன் கருதி எதிர் தரப்பினருடன் சமரசமாக பேசி முடித்துக் கொள்ள முடிவு செய்தனர். வழக்கறிஞரின் வழிகாட்டுதல் மற்றும் அறிவுரையின் பேரில் தீர்வு ஏற்பட்டது. இரு தரப்பினரும் சமரசமாக போக உடன்பட்டு காவல் துறைக்கு இரு தரப்பினரும் கடிதம் கொடுத்து இது தொடர்பாக நடவடிக்கை ஏதும் மேற்கொள்ள வேண்டாம் என பேசி முடித்து கொண்டனர். நீதிமன்ற விசாரனையில் தன் மீது மோதி காயம் ஏற்படுத்தியவர் இவர்தானா என்பதில் சந்தேகம் உள்ளதாக பாதிக்கப்பட்டவரே வாக்குமூலம் கொடுத்ததால் வழக்கு தள்ளுபடி ஆனது. தொடர்புடைய பட்டதாரி மாணவர் தற்போது அரசுத் தேர்வுக்கு முயற்சித்து வருகிறார்.

தாக்குதல் புகாருக்கு தேவையான ஆதாரங்கள்:

1. பாதிக்கப்பட்டவரின் உடலில் பலத்த காயம் இருத்தல்.

2. குற்றவாளி தாக்கியதற்கு சாட்சி

3. காயம் தொடர்பாக மருத்துவ அலுவலர் சான்று.

4. காயம் சாதாரணமானதா? கொடுங்காயமா என்பதை நீதிபதிதான் முடிவு செய்ய முடியும். குற்றவாளியுடன் விசாரனை செய்து முடிவெடுப்பார்.

ஒரு தாக்குதல் புகார் வழக்கில் பள்ளி ஆசிரியை இரண்டாம் வகுப்பு மாணவியை தாக்கியுள்ளார். இதில் தொடர்புடைய மாணவியின் இடதுபக்க கண் பார்வை நிரந்தரமாக பாதிக்கப்பட்டு விட்டது. பள்ளி சீருடை மற்றும் காலனி அணிந்து வரவில்லை என மர குச்சியால் தாக்கியுள்ளார். தவறுதலாக மாணவியின் கண்ணில் பட்டு விட்டது. இரண்டு தையல்கள் போட்டும், தீவிர மருத்துவ சிகிச்சை மேற்கொண்டும் பலனில்லை. இது தொடர்பான வழக்கில் கீழ் நீதிமன்றத்தில் ஆசிரியை விடுவிக்கப்பட்டார். உயர்நீதி மன்றத்தில் மேல் முறையீடு செய்யப்பட்டது. அதில் ஆசிரியைக்கு ஒராண்டு சிறை தண்டனை விதிக்கப்பட்டதுடன், கூடுதலாக, பாதிக்கப்பட்ட மாணவிக்கு நஷ்ட ஈடாக ரூ.50000/- வழங்க வேண்டும் என தீர்ப்பு வழங்கப்பட்டது. தாக்குதலால் வாழ்நாள் முழுவதும் துன்பத்திற்கு ஆளாகும் நிலை துரதிர்ஷ்டவசமானது.

யாராலும் பயன்படுத்தப்படாத வரை உருட்டுக்கட்டை, கத்தி, அறுவாள், துப்பாக்கி குண்டுகள் போன்றவை அபாயகரமானவை அல்ல. டெல்லியில் இளம்குற்றவாளிகள் இரும்பு ராடால் நிர்பயாவை கொடூரமாக குத்தி கிழித்தது மனிதாபிமானமற்ற செயல். தாக்குதல் என்றதும் நினைவுக்கு வருகிறது.

திரைப்படங்களில் கதாநாயகர்கள் வில்லன்களை அடித்து நொறுக்குவது அபத்தமானது. தவறான முன்னுதாரனம்.

தாக்கியவர் மீதான குற்றச்சாட்டை சந்தேகத்திற்கு இடமின்றி நிரூபிக்க வேண்டும். சில வழக்குகளில் நீதிபதியிடம் குற்றவாளியே தான் கோபத்தில் ஆத்திரத்தில் குத்தி விட்டேன் என ஒப்புதல் வாக்குமூலம் கொடுத்து விடுவார்கள். நீதிபதி தண்டனையை உறுதி செய்ய ஏதுவாகி விடும்.

வீட்டு உரிமையாளர் வாடகைதாரரை உடனடியாக காலி செய்ய சொல்லி வற்புறுத்துவார். வாடகை ஒழுங்காக தராததால் அல்லது வீட்டை பழுது பார்க்க வீட்டு உரிமையாளர் விரும்பி இருக்கலாம்.

இது தொடர்பாக அடிதடி தகராறு வழக்குகள் காவல் நிலையங்களில் பதிவாகின்றன.

மனிதாபிமற்ற கொடூர நபர்கள் இச்சை காரணமாக அப்பாவி சிறுமிகளை காயப்படுத்துவது போன்ற குற்றங்கள் நடைபெறுகின்றன.

மதுக்கடைகளில் பார்களில் அடிக்கடி தகராறு நடைபெறும் நிகழ்வுகள் ஏராளம்.

கலவரங்களில் பயங்கர ஆயுதங்களுடன் அப்பாவிகளை தாக்குவது போன்ற வழக்குகள் தொடர்புடையவர்களின் குற்றங்கள் நிருபிக்கப்பட்டு தண்டனை வழங்கப்பட்ட நிகழ்வுகள் உள்ளன.

பல் உடைப்பு, எலும்பு முறிவு, உடல்பாகங்கள் வெட்டப்படுதல் உள்ளிட்ட குற்றங்களில் ஈடுபட்டவர்களால் பாதிக்கப்பட்டவர் வெகு காலம் உடல் வலி மற்றும் துன்பங்களுக்கு ஆளாகிறார்.

இல்லற வாழ்க்கையில் குடும்பத்தகராறு காரணமாக தாக்குதல்கள் நிகழ்கிறது.

தாக்குவது, எதிராளிக்கு கொடுங்காயம் ஏற்படுத்துவது இந்திய தண்டனை சட்டப் பிரிவு 325-ன்படி குற்றமே. குற்றம் நிருபிக்கப்பட்டால் தண்டனை உறுதி.

வேண்டும்மென்றே ஒருவரை ஆயுதங்களால் குத்துவது, வெட்டுவது, சூடு வைப்பது போன்றவைகள் நாகரீகமற்றவை. படித்தவர்களே இது போன்ற குற்றங்களில் ஈடுபடுவது வேதனை தரத்தக்கது. தண்டனைக்குரியது.

குற்றவாளி மீது ஏற்கனவே கிரிமினல் வழக்குகள் ஏதும் நிலுவையில் இல்லாத போது, குற்றம் சாட்டப்பட்டவர் 21 வயதுக்கு குறைந்தவராக இருக்கும் பட்சத்தில், அரசு ஊழியராக இருக்கும் பட்சத்தில், கொடுங்காயம் ஏற்படுத்தி இருந்தாலும் பாதிக்கப்பட்டவரின் உடலில் முக்கிய உறுப்புகள் பாதிக்கப்படாத பட்சத்தில், மிகச் சாதாரணமான (பெட்டிகேஸ்) பிரச்சனை காரணமாக நிகழ்வு நடந்திருந்தால், வழக்கு நிலுவை காரணமாக, விசாரணை காரணமாக வெகு காலம் தாங்கொண்ணாத்துயருக்கு குற்றம் சாட்டப்பட்டவர் ஆளாகி இருந்தால் இதற்கு முன்னர் இது போன்ற குற்றங்களில் ஈடுபடாதவராக

இருந்திருந்தால், குற்றம் சாட்டப்பட்டவர் மிகவும் வயது முதிர்ந்தவராக இருக்கும் பட்சத்தில், குழந்தைகளை பராமரிக்கும் பொறுப்பு உடையவராக இருக்கும் பட்சத்தில் சிறைத்தண்டனை விதிப்பதிலும், அபராதம் விதிப்பதிலும் வழக்கின் தன்மைக்கேற்ப நீதிமன்ற தீர்ப்பு சற்று மாறுபடலாம். ஆனால், தண்டனை உறுதி.

நம்மை தாக்கியவரை மன்னிக்கும் போது, எதிராளியின் பலத்தை நாம் பெற்று விடுகிறோம். இரு உள்ளங்களுக்கு இடையேயான தூரத்தை புன்னகை வெகுவாக குறைத்து விடுகிறது.

95
சிறைகளில் பெருகி வரும் பெண் குற்றவாளிகள்

நவீன காலங்களில் குற்றம் புரிந்து விட்டு சிறைக்குச் செல்லும் பெண்களின் எண்ணிக்கை அதிகமாகி வருகிறது. தேசிய குற்றப் பதிவுகள் தகவலகம் தரும் அறிக்கையின்படி, மகாராஷ்டிரா பெண் குற்றவாளிகளின் எண்ணிக்கையில் நாட்டிலேயே முதலிடம் வகிக்கிறது. ஆந்திரா இரண்டாவது இடமும், மத்திய பிரதேசம் மூன்றாவது இடமும், தமிழ்நாடு முறையே நான்காவது இடமும் வகிக்கிறது.

குற்றச் செயல்களுக்காக கைது செய்யப்படும் பெண்களுக்குப் பின்னணியில் ஆண்களும் சமூக காரணிகளும்தான் முக்கியமாக இருக்கின்றன. பல குற்றச் செயல்களுக்கு பெண்கள் பலிகடா ஆக்கப்பட்டிருக்கிறார்கள் என்பதையும் புறந்தள்ள முடியாது. சாராயம் காய்ச்சுவது ஆண்கள், ரெய்டில் ஆண் தப்பி விடுவதும், பெண்கள் பிடிபட்டு சிறைபடும் சம்பவங்களும் நிகழ்ந்துள்ளன. மருமகளை கொடுமைப் படுத்தியதால் சிறைக்கு வந்த மாமியார்கள் உள்ளனர். உணர்ச்சி வசப்பட்டு குற்றச் செயல்களில் ஈடுபடுவது தமிழ்நாட்டில் அதிகம் நடக்கிறது. கணவனை கொலை செய்து விட்டு சிறைக்கு வந்தவர்களும் உள்ளனர். ஒரு தாதா இறந்தால், இறந்த கணவனின் மனைவி அந்த இடத்திற்கு அமர்த்தப் படுகிறாள். அவர்களுக்கும் வேறு வழி இருப்பதில்லை. அதை விட்டால் உயிர் போய் விடும். அவர்களையும் குற்றச் செயல்களில் ஈடுபடத் தூண்டி விடுகிறது சமூக சூழ்நிலை.

ஆணோ, பெண்ணோ, குழந்தைளோ குற்றச் செயலில் ஈடுபடுவோரின் எண்ணிக்கை குறைய வேண்டும். பாதிக்கப்படும்

அப்பாவி பெண்கள் தற்கொலை செய்து கொள்கிறார்கள். மனப்பிறழ்வுக்கு ஆளாகிறார்கள், ஆண் சமூகம் தன் பாலியல் இச்சைக்கு அடிபணியாதவர்களை திருட்டுக் குற்றத்தில் மாட்டி விடுகிற நிகழ்வுகளும் உண்டு.

சுதந்திர இந்தியாவில் இதுவரை பெண் குற்றவாளிகள் யாருக்கும் தூக்கு தண்டனை நிறைவேற்றப்படாத நிலையில் குழந்தைகளை கடத்தி திருட வைத்து கொலை செய்த வழக்கில் மகாராஷ்டிரா மாநிலம் கோலாப்பூரைச் சேர்ந்த ரேணுகா, சீமா சகோதரிகளுக்கு தூக்கு தண்டனை விதித்து 2011-ம் ஆண்டு நீதிமன்றம் தீர்ப்பளித்தது. எந்நேரமும் அவர்களுக்கு தண்டனை நிறைவேற்றப் படலாம்.

30 வயது முதல் 45 வயதுக்குட்பட்டோர் கொலை குற்றங்களில் ஈடுபடுகிறார்கள். குற்றச் செயலில் அதிகமாக ஈடுபடுவது ஆண்கள்தான். பெண்கள் குற்றச் செயலில் ஈடுபடுவது உலக அளவை விட நம் நாட்டில் குறைவுதான். நம் நாட்டில் மும்பையில்தான் அதிக குற்றங்கள் நடைபெறுகிறது. அதில் பெண்கள் அதிகமாக உள்ளனர். திருட்டு, கொலை, கொள்ளை உள்ளிட்ட குற்றங்களில் ஈடுபட்டு வருகிறார்கள். பணத்தேவைக்காக விபசாரத்தில் ஈடுபடுவது, தற்போது அவர்களின் தேவை அதிகரித்து கொலை, கொள்ளை, கடத்தல், பிக்பாக்கெட், செயின் பறிப்பு, மோசடி வழக்குகளில் அதிக எண்ணிக்கையில் பெண் குற்றவாளிகள் ஈடுபடுகிறார்கள்.

சில மாநிலங்களில் குற்றங்களை பதிவு செய்வது (FIR) மிகக் கடினம். சட்டம் கடினமாக இருந்தால், திட்டமிட்டு நிகழும் மனிதாபிமானமற்ற குற்றங்கள் நிகழாது. கடுமையான தண்டனை பாய வேண்டும். சட்டத்தில் உள்ள ஓட்டைகள் குற்றங்கள் பெருக காரணமாகிறது. இந்தியாவில் தேடப்படும் 7 பெண் குற்றவாளிகள் உள்ளனர். ஆண்களுக்கு இணையாக பெண்கள் அனைத்து துறைகளிலும் முன்னேறி வருகின்றனர். இதில் குற்றச் செயல்கள் மட்டும் விதி விலக்கா? பல்வேறு குற்றச்செயல்களில் ஈடுபட்டுவிட்டு தலைமறைவாக உள்ள பெண் குற்றவாளிகள் தேசிய அளவில் ஏராளமாக உள்ளனர். பயங்கரவாத செயல்களுக்கு துணை நிற்பது உள்ளிட்ட காரணங்களுக்காக வெளிநாட்டில் பதுங்கி இருப்பவர்களுக்கு எதிராக ரெட் கார்னர் நோட்டீஸ் விடப்பட்டுள்ளது. இவர்களைப் பற்றி தகவல் தருபவர்களுக்கு சன்மானம் அறிவிக்கப்

பட்டுள்ளது. சர்வதேச நிழல் உலக தாதாக்களுடன் மிக நெருங்கிய நண்பர்களாகவும் பெண் குற்றவாளிகள் உள்ளளர். பல்வேறு கடத்தல், கள்ள நோட்டு புழக்கத்தில் விடப்பட்ட வழக்குகள் இவர்கள் மீது உள்ளன.

சமூக மதிப்பை, விதியை ஒரு ஆண் மீறும் போது தனிப்பட்ட முறையில் அவன் பாதிக்கப்படுகிறான். ஒரு பெண் மீறும் போது குடும்ப அமைப்பு குலைகிறது.

குடிகாரக் கணவன், பொறுப்பற்ற கணவன் என்று எத்தகைய நிலையை ஆண் எடுத்தாலும் அந்தக் குடும்பத் தலைவி அதைச் சமன் செய்யும் திறமைசாலியாக, உழைப்பாளியாக இருக்கும் பட்சத்தில் அக்குடும்பத்தில் பாதிப்புகள் நீக்கப்பட்டு குழந்தைகளின் எதிர்காலம் ஒரளவுக்கு நல்ல முறையில் அமைந்து விடுகிறது. பெண் தவறும் போது, பெண் செயல்படாமல் இருக்கும் போது மிக மோசமான விளைவுகளை அக்குடும்பத்தினருக்கு ஏற்படுத்தி விடுகிறாள். ஆவதும் பெண்ணாலே, அழிவதும் பெண்ணாலே என்பது இதனால்தான்.

ஆண் குழந்தைகளை வரவாகவும், பெண் குழந்தைகளை செலவாகவும் பார்க்கும் குடும்ப அமைப்பில் பெண் குழந்தைகளை பெற்றெடுக்கும் பெண்கள் குற்றவாளிகள் ஆக்கப்படுவது, தனித்த நிகழ்வல்ல. அது குடும்பம், சமூகம், ஆணாதிக்க சிந்தனை, ஆண் வழி சொத்துரிமை உருவாக்கும் பெண்ணடிமைத்தனம், என பல காரணங்களால் உருவான அழுத்தங்களால்தான் பெண் குற்றவாளிகள் பெருகுகின்றனர்.

முறையான திருமணம் நடந்த பின்னரும், குழந்தைகளை பெற்ற பின்னரும் அந்நியர்களோடு தொடர்பு கொள்வது மோசமானதும் அருவருப்பானதும் ஆகும். இது வாழ்க்கைத் துணைக்கும் குழந்தைகளுக்கும் துரோகம் இழைக்கும் செயலாகும். இவற்றின் எண்ணிக்கை இன்று பன்மடங்காகி விட்டது. இதை வெளியில் சொல்ல வெட்கப்பட்டனர். இப்போது வெளியில் தெரிந்தாலும் அதைப்பற்றி அலட்டிக் கொள்வதில்லை. கள்ளக்காதல் வன்முறையில் முடிகிறது. பெண்கள் மது அருந்துவது, கள்ளக்காதலுக்கு இடையூறாக இருந்த கணவரை கழுத்தை அறுத்து கொலை செய்வது போன்ற செய்திகள் நாளிதழ்களில் நிறைய வருகின்றன. சமீபத்தில் கேரளாவில் பெண் தாதா

குண்டர் சட்டத்தில் கைதான சம்பவம் நடந்துள்ளது. மனிதாபிமானமே இன்றி கொடூர செயல்களில் பெண்களும் ஈடுபட துவங்கி விட்டனர்.

இந்தியாவில் பெண் சிறைக்கைதிகள்:

நிறைய சிறைச்சாலைகள் ஆண்களுக்குக்காகவே உள்ளது. அவற்றில் ஒன்று அல்லது இரண்டு அறைகள் மட்டுமே பெண்களுக்கு ஒதுக்கப்பட்டுள்ளது. சில மாநிலங்களில் உணவு ரேஷனில் வழங்கப்படுவது பெண் கைதிகளுக்கு பற்றாகுறையாகவே உள்ளது. அடிப்படை கட்டமைப்புவசதிகள் மோசமாகவே உள்ளது. சில நேரங்களில் அற்ப பிரச்சனைகளுக்காக மகளிர் சிறையில் வன்முறை சம்பவங்கள் நடந்துள்ளன. கைதிகள் தூக்கமில்லாத இரவுகளை கழிக்கின்றனர். உணவுப்பொருட்களை எலிகள், எறும்புகள் வேட்டையாடுகின்றன. புகார் செய்தால் இது சிறைச்சாலை. ஹோட்டல் அல்ல என்ற அலட்சிய பதிலே கிடைக்கிறது. சில மாநிலங்களில் சுகாதாரமற்ற நிலையில் போதுமான மருத்துவ வசதிகள் இன்றி காணப்படுகிறது. சிறைச்சாலைகளுக்கு மாற்றப்படும் போது பெண் கைதிகளுக்கு அங்கிருக்கும் காவலர்களோடு விரோதமும் பகைமையும் நிலவுகிறது. பெண் கைதிகள் உடல் சோதனைக்கு ஆளாகிறார்கள். சிறையில் இவர்களுக்கு வழங்க வேண்டிய உரிமைகள் புறக்கணிக்கப்படுகின்றன. வெளிஉலகத்துடன் தொடர்பு இல்லை. மும்பை மற்றும் திகார் உள்ளிட்ட சிறைச்சாலைகளில் அடிப்பது உள்ளிட்ட மனிதாபிமானமற்ற முறையில் நடத்தப்படும் அவலங்கள் உண்டு. கடந்த 15 ஆண்டுகளில் பெண் கைதிகளின் எண்ணிக்கை நம் நாட்டில் 61 சதவீதம் அதிகரித்து உள்ளது. அதற்கேற்ற வகையில் அடிப்படை வசதிகள் பெருக வில்லை. பெண் வார்டன்கள் பற்றாகுறையாக உள்ளனர். சிறைச்சாலைகளில் கர்ப்பினிகள் நிலை சிரமமே. ஆறு வயது வரை குழந்தைகளும் பெண் கைதிகளுடன் இருக்கின்றனர். சில மாநிலங்களில் 99 சதவீத பெண் கைதிகளுக்கு தங்கள் மீது சுமத்தப்பட்ட குற்றப்பதிவுகள் பற்றிய விவரமே தெரியாத நிலையில் உள்ளனர். கணவர்களை கொன்ற பெண்கள் நிறைய உள்ளனர். சிறைப்பட்ட பின்னர் குடும்ப உறவு துண்டிக்கப் படுகிறது. பார்வையாளர்கள் கிடையாது. தொலைபேசி அழைப்புகள் இல்லை. நிறைய பெண் கைதிகள் மன அழுத்தத்தால் கதறி

அழுகிறார்கள். பெண் கைதிகளை பெயிலில் எடுக்க குடும்பத்தினர் முன்வருவது இல்லை. சிறையை விட்டு வெளியே வந்தால் வேலை கிடைப்பதில்லை. பெண் கைதிகளிடம் பலவந்தமாக பணம் பறிப்பது, அடித்து துன்புறுத்துவது, பாலியல் தொந்தரவுகள் உள்ளிட்ட சம்பவங்கள் பதிவாகியுள்ளன. சிறைகளில் போதிய அடிப்படை வசதிகளின்றி, பெண் கைதிகள் சட்ட உதவியின்றி துன்புறுகின்றனர். உடல் ரீதியாகவும், மனரீதியாகவும் துன்புறுத்தப்படுகின்றனர். சில மாநிலங்களில் கழிப்பறை பெண் கைதிகளுக்கு மறைவின்றி தனியாக (No privacy) இல்லாத நிலையில் உள்ளது. 150 பெண் கைதிகள் இருக்க வேண்டிய சிறைச்சாலைகளில் ஆயிரம் கைதிகள் அடைக்கப் படும் நிலை உள்ளது. சிறையில் மாதத்திற்கு ஒரு முறை வழங்கப்படும் சோப், குளிப்பதற்கு, துணி துவைப்பதற்கு போதுமானதாக இல்லை. சிறையில் வளரும் பெண் கைதிகளின் குழந்தைகள் நாய்க்கும் பூனைக்கும் வித்தியாசம் தெரியாமல் வளர்கிறார்கள். பெண் கைதிகளின் நிலை மோசமாகவே உள்ளது. பாதுகாப்பு காரணமாக சிறைச்சாலைகளில் சுதந்திரமாக உலாவ முடியாது. நூலக வசதி மருத்துவ வசதி போதுமானதாக இல்லை. நிதி பற்றாக்குறையாலும், ஆர்வமின்மையாலும் வசதிகள் அதிகரிக்கப்பட வில்லை. சொந்த குடும்ப உறுப்பினர்களால் பெண் கைதிகள் புறக்கனிக்கப்படுவதுடன் கைவிடப்படுகிறார்கள். விசாரனை கைதிகளாகவே வெகு காலத்தை நம்பிக்கையின்றி சிறையில் கழிக்கின்றனர். சிறை நிர்வாகத்தால் சில இடங்களில் கொடுரமாக பாலியல் வன்முறைக்கு ஆளாகின்றனர்.

ஆண்டிற்கு நாடு முழுவதும் சுமார் ஆயிரம் கைதிகள் சிறையில் மரணமடைகிறார்கள். அவர்களில் 90 சதவீதம் பேர் விசாரணை கைதிகள் ஆவர். நரகத்தை விட கொடிய இடமாகமே சிறைச்சாலைகள் உள்ளன. வறுமை காரணமாக சிறைக்கு வருகிறார்கள். சிறு குற்றச் செயல்களுக்கு அபராதம் செலுத்த முடியாத நிலையில் சிறைக்கு செல்கின்றவர்களும் உண்டு. பொருளாதார ரீதியாகவும், சமூக ரீதியாகவும் பின்தங்கி இருப்பதுடன், கல்வியறிவு அற்ற இளம் வயதினராக உள்ளனர். சிறைவாசம் அனுபவித்த பெண்களுக்கு வாடகைக்கு வீடு கிடைப்பதில்லை.

நமது இந்திய பெண்கள் புனிதமானவர்களாகவும். மென்மையானவர்களாகவும் கருதப்படுபவர்கள். சமீப காலங்களில்

சிறைச்சாலைகளில் பெண் குற்றவாளிகளின் எண்ணிக்கை அபரிதமாக பெருகி வருகிறது அதிர்ச்சியை தருகிறது.

கொலை முயற்சி, கொலை, கடத்தல், கொள்ளை, திருட்டு, ஏமாற்றுதல், உள்ளிட்ட குற்றச் செயல்களில் அதிக எண்ணிக்கையில் பெண்கள் ஈடுபடுகிறார்கள் என்பது கசப்பான உண்மை.

96
விவாகரத்து சட்டம்-2017

நம் நாட்டில் ஒவ்வொரு மதத்தினருக்கும் தனித்தனியாக திருமண சட்டங்கள் வகுத்து செயல்படுத்தி வருகிறோம். விவாகரத்து என்றால் விவாகம் ரத்தாவது அல்லது திருமண முறிவைக் குறிக்கிறது. அந்த காலங்களில் தம்பதியர்களிடையே அவ்வளவாக பிரச்சனைகள் ஏற்படவில்லை. பிடிக்கிறதோ, இல்லையோ கணவன்-மனைவி ஒன்றாக வாழ்ந்தார்கள். ஒருவரை ஒருவர் விட்டுக் கொடுக்காமல் வாழ்ந்தார்கள். நவீன காலத்தில், அதுவும் பெண்கள் ஆண்களுக்கு நிகராக எல்லா துறைகளிலும் தடம் பதித்து விட்ட நிலையில் கல்லானாலும் கணவன், புல்லானாலும் புருஷன் என்பதல்லாம் பழங்கதையாகி விட்டது. ஆண்வர்க்கம்தான் இதை இன்னும் உணர வில்லை.

வீட்டிற்கு தெரியாமல் காதலித்து குடும்பத்தினரின் அனுமதி பெறாமல் ஓடிப்போய் திருமணம் செய்து கொண்டு பின்னர் ஒருவரை ஒருவர் புரிந்து கொள்ளாமல் பிரிபவர்கள் உள்ளனர். பெற்றோர் ஆசியுடன், நண்பர்கள் உறவினர்கள் வாழ்த்தி சம்பிரதாயப்படி நடத்தப்பட்ட திருமணங்களிலும், சிக்கல்கள் ஏற்பட்டு பிரிபவர்கள் உள்ளனர். இதுதவிர, கருத்து வேறுபாடுகள் ஏற்பட்டு துளியும் ஓட்டுதல் இல்லாமல் அன்னியோன்யம் இல்லாமல், ஒரே வீட்டில் கணவன்-மனைவி உறவை மனதளவில் துண்டித்து விட்டு விவாகரத்து செய்து கொள்ளாமல் சமுதாயத்துக்கு பிரிவைக் காட்டிக்கொள்ளாமல் காலத்தை ஓட்டும் தம்பதியர்கள் பெருகி விட்ட அவல நிலையும் உள்ளது. இதில் தம்பதியர் நிரந்தரமாக பிரிவதை மட்டும் விவாகரத்து என்கிறோம்.

திருமண முறிவிற்கான பொதுவான காரணங்கள்:

1. இருவரில் ஒருவர் மனநிலை பாதிக்கப்பட்டவர்களாக இருத்தல்.

2. இருவரின் மனப்பூர்வ சம்மதம் இன்றி திருமணம் நடத்தப்படுவது.

3. மணமகனுக்கு ஏற்கனவே திருமணம் ஆனதை மறைத்து விடுதல்.

4. காதல் ஜோடிகள் பொருந்தாத உறவினர்களாக இருத்தல்.

5. இருவரில் ஒருவருக்கு தீராத கொடிய நோய் இருத்தல்.

6. ஆண்மை குறைவு, மலட்டுத்தன்மை இருத்தல்.

7. வாழ்க்கைத் துணையால் மனதளவிலான கொடுமைக்கு ஆளாக்கப்பட்டிருத்தல்.

8. உலக வாழ்வைத் துறந்து துறவறம் மேற்கொள்ளுதல்.

9. கிரிமினல் குற்றத்திற்க்காக கடுங்காவல் தண்டனைக்கு ஆளாகியிருத்தல்.

10. தாம்பத்திய உறவில் ஈடுபடாமல் தவிர்ப்பது,

11. கள்ளத்தொடர்பு வைத்திருத்தல்.

12. தம்பதியரில் ஒருவர் இந்து மதத்தை விட்டு வேறு மதத்தை பின்பற்றுதல்.

13. தம்பதியரில் ஒருவர் ஏழாண்டு காலம் காணாமல் போய், அவர் உயிருடன் உள்ள நிலை உறுதியாக தெரியாத நிலை ஏற்படுவது.

14. பாலியல் பலாத்கார குற்றச்சாட்டுக்கு ஆளானவராக அல்லது கணவர் சபல புத்தியுடன் திரிதல்.

15. ஒருமித்த கருத்து இல்லாமை.

16. கணவன் மனைவி வாழ்ந்து வந்த குடும்பச் சூழல் முற்றிலும் வேறு மாதிரியாக இருத்தல்.

17. தன் இஷ்டப்படியே தன் துணை நடந்து கொள்ள வேண்டும் என்கிற எதிர்பார்ப்பு.

18. உடல் ரீதியாக துன்புறுத்தலுக்கு ஆளாக்கப்பட்டிருத்தல்.

19. நடத்தையில் சந்தேகம்.

20. குடித்து விட்டு வந்து அடித்து துன்புறுத்துவது.

21. கணவன் பெற்றோரை விட்டு தனிக்குடித்தனம் வர வற்புறுத்துவது.

22. தற்கொலை செய்து கொள்வேன் என மிரட்டுவது.

23. சிறிய சண்டையால் பிரிந்து சமாதானம் ஆகாமல் ஏழு ஆண்டுகளுக்கு மேலாகி விடுதல்.

24. கணவன் - மனைவி இடையே எதிர்பார்க்கும் விஷயங்கள் நிறைவேற்றப்படாத நிலை.

போன்றவையே விவாகரத்திற்கு அடிப்படை காரணங்களாக உள்ளன.

சட்டப்படியான விவாகரத்து முறைகள்:

விவாகரத்து மனுவை திருமணமாகி ஓராண்டு முடிவதற்க்குள் நீதி மன்றத்தில் தாக்கல் செய்ய முடியாது. இந்து திருமண சட்டத்தின்படி திருமணமான தம்பதிகள் நீதிமன்றத்தின் மூலமே விவாகரத்து பெற முடியுமே தவிர வேறு வழியில் விவாக ரத்து பெற முடியாது. அப்படி பெற்றால் அது சட்டப்படி செல்லாது. விவாகரத்து பெற்றபின் இருபாலரும் தாங்கள் விரும்புவோரை திருமணம் செய்து கொள்ளலாம்.

மனமொத்து பிரிவது (**Mutual Divorce**):

திருமணமான தம்பதிகள் எதிர்பாராத சூழ்நிலையில் ஒன்றாக வாழவே முடியாது எனும் பட்சத்தில் அவர்கள் தங்கள் திருமண உறவை முறித்து கொள்ள முடியும். இருவரும் பிரிந்து விட ஒன்றாக சுய விருப்பத்துடன் நீதிமன்றத்தில் விவாகரத்து மனு தாக்கல் செய்யலாம்.

தம்பதிகள் இருவர் விருப்பத்தின் பேரில் விவாகரத்து விரைவில் பெற முடியும்.

இந்து திருமணச்சட்டம், இந்திய விவாகரத்து சட்டம்(கிறிஸ்துவர்கள்) இரண்டு மதங்களிடையே கலப்புத் திருமணம் செய்து கொண்டவர்களுக்கு சிறப்பு திருமண சட்டம் (Special Marriage Act) உள்ளது.

ஒருமித்த கருத்தோடு பிரிவதுதான் Mutual Divorce ஆகும். திருமணமாகி ஓராண்டு நிறைவு செய்திருக்க வேண்டும். ஓராண்டு பிரிந்து இருந்ததை நீதிமன்றத்தில் தெரிவிக்கும் போது, நீதிமன்றத்தில் ஆறு மாதம் அவகாசம் தருவார்கள். எல்லோரும் எல்லா நேரத்திலும் சரியான முடிவு எடுப்போம் என்று சொல்ல முடியாது. தான் செய்த தவறுகளை உணர்ந்து மனம் திருந்தி வாழ வாய்ப்பும் அவகாசமும் தரப்படுகிறது. விவாகரத்து இன்று ஒரு பெரும் சவாலாகவே உள்ளது. இன்று நீதிமன்றங்களில் அதிகமாக தேக்கத்தில் உள்ள வழக்குகள் விவாகரத்து வழக்குகள்தான்.

விவாகரத்தில் ஒற்றுமை இல்லாத நிலை (Contested Divorce):

Contested Divorce-ல் கணவன் மனைவி இடையே குற்றச்சாட்டுகள் சொல்வர். அதை மறுப்பார்கள். வழக்கு முடிய குறைந்தபட்சம் ஒரு வருடம் ஆகும். அதிகபட்சமாக வழக்கு முடிய பல வருடங்கள் ஆகலாம்.

விவாகரத்து சட்டம்-2017-ன்படி விவாகரத்துக்கு பின்னர் பெண்கள் நடுத்தெருவில் நிற்க வேண்டிய அவல நிலை இருக்காது. கணவனின் பேங்க் பேலன்ஸ் மற்றும் இதர அசையா சொத்துக்கள் பிரித்துக் கொடுக்கும் விவகாரத்தில் கோர்ட் முடிவு செய்யும்.

திருமணம் செய்து கொண்டவர்கள் அதை அரசாங்கத்திடம் பதிவு செய்ய வேண்டும் என்பது கட்டாயமல்ல. ஆனால், பதிவு செய்வதன் மூலம் தம்பதியரின் திருமணம் சட்டப்படி அங்கீகரிக்கப்படுகின்றது. இது எதிர்கால தலைமுறையினருக்கும் நல்ல வழிகாட்டியாகவும் அமையும்.

கணவன் மனைவி கடைசியாக வசித்த வட்டாரத்தில் உள்ள நீதிமன்றத்தில் வழக்கு தொடரலாம். அல்லது தங்களுக்கு திருமணமான இடத்திற்கு அருகில் உள்ள நீதிமன்றத்தில் வழக்கு தொடரலாம்.

ஒரு நல்ல தாம்பத்ய வாழ்விற்கு அடிப்படையாக இருக்க வேண்டியது சகிப்புத்தன்மை, விட்டு கொடுத்து போவது, பரஸ்பர புரிதல், மரியாதை போன்றவை. எந்த ஒரு தம்பதியும் சிறு சண்டை கூட இல்லாமல் தாம்பத்யம் நடத்துவது கனவிலும் நடைபெறாத ஒன்று. திருமண உறவில் சிறு சிறு பூசல்கள் வரும்போது அவற்றை பெரிய சச்சரவாக மாற்றி நல்லறமாக இருக்கும் இல்லற வாழ்வை சீர்குலையாமல் பார்த்துக் கொள்வது நலம்.

ஒத்து வராது என்றநிலையில் விவாகரத்து வாங்கி விடுகிறார்கள். மிக கொடூர சூழலில் வாழ்ந்து கொண்டிருக்கும் பெண்களுக்கு விவாகரத்து தேவையே. அனுசரித்து செல்ல வேண்டிய சிறுசிறு விஷயங்களுக்கு கூட ஈகோ பார்த்துக் கொண்டு, குடும்ப உறவுகளில் வற்புறுத்தலுக்கு நண்பர்களின் தேவையற்ற ஆலோசனைகள் ஆகியவை இளம் வயதில் அதிகம் விவாகரத்து நாடிச் செல்ல காரணமாகி விடுகிறது. ஆணைச்சார்ந்து பெண் வாழும் சூழ்நிலை இப்போது இல்லை. இது மிகப் பெரிய காரணம் என்றும் சொல்லலாம். பெண்கள் கை நிறைய சம்பாதிக்கிறார்கள். தன்னையும் தன் குழந்தையையும் பார்த்துக் கொள்ள முடியும் என்ற நிலையில் தைரியமாக யோசிக்காமல் முடிவு எடுக்க ஆலோசனை வழங்கப்படுகிறது. பணத் தேவையை பூர்த்தி செய்வது மட்டுமே வாழ்க்கை இல்லை. அதையும் மீறி பல விஷயங்கள் உள்ளன. உங்களுக்கு வேறொரு கணவர் கிடைக்கலாம். அல்லது கணவனென்றால் வேறொரு மனைவி கிடைக்கலாம். ஆனால், உங்கள் பிள்ளைகளுக்கு அவர்கள் அப்பாக்களோ, அல்லது அம்மாக்களோ நிச்சயம் கிடைக்க மாட்டார்கள்.

பார்ன் சுவானே என்கிற சின்னச் சிறு பறவையினம் இனப்பெருக்கத்திற்காக 8300 கி.மீ. கடலின் மீது பயணம் செய்கிறது. அர்ஜென்டினாவில் இருந்து கலிபோர்னியாவுக்கு வந்து போக 16600 கி.மீ தூரத்தில் எங்கும் நிலப்பரப்போ, மலைப்பரப்போ கிடையாது. அவை அர்ஜென்டினாவில் இருந்து புறப்படும் போது சிறு குச்சி ஒன்றை அலகில் கவ்விக் கொண்டு பறக்கின்றன. எப்பொழுதெல்லாம்

அவற்றிற்குப் பசியும் களைப்பும் ஏற்படுகிறதோ அப்பொழுதெல்லாம் அவை கடல் பரப்பிற்கு தாழ்வாகப் பறந்து வந்து அலகில் கவ்விய குச்சியை கடல்பரப்பின் மேல் போட்டு அதன் மீது நின்று கொண்டு இரை தேடி ஒய்வெடுத்து பறந்து வேறொரு நாட்டில் தன் இனத்தை விருத்தி செய்து கொண்டு அங்கிருந்து மீண்டும் கடலின் மேலே தன் குஞ்சுகளுடன் பயணம் செய்து தன் சொந்த நாட்டை அடையும்.

ஒரு நல்வாழ்வை தன் குஞ்சுகளுக்கு கொடுக்க ஒரு பறவை இவ்வளவு போராடுகிறது. பேரன்பு இருந்தால் மட்டுமே இந்த பயணம் சாத்தியம். சிறு சிறு விஷயங்களுக்கு சண்டையிட்டுக் கொண்டும் சகிப்புத்தன்மை அற்றும் அல்லது பிற ஈர்ப்பில் மயங்கியும் ஏன் இந்த வாழ்வை தொடருகிறோம் என்று கசப்புடனும் இருக்கும் தம்பதியினர் அனைவருக்குமே இந்த பறவையின் பயணத்தில் கற்றுக் கொள்ள நிறையவே உள்ளது. தன் இனத்தை நல்ல விதமாக உருவாக்குவதில் இத்தனை போராட்டங்கள் ஒரு பறவையின் வாழ்விலேயே உன்டென்றால் மனித வாழ்வில் இதைக்காட்டிலும் அதிக போராட்டங்கள் இருக்கும். மாற்றப்பட வேண்டியது மனங்களே. சிறு சிறு குறைகள் இருக்கலாம். பேரன்பு கொண்டு காணின் அனைத்துமே சாத்தியமே. மேலை நாடுகள் போல் சுதந்திர வாழ்வு அல்லது வேறு துணை தேடிக்கொள்ளுதல் என்று இப்போது மேற்கோள் காட்டிக் கொண்டிருக்க முடியாது. குடும்ப அமைப்பினை தொலைத்து வெளியே தேடியவர்கள் இப்போது மகிழ்ச்சி என்பது அவரவர் குடும்பத்தில் மட்டுமே சாத்தியப்படும் என்ற உண்மையை உணர்ந்து ஒரே பெற்றோர் என்ற வாழ்வை பிள்ளைகளுக்கு கொடுக்க துவங்கி இருக்கிறார்கள். இனம் காப்பதில் துணையை தேர்வு செய்வதில் பிற உயிரினங்களுக்கு இருக்கும் தெளிவு நமக்கு இருக்கிறதா என்று சுய பரிசோதனை செய்து கொள்வோம். அறிவென்பது மகிழ்ச்சியை இருக்கும் இடத்திலேயே அதற்கேற்ப மாற்றங்கள் அழகாய் கொண்டு வருவதிலும் அடங்கும்தானே.

விவாகரத்து என்பது இருவருக்குமே சமமான தோல்விதான். இறப்பிற்கு இணையான வலியை தரக்கூடியது. விவாகரத்து என்பது ஒரு புதைக்கப்படாத மரணம். சில சூழலில் மகிழ்ச்சியற்ற மணவாழ்வில் இணைந்து இருப்பதைக் காட்டிலும் பிரிவது சோகமானதல்ல. மண உறவுகள் இரு கண்ணாடி துண்டுகள் போன்றது. சில சமயங்களில் அவைகளை இணைக்க முற்பட்டு காயப்படுத்திக் கொள்வதைக்

காட்டிலும் உடைய விடுவதே சிறந்தது. உங்களது தரத்தை, மதிப்பை, தகுதியை உங்களது துணையால் உணர இயலாததால் உங்களது தரமோ, தகுதியோ, மதிப்போ ஒரு போதும் குறைந்து விடுவதில்லை.

திருமண முறிவுகளால் குழந்தைகள் செழித்து வளர இயலாது. தன் மீது அன்பு செலுத்தக் கூடிய பெற்றோர் அவர்களுக்கு மிகவும் தேவை. தாம் பாதுகாப்பாக இருப்பதாக குழந்தைகள் உணர வேண்டும். குடும்பத்தின் நிலைத்த தன்மையை விவாகரத்து குலைக்கிறது. தவறான துணையை அவசரத்தில் தேர்ந்தெடுத்து விட்டு அவதிக்குள்ளானவர்கள் ஏராளம். வாழ்க்கைப் படகில் பயணிக்கும் போது புயலை சமாளித்து துடுப்பை இயக்க முடியாத கப்பல் கவிழ்ந்து விடுகிறது. நமது வாழ்க்கைத் துணையாக அமைபவர்கள் நமக்கு நெருக்கடியைத் தராதவர்களாக சிறந்தவராக, எல்லோரையும் விட உயர்ந்தவராக அமைவது அரிதானதாகவே உள்ளது. நல்ல திருமணங்கள் விவாகரத்தில் முடிவதில்லை. வெற்றிகரமான மணவாழ்க்கைக்கு தேவை எப்பொழுதும் ஒரே நபரிடம் காதலில் விழுந்து கிடப்பதே.

திருமணமாகி ஆறே மாதங்களில் விவாகரத்து கேட்கும் காலமிது. விவாகரத்து வழக்கு எண்ணிக்கைகள்தான் நீதி மன்றங்களில் அதிகமாக உள்ளது. குடும்ப நல நீதிமன்றங்கள் ஞாயிற்று கிழமைகளில் கூட இயங்க வேண்டும் என்று உத்தரவு போடும் அளவுக்கு விவாகரத்து வழக்குகள் பெருகிவிட்டன. கணவனை விட்டுக் கொடுக்காத, கடிந்து பேசாத நேற்றைய மனைவிகள் மாறி விட்டார்கள். என் பணம், என் வங்கிக் கணக்கு, என் இஷ்டம் என்கிறார்கள். குடி, அடி-உதை துரோகம், வரதட்சணைக் கொடுமை இவற்றால் நிகழும் விவாகரத்துக்கள் மிகக் குறைவுதான். மாறாக, சிறு விரிசலை இணைக்க வேண்டிய இரு தரப்பு உறவினரும், வெறுப்பையே வளர்க்கிறார்கள். பெண்களுக்கு இருக்கும் சட்டங்கள், மகளிர் காவல் நிலையங்கள் தவறாகப் பயன்படுத்தி மணமகன் குடும்பத்தை தண்டிக்க துடிக்கும் பெண்களும் உள்ளனர். பழைய நினைப்பிலேயே பெண்களை அடிமையாக நினைக்கும் ஆண்களின் மனோபாவம் மாறவில்லை என்பதுதான் சிக்கலுக்கு மையப் புள்ளியாக உள்ளது.

97
நியாயத்தின் பக்கம் நாம்

நாம் மருத்துவராகவோ, வழக்கறிஞராகவோ, ஆசிரியராகவோ, ஆன்மீகவாதியாகவோ, அரசு ஊழியராகவோ, அரசியல்வாதியாகவோ, விவசாயியாகவோ, வணிகராகவோ, நடிகராகவோ, காவல்துறையை சார்ந்தவராகவோ இருக்கலாம். ஒரு சமூக பிரச்சனையில் நியாயத்தின் பக்கம் நாம் நிற்கிறோமா? அநியாயத்தின் பக்கம் நிற்கிறோமா என்கிற புரிதல் அவசியம்.

நியாயத்தின் பக்கம் நிற்பது என்பது நிச்சயம் நாம் மட்டும் சரியாக வாழ வேண்டும் என்ற அர்த்தம் அல்ல. அநீதிக்கு எதிராக குரல் கொடுப்பதுதான் அதற்கான சரியான பொருள். நியாயத்திற்கு ஆண்-பெண் வித்தியாசம் கிடையாது. அநியாயம் எந்த வடிவில் வந்தாலும் அதை எதிர்ப்பது, பிறர் துன்பங்களை போக்குவதுதான் நியாயத்தில் பக்கம் நிற்பதாகும்.

எல்லா மனித மனமும் விருப்பு வெறுப்பு சார்ந்துதான் முதலில் யோசிக்கிறது. எந்த நிகழ்வும் முழுக்க முழுக்க தர்க்கரீதியாக நடப்பதில்லை. அப்படி நடந்தால் உலகில் இன்று நாம் காணும் பிரச்சினைகளே இல்லாமற் போய் விடும்.

சமீபத்தில் உச்ச நீதிமன்றம் தேர்தலில் மதம், சாதி, இனம், மொழி அடிப்படையில் தேர்தலில் வாக்கு கேட்பதை தடை செய்துள்ளது. இது வரவேற்கத்தக்க செய்தி. உண்மையையும், நியாயத்தையும் நடைமுறைச் சாத்தியமானவற்றையும் மதம் என்கிற எல்லைகளைக் கடந்து சிந்திக்க, பேச தெளிவு வேண்டி உள்ளது. தம் மதத்தை, சாதியைச் சார்ந்தவர்

ஒட்டு போடுங்கள் என்பதும், தமது மதத்தை சாதியைச் சார்ந்தவர் கடைகளிலேயே பொருட்களை வாங்க வேண்டும் என நிர்ப்பந்திப்பதும், மாற்று மதத்தைச் சார்ந்த சகோதரர்களின் கடைகளிலே பொருட்களை வாங்க வேண்டாம் என மறைமுகமாக வற்புறுத்துவதும் எப்படி சரியாகும்? பொருள் எங்கு தரமானது என்பதுதான் முக்கியம். யார் நல்ல வேட்பாளர் என்பதுதான் முக்கியம். நாம் அனைவரும் இந்தியர்கள் என்ற பார்வை வேண்டும் அல்லவா?.

நீதியின் அழிவு, நியாயத்தின் அழிவு, குறுக்கு வழியில் மோசடி செய்து, சட்டத்தை மீறி, மக்களை சுரண்டி, ஊழல், லஞ்சம், கலப்படம், போலி போன்ற வழிகளில் பயனித்து பொருள் ஈட்டுவது, பிறரை அழித்து முன்னேறலாம் என்ற நம்பும் கூட்டம் நாட்டை, சமூகத்தை பாழாக்குவதுடன் தானும் ஒரு நாள் பேரழிவை சந்திக்கிறது.

வறண்ட பாலை நிலமாகி விட்ட சூழலை, மீண்டும் வளமானதாக மாற்ற சிந்திப்பவர்கள், அத்தகைய முயற்சியில் அர்ப்பணிப்புடன் ஈடுபடுபவர்கள் கரங்களை வலுப்படுத்த வேண்டும். சுயநலம் இல்லாத மனதுடன் சேவை செய்யும் நேர்மையான மனிதர்களை உயர்த்த வேண்டும். அவர்களின் கலப்படமில்லாத, நடிப்பில்லாத பேச்சு, மனதை தொடுகிறது.

அநியாயம் எங்கும் நடந்தாலும் தட்டிக் கேட்பவர்களை, களங்கப்படுத்துவது, அவதூறு பேசுவது, சுயலாபத்திற்காக கொச்சைப்படுத்துவது, துன்புறுத்துவது, தாக்குவது, சிறைப்படுத்துவது என்பது ஜனநாயகத்தின் கழுத்தை நெறிக்கும் செயலாகும். டெல்லி நிர்பயா பாலியல் வன்முறை வழக்கில் குற்றமிழைத்தவன் தன் மகன் என்ற போதிலும், நியாயத்தின் பக்கம் நின்று அவனை தண்டியுங்கள் என குரல் கொடுத்தாள் அவனது தாய்.

நீதிக்காக குரல் கொடுக்கும் சமூகமாக நாம் எப்போதும் இருக்க வேண்டும். நம்மை வெல்வதற்கு நம் எதிரி பொய்யை பயன்படுத்தினால் நாம் நியாயத்தின் பக்கம் இருக்கிறோம் என்று அர்த்தம்.

பெண்களை கொடுமைப்படுத்தும் ஆணாதிக்கம்:

பெண்கள்தான் அதிக அளவில் பாதிக்கப்பட்டு வருகிறார்கள். பெண்களை கொடுமைப் படுத்தும் ஆணாதிக்கம் எல்லா மட்டத்திலும் இருக்கிறது. ஏழைகள், கூலி தொழிலாளர்கள் குடும்பத்தில் அதிக சிக்கல்கள் உள்ளன. இடம் மாறாது ஒரே இடத்தில் நிற்கும் மரம் சுயமாக எதையும் சிந்திப்பதில்லை, செய்வதில்லை. இந்த மரங்களைப் போல் பெண்களை வைத்திருப்பவர்கள் உண்டு. கல்வி அவளுக்கு சுயமாய் இயங்கும் சக்தியை கொடுத்து விடும் என்பதால் அவளை அதிகம் படிக்க வைப்பதில்லை. ஒரு போதும் அவள் வேலைக்குச் செல்லவோ, சுயதொழில் செய்யவோ அனுமதிக்க கூடாது. அவளுக்கு தனி வருமானம் இருந்தால் எனது கட்டுப்பாட்டை விட்டு வெளியே சென்று விடுவாள் எனது தேவை அவளுக்கு இல்லாது போய் விடும் என நினைப்பவர்கள் உண்டு.

வீட்டை விட்டு விரட்டுவேன், இரண்டாம் திருமணம் செய்வேன் என்ற அச்சுறுத்தல் என்றும் அவளுக்கு இருந்து கொண்டே இருக்க வேண்டும். அப்போதுதான் எனக்கு முன்னே மண்டியிடுவாள் என நினைப்பதும், அவள் எது கேட்டாலும் இல்லை, முடியாது, கூடாது என்ற வார்த்தைகளையே ஆயுதமாக பயன்படுத்துவதும் அநீதி.

நியாயத்தின் எல்லைக்கோடு:

தர்மத்திற்கும், அதர்மத்திற்கும் யுத்தம் நடந்தால் அது இருளுக்கும், ஒளிக்கும் எழுந்த போராட்டமாகும். அநியாயம் செய்து நியாயத்தை கொன்று போடுகிறார்கள். யாரை விலக்குவது? யாரை ஏற்றுக் கொள்வது? நீதியைபுறக்கணிக்கலாமா? அநீதியை அரவணைக்கலாமா? உண்மைக்கும், பொய்க்கும், குயிலுக்கும், காகத்திற்கும் வேறுபாடு தெரியாதவர்கள் இதுவா? அதுவா? என தடுமாறுகிறார்கள். அதிலும் பொய் பொன்னாடை போர்த்தி உலா வருகிறது. உண்மை புழுதி படிந்த மேனியுடன் திராணியற்று இருக்கிறது. வலிமையுள்ளவர்கள் ஆணையிடுகிறார்கள். வலிமையற்றவர்கள் சபிக்கிறார்கள். நீதியின் தராசு விடுவிப்பதா? தண்டிப்பதா? என தவிக்கிறது.

அக்கிரமங்கள் கண் முன்னே நடந்தால் அதைக் கண்டு கொள்ளாமல் இருப்பதும், நமக்கேன் வம்பு என ஒதுங்குவதும், யாருக்கும் பகையாளியாக இருந்து விடக் கூடாது என்று நடுநிலை வகிப்பதும் கோழைத்தனம். அப்பாவிகளின் வாழ்வு நாசமாக காரணமாகிறார்கள்.

அடுத்தவர் நிலத்தை அபகரிப்பவர் உண்டு. மனித உரிமைகள் பறிக்கப்படுகிற போது, வரலாறு காணாத வன்கொடுமைகள் இனப்படுகொலை அரங்கேறுகிற போது, பாதிக்கப்பட்ட அப்பாவிகளின் கண்ணீர் ரத்த வெள்ளமாக பெருகி ஓடுகிறது. இந்நிலையில் இருபுறமும் சாயாமல், வெற்றி யாருக்கு கிடைத்தாலும் அவர்கள் பக்கம் சாய்ந்து கொள்ளலாம் என்ற எண்ணமுடையவர்கள் நடுநிலையாளர் அல்ல. யார் நண்பர்? யார் பகைவர்? பாதிக்கப்பட்டது யார்? பாதிப்பினை மேற்கொள்வது யார்? என்ற கேள்விகளுக்கு தெளிவான எல்லைக் கோடுகளை வரைந்து முடிவெடுக்க வேண்டும். மிகவும் சிக்கலான இருபக்கமும் நியாயமற்ற வன்முறைகள் மேற்கொள்ளப்படும் சூழல்களில் நிச்சயமாக இருவரையும் புறக்கணிக்க வேண்டும். நீதி, அநீதி என்பது சரியான அளவுகோள்தான். ஆனால், அதை தீர்மானிக்க சுய சிந்தனை வேண்டியுள்ளது.

ஓவ்வொரு மனிதனும் தனிப்பட்டவன், பிறரிடமிருந்து வேறானவன். இங்கு ஒவ்வொரு மனிதனின் யோசனையும், சிந்தனையும் மனிதர்களுக்கு மனிதர் வித்தியாசப்படுகிறது. அனைத்து ஆறுகளும் கடல்களிலே சங்கமிக்க வேண்டும் என்பதுதான் பொதுவிதி. ஆனால் கரை படிந்த நம் செயல்களால் ஆறுகள் சாக்கடையாகி விட்டது. பகைமை ஒருபோதும் பகைமையால் தணிவதில்லை.

இனவாதிகளின், மதவாதிகளின் அச்சுறுத்தலுக்கு மத்தியில் பீதியுடன், இரவு நேரங்களிலே நிம்மதியின்றி தூக்கம் தொலைப்பவர்கள் பல நாடுகளில் உள்ளனர்.

நம் உள்ளுணர்வு நமக்கு நல் வழியைத்தான் காட்டுகிறது. நியாயத்தின் பக்கம்தான் நடக்கச் சொல்லுகிறது. அந்தக் குரலை நாம் தொடர்ந்து உதாசீனப்படுத்துகிறோம் என்பதே உண்மை.

நல்லவர்களுக்கான காலமில்லை என புலம்புகிறோம். பணத்தை மட்டுமே தேடும் சிந்திக்கும் சமுதாயத்தில் இருக்கிறோம். பயம் மட்டுமே நமக்குத் தெரிகிறது. எதிர்ப்பு என்பதே இல்லாத கோழைத்தனம் அடங்கி நடக்கச் செய்கிறது. தன்மானத்தை, சுதந்திரத்தை, நேர்மையை, சக உயிர் மீதான அபிமானத்தை புதைத்துவிட்டு பணம் பணம் என்று வாழ்வதா?

வெள்ளிக் காசுக்களுக்காக இயேசுவை காட்டிக் கொடுத்த யூதாஸ் முடிவில் சிக்கலில் மாட்டிக் கொண்டான்.

கைகேயி ராமனை வனவாசம் போகச் சொல்லும்போது லட்சுமணன் அதை ஏற்கவில்லை. கோபம் கொள்கிறான்.

தலைவன், அரசன் மற்றும் சொந்த சகோதரன் என்ற போதும் விபீடணன் ராவணனின் அநீதிக்கு கட்டுப்படவில்லை.

மாரீசன், கும்பகர்ணன் போல அநீதி என்றும் தெரிந்தும் வேறு வழியின்றி ஆதரிப்பது அவலமானது.

நாம் அமைதியாக கலங்கமற்ற ஒரு சமுகத்தில் வாழ வேண்டுமென்றால் நீதியை காக்க வேண்டும். சோதனைகள் எல்லாம் தண்டனைகள் அல்ல. நியாயத்தின் பக்கம் இருப்பது வேறு. நம் பக்கம் நியாயம் இருப்பது வேறு.

ஒரு சிறிய நாட்டைக்கூட இன்று எந்த வல்லரசு நாடும் எதுவும் செய்து விட முடியாது என்பதே யதார்த்தம். உடலில் திமிர், மனதில் ஆணவம் உள்ளவர்கள் நியாயத்தின் பக்கம் திரும்புவதில்லை. இதற்குதான் விரதம் மதங்களில் கடைபிடிக்கப்படுகிறது.

பாதிக்கப்பட்டவர்கள் யாராக இருந்தாலும் அவருக்கு ஆதரவு தெரிவிப்பதும், அநியாயம் செய்தவன் யாராக இருந்தாலும் அவனைக் கண்டிப்பதும் நேர்மையானது. எங்காவது நடக்கும் அநீதியானது எல்லாவிடத்திலும் உள்ள நீதிக்கு பெரும் அச்சுறுத்தலாக உள்ளது. போர் இன்மையால் உண்மையான அமைதி ஏற்படுவதில்லை. நீதி இருக்குமிடத்தில்தான் உண்மையான அமைதி இருக்கிறது. மக்களால் ஏற்றுக்கொள்ளப்படாத வரை, சட்டத்தை பின்பற்றாத வரை எவ்வளவு நீதிமன்றங்கள், காவல் நிலையங்கள், சிறைச்சாலைகள்

இருந்தாலும் எந்த சட்டத்தையும் வலுக்கட்டாயமாக செயல்படுத்த முடியாது.

எல்லோரும் செய்தாலும் தவறு தவறுதான், யாருமே செய்யாவிட்டாலும் சரியானது சரியானதுதான். இவ்வுலகம் அதிகம் துன்புறுவது தீங்கு இழைக்கும் வன்முறையாளர்களால் அல்ல. நல்ல மனிதர்களின் மௌனத்தால்தான். அமைதியும், நீதியும் ஒரே நாணயத்தின் இரு பக்கங்கள். அநீதி இழைக்கப்படும் போது நீங்கள் நடுநிலை வகித்தால், கொடுங்கோன்மையின் பக்கத்தை தேர்வு செய்து விட்டீர்கள் என்று பொருள்.

98
ஒருதலை காதலுக்கு இரையாகும் பூக்கள்

மாணவப் பருவத்தில் தன்னைக் கஷ்டப்பட்டு படிக்க வைக்கும் பெற்றோரின் கனவை நனவாக்கும் பொருட்டு படிப்பில் மட்டும் முழுக் கவனத்தை செலுத்த நினைப்பது பொறுப்புள்ள பிள்ளைகளின் செயல். காதலை நிராகரிப்பதற்கு இதுவும் ஒரு காரணமாகிறது. அவர்கள் மீது கொலைத்தாண்டவம் அரங்கேறுவது குருட்டுத்தனமானது.

ஒரு இளைஞன் தன்னுடைய காதலை சொல்லும்போது இளம்பெண் அதற்கு மறுப்பு தெரிவித்தால், எதிர்ப்பு காட்டினால் தான் ஒருதலையாய் காதலிக்கும் பெண்ணிற்கு கல்யாண ஏற்பாடு செய்யப்படுவதை அறிந்தால் சம்பந்தப்பட்ட பெண்னை அரக்கத்தனமாக எதிர்பாராத வகையில் தாக்கும் செய்திகளைப் நாளிதழ்களில் பார்க்கிறோம். அதுமட்டுமல்ல திருமண ஏற்பாடு செய்யப்படும் தருணத்தில் அந்த பெண் சம்பந்தமாக விஷமத்தனமான அவதூறுகளை பரப்புவது போன்ற இழிசெயல்களில் சிலர் ஈடுபடுகின்றனர். இது முற்றிலும் நாகரிகமற்றது.

காதல் தொல்லை:

பள்ளியில் படிக்கும் சகமாணவிக்கோ, ஒரே இடத்தில் டியூஷன் வகுப்புக்கு செல்லும் மாணவிக்கோ உடன் பணி புரியும் பெண்ணுக்கோ விருப்பமில்லாத போதிலும் காதல் தொல்லை கொடுக்கும் போக்கு இன்று அதிகமாக உள்ளது.

சமீபத்தில் ஒரு தலைக் காதலால் இளைஞன் ஒருவன் கல்லூ ரிக்குள் புகுந்து ஒரு மாணவியை அடித்துக் கொன்ற சம்பவம் மிகுந்த

அதிர்ச்சியைத் தருகிறது. ரயில் நிலையத்தில் ஒரு பெண் காதலிக்க மறுத்த காரணத்தினால் ஒருதலைக் காதலனால் கொடுரமாக கொல்லப்பட்ட காட்சி சிசிடிவி கேமராவில் பதிவாகி நாளிதழ்களில் வெளியானது. ஒரு தலைக் காதலால் கொடூரமாக கொலை செய்யப்படுவது, காதலிக்க மறுத்தால் இதுதான் கதி என எச்சரிப்பது போல உள்ளது. காதலுக்கு சம்மதம் தெரிவிக்காது இருந்தால் ஆத்திரம் அடைந்து பல்வேறு வழிகளில் சிலர் பழி தீர்க்கிறார்கள். இது தவறானது.

நுங்கம்பாக்கம் சுவாதி, விழுப்புரம் நவீனா, தூத்துக்குடி ஆசிரியை பேஷினா, கரூர் சோனாலி என நீள்கிறது பலியானவர்களின் பட்டியல்.

பள்ளி, கல்லூரிக்கு, பணிக்கு செல்லும் பெண்களை காதலிக்கும்படி மிரட்டுவது புதிய கலாச்சாரமாக உருவெடுப்பது அபாயகரமானது. யானையின் காலடிக் கீழ் எறும்பு அழிவது போல அப்பாவி பெண்கள் ஒரு தலைக் காதலால் அழிகிறார்கள். ஈரமற்ற நெஞ்சம் படைத்தவர்களால், மிருகங்களைக் காட்டிலும் கொடுமைக் குணம் படைத்தவர்களால் தான் இத்தகைய காரியங்களை அரங்கேற்ற முடியும்.

இன்றைக்கு இளைஞர்கள் மது போதைக்கு எளிதில் அடிமையாகிறார்கள். மூளைக்குள் ஏறும் போதையினால் நினைத்ததை எல்லாம் அடைய வேண்டும் என்ற வேகமும் கிடைக்காவிட்டால் பழி தீர்க்கும் வெறியும் சேர்ந்து கொள்கிறது. மிருகத்தனமான முறையில் கொலை செய்கிறார்கள். தகுதியை வளர்த்துக் கொண்டால், வாழ்வில் முன்னேறி விட்டால் பெண்களைத் தேடி அலைய வேண்டியதில்லை.

ஒரு தலைக் காதலால் ஒரு சில மனித மனம் முற்றிலும் சுய அறிவற்ற விலங்கினமாக மாறிவிடுகிறது. எனக்கு கிடைக்காத ஒன்று யாருக்கும் கிடைக்கக் கூடாது என்ற எண்ணத்தில் பல விதத்தில் தொல்லை தருகிறார்கள். திரைப்பட கதாநாயகர்கள் நாயகனாக மட்டுமல்ல இரட்டை வேடங்களில் வில்லன் பாத்திரமும் ஏற்று நடிக்கின்ற காலம். காதல் வெறி ஏற்றும் சினிமா தவிர்க்கப்பட வேண்டியது அவசியம். தன்னை விரும்பாத ஒரு பெண்ணை அடைய வேண்டும் அல்லது அழிக்க வேண்டும் என்று நினைக்கும் மிருக குணம் ஏற்க இயலாதது. முற்றிலும் நியாயமற்றது.

ஒரு பெண் பள்ளிக்கு, வேலைக்கு, கோயிலுக்கு செல்ல முடியவில்லை. அழுக்கடைந்த மனதுடன் காதல் என்ற பெயரில் பெண்களை துரத்துகிறது ஒரு கூட்டம்.

குற்றம் நிகழ முழுமுதற் காரணங்கள்:

எல்லோர் கையிலும் இன்று ஸ்மார்ட் போன் இருப்பதால் ஆண்-பெண் பேதமின்றி சகஜமாக உரையாடுவதும் சாட் செய்வதும் சாதாரணமாகி விட்டது. இளம் பெண்கள் அனுப்பும் மெசேஜ்களை காதல் அறிகுறியாக கருதும் சில இளைஞர்கள் ஒரு கட்டத்தில் ஏமாறும் போது மிருகமாகி விடுகிறார்கள், ஸ்மார்ட்போன், பேஸ்புக், வாட்ஸ்-அப், டுவிட்டர் என சமூக வலைத்தளங்களில் விடிய விடிய தொடர்பில் இருப்பதும் முக்கிய காரணி என்பதை மறுக்க முடியாது. தன்னை காதலிக்க மறுத்ததற்காக தொடர்புடைய பெண் மீது அவதூறு செய்தி பரப்புபவர்கள் உண்டு. அத்தகையவர்கள் பற்றிய செய்திகள் வெளி உலகிற்கு அதிகம் தெரிவது இல்லை. கடும் தண்டனைகள் நிறைவேறும்வரை இன்னும் எத்தனை உயிர்கள் பலியாகுமோ தெரியவில்லை.

பொறுமை, நிதானம், சுயசிந்தனை உயர்ந்த இலக்கு இதெல்லாம் எதுவுமே இல்லாமல், எதற்காக கல்லூரியில் சேர்ந்தோம். நம்மை பெற்றவர்கள் மேல் நமக்கு உள்ள கடமை, பொறுப்பு என்ன? அதே அளவு பொறுப்பும் கடமையும் கூட படிக்கும் மாணவிக்கும் அவர்களது பெற்றோர்கள் மீது இருக்கும்தானே என்று சிந்திக்கும் சக்தி இன்றி பருவ கோளாறுக்கு பலியாகி விடுகிறார்கள். சினிமாவை உண்மை என நம்பி தன் வாழ்க்கையையும் மற்றவர்களின் வாழ்க்கையையும் கெடுத்துக் கொள்வது பக்குவமற்ற செயல். பெண் என்பவள் ஆணின் போகம் தீர்ப்பதற்கு மட்டுமானவள் அல்ல.

நீதியைப் பற்றி பெற்றோர் சொல்லி வளர்க்காதது. சட்டத்தில் உள்ள ஓட்டைகள், இவர்களையும் காப்பாற்ற துடிக்கும் பெற்றோர்கள் சட்ட வல்லுநர்கள் சமுதாயம் சீரழிய மறைமுக காரணமாகி விடுகிறார்கள். இன்றைக்கு பள்ளிகளில் கல்லூரிகளில் நீதி போதனை வகுப்புகள் புறக்கணிக்கப்படுகிறது. அவசர உலகில் பிள்ளைகளுக்கு பெற்றோர்களின் நல்வழிகாட்டுதல் இல்லை. நம்

நாட்டில் குற்றவாளிகளுக்கு தண்டனை உடனடியாக கொடுக்கப்பட்டு உடனே நிறைவேற்றும் சூழ்நிலை இன்னும் உருவாக வில்லை.

பெண்ணை சாகடித்தவன் தானும் வாழாமல், தனது கல்வியை அழித்துக்கொள்வதுடன், வாழ்நாள் முழுவதும் நீதிமன்றம், காவல் நிலையம், சிறைச்சாலை என அலைகிறான். பாதிக்கப்பட்ட பெண்ணை பெற்றவர்களின் குமுறல், கோபம் அந்த தீ குற்றவாளியையும், அவனது குடும்பத்தையும் ஏதோ ஒரு வகையில் எரித்துவிடும் என்று நம்புபவர்கள் உண்டு. வாழ்நாள் முழுவதும் பழிச்சொல்லுக்கு ஆளாகிறான்.

எப்படி சமுதாயம் உருவாகிறதோ, அப்படியே மக்கள் நடத்தை இருக்கும். அநியாயத்தை நியாயப்படுத்தி தவறு இல்லை என சொல்பவர்களும் ஜனநாயக நாட்டில் இருக்கவே செய்வர். அதைப்பற்றி கவலைப்படாமல் அரசும், சட்டமும் தங்கள் கடமைகளை பாரபட்சமின்றி செயல்படுத்த வேண்டும்.

இன்று கதாநாயகன் குடிக்காமல் வரும் திரைப்படங்கள் அரிதாகி விட்டது. காதல்- சினிமா உலகத்தின் மாயை. உண்மையில் சினிமா காதல் என்பது வியாபார உள்நோக்கம் கொண்டது ஆகும். பெண்களின் பாதுகாப்புக்கு நாம் அனைவரும் பொறுப்பு. நமது நாட்டை பாரத தாயாக மதிக்கும் நாம் பெண்களுக்கு அதிகம் மரியாதையும் அன்பும் அளிக்க வேண்டும். அதுதான் நம் பாரம்பரிய பண்பாடு.

எந்த நாட்டில் பெண்களுக்கு அதிகம் மதிப்பும் மரியாதையும் அளிக்கப் படுகிறதோ அந்த நாடு கண்டிப்பாக உலகிலேயே பெரிய வல்லரசாக மாறும். யார் யாருக்கு செய்தாலும் குற்றம் ஒன்றே. தண்டனை ஒன்றே. அது கடுமையானதாக இருக்க வேண்டும். குற்றவாளியின் குடும்பத்தினருக்கும் சிறு அளவில் தண்டனை கொடுக்கப்பட வேண்டும் என்ற கருத்து இன்று வலுத்து வருகிறது.

இன்றைய பரபரப்பான உலகில் பொருளீட்டும் கவனத்தில் பிள்ளைகளுக்கு வழிகாட்டுதல் இல்லை. சமுதாய அமைப்பிலும் சட்ட திட்டங்கள் வலுவானதாக கடுமையானதாக உடனடி தண்டனைகள் இல்லாதது குறையாகும். நம் வீட்டுப் பெண் ஒழுங்காக இருந்தாலும் அவள் மீது ஒரு தலைக்காதல் வயப்பட்டவன் ஏதும் செய்யாமல் இருக்க வேண்டுமே என பயப்பட வேண்டிய நிலை உள்ளது. ஒரு

பெண் விரும்பாத போது அவனை நேரடியாகவோ அல்லது இணைய மின்னஞ்சல் போன்றவற்றாலோ மீண்டும் மீண்டும் பின் தொடர்வது சட்டப்படி குற்றம். இ.பி.கோ-354வது பிரிவின் கீழ் மூன்று வருடம் சிறைத்தண்டனை வழங்கலாம்.

விரும்பாதவர்களை காதலிக்க வைக்க முடியாது. உன்னுடைய கனவுகளில் வேண்டுமானால் அவள் உன்னுடையவளாக இருக்கலாம். ஆனால், உண்மை வாழ்க்கையில் அவள் ஒரு கனவு.

நம்மை காதலிக்காத ஒருவரை காதலிப்பது விமான தளத்தில் நின்று கொண்டு கப்பலில் ஏற காத்திருப்பது போன்றது. உண்மையான காதல் மகிழ்ச்சியுடன் நிறைவடைதில்லை. ஏனெனில் காதல் ஒரு போதும் முடிவதில்லை. ஒரு தலைக் காதல் என்பது வலி மிகுந்த சாபம். ஒருதலைக் காதல் எங்குமே சாத்தியமுள்ளது. ஆனால் ஒரு தலை நட்பு மட்டுமே சாத்தியமற்றது. வாழ்வில் மிக மிக கடினமான ஒன்று. நமது இதயத்திலிருந்து ஒருவரை வெளியேற்றுவதுதான்.

அன்பு வெள்ளம் பாய்ச்சுவதுதான் உண்மைக் காதல். ரத்த வெள்ளத்தில் மூழ்கடிப்பது அல்ல. தன்னைக் காதலிக்க மறுத்ததற்காக அவதூறு பரப்புவது இழிவான செயல். கண்டிக்கத்தக்கது. காட்டுமிராண்டித் தனமானது. சுத்த முட்டாள்தனம். மனித உயிர் விலை மதிப்பற்றது.

ஒரு பெண் இல்லாவிட்டால் காதலிக்க வேறு பெண்ணே இல்லையா? நன்றாக படித்து வேலை வருமானம் என்று ஆகிவிட்டால் உனக்கென்று ஒருத்தி கிடைக்காமலா போய்விடுவாள்? உருவாக்குவதன் அருமை அழிப்பவனுக்கு தெரிவதில்லை. இரத்தக் கறை படிந்த கையுடன் மனதுடன் வீட்டுக்கு வரும் ஆண் மகனை எந்த தாயும் வரவேற்பதே இல்லை. அவனை கருவுற்றதற்காக பெற்ற தாயே வெட்கி தலை குனிகிறாள்.

99

பாலியல் குற்றவாளி

நம் நாட்டில் தினமும் பாலியல் வன்கொடுமைகள் நடந்து கொண்டுதான் இருக்கிறது. குறிப்பாக சிறுவர் மீதான துன்புறுத்தல்கள் நாளுக்கு நாள் அதிகரித்துச் செல்கிறது. ஆண்டிற்கு சுமார் 8000 சிறார்கள் நம் நாட்டில் பாலியல் வன்புணர்வுக்கு ஆளாகிறார்கள் என்கிறது ஆய்வு. அனைத்து குற்றங்களும் பெரும் சர்ச்சையாகி விடுவதில்லை. வெளியுலகிற்கு தெரிந்து விடுவது ஒரு சில சம்பவங்கள் மட்டுமே. பத்திரிக்கைகளில் பாலியல் வன்முறை தொடர்பான செய்தி வராத நாளே இல்லை.

ஒரு பெண் காதலிக்க மறுத்தால் ஆசிட் ஊற்றுவது, அரிவாளால் வெட்டிக் கொலை செய்வது, காதலிக்க மறுத்த பெண்ணின் புகைப்படத்தை ஆபாச படமாக மாற்றி இணையதளத்தில் ஏற்றுவது, கடத்தி சென்று பாலியல் பலாத்காரம் செய்வது, நகை பணத்தை கொள்ளையடிப்பது, கர்ப்பமான காதலியை கட்டாய கருக்கலைப்பு செய்ய வற்புறுத்துவது, பழைய பகை காரணமாக வன்புணர்வு செய்வது, வெளியில் சொன்னால் கொன்று விடுவேன் என மிரட்டுவது, ஓடும் இரயிலில் இருந்து பெண்ணை கீழே தள்ளி பாலியல் வன்கொடுமை செய்வது, தனக்கு திருமணம் ஆனதை மறைத்து திருமணம் செய்து கொள்வதாக ஆசை வார்த்தை கூறி பாலியல் பலாத்காரம் செய்வது போன்ற பல்வேறு செயல்களில் பாலியல் குற்றவாளிகள் ஈடுபடுகிறார்கள்.

பாலியல் குற்றவாளிகள் வீட்டில் தனியாக இருக்கும் பெண்கள், வெளிநாட்டில் இருந்து படிக்க வரும் ஆய்வு மாணவிகள், வேலை முடிந்து இரவு வீட்டுக்குச் செல்லும் பெண்கள், நள்ளிரவில் புத்தாண்டு கொண்டாட்டத்தில் திரியும் பெண்களை குறி வைக்கின்றனர்.

பாலியல் பலாத்காரத்தின்போது எதிர்ப்பு காட்டி போராடும் போது சிலர் கொலை செய்யப் படுகிறார்கள். ஒரு பெண் தனியாக ஆள் நடமாற்றம் இல்லாத பகுதியில் சிக்குவதுதான் பாலியல் குற்றவாளிகளுக்கு தேவையான ஒன்று.

தான் காதலிக்க விரும்பும் ஒரு பெண் தன்னை மறுக்க முடியாதென்றே ஒரு சராசரி ஆண் நினைக்கிறான்.

குழந்தைகளில் பத்தில் ஒரு குழந்தை 18 வயதிற்கு இடையில் பாலியல் அத்துமீறல்களை சந்திப்பதாக தெரிவிக்கப்பட்டுள்ளது. பாதிக்கப்பட்ட குழந்தைகளில் பெரும்பாலானவர்கள் தமக்கு ஏற்பட்டுள்ள பாதிப்புகள் குறித்து எவரிடமும் முறையிடுவதில்லை. மேலும், 90 சதவீதமான பாலியல் அத்து மீறல்களில் பாதிக்கப்பட்டவர்களுக்கு நன்கு அறிமுகமானவர்களினாலேயே மேற்கொள்ளப்படுகின்றன.

பெற்றோரிடமிருந்து உரிய அன்பும், அரவணைப்பும் கிடைக்காத சந்தர்ப்பங்களில் தவறானவர்களின் வலையில் தவறான திசையை தேர்ந்தெடுப்பதற்கு அது வாய்ப்பினை ஏற்படுத்தி விடுகிறது. ஒரு குழந்தை மீது பாலியல் அத்து மீறலை ஒருவர் மேற்கொண்டால் அவர் மீது நடவடிக்கை எடுப்பதற்கு பதிலாக பாதிக்கப்பட்ட குழந்தையையே தவறிழைத்திருப்பதற்கான கோணத்தில் அணுகும் பெற்றோர் உள்ளனர். இன்றைய இளம்தலைமுறை சமூகத்தில் இருந்து துண்டிக்கப்பட்டவர்களாகவே வளர்கிறார்கள். குற்ற செயல்களை சட்டத்தால் மட்டும் களைய முடியாது. அதே நேரத்தில் நாடு பாலியல் குற்றவாளிகளின் புகலிடமாக மாறி விடுவதையும் ஏற்க முடியாது. மானம், அவமானம் காரணமாக ஒரு சில பாலியல் குற்றங்கள் மறைக்கப்படுகின்றன. அல்லது மன்னிக்கப்படுகின்றன. இப்படியான சந்தர்ப்பங்கள்தான் இன்னொரு பாலியல் குற்றத்திற்கு தூ பமிடுகின்றன.

பாலியல் தொந்தரவுக்கு ஆளான பெண்களை ஏளனமாகவும், இளக்காரமாகவும் நோக்கும் நிலை மாற்றமடைய வேண்டும். பாதிப்புக்கு உள்ளானவர்கள் முகத்தை மூடிக்கொண்டு செல்லக்கூடிய நிலையில், பாலியல் குற்றவாளி சுதந்திரமாக நடமாடுவதா? என்பதை சிந்திக்க வேண்டும்.

பல பாலியல் குற்றவாளிகள் சட்டத்தின் ஓட்டைகள் வழியே தப்பித்துக் கொள்கின்றனர். உலகெங்கும் பாலியல் வன்முறைகளுக்காக தண்டிக்கப்பட்ட பாலியல் குற்றவாளிகளின் விகிதம் குறைவாகத்தான் உள்ளது. பாதிக்கப்பட்ட பெண் தனக்கு அநீதி இழைத்த பாலியல் குற்றவாளியை பொது அரங்கில் தண்டிக்க நினைப்பதே மிகவும் அரிது. நம் நாட்டில் அது ரொம்பவும் கடினமான ஒன்று. தான் கற்பழிக்கப்பட்டவள் என்று நீதி கோரினாலே அவள் வாழ்க்கை அவ்வளவுதான்.

குடிபோதையில் கண்ணியமற்ற ஆண் நினைத்தால் ஒரு பெண்ணை என்ன வேண்டுமானாலும் செய்யலாம் என்ற நிலை அவலமானது. திரைப்படங்களில் நேர்மையான, உண்மையான தவறு செய்யாத மனிதனை கதாநாயகனாக காட்டிய நிலை மாறி, சமூக விரோத செயல்களை செய்பவன், பெண்களை பாலியல் சீண்டல் செய்பவனை ஏதோ ஒரு காரணத்திற்காக நியாயப்படுத்தி திரைப்படங்களில் கதாநாயகனாக காட்டப்படுவது இன்றைய சமூகத்திற்கு தவறான முன்மாதிரி ஆகும்.

நம் நாட்டில் மக்கள்தொகைக்கு எற்ப போலீஸ்காரர்களின் எண்ணிக்கை போதுமானதாக இல்லை. பாலியல் குற்றவாளிகள் சட்டத்தின் பிடியில் அகப்படுவது அரிதாகவே உள்ளது. செல்வாக்கு, லஞ்சம், ஆதாரமின்மை இதைத் தாண்டித்தான் பாலியல் குற்றவாளிக்கு தண்டனை வழங்க முடியும். ஜனநாயக நாட்டில் பாலியல் குற்றவாளி மேல்முறையீடு செய்ய முடியும். பாலியல் குற்றவாளிகளுக்கு எதிராக காவலும், நீதியும் கடுமையாக உள்ளதா என்பதை ஆராய வேண்டும். நாடு பெண்களுக்கு பாதுகாப்பானதாக இருப்பதை உறுதி செய்யவேண்டும்.

அவசர உலகில் ஆணும், பெண்ணும் ஒன்றிணைந்து பழக வேண்டியுள்ளது. நடுத்தர குடும்பங்களில் படிப்பு முடித்து வேலை கிடைத்து திருமணம் ஆவதற்கு 30 வயது ஆகிவிடுகிறது. தனிமையில் இருக்கும் ஆண் அலுவலகத்தில் வேலைக்கு தொடர்பற்று உடன் பணிபுரியும் பெண்ணிடம் பேசுவது, பெண் ஊழியர்களை கமென்ட் அடிப்பது, வெளியூர்களுக்கு போக அழைப்பது, தொலைபேசியில் வெகு நேரம் சிரித்து பேசுவது எல்லாம் சிக்கல்களுக்கு வழி வகுக்க வாய்ப்புள்ளது என்பதால் எல்லை மீறிப் பழகக் கூடாது.

பாலியல் குற்றங்கள் ஆபத்தானவை. 5 சதவீதமானவர்கள் குற்றம் செய்கின்றனர். குற்றச் செயல்களில் ஈடுபடுபவர்களை சமாதான முறையில் தீர்த்துக் கொள்ள முடியாது. காப்பாற்றுவதற்கு ஒரு போதும் முயற்சிக்கக் கூடாது. உச்ச நீதி மன்றங்களில் ஆண்டுக் கணக்கில் நிலுவையில் உள்ள பாலியல் வழக்குகளை விரைந்து முடிக்க துரித நடவடிக்கை எடுக்கப்பட வேண்டும். விலாசம் தெரியாத இடத்திற்கு, இரவில் தனியாக பெண்கள் செல்லக் கூடாது.

திருடர்கள் ஜாக்கிரதை என்று பொது இடங்களில் பெயரும் புகைப்படமும் ஒட்டப்பட்டிருப்பது போல இணையதளத்தில் பாலியல் குற்றவாளிகளின் பெயரும், புகைப்படமும் இடம்பெறும் என சமீபத்தில் மத்திய அரசு அறிவித்துள்ளது. சிறார் பாலியல் குற்றவாளிகளின் ஆண்மைத் தன்மையை நீக்க கோரும் பரிந்துரையும் பரிசீலனையில் உள்ளது. அலைபேசி பதிவுகள் கொண்டு புகார் தன்மையில் உண்மை நிலை கண்டுபிடிக்கப்படுகிறது. பாலியல் குற்றவாளிகளின் விசாரணையில் பொதுவாக அரசியல் தலையீடு இருக்கக் கூடாது. பாலியல் வன்கொடுமை செய்தது உறுதி செய்யப்பட்டால் குற்றத்தின் தன்மைக்கேற்ப பாலியல் வன்கொடுமை சட்டம் 2013-ன் படி 7 முதல் 14 வருடம் வரை சிறைத் தண்டனை விதிக்கப்படுகிறது. பாலியல் வன்முறையில் ஈடுபட்டு கொலை செய்தால் குற்றவாளிக்கு தூக்குத் தண்டனை வழங்க வழிவகை உள்ளது.

பெற்றோர் தம் குழந்தைகளிடம் மனம் விட்டு பேசுவது அவசியம். அவர்களுக்கு ஆதரவாக இருப்பதை உணரச் செய்ய வேண்டும்.

தலைமறைவு வாழ்க்கை நடத்தும் பாலியல் குற்றவாளிகளை செல்போன் டவர் சிக்னல் மூலம் எந்தப்பகுதியில் உள்ளனர் என்பதை கண்டு பிடிக்கிறார்கள். இந்திய தண்டனைச் சட்டப்பிரிவு 376-ன்படி பலாத்கார வழக்கு பதிவு செய்யப்படுகிறது.

சிறார் குற்றவாளிகளின் குறைந்த பட்ச வயது வரம்பு 18 லிருந்து 16 ஆக குறைக்கப்பட்டுள்ளது. நாடு முழுவதும் உள்ள சுமார் இருபத்தி ஐயாயிரம் காவல் நிலையங்களில் பாலியல் குற்றவாளிகள் பெயர், புகைப்படம், செய்த குற்றம், அதன் தன்மை, பெற்ற தண்டனை தற்போது இருக்கும் முகவரி ஆகிய தகவல்கள் இணையதளம் மூலம் இணைக்கப்பட உள்ளது வரவேற்கத் தக்கது.

டி.என்.ஏ., மாதிரிகளை பரிசோதனைகளில் சேகரிக்கிறார்கள். பாலியல் குற்றவாளி சிறுவர் என்றாலும், முதியவர் என்றாலும் எந்தக் காரணம் கொண்டும் இப்படியான மோசமான குற்றத்தை செய்த நபரை விடுவிக்கக் கூடாது என்பதில் நீதிமன்றம் உறுதியாக உள்ளது.

இளம் பிஞ்சுகளை பொசுக்குபவர்கள் வாழவே தகுதியற்றவர்கள். பாலியல் குற்றவாளிகள் யாராக வேண்டுமானாலும் இருக்கலாம். படித்தவர்கள், பெரிய பதவியில் இருப்பவர்கள், கௌரவமான குடும்பத்தில் இருப்பவர்கள், சிறியவர்கள், பெரியவர்கள், முதியவர்கள் போன்ற அடையாளங்களால் நாம் நம்பிக்கை கொள்வது தவறாக முடிந்து விடக் கூடும்.

குழந்தையின் நடத்தையில் இயல்பு நிலையில் இருந்து மாற்றம் தெரிந்தால் கவனம் தேவை. எவரையும் நம்பி நம் குழந்தைகளை ஒப்படைக்கக் கூடாது. நமது பாதுகாப்பு வட்டத்திலேயே குழந்தைகளை பார்த்துக் கொள்ள வேண்டும்.

மகளை இழந்த பல பெற்றோர் நீதியும், நிம்மதியும் இன்றியே தவிக்கின்றனர். பெண்கள் பொது இடங்களில் ஆண் நண்பர்களுடன் நெருக்கமாக நடந்து கொள்வதை தவிர்க்க வேண்டும். இரவு நேரத்தில் வெளியே திரிவது பெண்களுக்கு ஆபத்தானது. பாலியல் குற்றவாளி யாரோ அல்ல. தினசரி நம்முடன் சிரித்துப் பேசிக் கொண்டிருக்கும் நம்மில் ஒருவன்தான். வாய்ப்புக் கிடைத்தால் குற்றம் செய்ய தயாராக இருப்பவன்.

இன்றைய காலக்கட்டத்தில் ஒவ்வொரு பெற்றோரும் பாதுகாப்பாய் இருக்க தம் பெண்களுக்கு கற்றுத் தர வேண்டியது மிக அவசியம்.

100
குடும்ப வன்முறை பெண்கள் பாதுகாப்பு சட்டம் - 2005

கணவன்-மனைவி இடையே சண்டை வரும்போது "தாய் வீட்டுக்குப் போ" என்று கூறி இனி அந்தப் பெண்ணை வீட்டை விட்டு வெளியேற்ற முடியாது. கணவன் வீட்டில் வாழ்கிற உரிமை பெண்ணுக்கு இருக்கிறது என்று குடும்ப வன்முறை தடுப்புச் சட்டத்தில் சொல்லப்பட்டு உள்ளது. இந்தியாவைப் பொறுத்த வரையில் 70 சதவீத பெண்கள் குடும்ப வன்முறைக்கு ஆளாவதாக ஆய்வு ஒன்று தெரிவிக்கிறது. நம் நாட்டில் குடும்ப வன்முறை தடுப்புச் சட்டம் 2005-ம் ஆண்டு இயற்றப்பட்டது.

குடும்ப வன்முறை என்றால் என்ன?

நெருங்கிய குடும்ப உறவுகளில் பலவீனமான ஒருவரை, மற்றொருவர் அல்லது மற்றவர்கள் மன உளைச்சல் ஏற்படுத்தியோ, வன்முறைகளில் துன்புறுத்தியோ அல்லது அச்சுறுத்தியோ தன் கட்டுப்பாட்டுக்குள் வைக்க முயல்வதை குடும்ப வன்முறை எனலாம். எதிர்பார்த்த வரதட்சனை கொண்டு வராத பெண்ணுக்கு அவள் புகுந்த வீட்டினர் இழைக்கும் கொடுமையும் குடும்ப வன்முறையாகும். உடல் ரீதியாகவோ, பாலியல் ரீதியாகவோ. மனரீதியாகவோ அல்லது பொருளாதார ரீதியாகவோ குடும்பத்தில் ஒருவர் ஒடுக்கப்படுவதும் அச்சுறுத்தப்படுவதும்தான் குடும்ப வன்முறை.

கன்னத்தில் அறைவது, அடிப்பது, உதைப்பது, பிடித்து தள்ளுவது கையில் கிடைத்த பொருளை வீசி எறிவது போன்றவை உடல் ரீதியான வன்முறையாகும். சந்தேகப்படுவது, ஆபாசமாக திட்டுவது,

அவதூறு செய்வது, தனிமைப்படுத்துவது போன்றவை மன ரீதியான வன்முறையாகும். தேவையில்லாமல் தொட்டுப்பேசுவது, முத்தமிடுவது, கட்டியணைப்பது தொடங்கி உடலுறவு வரை செல்வது பாலியல் ரீதியான வன்முறையாகும். பெண்ணை வேலைக்கு போக விடாமல் தடுப்பது, வேலை பார்க்கும் அலுவலகத்துக்குச் சென்று சம்பளப் பணத்தைத் தட்டிப் பறிப்பது, பெண்ணுக்கு சாப்பாடு போடாமல் கொடுமை செய்வது ஆகியன பொருளாதார ரீதியான வன்முறை என்று முதல் முறையாக வரையறுக்கப்பட்டுள்ளது.

வீட்டுக்கு மருமகளாய் வந்த பெண்ணை மோசமான வார்த்தைகளால் பேசுதல், அவமதிக்கும் வகையில் கடுஞ்சொற்களைப் பயன்படுத்துதல், பிறந்த வீட்டை கேவலமாகப் பேசுதல் போன்றவை வார்த்தைகளால் செய்யும் வன்முறையாகும். பெண்ணின் உணர்வுகளை மதிக்காமல் கணவரோ, கணவரின் குடும்ப உறுப்பினர்களோ நடந்து கொள்வது உணர்வு ரீதியான வன்முறையாகும். நான்கு சுவர்களுக்குள் பெண்கள் முடங்கிக் கிடந்தால் அதுதான் பாதுகாப்பு என்று நாம் நம்புவது பகுத்தறிவன்று.

சேர்ந்து வாழும் இருவரில் பெரும்பாலும் தாம்பத்திய உறவில் மனைவிக்கு கணவர் இழைக்கும் கொடுமை நெருங்கிய துணைக்குள் வன்முறை என்றும் சொல்லப்படுகிறது. திருமணமான தம்பதிகளில் கூட மனைவியின் விருப்பமின்றி அவளை கணவன் அடித்துத் துன்புறுத்தி பலவந்தமாக உறவு கொள்வதும் (Martial Rape) குடும்ப வன்முறையில் ஒரு வகையாகக் கருதப்படுகிறது. ஒவ்வொரு 15 வினாடிக்கும் ஒரு இந்தியப் பெண் குடும்ப வன்முறைக்கு ஆளாக்கப்படுகிறாள் என்கிறது ஒரு ஆய்வு.

சராசரியாக இரண்டில் ஒரு பங்காக இருக்கும் பெண்கள் உலக உழைப்பில் மூன்றில் இரண்டு பங்கு செய்கிறார்கள். ஆனால், உலக வருமானத்தில் நூறில் ஒரு பங்கையே அவர்கள் பெறுகின்றனர். உலகச் சொத்தில் நூறில் ஒரு பங்கே அவர்கள் பெயரில் உள்ளது.

குடும்ப வன்முறை என்பது பெரும் அளவில் உடல் காயம், அடிதடி, ரத்தம் இவை மட்டுமல்ல, கொடுஞ்சொற்களை பேசுதல், ஒரு பெண்ணை நடு ராத்திரியில் வீட்டை விட்டு வெளியேற்றுதல், அவளுடன் எதுவுமே செய்யாமல் அவள் இருப்பை அலட்சியம் செய்தல் என எல்லாம்தான்.

பெண்ணை பாதுகாக்கும் பொறுப்பில் இருக்கும் ஆண் அதைச் செய்யத் தவறியதாலேயே இந்த வன்முறை நிகழ்கிறது. பெண்கள் எவ்வளவுதான் படித்துப் பொருளாதார ரீதியாக முன்னேறி விட்டாலும், இன்றளவும் குடும்பம் என்ற அமைப்பின்கீழ் ஆக்கிரமிக்கப்பட்டு வெளியில் சொல்ல முடியாத வேதனைகளை மௌனமாகச் சகித்துக் கொண்டுதான் வாழ்கிறார்கள். காரணம் குடும்ப மானம், கௌரவம், வாழ்வாதார நெருக்கடிகள் எனப் பலவற்றைச் சொல்லலாம்.

தன்னைப் போல சகல விதத்திலும் சரிசமமான ஒரு உயிரை வதைப்பதும். பலம் அதிகமிருப்பதால் கொடுமைப்படுத்துவதும் எவ்விதத்திலும்நியாயமல்ல.பெண்ணின்வெற்றியும்,சமூகப்பங்களிப்பும் அவளது கணவன் அல்லது புகுந்த வீட்டின் கட்டுப்பாட்டில் இருப்பது சமூக அடுக்குகளில் நம் நாடு எந்த அளவுக்கு பின் தங்கியுள்ளது என்பதைப் புலப்படுத்துகிறது. தனது கணவர் வேறொரு பெண்ணுடன் தொடர்பில் இருக்கிறார் என்ற நிலை பெண்களை நொறுக்கி விடுகிறது. எதை விட்டுக் கொடுப்பது? தன்மானத்தையா? அல்லது உயிரையா? இனி விட்டுக் கொடுக்க எதுவுமில்லை என்ற நிலை வந்த பிறகே பெரும்பாலான பெண்கள் மௌனம் உடைக்கிறார்கள்.

எங்கு புகார் செய்வது?

குடும்ப உறுப்பினரால் வன்முறைக்கு ஆளாக்கப்பட்ட பெண் மாவட்ட சமூக நல அதிகாரியிடம் புகார் அளிக்கலாம். வன்முறையாளரும் வன்முறையில் பாதிக்கப்பட்டவரும் உறவினராகவும், ஒரே வீட்டில் வாழ்ந்தவர்களாகவும் இருக்க வேண்டும் என்பது முக்கியம். வரதட்சனைக் கொடுமை, ஜீவனாம்சம் தொடர்பான புகார்களையும் இந்த சட்டத்தின் கீழ் அளிக்கலாம். பெண் குழந்தைகளும் குடும்ப வன்முறைக்கு அதிகமாக ஆளாகிறார்கள். இந்தியா முழுவதிலும் பதிவான புகார்களின் எண்ணிக்கை 2012ல் 4547 ஆகும்.

ஒவ்வொரு மாவட்ட ஆட்சியர் அலுவலகத்திலும் குடும்ப நலத் துறையின் கீழ் ஒரு குடும்ப நலத்துறை அதிகாரியுடன் ஒரு பெண் பணியமர்த்தப்படுகிறார். புகார் அளித்தவரின் பெயர் வெளியிடப்பட மாட்டாது என்பதால் அது குறித்த அச்சம் தேவையில்லை. பிரச்சனையை இருதரப்பும் பேசித் தீர்க்கும் ஏற்பாடாகவே செயல்பாடு

அமைகிறது. அதிகாரி நேரடி விசாரணை செய்கிறார். இரு தரப்பினரும் பேச்சு வார்த்தைக்கு அழைக்கப்படுகிறார்கள். குடும்ப நல அலுவலர் மூலம் சட்ட ரீதியான நடவடிக்கை துவங்குகிறது. பெண் மட்டுமே இந்த சட்டத்தின் அடிப்படையில் புகார் அளிக்க முடியும். முதல் விசாரணைத் தேதியில் இருந்து 60 நாட்களுக்குள் தீர்ப்பு அளிக்கப்பட வேண்டும். அடிப்பட்ட நிலையில் புகைப்படங்கள் எடுத்து, கண்டபடி திட்டி அனுப்பிய மெசேஜ்களை செல்போனில் அழிக்காமல் ஆதாரமாக காட்டி புகார் தரும் பெண்களும் உள்ளனர்.

குடியமர்வு உத்தரவு:

வீட்டைவிட்டு வெளியேறுமாறு துரத்தப்பட்டிருந்தால், பெண் குடியிருக்கும் வீட்டிலிருந்து அவளை எக்காரணம் கொண்டும் வெளியேற்ற முடியாது என தடை உத்தரவு வாங்குதல், அதாவது அவள் குடித்தனம் நடத்த வந்த வீட்டிலிருந்து அவளை யாரும் வெளியேற்ற கூடாது என அவளின் உரிமையை நிலை நாட்டுதல் குடியமர்வு உத்தரவு ஆகும். உண்மையில் சொல்லப் போனால், அவளைத் துன்புறுத்தும் ஆண், அதாவது வன்முறை செய்யும் ஆண், அந்த வீட்டிற்குள் வரக் கூடாது என சொல்லவும் இயலும் என்கிறது இந்தச் சட்டம்.

பாதுகாப்பு உத்தரவு:

அதாவது, அந்தப் பெண்ணை எந்த வகையிலும் துன்புறுத்தக் கூடாது என உத்தரவு பிறப்பிப்பதாகும்.

பொருளாதார உத்தரவு:

அவள் குடித்தனம் நடத்தவோ, அவளின் குழந்தைகளை கவனிக்கவோ பணம் தரவில்லை எனில், கணவனிடமிருந்து பணத்தைப் பெற்றுத் தரும் வகையில் அமைவதே "பொருளாதார உத்தரவு" ஆகும். குழந்தைகளை வன்முறை செய்த ஆண் பறித்துச் சென்றுவிட்டால், அவனிடமிருந்து குழந்தைகளுக்கு பாதுகாப்பு ஏற்படுத்தி குழந்தைகளை அந்த பெண்ணிடமே கொண்டு வந்து சேர்க்குமாறு உத்தரவிடும். அதுவரை

அந்த பெண் அனுபவித்த, சட்ட ரீதியான, மன ரீதியான துன்பங்களுக்கு இழப்பீட்டு நிவாரணமும் பெறலாம்.

நடத்தையில் சந்தேகப்பட்டு மனைவியை துன்புறுத்திய கணவரை குடும்ப வன்முறை தடுப்புச் சட்டத்தின் கீழ் கைது செய்யலாம். மனைவியை அவமதிப்பது சட்டப்படி குற்றம். 1098 என்ற தொலைபேசி எண்ணில் குடும்ப வன்முறை தொடர்பான புகாரை அளிக்கலாம். கணவர் அடிக்கக் கூடாது. துன்புறுத்தக் கூடாது உள்ளிட்ட பல்வேறு உத்தரவுகளை பெற முடியும். இதற்குப் பிறகும் குற்றம் சாட்டப்பட்டவர் அதே செயலில் ஈடுபட்டால் அவர் குற்றம் புரிந்தவர் ஆகிறார். இந்த இடத்தில் சிவில் சட்டமானது கிரிமினல் சட்டமாக மாறுகிறது. தடையை மீறி வன்முறை புரியும் நபருக்கு சட்டப்படி சிறை தண்டனையும். அபராதமும் உண்டு.

இதன்படி, கணவன் தன் மனைவியை அடித்தாலோ அல்லது அவமானப்படுத்தி துன்புறுத்தினாலோ இருபதாயிரம் ரூபாய் அபராதமும் ஒராண்டு சிறை தண்டனையும் கிடைக்கும். பாதிக்கப்பட்ட பெண் கணவனை சிறைக்கு அனுப்பிவிட்டு தான் மட்டும் குழந்தைகளுடன் நிம்மதியாக வாழ எந்த நடுத்தர, கீழ் நடுத்தர, ஏழைப் பெண்களும் விரும்புவதில்லை. இந்தியக் கலாச்சாரம் மற்றும் அவர்களது வளர்ப்பு முறை இதற்கு இடம் தருவதில்லை. அதனால் பாதிக்கப்பட்ட பெரும்பாலான பெண்கள் புகார் தருவதில்லை.

பொதுவாக விட்டுக் கொடுக்கும் மனப்பான்மை வேண்டும். ஆண்களை பழிவாங்க இச்சட்டத்தை தவறாக பெண்கள் பயன்படுத்தினால் விசாரணையில் தெரிந்து விடும். பேசித் தீர்க்க முடியாத பிரச்சினை எதுவும் இல்லை. ஒருவரை ஒருவர் சார்ந்திருக்க வேண்டிய சமூக வாழ்வில் தனி மரமாக நிற்பதில் இன்பம் இல்லை. எந்த வீட்டில் ஒரு பெண்ணுக்கு பாதுகாப்பு இல்லையோ அது வீடே இல்லை.

பெண்கள் நுகத்தடியில் இருந்து விடுவிக்கப்பட சிறகுகள் முளைக்கிறது. பரிசுத்தம் பாதுகாக்கப்பட புதை சேற்றில் இருந்து மீட்கப்பட புது சட்டங்கள் உருவாக்கப்படுகிறது. சட்டங்கள் ஏட்டளவில் மட்டும் உயிர் வாழ்வதில் பலனில்லை. நடைமுறைப்படுத்தப்பட வேண்டும்.